ENGLISH-YORUBA
YORUBA-ENGLISH

MODERN PRACTICAL DICTIONARY

··

ENGLISH-YORUBA
YORUBA-ENGLISH

MODERN PRACTICAL DICTIONARY

··

KAYODE J. FAKINLEDE

HIPPOCRENE BOOKS, INC.
New York

ISBN 0-7818-0978-9

For information, address:
Hippocrene Books, Inc.
171 Madison Avenue
New York, NY 10016

*Cataloging-in-Publication data available from
Library of Congress*

Printed in the United States of America

CONTENTS

FOREWORD

Three things fascinate and impress me about the publication of *ENGLISH-YORUBA, YORUBA-EHNGLISH MODERN PRACTICAL DICTIONARY* by Dr. K. J. Fakinlede.

The first is its newness and freshness. Since the publication of a similar dictionary by a foreigner, Mr. Abraham, many years ago, I am not aware that a Nigerian, or a Yoruba, has compiled a dictionary of such scope. I know of a much smaller dictionary by the late Olapade Obisesan of Ibadan, but it is nothing to compare with this.

The second is the comprehensiveness of this work. It has taken into great consideration the new frontiers of knowledge in today's world-that a language is no longer a mere means of conversation between two people of the same ethnic group, but that language is a suitable tool of communication with the world, whatever the mother tongue. This dictionary takes it as given that the Yoruba language is not to be spoken and understood only by the forty million Yorubas who live principally in western Nigeria, Benin Republic, and Togo in West Africa, but also by those in the Diaspora, in countries like Sierra Leone, Liberia, The United Kingdom, The United States, Brazil (especially in the Bahia region), Cuba, and the Caribbean.

To express and cope with the expanding frontiers of knowledge in our primary and secondary schools, in our colleges and universities, particularly in the fields of science and mathematics, this dictionary breaks new ground in the translation of scientific words and phrases, fractions in mathematics, etc. This dictionary positively affirms the well known position of Prof. A. Babs Fafunwa, former professor at the University of Ife (as it was then called) and later minister of education, that Yoruba should be a medium of instruction throughout primary and secondary schools. To someone like me who had to learn to read and write Yoruba only when I entered Ibadan grammar school, this is a great book, and I envy my grandchildren who will carry this dictionary as a *vade mecum*, just like members of my generation carried *A Shilling Arithmetic and Pocket Oxford Dictionary*.

The third thing that impresses and fascinates me about this dictionary is that it is compiled not by an anthropologist or a

5

professor of Yoruba or a literary artist. It is the painstaking work of a scientist. Dr. K. J. Fakinlede is a research scientist. But one must not be surprised. He is an avowed and proud Yoruba nationalist. Some time ago, he published a very incisive and illuminating book on the Yoruba and the viability of the Yoruba national cause. He wrote with great knowledge and understanding of Yoruba history, culture, and place in the world. This dictionary puts the unmistakable stamp on him of a true patriot.

Every Yoruba ought to have a copy of this dictionary in his home, school, office, or library.

CHIEF BOLA IGE, S.A.N.
Deputy Leader of AFENIFERE
Attorney - General of the Federation
and Minister of Justice

PREFACE

This dictionary has been compiled to serve three purposes. First, it introduces non-Yoruba speakers with a fair degree of understanding of the English language to the Yoruba language. Secondly, it makes it possible for authors to write books in the Yoruba language for students in primary, secondary, and even tertiary institutions that address their needs in this computer age. Thirdly, Yoruba students, with a limited understanding of the English language will find it useful in their studies of English.

With the introduction of this dictionary, the Yoruba language as a tool has been expanded beyond the scope of its current usage as a language of religion, literature, and art. It now has the capability to handle complex scientific and mathematical terms.

First, a successful attempt has been made to adapt the Yoruba numeral system to a decimal base in place of the duodecimal one. This makes it feasible to call numbers as written.

Concise and precise terms have also been given to many words that are frequently encountered in the study of mathematics and other scientific disciplines. An exhaustive translation of mathematical terms has also been undertaken.

Moreover, a brief introduction to Yoruba grammar has been given. This, coupled with a list of word roots, will enhance the ability of the language to be of more relevance to linguists and people of many academic persuasions.

Lastly, English translations of Yoruba words or their synonyms are given in parentheses so the student can logically follow how the Yoruba meanings are derived without the need for another dictionary. Therefore it is possible to use this as an English-English, English-Yoruba, Yoruba-English dictionary.

While still in the manuscript form, this work was shown to late Chief Bola Ige, the erstwhile Attorney General and Minister of Justice of Nigeria. His words of encouragement were such that he agreed to write a foreword to it. A few months after this, he was felled by assassins' bullets. In his honor, I have taken the liberty to make a few modifications to the foreword principally to reflect the name of the dictionary.

I express my gratitude to Dr. Bode Oduntan and Mr. Joseph McCloskey for reading through the entire manuscript and making suggestions and corrections. In my view, without their contributions, this work would have been less than satisfactory.

I am also pleased to acknowledge the assistance of Professor Antonia Yetunde Shleicher of the University of Wisconsin who provided me with the Yoruba font software that made it possible to put appropriate signs on the alphabets. Without these signs, writing the Yoruba language is almost impossible. I am profoundly grateful to Dr. Olusegun Fayemi, Dr. Diran Adigun, Professor Sikiru Fadairo, Mr. Ola Adedipe, and Mr. Yemi Oladipo for their words of encouragement.

I also express my appreciation to Ms. Caroline Gates and Mr. Nicholas Williams for contributing their time and talent to this project.

Finally, I take this opportunity to express my sincere gratitude to my wife, Olaitan Taye and children, Olabamidele, Olakunle, Abimbola, and Ayoola for their patience, understanding and support during the many years it took to finish this work.

K. J. Fakinlede

INTRODUCTION

All entries in this dictionary appear in boldfaced type and are arranged in alphabetical order. The English-Yoruba portion (Part A) follows English alphabetical order while the Yoruba- English portion (Part B) follows the standard Yoruba.

ENGLISH-YORUBA DICTIONARY

Most entries in this section are immediately followed in italicized square brackets [ ] by their English synonym or a simple definition. This makes clear which variation of the word is intended for Yoruba translation. In all cases, entries or their synonyms are followed by the part of speech (abbreviated) to which they belong. Equivalent translations of these parts of speech are given in the footnote in alternate pages through the text. A Yoruba translation of the entry follows. This may then be followed by a brief explanation (in italicized curved parentheses) of words of interest that derive directly from the entry word itself. All Yoruba translations of the English verbs are preceded by the word 'láti' which roughly translates to the English word 'to'. The Yoruba translation is therefore the infinitive of the English entry.

YORUBA-ENGLISH DICTIONARY

This section is arranged similarly to part A except for the following differences:
(a) The infinitive verb entry is not preceded by the word láti. This is the case for all verbs
(b) Abbreviated parts of speech are given in English;
(c) Words in italicized brackets provide further explanations to the Yoruba entry or give the translation of a word root.

SPELLING

Many words in the Yoruba language have more than one acceptable spelling. I have, however, tried to use only one in the hope that, with time, it can gain currency as a standard form and gradually help in eliminating the tonal signs.

9

ABBREVIATIONS

ENGLISH-YORUBA

abb.	=	àti bẹ́ẹ̀bẹ́ẹ̀	(et cetera)
ak.	=	àkópọ̀	(conjunction)
ap.	=	àpèlé	(pronoun)
as.	=	àṣelé	(adverb)
ep.	=	ẹ̀pọ́n	(adjective)
f.a.	=	fún àpẹrẹ	(for example)
ip.	=	ipò	(preposition)
ir.	=	irìn ọ̀rọ̀	(root)
is.	=	iṣe	(verb)
iy.	=	ìyanu	(interjection)
or.	=	orúkọ	(noun)

YORUBA-ENGLISH

abbrev.	=	abbreviation	
adj.	=	adjective	(ẹ̀pọ́n)
adv.	=	adverb	(àṣelé)
aux.	=	auxiliary	
conj.	=	conjunction	(àkópọ̀)
e.g.	=	for example	(fún àpẹrẹ)
interj.	=	interjection	(ìyanu)
n.	=	noun	(orúkọ)
pl.	=	plural	ọ̀pọ̀lọ́pọ̀
pr.	=	pronoun	(àpèlé)
prep.	=	preposition	(ipò)
sing.	=	singular	ikanṣoṣo
v.	=	verb	(iṣe)
v.i.	=	verb intransitive	
v.t.	=	verb transitive	

10

LETTERS AND TONES

ALPHABET
ÀWỌN ÁBÍDÍ

The Yoruba alphabet, by convention consists of twenty-five letters:

A B D E Ẹ F G GB H I J K L M N O Ọ P R S Ṣ T U W Y
a b d e ẹ, f g gb h i j k l mn o ọ p r s ṣ tu w y

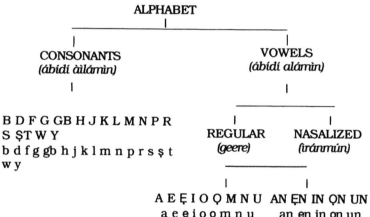

```
                        ALPHABET
                           |
        _____
        |                                       |
    CONSONANTS                              VOWELS
  (ábídí àìlámìn)                        (ábídí alámìn)
        |                                       |
                                    _____
B D F G GB H J K L M N P R           |                     |
S ṢT W Y                          REGULAR              NASALIZED
b d f g gb h j k l m n p r s ṣ t  (geere)              (ìránmún)
w y                               _____
                                     |                  |
                           A E Ẹ I O Ọ M N U   AN ẸN IN ỌN UN
                           a e ẹ i o ọ m n u    an ẹn in ọn un
```

CONSONANTS

Each consonant is pronounced with an e or ee in front of it:
b is pronounced like the English **be**; **d** is like **dee**; **f** like **fee**, **g** like **glee** (minus the l), **h** like **he**, **j** like **gee**. **k** like **key**, **l** like **lee**, **m** like **me**, **n** like **knee**, **r** like **ree**, **s** like **see**, **t** like **tea**, **w** like **we**, **y** like **ye**.

Almost all consonants have the same pronunciations as in the English language when in use, except for the letters **p**, **gb** and **ṣ**.

The Yoruba **p** is pronounced with the lips closed initially and then emitting a puff of air. It is close to the English pronunciation of the combined letters **k** and **p**.

The letter **gb** has no similarity in the English language. It does not represent a separate pronunciation of **g** and **b** as spelled but articulated as a simultaneous release of both, following a

11

contraction of the lips and muscles of the throat.

The letter ṣ is pronounced as the English word **she** and as **sh** in use.

Below is a list of consonants and their English equivalents when in use:

g is pronounced as **g** in *girl* but never as in *gin*.

r is like **r** in *run* but not as in *here*.

w is like **w** in *war* but not as in *brown*.

y is as **y** in *young* but not as in *boy*.

All other consonants are pronounced almost exactly as in the English language. However, the letters **w** and **y** are themselves nasalized when they are followed by nasalised alphabets.

VOWELS

The Yoruba language has two types of vowels: the regular (oral) vowels (ábídí alàmìn geere), with sounds coming entirely from the mouth, and the nasalized ones (ábídí àlàmìn iránmún), with sounds coming simultaneouly from the mouth and the nose. The nasalization is shown by writing an **n** after the regular vowel.

Among the regular vowels,

a is pronounced as **a** in Jack

e as ay in day

ẹ as in bed

i as in feet

o as in dome

ọ as **aw** in jaw

u as **oo** in book

M (vowel) is often used as a first person unemphatic singular pronoun or as a contraction of **emi**. For example, **Èmi ìbá ti lọ** (I would have gone) is often written as **M bá ti lọ**. **M** is articulated in the throat as a grunt with the mouth completely closed. **N** (vowel) is less guttural than **m**. It often comes in front of verbs to indicate an active participle, e.g., **I am going** is translated as **Mo ńlọ**. Sometimes it comes after another vowel, as in **alá-ńgbá** (lizard) or **aláàpá-ndẹ̀ dẹ̀** (Ethiopian swallow). At other times, it comes in front of the nasalized vowel as in **Ogun-nde**. In these cases, it is pronounced distinctly from the preceding alphabet. There are no diphthongs in the Yoruba language.

The tonal signs have been left off both **m** (vowel) and **n** (vowel) in this dictionary. Their inclusion makes writing the language cumbersome. Moreover, their exclusion does not significantly affect the pronunciation or the meanings of words in which they could be placed.

TONE PATTERNS
ÀWỌN ÀMÌN-OHÙN ÁBÍDÍ

Tone is extremely important in the Yoruba language. Words have wildly differently meanings in spite of being spelt the same way, depending on their tone patterns. For example, the word **oko** means farm but **òkò** means projectile.

The Yoruba language has four distinct tonal patterns: the low(**do**), level(**re**), high(**mí**) and the low-high combination (**dòmí**).

NAME	SIGN	EXAMPLES
Dò	\	Àdàbà, Èdè, Ẹ̀bẹ̀, Ìwì, Ọwọ̀, Ọ̀rọ̀, Dùùrù, Hàn, Ẹ̀yin, Dẹ̀hìn, Dùn Ọgbọ́n
Re	No sign	Baba, Erin, Ẹdẹ, Ibi, Gbogbo, Wuuru, Itan, Yẹn, Ẹṣin, Dọndọn, Funfun
Mí	/	Wárápá, Déédé, ìpẹ́, Orí, Gbọ́, Gbó,Ojú, Ìdánwò, ìpín, Ọgbọ́n, Fún, Etí, Ahọ́n
Dòmí	ˇ	Fún Ọ̀rúnmila = f' Ọ́rǔnmilà; Ní àná = l'ánǎ; Ní ọ̀tún = l'ọ̀tǔn Oní òfófó = Olófǒfó; Oní òótọ́ = olóǒtọ́; Oní àbójútó = alábǒjútó kọ́ ẹ̀kọ́ = kẹ́kǒ

The sign **dòmí** occurs after the elision of two words whose sign combinations are high (mí) and low (dò) plus high (mí). Thus the three tones are preserved in the new word formed by a contraction of the last two to form a new tonal pattern dòmí. Example: **kọ́**(mí) **ẹ̀ kọ́**(dò + mí) becomes, on elision, **kẹ́kǒ**(mí + dòmí); **Ní** (mí) **ọ̀tún** (dò + mí) becomes, on elision, **l'ọ́tǔn** (mí + dòmí).

YORUBA GRAMMAR

ÀLÀYÉ - ṢÓKÍ

Morpheme:
(Ohùn-ọ̀rọ̀)
The smallest part of a word that has meaning. Most words in the Yoruba language are combinations of morphemes. For example, **wá** means come; **lọ**, go; **jí**, wake; **rí**, see.

Morpheme combinations:
(Àpapọ̀-óhùn-ọ̀rọ̀)
In all cases, the original meanings attached to the morphemes are preserved in the word formed. Thus:

(a) **Nígbàtí** -combination of three morphemes: **ní+ìgbà+tí**
(b) **Aráyé** -combination of two morphemes: **ará+ayé**
(c) **Babaláwo** -combination of three morphemes:
    Baba+oní+awo

Sentence:
(Ọ̀rọ̀)
Yoruba sentences are formed in much the same way as in English. For example:

(a) **Ògèdè-ngbé jẹ́ olórí ogun:** Ògèdè-ngbé was an army general
(b) **Bádé dé adé ọba:** Bádé puts on the king's crown

In the first sentence: **Ògèdè-ngbé** is the subject *(ọlọ́ṣẹ́)*
                          jẹ́ olórí ogun is the predicate *(ọṣẹ́)*
In the second sentence: **Bádé** is the subject *(ọlọ́ṣẹ́)*
                          dé adé ọba is the predicate *(ọṣẹ́)*

Exceptions:
(a) The adjective may come before or after the noun:
    Olúróunbí jẹ́jẹ̀ àgùntan bọ̀lọ̀jọ̀: Olúróunbí made a promise of a beautiful sheep. Here, **àgùntan** (sheep) is the noun while **bọ̀lọ̀jọ̀** is the adjective following **aguntan**.
    Aláàánun ènìyàn ni Akínwálé Akinwale is a kind person. Here **Aláàánun** qualifies **ènìyàn**.
(b) When two nouns are combined to indicate possession, the first noun is usually the object possessed. The other noun is the possessor.
    Àbẹ̀bí nbọ́ ọ̀bọ ọba: Àbẹ̀bí is feeding the king's monkey. Here, **ọ̀bọ** (monkey) comes before **ọba** (king).

14

ELISIONS

Elisions occur frequently in the Yoruba language. While their occurrence may not be easy to explain, some common rules apply in many cases:

> (a) elision between preposition **ní** (at) and a noun reduces **ní** to **l'**: **ní ọwọ́ ọ̀tún** (at the right hand) becomes **l'ọwọ́ ọ̀tún**; **ní ojú alẹ́** (at dusk) becomes **l'ojú alẹ́**
> (b) elision between the verb **ní** (have) and a noun becomes **l** : **mo ní owó** (I have money) becomes **mo lówó**; **mo ní ojú** (I have eyes) becomes **mo lójú**
> (c) elision between the verb **fún** (give) and a noun becomes **f'**: **Mo fún ọ̀rúnmìlà** (I sacrificed it to Orunmila-god of divination) becomes **Mo f'Ọ́rŭnmìlà**.

QUESTION TYPES
ÌBÉÈRÈ

1. Questions that demand definite answers (yes or no) are formed by preceding the statement requiring such answers with either **Ṣé** or **Njê**. For example:

> (a) **Ṣé ó ti lọ?** Has he left?
> (b) **Njẹ́ ó ti lọ?** Has he left?
> (c) **Ṣé kò ìtíì lọ?** Has he not left?

A positive response to any of these questions is **Bẹ́ ẹ̀ni** or **ẹn**, which indicates an agreement with the statement made. **Bẹ́ ẹ̀kọ́**, **Ẹ́n-ẹ́n** or **Rárá** indicates a disagreement with the statement as made. In which case, a positive answer to (c) will be **Bẹ́ ẹ̀ni, kó ìtíì lọ**, which translates as The statement is correct, he has not gone. Whereas, a negative answer to (c) could be **Rárá, ó ti lọ**, which translates as The statement is not correct, he has gone.

2. Where a questioner demands an answer between two alternative statements, the two are joined by **àbí** (or **tàbí**) and may be preceded with **Ṣé** or **Njẹ́**:

> (a) (**Ṣé** or **Njẹ́**) **ó ti lọ abi** (or **tàbí**) **kóì tíì lọ?** (has he left or has he not left?).

The response is often given by repeating the part of the statement that is pertinent: **ó ti lọ** (he has left) or **kóì tíì lọ** (he has not left).

3. Where a questioner demands *who* did something or *to/for whom* something is done, the word **taní** or **tal'ó** replaces the subject/object in the statement to form the interrogative:

(a) *Statement:* Ojo went to Ibadan, **Òjó lọ sí Ìbàdàn.**
To form the interrogative, **tani or tal'ó** replaces **Ojó** (subject) in the statement:
Question: Who went to Ibadan? becomes **Taní (tal'ó) lọ sí Ìbàdàn?**

(b) *Statement:* You saw Ojo in Ibadan, **O rí Òjó ní Ìbàdàn.**
To form the interrogative, **tani (tal'ó)** replaces **Ojó** (object) in the statement:
Question: Who did you see in Ibadan (you saw who in Ibadan) becomes **O rí tani ní Ìbàdàn?** written as **Tal'o rí ní Ìbàdàn?**

4. Where a questioner asks *what* did something or *to/for what* something is done, the word **kíni** or **kíl'o** is used in much the same way as (3) above:

(a) *Statement:* A dog is barking in the forest, **Ajá ngbó n'ígbó.**
To form the interrogative, **kíni (kíl'ó)** replaces **ajá** in the statement:
Question: What is barking in the forest? becomes **kíni (kíl'ó) ngbó ní'gbó?**

(b) *Statement:* Abebi is feeding the king's monkey, **Àbẹbí nbọ́ òbọ ọba.**
Question: Abebi is feeding what? (what is Abebi feeding?) becomes **Àbẹbí nbọ́ kíni?** or **Kíni Àbẹbí nbọ́?**

5. Where the question pertains to *where* or *to/from where*, **ibo ni** or **níbo** is substituted for the subject or object in the statement to form the interrogative as in (3) and (4) above:

(a) *Statement:* Akure is the capital of Ondo State: **Àkúrẹ́ ni Olú-ìlú ìpínlẹ̀ Ondó.**
Question: Where is the capital of Ondo state?: **ibo ni Olú-ìlú ìpínlẹ̀ Ondó?**

(b) *Statement:* I am going to Akure: **Mò nlọ sí Àkúrẹ́.**
Question: Where am I going: **ibo ni (níbo ni) mò nlọ?**

For other forms of interrogatives, see below (conjugation of the verb 'to have').

NEGATIVE STATEMENTS
ỌRọ̀-ÌLÒDÌ

The word **kò** or **ò** is placed in front of the verb to indicate the opposite of a statement:
The negation of the the the sentence, **owó wọ́n**, money is scarce or there is scarcity of money is **owó kò** (or **ò**) **wọ́n**' money is not scarce or there is no scarcity of money'.

The word **kìí** is used to indicate a negation of a sentence in the present tense or habitual aspects in the same sense as the English 'never": Òkú ajá **kìí** gbó: 'dead dogs never bark'.
In most cases, where the subject of discussion is generally known or can be assumed, the subject pronoun is completely eliminated. For example, in the response, **kóì tíì lọ**, the subject pronoun **ó** (he/she/it) is omitted.

GREETINGS
ỌRọ̀-ÌKÍNI

In most instances, Yoruba people greet others on the circumstance or condition they meet the recipient of the extended courtesy. This is done by inserting the universal greeting verb **kú** between the subject (person or thing being greeted) and the circumstance prevailing. For example
Greetings for:
(a) this morning (Good morning): Ẹ **kú àárọ̀** or Ẹ **káǎrọ̀**
(b) this afternoon (Good afternoon): Ẹ **kú ọsán** or Ẹ **káàsán**
(c) this evening (Good evening): Ẹ **kú ìrọ̀lẹ́** or Ẹ **kúrọ̀lẹ́**
(d) coming back (Welcome): Ẹ **kú àbọ̀** or Ẹ **káàbọ̀**
(e) relaxing: Ẹ **kú ìsinmi**
(f) being on your feet: Ẹ **kú ìdúró**
(g) being an old man: Ẹ **kú àgbà**.

PARTS OF SPEECH
ÒWÔ ẸKA-ÒRÒ

Yoruba words can be classified in a similar way as English words:

(a)	Noun	*(n.)*	(Orùkọ)	*[or.]*	Dàda, ẹkọ́, Arúgbó, Ata
(b)	Verb	*(v.)*	(ìṣe)	*[is.]*	wá, múra, dúró
(c)	Adjective	*(adj.)*	(ẹpọ́n)	*[ep.]*	dáradára, nlá, díẹ̀
(d)	Adverb	*(adv.)*	(àṣelé)	*[as.]*	díẹ̀díẹ̀, gaan
(e)	Pronoun	*(pr.)*	(àpèlé)	*[ap.]*	èmi, ìwọ, òun
(f)	Preposition	*(prep.)*	(ipò)	*[ip.]*	l'órí, n'ínún, l'ápá
(g)	Conjunction	*(con.)*	(àkópò)	*[ak.]*	àti, pẹ̀lú,

Nouns (Ẹka-ọrọ̀ orúkọ):
> Yoruba nouns generally begin with a vowel and contain two or more syllables.e.g. **Ajá** (dog), **orí** (head), **apá** (arm)

Possessive nouns (Orúkọ oní-nkan):
> To form possesive nouns from other nouns, the following prefixes are added:

(a)	**Al**	áta	one who owns or sells *ata (ata: pepper)*
(b)	**El**	éwé	..one who owns or sells *ewé (ewé: leaves)*
(c)	**Ẹl**	ẹ́mun	..one who owns or sells *ẹmun (ẹmun: palm wine)*
(d)	**On**	ílé	one who owns *ilé* - a landlord *(ilé: a house)*
(e)	**Ol**	ówó	one who owns *owó* - a rich man *(owó: money)*
(f)	**Ọl**	ọ́gbọ́n	one who has *ọgbọ́n* -a wise person *(ọgbọ́n: wisdom)*

From those nouns that do not begin with a vowel, possesive nouns are formed by attaching the prefix "**Oní** " to the noun:

(a)	**Oní**	mọ́to	..one who owns *môto* - a vehicle owner or a driver *(môto: vehicle)*
(b)	**Oní**	gbèsè	one who owns *gbèsè* - a debtor *(gbèsè; a debt)*

As explained above, a combination of two or more nouns is also used to indicate possesion:

(a) **Ajá Òjó**   Ojo's dog:
The first noun(**ajá**) is the object possessed
by the second noun(**Òjó**),

(b) **Ojú ajá Òjó** The eye of Ojo's dog:
The first noun(**oju**) is the object possessed
by the second noun(**aja**), which in turn is
the object possessed by the third noun(**Ojo**).

Titular nouns (Orúkọ ìpè):

To form titular nouns from verbs, the following prefixes
are added to the corresponding verb. For example, from the
verb, láti **lọta,** (to grind pepper):

(a)   **A** lọta ..One who is grinding pepper

(b)   **Ọ** lọta ..One whose profession is pepper grinding

(c)   **Ì** lọta ..The profession of pepper grinding

(d)   **Aláì** lọta ..One who is *not* grinding pepper

Titular nouns are also formed by the duplication of the infinitive
verbs:

(a) láti kọ́lé: to build   kọ́lékọ́lé: one who builds houses
a house   (bricklayer)

(b) láti lọta: to grind   lọtalọta: one who grinds pepper
peppers

(c) láti fọ́lé: to rob a   fọ́léfọ́lé: a house robber - a burglar
house

Naming tools from corresponding verbs:

(a) **èrọ ilọta** ..pepper grinding machine
(b) **èrọ ifọṣọ**   machine used for washing clothes *(láti
fọṣọ: to wash clothes)*

Descriptive nouns (Orúkọọ ṣíṣe):

To form descriptive nouns from verbs, the following prefixes
are added to the corresponding verbs. For example, from
the verb **lọta:**

(a) **Lí** lọta or ata **lílọ̀** The process of pepper grinding

(b) **Àì** lọta   The reverse of the process above

Singular / Plural(Ẹyọ àti Ọ̀pọ̀):

Yoruba nouns do not have separate prefixes or suffixes to distinguish singular from plural. When showing plurality, the following pronouns are used with the nouns to be pluralized:

àwa is placed in front of the noun that includes the speaker: **àwa** olówó,
'we, rich men; **àwa** ọ̀dọ́, we young ones.

ẹ̀yin is placed in front of the group addressed: **ẹ̀yin** àgbààgbà, you elders; **ẹ̀yin** oníṣòwò, you traders.

àwọn is for the noun being mentioned: **àwọn** ilú ilẹ̀ẹ̀ Yorùbá, Yoruba towns.

Adjectives (Ẹ̀ka-ọ̀rọ̀ Ẹ̀pọ́n):
All possesive nouns can be used as adjectives:

(a)	Ọkùnrin **olówó** kan wà ní Ọ̀yọ́: (There was a rich man in Ọ̀yọ́)	**Olówó** (rich) is the adjective; ọ**kùnrin** (man) is the noun it qualifies.
(b)	**Aláìníṣ ẹ́** ènìyàn ní babaa rẹ̀ (His father is a jobless person)	**Aláìníṣ ẹ́** (jobless) is the adjective qualifying **ènìyàn** (person).

Adjectives, as noted above, may come before or after the noun:

(a)	Olúróunbí jẹ̀jẹ̀ àgùntan	**bọ̀lọ̀jọ̀** qualifies the noun aguntan;
(b)	**bọ̀lọ̀jọ̀** **Aláàmún** ènìyàn ni Akinwale	**Aláàmún** qualifies ènìyàn.

Verbs (Ẹ̀ka-ọ̀rọ̀ ìṣe):

Yoruba verbs generally begin with a consonant and may contain one or more syllables. For example:

láti **wá** (to go), láti **rí** (to see), láti **gbàgbé** (to forget)

(The prefix **láti** indicates the infinitive as in English 'to')

Verbs with two syllables may be formed by:

(a) a combination of a monosyllabic verb and a noun:

(i) láti **múra** (mú+ ara: pick the body): to get ready

ii) láti ṣ **ọ́ra** (ṣô+ ara: watch the body): to be careful

(b) a combination of two or more monosyllabic verbs:
   (i) as intransitive verbs: láti **gbàgbọ́**: to believe
   (ii) as transitive verbs, the object is placed after the first verb:
   láti **gbà....gbọ́** (as in **gba Ọlọ́run gbọ́**: believe in God)

Polysyllabic verbs are formed by various combinations of one or more monosyllabic verbs and one or more nouns:
   (a) **gbàdúrà** (gba + àdúrà): to pray
   (b) **lágbára** (ní + agbára: to be strong)
   (c) **ronúnpìwàdà** (ro + inún + pa + ìwà + dà = think and change behavior): to repent.

Pronouns(Ẹka-ọ̀rọ̀ àpèlé):

Yoruba pronouns are either emphatic or unemphatic. The unemphatic pronoun **Mo** corresponds to the English I whereas the emphatic pronoun **Emi**, when used subjectively, lays emphasis on I. It can also be used objectively as me or myself:

	Subj. (unemph.)	Obj. (unemph.)	Combined (emph.)	Poss. (unemph.)	Poss. (emph.)
Sing. 1st. Pers.(asọ̀rọ̀)	Mo,N,M (I)	Mi (me)	Èmi (I, me)	Mi (my)	Tèmi (mine)
Sing. 2nd. Pers.(agbọ́ọ̀rọ̀)	O (you)	Ọ, Ẹ (you)	ìwọ (you)	Rẹ, Ẹ̀ (your)	Tirẹ (yours)
Sing. 3rd. Pers.(ọlọ́ọ̀rọ̀)	Ó* (he,she,it)	Last vowel of the verb preceeding	Òun(he, him,her, she, etc)	Rẹ̀, Ẹ̀ (his,her, its)	Tirẹ̀, Tòun (his/her/ its)
Pl. 1st. Pers. (asọ̀rọ̀)	A (we)	Wa (us)	Àwa (we, us)	Wa (our)	Tiwa (ours)
Pl. 2nd. Pers. (agbọ́ọ̀rọ̀)	Ẹ (you)	Yín (you)	Ẹyin (you)	Yín (your)	Tiyín (yours)
Pl. 3rd. Pers. (ọlọ́ọ̀rọ̀)	Wọ́n (they)	Wọn (them)	Àwọn (they/them)	Wọn (their)	Tiwọn (theirs)

*There is no grammatical gender differentiation in Yoruba language. The pronoun **ó** translates to he or she or it. For example: **Ó ti lọ** translates to he/she/it has gone.

Adverbs (Ẹ̀ka-ọ̀rọ̀ àṣelé):

An adverb may come before or after the verb or adjective it qualifies. For example:

(a) Ó **sùn fọnfọn** (he slept soundly), **sùn** (sleep) is the verb, while **fọnfọn** (soundly) is the adverb qualifying **sùn.**

(b)Mo ṣ è ṣ è **gbọ́** nipa ọrọ naa (I have just heard about the issue), **gbọ́** is the verb while ṣ è ṣ è is the adverb qualifying **gbọ́.**

1. Many adverbs that express time or space are formed by eliding **ní** with the respective noun as noted above:

(a) **ní àná** (yesterday) becomes **lánä** ;

(b) **ní ìgbà tí** (when) becomes **nígbàtí**;

(c) **ní ìbí** (here) becomes **níbí**,

(d) **ní è rè kan** (once) becomes **lẹ́ ẹ̀kan**

2. Adverbs used to make verbs or adjectives more specific are often derived by word duplication:

(a) Ó nsọ̀rọ̀ (he is talking), Ó nsọ̀rọ̀ **kẹ́lẹ́kẹ́lẹ́**(he is whispering)

(b) Ó lọ (he left), Ó lọ **ráúráú** (he left without coming back);

(c) aṣọ funfun (a white cloth), aṣọ funfun **láúláú** (a intensely white cloth).

3.Other words which function as adverbs include: **rárá** (at all - *used with a negative verb*), **sẹ́**(definitely), **ṣá** (merely), **púpọ̀**(very, too):

(a) Kò rí mi **rárá**....He did not see me at all

(b) Àìná ló jí owó náà **sẹ́**....Aina definitely stole the money

(c) Mo sọ̀rọ̀ kan **ṣá**.....I merely said something

(d) Wọ́n pẹ́ **púpọ̀** lẹ́hìn....they stayed too far behind

Prepositions (Ẹ̀ka-ọ̀rọ̀ ipò):

Prepositions are formed by placing the word **ni** (elided as **l'** except when followed by a word beginning with an (**ì**) or the word **si** (elided as **s'**) in front of the noun:

(a) Mo gbée **s'órí** àga ; I put it on top of the table

(b) Mo bá a **l'órí** igi: I met him on top of the tree

(c) Ó wa **nínú** ìṣasùn: it is inside the pot.

Conjuction(Ẹka-ọ̀rọ̀ àkópọ̀):

Conjunctions are used in the same manner as in English.
Common conjuctions include:

   (a) **Àti** *or* **òun**: and
   (b) **ṣugbọ́n** *or* **àmọ́**: but *or* however
   (c) **pẹ̀lú**: with
   (d) **Bótilẹ̀jẹ́pé**: although
   (e) **Nítorí** *or* **nítorípé**: because

(CONJUGATION OF THE VERB 'TO HAVE')
ÌṢÒWÔ ẸKA-ÒRỌ̀ ÌṢE : 'LÁTI NÍ'

ENGLISH	YORUBA	YORUBA (Emphatic)
I have...............	Mo ní...............	Èmí ní
I am having	Mo nní	Èmí nní
I had.............	Mo ní...............	Èmí ní
I shall have	Mà á ní	Èmí á ní, èmi yíò ní
I will have.............	Mà á ní, Mo nílàti ní........	Èmí á ní, èmi nílati ní
I can have	Mo lè ní	Èmí lè ní
I should have...........	Ó yẹ kí n ní..............	Ó yẹ kí èmi ní
I should have had	M bá ti ní	Èmí ìbá ti ní
I will have had..........	Mà á ti ní................	Èmí á ti ní
I have had	Mo ti ní	Èmí ti ní
I may have..............	Ó ṣeéṣe kí n ní..............	Ó ṣeéṣe kí èmi ní
I still have	Mo ṣì ní, Mo ì ní	Èmí ṣì ní
I do not have...........	N ò ní, N kò ní................	Èmí kò ní
I wish I had	Ó wù mí kí n ní	Ó wu mì kí émi ní
I think I have..........	Mo rò pé mo ní..............	Emi rò pé èmí ní
Do I have?	Ṣé or Njê mo ní?	Ṣé or Njê èmí ní?
Will I have?.............	Ṣé mà á ní?................	Ṣé èmí á ní?
Can I have?	Ṣé mo lè ní?	Ṣé èmí le ní?
Should I have?........	Ṣé ó yẹ kí n ní?..............	Ṣé ó yẹ kí èmí ní?
When I have	Ìgbàtí mo (or M) bá ní	Ìgbàtí èmí bá ní
When do I have?......	Ìgbàwo ni mà á ní?..........	Ìgbàwo ni èmi yíò ní?
What do I have?	Kíni mo ní?	Kíni èmí ní?
Which do I have?....	Èwo ni mo ní?................	Èwo ni èmí ní?
Who do I have?	Tani mo ní?	Tani emi ní?
Let me have.............	Jê kí n ní........................	Jê kí emi ní
I cannot have	N ò lè ní	Èmí ò(kò) lè ní
I will never have.......	N ò níí ní..........................	Èmí ò(kò) níí ní
I probably have	Bóyá or Bôyá mo ní	Bóyá or Bôyá emi ní
I never had...............	N ò ní rí..........................	Èmí ò(kò) ní rí

WORD ROOTS

ENGLISH TO YORUBA

ENGLISH ROOT	YORUBA ROOT	EXAMPLE	TRANSLATION
algia	didun	odontalgia	ehín dídùn
an-, ana-	àì-	anhydrous	àìlómi
andr(o)-	akọ, irin akọ	andropathy	àrùn okùnrin
ante-	iwà, tẹ́lẹ̀	anterior	iwájú
anti-	ẹ̀pa, oògun, ọ̀tá	antibactrial	apalámọ̀
audio-	igbóùn, igbọ́ran	audiology	ẹ̀kọ́ nípa igbọ́ran
bi-	méjì	biennial	olódúnméjì
-billion	èèrú	one billion	èèrú kan
bio-	iye, ìye	biology	ẹ̀kọ́ ẹ̀da-oníyè
-carcinoma	akàn, alákàn	adenocarcinoma	akàn ẹ̀ṣ́ẹ oje-ara
cardio-	ọkàn	cardiology	ẹ̀kọ́ nípa ọkàn
- cavity	ihò, yàrà	tooth cavity	akokoro
centi-	idáàpò	centimeter	idá-àpomítà
cephal(o)-	orí	cephalgia	orí fífọ́
chemo-	ẹ̀là	chemicals	ẹ̀là
-cide	apa, ẹ̀pa	bacteriocide	ẹ̀là apalámọ̀
collection of -	ìṣù	erectile tissue	ìṣù ale
cyclo-	kíkà, yípo	one cycle	iyípo kan
cyt-, cyto-	pádi	cytology	ẹ̀kọ́ pádi
-dactyl	ìka	oligodactylia	ìka-ọwọ́ àìpé
deca-	ìdì, mẹ́wă	decameter	ìdimítà
deci-	idáìdì, idámẹwá	decimeter	idá- ìdimítà
derivative of	ìdà	derivative of a function	ìdà-ìfà
- device	ẹ̀rọ	cooking device	ẹ̀rọ-ìdáná
di-	méjì	dipteria	oníyẹ̀ méjì
disease of -	àrùn	cirrhosis	àrùn ẹ̀dọ̀
-duct	òpó; ifun	oviduct	ifun-ẹyin
dent(o)-,dent-	ehín	dental caries	ehín kíkẹ̀

25

denta-	ehín	dentistry	ìṣègùn ehín
-ectomy,-tomy	gígékúrò, yíyọ	nephrectomy	iwe gígékúrò
electro-	àrá	electrology	ẹ̀kọ́ nípa àrá
encephalo-	ọpọlọ	encephalitis	ọpọlọ-wíwú
ente-, entero-	ifun	enterectomy	ifun gígékúrò
ep-, Epi-	òkè; òde	epidermis	ìwọ̀-òde
ex-	síta; níta	exhale	ìmísíta
extra-	kọjá; rékọjá	extraordinary	rékọjá-àlà
femto-	ìda-òkẹ̀èrú	trillionth of a meter	ìdá ọ̀kẹ̀èrúmítà
fore-	síwájú, iwájú	forebrain	awẹ́-ọpọlọ t'íwájú
gastr-, gastro-	ikù, ikùn	gatroscopy	àwòran ikùn
geo-	ilẹ̀	geography	ẹ̀kọ́ nípa ilẹ̀-ayé
graph	wíwọ̀n	spectrograph	ẹ̀rọ àádi-wíwọ̀n
gyn(e)-, gyna-,	obìnrin, ìrin abo	gynoecium	ìrin-abo òdòdó
gyneco-	obìnrin; ìrin abo	gynecology	ẹ̀kọ́ àìsàn obìnrin
hecto-	àpò, ọgọ̀ọ̀rún, ọ̀rún	apomita	àpomítà
hemi-	apakan, ìlàjì, edébù	hemiplegia	rírọ l'ápá ara kan
Hem(o)-, hemato-	ẹ̀jẹ̀	hematemesis	ẹ̀jẹ̀ bíbì
hepa(to)-	ẹ̀dọ̀	hepatitis	ẹ̀dọ̀ wíwú
-hole, cavity	íhò	tooth cavity	akokoro; iho ara ehín
hydro-	olómi; omi	hydrophilic	afómi
hyper-	pọ̀jù	hypertension	àrùn ifúnṣọn
hypo-	àìto; ìsàlẹ̀; ìdí	hypocotyl	ìdi ewéerúgbìn
hystero-	ilé-ọmọ	hysteroscopy	àbẹ̀wò ilé-ọmọ
infra-	àìtó, ìsàlẹ̀	infra-sound	ìró-àìgbó
in front of -	iwá, iwájú	anterior	iwájú
inter-	láàrín	intercostal	láàrín ìhà
intra-	nínú	intracerebral	nínú-ọpọlọ
-itis	wíwú	colitis	asê-ifun wíwú
kilo-	ẹgbẹ̀rún, ọ̀kẹ́	kilometer	ọ̀kẹ́mítà

lack of -	àì-, àìní-	insomnia	àileèsùn
law of -	òfì; ofin	associative law	òfì àjọṣepọ̈
- less ten	àádín	sixty less ten, 50	àádọ́ta
levo-	òsì	levorotation	aròsì
-logist	akẹ́kọ̀	psychologist	akẹ́kọ̀ ìwà
-logy, -ology	ẹ̀kọ́	pathology	ẹ̀kọ́ àìsàn- ara
macro-	nlá	macrocephaly	orí-nlá
medi(o)-	àárín	middle ear	àárín etí
mega-	òdù	one million	òdù kan
micro-	ìdá-òdù,	micrometer, micron	ìdá-òdumítà
micro-	wuuru	microbes	ẹ̀yàwuuru
milli-	ìdáọ̀kẹ́	millimeter	ìdá-ọ̀kẹ́mítà
-million, mega-	òdù, òdù	one million	òdù kan
mono-	ẹyọ kan, kan	monozygotic	ẹlẹ́yinkan
myc(o)-,mycet-	osunwuuru	mycology	ẹ̀kọ́ osun-wuuru
naso-	imú	nasology	ẹ̀kọ́ àìsàn imú
near -	ẹ̀bá, ìbá	temporal bone	eegun ẹ̀bátí
necro-	ikú, ikú	necrology	ẹ̀kọ́ nípa ikú
neo-	tuntun	neonate	ọmọtuntun
nephr(o)-	iwe, iwe	nephritis	iwe wíwú
-oligo	àìtó, àìpé, díẹ̀	oligodactylia	ika-ọwọ́ àìpé
-olitis	ìkárùn	tonsillitis	ìkárùn ẹṣẹ́-ọ̀fun
-ologist	akẹ́kọ̀	psychologist	akẹ́kọ̀ ìwà
oculo-	ẹyin ojú	oculus dexter	ẹyin-ojú ọ̀tún
odont	ehín, ehín	odontology	ẹ̀kọ́ nípa ehín
oo-	pádi ẹyin	oosphere	pádi ẹyin
organo-	eléèdu	organic chemical	ẹ̀là elé ẽ̀dú
oro-	ẹnu	orolingual	ẹnun òun ahọ́n
ortho-	títò	orthopedics	iṣègùn eegun-títò
os-, osteo-	eegun	ostitis, osteitis	eegun wíwú
-osis	àrùn	cirrhosis	àrùn ẹ̀dọ̀
oto-, ot-	etí, etí	otalgia	etí dídùn

ovari-	ibú ẹyin	ovariectomy	íbú-ẹyin yíyọ
peri-	àyíká	perimeter	àyíká èèyà
-phobia	ẹ̀rù; ìbẹ̀rù	zoophobia	ìbẹ̀rù ẹranko
phono- phone-	oùn, ìró	phonology	ẹ̀kọ́ ohùn; ẹ̀kọ́ ìró
photo-	ìtànná	electric lightening	ìtànná àrá
-plegia	rírọ	hemiplegia	rírọ l'ápákan ara
poly-	púpọ̀	polygamous person	aláyapúpọ̀
possessor of -	al-, el-, ol-, on-, oní-	owner of the universe	Elédùmarè
post-	lẹ́hìn	posthumous	lẹ́hìn ikú
pre-	tẹ́lẹ̀	premature	àìpọ́jọ́
pseudo-	àdàmọ̀, aríbí	pseudopodium	àdàmọ̀dẹsẹ̀
quadri-	mẹ́rin	quadruplet	ìbẹ́rin
rachi-	ọ̀pá-ẹ̀hìn	rachialgia	ọ̀pá-ẹ̀hìn dídùn
radio-	atàn	radiologist	akẹ́kọ̀ atàn
rate of -	ìyásí	acceleration	ìyásí ìperédà
recto-	abọ́idí	rectalgia	abọ́-ìdí dídùn
reciprocal of -	ìdá	reciprocal of a thousand	ìdá-ọ̀kẹ́ kan
retro-	ẹ̀hìn	retrogression	ìrẹ̀hìn
rhin-	imú	rhinitis	imúndídí
root of -	irìn	root of an equation	irìn ọ̀mì
-rrhea	gbuuru	diarrhea	ìgbẹ́-gbuuru
-scope	arí, ìrí, àbẹ̀wò	hysteroscopy	àbẹ̀wò ilé-ọmọ
-scopy	àwòran , wíwò	gastroscopy	àwòran ikù
semi-	ìdájì, ìlàjì	semi-circle	ìlàjì-ẹ̀ká
sense of -	ìyè	sense of taste	ìyèètọ́wò
sero-	omi-ẹ̀jẹ̀	serology	ẹ̀kọ́ omi-ẹ̀jẹ̀
- sex	irin	sex chromosomes	okùn-ìran inrin
sickness of -	àìsàn	rhinopathy	àìsàn imún
- side, - part	apá	right side	apá ọ̀tún

side of -	ẹ̀gbẹ́	right side	ẹ̀gbẹ́ ọ̀tún
spectr-	àádi	mass spectrometry	àádi-okun
study of -	ẹ̀kọ́	pathology	ẹ̀kọ́ àìsàn-ara
sub-	abẹ́, ìsàlẹ̀, odò	subcutaneous	abẹ́ ìwọ̀-ara
sudo-	ooru, ooru	sudoriferous gland	ẹ̀ṣẹ́ ooru
tri-	mẹ́ta	triplets	ìbẹ́ta
-tomy	gígékúrò	nephrectomy	iwe gígékúrò
uni-	kan	unicellular organism	onípádikan
xeno-	àjẹ̀jì, àrè	xenophobia	ìbẹ̀rùbojo àjẹ̀jì
-vessel, vaso-	iṣọ̀n	vasodilation	iṣọ̀n-ṣíṣọ̀
without -; in-	àì-	insomnia	àìleèsùn

WORD ROOTS

YORUBA TO ENGLISH

YORUBA ROOT	ENGLISH ROOT	EXAMPLE	TRANSLATION
àádi	Spectr-, spetro-, spectrum of -	àádi okun	Mass spectrometry
àád,	- less ten	àádọ́ta	sixty less ten, fifty
àárín	medi-, medio-	àárín etí	middle ear
ab-	possessor of -	abirùn	one having a disease
abẹ́	sub-	abẹ́ ahọ́n	underside of tongue
àbẹ̀wò	-scope	àbẹ̀wò ilé-ọmọ	hysteroscopy
abọ́-ìdí	recto-	abọ́-ìdi wíwú	proctitis
àdàmọ̀	pseudo-	àdàmọ̀-àlùrọ	semimetal
àì-	lack of-, without -, an-, ana-	àileèsùn	insomnia
àìpé	oligo-	ìka-ọwọ́ àìpé	oligodactylia
àìsàn	sickness of -, -pathy, patho-	àìsàn imún	rhinopathy
àìtó	oligo-, infra-, hypo-	àìtó-ògìdì	unsaturated
àjèjì	xeno-	ìbèrùbojo àjèjì	xenophobia
akàn	carcinoma of -, cancer of -	akàn ẹ̄dọ̀	liver cancer, hepatoma
akẹ́kọ̀	-ologist	akẹ́kọ̀ -ìwà	psychologist
akọ	andr-, andro-	ìrin akọ-òdòdó	androecium
àì-	without - (starts with a)	àìlámìn	without a sign
alail-	thing without -	àláìlèd́ú	inorganic compounds
aláìní-	thing without -	aláìnípádi	acellular organism
alákàn	carcinoma of -, cancer of -	alákàn ọpọlọ	brain cancer
apa	- cide, anti-	oògùn apalámọ̀	bacteriocide
apá	- side, - part	apá ọ̀tún	right side

apa kan-	hemi-	rírọ l'ápá ara kan	unilateral paralysis
àpò-	hecto-, sac, hundred	àpomítà	hectometer
-ara	- of the body	àìsàn iwò-ara	disease of the skin
àrá	electro-	agbára àrá	electrical energy
arí-, ìrí-	-scope	ẹ̀rọ ìrijìn	telescope
àrùn, àìsàn	-osis, disease of	àrùn ẹ̀dọ̀	cirrhosis
atàn	radio-	akẹ́kọ̀ atàn	radiologist
àwòrán	-scopy	àwòran ikù	gastroscopy
àyíká	peri-	àyíká ẹ̀ẹ̀yà	perimeter
dídùn	-algia	ẹ̀hìn dídùn	odontalagia
ẹ̀bá	near -	eegun ẹbátí	temporal bone
edébù	hemi-	edébù-odò ayé	southern hemisphere
ẹ̀dọ̀	hepa-, hepato-	ẹ̀dọ̀ wíwú	hepatitis
eegun	os-, ostei-,osteo-	eegun wíwú	ostitis, osteitis
ẹ̀gbẹ́	side of -	ẹ̀gbẹ́ ọ̀tún	right side
ẹgbẹ̀rún	kilo-,- thousand	ẹgbẹ̀rún ædún	thousand years
ehín	-dent, dento-, denti-, odont-,	ehín kíkẹ̀	dental caries
ẹ̀hìn	retro-	ìrẹ̀hìn	retrogression
ẹ̀jẹ̀	hem-, hema-, hemato-, hemo-	ẹ̀jẹ̀ àbọ̀	venous blood
ẹ̀kọ́	-logy, study of -	ẹ̀kọ́ àìsàn-ara	pathology
el-, ẹ̀l-	possessor of -	Elédùmarè	owner of the universe
eléẽ dú	organo-	ẹ̀là eléẽ dú	organic chemial
ẹl-	possessor of -	ẹlêgbà	person with paralysis
ẹ̀là	chemo-	ẹ̀là ara	body chemicals
ẹlẹ́kọ̀, akẹ́kọ̀	-ologist	akẹ́kọ̀ -ìwà	psychologist
ẹnu	oro-	ẹnun òun ahọ́n	orolingual
ẹ̀pa, apa	-cide, anti-	ẹ̀pa ẹ̀yà-wuuru	disinfectant
ẹ̀rọ	-device	ẹ̀rọ ìdáná	cooker

èèrú	-billion	idá-èèrú	a billionth
ẹ̀rù, ibẹ̀rù	-phobia	ibẹ̀rù ẹranko	zoophobia
etí	oto-, ot-	etí dídùn	otalgia
ẹyin-ojú	oculo-	ẹyin-ojú ọ̀tún	oculus dexter
kan	mono-	aláwọ̀kan	monochromatic
gígékúrò	-ectomy, -tomy	iwe gígékúrò	nephrectomy
gbuuru	-rrhea	igbégbuuru	diarrhea
ibà	near -	ibàdí	near the buttocks, hip
ibú-ẹyin	ovari-	ibú-ẹyin yíyọ	ovariectomy
idá	reciprocal of -	idá-ọ̀kẹ́	reciprocal of a thousand
idà	derivative of -	idà-ifà	derivative of a function
idáàpò	centi-	idá-àpomítà	centimeter
idáìdì	deci-	idá-idìmítà	decimeter
idáji, ilàji	semi-	ilàji-ẹ̀ká	semi-circle
idá-òdù	micro-	idá-òdumítà	micrometer, micron
idá-ọ̀kẹ́	milli-	idá-ọ̀kẹ́mítà	millileter
idá-ọ̀kẹ́érú	femto-	idá-ọ̀kẹ́èrúmítà	trillionth of a meter
idì	deca-, ten	idimítà	decameter
idí	bottom of -, cause of -	idí-àìsàn	diagnosis
ifun	ente-, entero-	ifun gígékúrò	enterectomy
ihò	-hole, - cavity	akokoro, ihò ehín	tooth cavity
ika	-dactyl	ika-ọwọ́ àìpé	oligodactylia
ikú	necro-	ẹ̀kọ́ nípa òkú	necrology
ikù, ikùn	gastr-, gastro-	àwòran ikùn	gastroscopy
ilàji	semi-, hemi-	ilàji ẹ̀ká	semicircle
ilé-ọmọ	hystero-	àbẹ̀wò ilé-ọmọ	hysteroscopy
ilẹ̀	geo-	ẹ̀kọ́ nípa ilẹ̀-ayé	geography
imú	naso-, rhin-	imúdídí	rhinitis
irí, arí	-scope	ẹ̀rọ iríjin	telescope

irìn	root of -	irìn ọ̀mì	root of an equation
ìrin	- sex	okùn-iran ìrin	sex chromosomes
irin-abo	gyn-, gyna-, gyne-, gyneco-	irin-abo òdòdó	gynoecium
ìrin-akọ	andr-, andro-	ìrin-akọ òdòdó	androecium
Iró	phon-, phono-	ẹ̀kọ́ oùn, ẹ̀kọ́ iró	phonology
isàlẹ̀	infra-, sub-	iró-àìgbọ́	infra-sound
iṣan	my-, myo-	iṣan dídùn	myalgia
iṣàn	- vessel, vaso-	iṣọ̀n-ṣíṣọ̀	vasodilation
iṣù	collection of-,-sphere, tissue	iṣù-ale	erectile tissue
ìtànná	photo-	Ìtànná ara	electric lightening
iwá, iwájú	in front of -,ante-	iwájú	anterior
iwe	nephr-, nephro-	iwe wíwú	nephritis
ìyásí	rate of -	ìyásí eré	rate of speed, acceleration
iyè-	sense of -	iyèètọ́wò	sense of taste
ìyè-,oníyè	bio-	ẹ̀kọ́-oníyè	biology
-kan	uni-	onípádikan	unicellular organism
ikárùn	infection by -, -olitis,	ikárùn alámọ̀	bacterial infection
kíká	cyclo-	kíkákò	cyclization
kíkọ, yíyà	-graphy	àwòrán yíyà	photography
láàrín	inter-	láàrín ìhà	intercostal
lẹ́hìn	post-	lẹ́hìn ikú	posthumous
lóde	extra-	lóde iṣọ̀n	extravascular
méjì	di-, bi-	ẹlẹ̀ẹ̀méjì lọ́dún	biannual
mẹ́rin	quadri-	ibẹ́rin	quadriplets
mẹ́ta	tri-	ibẹ́ta	triplets
mẹ́wà	deca-	ìdimítà	decameter
nínún	intra-	nínú ọpọlọ	intracerebral
-nlá	macro-	orí-nlá	macrocephaly
obìnrin	gyn(o)-, gyne-	ẹ̀kọ́ àìsàn obìnrin	gynecology

odò, abẹ́	sub-	abẹ́-ahọ́n	sublingual
òdù	- million, mega-	òdù kan	one million
òfi , òfin	law of -	òfi àjọṣepọ̀	associative law
ojú	opthalm(o)-	ojú-dídùn	opthalgia
ọ̀kàn	cardio-, card-	ọkàn-wíwú	carditis
ọ̀kẹ́	kilo-, -thousand	ọkẹ́mítà	kilometer
òkè, òde	ep-, epi-	iwọ̀-òde	epidermis
ol-, ọl-	possessor of -, owner of -	Olódùmarè	owner of the universe
omi	hydro-	afómi	hydrophilic
omi-ẹ̀jẹ̀	sero-	ẹ̀kọ́ omi-ẹ̀jẹ̀	serology
on-, oní-	possessor of -	onísọ̀n	possessing veins
oògùn	anti-	oògùn-alámọ̀	antibacterial
ooru	sudo-	ẹṣẹ́-ooru	sudoriferous gland
ọ̀páẹ̀hin	rachi-	ọ̀pá-ẹ̀hin dídùn	rachialgia
ọpọlọ	encephalo-	ọpọlọ-wíwú	encephalitis
òsì	levo-	aròsì	levorotation
osunwuuru	myc(o)-, mycet-	ẹ̀kọ́ osun-wuuru	mycology
ọ̀tá	anti-	ọ̀táwuuru	antigen
ohùn	-phone	ẹ̀rọ afẹ-ohùn	microphone
pádi	cyt-, cyto-	ẹ̀kọ́ọ pádi	cytology
pádi-ẹyin	oo-	pádi-ẹyin	oosphere
púpọ̀	poly-	aláyapúpọ̀	polygamous man
rírọ	-plegia	rírọ l'ápá-ara kan	hemiplegia
síwájú	fore-	ọpọlọ t'iwájú	forebrain
títò	ortho-	iṣègùn eegun-títò	orthopedics
tuntun	neo-, new -	ọmọtuntun	neonate
wíwò, àwòrán	-scopy	àworan ikùn	gastroscopy
wuuru	micro-	ẹ̀yàwuuru	micro-organism
yípo	cyclo-	iyípo kan	one cycle
yíyọ	-ectomy	iwe yíyọ	nephrectomy

PART A

ENGLISH - YORUBA

A

a *[indefinite article]* or. kan *(~ boy: ọmọ kan)*

aback *[by surprise, unexpectedly]* as. láìròtẹ́lẹ̀, lójijì; **to be taken ~:** lati bá (ènìyàn) lójijì

abacterial ep. àìní-alámọ̀ *(alámọ̀: bacteria)*

abaft *[back of]* ip. l'ápá ehìn

abandon *[forsake]* is. láti kọ (nkan) sílẹ̀

abandonment *[act of foresaking]* or. kíkọ̀sílẹ̀, ìkọ̀sílẹ̀

abase *[disgrace, degrade]* is. láti rẹ (ènìyàn) sílẹ̀

abashed *[to be embarrassed]* is. láti ti (ènìyàn) lójú

abate *[to lessen]* is. láti dín (nkan) kù

abatement or. dídínkù, bíbùkù

abattoir *[slaughterhouse]* or. ilé alápatà

abbreviate *[to condense; to make briefer]* is. láti gé (ẹ̀ka ọ̀rọ̀) kúrú *(ẹ̀ka ọ̀rọ̀: word)*

abbreviation *[shortened form of a word]* or. ìgékúrú, gìgé-kúrú *(gé nkan kúrú: to cut something short)*

ABC *[the alphabet]* or. ábídíì gẹ̀ẹ́sì; ~ *[the basic principles of]* or. kókó, ikókó, ìpilẹ̀, ìpilẹ̀ṣẹ̀

abdicate *[to relinquish (a position)]* is. láti jọ̀wọ́ (nkan), láti fi (ipò) sílẹ̀

abdomen *[belly]* or. inú, inú ẹran

abdominal ep. inún; ~ **disease** or. àrùn inú; ~ **delivery** *[Ceasarian section, C-section]* or. bíbíí ti alábẹ; ~ **muscle** or. iṣan inú

abduct *[entice]* is. láti tan (ènìyàn) lọ, láti gbé (nkan) sálọ

abduction or. ìtànlọ, ìgbésálọ

aberrant *[abnormal, exceptional]* ep. yíyàtọ̀ *(yiya ọ̀tọ̀)*; àìbójúmu */àì bá ojú mu/*; ~ **(to be ~)** is. lati yàtọ̀; ~ **behavior** or. iwà àìbójúmu

aberration *[deviation from natural course]* or. ìdáyàtọ̀ */dá ya ọ̀tọ̀/*

abet *[encourage]* is. láti tọ́ (ènìyàn) si ọ̀nà búburú

abettor *[one who abets]* or. atọ́nisíbi

abeyance *[temporary inaction]* or. ìdáwọ́dúró; **to be in ~** is. láti wà ní ìdáwọ́dúró

abhor *[to detest]* is. láti kórǐra (nkan)

abhorrence *[feeling of utter loathing]* or. ìkórǐra

abide *[dwell]* is. láti bá (ènìyàn) gbé; ~ *[to tolerate, accept patiently]* is. láti farada(ìyà); **to ~ by** *[to conform to (rules, regulations)* is. láti pa (òfì) mọ́

ability *[talent, skill]* or. agbára láti leè ṣe (nkan)

abject *[wretched, hopeless]* ep. búburú-jáhìn, búrúbúrú (~ *poverty:* òṣì búrúbúrú)

abjure *[to reject]* is. lati kọ (enia) sílẹ̀

ablaze *[on fire]* is. láti jóná

able *[skillful, capable]* adj. alágbára; ~ **(to be ~)** is. láti ní agbára láti ṣe nkan

able-bodied *[strong]* ep. alágbára; ~ **person** or. àgùnbánirọ̀, ìgìrìpá

ablution *[bath]* or. ìwẹ̀

abnegate *[to denounce, to renounce]* is. láti sẹ́, láti sẹ́ràn

abnegation *[denial]* or. isẹ́ràn

abnormal *[unusual, irregular]* adj. èèmọ̀; ~ **head** or. orí èèmọ̀; ~ **psychology** or. ẹ̀kọ́ nípa ìwà àìbójúmun

abnormality *[perversion]* or. èèmọ̀; this is an ~: èèmọ̀ ni èyí

aboard *[on board]* as. nínún ọkọ (òfúrufú, ojú omi)

abode *[place of abiding]* or. ilé, ibùgbé

abolish *[end,destroy, abrogate]* is. láti sọ (nkan) dòfo, láti fòpin sí (nkan)

abolition *[end, destruction]* or. ìparẹ́, isọdasán

abominable *[loathsome]* ep. ẹlẹ́gbin, arínilára

abomination *[object of hatred]* or. ohun ìrira

aborigine *[original inhabitant]* or. onílẹ̀

abort *[terminate]* is. láti fòpin sí (nkan) *(òpin: end)*; ~ **a pregnancy** *[to miscarry]* is. láti ṣẹ́yún / ṣẹ́ oyún / *(ṣẹ́: to refract)*.

abortifacient *[abortion-inducing drug]* or. ẹ̀là oyún ṣíṣẹ́, ẹ̀là iṣẹ́yún *(ẹ̀là: chemical)*

abortion *[termination of pregnancy]* or. oyún ṣíṣẹ́

abound *[to be in abundance]* is. láti wà lọ́pọ̀, láti pọ̀, láti pọ̀ jọjọ

about *[almost, nearly, approximately]* as. fẹ́rẹ̀. It is ~ time to have dinner: ó fẹrẹ̀ẹ̀ tó àsìkò láti jẹ onjẹ alẹ́; ~ *[relating to]* as. nípa (ní ipa); he talked ~ his work: ó sọ̀rọ̀ nípa iṣẹ́ẹ rẹ̀

above (to be ~) *[over]* is. lati ga ju (nkan); man is ~ all animals: ọmọ aráyé ga ju gbo-gbo ẹranko lọ; ~ *[in a higher place]* ip. l'ókè /ní òkè/ God is ~: Ọlọ́run wà l'ókè; ~ **all** as. pàtàkìjùlọ; ~**board** *[in plain view]* as. ní gba-ngba, ní kedere

abrade *[to rub off by friction]* is. láti ha (nkan)

abrasion *[a wearing]* or. híha
abrasive *[annoying]* ep. onínúnbini, adánilágara
abreast *[side by side]* as. lẹ́gbẹ̀lẹ́gbẹ̀, lẹ́sẹlẹ́sẹ
abridge *[condense]* is. láti ṣe àṣàyàn
abroad *[away from home]* or. àjò, ìdálẹ̀, ẹ̀hìn- odi, òkè-èrè; ~ as. n'ídàálẹ̀, l'ẹ́hìn odi, l'ókèèrè
abrogate *[to repeal]* is. láti fòpin sí (nkan)
abrupt *[sudden]* ep. òjijì, àìròtẹ́lẹ̀
abruptly *[suddenly]* as. láìròtẹ́lẹ̀, lójijì
abscess *[collection of pus in the body]* or. jíjẹ èétú
abscind *[to cut off]* is. láti gé (nkan) kúrò
abscission *[act of cutting off]* or. gígékúrò
abscond *[flee from justice]* is. láti farapamọ́, láti sápamọ́
absconder *[fugitive from justice]* or. afarapamọ́
absent *[not available]* ep. àìwá, àìsí *(àì : not -)*
absentee *[one who is absent]* or. aláìwá
absent-minded *[inattentive]* ep. oní̀gbàgbé, aláìníyè
absolute *[that alone]* ep. ògidì, ògédé *(absolutely as. lógidì)*; ~ *[not relative to anything]* ep. àtilẹ̀wá; ~ **alcohol** *[anhydrous alcohol]* or. ògédé ọtí, ògidì ọtí, ọtí aláìlomi; ~ **temperature** or. ìwọ̀ngbóná àtilẹ̀wá; ~ **scale** or. òsùwọ̀n ìgbóná-àtilẹ̀wá
absolution *[remission of sin]* or. ìdárí-ẹ̀ṣẹ̀ ji (ènìyàn)
absolve *[acquit, pardon]* is. láti dáríji (ènìyàn), láti dá (ènìyàn) láre
absorb *[to drink in or suck up]* is. láti fa (nkan) mu; the cloths ~ some water: àwọn aṣọ náà fa omi mu
absorption *[act of absorbing]* or. ìpamọ́ra
abstain *[refrain]* is. láti sẹ́ra ẹni
abstemious *[showing moderation]* ep. oníwọ̀ntunwọ̀nsì
abstinence *[act of abstaining (from food)]* or. ìsẹ́ra ẹni, àwẹ̀, igbàwẹ̀
abstract *[not concrete]* ep. àìrí; ~ *[to take away, to withdraw]* is. láti fa (nkan) jáde; ~ **number** or. èèkà àìrí; ~ *[summary of a scholarly or research article]* or. àkópọ̀ ìwádìí -ìjìnlẹ̀
abstruse *[incomprehensible]* ep. líle
absurd *[ridiculous]* ep. èèwọ̀, èèmọ̀, ayanilẹ́nu
Abuja *[capital city of Nigeria]* or. Àbúja
abundance *[a plentiful supply]* or. ọ̀pọ̀, ọ̀pọ̀lọpọ̀, ìwọ́pọ̀; an ~ of palm trees: ọ̀pọ̀lọpọ̀ igi ọ̀pẹ
abundant *[ample, plentiful]* ep. ọ̀pọ̀, púpọ̀; ~ **(to be ~)** is. láti pọ̀, láti wọ́pọ̀ *(wà ní ọ̀pọ̀: exists in abundance)*,
abundantly is. lọ́pọ̀lọ́pọ̀; they exist ~: wọ́n nbẹ lọ́pọ̀lọ́pọ̀

abuse *[vilify, violate]* is. láti lo (nkan) ní ìlò-kúlò, láti ṣe àìnáání, láti bú (ènìyàn); ~ *[misuse, violation]* or. àbùkù

abusive *[vilifying]* ep. oníbàjẹ́, ọ̀bayéjẹ́

abut *[to border, to meet]* is. láti farati (nkan), láti fẹ̀gbẹ́ti (nkan)

abysmal *[unfathomable, immeasurable]* ep. jíjìnnún, àìnírètí

abyss *[bottomless pit, hell]* or. ọ̀gbun àìnísàlẹ̀, kòtò jíjìn, ọ̀run àpáàdì

academic *[scholarly]* ep. ọlọ́mọ̀wé, nípa ti ọlọ́mọ̀wé

academician *[member of an academy]* or. ọmọ-ẹgbẹ́ àwọn ọlọ́mọ̀wé

acatalepic *[dumb]* ep. ọ̀dẹ̀; ~ **(to be ~)** is. láti yọ̀dè / ya ọ̀dẹ̀ /

accede *[comply with]* is. láti gba àlàyé, láti yọ̀ọ̀da

accelerate *[change velocity]* is. láti perédàsíwá *(pa eré dà; eré: speed)*

acceleration *[rate of change of velocity]* or. ìperédàsíwájú */pa eré dà sí iwájú/ (ìdà-eré: derivative of velocity)*

accelerator *[that which accelerates]* or. ẹ̀rọ ìperédàsíwá

accent *[prominence given in speech to a particular sound]* or. àmìn ohùn; ~ *[manner of speaking]* or. ìsọ̀rọ̀sí; the ~ is on the second syllable: àmìn-ohùn yĭ wà lórí ohùn-ọ̀rọ̀ kejĭ

accept *[receive]* is. lati gba (nkan); Títí ~ed my gift: Títí gba ọrẹ̀ẹ̀ mi

acceptable *[gratifying]* ep. ìtẹ́nilọ́rùn; ~ **(to be ~)** is. láti tẹ́ (ènìyàn) lọ́rùn, láti wọ̀ fún (ènìyàn)

acceptance *[approval]* or. ìgbàwọlé

access *[entrance, admission]* or. ọ̀nà, àyè

accessible *[affable, friendly]* ep. ọlọ́yàyà, abánirẹ́; aláìnídènà

accessory *[accomplice]* or. ọ̀rẹ́ nínú ibi ṣíṣe

accident *[anything occurring unexpectedly]* or. ewu, ìjàmbá, àgbákò; **traffic** ~: ìjàmbáa mọ́tò

accidental *[occuring by chance]* ep. àìròtẹ́lẹ̀; ~**ly** as. láìròtẹ́lẹ̀

acclaim *[to applaud]* is. láti yin(ènìyàn), lati pàtẹ́wọ́ fún (ènìyàn)

acclamation *[approbation]* or. ìyìn

acclimate *[to adapt to a new environment]* is. láti fì (àṣà kan) kọ́ra

acclimation *[acclimatization]* or. ìbáláramu *(bá ara mun: fit into the body)*

acclimatization *[acclimation, habituation, adaptation]* or. ìbáláramun, ìfìkọ́ra

accolade *[praise, award]* ìpàtẹ́wọ́, ẹyẹ

accommodate *[to provide for]* is. láti ní àyè fún, láti gba (nkan) láyè

accommodation *[lodging, board, etc.]* or. àyè, ibùgbé

accompaniment *[anything that accompanies something]* or. ọ̀wọ́, àjọrìnpọ̀

accompany *[to associate with]* is. láti sin (ènìyàn), láti bá (ènìyàn) rìnpọ̀

accomplice *[associate]* or. ọ̀rẹ́ nínú ibi ṣíṣe

accomplish *[fulfil]* is. láti yege, láti ṣe àṣepé

accord *[agreement]* or. ìfinúnṣọkan

accordingly *[properly]* as. létòlétò, lẹ́sẹlẹ́sẹ

according to *ip.* gegebi ti: ~ to today's paper; gẹ́gẹ́bi ìwé ìròhìin tòní

accost *[address]* is. láti kọ́kọ́ kí (ènìyàn); láti dá (ènìyàn) lọ́nà

account *[statement of causes, explanation]* or. àlàyé; he gave an ~ of his travels: ó ṣe àlàyé ìrìn-àjòo rẹ̀; ~ is. láti ṣe àlàyé; he has to ~ for the lost money: Ò níláti ṣe alayé owó tó sọnù; ~ *[record of monetary transactions]* or. ètò owó, ètò ọrọ̀; ~ or. ìwé ètò owó; **bank** ~: ètò àlàyé ìfowópamọ́

accountancy *[business of keeping or examining books]* or. ẹ̀kọ́ iṣírò-ọrọ̀, ẹ̀kọ́ iṣírò owó

accountant *[one skilled or employed in accounts]* or. aṣírò-ọrọ̀ (ṣí ìrò: open a thought process, ọrọ̀: wealth)

accounting *[system of recording commercial transactions]* or. ẹ̀kọ́ ètò-owó, ẹ̀kọ́ ètò-ọrọ̀

Accra *[the capital city of Ghana]* or. ìlú Àkrá

accredit *[to give credit]* is. láti gbẹ̀tọ́, láti gbẹ̀yẹ, láti gbògo

accretion *[natural growth]* or. ìdàgbàsókè

accrue *[to accumulate]* is. láti pèlé, láti gbèèrú

accumulate *[to amass]* is. láti gbá (nkan) pọ̀, láti pa (nkan) pọ̀

accumulation *[that which is amassed]* or. àpapọ̀, àkópọ̀

accuracy *[exactness, precision]* or. ípéjú, ípéye (pé iye: aggrees with the amount)

accurate *[conforming exactly to standard]* ep. pípé; ~ **(to be ~)** is. láti péjú, láti péye, láti jẹ́ pípé

accurately *[exactly, precisely]* as. gééré, déédé

accursed *[doomed]* ep. elépè, ègbé; an ~ person: elépè ènìyàn, ẹni ègbé

accusation *[impeachment]* or. ẹ̀sùn

accuse *[to bring charges against]* is. lati fẹ̀sùn lọ (ènìyàn), lati fẹ̀sùn kan(ènìyàn)

accustom *[familiar]* is. láti sọ (nkan) dàṣà

accustomed (to be ~) *[used to]* is. lati dàṣà

ache *[dull, protracted pain]* or. ìrora. ~ *is.* lati dun(ènìyàn), lati
ro(ènìyàn); my body ~s : ará nro mí; **body** ~: ara ríro; **head**~:
orí fífọ́; **stomach** ~: ìnú rírun

achieve *[accomplish]* is. láti ṣe àṣeyọrí, láti yege

achievement *[accomplishment]* or. àṣeyọrí

Achilles tendon *[tendon connecting the calf muscles to the heel
bone]* or. pátí, ètìpásẹ̀

acid *[hydrogen ion, H+]* or. ẹ̀kan

acidic *[sour]* ep. kíkan; ~ **(to be ~)** /pa ẹ̀kan/ is. láti pẹ̀kan, láti
kan

acidity or. ìpẹ̀kan, ìwọ̀n ìpẹ̀kan *(ìwọ̀n: measure)*

acknowledge *[confess, avow]* is. láti jẹ́wọ́, láti gbà

acknowledgment *[confession]* or. ìjẹ́wọ́

acme *[highest point]* or. ògógóró, ìbi gígajùlọ

acne *[common skin disease that usually causes pimples]* or. irorẹ́

acoustic *[pertaining to the sense of hearing]* ep. ìró, iyèègbọ́rọ̀; ~
nerve *(auditory nerve)* or. ẹ̀sọ iyèègbọ́rọ̀ *(ẹ̀sọ: nerve)*

acoustics *[the science of sound]* or. ẹ̀kọ́ nípa ìró *(ìró: sound)*

acquaint *[familiarize]* is. láti báralò; láti mọ́ra

acquaintance *[person with whom one is familiar]* or. ojúlùmọ̀

acquiesce *[to comply]* is. láti faramọ́ (ètò), láti gbà, láti gbọ́ àlàyé

acquire *[to come to possess]* is. lati ra (nkan)

acquired *[obtained by one's action]* ep. àrìnkò; ~ **characteristic**
[change resulting from environmental influences] or. ìwà àrìnkò;
~ **immunity** *[immunity against disease]* or. òkí-ara àtòdewá

acquired immune deficiency syndrome *[AIDS, a breakdown of
the immune system]* or. àìsàn àìgbéṣẹ́ òkí-ara

acquisition *[gain]* or. èrè, ohun-ìní

acquit *[to set free]* is. láti dá(ènìyàn) láre, láti dá (ènìyàn) sílẹ̀

acquittal *[absolution]* or. ìdáláre, ìdásílẹ̀

acre or. èékà; 43,560 ojú ẹsẹ̀ *(ojú ẹsẹ̀: square foot)*

acrid *[harsh, sharp]* ep. láti mú lẹ́nu

acrimonious *[bitter in speech or manner]* ep. ìbínú

acrimony *[bitterness in speech or temper]* or. ìwà-ìjà, ìwà
buíburú, aáwọ̀

acrobat *[one skilled in gymnastic feats]* or. ajìjàkádì, awẹ́kẹ́

acrophobia *[abnormal fear of heights]* or. ìbẹ̀rù òkè; ìbẹ̀rùbojo
òkè *(phobia: ẹ̀rù, ìbẹ̀rùbojo)*

across *[at the other side]* as., ip. lódìkéjì; he lives ~ the street: ó
ngbé lódìkéjì ọ̀nà

act *[to do, to perform]* is. láti hùwà, láti ṣebi; she ~s on the stage:

Ó nṣeré orí-ìtàgé; he ~s like a rich person: Ó nhùwà bí olówó;
~ or. iṣe, iṣesí, ihùwà; **Acts of the Apostles** [fifth book of the
New Testament] or. iṣe àwọn ọmọ-ẹ̀hìin Jésù; ~ **of God** [an
event caused by nature] or. àmúwá Ọlọ́run

action [deed, operation] or. ṣíṣe, iṣe

activate [to make active] is. láti bẹ̀rẹ̀, láti pilẹ̀ṣẹ̀ (nkan)

activation [putting into action] or. iṣẹpilẹ̀ṣẹ̀, ìbẹ̀rẹ̀, fífà

active [busy, restless] ep. aláápọn (aápọn or. activity)

activist [one devoted to a cause] or. aṣètara, onítara, onígbèjà

actor [a player on the stage] or. eléré orí ìtàgé (ọkùnrin)

actress [a female player on the stage] or. eléré orí ìtàgé (obìnrin)

actual [certain,real] ep. gaan, gidi

acumen [astuteness, cleverness] or. ìjáfáfá, làákàyé, làákàré

acute [of great importance] ep. nínira, pàtàkì

adage [proverb, maxim] or. òwe

Adam [first human] or. Adámọ̀ (ọmọ Adámọ̀: human race; adámọ̀:
primitive human, user of palm fronds)

adamant (to be ~) [standing firm; unyielding] is. láti takú, láti
ranrí

Adam's apple [the prominence on the throat] or. gògò-ngò, ìkòkò
ọ̀fun

adapt [fit, adjust] is. lati fi (nkan) kọ́ra

adaptation [habituation] or. ìmọ́ra, ìbáramu (bá ara mun: agrees
with the body), àyídà

add [join, unite] is. lati ro (nkan) pẹ̀lú (ikéji), lati ro(ikan) mọ́(ikéji),
láti ro(nkan) pọ̀; (~ A and B: ro A àti B pọ̀; ~ A to B: ro A mọ
B)

adder [kind of serpent] or. ejòo pamọ́nlẹ̀, paramọ́nlẹ̀

addend [number that is added to another] or. èrò (subtrahend:
àyokúrò)

addict [one given to some habit, one dependent on a substance]
or. òkúdùn

addiction [habitual inclination] or. ìkúdùn

addition (process of adding) or. ìròpọ̀, rirò- pọ̀; iṣírò ìròpọ̀; ~ [sum]
(the result of the process of addition) or. àròpọ̀; (~ of A and B
equals D: àròpọ̀ A ati B jẹ D); ~ **and subtraction** or. ìròpọ̀ àti
ìyọkúrò

additionally [moreover] as. pẹ̀lúpẹ̀lù

additive [something added for a purpose] or. àdàmọ́

address [to speak to] is. láti bá(ènìyàn) sọ̀rọ̀, láti bá (ènìyàn) wí; ~
[name and residence of a person] or. ibùgbé (ènìyàn); ~ (of a
letter) [destination of a letter] or. àkọlé àpò-ìwé; àdírẹ́sì

adduce *[cite, bring forward]* is. láti ṣe àpèjuwe

adept *[skilled]* ep. ọ̀mọṣẹ́, àṣàmú, ọ̀mọṣẹ́

adequate *[sufficient]* ep. tító; ~ **(to be ~)** is. láti pọ̀ tó, láti tó, láti mọníwọ̀n

adhere *[stick, cling]* is. láti lẹ̀mọ́ (nkan)

adhesive *[substance that causes adhesion]* or. òòlẹ̀

adipose *[fat]* ep. ọlọ́rà, ọlọ́ràá /oní ọ̀rá/; ~ **tissue** *[fatty tissue]* or. iṣù ọlọ́rà, iṣù ọ̀rá (iṣù: tissue); ~ **tumor** *[lipoma]* or. akàn ọ̀rá (akàn: cancer)

adjacent *[lateral]* or., ep. ẹ̀gbẹ́

adjective *[word used to describe a noun or pronoun]* or. ẹ̀ka-ọ̀rọ̀ ẹ̀pọ́n (ẹ̀ka-ọ̀rọ̀: word); abbrev: ep.

adjoin *[contiguous with]* is. láti fẹ̀gbẹ́ti, lati pàgbè pẹ̀lú (nkan)

adjourn *[postpone]* is. láti fi ìpàdé sí ọjọ́ mî'ràn

adjudge *[decide]* is. láti dájọ́, láti dá (ènìyàn) lẹ́jọ́

adjunct *[something joined to something else]* or., ep. àfikún

adjust *[rectify, regulate]* is. láti tún (nkan) tò; láti ṣe àtúnṣe

adjustable *[adaptable]* ep. alátúnṣe

administer *[dispense]* is. láti ṣe alábójǔtó, lati pín (nkan) kárí

administration *[government, regime]* or. àbójǔtó, ètò ìjọba

administrative officer *[administrator]* or. ajẹ́lẹ̀

admirable *[excellent]* ep. wíwuyì, iyì, ẹ̀yẹ, ọ̀wọ̀ (~ *person*: ẹni iyì, ẹni ìyìn, eni ọ̀wọ̀)

admire *[to have respect for]* is. láti bu ọ̀wọ̀ fún (ènìyàn)

admissible *[worthy of being considered]* ep. láti ṣeé gbà, láti ṣeé gbàwọlé

admit *[allow to enter]* is. láti gba (nkan) wọlé; ~ *[concede]* is. láti jẹ́wọ́, láti gbà

admix *[to mingle with something else]* is. láti da (ìkan) pọ̀ mọ́ (ìkéjì)

admixture *[that which is mixed with something else]* or. ìdàpọ̀, àkópọ̀

admonish *[warn, exhort]* is. láti gba (ènìyàn) ní ìyànjú, láti kìlọ̀ fún (ènìyàn)

adolescence *[between childhood and adulthood]* or. ìgbà ọ̀dọ́

adolescent *[advancing to adulthood]* ep. ọ̀dọ́; ~ **characteristics** or. àmì ọ̀dọ́; ~ **period** or. ìgbà ọ̀dọ́; ~ **woman** *[young lady]* or. ọmọge, sisí, omidan

adopt *[embrace]* is. láti sọ (nkan) dàṣà; ~ **a person** is. láti sọ (ènìyàn) dọmọ

adoption *[to take as an offspring]* or. gbígbàṣọmọ, ìgbàṣọmọ

adore *[to worship]* is. láti júbà, lati fògo fún (Ọlọ́run)

adorn *[embellish, beautify]* is. láti ṣe (nkan) lẹ́wà, láti ṣe (nkan) lóṣọ̀

adornment *[decoration, finery]* or. ọ̀ṣọ́, ẹ̀wà

adrenaline *[epinephrine]* or. oje orí-iwe *(oje: hormone, iwe: kidney)*

adrift *[without guidance]* as. lati ṣáko, lati sọnùn

adulate *[praise someone excessively]* is. láti pọ́n (ènìyàn)

adulation *[extravagant praise]* or. ẹ̀pọ́n-àpọ́njù

adult *[person who has attained maturity]* or. ep. àgbàlágbà, àgbà

adulterant *[impurity, contaminant, blemish]* or. àbàwọ́n; it contains an ~: ó ní àbàwọ́n lára

adulteration *[making impure]* or. àbùlà

adultery or. àgbèrè, pa-nṣagà

advance *[promote, move forward]* is. láti lọsíwájú, láti ní ilọsíwájú, láti ní ìgbéga(ní ẹnun iṣẹ́)

advantage *[benefit]* or. à-nfàní, èrè

adventitious *[accidentally acquired]* ep. àrìnnàkò, àrìnkò, àtòdewá; ~ **roots** *[aerial roots]* or. ìtàkùn

adventure *[risk, venture]* or. dánkunwò; ìdáwọ́lé

adverb *[word used to describe or limit a verb or adjective]* or. ẹ̀ka-ọ̀rọ̀ àṣelé *(ẹ̀ka-ọ̀rọ̀: word; ọrọ:sentence)*, abbrev.: as.

adverse *[unfavorable, hostile]* ep. ìpalára, aláìlá-nfàní

adversity *[misfortune, affliction]* or. ìpọ́njú, wàhálà, làálàá

advertise *[broadcast, promulgate]* is. lati kiri (nkan), láti polówó (ọja)

advertisement *[public attention to a product]* or. ìkiri, ìpolówó ọjà

advice *[counsel]* or. ìmọ̀ràn

advise *[counsel, inform,warn]* is. láti bá(ènìyàn) pèrò, láti gba (ènìyàn) lámọ̀ràn

advisement *[consultation, deliberation]* or. èrò

adviser *[one who advises]* or. abánidámọ̀ràn, abánipèrò

advocate *[solicitor, lawyer]* or. àlágbàwí, lọ́yà

aerate *[ventilate]* is. láti fún atẹ́gùn sí nkan

aerial *[in the air]* ep. òfúrufú; ~ **roots** or. ìtàkùn

aerobics *[strenuous exercise for the heart]* or. eré àṣelàágùn

aeronaut *[pilot of an aircraft or balloon]* or. awakọ̀- òfúrufú

aeronautics *[science of flying aircraft]* or. ẹ̀kọ́ nípa ọkọ̀-òfúrufú

aeroplane *[airplane]* or. ọkọ̀ òfúrufú

aestivation *[estivation, dormancy]* or. òkùkú

afar *[at a distance]* as. lókèèrè, láti òkèkèrè, ní òọ́kán, lọ́nà jíjìn

affable *[accessible]* ep. onínúunre, oniwàpẹ̀lẹ́

affair *[business]* or. ọ̀rọ̀, iṣe, iṣẹ́, ọ̀ràn

affect *[act upon]* is. láti kan (ènìyàn), lati ká (ènìyàn) lára

affectation *[pretense]* or. fáàrí, ìtanra-ẹni

affection *[love, emotion]* or. ìfẹ́; **~ately** as. tìfẹ́tìfẹ́

afferent *[venous]* ep. àbọ̀, bíbọ̀; **~ blood** or. ẹ̀jẹ̀ àbọ̀

affidavit *[written declaration on oath]* or. ìṣẹ̀wé n'ìbǔra

affinity *[resemblance]* or. ìbáratan

affirm *[assert, declare]* is. láti tẹnunmọ́ (ọ̀rọ̀), láti sọ àsọyé

affirmation *[declaration]* or. ìtẹnunmọ́, ìsàsọyé

affix *[to attach physically to]* is. láti lẹ (ìkan) mọ́ (ìkéjì)

afflicted (to be ~) *[to be distressed]* is. láti dààmú, láti ṣe wàhálà

affliction *[distress, misery]* or. ìpọ́njú, ìdààmú wàhála

affluence *[wealth]* or. ọrọ̀, ọlá, ọlà

afford *[able to give]* is. láti farada (nkan)

affront *[insult, open defiance]* or. àfojúdi

afire (to be ~) is. láti gbiná, láti jóná

afloat (to be ~) *[floating]* is. láti fó léjú omi

aforementioned *[mentioned before]* ep. àsọtẹ́lẹ̀, àfẹnubà-tẹ́lẹ̀

afoul (to be ~) is. láti lòdì sí, láti tàpá sí

afraid (to be ~) *[struck with fear]* is. láti bẹ̀rù; Tomi is ~ of snakes: Tòmí bẹ̀ru ejò

afresh *[anew, again]* as. ṣẹ̀ṣẹ̀, tún, ní titun, lọ́tun

Africa or. Áfìríkà, Ilẹ̀ aláwọ̀-dúdú; **East ~**: ìhà ìlà-oòrùun Áfìríkà; **North ~**: ìhà àríwáa Áfìríkà; **South ~**: ìhàa gúúsùu Áfìríkà; **Tropical ~**: ìta-oòrùun Áfìríkà; **West ~**: ìhà ìwọ̀-oòrùun Áfìríkà

African or. aláwọ̀-dúdú, ọmọ Áfìríkà; **~** ep. t'ènìyàn dúdú,t'aláwọ̀-dúdú, t' Áfìríkà; **~ balsam** *[Paradaniella oliveri]* or. igi iya; **~ black kite** or. àwòdì; **~ breadfruit** *[Trecular africana]* or. igi àfọn; **~ cucumber** *[Mamordica charantia]* or. akọ ẹjirin; **~ fan palm** *[Palmyra palm]* or. àgbọn olódu; **~ fig** *[Sarcocephalus esculenius]* or. igi ẹ̀gbẹsì; **~ greenheart** *[Canbretum micranthum]* or. igi ọkán; **~ mahogany** *[Afizelia africana]* or. igi apa; **~ maple** or. igi arère; **~ doctor** *[herbalist]* or. adáhunṣe, babaláwo *(awo: secrets)*

after *[in the rear of]* ip. l'ẹ́hìn (ní ẹ̀hìn); B is ~ A: B wa l'ẹ́hìn A

afterbirth *[extraembryonic membrane, placenta]* or. olóbi

aftermath *[consequence,result]* or. ìgbẹ̀hìn, ẹ̀hìn

afternoon *[between noon and sunset]* or. ọ̀sán, ọjọ́rọ̀

afterpains or. àgàrọ̀, àgùnrọ̀

afterthought *[reflection after an act]* or. àwáwí, ìtẹ̀hìnrọ́gbọ́n

again *[once more]* as. tún, léèkan síi

against ip. *[in the opposite direction to]* l'ódìkéjì; ~ *[next to]* ip. l'ébă;~ **(to be ~)** *[in opposition to]* is. láti lòdì sí (nkan)

agape *[with mouth wide open]* ep., as. ìyanu, ìyanilénu

age *[period of existence of something]* or. ojó-orí, ìgbà-ayé; ~ is. láti darúgbó *(aged person: ogbó, arúgbó)*

ageless *[eternal]* ep. ayérayé, ayébáyé

agency *[office]* or. ilé ìbèwè *(òwè: help)*

agenda *[program of business]* or. ète, èrò ìgbìmò

agent *[deputy]* or. aṣojú

agglomerate *[to gather together]* is. láti kó (nkan) pò, láti gbá (nkan) pò

aggrandize *[to make appear great]* is. láti sọ(nkan)di nlá, láti gbé (nkan) lárugę; They did it to ~ themselves: Wón ṣe é láti gbé ara wọn lárugę

aggravate *[intensify]* is. láti pakún(ọràn), láti dákún(ọràn)

aggravation *[intensification]* or. àpakún

aggregate *[bring together]* is. láti ṣe àkópò; ~ *[sum, mass]* or. àpapò, àkópò, gbogbo

aggression *[unprovoked attack]* or. ìwájà, ìfínràn

aggressive *[staring fights and quarrels]* ep. òwájà, ofínràn; *[full of enterprise]* ep. aláápọn

agile *[nimble]* **(to be ~)** is. láti ṣaragírí, láti ṣegírí, láti múra, láti múragírí

aging *[senescence, getting old]* or. dídàgbà, dídarúgbó *(àgbà: old person)*

agitate *[excite]* is. láti rú(nkan) sókè

agitator *[revolutionary]* or. arúùlú, arúlǔ *(rú ìlu: to stir up a township)*; adísìsílè

agleam (to be ~) *[gleaming]* is. láti tàn

agnostic *[one who disclaims any knowledge of God]* or. aláìgbàgbó, aláìgba (Qlórun) gbó

ago *[past, bygone]* as. sęhìn; two hours ~: ni wákàtí méjì sęhìn; **long ~:** ní ìgbàa láíláí

agonize *[to be in pain]* is. láti jęrora, láti jìyà

agony *[anguish, extreme pain]* or. ìrora, ìjìyà

agoraphobia *[morbid fear of being in open places]* or. ìbèrùbojo òde

agrarian *[of farmers and agricultural interests]* ep. t' àwọn aroko

agree *[in concord]* is. láti gbà; láti wò fún (èniyàn)

agreeable ep. onísùúrù, oníwàpèlé, wíwò

agreement *[compact, treaty]* or. àdéhùn

agricultural *[connected with farming]* or. nípa ìroko

agriculture *[art of cultivating the soil]* or. ẹ̀kọ́ nípa ìroko, ẹ̀kọ́ ọ̀gbìn, (ọ̀gbìn: seeds)

ague *[intermittent fever]* or. lùkú-lùkú

ahead *[at the front]* as. níwájú, ní ọ̀ọ́kán

aid or. ìrànwọ́, ìrànlọ́wọ́; ~ is. lati ṣe ìrànlọ́wọ́ (fún ènìyàn); **first** ~ or. ìrànlọ́wọ́ọ wàràwéré

AIDS *[acquired immune deficiency syndrome]* or. àìsàn àìgbéṣẹ́ òkí-ara; ~ **virus** or. àwọn ọlọ́jẹ̀ afàìsàn òkí-ara (ọlọ́jẹ̀: virus)

ail *[in pain]* is. láti ṣàìsàn

ailment *[chronic disease, discomfort]* or. àrùn àìsàn, àmọ́di, òjòjò

aim is. láti fojúsí (nkan), láti fọkànsí; ~ *[objective, purpose]* or. èrò-ọkàn

air or. afẹ́ *(breeze:* afẹ́rẹ́; *wind:* afẹ́fẹ́ *[afẹ́ tó nfẹ́]; gas:* òyì*);* ~ **pollution** or. ìbafẹ́jẹ́, ìbafẹ́fẹ́jẹ́; ~ **dry** *[dry by leaving in air]* is. láti sá (nkan)

air conditioner *[an air-conditioning device]* or. ẹ̀rọ-amúlétutù

air-conditioning *[process of controlling the temperature in a place]* or. ìmúlétutù

aircraft *[airplane]* or. ọkọ̀ òfúrufú

airplane *[aircraft]* or. ọkọ̀ òfúrufú

airport or. ìbùdó ọkọ̀-òfúrufú

airship or. ọkọ̀ òfúrufú

aisle *[passageway between rows of seats]* or. àyè-ìkọjá

ajar *[partly open]* as. ṣíṣísílẹ̀

akee apple *[blighia sapida]* or. iṣin

akin (to be ~) *[related to]* is. lati dàbí

akimbo (to stand ~) *[with hands on hips and elbows outwards]* is. láti fọwọ́tàdí

alacrity *[cheerful readiness]* or. ọ̀yàyà

alarm *[fear caused by realization of danger]* or. ìdágìrì; ~ **clock** or. agogo aláruwo

alas *[exclamation of regret]* iyanu . hà-háà, igí dá; ó ṣe

Alaska *[a state in the United States]* or. Àlásíkà

albeit *[even though, although]* as. bótilẹ̀jẹ́ pé

albinism *[having abnormally white skin and hair]* or. àfín yíyà

albino *[person displaying albinism]* or. àfín

album *[a book used for mounting pictures, stamps etc.]* or. ìwée fọ́tò, álibọ̀ mù ´

albumen *[white of an egg]* or. funfun-ẹyin

alcohol *[intoxicating liquor, ethanol]* or. ọtí

alcoholic *[one who suffers from alcoholism]* or. ọ̀mutí, ọlọ́tí; ep. ọlọ́tí

alcoholism *[dipsomania]* or. ọtí àmujù, ọtí àmupara

alert (to be ~) *[vigilant, quick]* is. láti ṣaragírí, láti fetísílẹ̀

algebra *[science of computing by symbols]* or. ẹ̀kọ ìṣírò-alámì *(ìsírò: mathematics; àmìn: signs)*

Algeria *[country in Northern Africa]*; Àljíríà

algorithm *[athematical method, procedure]* or. ilànà, ọ̀nà

alias *[assumed name]* or. orúkọ mǐràn

alien *[foreign]* or. àjèjì; àlejò; ~ **(to be ~)** is. láti ṣàjèjì

alight *[to come down]* is. láti sọ̀kalẹ̀, lati balẹ̀

align *[to fall into line]* is. láti parapọ̀ mọ́

alike (to be ~) *[to be similar]* is. láti jọra, láti bárajọ

alimentation *[feeding]* or. bíbọ́

alimentary canal *[digestive tract, gut, bowel]* or. ifun onjẹ (ìfun : canal)

alimony *[allowance paid to a woman after a divorce]* or. owó-ìtọ́jú iyàwó tí a kọ̀

alive *[in a living state]* ep. ìyè; ~ **(to be ~)** is. láti yè, láti wà láàyè

aliveness or. ìyè, yíyè, àáyè

alkali or. aṣọṣẹ *(aṣe ọṣẹ: maker of soap)*

all *[whole of]* or. gbogbo

allay *[to reduce; to assuage]* is. lati pẹtù sí (nkan); lati sọ (nkan) dẹ̀rọ̀

alleviate *[to make easier to bear]* is. láti pẹtù sí (nkan), láti mú (ara) fúyẹ́

allege *[to assert to be true without proving]* is. láti ṣàròsọ

allegory *[fable, legend]* or. ìtàn ayé-àtijọ́

allegiance *[loyalty]* or. ifọkànsìn

allergen *[substance capable of producing allergy]* or. ahun

allergic *[having an allergy]* ep. aláhun, afahun

allergy *[proritis]* or. ẹ̀hun

allergist *[specialist in the treatment of allergies]* or. oníṣègùn ẹ̀hun

allergology *[study of allergies]* or. ẹ̀kọ́ nípa ẹ̀hun

alleviate *[assuage]* is. láti pẹtù si (nkan), láti sọ (nkan) dẹ̀rọ̀

alley *[passageway]* or. pàlàpolo

alligator or. àlégba, elégungùn; ~ **apple tree** *[Anona palustris]* or. igi àfe

allocate *[assign, distribute]* is. láti pín (nkan)

allot *[apportion]* is. láti fún (ènìyàn) ní ìpíin tirẹ̀

allow *[grant]* is. láti yọ̀ọ̀da, láti fún (ènìyàn) láyè, láti gbọ̀jẹ́gẹ̀ fún

(èniyàn)

allowance *[act of allowing]* or. ifúnniláyè, igbòminira

alloy *[solder]* or. àyópò; brass is an ~ of copper and zinc: idẹ jẹ́ àyópò isùu kópà àti isùu sinki

allude *[to refer to]* is. láti perí (èniyàn), lati sòrò nípa (èniyàn)

allure *[to entice, to lure]* is. láti tan (èniyàn)

allusion *[reference]* or. iperí

ally *[friendly associate]* or. òrẹ́, alábàṣepò, onígbèjà

almanac *[yearly calendar and miscllany]* or. iwé ikajó

almighty *[omnipotent]* alágbárajùlọ; ~ *[God]* or. Ọlọ́run, Olódùmarè

almost *[nearly]* as. fẹ́rẹ̀

alms *[charitable gift]* or. ọrẹ àánú, itọrẹ àánú

aloft *[in the sky]* as. lófùúrufú

alone as. dáwà, dádúró; he is ~: ó dádúró; ó dáwà

along *[in company or association]* as. pẹ̀lú

aloof *[at a distance, apart]* as. lókèèrè

alopecia *[baldness]* or. orí pípá, pípálórí

aloud *[noisily]* as. taruwotaruwo, tariwotariwo

alphabet or. ábídí *(vowels: ábídí alámì; nasalized vowels: ábídí iranmu; consonants: ábídí àìlámì)*

alphabetize *[arrange alphabetically]* is. láti to (nkan) lábídí

already *[by now]* as. nigbà yí, lákòkò yĩ

also *[in addition; besides]* as. pẹ̀lúpẹ̀lu, náà, tún

altar *[raised platform where offerings are made]* or. pẹpẹ, ibi pẹpẹ, ojúbọ

alter *[vary]* is. láti yí (nkan) padà

alteration *[transformation]* or. àyípadà, àtúnṣe

altercation *[dispute, wrangle]* or. ibínú, ija

alternate *[to perform by turns]* is. láti rewárẹ̀hìn, láti ròtúnròsì

alternative *[choice]* or. òmíràn

although *[even though]* as. bótilẹ̀jẹ́pé

altimeter *[instrument for measuring altitude]* or. òṣùwọ̀n iga

altitude *[elevation]* or. gíga, iga

altogether *[entirely, without exception]* as. lápapò

altruism *[selflessness]* or. ìlawọ́, lílawọ́

aluminum or. alumọ, ìṣù alumọ *(ìṣù: element)*

always *[continually]* as. nígbàgbogbo, títí láíláí

amalgam *[combination of two or more things]* or. àdàlú

amalgamate *[to combine]* is. láti da (nkan méjì) lura

amalgamation *[combination of things]* or. idàlura

amass *[gather together]* is. láti gbá (nkan) pọ̀
amateur *[not a professional]* or. òpè
amaze *[astonish]* is. láti ya (ènìyàn) lẹ́nu
amazement *[bewilderment]* or. ìyàlẹ́nu
Amazon River *[a river in South America]* or. odò Amesíìnì
ambassador *[diplomatic representative]* or. aṣojú, Nigerian ~ to the United Nations: Aṣojú ilẹ̀ẹ Nàìjíríà sí ìjọba gbogbogbòò àgbáyé
ambidextrous *[using either hand with equal ability]* ep. alọ̀túnlòsì
ambient *[local, peripheral]* ep. àgbèègbè; ~ **temperature** or. ìwọ̀nìgbóná àgbèèbgbè
ambiguous *[uncertain, doubtful]* ep. ìṣiyèméjì, àìdánilójú
ambition *[desire]* or. ìbárajẹ́jẹ̀ /bá ara jẹ́ ẹjẹ́/
ambitious *[aspiring, striving]* ep. aláápọn
amble *[to walk leisurely]* is. lati rin ìrìngbẹ̀rẹ́
ambulance *[vehicle for transporting sick people to the hospital]* or. ọkọ̀ abirùn
ambulation *[ability to walk without assistance]* or. rírìn kiri
ambulatory (to be ~) is. láti leè rìn kiri
ambush *[to attack someone unawares]* is. láti bá (ènìyàn) ní ìbùba
ameliorate *[to improve]* is. láti fúyẹ́, láti mókun
amen *[so be it]* or. àmín, àṣẹ
amenable (to be ~) *[open to suggestion]* is. láti gbọ́ àlàyé; láti gba ìmọ̀ràn
amend *[correct, improve]* is. láti tún (nkan) ṣe
amends *[compensation]* or. àtúnṣe
amenia *[amenorrhea]* or. àìṣe nkan-oṣù
amenitiy *[desirable features, benefits]* or. ènì, à-nfàní
amenorrhea *[absence of menses]* or. àìṣe nkan-oṣù
America or. Amẹ́ríkà, orílẹ̀-èdè Amẹ́ríkà; ~**n** or. ará-ìlu Amẹ́ríkà; **North** ~: Ìhà-Ariwá Amẹ́ríkà; **South** ~: ihàa Gúúsù Amẹ́ríkà
amiable *[friendly, lovable]* ep. ọlọ́yàyà
amicable (to be ~) *[friendly]* is. láti nífẹ̀ (ènìyàn); lati fẹ̀ràn (ènìyàn)
amicably *[with friendliness]* as. tìfẹ́tìfẹ́
amid *[in the middle of, among]* ip. n'ínù, l'áàrín
ammonia *[colorless, suffocating gas]* or. àmóníà
ammunition or. ohun-ìjà, àmùrè
amnesia *[forgetfulness]* or. ìgbàgbé; he suffers from ~: ìgbàgbé nṣe é
amnesty *[pardon for political offenders]* or. ìdáríjì

amniocentesis *[removal of amniotic fluid]* or. fífa omi-ọmọ

amnion *[amniotic sac]* or. àpò omi-ọmọ

amniotic fluid or. omi-ọmọ

among *[in the midst of]* ip. l'áărín, n'ínú

amorphous *[shapeless]* ep. àìnírísí

amount *[quantity]* or. iye, oye; he has a large ~ of money: ó ní iye owó tó pọ̀

amp *[ampere]* or. ámpù; ìdíwọ̀n ìsán-àrá *(sán: to move with lightening speed)*; how many amps does your radio consume?: ámpù mélǒ ni rédíò rẹ nlò?

Ampere's rule or. òfì Ámpíà, àṣẹ Ámpíà

ampersand *[&, sign for 'and']* or. àmì ìkópọ̀

amphibian or. ẹranko jomi-jòkè, ẹranko gbómigbélẹ̀ */gbé omi, gbé ilẹ̀: lives in water, lives on land/*; the frog is an~: ọ̀pọ̀lọ́ jẹ́ ẹranko gbómigbélẹ̀

ample *[enough, copious]* ep. púpọ̀, tító

amplifier *[that which amplifies or increases]* or. ẹ̀rọ ifẹ̀-àmì, ìfàmì, ìfẹ̀mì *(fẹ̀ àmì: to expand a signal)*

amputate *[cut off]* is. láti gé(apá tàbí ẹsẹ̀) kúrò

amputation *[cutting off a limb]* or. gígé apá tàbi ẹsẹ̀; ṣíṣẹ́ apá tàbí ẹsẹ̀

amputee *[one who has had a limb removed]* or. agélápà, agélẹ́sẹ̀ *(gé: to cut)*; aṣẹ́wọ́, aṣẹ́sẹ̀ *(ṣẹ́: to break)*

amuck (to run ~) *[to be in a frenzy to kill]* is. láti ya wèrè

amulet *[charm]* or. ondè, ìgbàdí

amuse *[entertain]* is. láti pa (ènìyàn) lẹ́rǐn

an-, ana- ir. àì- *(used to signify the negative of an action or a name)*

anaemia *[deficiency of hemoglobin in blood]* or. àìsàn àìlẹ́jẹ̀ tó */àì ní ẹ̀jẹ̀ tó/*

anal *[pertaining to the anus]* ep. ihò-ìdí, fùrọ̀; ~ **canal** or. ọ̀nà ìṣu, fùrọ̀; ~ **intercourse** *[sodomy]* or. dídófùrọ̀

analeptic or. ẹ̀là afúnnilókun *(ẹ̀là: chemical; okun: mass, energy)*

analgesia *[inability to feel pain]* or. ẹ̀là agbiyè-ara *(ẹ̀là: chemical; gba iyè-ara: to deprive of sensation)*

analgesic *[drug for alleviating pain]* or. apẹ̀ta, aporó, oògùn aporó *(oró: poison; oògùn: medicine, drug)*

analgesis or. àìníyè *(àì~: lack of~; iyè: sensation)*

analogous (to be ~) *[similar, comparable]* is. láti dàbí; lati jọ (nkan)

analogy *[comparison]* or. àfiwé

analyze *[study, subject to study]* is. láti yanjú; láti tú (nkan) palẹ̀

analysis *[resolution, breakdown]* or. ìyanjú; àtúpalẹ̀

analyst *[one who analyzes]* or. olùyanjú

anarchy *[absence of government]* or. àìsíjọba, rògbòdìyàn

anatomy or. ẹ̀kọ́ ẹ̀yà-ara *(ẹ̀yà: group, class; ara: body)*; he studies the ~ of the frog: ó nkọ nípa ẹ̀yà-ara ọpọ̀lọ́

ancestor *[progenitor]* or. baba-nlá, aṣáájú, aṣíwájú; his ~s were warriors: jagunjagun ni àwọn baba-nláa rẹ̀

ancestry *[a line of ancestors]* or. ìrandíran

anchor *[to hold fast]* is. lati fidímúlẹ̀; ~ or. ìdákọ̀ró

ancient *[prehistoric]* ep. àtijọ́, àti-láíláí; ~ **times** or. ìgbà àtijọ́

and *[also; added to]* ak. àti *(with: oun)*

androecium *[stamens of a flower]* /andr-, andro-: -ìnrin akọ, ìrin akọ-/ or. ìrin-akọ òdòdó *(ìrin: sex)*

androgen *[hormone that controls development of masculine characteristics]* or. ẹ̀là ìbàlágà akọ *(ẹ̀là: chemical; estrogen: ẹ̀là ìbàlágà abo)*

anecdote *[short story]* or. ìtàn kúkúrú

anemia or. wo: anaemia

anencephaly *[defect in the development of the brain]* or. orí àìpé *(pé: complete)*

anergic *[enervating]* ep. àìnímí *(ìmí: energy)*

anesthetic *[drug that causes anesthesia]* or. ẹ̀là afàìniyè, ẹ̀là agbẹ̀mí; the doctor put me under an anesthetic: oníṣègùn gba iyè mi

anesthetize *[to render insensible to pain]* is. láti gba iyè-ara (ẹranko), láti gba ẹ̀mí (eníyàn) *(ẹ̀mí: life)*

anew *[new, fresh]* as. látun, ní tuntun

angel *[sprite]* or. màlékà, ángẹ́lì

anger *[resentment]* or. ìbínú, ìrunú

angiology *[study of disease of blood and lymph vessels]* or. ẹ̀kọ́ àìsán isọ̀n-ẹ̀jẹ̀ àt'omi ara **angiologist** or. akẹ́kọ̀ isọ̀n-ara *(isọ̀n: vessels)*

angiosperm *[flowering plant]* or. igi olódòdó

Angiospermae *[flowering tree]* or. ẹ̀yà igi-olódòdó

angle *[corner; inclination of two lines from a common point]* or. igun; **acute** ~: igun mímú; **obtuse** ~: igun fífẹ̀; **right** ~: igun ọ̀tún

Angola *[a country on the southwest coast of Africa]* or. orílẹ̀ Àngólà

angry (to be ~) *[excited by anger; indignant]* is. láti bínú; his wife is ~ with him: ìyàwóo rẹ̀ nbínú sí i; ~ **person** or. abínú, bínúbínú *(anger: ìbínú)*

angstrom *or.* ìdá ìdì-èèrúu mítà, ánsróómù

anguish *[extreme pain, agony] or.* ìjẹ̀rora, ìrora

angular *[having or forming an angle] ep.* onígun *(igun: angle)*

anhydride *[compound that has been dehydrated] or.* àsèpọ̀ aláìlomi

anhydrous *ep.* àìlómi; ~ **compound** *or.* ẹ̀là aláìlómi

animal *[living being capable of voluntary motion] or.* ẹran, ẹranko; ~ **behavior** *or.* ìwà ẹranko; ~ **cell** *[cell of an animal] or.* pádi ẹran *(pádi: cell)*; ~ **kingdom** *[animalia] or.* ìjọ alára-ẹran *(ìjọ: kingdom)*; ~ **nutrition** *or.* ètò-ìjẹẹmu alára-ẹran *(ìjẹẹmu: ìjẹ àti ìmu)*; ~ **reproduction** *or.* ètòo bíbí alára-ẹran; ~ **waste** *[feces] or.* ìgbọnsẹ̀

animate *[enliven, to give life to] is.* láti sọjí

animist *[worshiper of ancestors] or.* abọmọlẹ̀

animosity *[enmity] or.* aáwọ̀, ọ̀tá

ankle *[tarsus] or.* ọrùn-ẹsẹ̀; ~ **bones** *[talus, astragalus, tarsal bones] or.* eegun ọrùn-ẹsẹ̀

annals *[chronicles] or.* ìtàn ìrandíran, ìwé ìrántí

anneal *[to reduce the brittleness of glass by heating; set on fire] is.* láti dáná sun (nkan); ~ *[to strengthen] is.* láti fún (nkan) lágbára

annelid *[a segmented worm] or.* aràn aláкйn, f.a. ekòló

Annelida *[phylum of segmented worms] or.* agbo-ẹ̀yà aràn aláкйn /oní àkún/ *(àkún: segments)*

annex *[subjoin] is.* láti fì (ìkan) kún (ìkéjì); ~ *or.* àfikún

annihilate *[reduce to nothing] is.* láti pa (ìlú) run; láti pa (ìlú) rẹ́

anniversary *[day on which some event is annually celebrated] or.* àjọdún

announce *[proclaim, declare] is.* láti kéde

announcement *[declaration] or.* ìkéde

annoy *[vex, anger, irritate] is.* láti mú(ènìyàn) bínú

annual *[every year] ep.* ọdọọdún; ~ **ring** *[growth ring] or.* ẹ̀gbà ọdọdún *(ẹgbà: ring)*

annually *as.* lọ́dọọdún; It happens ~: ó nṣẹlẹ̀ lọ́dọọdún

annul *[abolish, make null and void] is.* láti sọ (nkan) dòfo; láti pa (nkan) rẹ́; láti sọ (nkan) dasán

annulus *[ring, circle] or.* òrùka, ẹ̀gbà

anomaly *[abnormality] or.* èèmọ̀, nkan àìbójúmu

anonymous *[nameless] ep.* alaìlórúkọ

anorexia *[loss of appetite] or.* ìkór ïra-onjẹ *(kó ìríra: have an aversion to)*

another *[one more; an additional one] ap.* ìmíràn, òmíràn; *ep.*

mīràn

anovulation *[anovulia]* or. àìrọ̀-ẹyin, àìrọyin *(rọ̀: descend)*

anovulatory drug *[drug that inhibits ovulation]* or. ẹ̀là afàìrọ̀-ẹyin, ẹ̀là afàìrọyin *(ẹ̀là:chemical)*

answer *[response, reply]* or. ìdáhùn, èsì, ìfèsì; ~ *[respond]* is. láti dáhùn, láti fèsì

ant *(family: formicidae)* or. eèrà, èèrùn; **black** ~: ìka-ndù, italẹ̀; **red** ~: ìjàlọ; **white** ~: ikán; **yellow** ~: ìtà

antagonism *[opposition]* or. àtakò

antagonist *[opponent]* ep. alátakò, abínú ẹni

anteater *[aardvark]* or. aaka, akika

anthill *[a mound formed by ants in constructing their nest]* or. òkìtì eèrà

antecede *[precede]* is. láti ṣáájú, láti ṣíwájú, láti wà tẹ́lẹ̀

antecedent *[prior, preceding]* ep. ìṣáájú

antelope *[duiker]* or. ẹtu, èsúró

ante-meridian *[A.M.; before noon]* or. àárọ̀, òwúrọ̀

antenatal /*ante*-: -*tẹlẹ*/ *[prenatal]* ep. ìgbà oyún; ~ **care** or. ìtọ́jú ìgbà-oyún

antenna *[wire used in sending or receiving radio waves]* or. ọpó; ~ *[either of a pair of sense organs on the head of an insect]* or. mọ̀gálà

anterior *[front, opposite]* ep. iwájú *(ìwá ojú: front of the face)*

anteroom *[waiting room]* or. ọ̀dẹ̀, ọdẹ̀dẹ̀

anthelmintic or. oògùn- aràn *(oògùn: anti-, a cure for)*

anthem *[hymn of praise]* or. orin-ìyìn

anther *[pollen-bearing part of a stamen]* or. orí ìjẹ̀-òdòdó *(ìjẹ̀ òdòdó: style)*

anthology *[collection of stories]* or. àṣàyọ̀n ìtan

anthropoid *[gorillas, apes]* or. ọ̀bọ

anthropology *[study of human beings]* or. ẹ̀kọ́ nípa ẹ̀dá-aráyé

anti- ir. ọ̀tà-, oògùn-, apa-

antibiotic *[bactericide, antimicrobial]* or. oògùn ẹyàwuuru *(ẹyà: group; wuuru: infinitely small and numerous)*

antibacterial ep. apalámọ̀ *(alámọ̀ - o ní amọ̀: one possessing walls, bacteria)*

antibody *[disease fighting protein]* or. ọ̀jẹ̀-ara apẹyàwuuru *(ọ̀jẹ̀-ara: body protein)*

antic *[buffoonery]* or. yẹ̀yẹ́

anticancer drugs *[antineoplastics]* or. oògùn alákàn *(akàn, alákàn: cancer)*

anticipate *[expect]* is. láti ṣèrètí (nkan); lati retí (nkan); láti fojúsọ́nà

anticoagulant *[decoagulant]* or. oògùn èjẹ̀dídì

anticonvulsant *[drug used to prevent convulsions]* or. oògùun gìrì, oògùn wárápá *(wárápá: epilepsy)*

antidote *[antivenin, antitoxin]* or. ẹpa, aporó, apẹ̀ta, àjẹrá

antifungal *[antimycotic]* or. oògùn osun-ara *(osun: fungus, mushroom)*

antigonorrheic or. oògùn àtọsí

antihypertensive *[drug that reduces high blood pressure]* or. oògùn àrùn-ifúnṣọ̀n

anti-inflammatory *[drug that counteracts or reduces inflammation]* or. oògùn ara-wíwú

antimalarial *[antipaludian]* ep. oògùn ìbà

antimicrobial *[antibiotic]* or. oògùn ẹyàwuuru *(wuuru: infinitely small and numerous)*

antimycotic *[antifungal]* ep. oògùn osun-ara *(osun: fungus, mushroom)*

antineoplastic *[anticancer drug]* or. oògùn alákàn *(alákàn: cancer; akàn: crab)*

antipathy *[feeling of aversion or dislike]* or. inúnibíni

antiperspirant *[skin astringent that prevents perspiration]* or. oògùn ìlàágùn

antipyretic *[antifebrile, antithermic, febrifuge]* or. oògùn ara-gbígbóná

antiquity *[ancient period]* or. ìgbà àtijọ́, ìgbàa láílái

antiseptic *[agent that stops or reduces the growth of microorganisms]* ep. ẹ̀là tó ndẹsẹ̀ẹ gbígbèèrú ẹyàwuuru dúró

antithesis *[contrast, opposition]* or. àdàkéjì

antitoxin *[antivenin, antidote]* or. ẹpa, aporó, apẹ̀ta

antitussive *[substance that relieves coughing]* or. oògùn ikọ́

antivenin *[antitoxin]* or. ẹpa, aporó

antiviral *[drug that destroys viruses]* or. oògùn ọlọ́jẹ̀ *(ọ̀jẹ̀: protein; ọlọ́jẹ̀: virus, possessor of protein)*

ant lion or. kúlúsọ, gúlúsọ

antonym *[opposite word]* or. àdàkéjì ẹka-ọ̀rọ̀

anus or. ihò-ìdí, fùrọ̀ *(ihò: hole)*

anvil *[iron block for shaping metal]* or. owú

anxiety *[worry, distress, uneasiness]* or. àìfọkànbalẹ̀, àníyàn

anxiolytic *[drug that reduces anxiety]* or. oògùn àìfọkànbalẹ̀

anxious (to be ~) *[nervous, uneasy]* is. láti ṣe àníyàn, láti kọminú

any *[no matter which]* ep. èyíkéyĩ

anybody *[any person, anyone]* or. ẹnikẹ́ni

anyhow *[in any manner]* as. níṣekúṣe

anything *[any object]* or. ohunkóhun

anytime *[no matter what time]* or. ìgbàkúgbà, ìgbàkígbà; ~ as. nígbàkígbà, nígbàkúgbà

anyway *[in any manner]* as. lọ́nàkọ́nà

anywhere *[anyplace]* or. ibikíbi; as. síbikíbi

aorta *[main trunk of arterial blood-circulatory system]* or. òpó ìṣọ̀n-àlọ (ìṣọ̀n: vessel)

apart *[aside, separately]* as. sọ́tọ̀, lápákan, lọ́tọ̀

apathetic *[indifferent]* ep. aláìbìkítà, ìdágunlá

apathy *[indifference, insensibility]* or. àìkanisí, àìkàsí, àìláájò

ape *[greater primate, anthropoid]* *(family: Pongidae)* or. inọ̀kí, ìnàkí

aperture *[hole]* or. ojú ihò

apex *[peak, climax, tip]* or. gọ́ngó

apiary *[place where bees are kept]* or. afárá-oyin

apical *[situated at the apex]* ep. gọ́ngó

apiece *[for each one]* as. ìkànkan, lẹ́yọlẹ́yọ, lẹ́yọ kọ̀ọ̀kan

apnea *[arrest of respiration]* or. imí sísé, isémǐ

apologetic (to be ~) *[showing regret]* is. láti wí àwáwí

apology *[vindication, excuse]* or. gáfárà, ẹ̀bẹ̀

apoplexy *[loss of muscular control]* or. ìyarọ

apostrophe *[mark for contraction of words]* or. àmì ìfúnpọ̀

appall *[dismay]* is. láti ya (ènìyàn) lẹ́nu

apparatus *[appliance, device]* or. nkan-èlò

apparent (to be~) *[obvious, clear, evident]* is. láti hàn gedegbe, láti dánilójú

apparition *[unusual appearance]* or. ànjọ̀nú

appeal *[entreaty for sympathy]* is. láti bẹ̀bẹ̀, láti bẹ (ènìyàn)

appear *[to become visible]* is. lati yọ, láti farahàn; he appeared on the television: ó yọ lórí ẹ̀rọ ìmóhùnmáwòrán; ~ *[to seem likely]* láti rí (bákan)

appearance *[shape, image, look]* or. ìrí, ìrísí

appease *[pacify]* is. láti ṣìpẹ̀ fún (ènìyàn), láti pẹtù sí (ènìyàn)

append *[add an appendix, attach, add to]* is. láti fi (ikan) kún (ikéjì); lati ṣe àfikún

appendage *[subordinate part]* or. àfikún, àsomọ́

appendectomy *[surgical removal of the appendix]* or. ika iyẹ̀wù-ifun gígékúrò

appendicitis *[inflammation of the appendix]* or. ika ìyẹ̀wù-ifun wíwú

appendix *[supplement]* or. àfikún, ìfikún; ~ *[vermiform appendix]*

or. ìka ìyẹ̀wù-ìfun
appetite *[desire, hunger]* or. ìkúdùn
applaud *[clap, cheer]* or. lati pàtẹwọ́
applause *[approval shown by shouting or clapping]* or. ìpàtẹwọ́
appliance *[device for household work]* or. ohun èlò
applicable (to be ~) *[suitable]* is. láti lo (nkan) gẹ́gẹ́bí; lati wúlò
fún
applicant *[one who applies]* or. abẹ̀wẹ̀
application *[request, petition]* or. ìbẹ̀wẹ̀, ẹ̀bẹ̀, ìtọ̀rọ̀
apply *[solicit]* is. lati bèrè fún (nkan); ~ *[to be relevant]* is. lati
lẹ́tọ̀ọ́, láti tọ́; láti tọ̀rọ̀
appoint *[allot, nominate]* is. láti yan (ènìyàn) sí (ìpò kan)
appointment *[arrangement to meet]* or. àdéhùn ìpàdé; ~ yíyàn
apportionment *[portioning out]* or. ìpínkárí, ìpíndéédé
apposite *[relevant]* ep. títọ́, yíyẹ
appraisal *[estimation]* or. ìdíyelé
appraise *[to estimate value or worth]* is. láti sọ iye, láti díyelé
(nkan)
appreciate *[to value, to estimate]* is. láti mọyi, láti mọ rírì, láti
dúpẹ́ oore
apprehend *[to arrest]* is. láti mú (ọlọ́ṣà); ~ *[understand; to grasp
mentally]* is. láti lóye
apprehension *[suspicion]* or. ìfura; ~ *[arrest, capture]* or. mímú
(olè)
apprentice *[worker or artisan in training]* or. ọmọ ọ̀dọ̀, ọmọ ìkọ́ṣẹ́
apprenticeship *[learning a trade or business]* or. iṣẹ́ kíkọ́; àsìkò
ikọ́ṣẹ́
apprise *[to inform, to notify]* is. láti sọ (nkan) fún (ènìyàn); láti fi
(nkan) tọ́ (ènìyàn) létí
approach *[to come near]* is. láti súnmọ́(nkan); ~ *[to resemble]* is.
láti jọ (nkan)
approbation *[approval]* or. ìjẹ́rìígbè
appropriate (to be ~) *[suitable, adapted]* is. láti se déédé, lati
bójúmu, láti bá (nkan) mu
approve *[sanction, like]* is. láti jẹrìí gbe (ènìyàn, nkan), láti fọwọ́ sí
(ọ̀rọ̀)
approximate *[approach]* is. láti súnmọ́(nkan), láti farawé (nkan)
approximation *[result of approximating]* or. ìfarawé, àgbèègbè
April or. oṣù Eépìrìlì, oṣùkẹ́rin ọdún
apt (to be ~) *[to be suitable, ready]* is. láti wuyì, láti níyì, láti yẹ
aptitude *[fitness, readiness]* or. ipá, ìmòye, agbára

aquarium *[bowl for keeping water animals and plants]* or. ọjọ̀-àtọwọ́dá ẹran-omi

aquatic *[living in water]* ep. agbómi, agbénú-omi

aqueous *[containing water]* ep. olómi; ~ **(to be ~)** is. láti lómi */ní omi /*

aqueous humor (of the eye) *[clear fluid between the cornea and the lens of the eye]* or. iṣà ojú, iṣà ẹyinjú

arable land *[land suitable for plowing]* or. ilẹ̀ ọlọ́rǎ

arbiter *[umpire, judge]* or. adájọ́, onílàjà

arbitrary *[capricious, discretionary]* ep. aláìnídǐ

arbitrator *[umpire]* or. onílàjà, adájọ́

arc or. ìwọ́-ẹ̀ká *(ìwọ́: curvature;* ẹ̀ká: *circle)*

arch *[vault]* or. ìsálú

archaeological or. nípa ẹ̀kọ́ ìgbà-àtijọ́

archaeologist or. akẹ́kọ̀ ìgbà àtijọ́, akẹ́kọ̀ ìgbàa láílái

archaeology *[study of history from the remains of early human cultures]* or. ẹ̀kọ́ ìgbà àtijọ́, ẹ̀kọ́ ìgbàa láí-láí

archer *[one who uses the bow and arrow]* or. tafàtafà, ọlọ́fà

archery *[the art of shooting with bow and arrow]* or. ọfà-títa, ìtafà

archipelago *[group of islands]* or. àgbájọ-erékùsù

ardor *[warmth, eagerness]* or. aápọn

area or. òrò, fífẹ̀; **change in** ~: ìpòròdà *(pa òrò nkan dà: change the area of something;* ~ *[domain, locality, vicinity]* or. àgbèègbè; ~ **expansion** *[dilation]* or. ìpòròdàsiwa, gbígbòòrò, ìgbòòrò *(òrò: area)*

arena *[area for public entertainment]* or. pápá-ìṣeré, ọ̀dàn-ìṣeré

Argentina *[country in South America]* or. Ajẹ-ntínà

argue *[to dispute; quarrel]* is. láti ja iyàn, láti jiyọ̀n / ja iyọ̀n / *(iyọ̀n: argument)*

argument *[dialectics]* or. iyọ̀n, ìjiyọ̀n

arid *[dried, parched]* ep. gbígbẹ

aristocracy *[rule by a privileged upper class]* or. ìjọba olóyè, ìjọba ọlọ́lá

aristocrat *[noble]* or. ènìyàn pàtàkì, gbajúmọ̀

aristocratic *[noble]* or. t'oní gbajúmọ̀

arithmetic *[science of computing with numbers]* or. ẹ̀kó èèkà *(èèkà kíkà: counting);* ~ **series** or. ìdílé-èèkà *(ìdílé: family, series,* èèkà: *numbers)*

arithmetical operations or. àwọn ọṣẹ́ ìṣíró:
    addition: ìròpọ̀
    division: ìpínsíwẹ́wẹ́

evolution *[extracting the roots of numbers]*: ìpìrìn *(ìrìn: root of an equation)*

involution *[raising numbers to powers]*: ìpèdì *(edi: power to which a number is raised)*

multiplication: isọdipúpọ̀

subtraction: ìyọkúrọ̀

arm *[upper limb of the human body]* or. apá

armament *[guns and other military equipment]* or. ohun-ìjagun

armor *[defensive covering]* or. àmùrè

armpit *[cavity under the arm; axilla]* or. abíyá

arms *[weapons collectively]* or. ohun ìjagun; **to bear** ~ *[to carry weapons]* is. láti di àmùrè

army *[body of men armed for military service]* or. ẹgbẹ́ ọmọ-ogun

aroma *[perfume]* or. òórùn-aládùn

around *[about]* ip. l'ákòkò; as. lákòkò; ~ *[on every side]* as. láyìká

arousal *[awakening]* or. títají, títagìrì; jíjí

arraign *[to charge, to accuse of wrong]* is. láti fẹ̀sùn kan (ènìyàn), láti pe (ènìyàn) léjọ́

arraignment *[accusation]* or. ifẹ̀sùnkan, ìpèléjọ́

arrange *[organize, coordinate, schedule]* is. láti to (nkan)

arrangement *[matrix system, structure]* or. ètò

array *[proper order]* or. ètò; ~ *[fine dress; apparel]* or. aṣọ ìgúnwà

arrears (to be in ~) *[to be behind in obligation]* is. láti rẹ̀hìn

arrest *[apprehend, stop]* is. láti dá (ènìyàn) dúró, láti mú (alùfin)

arrival *[advent, coming]* or. àbọ̀dé, àpadàbọ̀

arrive *[to reach a destination]* is. láti dé, láti padàbọ̀

arrogance *[assumption, haughtiness]* or. ìgbéraga

arrogant (to be ~) *[to be overly proud]* is. láti ṣe ìgbéraga, láti gbéraga

arrow *[slender shaft for shooting from a bow]* or. ọfà *(ọ̀rún: bow)*; ~ *[sign used to indicate direction]* or. ìlà ọlọ́fà

arsenal *[collection of weapons]* or. ohun ìjà

arson *[destruction by fire]* or. itinábọlé

art *[literature, music, painting, sculpture, drawing etc.]* or. ọnà

arterial blood *[bright red blood that has undergone aeration]* or. èjè àlọ

artery *[vessel conveying blood away from the heart]* or. ìsọ̀n-àlọ *(ìṣọ̀n àbọ̀: vein)*

artful *[dexterous]* ep. ọlọ́gbọ́n, ọlọ́gbọ́n ẹ̀wẹ́; alárekérekè

arthritis *[inflammation of a joint; osteoarthritis]* or. àgì;

rheumatoid ~: àrìnká, làkúrègbé
Arthropoda [phylum of invertebrate animals having jointed legs and segmented body parts] or. kòkòrò
article [a particular object] or. ohun kan; ẹyọ kan
articulate [to utter distinctly; enunciate] is. lati fi (ọ̀rọ̀) yé (ènìyàn) yéké
artifact [anything made of human art] or. iṣẹ́ ọnà
artifice [trick, artful stratagem] or. ọgbọ́n arekérekè, ọgbọ́n ẹ̀wọ́
artificial [synthetic, imitation, man-made] ep. àtọwọ́dá; ~ **blood** [blood substitute] or. ẹ̀jẹ̀ àtọwọ́dá; ~ **heart** or. ọkàn àtọwọ́dá; ~ **insemination** [impregnation without direct sexual contact] or. igbàtọ̀ àtọwọ́dá; ~ **kidney** or. iwe àtọwọ́dá, iwo àtọwọ́dá; ~ **organ** or. ẹ̀yà-ara àtọwọ́dá; ~ **satellite** [man-made satellite] or. isọ̀gbè àtọwọ́dá; ~ **skin** [imitation skin] or. iwọ̀- ara àtọwọ́dá
artillery [ordnance, canon] or. ohun-ìjà
artisan [person skilled in a trade] or. oníṣẹ́-ọwọ́, ọlọ́nọ̀, ọlọ́nà
artist [skilled performer] or. ayàwòrán, eléré orí ìtàgé, adárà, gbẹ́nàgbẹ́nà, afìngbá, onílù
artistic [pertaining to arts or artists] ep. t'adárà
as [like, even, equally] ak., ip. gẹ́gẹ́bí, bí
ascend [rise, climb] is. láti gòkè, láti pọ́n òkè
ascertain [find out, make certain] is. láti wádìí, láti ṣe iwádìí
ascetic [one who lives with strict self-discipline] or. asẹ́ra
asceticism [practice of discipline] or. isẹ́ra-ẹni
ascribe [assign, attribute] is. láti fi (nkan) perí
asexual [having no distinct sexual organs] ep. ògbo; ~ **reproduction** [reproduction without union of male and female gametes] or. bíbí àigbàrin, bíbí ògbo
ashamed (to be ~) [to be affected by shame] is. láti tijú
ashes [powdery particles remaining after something has been burned] or. eérú
Asia [the largest continent] or. Éṣíà
aside [apart, on the side of] ip. l'ápákan, s'ápakan
ask [to question, to interrogate] is. láti béèrè, láti bèèrè, láti bi, láti ṣe iwádìí
askew [awry, out of line] ep. wíwọ́
asleep (to be ~) [at rest, sleeping] is. láti tòògbé; láti sùn
aslope (to be ~) [in a sloping position] is. lati wà ní ìdàgẹ̀rẹ̀; láti dà
aspersion [defamation] or. ìbanilórúkọjẹ́
aspirate [to draw out by suction] is. láti fi òòfà-omi fa (omi)

aspiration *[the removal by suction of fluid or gas, as from body cavity]* or. fífa omi-ara; ~ *[high ambition; exalted desire]* or. ifẹ́-ọkàn

aspire *[to aim high, to soar]* is. láti lépa; láti dáwọ́lé

ass *[a beast of burden]* or. kẹ́tẹ́kẹ́tẹ́

assail *[to attack violently]* is. lati kọjú ìjà sí (ènìyàn)

assassin *[one who kills a political figure]* or. apànìà, aṣọ́nipa, apàniyàn

assassinate *[murder by surprise]* is. lati pa(ènìyàn); láti lu (ènìyàn) pa, láti ṣọ́ (ènìyàn) pa

assault *[attack violently]* is. lati dojú ìjà kọ (ènìyàn); láti kọlu (ènìyàn)

assay *[analysis]* or. ìyanjú; ~ *[to analyze]* is. lati ṣe ìyanjú (nkan)

assemblage *[a gathering of people or things]* or. àgbájọ, agbo

assemble *[bring together]* is. láti gbá (nkan) jọ; láti péjọpọ̀

assembly *[a number of people gathered for a common purpose]* or. àpéjọ, àkójọ

assert *[affirm, vindicate]* is. láti tẹnunmọ́, láti sọ yéké

assess *[to rate]* is. láti wọn (nkan), láti wọn iye

assessment *[an amount assessed]* or. ìwọ̀n, ìwọ̀n iye

asset *[something available to pay debts]* or. ohun ìní, ìní

assiduous (to be ~) *[persistent, unremitting]* is. láti láápọn; láti tẹpámọ́ṣẹ́

assign *[designate, allot]* is. láti fi perí, lati ya(nkan) sọ́tọ̀ fún (ènìyàn)

assignment *[allotment]* or. ìyàsọtọ̀, ìyànsílẹ̀, iṣẹ́

assimilate *[to take up and make part of oneself]* is. láti fi (nkan) kọ́ra; láti gba (nkan) mọ́ra

assist *[contribute, help, aid]* is. láti ran (ènìyàn) lọ́wọ́

assistance *[help, aid]* or. ìrànlọ́wọ́

assistant *[helper]* or. olùrànlọ́wọ́, arannilọ́wọ́

associate *[to combine]* is. láti da (nkan) pọ̀; ~ *[to keep company with]* is. láti bá (ènìyàn)kẹ́gbẹ́; ~ or. ẹgbẹ́, ẹnìkéjì, alábàáṣepọ̀

association *[combination, connection]* or. àjọṣepọ̀, ẹgbẹ́

associative *[characterized by association]* ep. àjọṣepọ̀

assort *[to segregate by class]* is. lati ya(àwọn nkan) sọ́tọ̀ọ̀tọ̀

assorted *[diverse]* ep. oríṣiríṣi, oníríuurú

assortment *[mixture]* or. àdàlú, àkópọ̀

assuage *[to calm; to pacify]* is. láti pàrọwà sí (ènìyàn); lati pẹtù sí (nkan)

assume *[to take for granted]* is. láti lérò, láti ṣebí, láti nigbàgbọ́; ~ *[to usurp]* is. láti fipá gba (ìjọba); ~ *[to undertake as a duty]* is.

láti bèrè

assumption *[act of assuming]* or. ìṣebí, ṣíṣebí

assurance *[confidence, boldness]* or. ìgbékèlé, ìgbókànlé, ìgbóyà, ifokànbalè

asterisk *[*]* or. àmì ìràwò, àmì àkíyèsí

asteroids *[minor planets, planetoids]* or. ìsògbè-wuuru

asthma *[chronic respiratory disease]* or. ikó-efée

astonish *[to surprise, to astound]* is. láti yanilénu, láti jé ìyàlénu

astound *[to surprise]* is. láti jé ìyàlénu

astragalus *[talus, ankle bone, tarsal bones]* or. eegun òrùn-èsè

astral *[pertaining to the stars]* ep. t'ìràwò

astray (to go ~) is. láti ṣáko; **to lead ~** is. láti ṣi (ènìyàn) lónà

astride (to stand ~) *[with legs apart]* or. láti yakàtà

astrology *[foretelling the future by interpreting the influence of the stars]* or. ìwòràwò

astronaut *[traveler in space]* or. arèdùmarè

astronautics *[science of travel in space]* or. èkó ìrèdumàrè

astronomer or. akèkò èdùmarè *(èdùmarè: universe; Elédùmarè: God)*

astronomy *[science of heavenly bodies]* or. èkó nípa èdùmarè, èkó nípa ìràwò

astrophysics *[science of celestial bodies]* or. èkó nípa ìràwò

astute *[crafty, shrewd]* ep. ológbón-èwé

asunder *[apart, in a divided state]* as. yíyapa, lotòòtò

asylum *[institution for the care of the mentally ill]* or. ibi ìyàsótò (fún àwon adétè, aṣiwèrè *abb.*) **asymmetrical** *[not symmetrical]* ep. aláìgún; ~ **object** or. ohun-aláìgún

asymptomatic *[without symptoms]* ep. aláìlámì (àisan). aláìlápèrè

at *[in the position of]* ìp. ní, lí

atheism *[belief that there is no God]* or. ìgbàgbó pé olórun kò sí

athirst *[to be thirsty]* is. láti kóngbè /kú òngbè/

athlete *[one trained in sports]* or. eléré ìdáráyá; ~**'s foot** *[ringworm of the foot, caused by a fungus]* or. èhún

athletics *[athletic games and exercises]* or. ere ìdáráyá

Atlantic Ocean *[the ocean touching the American continents to the west and Europe and Africa to the east]* or. òkun Àtìlántíìkì

atlas *[volume of maps]* or. ìwé àwòran-ayé; ~ *[first vertebra of the neck]* or. eegun èhìn kíní

atmosphere *[the air around the earth (or a planet)]* or. òyì ojú-ayé, òyi ojú-ayé; ~ *[a unit of pressure]* or. ìwòn-ìtì òyì ojú-ayé *(one ~:*

ìwọ́n-ìtì óyi ojù-ayè kan)

atom *[smallest part of an element]* or. ọta

atone *[to expiate]* is. láti ṣètùtù

atonement *[reconciliation between God and man]* or. ètùtù

atop *[on or at the top]* ip. l'órí, lókè

atrium *[auricle; upper chamber of the heart]* or. ìyẹ̀wù-òkè ọkàn

atrocity *[horrible wickedness]* or. ìwà ìkà, ìwà inúnibíni

atrophy *[deterioration, degeneration]* or. rírọ

attach *[affix, connect]* is. láti lẹ̀ (nkan) pọ̀ mọ́ (ìkéjì)

attachment *[an appendage or adjunct]* or. àlẹ̀mọ́, àsomọ́

attack *[assault, assail]* is. láti dojú ìjà kọ (ènìyàn), lati tako (ènìyàn), láti gbé ìjà ko (ènìyàn)

attain *[reach, gain]* is. láti jèrè, láti jẹ ànfàní, láti ṣe járí

attainment *[that which is attained]* or. ìjèrè, ìjà-nfàní, àṣejárí

attempt *[endeavor, strive]* is. láti dábàá / dá àbá / ; láti dán (nkan) wò; ~ *[a putting forth of effort]* or. àbá, dánkunwò

attend *[to be present at]* is. láti wá sí (ibi); ~ *[to wait on]* is. láti tójú (ènìyàn), láti dúró ti (ènìyàn)

attendance *[the act of attending]* or. wíwá, ìfojúsí, ìṣètójú

attention *[mental concentration]* or. àkíyèsí; **to pay ~** is. lati farabalẹ̀, láti fojúsí (nkan)

attentively *[with concentration]* as. pẹ̀lú ìfarabalẹ̀

attenuate *[to become thin]* is. láti rù

attest *[to confirm as accurate]* is. láti jẹ́r í sí (nkan)

attic *[low story beneath the roof of a building]* or. àjà

attire *[to dress, to array]* is. lati wọ aṣọ; ~ or. ìwọṣọ

attitude *[a mental position or feeling about something]* or. ìwà, ìṣèwàhù

attorney *[person empowered by another to act in his stead]* or. aṣojú

attract *[pull, magnetize]* is. láti fa (nkan) mọ́ra

attractive *[pleasing, charming]* ep. ẹlẹ́wà, arẹwà; *(~ woman: obìnrin arẹwà)*; ~ **(to be ~)** is. lati lẹ́wà / ní ẹwà / , lati sunwọ̀n *(this woman is ~: obìnrin yí lẹ́wà)*

auction *[public sale]* or. gbà-njo; ~ is. láti fi (nkan) lu gbà-njo, láti ta (nkan) ní gbà-njo

audacity *[temerity, boldness]* or. ìláyà, ìṣàfojúdi

audible (to be ~) *[perceptible by the ear]* is. láti dún sókè

audience *[group of listeners or spectators]* or. agbo-ènìà

audit *[to examine accounts]* is. láti ṣe àyẹ̀wò ìwé-ajé; ~ *[a regular examination of financial records]* or. àyẹ̀wò ìwé-ajé

auditor [person who audits accounts] or. aṣàyẹ̀wò iwé-ajé
auditorium [building for public meetings] or. ilé ìpàdé
augment [to make larger, to add to] is. láti bùsí (nkan)
August or. oṣùu ọ́gọ́ọstì, oṣùkéjọ ọdún
aunt [sister of one's father or mother] or. arábìnrin òbí (bàbá tàbí
ìyá)
aural [relating to sense of hearing] ep. iyèègbọ́rọ̀ (iyè: sense)
auricle [the external part of the ear, pinna] or. etí; ~ [either of two
upper chambers of the heart] or. ìyẹ̀wù-òkè ọkàn
auspicious [favorable] ep. sísàn sí rerè; ~ **(to be ~)** is. lati san
(ènìyàn)
Australia (a continent in the Southern Hemisphere) or. Ọstrélià
Austria (a country in central Europe) or. Ostírià, orílẹ̀-èdèe Ostírià
authentic [genuine, authoritative] ep. òdodo, òótọ́, gidi
author [writer of a book] or. ònkọ̀wé; ~ [originator] or. olùpilẹ̀ṣẹ̀
authority [person in power] or. olófìn, alágbára, àṣẹ, aláṣẹ
autobiography [story of a person's life written by himself] or. ìtàn
àdápa, ìtàn igbésí-ayé ara-ẹni
autocracy [absolute government by an individual] or. ìjọba
àdánìkànṣe
autograph [one's own handwriting] or. ìwe àdáko
automate [automatize] is. láti gbagbára àdáṣe, láti lágbára
àdáṣe
automatic [self-acting, spontaneous] ep. fún- ra-ẹni; àdáṣiṣẹ́,
àdáṣe
automobile [four-wheeled vehicle] or. ohun ìrìnnà. (rin ọ̀nà: travel
the pathways)
autopsy [examination of a dead body] or. àyẹ̀wò òkú
autumn [season between summer and winter] or. ìgbà iwọ́wé,
àsìkò iwọ́wé
auxiliary [supplementary, reserve] ep. àfìkún
avail [to be of use] is. láti wúlò, láti jà-nfàní; **to ~ oneself** is. lati
yọ̀ọda ara-ẹni
available [obtainable, accessible] ep. wíwà, wíwà ní àrọ́wọ́tó
avascular [without blood vessels] ep. àìníṣọ̀n, aláìníṣọ̀n (àìní ìṣọ̀n:
possessing no veins, ìṣọ̀n: vein)
avenge [to vindicate, to take vengeance] is. láti gbẹ̀san /gba
ẹ̀san/
average [average value, an arithmetic mean] or. àròpín (rò + pín:
add and then divide); ~ **day** or. ọjọ́kójọ́, ọjọ́kan ṣá; ~ **number**
[mean value] or. àròpín èèkà (see: ètò àwọn èèkà); ~ **time** or.

àròpín àkókò; ~ **value** *[average, mean]* or. àròpín

averse *[not favorable]* ep. arínilára, lílòdì

aversion *[irritability, antagonism, repulsion]* or. ìríra, ìkórĩra

aversive *[irritable]* ep. arínilára; *(an ~ behavior: ìwà arínilára)*; ~ **(to be ~)** *is.* láti rínilára

Aves *[birds]* or. ẹ̀yà ẹyẹ

aviary *[large cage for birds]* or. ilé ẹyẹ

avid *[ardent, eager]* ep. onítara

avitaminosis *[hypovitaminosis]* or. ajíra àìtó *(ajíra: vitamin; jí ara: resuscitate the body)*

avocation *[hobby]* or. ohun àṣenajú; ~: *[business, occupation]* or. iṣẹ́ òòjọ́

avoid *[evade, shun]* is. láti yàgò fún (nkan), láti yẹra, láti bìlà

avow *[confess, declare confidently]* is. láti jẹ́-wọ́, láti ṣe àwíyé

await *[expect, wait for]* is. láti dúró de (ènìyàn), lati retí (ènìyàn)

awake (to be ~) *[to not be asleep, arouse from sleep]* is. láti jí (ènìyàn) kalẹ̀, láti ṣe alaìsùn

awakening *[arousal]* or. títají, itaji

award or. *[grant, merit]* ẹ̀yẹ, italọ́rẹ; ~ is. láti fi (nkan) ta (ènìyàn) lọ́rẹ

aware (to be ~) *[to be informed, conscious]* is. láti lóye, láti mọ̀, láti ṣe àkíyèsí

awareness *[alertness, consciousness]* or. àkiyèsí *(to be aware: láti ṣe àkíyèsí)*

awash (to be ~) *[to be flooded]* is. lati pọ̀ yanturu

awe *[dread, terror]* or. iyì, ọ̀wọ̀, ibẹ̀rù

awesome *[inspiring awe]* ep. oníyì, ọlọ́wọ̀

awful *[terrible]* ep. búburú

awkward *[clumsy, inept]* ep. àìjágeere, àìrọrùn

axe *[tool for chopping and hewing]* or. àáké, àkéké, ẹdùn

axiom *[postulate, established principle]* or. òfin

axis *[second bone of the vertebral column]* or. eegun ẹ̀hìn ìkéjì

aye *[yes]* or. bẹ́ẹ̀ni

B

babble *[idle talk]* or. ìsọkúsọ; ~ *[to talk idly]* is. láti sọ isọkúsọ, láti sọ̀rọ̀kọrọ̀

babe *[infant, baby]* or. ọmọ-ọwọ́, ọmọ kékeré

baboon *[a primate]* or. ọ̀bọ, ìnọ̀kí, ìnàkí

baby *[neonate, newborn]* or. ọmọ ọwọ́, ọmọ

bachelor *[wifeless man]* or. àpọ́n *(pọ́n: to encapsulate)*

bacillus *[rod-shaped bacterium]* or. alámọ̀-gbọọrọ *(alámọ̀: possessor of cell wall; gbọọrọ: long)*

back *[posterior, rear]* or. ẹ̀hìn

backache *[continuous pain in the back]* or. ẹ̀hìn-ríro

back away *[withdraw]* is. láti padàsẹ́hìn, láti padàlẹ́hìn (ènìyàn)

backbite *[to slander, to speak spitefully]* is. láti sọ̀rọ̀ (ènìyàn) lẹ́hìn, láti ṣáátá, láti pẹ̀gàn

backbiter *[slanderer]* or. pẹ̀gànpẹ̀gàn

backbone *[spinal column, rachis, vertebral column]* or. ọ̀pá ẹ̀hìn

backbreaking *[oppressive]* ep. àṣekú(iṣẹ́)

backcountry *[rural area]* or. eréko

backdoor *[indirect, concealed]* ep. àbòsí, èbùrú

backfire *[go awry]* is. láti di wàhálà, láti yíwọ́

background *[events leading up to a situation]* or. ìpilẹ̀ṣẹ̀; ~ *[experience]* or. ìrírí

backlog *[accumulation of tasks]* or. iṣẹ́ àṣetì

back out *[withdraw]* is. láti mọ́wọ́kúrò

backside *[buttocks]* or. ìdí

backslide *[lapse morally]* is. láti ṣáko

back-to-back *[consecutive]* ep. alátẹ̀léra, títẹ̀léra; ~ *[consecutively]* as. ní títẹ̀léra, ní ṣíṣẹ̀-ntẹ̀le

backtrack *[retrace a course]* is. láti padàsẹ́hìn

backward *[toward the back]* as. lẹ́hìn, sẹ́hìn

bacteria *(class: schizomicetes)* or. àwọn alámọ̀ *(alámọ̀: possessor of cell wall)*

bacterial *[pertaining to bacteria]* ep. alámọ̀; ~ **disease** or. àìsàn alámọ̀; ~ **pneumonia** or. jẹ̀dọ̀-jẹ̀dọ̀

bacteriologist or. akẹ́kọ̀ alámọ̀ *(alámọ̀: bacteria)*

bacteriology *[branch of biology that deals with bacteria]* or. ẹ̀kọ́-alámọ̀

bacterium *[unicellular microorganism with both plant and animal characteristics]* or. alámọ̀

bad *[not good, wicked]* ep. búburú
badge *[mark]* or. àmì
badger *[harass]* is. láti yọ (ènìyàn) lẹ́nu, láti da (ènìyàn) láàmú
badinage *[banter]* or. àpárá, idápàrá
baffles *[partition used to alter the flow of water]* or. ẹ̀kù-omi *(ẹ̀kù: door, gate, valve)*
bag *[sac]* or. àpò
baggage *[luggage]* or. ẹrù
bagpipe *[a musical instrument consisting of a leather windbag and pipes]* or. fere alápò-awọ
bail *[security given for release]* or. igbọ̀wọ́, owó igbọ̀wọ́, ògò, onígbọ̀wọ́; ~ is. láti gbọwọ́ (ènìyàn), láti yọ (ènìyàn) nínú ibi; ~ *[to clear (a boat) of water]* is. láti gbọn omi
bailiff *[court officer having custody of prisoners]* or. akọ́dà
bait *[enticement]* or. ìjẹ̀, idẹ, ẹ̀tàn; ~ is. láti tan (ènìyàn); láti dẹ (ẹja)
bake *[to cook in an oven]* is. láti yan
baking powder *[leavening agent in baking]* or. ìyẹ̀ ìwúkàrà
balance *[scale, measuring device]* or. òṣùwọ̀n; ~ or. ìtọ̀mì *(ta ọ̀mì: to display equality)*; ~ *[to weigh something]* is. láti gbé (nkan) lé orí ìwọ̀n, láti wọn (nkan); **acid-base** ~: ìtọ̀mì ẹ̀kan àt'ègbo
balcony *[projecting gallery in a building]* or. ọ̀dẹ̀dẹ̀ òkè, ọ̀dẹ̀dẹ̀ orí-òkè
bald *[without hair on the head]* ep. apárí; a ~ man: okùnrin apárí; ~ **(to be ~)** is. láti párí, láti pálórí
baldness *[alopecia]* or. orí pípá
bale *[bundle]* or. ìdì-nlá, ẹrù-nlá
baleful *[sinister]* ep. búburú
balk *[to refuse]* is. láti kọ̀ jálẹ̀, láti takú, láti ranrí
ball *[any round object, sphere, globe]* or. bọ́ọ̀lù, ìṣù
ballad *[popular song]* or. orin, orin-ìfẹ́
balloon *[large gas-filled bag that floats]* or. bàlúù, fọndùgbẹ̀, ìṣù-olóyìnínú
ballot *[vote, franchise, suffrage]* or. ìbò; ~: ìwé ìbò; ~ is. *[to vote]* láti dìbò; ~ **box** or. àpótí ìbò
balm *[a soothing, aromatic substance]* or. òrí atasínsín
baloney *[pretentious nonsense]* or. ọ̀rọ̀kọrọ̀, ọ̀rọ̀ọ kòbákùngbé
bamboo *[a treelike tropical grass]* or. ọpa, ọparun
ban *[prohibit]* is. láti fi òfin gbé (ènìyàn) dè, láti gégùn fún (ènìyàn)
banal *[trite, ordinary]* ep. àìtó-nkan
banana or. ọgẹ̀dẹ̀ wẹ́wẹ́

band *[a body of musicians]* or. ẹgbẹ́ eléré; ~ *[a strip of fabric used for binding]* or. ìgbànún, ẹ̀gbà; ~ **together** is. láti lẹ (nkan) pọ̀
bandage *[a strip of cloth for wounds]* or. ẹ̀gbà-ọgbẹ́
bandit *[outlaw, robber]* or. ọlọ́ṣà
bane *[poison, destruction]* or. ìparun
Bangladesh *[country in Asia]* or. orílẹ̀ẹ̀ Bangiladẹ́ẹ̀ṣì
bangle *[bracelet]* or. ẹ̀gbà ọwọ́, ẹ̀gbà ẹsẹ̀
bank *[an establishment for receiving, keeping and lending money]* or. ilé ìfowópamọ́, bánkì; is. láti fowópamọ́; **blood ~**: ilé ifẹ̀jẹ̀pamọ́; ~ **of a river** or. bèbè odò
bank account *[money deposited in a bank]* or. owó pípamọ́, àkáùntì
bankbook *[a book in which a depositor's account is recorded]* or. ìwé ìfowópamọ́, ìwé àkáùntì
banker *[a person or company that manages a bank]* or. olùtọ́jú-owó, bá-nkà
banking *[business of operating a bank]* or. iṣẹ́ iṣetọ́jú-owó
bankrupt *[unable to pay debts]* or., ep. onígbèsè; ~ **(to be ~)** is. láti wọ gbèsè, láti di aláìní; láti dágbèsè; ~ **someone** is. láti dá ènìyan ní gbèsè;
bankruptcy *[state of being bankrupt]* or. ìwọgbèsè, ìpàdánù ìní, ìpàdánù ohun-ìní
banner *[flag]* or. àṣíá
banquet *[elaborate meal]* or. àsè, àpèjẹ
banter *[tease]* is. láti ṣe yẹ̀yẹ́, láti ṣàwàdà
baptism *[Christian sacrament]* or. ìsàmì àwọn onígbàgbọ́, itẹ̀bọmi
baptize *[initiate]* is. láti sàmì, láti ṣèrìbọmi, láti tẹ̀bọmi
bar *[to prohibit]* is. láti dá (ènìyàn) lẹ́kun
barb *[a point projecting backward on an arrow]* or. etí-ọfà
barbed wire *[wire with many sharp points]* or. wáyà elétí-ọfà
barber *[one who cuts hair]* or. bábà, afárí, onígbàjámọ̀
barbershop *[a palce of business for a barber]* or. ṣọ́ọ̀bùu bábà, ibi-iṣẹ́ onígbàjámọ̀
bard *[poet, singer]* or. akéwì, asunrára
bare *[bare, naked, nude]* ep. ìhòòhò
barely *[scarcely]* as. lágbárakáká
bargain *[haggle, barter]* is. láti ná ọjà
barium *[a silver-whie, malleable metal, Ba]* or. iṣùu Báríà (báríà)
bark *[snarl]* is. láti gbó; ~ *[tough outer covering of a tree]* or. eèpo igi
barn *[farm building]* or. àká, abà

barnyard *[yard near a barn]* or. ọgbà

barometer *[instrument for measuring atmospheric pressure]* or. ọ̀ṣùnwọ̀n ìtì-ayé, awọ̀n-tì ayé *(ìtì-ayé: earth's pressure)*

barrack *[building for housing soldiers]* or. ibùgbé àwọn jagunjagun

barrel *[large cylindrical container]* or. àgbá

barren *[sterile, infertile]* ep. àgàn; ~ **(to be ~)** is. láti yàgàn/ya àgàn/; ~ **woman** or. àgàn obìnrin; ~ **ground** or. aṣálẹ̀

barricade *[to prevent access]* is. láti dí ọ̀nà; ~ *[obstacle]* or. ìdínà, ìsénà

barrier *[obstacle]* or. ìdínà

barrister *[lawyer]* or. agbẹjọ́rò, lọ́yà

barter *[to trade by exchanging goods]* is. láti ṣe pàṣípààrọ̀

base or. ègbo; ~ *[bottom]* or. ìsàlẹ̀, odò; ~ **area** or. òrò; ~ **of a logarithm** or. edi-èèkà

basement *[space below a main floor]* or. àjà-ilé

bash *[violent blow]* or. ìkúùkù

bashfulness *[timidity, embarassment]* or. ojú-títì

basic *[fundamental, elementary]* or. àkọ́bẹ̀rẹ̀, alákọ́bẹ̀rẹ̀

basin *[round, shallow container for a liquid, bowl]* or. adágún-odò, abọ́

basis *[base]* or. ìpilẹ̀

bask *[to expose pleasantly to warmth]* is. láti yá (oòrùn, iná)

basket or. agbọ̀n, apẹ̀rẹ̀

bass *[low pitch]* or. ohùn ìsàlẹ̀

bast *[phloem]* or. ìṣọ̀n ìjẹ-igi *(ìṣọ̀n: vessel)*

bastard *[illegitimate child]* or. ọmọ àlè

bat *[chiroptera]* or. àdán

batch *[quantity]* or. báṣí, ọ̀wọ́

bath *[immersion in water]* or. ìwẹ̀

bathe *[wash]* is. láti wẹ̀, láti fọ(nkan)

bathroom *[a room for bathing]* or. balùwẹ̀

battalion *[a body of troops]* or. ẹgbẹ́ ọmọ-ogun

battery *[assault]* or. ìjàkádì, gídígbò; ~ *[cell that gives electricity]* or. bátìrì

battle *[fight]* or. ìjà, ogun; is. láti jagun

bawdy *[lewd, obscene]* ep. alágbèrè

bay *[inlet of sea]* or. ṣùtì-òkun

be *[exist as, exist]* is. láti wà, láti jẹ́

beach *[shore of the sea]* or. bèbè odò, bèbè òkun

beacon *[signal for guidance]* or. ìpè

bead *[round ball of glass, wood, etc. strung on a thread]* or. àkún

beak *[proboscis]* or. ìkọ́
beaker *[cylindrical vessel used in chemical analysis]* or. ago-ẹ̀là
(ẹ̀là: *chemical)*
beam *[ray, shaft]* or. èdó; ~ *is.* láti dó (itanná); ~ **of light** or. èdó
itànná
bean or. ẹ̀wà, erèé; ~ **cake** or. àkàrà
bear *[disseminate]* is. láti jíhìn; láti ṣèròhìn; ~ *[to give birth to] is.*
láti bí (ọmọ); ~ *[to produce, to yield] is.* láti so (èso); ~ *[to*
contain] is. láti gba (nkan); ~ *[to suffer, endure] is.* láti farada
(ìjìyà)
bear *[a large carnivorous animal with shaggy fur]* or. esì
beard *[the hair on a man's face]* or. irùngbọ̀n *(irun àgbọ̀n: hair on*
the jaw); ~ **on maize** or. ìrùkẹ̀rẹ̀ àgbàdo
beast *[a four-footed animal]* or. ẹranko; ~ *[uncontrollable person]*
or. ẹhọ̀nọ̀n, jà-ndúkú
beat *[pulsate] is.* láti sọ; ~ *[pulsation]* or. ìsọ; ~ *is. [to strike]* láti lu
(nkan); ~ *[to defeat] is.* láti pa(ènìyàn) láyò, láti di (ènìyàn)
beatific *[imparting blessedness]* ep. alábùkúnfún
beat-up (to be ~) *[to be shabby] is.* láti dògbó
beau *[lover]* or. olólùfẹ́
beautiful *[attractive, pretty]* ep. arẹwà, ẹlẹ́wà; a ~ child: ọmọ
ẹlẹ́wà; ~ **(to be ~)** *is.* láti lẹ́wà (ní ẹwà)
beautifully *[attractively]* as. tẹ̀wàtẹ̀wà, dáradára
beautify *[to make beautiful; to embellish] is.* láti ṣe (nkan) lẹ́wà;
láti ṣe (nkan) lọ́ṣọ̀
beauty *[quality of objects that gratifies and pleases]* or. ẹwà; a
thing of ~: nkan ẹwà *(ìbùrẹ́wà: ugliness)*
because *[for the reason that]* ak. nítorí, tìtorí; he went ~ of me: Ó
lọ nítorìí mi
beck *[beckon] is.* láti fọwọ́pe (ènìyàn)
beckon *[to summon with a wave] is.* láti fọwọ́pe (ènìyàn)
become *[to come to be] is.* láti da; láti di
bed *[a piece of furniture used for sleeping]* or. ibùsùn, bẹ́ẹ̀dì, àkéte
bedbug *[bloodsucking insects that infest beds]* or. idun
bedchamber *[bedroom]* or. iyẹ̀wù, iyàrá, yàrá
bedridden (to be ~) *[confined to bed] is.* láti dùbúlẹ̀ àìsàn
bedroom *[room for sleeping]* or. yàrá, iyẹ̀wù
bed-wetting *[enuresis]* or. títọ̀sílé; ~ **(to be ~)** *is.* láti tọ̀sílé
bee *(order Hymenoptera)* or. oyin, èbì
beef *[flesh of cow]* or. ẹran màlúù
beehive *[container for housing bees]* or. afárá oyin

beep *[sound an alarm]* is. láti funpè

beer *[alcoholic beverage]* or. ọtí àgbàdo

beetle *(order Coleoptera)* or. ìràwọ̀

beet sugar *[sucrose, sugar made from beets]* or. àádùn-rèké

befit *[suit, behoove]* is. láti yẹ (ènìyàn)

before *[preceding in time]* as. tẹ́lẹ̀, tẹ́lẹ̀tẹ́lẹ̀

befriend *[to act as a friend]* is. láti bá (ènìyàn) rẹ́, láti bá (ènìyàn) ṣe ọ̀rẹ́

beg *[to beseech]* is. láti bẹ̀, láti bẹ̀bẹ̀; ~ *[to ask for forgiveness]* is. láti tọrọ àforíjì; ~ *[to ask alms]* is. láti ṣagbe

beggar *[one who asks alms]* or. alágbe, oníbáárà

begin *[commence, originate]* is. láti pilẹ̀; láti bẹ̀rẹ̀; láti ṣe ìpilẹ̀ṣẹ̀

beginning *[genesis, origin]* or. ìbẹ̀rẹ̀, àtètèkọ́ṣe; ~ *[initial, first]* ep. àkọ́kọ́

begrudge *[to envy one]* is. láti ṣe ìlara

behave *[act]* is. láti hùwà

behavior *[action, conduct, manners]* or. ìwà, ìhùwà; ~ *[performance]* or. ìṣesí

behead *[decapitate]* is. láti gé (ènìyàn) lórí; láti bẹ́ (ènìyàn) lórí

behind *[toward the rear]* ìp. l'ẹ́hìn *(ní ẹ̀hìn)*

behold *[to observe]* is. láti ṣe àkíyèsí, láti kíyèsí (nkan)

Beijing *[capital of China]* or. Bèìjíngì

being *[existence]* or. ìwàláyé; **human** ~ *[homo,homo sapiens]* or. ọmọ ènìyàn, ọmọ aráyé

belch *[burp]* is. láti fẹ̀, láti gùnfẹ̀; **~ing** *[eructation]* or. gígùnfẹ̀, fífẹ̀

beleaguer *[besiege]* is. láti dóti (ìlú)

Belgium *(a country in western Europe)* or. Bẹ́ljíọ̀mù, orílẹ̀ èdèe Bẹ́ljíọ̀mù

belief *[faith, credence]* or. ìgbàgbọ́

believe *[trust, accept]* is. láti gba (nkan) gbọ́; **~r** or. onígbàgbọ́

belittle *[disparage]* is. láti gọn (ènìyàn), láti tẹ́ (ènìyàn); láti fojú tínrín (ènìyàn)

bell *[metallic vessel that gives sound when struck]* or. agogo

belle *[an attractive woman]* or. wúndíá ẹlẹ́wà

belligerent *[quarrelsome]* ep. adí-jàsílẹ̀, adógunsílẹ̀, oníjọ̀gbọ̀n, oníjàngbàn

bellow *[to utter a cry as a bull]* is. láti kígbe bíi màlúu

bellows *[instrument for drawing and expelling air]* or. ewìrì

belly *[stomach]* or. inú, ikù, ikùn

bellyache *[pain in the stomach]* or. inú rírun

belly button *[umbilicus, navel]* or. idodo
belly-up (to be ~) *[bankrupt]* is. láti pàdánù; láti wọgbèsè, the
   company went ~: ìbi iṣẹ́ náà wọgbèsè
belong *[to be the property of; to be owned by]* is. láti jẹ́ ti
   (ènìyàn), láti jẹ́ ti (àwọn kan)
beloved *[one dearly loved]* or. àyànfẹ́, olólùfẹ́; *(~ wife: àyò)*
below *[in a lower place]* ip. n'ísàlẹ̀
belt *[a strap of leather worn around the waist]* or. ìgbànú
bemoan *[to express grief]* is. láti dárò, láti pohùnréré ẹkún
bemuse *[bewilder]* is. láti ṣe (ènìyàn) ní kàyéfì
bench *[a long seat]* or. ìjòkọ́ìbùjòkò; ~ *[a body of judges]* or.
   ìgbìmọ̀ àwọn adájọ́
bend *[refract, curve]* is. láti wọ́ (nkan), láti tẹ (nkan)
beneath *[lower in place or rank]* as. nisàlẹ̀, lábẹ́
benediction *[blessing]* or. ìbùkún, ọrẹ-ọ̀fẹ́
benefaction *[charitable donation]* or. oore-ọ̀fẹ́, ìtọrẹ-àánú
beneficial *[having benefits]* ep. alá-nfàní, elérè,
beneficiary *[person who benefits]* or. ajọrọ̀ à-nfàní; agbàbùkún
benefit *[uses, advantages, profits]* or. ànfàní, èrè
benevolence *[act of kindness]* or. inúrere, inúunre, àánú
benevolent *[kindly]* ep. onínúunre, onínún-rere, aláǎnú
benign *[innocuous]* or. àìléwu *(ewu: hazard)*; ~ **tumor** or. lẹ́ẹ́rẹ́
Benin *[a city in Southern Nigeria]* or. Bìní, Ìbìní
Benin Republic *[a country in West Africa]* or. orílẹ̀ẹ̀ Bẹ̀nẹ̀n
benison *[blessing]* or. oore-ọ̀fẹ́, ìbùkún
bent *[not straight]* ep. títẹ̀, wíwọ́, alaìgún; ~ **on (to be ~)**
   [determined] is. láti pinnu
Benue River *[a large tributary of the Niger River]* or. odòo Bẹ́núè
benumb *[deaden]* is. láti kú sára
bequeath *[leave by will]* is. láti fi ogún sílẹ̀ fún (ọmọ)
berate *[scold]* is. láti bá (ènìyàn) wí
bereaved (to be ~) *[to be deprived of something very dear]* is. láti
   ṣọ̀fọ̀
bereavement *[intense sadness]* or. ọ̀fọ̀
beriberi *[dietetic or endemic neuritis]* or. bẹ̀ríbẹ̀rí
Berlin *[capital of Germany]* or. (ìlu) Bàlíini
berserk (to go ~) *[to have a fit of rage]* is. láti ya wèrè
beseech *[implore]* is. láti bẹ (ènìyàn)
beside *[near, by the side of]* ip. l'ẹ́bà̀, l'ẹ́gbẹ̀; ~ *[else]* ip. àfi,
   bíkòṣe; ~ *[in addition; moreover]* as. pẹ̀lú- pẹ̀lù
besiege *[to lay siege to]* is. láti dóti (ìlú)

besmear *[smear]* is. láti bu ẹ̀tẹ́ lu (nkan)

besmirch *[soil]* is. láti ta epo sí (nkan)

bespeak *[to show, to indicate]* is. láti sọtẹ́lẹ̀

best *[superlative form of good]* ep. dídárajùlọ

bestial *[brutal]* ep. ẹhọ̀nọ̀n (ènìyàn), ìhùwà bí ẹranko

bestiality or. bíbá ẹranko sùnpọ̀

bestir *[rouse to action]* is. láti gbéranílẹ̀, láti múragírí

bestow *[convey as gift; to give]* is. láti fi oyè fún (ènìyàn)

bestride *[straddle]* is. láti làkàkà lé (ènìyàn) lórí

bet is. láti fowólé (iyàn); láti ta tẹ́tẹ́

betide *[befall]* is. láti ṣẹlẹ̀ sí (ènìyàn)

betimes *[occasionally]* as. nígbàkọ̀ọ̀kan, nígbàkúgbà

betoken *[show]* is. láti fìhàn, láti ṣàpẹrẹ

betray *[to be a traitor to]* is. láti fi (ènìyàn)hàn, láti tú àṣírí (ọ̀rẹ́); láti da (ọ̀rẹ́)

betrayer *[traitor]* or. afinihàn, elénìnì, ọ̀dàlẹ̀-ọ̀rẹ́

betroth *[promise to marry]* is. láti ṣe àfẹ́sọ́nà, láti fẹ́ (ènìyàn) sọ́nà

betrothal *[act of betrothing]* or. ìfẹ́sọ́nà, àdéhùn ìgbeyàwó

betrothed *[affianced, engaged to be married]* or. àfẹ́sọnà

better (to be ~) *[to improve in health]* is. láti gbádùn ju ti tẹ́lẹ̀; láti dára ju (nkan míràn); ~ *[superior in quality; comparative of good]* is. láti dára ju ti tẹ́lẹ̀, láti ní (kiní kan) ju òmíràn

between *[in the middle of]* ip. l'áằrín; ní àárin

betwixt *[between]* ak. láằrín

beverage *[liquid refreshment, drink]* or. ohun mímu, ohun ipòùngbẹ

bevy *[large group]* or. ọ̀pọ̀lọ́pọ̀

bewail *[to lament, to mourn]* is. láti sọkún fún(nkan tàbí isẹ̀lẹ̀ kan)

beware *[to be careful]* is. láti sóra

bewilder *[to be a puzzle]* is. láti jẹ́ ìyàlẹ́nu (fún ènìyàn)

bewitch *[to overpower by charms and incantations]* is. láti fi àjẹ́ mú (ènìyàn)

beyond *[at a distance]* as. níwájú, lókèèrè

bi- *[two, having two]* ir. méjì-, -méjì, -méjìméjì

biannual *[twice a year]* ep. ẹlẹ́ẹ̀méjì lọ́dún; ~**ly** *[twice yearly]* as. lẹ́ẹ̀méjì lọ́dún

bias *[predilection]* or. níní ìfẹ́ sí (ìkan) ju (ìkéjì); ~ *[prejudice, partiality]* or. erú

bible *[the sacred book of Christianity]* or. bíbéli, ìwé-mímọ́

bicentennial *[200th anniversary]* or. àjọ̀dún ìgbà-ọdún

biceps (~ **brachii**) *[the large front muscle of the upper arm* or. işan olóríméjì, pópó-apá

bicker *[to quarrel]* is. láti şe alátakò

bicycle *[a vehicle mounted on two wheels]* or. kèkè

bid *[to make an offer of a price]* is. láti fowólé (nkan)

bide *[tarry]* is. láti dẹsẹ̀dúró; ~ *[tolerate]* is. láti farada (ìyà)

biennial *[occurring once every two years]* or. ọlọ́dúnméjì, ọdúnméjìméjì

bifocal *[having two foci]* or. (awòji tàbí awòye) olójúméjì

bifurcate *[to divide into two branches]* is. láti pín si ẹ̀yà méjì, láti ya méjì

big *[of great size]* ep. nlá, títóbi; ~ (**to be** ~) is. láti tóbi

bigamist *[one with two wives]* or. aláyaméjì

bigamy *[having two wives or two husbands at once]* or. níní aya méjì; níní ìyàwó méjì

big deal *[something important]* or. ohun pàtàkì

bighearted *[charitable, generous]* ep. aláànún, olóore

bight *[a curve in a river or coast line]* or. bèbè-wíwọ́; ~ **of Benin:** bèbè-wíwọ̀ọ ti Bìní; ~ **of Biafra** or. bèbè-wíwọ̀ọ ti Bìáfùrà

bigot *[one who expresses obstinate intolerance]* or. olóríkunkun

big toe *[the biggest of the five digits on a human foot]* or. àtànpàkò-ẹsẹ̀

bigwig *[an important person]* or. ènìyàn pàtàkì

bike *[bicycle]* or. kèkè

bikini *[a scanty bathing suit]* or. aşọ bónfò

bilateral *[two-sided]* ep. lọ́tùnlósì

bilayer or. onípeleméjì

bile *[gall]* or. oje òrónro; ~ **acid** or. ẹ̀kan òrónro; ~ **duct** *[biliary duct]* or. ọ̀pó òrónro; ~ **salt** or. iyọ̀ òrónro

bilharziasis *[schistosomiasis]* or. àtọ̀sí ajá

bilingual *[capable of using two languages]* ep. elédèméjì

bilk *[deceive, swindle, defraud]* is. láti sá fún (sísan gbèsè), láti gbé (ènìyàn) dá

bill *[beak of a bird]* or. ìkó ẹyẹ; ~ *[statement listing charges for goods delivered]* or. ìwé iye-ìnọ́, ìwe iye-owó

billfold *[wallet]* or. àpò-owó

billion *[a thousand millions, 10^9]* or. èèrú (èèrú kan: one ~) see: ètò àwọn èèkà

billionaire *[a person with assets worth a billion dollars, naira, pounds, etc.]* or. eléèru owó

billionth *[a thousand millionth]* or. ìdá èèrú (idéèrú) kan *(idá~: reciprocal of ~)*

billow *[to rise, as a large swelling]* is. láti rú (èéfì)

billy club *[short club]* or. pónpó ọlọpà

billy goat *[male goat]* or. akọ ewúrẹ́

bilobate *[divided into two lobes, bilobed]* ep. aláwẹ́méjì

bimonthly *[occurring every two months]* ep. olóṣùméjì; ~
[semimonthly; occurring twice a month] ep. ẹlẹ́ẹ̀méjì-lóṣù

bin *[a receptacle for trash]* or. abọ́-nlá; **dust** ~: abọ́ọ pà-ntí

binary *[paired; made up of two]* ep. oníméjì; ~ **fission** or. ìyapa sí
méjì

bind *[fasten, tie up]* is. láti di nkan; ~**ing** *[solidification, coagula-*
tion, clotting] or. dídì

binder *[one who binds; bookbinder]* or. adìwé; ~ *[a cover for*
fastening sheets of paper] or. àpò-ìwe

binomial *[consisting of two names]* or. olórúkọméjì; ~ *[algebraic*
expression consisting of two terms] or. ọ̀mì-ẹlẹ́yàméjì

bio- *[life, of living things]* ir. -ìyè, -oníyè; ~ *[abbreviation prefix for*
biology, biological] or. oníyè

biochemical *[pertaining to biochemistry]* ep. ẹ̀là-ìyè (ẹ̀là:
chemical)

biocide *[a chemical that can kill living organisms]* or. aponíyè,
apaláàyè

biochemistry *[biological chemistry]* or. ẹ̀kọ́ ẹ̀la-ìyè (ẹ̀là: *chemicals)*

biodegradation *[degradation by biological means]* or. ẹ̀lọ̀ ẹ̀là-ìyè

biodiversity *[diversity of plants and animals in an environment]*
or. oníruúrú-oníyè

biography *[account of a person's life]* or. ìtàn ìgbésí-ayé, **auto**~
or. ìtàn ìgbésí-ayé ara ẹni; ìtàn àdápa

biologist *[scientist who studies living organisms]* or. akẹ́kọ̀ oníyè

biology *[science of life]* or. ẹ̀kọ́ nípa oníyè, ẹ̀kọ́ oníyè.

biopsy *[examination of tissue from a living body]* or. àyẹ̀wò ìṣù-ara

biosynthesis or. afìyèdá (fi ìyẹ dá: *created through life processes)*

biotic *[of living things]* ep. nípà ẹ̀dá-oníyè

bipartisan *[involving members of two parties]* ep. ẹlẹ́gbẹ́méjì

biped *[two footed animal]* ep. ẹlẹ́sẹ̀méjì

birds *[class: Aves]* or. ẹyẹ

birth *[child bearing, parturition, delivery]* or. ìbí, bíbí; ~ **canal** or.
ọnà-ìbí; ~ **weight** *[the weight of a baby at birth]* or. ìwọ̀n
ọmọtuntun; ~ **defect** *[congenital anomaly or defector]* or.
àbàwọ́n àbínibí

birth control *[regulation of conception by preventive devices]* or.
ṣíṣọ́mọbí, fífi ètò sí ọmọ bíbí; ~ **pill** *[an oral contraceptive]* or.

oògùn ìṣọ́mọbí

birthday *[anniversary of one's day of birth]* or. ọjọ́-ìbí

birthing room *[room set aside for childbirth]* or. ilé ìgbèbí

birthmark *[nevus]* or. àmìn òrìṣà

birthrate *[natality]* or. ìyásí ọmọbíbí **bis** *[twice]* ep. méjì

bisect *[to cut into two equal parts]* is. láti pín (nkan) sí méjì

bisexual animal *[hermaphrodite, sexually oriented towards both sexes]* or. ẹrankoo ṣakọṣabo

bit *[fragment]* or. wẹ́wẹ́, wẹ́wẹ̀wẹ́, awẹ́

bitch *[female dog]* or. abo ajá; ~ *[to complain (colloquial use)]* is. láti ráhùn

bite *[wound made by biting]* or. ojú oró; ~ is. láti bu (nkan) jẹ, láti gé (nkan) jẹ

bitter *[distasteful, unpalatable]* ep. kíkorò; ~ **(to be ~)** is. láti korò

bivalent *[divalent]* ep. oníkọ̀méjì *(ìkọ́: hook)*

biweekly *[occurring once every two weeks]* ep. ọlọ́sẹ̀méjì; ~ *[occurring twice a week]* ep. ẹlẹ́ẹ̀-méjìlọ́sẹ̀

biyearly *[biennial]* ep. ọlọ́dúnméjì; ~ *[occurring twice yearly]* ep. ẹlẹ́ẹ̀méjìlọ́dún

bizarre *[fantastic, very strange]* ep. èèmọ̀

black *[reflecting no light]* ep. dúdú; ~ **(to be ~)** is. láti dúdú; ~ **color** or. awọ̀ dúdú; ~ **and white** (in ~) or. ní kíkọsílẹ̀

blackboard *[blackened surface for writing]* or. pátákó ìkọ̀wé; ògiri ìkọ̀wé

blacken *[to make black]* is. láti kun (nkan) ní dúdú

blackeye *[bad reputation]* or. ìsì

black-eyed pea *[cow pea]* or. ẹ̀wà, erèé

black gold *[petroleum]* or. epo-ilẹ̀

blackhead *[pimple]* or. rorẹ́, irorẹ́

blackmail *[extort]* is. láti lọ́ (ènìyàn) lọ́wọ́gbà; ~ *[extortion]* or. ìlọ́nilọ́wọ́gbà

blackmailer *[one who engages in blackmail]* or. alọ́nilọ́wọ́gbà

blackmarket *[a place for selling goods illegally]* or. ọjàa fàyàwọ́

blackout *[fainting, syncope]* or. dídákú

Black Sea *[a sea between southeast Europe and Asia]* or. òkun dúdú

blacksmith or. alágbẹ̀dẹ

bladder *[urinary bladder, urethra]* or. àpòòtọ̀, àpò ìtọ̀

blade *[sharp object]* or. abẹ

blame *[censure,reprimand]* is. láti dá (ènìyàn) lẹ́bi

blanch *[to bleach]* is. láti bó awọ, láti sọ(nkan) di funfun

bland *[without ingredients]* ep. àṣán, aláṣàn; ~ **diet** or. ìjẹẹ̀mun
aláṣàn *(ìjẹẹ̀mun: ìjẹ àt' ìmun)*

blandish *[to flatter; to wheedle]* is. láti tan (ènìyàn), láti pọ́n
(ènìyàn);

blandish ment *[allurement]* or. ẹ̀pọ́n, ẹ̀tàn

blank *[empty]* ep. òfo, àlàfo; ~ **space** or. àlàfo

blanket *[a woolen fabric used for covering in bed]* or. aṣọ ìbora is.
láti bo (nkan)

blare *[to exclaim noisily]* is. láti paruwo kíkan; ~ or. aruwo kíkan

blaspheme *[to speak profanely of sacred things or God]* is. láti
sọ̀rọ̀-òdì nípa (Ọlọ́run)

blast *[to explode]* is. láti lù gbàu; ~ **furnace** *[a smelting furnace]*
or. àrò àgbẹ̀dẹ, àdìrò àgbẹ̀dẹ

blatant *[vociferous]* ep. tigbetigbe

blaze *[burn brightly]* is. láti jó yòyò; ~ or. ọwọ́-iná; ~ **a trail** is. láti
lànà fún (nkan)

blazon *[proclaim]* is. láti kéde

bleach *[to make white]* is. láti sọ di funfun; ~ *[to decolorize]* is.
láti ṣí àwọ̀ (aṣọ); ~ *[any chemical used for bleaching]* or. ẹ̀là
aṣí-àwọ̀

bleak *[depressing, hopeless]* ep. aláìnírètí; ~ *[cold]* ep. tútù

bleat *[to cry as a sheep or a goat]* is. láti ké (bí ewúrẹ́ tàbí
àgùntàn)

bleed *[to shed blood]* is. láti ṣe ẹ̀jẹ̀ (ṣẹ̀jẹ̀)

blemish *[stain, defect, adulterant]* or. àbàwọ́n, àlébù, àbùkù

blend *[mix together]* is. láti po (nkan) pọ̀; ~ or. àpòpọ̀

bless *[to consecrate]* is. láti súre fún (ènìyàn); ~**ed** *[beatified,
blissful, happy]* or. alábù-kúnfún

blessing *[act of one who blesses, benediction]* or. ìbùkún, àbùsí

blind *[unable to see]* ep. afọ́jú; ~ **(to be ~)** is. láti fọ́jú; ~ **person**
or. afọ́jú ènìyàn, afọ́jú

blindfold *[cover the eyes]* is. láti bo (ènìyàn) lójú; ~ or. ẹ̀gbà ìbojú;
òjá ìbojú

blindness or. ojú fìfó, fìfọ́jú, fìfọ́lójú, ẹ̀fọ́jú

blink *[wink]* is. láti ṣẹ́jú

bliss *[gladness, joy]* or. ìgbádùn, ayọ̀-pípé

blister *[a thin bladder on the skin containing watery material]* or.
ìléròró, ìdálé; ~ *[to form a blister]* is. láti dálé, láti léròró

blizzard *[violent snow storm]* or. ẹfúùfu, ìjì-líle

bloated (to become ~) *[to swell, as with water or air]* is. láti wú, láti fẹ̀

bloc *[faction]* or. ìkórapọ̀, àkópọ̀, àkójọpọ̀

block *[to shut up, obstruct]* is. láti dínà, láti dí (ènìyàn) lójú or. òkùtù igi; ~ *[plug,close]* is. láti dí (nkan); ~ *[obstacle, impediment]* or. òdídí

blockade *[obstruction to passage]* or. ìdótì, isénà

blockage *[a blocking]* or. òdídí

blood or. ẹ̀jẹ̀; ~ **bank** *[place where blood is stored]* or. ilé ìfẹ̀jẹ̀pamọ́; ~ **capillaries** *[blood vessels]* or. òpó ẹ̀jẹ̀; ~ **cells** *[blood corpuscles]* or. pádi ẹ̀jẹ̀; ~ **circulation** or. ìṣọ̀nyíká ẹ̀jẹ̀; ~ **circulatory system** *[the blood vascular system]* or. ètò ìṣọ̀n ẹ̀jẹ̀; ~ **clot** *[clot, scab]* or. eépá; ~ **clotting** *[blood coagulation]* or. ẹ̀jẹ̀ dídì; ~ **coagulation** *[blood clotting]* or. ẹ̀jẹ̀ dídì; ~ **corpuscle** *[blood cell]* or. pádi ẹ̀jẹ̀; ~ **donor** or. afúnnilẹ́jẹ̀; ~ **feud** or. ìjà àtìràndíran, ìjà ìdílé; ~ **fluke** *[schistosome]* or. aràn àtọsí-ajá; ~ **group** or. oríṣi ẹ̀jẹ̀; ~ **type** or. oríṣi ẹ̀jẹ̀; ~ **plasma** *[fluid part of blood and lymph]* or. ojera ẹ̀jẹ̀ *(ojera : oje-ara)*; ~ **pressure** *[pressure of the blood on the walls of the arteries]* or. ìtì ẹ̀jẹ̀; ~ **substitute** *[artificial blood]* or. ẹ̀jẹ̀ àtọwọ́dá; ~ **test** *[determination of the cellular and chemical contents of blood]* or. àyẹ̀wò ẹ̀jẹ̀; ~ **serum** *[clear, thin sticky fluid of blood]* or. omi ẹ̀jẹ̀; ~ **transfusion** *[transfer of blood from one person to another]* or. ẹ̀jẹ̀ gbígbà; ~ **vessel** *[network of tubes that transfers blood throughout the body]* or. ìṣọ̀n ẹ̀jẹ̀

bloodbath *[massacre]* or. ìpa(àwọn ènìyàn) run

blood relation *[kinsman, one related by birth]* or. ẹbí, ìbátan, iyekan, ọbàkan

bloodshed *[slaughter, carnage]* or. ìtàjẹ̀sílẹ̀, ìpànià, ìpànìyàn

bloodsucker *[leech]* or. eṣúṣú

blood sugar *[dextrose, glucose, grape sugar]* or. àádùn-ẹ̀jẹ̀

bloody *[containing blood]* ep. ẹlẹ́jẹ̀

bloom *[blossom, to flourish]* is. láti rúwé

blossom *[to bloom; to begin to flourish]* is. láti rú, láti rúdì, láti rúwé, láti yọ

blot *[a spot, stain]* or. àbàwọ́n, àbàkù

blotch *[blemish]* or. àbàwọ́n

blouse *[loose fitting shirt]* or. ẹ̀wù àwọ̀tẹ́lẹ̀ (obìnrin)

blow *[to make a current of air]* is. láti fẹ́ nkan; ~ or. fífẹ́; ~ **a horn** is. láti funpè

blow-out *[elaborate party]* or. àjọyọ̀ olókìkí; ~ *[a bursting by*

pressure] or. lílù gbàù is. láti bú rẹ́kẹrẹ̀kẹ
blow over *[to move away]* is. láti rékọjá laìléwu
blow up *[to shatter]* is. láti fọ́ (nkan) yányán
blubber or. ọ̀rá, ọ̀rá àbùbùtán
blue *[of the color of the clear sky]* ep. aláwọ̀ọ̀ sánmà, aláwọ̀
     àyìnrín; ~ **color** or. àwọ̀ọ̀ sánmà, àwọ̀ àyìnrín
blue-collar *[pertaining to industrial worker]* or. t'oníṣẹ́ẹ̀ bóoji-òjími
blue-collar worker *[a wage earner who does manual labor]* or.
     agbowó iṣẹ́ *(white-collarworker: agbowó oṣù)*
blueprint *[program of action]* or. ìlànà-iṣẹ́
blues *[mournful songs]* or. orin arò; *(sing the ~: láti kọrin aro)*
bluff *[boast]* is. láti gbójú
bluish *[somewhat blue]* or. àwọ̀ àyìnrín
blunder *[careless mistake]* or. àṣìṣe
blunt *[insensitive]* ep. aláìbìkítà; ~ *[dull]* ep. kíkúnu / kú ẹn /
blur *[smear, stain]* or. àbàwọ́n
blush *[to become red in he face, to be ashamed]* is. láti tijú
boa *[large serpent without fangs or venom]* or. erè
boar *[male of swine]* or. ìmàdò, ẹlẹ́dẹ̀ ẹgàn, ẹlẹ́dẹ̀ igbó
board *[association]* or. igbìmọ̀ pàtàkì
boast *[brag, vaunt]* is. láti fọ́nnun, láti ṣe yàn-nga
boat *[small ship]* or. ọkọ̀ ojú-omi kékeré; ọ̀pẹ̀ẹ̀rẹ̀
bobbin *[spindle on which yarn is wound]* or. igi ìkáwǔ; ìkeke ìkáwǔ
bode *[foretell]* is. láti sọtẹ́lẹ̀; láti sọ àsọtẹ́lẹ̀;
bodice *[upper piece of a woman's dress]* or. bùbá obìnrin
bodily *[pertaining to the body]* ep. t'ara
body *[substance, matter]* or. ẹdá; ~ *[flesh]* or. ara, ẹgbẹ́; ~ **ache**
     [ache] or. ìrora; ~ **chemicals** or. ẹlà ara; ~ **fluid** *[lymph]* or.
     omi ara; ~ **joints** *[joints]* or. ẹkò ara, oríkẽara; ~ **nerves**
     [nerves] or. ẹ̀sọ ara; ~ **organs** *[organs]* or. ẹ̀yà ara *(ẹ̀yà: group,*
     class); ~ **parts** *[parts of the body: arms legs, etc.]* or. ẹka ara;
     ~ **temperature** *[level of heat produced by body processes]* or.
     ìwọ̀ngbóná ara *(ìwọ̀n: measurement; ìgbóná: hotness,*
     temperature)
body snatcher *[someone who steals bodies from graves]* or. ají
     òkú gbé
bodyguard *[guard responsible for the safety of an individual]* or.
     aṣọ́ni, olùṣọ́ni
bog *[mire]* or. ẹrẹ̀, irà
bogey *[phantom]* or. iwin, abàmì
bogus *[counterfeit]* ep. ayédèrú

boil *[furuncle]* or. eéwo; ~ *[to vaporize over direct heat]* is. láti hó, láti sọ di òyì *(òyì: gas)*; ~ *[to cook by boiling]* is. láti bọ̀ (nkan)

boiler *[container in which water is turned to steam]* or. ẹ̀rọ ìhómi; ikòkò ìhómi / hó omi/

boiling point *[temperature at which a liquid boils]* or. ibi ìhó

boisterous *[rowdy]* ep. aláruwo

bold *[fearless]* ep aláìfòyà, aláìbẹ̀rù

boldface *[impudent]* ep. ògbójú

boldness *[fearlessness]* or. igbójú

bolster *[reinforce]* is. láti ṣe àfìnkún, láti ṣe àtilẹ́hìn

bolt *[flee]* is. láti sálọ, láti ferége

bolus *[small round lump of something]* or. ìrún-kèlè

bomb *[metallic shell filled with explosives]* or. alùgbàù, afọ́njà

bomber *[airplane designed to carry bombs]* or. ọkọ̀-òfúrufú afọ́njà

bona fide *[genuine]* ep. ojúlówó; ~ *[sincere]* ep. òótọ́

bonanza *[source of great wealth]* or. ìfà

bonbon *[candy]* or. róbó, àkàrà-òìbó

bond *[link, knot]* or. ìlẹ̀

bondage *[captivity, serfdom]* or. oko-ẹrú

bone *[any piece of hard tissue forming the skeleton of vertebrate animals]* or. eegun; **breast~** *[sternum]*: eegun àyà; **calf ~** *[fibula]*: eegun-irè kékeré; **carpal ~** *[trapezium]*: eegun ọrùn-apá; **collar ~** *[clavicle]*: eegun òkè-àyà; **elbow ~** *[ulna]*: eegun-apá nlá; **frontal ~** : eegun àwòjẹ̀; **lower jaw ~** *[mandible]*: eegun àgbọ̀n-ìsàlẹ̀; **nasal ~**: eegun imú; **neck~** *[cervical vertebra]*: eegun ọrùn; **shin ~** *[tibia]*: eegun-irè nlá; **tail ~**: eegun ìrù; **thigh ~** *[femur]* : eegun itan; **upper jaw~** *[maxilla]*: eegun àgbọ̀n-òkè; eegun ẹ̀rẹ̀kẹ́; ~ **cancer** *[myeloma, osteosarcoma, sarcoma]* or. akàn eegun *(akàn: cancer)* ; ~ **marrow** or. ìmùdùnmúdùn ẹ̀jẹ̀, orísun ẹ̀jẹ̀ *(orísun: source)*; ~ **of the nose** or. igi imú

bone-dry *[very dry]* ep. gbígbẹ pẹ́rẹ́pẹ́rẹ́

bonehead *[numskull]* or. akúrí

bone-up *[to cram]* is. láti kọ́ àkọ́sórí

bonfire *[open outdoor fire]* or. agbákan-iná àdáṣeré

bon mot *[witticism]* or. ọ̀rọ̀ ọlọ́gbọ́n

bonus *[something above what is expected]* or. ẹ̀nì, ẹ̀bùn

bon voyage *[farewell]*: ó dìgbà, ó dàbọ̀

bony *[full of bones]* ep. eléegun

boo *[sound made to indicate contempt]* is. láti ke 'ṣíọ̀'

boo-boo *[mistake, blunder]* or. àṣìṣe

book or. ìwé

bookbinder [one who binds books] or. arán-wĕ

bookcase [a case with shelves for books] or. àpótí ìwé

bookish [inclined to read and study] ep. òkúdùn-ìwé, akadá

bookkeeper [one who keeps accounts for a business] or. olúṣírò-owó

bookkeeping [the keeping of business accounts] or. iṣírò-owó

booklet [small book] or. ìwe pẹ̀lẹ̀bẹ̀

bookseller [a seller of books] or. atàwé

bookshop [bookstore; store where books are sold] or. ilé ìtàwé

bookworm [one who reads a lot] or. kàwékàwé

boom [explosion] or. bíbú

boomerang [missile that returns to the thrower] or. láti di àbọ̀wábá

boon [benefit, blessing] or. ẹ̀bùn, ìbùkún

boor [rude person] or. aláìlẹ́kọ̀

boost [increase, rise, lift] is. láti gbé (nkan) ga, or. ìgbéga

boot [shoe] or. bàtà aláwọ; ~ [to kick] is. láti ta (nkan) nípǎ

booth [stall, stand] or. àgọ́, àtíbàbà

bootlace [shoelace] or. okùun bàtà

booty [spoils] or. ìkógun

border [boundary, frontier, margin] or. àlà, àgbè; **~line** [line of demarcation] or. àlà

bore [to pierce] is. láti lu ihò; ~ [to weary by being dull, to fatigue] is. láti dá (éníyán) lágara

boredom [fatigue] or. agara, àárẹ̀

boring [uninteresting] ep. aláìdùn, adánilágara

born (to be ~) [brought forth] is. láti jẹ́ bíbí, láti jẹ́ ọmọ

Borneo (an island in the East Indies) or. Bọ́níò, erékùṣùu Bọ́níò

borough [town with municipal government] or. ẹkún ìjọba

borrow [to receive as a loan] is. láti gba (nkan) lawìn, láti yá(nkan); I borrowed money from him:
    Mo yá owó lọ́wọ́ rẹ̀

borrower [one who borrows] or. ayáwó, ẹni tó nyá (nkan)

bosom [breast] or. àyà, oókan-àyà

boss [supervisor, guardian] or. ọ̀gá; ~ is. láti darí (ènìyàn)

botanical [pertaining to plants] ep. nípa ohun ẹ̀gbìn, ẹ̀gbìn

botany [science of plants] or. ẹ̀kọ́ nípa ẹ̀gbìn, ẹkọ nipa ohun-ọ̀gbìn

botch [bungle] is. láti ṣe àṣìṣe, láti ṣe (nkan) ní ìṣekúṣe

both [the pair] ep. méjéjì, méjèèjì

bother [pester] is. láti yọ (ènìyàn) lẹ́nu, láti fún (ènìyàn) ní wàhálà, láti dàámú (ènìyàn)

bottle *[narrow mouthed vessel made of glass]* or. ìgò
bottleneck *[obstruction, impasse]* or. ìdíwọ́, èdè àìyédè
bottom *[base, underpart, underside]* or. ìsàlẹ̀, abẹ́, odò
bottomless *[boundless]* ep. àìnísàlẹ̀; ~ **pit** or. ògbun àìnísàlẹ̀
Botswana *[country in eastern Africa]* or. Orílẹ̀ẹ̀ Bòsùwánà
bough *[branch of a tree]* or. ẹ̀ka-igi
boulder *[large stone]* or. òkúta nlá ribiti
boulevard *[broad thoroughfare]* or. òpópónà-nlá, títì-nlá
bounce *[to cause to bound or rebound, as a ball]* is. láti gbé
　(nkan) tọ
bouncing *[healthy, robust]* ep. títọ
boundary *[interphase, border]* or. ààlà, àgbè, agbede
boundless *[having no bounds, unlimited]* ep. aláìlópin
bounteous *[kind]* ep. aláǎnún, onínúunre
bountiful *[gracious]* ep. aláǎnún, onínúunre
bounty *[something given generously]* or. òpò-ẹ̀bùn
bouquet *[bunch of flowers]* or. ìdì òdòdó
bourgeois *[middle-class]* or. ọlọ́lá, ọlọ́rọ̀
bout *[attack, outbreak]* or. àkọlù
boutique *[a small shop where fashionable items are sold]* or.
　bòtíìkì
bovine *[relating to cows]* ep. aríbíi-màlúù, aṣebíi-màlúù
bow *[front section of a boat]* or. ibi-iwájú ọkọ̀ ojú-omi; ~ *[to yield]*
　is. láti túúbá; ~ *[to bend to show respect]* is. lati tẹríba, lati
　tẹ̀ba; ~ *[instrument to shoot arrows]* or. ọ̀rún; ~ *[rainbow]* or.
　òṣùmarè
bowel *[intestine, gut]* or. ìfun, agbẹ̀du; ~ **movement** *[defecation,*
　egestion] or. ìgbẹ́ yíyà
bowl *[large round vessel]* or. ọpọ́n, àwo-ọbẹ̀
bowleggedness see bandy-leggedness
bowstring *[string of a bow]* or. ọsán, okùn ọ̀rún
box *[container made of wood or iron]* or. àpótí; **voice ~** *[larynx]* or.
　àpótí ohún
boxer *[someone who fights with the fists for money]* or. ẹlẹ́ṣẹ̀,
　ajẹ̀ṣẹ́
boxing *[occupation of fighting with the fists]* or. ẹ̀ṣẹ́
boxing gloves *[padded mittens worn for boxing]* or. ìbọ̀wọ́ ajẹ̀ṣẹ́
boxing ring *[an enclosure in which boxing matches are held]* or.
　ìtàgé ẹlẹ́ṣẹ̀, ìtàgé ajẹ̀ṣẹ́
boy *[male child]* or. ọmọkùnrin, ọmọdékùnrin
boycott *[to collectively refuse to deal]* is. láti da (iṣẹ́) sílẹ̀, láti pa

(nkan) tì

boy friend [a man who is a friend of a girl] or. ọ̀rẹ́kùnrin

boyhood ep. ìgbà-èwe

bra [brassiere] or. [a woman's undergarment for supporting the breasts] or. aṣọ ikóyọ̀n

brace [to bind firmly] is. láti di (nkan) le; ~ [prepare, steel] is. láti gbáradì; ~ [strengthen,reinforce] is. láti fún (nkan) lókùn, láti ṣe àtìlẹ́hìn fún (ènìyàn)

bracelet [band] or. ẹ̀gbà ọrùn-ọwọ́

bracken [fern] or. òmú

bracket or. ìdèpọ̀, àmì ìdèpọ̀, àmì ìdìpọ̀

brackish [salty] ep. oníyọ̀

brag [to boast, to show off] is. láti halẹ̀, láti fọ́nnu; ~ [pompous statement] or. ọ̀rọ̀ ìgbéraga

braggadocio [braggart, boaster] or. afọ́n-nu, ọ̀halẹ̀; ~ [empty boasting] or. ìfọ́n-nu, ìhàlẹ̀

braggart [boastful person] or. oníhàlẹ̀, ọ̀halẹ̀, oníyàn-nga

braid [intertwine] is. láti hun (nkan), láti di (irun); ~ [a strip formed by braiding] or. ìhun (irun)

braille [system of reading for the blind] or. ọ̀nà ìkàwé àwọn afọ́jú

brain [the enlarged nervous matter within the skull] or. ọpọlọ; ~ **tumor** [cancer of brain] or. akàn ọpọlọ; ~ **fever** [meningitis] or. ibà-orí; iwọ̀-ọpọlọ wíwú

braincase [cranium] or. agbárí, akoto orí

brainchild [invention] or. àrà, ọgbọ́n tuntun

brainless [lacking intelligence] ep. aláìnírònú, aláìlọ́pọlọ

brainstorm [sudden, bright idea] is. láti porípọ̀, láti finúkonú

brainwash [persuasion by propaganda] or. ìyílọ́kànpadà

brainy [smart, intelligent] ep. olóye

brake [device to stop a vehicle] or. búréèkì; irin ìdákọ̀dúró; ~ [to apply brake] is. láti dúró lójijì; ~ **fluid** [liquid contained in brake cylinders] or. epo búréèkì

bran [husk of cereal grain] or. eèpo àgbàdo

branch [degree, section, part] or. ẹ̀ka; ~ [diverge] is. láti yà, láti yà, láti pẹka, láti pínyà, láti yà; ~ **of a tree** or. ẹ̀ka igi, ìpẹ̀ka, ẹtún

brand is. láti sàpe sí (nkan); ~ [trademark] or. àmì ìyásọ̀tọ̀; ~ [stigmatize] is. láti fàbùkù lọ (nkan); ~ [kind, variety] or. oríṣi, irú; ~ **name** [a company's trademark] or. orúkọ ìyàsọ́tọ̀

brandish [to wave (a weapon) menacingly] is. láti fa (idà) yọ, láti yọ (ìbọn, àdá); ~ [to exhibit ostentatiously] is. láti fi (nkan) ṣe

fáàrí
brand-new *ep.* tuntun pìnnìpìnnì
brash *[rash, impetuous]* *ep.* aláìfarabalẹ̀, aláìnìsùúrù
brass *[alloy of copper and zinc]* *or.* idẹ; ~ **images** *or.* ẹdọ́n
brassiere *[a woman's undergarment for supporting the breasts]*
  or. aṣọ ikọ́yọ̀n
brat *[ill-mannered child]* *or.* ọmọkọ́mọ, àbí-ìkọ́ ọmọ
brave *[bold, daring, valiant]* *ep.* ogbójú, akọ; ~ **(to be ~)** *is*, láti
  gbójú
bravo *[shout of approval]* : o káre
brawl *[wrangle]* *is.* láti jà, láti paruwo
brawn *[muscle]* *or.* iṣan, igẹ̀
bray *[to make the sound of a donkey]* *is.* láti kígbe (bíi kẹ́tẹ́kẹ́tẹ́)
braze *[solder]* *is.* láti fi òjé lẹ (nkan)
brazen *[made of brass]* *ep.* afidẹṣe; ~ *[shameless]* *ep.* aláìnítìjú,
  àìnítìjú
brazier *[one who works with brass]* *or.* onídẹ, alágbẹ̀dẹ idẹ,
  awẹ́dẹ
Brazil *[country in South America]* *or.* Orílẹ̀ẹ̀ Bràsíìlì
Brazzaville *[country in west central Africa]* *or.* Orílẹ̀ẹ̀ Brásáfíìlì
breach *[violation of law]* *or.* ìrufì, òfì rírú; ~ *is.* láti rú òfì; ~
  [hiatus] *or.* ìdẹsẹ̀dúró
bread *[leavened food made from flour]* *or.* ìwúkàrà, búrẹ́dì; ~ **and**
  butter *[livelihood]* *or.* onjẹ òòjọ́, ohun àgbáralé
breadth *[width]* *or.* ìbú
breadwinner *[one who supports a household]* *or.* agbọ́bùkátà (ilé)
break *[shatter]* *is.* láti fọ́ (nkan); láti wó (nkan)
breakaway *[secede]* *is.* láti yapa
breakbone fever *[dengue]* *or.* ìbà inú-eegun
breakdown *[disintegration]* *or.* fífọ́ (nkan) sí wẹ́wẹ́; ~ *[classification]*
  or. ìkàsí; ~ *[decomposition]* *or.* ìdíbàjẹ́
break even *[neither gain nor lose]* *or.* ọgba, kòjèrè-kòjẹgbèsè,
  kòrọ́ràn-kòrífà
breakfast *[first meal of the day]* *or.* onjẹ àárọ̀
break in *to enter forcibly]* *or.* ìfipáwọlé
break off *[to discontinue, to stop abruptly]* *is.* láti fòpin sí (nkan)
breakthrough *or.* ojúùtú
break up *[to separate, disperse]* *is.* láti tú (nkan) ká, lati túká
breast *[milk-producing organ]* *or.* ọmú, ọyọ̀n; ~ *[front of the chest]*
  or. àyà; ~ **cancer** *[malignancy of the breast]* *or.* akàn ọmú; ~
  examination *or.* àyẹ̀wò ọmú; ~ **milk** *[milk]* *or.* wàrà

breastbone *[sternum]* or. eegun àyà

breast feed *[to suckle]* is. láti fún(ọmọ) lọ́mú

breath *[air taken in or let out of the lungs]* or. ìmí, èémí

breathe *[to take air into and out of the lungs, to inhale and exhale alternately]* is. láti mí

breathing *[respiration]* or. mímí

breathless (to be ~) *[without breath]* is. láti ṣàìmí, láti ṣe aláìmí

breathtaking *[astonishing]* ep. ìyanilẹ́nu

breeches *[pants]* or. ṣòkòtò; ~ *[buttocks]* or. ìdí

breed *[offspring]* or. àjọbí; ~ *[beget]* is. láti bí (ẹranko); ~ *[bring up]* is. láti tọ́jú (ènìyàn) dàgbà

breeze *[zephyr, gentle wind]* or. afẹ́rẹ́

brethren *[brothers]* or. ẹ̀yin arákùnrin, ẹ̀yin ará

brevity *[shortness of duration]* or. àìfa (nkan) gùn, ṣókí

brew *[to make beer]* is. láti pọ́n ọtí; ~ *[to plot]* is. láti pète, láti pèròpò̩

brewer *[one who brews]* or. apọntí

brewer's yeast *[yeast used for brewing]* or. osun ẹmu

brewery *[a place where beer, ale etc. are brewed]* or. ilé ìpọntí

bribe *[give in order to corrupt]* is. láti bẹ àbẹ̀tẹ́lẹ̀; ~ or. owó àbẹ̀tẹ́lẹ̀

bribery *[offering or accepting a bribe]* or. owó ẹ̀hìn, owó àbẹ̀tẹ́lẹ̀; ~ **and corruption** or. àbẹ̀tẹ́lẹ̀ àti àìṣedéédé

brick *[molded block of clay for building]* or. bíríkì, amọ̀

bricklayer *[one who lays bricks]* or. ọmọlé, mọlémọlé

bridal *[nuptial, of a bride]* ep. ìgbéyàwó, t'ìgbéyàwó; ~ *[wedding]* or. ìgbéyàwó; ~ *[bride feast]* or. àsè ìgbéyàwó

bride *[newly married woman]* or. arédè; ~ **price** *[dowry]* or. owó ìdána

bridegroom *[newly married man]* or. ọkọ-ìyàwó

bridesmaid *[a woman attending to a bride during a wedding]* or. ọ̀rẹ́-ìyàwó

bridge *[structure across a river]* or. afárá, àsọdá

brief *[concise, short]* ep. díẹ̀, ìwọ̀nba

briefcase *[small bag for carrying documents]* or. àpò ìkówĕ

briefly *[in a brief way]* as. niwọ̀nba, níṣókí; ~ *[for a short period]* as. fún ìgbà díẹ̀

brigade *[military unit]* or. ẹgbẹ́ ọmọ-ogun

brigand *[bandit]* or. ọlọ́ṣà, akónilẹ́rù

bright *[clear, shining]* ep. mímọ́lẹ̀; ~ **(to be ~)** is. láti mọ́lẹ̀; ~ *[intelligent, clever]* ep. olóye

brightness *[luminous intensity]* or. ìmọ́lẹ̀

brilliance *[intense brightness]* ep. dídán
brilliant *[glittering]* ep. dídán; ~ *[smart, intelligent]* is. láti já sásá
brim *[verge]* or. etí-odò; to be filled to the ~: láti kún ẹ̀kúnrẹ́rẹ́,
láti kún ẹ̀kúndétí
brimful *[full to the brim]* ep. ẹ̀kúnrẹ́rẹ́, ẹ̀kúndétí
brimstone *[sulfur]* or. imí-ọjọ́
brine *[salt water]* or. omi-iyọ̀, omi-òkun; ~ is. láti ri (nkan) sí inún
omi-iyọ̀
bring *[to fetch, to produce]* is. láti mú (nkan) wa; ~ **forth**
[produce] is. láti bí (ọmọ); láti mú (àwọn ènìyàn) mọ ara wọn; ~
forward *[introduce]* is. láti fi (ènìyàn) hàn
brink *[edge of a slope]* or. bèbè (omi), etídò
brisk *[lively, energetic]* ep. ṣámúṣámú; ~ **(to be ~)** is. láti jáfáfá
Britain *see* Great Britain
britches *[trousers, breeches]* or. ṣòkòtò
British *[pertaining to Great Britain]* ep. nípa (nkan) ìlúu Gẹ̀ẹ́sì
Briton *[a British person]* or. ará ìlu-Gẹ̀ẹ́sì
brittle *[fragile]* ep. (ohun) ẹlẹgẹ́; ~ **(to become ~)** is. láti rún
broach *[to open up as a conversation]* is. láti dá ọ̀rọ̀ sílẹ̀
broad *[extensive, expansive]* ep. fífẹ̀; ~ **(to be ~)** is. láti gbòòrò,
láti fẹ̀
broadcast *[to transmit by radio or television]* is. láti sọ ìròhìn; ~
or. ìròhìn; ~ *[to scatter (seeds) over a wide area]* is. láti fún
(irúgbìn) káàkiri
broaden *[widen]* is. láti fẹ nkan
broad-minded (to be ~) *[liberal; to be tolerant of others opinion]*
is. láti gbọ́ àlàyé
brochure *[pamphlet, booklet]* or. ìwé kékeré
broil *[to expose directly to intense heat, to grill]* is. láti sun (ẹran)
lórí iná; ~ *[grill]* or. àsun (ẹran); ~ *[a noisy quarrel, brawl]* or. ìjà
aláruwo
broke (to be ~) *[to be penniless]* is. láti tòṣi
brokenhearted (to be ~) *[to be grief-stricken]* is. láti banújẹ́, láti
fajúro, láti ṣọ̀fọ̀
broker *[go-between]* or. alágbàṣe, alágbàtà
brood *[to incubate, to sit on eggs]* is. láti sàba; ~ *[cover with
wings]* is. láti ràdọ̀bo (ọmọ); ~ *[off-spring]* or. ọmọ ẹranko, ọmọ
ẹyẹ; ~ *[ponder anxiously]* is. láti ronú
brook *[endure]* is. láti farada (nkan)
broom *[implement for sweeping]* or. ìgbálẹ̀, ọwọ̀; ~**stick** *[handle of
a broom]* or. ìdì ọwọ̀; ~ or. ṣáṣárá ọwọ̀

broth *[soup stock]* or. omi-ẹran

brothel *[a house of prostitution]* or. ilé alágbèrè, ilé onípa-nṣáàgà

brother *[male person with same parents as one]* or. arákùnrin (ẹ̀gbọ́n tàbi àbúrò ọkùnrin)

brotherhood *[association of men]* or. ẹgbẹ́ awọn ọkùnrin

brother-in-law *[brother of one's husband or wife, husband of one's sister]* or. arákùnrin ọkọ tàbí arákùnrin-ìyàwó, ọkọ arábìrin, àna

brow *[front, the projection over the eye]* or. ìpọ́njú

brow-beat *[bully]* is. láti halẹ̀ mọ́ (ènìyàn)

brown ep. alàwọ̀ ara; ~ **color** or. àwọ̀ ara

brown monkey or. ijímèrè, gbẹ̀gẹ́

browse *[skim]* is. láti bojúwo (nkan); ~ *[graze]* is. láti jẹ pápá, láti jẹ koríko; ~ *[tender shoots, twigs]* or. àṣẹ̀ṣẹ̀yọ ewé

bruise or. ojú-ìgbá, ojú ọgbẹ́; ~ *[contuse]* is. láti gbá (ènìyàn)

brush *[instrument used for cleaning]* or. ọwọ̀, ìgbálẹ̀, àálẹ̀

Brussels *[capital of Belgium]* or. ìlúu Brúsẹ́ẹ̀lsì

brutal *[savage, cruel, like a brute]* ep. ìkà, ẹhọ̀nọ̀, ẹhànnà

brutality *[the condition of being brutal]* or. ìwà ẹhọ̀nọ̀, ìwà ìkà

brute *[savage]* ep. bí ẹranko, ìkà; ~ or. oní-wà bí ẹranko; ẹhọ̀nọ̀, ẹhànnà

bubble or. fòfó; **soap** ~ or. fòfó ọṣẹ

bubo *[inflamed lymph node]* or. pẹ́tẹ́lẹ́

bubonic plague *[a contagious disase characterized by buboes]* or. àjàkálẹ̀-àrùun pẹ́tẹ́lẹ́

buccal *[pertaining to the mouth]* ep. ẹnu, t'ẹnu; ~ **cavity** or. ihò ẹnun; ~ **glands** or. ẹṣẹ́ itọ̀ *(ẹṣẹ́: gland)*

buck *[male deer, antelope]* or. ẹtu; ~ **naked** *[stark naked]* ep. ihòòhò gedegbe

bucket *[vessel for drawing water]* or. garawa, korobá

buckle *[instrument used to fasten straps]* or. ìdè-ìgbànú; ~ *[yield]* is. láti yàgò; ~ *[collapse]* is. láti wó lulẹ̀

bud *[first shoot of a leaf]* or. àṣẹ̀ṣẹ̀yọ́, ọ̀jẹ̀lẹ̀; ~ *[youth]* or. èwe, ọgbàmọ

Buddhism *[a religious system of mainly central and east Asia]* or. Ẹ̀sìin Búdà

Buddhist *[a believer in Buddhism]* or. ẹlẹ́sìin Búdà

buddy *[companion, partner]* or. ojúlùmọ̀, ọ̀rẹ́

budge *[shift, yield]* is. láti yẹra, láti mira

budget *[annual statement of projected finances]* or. àṣàrò ìnọ́wó, àṣàrò ìnáwó

buff *[polish]* is. láti dán (nkan); ~ *[fan, enthusiast]* or. aṣọ̀yàyà, ayénisí

buffalo *[species of ox]* or. ẹfọ̀n

buffet *[strike]* is. láti gbá (ènìyàn) ní ẹ̀ṣẹ́

buffet *[blow]* or. ẹ̀ṣẹ́; ~ *[to hit with the hand or fist]* is. láti gbá (ènìyàn) léṣẹ̀

buffoon *[clown]* or. oníyẹ̀yẹ́, alápärá; **~ery** or. yẹ̀yẹ́, àpárá

bug *[insect]* or. kòkòrò; **bed~**: idun

bugle *[kind of trumpet]* or. ipè, kàkàkí; ~ is. láti fun ipè

build *[put together, assemble, fabricate]* is. láti kọ́ (nkan); ~ *[increase, enlarge]* is. láti gbèèrú

builder *[one who builds]* or. alágbàkọ́

building *[roofed and walled structure]* or. ilé

bulb *[round protuberance]* or. kókó

bulge *[swelling]* or. ìwúsóde; ~ is. láti wú

bulimia *[disorder marked by excessive eating and vomiting]* or. àjẹjù

bulk *[mass, volume]* or. àpapọ̀, gbogbo; ~ *[main or greater part]* or. ọ̀pọ̀nínún, púpọ̀nínún

bulky *[corpulent]* ep. sísanra; ~ **(to be ~)** is. láti sanra, láti gbórín

bull *[male of cattle]* or. akọ màlúú

bulldoze *[level off]* is. láti túlẹ̀ / tú ilẹ̀ /; **~r** *[machine for moving earth]* or. ẹ̀rọ itúlẹ̀

bullet *[cartridge]* or. ọta-ìbọn

bulletin *[official report]* or. ìkéde, ìròhìn

bullhorn *[loudspeaker]* or. gbohùngbohùn

bullish (to be ~) *[to be optimistic]* is. láti nírètí

bullock *[castrated bull, steer]* or. ọ̀ya akọ-màlúù

bully *[to intimaidate]* is. láti pánìláyà or. apánìláyà

bum *[vagrant, loafer]* or. ọmọ-ìta, alárìnkiri

bump *[protuberance]* or. kókó; ~ *[collide]* láti kolu (ènìyàn); or. ìkọlù

bumper *[a metal guard for protection in an automobile]* or. bọ́mpàa mọ́tò

bump into *[encounter]* is. láti ṣe alábàpàdé

bumpy *[uneven]* ep. oníkòtò, gbókogbòko

buns *[buttocks (colloquial)]* or. ìdí; ~ *[a small bread roll]* or. ìṣùu búrẹ́dì

bunch *[cluster]* or. àkójopọ̀; is. láti kó (nkan) jọ pọ̀

bundle *[package]* or. ìdì, edi, èdídí; ~ is. láti di (nkan)

bundle up *[to dress warmly]* is. láti gbéradì

bungalow *[one-storied house]* or. ilé-ilẹ̀
bungle *[to mishandle, to botch]* is. láti ṣe (nkan) ni iṣekúṣe, láti ṣe (iṣẹ́) àibìkítà
bunk *[nonsense]* or. isọkúsọ, ọ̀rọ̀kọ́rọ̀
bunny *[young rabbit]* or. ehoro kékeré
buoy *[float]* or. èfó
buoyancy *[tendency to remain afloat]* or. fifó, ìléfò
burden *[duty, responsibility]* or. ẹrù, ìnira
bureau *[department of government]* or. ọfíisì
bureaucracy *[administration of government]* or. iṣẹ̀jọba
bureaucrat *[an official in a bureaucracy]* or. aṣẹ̀jọba
bureaucratic *[characterized by bureaucracy]* ep. iṣẹ̀jọba
burgeon *[bloom, flourish]* is. láti gbèèrú, láti yọ, láti rú
burglar *[robber]* or. olè, ọlọ́sà, kólékólé
burglary *[the act of breaking into a house to steal]* or. olè, ọlọ́sà, kólékólé
burgle *[to break into a house to steal]* is. láti kólé
burial *[interment]* or. isìnkú
burial ground *[cemetery, grave]* or. ibojì, ibi isìnkú, isà
Burkina Faso *[a country in West Africa]* or. Bọ̀kíná Fasò
burlesque or. eré orí ìtàgé
Burma *[a country in southeastern Asia]* or. Bọ́mà, orílẹ̀ èdèe Bọ́mà
burn *[injury caused by fire]* or. egbò iná; ~ *[to combust]* is. láti jó (nkan); ~ **center** *[facility designed to take care of burned persons]* or. ilé-ìwòsàn elégbò iná
burnish *[polish]* is. láti dán (nkan)
burp *[belch]* is. láti gùnfẹ̀
burrow *[hole, lair]* or. isà
bursitis *[inflammation of the bursa]* or. èjìká wíwú, igunpá wíwú
burst *[to explode, to erupt]* is. láti fọ́, láti bú, láti bẹ́; *[eruption]* bíbú, bíbẹ́
Burundi *[a country in east central Africa]* or. Bùrú-ndì
bury *[to inter]* is. láti sin (ẹ̀dá)
bus *[mass transit vehicle]* or. ọkọ̀-nlá akérò
bush *[shrub]* or. igbó, ìgbẹ́
bush cow *[a wild animal resembling a cow]* or. ẹfọ̀n
bushel *[unit of quantity]* or. ìdíwọ̀n ohun gbígbẹ; ~ or. ọ̀pọ̀lọ́pọ̀
bushfowl *[a bird of the pheasant family]* or. àparò
business *[commerce]* or. òwò, iṣòwò; ~ **administration** or. ẹ̀kó nípa iṣẹ́ òwò

businessman *[one engaged in commercial or industrial activity]* or. oníṣòwò

bust *[breasts of a woman]* or. ọmú, ọyọ̀n

busy (to be ~) *[to be occupied]* is. láti láápọn

busybody *[someone who interferes in others affairs]* or. olófòfo

but *[on the contrary]* ak. ṣùgbọ́n

butcher *[seller of meats]* or. alápatà; ~ *[to cut apart an animal]* is. láti kun(ẹran)

butchery *[butcher's trade]* or. àpatà

butler *[head servant of a household]* or. olórí agbọ́tí; olórí agbáwo

butt *[buttocks]* or. ìdí

butter *[fatty constituent of milk]* or. òrí-wàrà

butterfat *[fatty substance of milk]* or. ọ̀rá inúun-wàrà, ọ̀rá- wàrà

butterfly *(order Lepidoptera)* or. labalábá

buttermilk *[milk left after the butter is separated]* or. wàrà gidi

buttocks *[nates]* or. ìdí

button *[disk that interlocks with a buttonhole]* or. ìdè aṣọ

buttonhole *[slit on a cloth through which a button is inserted]* or. ojú-ìhò ìdè-aṣọ

buttress *[support for a wall]* or. ìtìlẹ́hìn ògiri; ~ *[strengthen, support]* is. láti kín (ènìyàn) lẹ́hìn

buxom *[plump]* ep. sísanra

buy *[purchase]* is. láti ra nkan; ~ **on credit** is. láti ràwìn, láti ra (nkan) láwìn; **~er** *[purchaser]* or. olùrà

buying *[purchasing]* or. rírà; ~ **and selling** or. rírà òun títà

buzzard *[blockhead]* or. akúrí

by *[at, near]* as. ní, lọ́wọ́; ~ *[beside]* as. lẹ́bă, lẹ́gbẹ̆;~ *[according to]* as. nípasẹ̀; ~ **and large** *[on the whole]* as. lákòtán; ~ **and ~** *[soon]* as. láìpẹ́, ní àìpẹ́; ~ **the time** as. nígbàtí

bylaw *[local law of a society]* or. òfì ẹgbẹ́; ofì àjọṣepọ̀

by-product *[secondary product]* or. ẹsún ẹ̀gbẹ́

byte *[group of binary digits in computer]* or. ikin-kọ̀mpútà

byword *[proverb]* or. òwe

C

cab *[taxicab]* or. ọkọ̀ akérò

cabal *[plot]* or. ète

cabala *[kabala, occult matter]* or. awo

cabana *[cabin]* or. àgọ́ etí-odò

cabaret *[barr, café]* or. báà, ilé-ọtí

cabin *[a small house; hut]* or. àgọ́, yàrá

cabinet *[the advisers serving a head of state]* or. ìgbìmọ̀, àwọn bọ́bajírò

cable *[rope, cord]* or. okùn

cablegram *[message sent by cable]* or. ìránṣẹ́ láti oríi wáyà

cacao *[cocoa tree]* or. igi kòkó

cache *[a place for hiding anything]* or. ilé ìṣúra

cachet *[prestige]* or. iyì, ẹ̀yẹ, ìgbayì, ìgbẹ̀yẹ

cackle *[chatter]* is. láti gbẹ́ (bí adìẹ), láti ṣàròyé /ṣe àròyé/

cacophony *[dissonance]* or. aruwo

cactus *[spiny shrub of numerous species]* or. igi ọrọ́

cadaver *[dead body, corpse]* or. òkú

caddy *[vessel]* or. abọ́

cadet *[a military student]* or. ọmọ ogun

cadre *[core, nucleus]* or. òpómúlérò

café *[restaurant, barroom]* or. búkà, ilé ọtí

cafeteria *[restaurant]* or. ilé onjẹ

cage *[structure for confining birds or animals]* or. ilé ẹyẹ; ~ *[barred cell]* or. ilé ẹ̀wọ̀n

cahoots *[partnership, league]* or. ìparapọ̀, ìpèròpọ̀

Cairo *[the capital of Egypt]* or. ìlú Káírò

cajole *[to coax with false promises]* is. láti tan (ènìyàn)

cajoler *[one who cajoles]* or. ẹlẹ́tàn

cake *[baked mixture of flour, milk, sugar, etc.]* or. àkàrà òyìbó

calabash *[dry gourd]* or. igbá, agbè, akèrègbè

calamity *[disaster]* or. ọ̀fọ̀, wàhálà

calcify *[harden]* is. láti gan

calcium *[a silver-white metal]* or. iṣù ẹfun; iṣùu kálsíà

calculate *[to compute, to evaluate]* is. láti ṣírò; láti ṣe ìṣírò *(ṣí ìrò: open up a thought process)*

calculation *[process of computing]* or. ìṣírò

calculator *[calculating machine]* or. ẹ̀rọ ìṣírò; ~ *[one who calculates]* or. aṣírò

calculus *[method of calculating]* or. ìlànà ìṣírò; **differential ~** *[differentiation]*: ìṣírò ìdà; **integral ~** *[integration]*: ìṣírò òrò

caldron *[cooking kettle]* or. ìkòkò-nlá, ìṣasùn

calendar *[table showing days, weeks and months of the year]* or. ìwé ìmọ̀-gbà /ìmọ ìgbà/

calf *[young of a cow]* or. ọmọ màlúù, ẹgbọ̀rọ̀; ~ *[rear part of the leg below the knee]* or. pópósẹ̀, opólósẹ̀

calf bone *[fibula]* or. eegun-ẹsẹ̀ kékeré

caliber *[diameter of the bore of a gun]* or. àlàjá ojú-ìbọn

calibrate *[standardize, adjust, tune]* is. láti gún- wọn

calibration *[standardization]* or. ìgúnwọ̀n

California *[a state in the United States]* or. Kalifóníà

caliper *[an instrument used to measure the thickness of something]* or. awọn-pọn *(ipọn: thickness)*

calisthenics *[athletic exercises]* or. eré ìdárayá

call *[summon, ask to come]* is. láti pe (ènìyàn); ~ *[shout]* or. igbe; ~ **for** *[request]* is. láti béèrè fún (nkan); ~ **in question** *[doubt]* is. láti ṣiyèméjì nípa(nkan); ~ **off** *[cancel]* is. láti fòpinsí (nkan);~ **it quits** *[quit]* is. láti dáwọ́dúró; ~ **to account** *[reprimand]* is. láti bá(ènìyàn) wí; **~ing** *[vocation]* or. iṣẹ́

callous *[insensitive, coldhearted]* ep. aláìláằnú; ~ **(to be ~)** is. láti ní ọkàn líle

calm *[free from agitation]* or. ìdákẹ́rọ́rọ́, ìdákẹ́; ~ **(to be ~)** is. láti farabalẹ̀, láti dákẹ́

calmly *[peacefully]* as. pẹ̀lú ìfarabalẹ̀,pẹ̀lú ìfọkànbalẹ̀, láìjanpata

calorie *[calory, unit of heat]* or. kálórì

calumniate *[to accuse falsely, slander]* is. láti ṣáátá, láti sọ̀rọ̀ (ènìyàn) ní búburú; láti gan (ènìyàn), láti jẹ́rǐ èké mọ́ (ènìyàn)

calumny *[defamation, slander]* or. ìjẹ́rǐ èké, ègàn, ìṣáátá, ṣíṣáátá

calyptra *[root cap]* or. ọ̀ṣọ́-ìrìn

calyx *[leaves at the base of a flower, sepal]* or. àdà-mọ̀ ẹwà-òdòdó *(àdàmọ̀: pseudo)*

camel *[desert animal of Africa and Asia]* or. ràkúnmí, ìbakasíẹ

camera *[apparatus for taking pictures]* or. ẹ̀rọ ìyàwòrán, kámẹ́rà

Cameroon *[Cameroun, a country in west central Africa]* or. Kamẹrúùnù, orílẹ̀ èdèe Kamẹrúùnù

camouflage *[to disguise by protective coloring]* is. láti paradà

camp *[cabin, temporary shelter]* or. àgọ́, ibùdó

campaign *[canvass for votes during an election]* or. kàmpéènì, ìkeede-ìbò

campus *[the grounds of a school or college]* or. ọgbà-ọmọléèwé

camwood *or.* igi osùn

can *[to be able] is.* láti leè (şe nkan); ~ *[cylindrical receptacle] or.* agolo

Canada *[country in North America] or.* Kánádà, orílè̩ Kánádà

canal *[tube] or.* ifun, ò̩nà; **alimentary** ~ *[intestinal ~]:* ifun onje; **anal** ~: ò̩nà-ìşu; **birth** ~: ò̩nà-ìbí; ~ *[channel, watercourse] or.* ìlà-omi

canary *[a small, colorful songbird] or.* e̩ye̩ ìbaaka

cancel *[delete] is.* láti pa (nkan) ré̩, láti fagilé (ìwé), láti yo̩ (nkan) kúrò

cancellation *[deletion] or.* ìyo̩kúrò, ìfagilé

cancer *or.* akàn, alákàn

candid *[blunt, frank] ep.* o̩lóòtó̩; ~ **(to be ~)** *is.* láti sòótó̩, láti so̩ bó̩şerí

candidate *[aspirant to a position] or.* agbébò /gbé ìbò/

candle *[wax burned to produce light] or.* àbé̩là, ògùşò̩

candor *[frankness, openness] or.* òtító̩, ìwà òótó̩

candy *[a solid confection] or.* ká-ndì, róbó, róbó-róbó

cane *[walking stick] or.* o̩pá, o̩pá-ìtìlè̩; ~ **sugar** *[sucrose or sugar from sugarcane] or.* àádùn-rèké (sugarcane: igi-ìrèké)

canine *[dog] or.* ajá; ~ *[pertaining to dogs] ep.* t'ajá, ajá; **a ~ tooth** *or.* ò̩go̩n- ehín

canister *[small box or can] or.* akoto

canker *[stomatitis] or.* ìbé̩; ~ *[malignant ulcer] or.* egbò kíkè; ìbé̩

cankerworm *[insect larva that destroys fruits and trees] or.* kòkòròo jewéjewé

cannibal *[eater of human flesh] or.* aje̩nìyàn; **~ism** *[practice of eating human flesh] or.* ìje̩nìyàn

cannon *[heavy war weapon] or.* ìbo̩n-nlá, àgbá

cannot *[can't, be unable] is.* láti şaláìleè (şe nkan)

canny (to be ~) *[cautious, wary] is.* láti şó̩ra; láti ro̩ra

canoe *[slender boat] or.* òbèlè, ò̩pé̩è̩rè̩

canon *[clergyman] or.* àlùfaà àgbà; ~ **law** *[the laws of a church] or.* òfì ìjo̩ (onígbàgbó̩)

canopy *[awning, marquee] or.* ìborí ìgunwà

cantankerous *[ill-natured, quarrelsome] ep.* oníkanra, oníwàhálà

canteen *[restaurant] or.* búkà (onje̩)

canticle *[church song] or.* orin mímó̩

canvas *[set of sails] or.* aşo̩ ìgbòkun; ~ *[coarse cloth] or.* aşo̩ aláìkúná

canvass *[discuss, debate] is.* láti pète, láti pèrò; ~ *[solicit] is.* láti bèbè

canyon *[valley with steep sides]* or. ògbun nlá

cap *[covering for head]* or. fìlà, ate, ìdérí

capability *[potentiality]* or. agbára

capable (to be ~) *[skillful, competent]* is. láti lágbára láti leè (şe nkan)

capacious *[spacious]* ep. aláyè

capacitate *[qualify, make capable]* is. láti fún (ènìyàn) lágbára

capacity *[maximum ability of a container to hold]* or. ojúwòn; ~ *[maximum output, maximum energy]* or. agbára

caparison *[rich clothing, adornment]* or. aşọ òşọ́, aşọ ìşelélóşọ

cape *[short feathers of fowl]* or. ìhùùhù adìẹ; ~ *[extension of land into water]* or. şùtì-ilẹ̀

capillary *[smallest vessel of blood system]* or. òpó èjè

capital *[seat of government]* or. olú-ìlú; ~ *[wealth available for business]* or. owó-òwò, oko-òwò;~ *[value of accumulated goods]* or. iye ọrọ̀; ~ **sin** *[deadly sin]* or. èşè afàparun; èşè afakú; ~ **letter** *[upper case alphabet]* or. ábídí nlá; ~ **punishment** *[punishment by death]* or. ìdájọ́ ikú

capitalism *[private ownership of means of production]* or. ìlórò

capitalist *[owner of capital or wealth]* or. ọlórò

capitulate *[yield, acquiesce]* is. láti túúbá

capon *[a castrated rooster]* or. ọya adìẹ

caprice *[whims, unpredictable idea]* or. àìládẹ̀hùn

capricious *[unpredictable, inconstant]* ep. aláìládẹ̀hùn, aláìlágbẹ̀kẹ̀lé

capsize *[turn over, overturn]* is. láti dojúdé

capsule *[small container for enclosing a dose of medicine]* or. àgúnmì

captain *[leader]* or. olórí, balógun, ògá-ọkọ̀

caption *[title]* or. àkọlé

captious (to be ~) *[critical]* ep. láti şe alátakò (ènìyàn)

captivate *[to attract, seize by some charm]* is. láti wú (ènìyàn) l'órí

captive *[prisoner]* or. ẹlẹ́wọ̀n

captivity *[state of being held captive]* or. oko-ẹrú

capture *[to take by force]* is. láti mú (ènìyàn)

car *[automobile]* or. ọkọ̀ ayọ́kẹ́lẹ́

carapace *[shell]* or. karaun

caravan *[company of travelers or their vehicles]* or. ẹgbẹ arìnrìn-àjò

carbine [a rifle with a short barrel] or. ìbọn onígi-kékeré

carbon or. èédú, èdúdú (coal, charcoal: èédú-igi; coke: èédú-ilẹ̀; graphite: èédú-dídẹ̀; diamond: èédú-dídán)

carbuncle [abscess, pimple] or. ìlèròró

carburetor [an apparatus for mixing air and gasoline] or. kaburẹ́tọ̀

carcass [dead body] or. òkú (ènìyàn tabí ẹran)

carcino- [cancer of -] ir. akàn-, alákàn-

carcinogen [agent producing cancer] or. (ẹ̀là) afalákàn

carcinogenic [capable of producing cancer] ep. afalákàn

carcinoma [cancer, a malignant tumor] or. akàn, alákàn, lẹ́ẹ́rẹ́

card [small piece of stiff paper] or. páálí; **playing** ~: páálí-ìṣeré; **post** ~: páálí ìkíni; **credit** ~: páálí ìyáwó (láti yá owó: to borrow money); **greeting** ~: páálí ìkíni

cardboard [paperboard] or. tákà-nda, páálí

cardia [part of stomach that connects with the esophagus] or. ẹnu-ikùn

cardiac [pertaining to the upper orifice of the stomach] ep. nípa ẹnu-ikùn; ~ [pertaining to the heart] ep. nípa ọkàn; t'ọkàn; ~ **murmur** [heart murmur] or. ọkàn kíkùn; ~ **muscle** [myocardium] or. iṣan ọkàn

cardigan [kind of sweater] or. agbotútù, aṣọ-otútù

cardinal [a high-ranking officer of the Roman Catholic church] or. alák'ŏso-àgbàa ti ìjọ páàdì; ~ [main, chief, primary] ep. alák'ŏso; ~ **number** [real numbers, 1, 2 ... used in counting] or. àwọn èèkà gidi: 1, 2 ...

cardio- [heart-] ir. ọkàn-, -ọkàn

cardiologist [physician specializing in cardiology] or. oníṣègùn ọkàn

cardiology [medical speciality involved in the treatment of diseases of the heart] or. ẹ̀kọ́ nípa ọkàn, ẹ̀kọ́ ọkàn

cardiovascular system or. ètò ọkàn àt'iṣọ̀n èjè ara

carditis [inflammation of the heart] or. iṣan ọkàn wíwú

care [supervision, guardianship] or. itọ́jú; ~ is. láti tọ́jú, láti ṣe itọ́jú (nkan)

career [lifework] or. iṣẹ́-orí

carefree [irresponsible] ep. aláìbìkítà

careful (to be ~) [to be meticulous or scrupulous] is. láti ṣọ́ra, láti bìkítà

careless [indifferent, unconcerned] ep. aláìbìkítà; ~**ly** [without care] as. láìbìkítà, pẹ̀lú ìjáfara

carelessness *[acting without care or concern]* or. àfara, ìjáfara, àìbìkíta

caress *[to touch gently]* is. láti di (ènìyàn) mú

caretaker *[custodian; one who takes care of something]* or. olùtójú

cargo *[freight]* or. ẹrù-ọkọ̀

Caribbean *[pertaining to the people of the Caribs]* ep. ti àwọn ará-ilẹ̀ẹ̀ Kàríbíà

Caribbean Sea *[a sea bounded by the West Indies, Central and South America]* or. òkun Kàríbíà

caricature *[parody, travesty]* or. ẹ̀sín

caries *[tooth decay]* or. ehín kíkẹ̀

carillon *[set of bells in a tower]* or. àjọ agogo

carnage *[massacre, butchery]* or. ìparun

carnal *[bodily, corporeal]* ep. ti ara

carnival *[festival]* or. orò, àjọ̀dún

carnivore *[flesh eating animal]* or. ẹranko ajẹran

carnivorous ep. ajẹran; ~ **animal** *[flesh eating animal]* or. ẹranko ajẹran; ~ **plant** *[insectivorous plant]* or. igi ajẹran, igi ajẹkòkòrò

carol *[song of joy, song of praise]* or. orin ayọ̀, orin ìyìn

carp *[find fault, complain]* is. láti bá (ènìyàn) wí; láti dá (ènìyàn) lẹ́bi

carpal *[relating to the carpus]* ep. t'ọrùn ọwọ́; ọrùn ọwọ́; ~ **bones** *[trapezium]* or. eegun ọrùn-ọwọ́

carpel *[seed vessel in a flower]* or. obí-òdòdó

carpenter *[a person who builds or repairs wooden structures]* or. afági, fágifági, gbẹ́nagbẹ́na

carpentry *[profession of a capenter]* or. iṣẹ́ gbẹ́nagbẹ́na

carpet *[floor covering]* or. aṣọ (awọ) àtẹ̀rìn

carpus *[wrist or wrist bones]* or. ọrùn ọwọ́, eegun ọrùn ọwọ́

carrier *[bearer, messenger]* or. ìránṣẹ́; ~ *[vehicle]* or. ọkọ̀

carry *[transport]* is. láti ru (nkan), láti gbé (nkan); ~ **a child** *[to be pregnant]* is. láti lóyún;~ **on** *[behave foolishly]* is. láti hùwà àìtọ́, láti hùwàkúwà; ~ **through** *[persist, survive]* is. láti foríti (iṣẹ)

cart *[small wheeled vehicle]* or. kẹ̀kẹ́ ológeere

Cartesian coordinate or. àmì-ipòo Dèkati

cartilage *[kind of connective tissue in animals]* or. òkèrekèré

cartilaginous *[like cartilage]* ep. aríbí-òkèrekèré; òkèrekèré

carton *[box or container]* or. àpótí

cartoon *[caricature]* or. èreré /ère-eré/

cartridge *[tube of metal for firearm]* or. àpótí ọta-ìbọn

carve *[engrave]* is. láti gbẹ́ nkan.

carving *[a carved figure]* or. ère

casanova *[promiscuous lover]* or. oníṣekúṣe, alágbèrè

cascade *[waterfall]* or. ọ̀ṣọ̀ọ̀rọ̀ (omi)

case *[condition]* or. ọ̀ràn; ~ *[instance]* or. ọ̀rọ̀

cash *[ready money]* or. owó-lọ́wọ́; ~ **crop** *[saleable crop]* or. ọ̀gbìn amówówá; èso amówówá; ~ **register** *[machine that records sales]* or. ẹ̀rọ-ìkawó

cashew *[cashew nut]* or. èso kaṣú, èso kajú

cashier *[person in charge of money]* or. akápò

casino *[place of gambling]* or. ilé ìtatẹ́tẹ́

cask *[barrel-shaped wooden vessel]* or. àgbá

casket *[fancy coffin]* or. opósí, pósí

cassava or. gbáàgúdá, ẹgẹ́

cassock *[vestment worn by clergy]* or. aṣọ àlùfáa

cast *[shape by pouring]* is. láti da [nkan] rọ; ~ or. àdàrọ, ẹ̀dà; ~ *[throw]* is. láti ju (nkan); láti sọ (òkò)

castigate *[chasten, punish]* is. láti bá (ènìyàn) wíjọ́

castle *[fortified mansion]* or. àòfin

castrate *[geld, neuter, sterilize]* is. láti ya(ẹranko); ~**d animal** *[eunuch]* or. ọya

castration *[emasculation, sterilization, gelding]* or. yíya

casual *[nonchalant]* ep. aláìbikítà; ~ *[informal]* ep. aláìláyẹyẹ, ti pẹ̀lẹ́pẹ̀lẹ́

casualty *[soldier lost through death]* or. òkú ọmọ-ogun

cat *[Felis catus]* or. ológbò, ológìnín

cataclysm *[disaster]* or. ìjàmbá, àjálù

catalog *[list, register]* or. ìwé orúkọ

catalysis *[increase in rate of chemical reaction caused by another substance]* or. yíyásè, ìyásè

catalyst *[enzyme]* or. ayásè (ayá àsè: something that quickens reactions)

catamenia *[menstruation]* or. nkan oṣù

catapult *[slingshot]* or. àkàtàmpó

cataract *[eye disorder in which the lens becomes less transparent]* or. àfọ́ta

catarrh *[common cold, rhinorrhea]* or. osi

catastrophe *[disaster, fiasco]* or. àjálù, ìjàmbá

catastrophic *[disastrous, devastating]* ep. búburú, bíburú-jáyìn

catch *[capture, arrest, seize]* is. láti mú (ènìyàn); ~ **fire** *[to *combust]* is. láti gbaná

catechism *[summary of religious doctrines]* or. ìwé ìgbàgbọ́

categorical *[absolute, unqualified]* ep. aláìsì-àníàní, aláìṣiyèméjì

categorize *[classify]* is. láti ka (nkan) si, láti ṣe ọ̀wọ́ (àwọn nkan); láti ka (nkan) kún

category *[group, class, classification]* or. ọ̀wọ́

cater *[to provide a supply of food]* is. láti gbọ́-njẹ /gbọ́ onje/, láti ṣaájò

caterpillar *[larva of butterfly]* or. ẹ̀din labalábá

catharsis *[purgation]* or. ìwẹ̀mọ́, wíwẹ̀mọ́

cathartic *[laxative, purgative]* or. ẹ̀là amúniyàgbẹ́

cathedral *[official seat of a bishop]* or. ilé-Ọlọ́run àgbà

catholic *[universal]* ep. ti gbogbo ènìyàn, ti àgbáyé; **Roman ~ Church**: Ìjọ Kátólíìkì mímọ́

catnap *[short, light nap]* or. ìrẹjú

cattle *[domesticated animal]* or. màlúù, ẹran ọ̀sìn; **~ egret** or. lékèlékè

Caucasian *[relating to white race]* ep. t'àwọn aláwọ̀-funfun; t'òìbó; ti òyìnbó; ~ or. òìbó, òyìnbó

caudal ep. t'ìrù; ~ **fin** or abẹ̀bẹ̀ ìrù; ~ **vertebrae** *[coccyx]* or. eegun ìrù

causal *[pertaining to a cause]* ep. apilẹ̀, ìpilẹ̀

causality *[relationship between cause and effect]* or. òkùnfà /okùn ìfà/

cause *[reason, motive]* or. ìdí, èrò, ìpilẹ̀; ~ **and effect** or. ìpilẹ̀ àt'àyọrísí; ìpilẹ̀ àt'àbáyọrí

causeless *[without cause]* ep. aláìnídï

caution *[warning, admonishment]* or. ikìlọ̀; ~ or. ẹ̀sọ̀pẹ̀lẹ́, sùúrù

cautious (to be ~) *[wary, circumspect]* is. láti ṣe pẹ̀lẹ́pẹ̀lẹ́; láti máawolẹ̀; láti fẹ̀sọ̀ṣe (nkan)

cavalier *[disdainful]* ep. aláìnáání, aláìyáyì

cavalry *[army unit on horseback]* or. ẹgbẹ́ ọmọ-ogun ẹlẹ́ṣin

cave *[underground chamber]* or. ihò ilẹ̀; ihò inú àpáta; ~ is. lati dálu (ilẹ̀)

caveat *[warning]* or. ìṣọ́ra. ikìlọ̀

cavern *[cave, underground chamber]* or. àjà ilẹ̀

cavil *[to raise frivolous objection]* is. láti ṣe àwáwí; ~ *[frivolous objection]* or. àwáwí

cavity *[chamber]* or. yàrá, kòròfo; ~ **of the skull** *[inside of the skull]* or. akoto orí; ~ **between roots of a tree** or. igọ̀-igi

cayenne pepper *[hot pepper]* or. ata-pupa

cease *[stop, put a stop to]* is. láti dáwọ́dúró; láti dẹ́kun; láti dúró

ceaseless *[constant, continual]* ep. aláìdáwộ-dúró, aláìdékun

cecum *[caecum, blind intestine]* or. ìyèwu-ìfun

cedar *[juniper tree]* or. igi òpepe

cede *[yield, give up, transfer]* is. láti yộộda

ceiling *[overhead covering of a room]* or. àjà, àjà-ilé

celebrant *[one who participates in a celebration]* or. aláyẹyẹ, alájòdún, ọmọ-ọlộdún

celebrate *[to partake in a festival]* is. láti ṣe àjòdún, láti ṣorò\ṣe orò\

celebration *[something done in commemoration of an event]* or. ayẹyẹ, àjòdún

celebrity *[famous person]* or. olókìkí, gbajúmọ; ~ *[fame]* or. òkìkí

celestial *[ethereal]* ep. t'òrun

celibacy *[abstention from sex]* or. àìmobìnrin; ~ *[abstention from marriage]* or. wíwà ní àpộn

celibate *[an unmarried person]* is. alàìmobìnrin, alàìmọkunrin, àpộn

cell *[small room, as for a prisoner]* or. ilé-èwòn; ~ *[fundamental structural unit of plant and animal life]* or. pádi

cellar *[basement]* or. àjà ilè

cellular *[of or like a cell]* ep. onípádi

cellulitis *[inflammation of tissue]* or. ìṣù-ara wíwú

Celsius *[centigrade]* or. Sélsíòsì; ìdíwòn ìgbóná

cement *[material mixed with water, clay and gravel to form concrete]* or. ṣìménti

cemetery *[graveyard]* or. ibojì, ìbi-ìsìnkú

censor *[surpress, restrain]* is. láti panilénunmộ

censorship *[act of examining literature, films, plays, etc. to suppress anything objectionable]* or. ìdánilékun òrò; ipanilénunmộ

censure *[official reprimand]* or. ìbáwí, ìbániwí

census *[official count of a population]* or. ìkànìyàn, èníyàn kíkà

centenarian *[one that is 100 years old]* or. arúgbó, arộrŭndún /arí òrún ọdún/

centenary *[period of 100 years]* or. ọgộòrún ọdún

centennial *[100th anniversary]* or. àjòdún ọgộòrún-ọdún

center *[equal distance from all sides]* or. ojú, ààrín; ~ **of a circle**: *[point in a circle of equal distance form all points on the circumference]* or. ojú èká (èká: circle); ~ **of curvature** or. ojú ìwộ

center of gravity *[center of mass]* or. ojú okun

centesimal [division to hundredths] or. idá-àpò
centesis [puncture of an organ to draw fluid] or. fífà (omi-ara)
centi- [percent] ir. ìdáàpò- (ìdápò = ìdá àpò: hundredth)
centigrade [Celsius] or. sẹ́ntígréèdi
centigram [hundredth of a gram] or. ìdá- àpòo gramu
centimeter [hundredth of a meter] or. ìdápòmità
centipede [class Chilopoda] or. onígba-ẹsẹ̀
central [essential, principal] ep. pàtàkì, kókó; ~ **location** or.
    [easily accessible place] or. ibi àrọ́wọ́tó; ibi àárín; ~ **bank**
    [national bank] or. ilé- ifowópamọ́ àgbà; ~ **nervous system**
    [the brain and the spinal cord] or. èto ẹsọ-àárín; ~ **processing**
    unit [cpu] or. ọpọlọ kọ̀m-pútà; ~ [of or forming the center] ep.
    ibi àárín; ~ **Africa**: ibi-àáríin Àfiríkà; ~ **African republic** [a
    republic in central Africa] or. Orílẹ̀ẹ̀ Sẹ́ntra Àfiríkà; ~ **America**
    or. ibi-àárín Àmẹ́ríkà; ~ **Asia**: ibi-àáríin Ẹ́ṣíà
centrifugal [acting away form center] ep. fífì
centrifugation [tendency to move away from the center of
    rotation] or. fífì.
centrifuge [a machine that uses centrifugal force] or. ẹ̀rọ ifì; ~ is.
    láti fì (nkan)
centripetal [tending to move toward the center] ep. fífà; ~ **force**
    or. ipáa fífà
century [period of 100 years] or. ọ̀rún-dún, ọ̀rún ọdún
cephal- [cephalo-, head] ir. orí
cephalic [relating to the head] ep. nípa orí
ceramics [the art of making pottery, earthenware] ep. iṣẹ́ odo
cereal [plant grain] or. àwọn wóró-irúgbìn
cerebellum [section of the brain behind and below the cerebrum]
    or. ọpọlọ èhìn-orí
cerebral [pertaining to the brain] or. nípa ọpọlọ; ~ **palsy**
    [paralysis, Little's disease] or. àrùn ẹ̀gbà
cerebrate [to think] is. láti lo ọpọlọ, láti rorí, láti ronú
cerebrospinal [pertaining the brain and the spinal cord] ep. ọpọlọ
    àt' ẹ̀sọ ọ̀pá-ẹ̀hìn
cerebrum [brain] or. ọpọlọ
ceremonial [conventional, formal] ep. pẹ̀lú ayẹyẹ, aláyẹyẹ
ceremony [observance, formality] or. ayẹyẹ, àjọ̀dún, orò
cerium or. iṣùu séríọ̀mù; iṣùu céríọ̀mù
certain (to be ~) [to be sure, undeniable] is. láti dájú, láti dá
    (ènìyàn) lójú
certainly [surely] as. laìsí-àníàní; dájúdájú; dandan

certainty [assurance, conviction] or. ìdájú, ìdánílójú
certificate [document of authority] or. ìwé-ẹ̀rí
certified [vouched for, guaranteed] ep. oníwẹ̆-ẹ̀rí
certify [attest] is. láti jẹ́rǐ
cerumen [earwax] or. òrí-etí, epo-etí
cervical [pertaining to the cervix] ep. ọrùn
cervical vertebrae [neck bone] or. eegun ọrùn
cervix [neck, jugular] or. ọrùn; ~ [neck of the uterus] or. ọrùn ilé-ọmọ
Cesarean section [abdominal delivery, C-section, surgical delivery] or. bíbíi ti alábẹ
cesium [a soft bluish-gray metal, Cs] or. Císíọ̀mù
cessation [stop] or. ìdáwọ́dúró, ìdúró
cess-pool [sewage pit] or. kòtò-ẹ̀gbin
Cestoda [a class of parasitic flatworms] or. ẹ̀yà aràn-olókùn
cestode [a parasitic flatworm] or. aràn-olókùn
Cetacea [a class of hairless water mammals, e.g. whales, dolphins, etc.] or. agboolé erin-omi
cetacean [water mammal] or. erin-omi
Chad [a country in central Africa] or. orílẹ̀ẹ̀ Ṣáàdì
chafe [abrade] is. láti fi ara rin(nkan)
chaff [to make jest] is. láti ṣe yẹ̀yẹ́
chagrin [distress of mind] or. ìbínú, agara
chain [shackles, bonds, connecting links] or. ẹ̀wọ̀n; ~ is. láti de (ènìyàn) lẹ́wọ̀n
chair [seat with four legs and a back] or. àga, ìjókǒ; ~**man** [person presiding at a meeting] or. alága
chalice [goblet] or. ago-ọtí
chalk [lime] or. efun; ~**board** [blackboard] or. pátákó ikọ̀wé
challenge [call to a fight] is. láti bá(ènìyàn) díje; láti fìgagbága; ~ [a call to a fight] or. ìbánidíje, ìfìgagbága, fífìgagbága
challenger [one who challenges] or. abánidíje
chamber [cavity] or. ìyẹ̀wù; ~ [bedroom] or. yàrá
chameleon [lizard that changes color] or. ọ̀gà, agẹmọn
champion [one who is ranked first] or. akin
chance [opportunity] or. àyè; ~ [luck] or. oríire; ~ **(to take a ~)** [to risk] is. láti ṣe dánkunwò
chancre [sore, lesion] or. egbò
change [metamorphosis, transformation, commutation] or. àyípadà; ~ [transform, commute, convert] is. láti yí (nkan) padà; ~ **of heart** [reversal of position] or. ìrònúnpìwàdà; ~ **of life**

[climacteric] or. ìgòkè àgbà; ~ **of state** *[phase change from solid to liquid, liquid to gas, etc.] or.* ìpègbédà; ~ **of shape** *or.* ìpàrísídà /pa ìrísí dà/; ~ **of behavior** *or.* ìpìwàdà; ~ **of position** *[movement, motion] or.* ìpapòdà; ~ **of velocity** *[acceleration or deceleration] or.* ìperédà *(eré: speed)*

changeless *[constant] ep.* aláìparadà; tí kìíyè; ai-yè; aláìyípadà

channel *[pathway, duct] or.* àpó, òpó

chant *[to sing repetitively, to recite] is.* láti kọrin

chaos *[entropy, disorder, mix-up, disarrangement] or.* ìdàrú, rògbòdìyàn

chaotic *[frenzied, disordered] or.* dídàrú, onírògbòdìyàn

chapel *[small place of worship] or.* ilé ìjọsìn

chaplain *[clergyman in charge of a chapel] or.* oníwàásùn, àlùfáà kékeré

chapter *[passage, section of a book] or.* orí, orí-ewé; ~ *[section] or.* apá

char *[to burn, to reduce to charcoal] is.* láti jó gúrúgúrú

character *[behavior, property, trait, attribute] or.* ìwà, ìṣesí; **out of** ~ *[exhibiting odd behavior] or.* ìwà àìbójúmu; ~ **assassination** *[slander] or.* ìṣáátá, ìjérï-èké

characteristic *[peculiar, distinctive] ep.* àmì- ìdáyàtọ̀; ~ *[property, behavior] or.* ìṣeṣí, ìfíhàn, ìsì, ìwà-ìdáyàtọ̀

characterization *[description by qualities] or.* ìkàsí, ìkàkún

characterize *[distinguish] is.* láti ka (nkan) sí; láti ka (nkan) kún

charcoal *[carbon, coal] or.* èédú-igi

charge *[coulombic charge] or.* iye-àrá; ~ *[accusation] or.* èsùn; ~ *[accuse someone with something] is.* láti fèsùn kan (ènìyàn); *[attack, rush against] is.* láti tako (ènìyàn); ~ *[load, fill to capacity] is.* láti rọ(nkan) kún; ~ *[to ask for fee as payment] is.* láti díyelé (nkan)

charisma *[a special quality of leadership] or.* láárí, dà-nsákì

charismatic *[having charisma] ep.* oníláárí, onídà-nsákì

charitable *[benevolent, lenient, generous] ep.* aláànún, onínúunre, onínúnrere

charity *[mercy, generosity] or.* inúunre, inú-rere, ìlawọ́

charlatan *[fraud, impostor] or.* alágàbàgebè, alábòsí

charm *[incantation] or.* ọfọ̀, ògèdè; ~ *[to fascinate] is.* láti wú (ènìyàn) lórí; láti tan (ènìyàn) jẹ

chart *[map, diagram, tabulated facts] or.* ìtẹ́, àwòjúwe

charter *[a document that sets up the aims of a group] or.* òfì-ìpilẹ̀; ~ *[to rent for exclusive use] is.* láti ṣá-ntà (mọ́tò)

chase *[pursuit] or.* ìlépa; ~ *is.* láti lépa (ènìyàn)

chasm *[gorge]* or. ọ̀gbún-nlá; àlàfo

chassis *[the lower frame of a vehicle]* or. férémùu (mọ́tò)

chaste *[clean, spotless]* ep. alàìléẹ̀rí, aláìlá-bàwọ́n, mímọ́

chastise *[punish, castigate]* is. láti bá(ènìyàn) wí; láti bá (ènìyàn) wíjọ́; láti jẹ (ènìyàn) níyà

chastisement *[punishment]* or. ìjẹniníyà, ìbániwí

chastity *[sexual continence, celibacy]* or. aláìmọkunrin, aláìmobìnrin

chatter *[to talk rapidly and trivially]* is. láti ṣàròyé; láti wí ìrégbè; láti sọ ìsọkúsọ

chauffeur *[hired driver]* or. dráífà, dírẹ́bà, awakọ̀

chauvinism *[blind devotion to one's race, sex, etc.]* or. ìgbèjà (ìlú, orílẹ̀, àwọ̀, abbl.)

chauvinist *[a person who is blindly devoted to his race, sex, etc.]* or. agbèjà (ìlú, orílẹ̀, àwọ̀, abbl.)

chauvinistic (to be ~) *[to be blindly devoted to one's race, sex, etc]* is. láti jẹ olùgbèjà (ìlú)

cheap (to be ~) *[to be inexpensive]* is. láti wọ́pọ̀; láti pọ̀; ~ *[inexpensive]* ep. aláìwọ́n, ọlọ́pọ̀, ọ́pọ̀

cheat *[defraud, deceive]* is. láti rẹ́ (ènìyàn) jẹ, láti yan (ènìyàn) jẹ; ~ *[fraud, deceiver]* or. arẹ́nijẹ, ayannijẹ, alágàbàgebè

cheating *[trickery, fraud]* or. ìréjẹ, ìrénijẹ, ìyànjẹ

check *[compare with another]* is. láti fi nkan wé ìkéjì; ~ *[to stop]* is. láti dá (ènìyàn) dúró; láti dá (ènìyàn) lẹ́kun

checkbook *[a book containing checks]* or. ṣẹ́ẹ̀kì

checkup *[medical examination]* or. ìyẹrawò /yẹ ara wò/

cheek *[face]* or. ẹ̀rẹ̀kẹ́; ~**bone** *[zygomatic bone]* or. páárí-ẹ̀rẹ̀kẹ́

cheer *[comfort, gladden]* is. láti dá (ènìyàn) nínúdùn; láti bá (ènìyàn) yọ̀

cheerful *[merry, glad]* ep. ọlọ́yàyà

cheese *[food made from curd of milk]* or. wàrà-kàsì

chef *[cook]* or. agbọ́-ónjẹ

chemical *[pertaining to chemistry]* ep. nípa ẹ̀kọ́ ẹ̀là; ~ / *Chemo-*: èlà-/ *[substance obtained by chemical process]* or. ẹ̀là

chemise *[woman's undergarment]* or. àwọ̀tẹ́lẹ̀ obìnrin

chemist *[person versed in chemistry]* or. akẹ̀kọ̀ ẹ̀là, akẹ́kọ̀ ẹ̀là, ẹlẹ́là

chemistry *[science that treats the properties of substances and their transformations]* or. ẹ̀kọ́ ẹ̀là; **bio~**: ẹ̀kó ẹ̀là-ìyè; **organic** ~: ẹ̀kọ́ ẹ̀là-eléẹ̀dú; **inorganic** ~: ẹ̀kọ́ ẹ̀là-aláìléẹ̀dú

chemotherapy *[treatment of disease by chemical agents]* or. ẹ̀rọ ẹ̀là

cherish *[to hold dear]* is. láti ṣe ìkẹ́ (ènìyàn)

cherub *[angel]* or. á-ngẹ́ẹ̀lì, màlékà, kérúbù

chest *[thorax, pectus]* or. àyà; ~ *[container for storage]* or. àpótí

chew *[masticate, crunch]* is. láti rún (nkan), láti jẹ (nkan) lẹ́nu

chewstick *[chewing stick]* or. orín, pákò

chick *[newly hatched chicken]* or. adìẹ òòjọ́; òròmọdìẹ; ọmọ adìẹ

chicken *[hen, rooster]* or. adìẹ, àkùkọ; **~hearted** *[chicken livered, cowardly, timid]* ep. olójo

chide *[to scold, to reprove]* is. láti bá (ènìyàn) wíjọ́

chief *[person of great importance]* or. olóyè; ~ *[person of highest rank]* or. olórí, alákòso; **~ justice** *[principal judge of a court]* or. adájọ́ àgbà; **~ of staff** *[principal adviser to a military commander]* or. ọ̀tún ọ̀gágun

chiefly *[specifically, particularly]* as. ní pàtàkì (jùlọ)

chigger *[family Trombicullidae; six-legged mite]* or. jìgá

child *[youngster, descendant]* or. ọmọdé, ọmọ, èwe; **to be with ~** *[to be pregnant]* is. láti lóyún

childbearing *[parturition]* or. ìsọ̀kalẹ̀, ìbímọ

childbirth *[delivery, labor, parturition]* or. ọmọ bíbí; **~ fever** *[puerperal fever]* or. ìbà alá-biyamọ

childhood *[preadolescent period]* or. ìgbà èwe

childish *[childlike, puerile]* ep. bí ọmọdé

childless *[without child]* ep. aláìrọ́mọbí, aláìbímọ

childlike *[characteristic of a child, innocent]* ep. bí ọmọdé, bí ọmọ-ọwọ́

Chile *[a country in South America]* or. orílẹ̀ẹ̀ Sílè

chill *[cold]* or. otútù; ~ *[to make cold]* is. láti mú (nkan) tutù

chilly *[uncomfortably cool]* ep. tútù

chimera *[a vain or idle fancy]* or. asán

chimerical *[unreal, imaginary]* ep. àìrí

chimp *[chimpanzee]* or. ìnọ̀kí

chimpanzee or. ìnọ̀kí

chin *[lower part of the face]* or. àgbọ̀n

China *[country in eastern Asia]*: Ṣáínà (Chinese people or. àwọn Ṣainì)

chip *[a small piece of wood]* or. ẹ̀ṣẹ́ (igi)

chip in *[contribute]* is. láti ṣojúùṣe (ẹni)

chiralgia *[pain in the hand]* or. àtẹ́lẹwọ́ dídùn

chiropodist *[podiatrist]* or. oníṣègùn ẹsẹ̀

chiropody *[podiatry]* or. iṣègùn ẹsẹ̀

Chiroptera *[bats] or.* agboolé àdán

chirp *[to sound like a cricket or bird] is.* láti han

chisel *[cut, gouge] is.* láti gbẹ́ (igi)

chitchat *[gossip, small talk] or.* òfófó, ìrégbè; ~ *is.* láti wíṙ̀ e gbè

chlorine *or.* òyì-iyọ̀, òyiyọ̀, *abbrev:* Cl, *(òyì: gas)*

chocolate *[preparation from the kernels of the cacao nut] or.* ìyẹ̀ẹ kòkó

choice *[option, selection, election] or.* ẹni yíyàn, ohun-yíyàn; ~ *[best part] or.* àṣàyàn

choir *[company of singers] or.* ẹgbẹ́ akọrin; ẹgbẹ́ olórin

choirmaster *[director of a choir] or.* olùdarí àwọn akọrin; ọ̀gá àwọn akọrin

choke *[suffocation] or.* ìfúnlọ́rùnpa

choker *[short necklace] or.* ẹ̀gbà-ọrùn kékeré

cholera *[Asiatic ~] or.* àrùn onígbáméjì

choose *[make a selection] is.* láti yan (nkan), láti ṣa (nkan) yàn

chord (as in a circle) *[straight line joining two points on a circle] or.* àsọdá; ~ *or.* okùn

chore *[task, daily work] or.* iṣẹ́-òòjọ́, iṣẹ́-ojo-júmọ́

chorister *[choirboy, singer in a choir] or.* ọ̀gá àwọn akọrin, akọrin

chorus *or.* ègbè, ègbè orin; ~ *[choir, body of singers] or.* ẹgbẹ́ akọrin

chosen *[selected] ep.* àyànfẹ́

Christ *[messiah] or.* olùgbàlà; ~ *[Jesus] or.* Jésu

christen *[to baptize] is.* láti sàmì

Christendom *[part of the world where Christianity prevails] or.* àyè-ìjọba Krístì

Christian *[adherent of Christianity] or.* ọmọlẹ́hìin Krístì, onígbàgbọ́

Christianity *[the Christian religion] or.* ìgbàgbọ́

Christmas *[commemoration of Jesus's birth] or.* ọjọ́ ìbi Jésù, Kérésìmesì

chromatic *[containing colors] or.* aláwọ̀ (púpọ̀)

chromosome *[threadlike structure in all cells that carry the inheritance factors] or.* okùn-iran *(generation cord);* **sex** ~: okùn-ìran irin

chronic *[persistent, prolonged, protracted] ep.* gbére; ~ **illness** *or.* àìsàan gbére

chronicles *[annals] or.* ìwé ìrántí, ìwé ìrandíran

chronology *[arrangement according to time] or.* ètò-àkókò

chubby *[plump] ep.* sísanra

chuckle *[to laugh] is.* láti rẹ́rǐ n músẹ́

chum *[intimate friend] or.* ọ̀rẹ́ tímọ́tímọ́

chummy *[intimate] ep.* tímọ́tímọ́; ~ *friend:* ọ̀rẹ́ tímọ́tímọ́
chunk *[a thick piece] or.* báṣí (ẹran, igi abbl.)
church *[building where Christians worship] or.* Sọ́ọ̀sì, Ilé mímọ́
Church of England *[the state church of England] or.* ịjọ Síẹ́mẹẹ̀si
(C.M.S)
churn *[to shake violently] is.* láti po (nkan) pọ̀
cicatrix *[scar, keloid] or.* àpa
-cide *[killer of something; act of killing] ir.* apa-
cigar *[role of tobacco leaf] or.* tábà
cigarette *or.* ṣìgá
cilium *[eyelash] or.* irun pénpẹ̌jú
cinder *[ashe] or.* eérú
cinema *[motion picture] or.* Sinimọ́
cipher *[nonentity, a person of no importance] or.* aláìníláári
ènìyàn; ~ *[to solve a problem] is.* láti wá àtiṣe, láti wá ojútǔ
circa *[approximately (in time)] as.* ní nkan bí (odún mélǒkan)
circle *[ring, wheel] or.* ẹ̀ká; **center of a** ~: ojú ẹ̀ká; **circum-**
ference of a ~ : odi ẹ̀ká; **radius of a** ~: igbo ẹ̀ká
circuit *[path of electric current] or.* ọ̀pó-àrá
circular *[leaflet for distribution] or.* ìwé ìkéde; ~ **(to be** ~) *is.* láti
kákò; ~ **measure** *or.* ìwọ̀n ẹ̀ká; ~ **motion** *or.* eré-láyǐká /yí
ẹ̀ká/
circulate *[go around] is.* láti sá yí nkan ká; ~ *[flow, course] is.* láti
sọ̀n yí nkan ká; ~ *[distribute, disseminate] is.* láti pín nkan ká
circulation *[flow] or.* ṣíṣọ̀n; ~ *[movement through a circuit] or.*
ìṣọ̀nyíká
circulatory system *[blood vascular system] or.* ètò ìṣọ̀n-ẹ̀jẹ̀
circumcise *[to remove foreskin] is.* láti dábẹ́, láti kọlà
circumcision *[act of circumcising] or.* ìdábẹ́, ìkọlà
circumference *[perimeter, environment, territory] or.* odi ẹ̀ká
circumfluence *[flowing around] or.* ìṣànyíká
circumlocution *[lengthy way of expressing oneself] or.* fífa ọ̀rọ̀
gùn
circumnavigate *[to go around completely] is.* láti yí (ayé) ká
circumspect (to be ~) *[to be cautious] is.* láti ṣọ́ra
circumstance *[details] or.* àlàyé-pípé; ~ *[happenings] or.* òkodoro;
~ *[chance, fate] or.* ìpín, orí
circumstantial *[incidental] ep.* àìròtẹ́lẹ̀
circumvent *[to catch in a trap] is.* láti sọ (nkan) da-sán, láti
gbọ́n-já(ènìyàn), látijágbọ́n(ènìyàn)
cirrhosis *[diseased condition of the liver] or.* àrùn ẹdọ̀

cistern *[underground water storage]* or. agbòjò

citation *[a summons to appear in court]* or. ìpèléjọ́, ìpènìléjọ́

cite *[to summon to court]* is. láti pe (ènìyàn) léjọ́; ~ *[refer to]* is. láti perí (ènìyàn)

citizen *[subject, national, inhabitant of a city]* or. ọmọ ilẹ̀, ará ìlú

citizenship *[the status of a citizen]* or. ọmọ-onílẹ̀, ọmọ-onílũ

citric acid or. ẹ̀kan ọsàn-wẹ́wẹ́ *(ẹ̀kan: acid)*

citrus *[pertaining to trees bearing oranges, lemon etc.]* ep. ti ọsàn; ọsàn

city *[large town]* or. ìlú, ìlú-nlá

civet *[~ cat]* or. ikún

civic *[pertaining to a city or citizenship]* ep. òṣèlú, ti òṣèlú

civics *[science dealing with duties of citizens]* or. ẹ̀kọ́ nípa ẹ̀tọ́

civil *[civilized]* ep. ọ̀làjú, t'ọ̀làjú; ~ *[cautious, urbane, polite]* ep. ọlọ́wọ̀, ọmọlúwàbí

civilian *[not military]* ep. alágbádá, t'alágbádá; ~ **government** or. ìjọba alágbádá

civility *[courtesy, politeness]* or. ìmọyì, ọ̀wọ̀

civilization *[culture]* or. ìlàjú

civilized *[having civilization, refined]* ep. ọ̀lajú

civil war *[war within the same country]* or. ogun abẹ́lé

clad *[covered, clothed]* is. láti wọ aṣọ; láti wọ ẹ̀wù

claim *[demand]* is. láti bèrè (ẹ̀tọ́ ẹni)

clamp *[to grip, to brace]* is. láti gbá(nkan) mú

clan *[people of common ancestry]* or. ìdílé

clap *[to applaud]* is. láti pàtẹ̀wó fún (ènìyàn)

clarification *[act of clarifying]* or. àlàyé

clarify *[to make clearer]* is. láti ṣe àlàyé, láti ṣàlàyé

clarity *[clearness, plainness]* or. àwíyé, àgbọ́yé

clash *[to engage in a conflict]* is. láti kọlura, láti dìgbòlura; ~ *[hostile encounter]* or. ìkọlura

clasp *[embrace]* is. láti di (ènìyàn) mú, láti fa (ènìyàn) mọ́ra

class *[classification, group, set, category]* or. ìkàsí; ~ *[body of students]* or. ọ̀wọ́ ọmọ-ìléèwé, kíláàsì; ~ (in taxonomy) *[group of plants or animals with the same common basic structure]* or. ẹ̀yà

classical *[not new or experimental]* ep. ayébáyé

classification *[process of classifying]* or. kkàsí, ìkàsí

classify *[to arrange in classes based on similarities]* is. láti ka nkan sí; we ~ living things as male, female and neuter: à kà àwọn oníyè sí akọ, abo àti ògbo.

clause *or.* èyà-ọ̀rọ̀ (ọ̀rọ̀: *sentence*; ẹ̀kà-ọ̀rọ̀: *word)*

claustrophobia *[fear of closed spaces] or.* ìbẹ̀rùbojo iyẹ̀wù

clavicle *[collarbone] or.* eegun òkè-àyà

claw *[nail, unguis] or.* èékán, ìgà; **crab's** ~: ìgà akàn

clay *[pliable earth that hardens when fired] or.* odo; ~ **minerals** *or.* àlùmọ́nì inún odò

clean *[antiseptic, unsoiled] ep.* mímọ́; ~ **(to be ~)** *is.* láti mọ́, láti jẹ́ mímọ́

cleanliness *[state of being clean] or.* ìmọ́tótó

cleanse *[to clean] is.* láti fọ (nkan) mọ́, láti ní àforíjì

clear *[transparent, see-through, void] ep.* fífín; ~ **(to be ~)** *is.* láti fín

clear-cut *[clearly outlined, distinct] ep.* gedegbe

clearheaded (to be ~) *[perceptive] is.* láti lóye

cleavage *[segmentation, splitting] or.* pínpín, pínpíin pádi

cleave *[to split] is.* láti pin

cleft *[an opening made by cleaving, crack] or.* ààlà

clemency *[mercy, mildness] or.* àforíjì, ìdáríjì

clench *[hold fast, clutch] is.* láti gbá (nkan) mú, láti di (nkan) mú

clergy *[ordained group in a Christian church] or.* awon àlùfáà ìjọ

cleric *[clergyman, priest] or.* àfáà, àlùfáà

clerk *[an office worker who keeps accounts] or.* akọ̀wé

clever (to be ~) *[to have skill, to be ingenious] is.* láti mọ̀ṣẹ, láti jáfáfá

cliche *[trite phrase] or.* tótó ṣe bí òwe

client *[patron, customer] or.* abẹ̀wẹ̀, oníbàrà

cliff *[precipice] or.* ìdàgẹ̀ẹ̀rẹ̀-òkègíga; ìdàgẹ̀ẹ̀rẹ̀- òkìtì

climacteric *[menopause] or.* ìṣíwọ́-àṣẹ́

climate *[weather pattern] or.* ojú-ọjọ́

climax *[peak, apex, summit] or.* ògógóró; ~ *[highest point of excitement] or.* òkè-ara; ògógóró ara

climb (something) *[ascend, mount] is.* láti gun (nkan)

clime *[climate] or.* ojú-ọjọ́; ìgbà

clinch *[clench] is.* láti di (nkan) mú

cling (to ~ to) *[adhere, cohere] is.* láti somọ́ nkan

clinic *[medical establishment] or.* àgó iwòsàn

clinical *[having to do with medical study] ep.* iwòsàn

clip *[to cut short] is.* láti ké (nkan) kúrú

clipper *[a tool for cutting] or.* kílípàa bábà, ọ̀bẹké

clitoris *[small erectile tissue at the upper part of the vulva] or.* idọ

clitoritis *[clitoriditis] or.* idọ wíwú

cloaca *[sewer]* or. àpò igbònsẹ̀

cloak *[pretense, disguise]* or. ìbojú, agọ̀

clock *[timepiece]* or. òṣùwọ̀n àkókò

clockwise arọ̀tún, ayí bí aago *(anticlockwise: aròsì, ayílòdì sí aago)*

clog *[encumbrance]* or. òdídí

clone *[exact replica of a living organism]* or. ẹ̀dà-oníyè

close *[to end, to complete]* is. láti parí, láti bùṣe; ~ *[to block against, shut]* is. láti ti (ìlẹ̀kùn); ~ **(to be ~)** *[to be intimate]* is. láti jẹ́ (ọ̀rẹ́) tímọ́tímọ́; ~ **(to be ~)** *[to be near]* is. láti kù sídẹ̀dẹ̀, láti súnmọ́ (àkókò tàbí ibì kan)

close-mouthed *[secretive]* ep. adinu

closet *[small room for privacy]* or. ìyẹ̀wù

closure *[conclusion, end]* or. òpin

clot *[blood clot, scab]* or. èépá

cloth or. aṣọ; ~ **steeped in a dyestuff** or. àdìrẹ

clothe *[cover]* is. láti wọṣọ; láti wọ (ènìyàn) láṣọ; láti faṣọbora

clothes *[covering for the body]* or. ẹ̀wù, áṣọ

clothesline *[a rope on which clothes are hung for drying]* or. okún ìsáṣọ

clotting *[coagulation, solidification]* or. dídi

cloud *[mass of visible vapor floating in the atmosphere]* or. sánmà

cloudy *[covered with clouds]* ep. onísánmà

clown *[professional jester]* or. aláwàdà

club *[a heavy stick used as a weapon]* or. kùmọ̀, ọ̀gọ́

clump *[lump]* or. ìṣùpọ̀, ìṣù, ìṣùrùpọ̀

cluster *[bunch, assembly]* or. àkójọpọ̀

clutch *[to grasp]* is. láti di (nkan) mú; láti gbá (nkan) mú

clutter *[to crowd together]* is. lati wójọpọ̀; ~ or. pá-ndukú, wòsìwósì

coagulant *[substance that brings about coagulation]* or. amóundì, améjẹ̀dì

coagulate *[solidify, congeal, clot]* is. láti dì, láti ta èépá

coagulation *[solidification, clotting, gelatinization]* or. dídì

coal *[carbon, charcoal]* or. èédu-igi

coalesce *[to fuse, to grow together]* is. láti yapọ̀

coalescence *[fusion]* or. ìyapọ̀

coalition *[alliance, confederation]* or. ìdarapọ̀, ìparapọ̀

coal tar *[black viscous liquid produced in the distillation of coal]* or. òdà èédu

coarse *[rough, granular]* ep. yíyí; ~ **(to be ~)** is. láti yí

coast *[seashore]* or. etí-òkún
coat *[sheathe]* or. eèpo; ~ *[upper garment]* or. ẹ̀wùu kóòtù
coated tongue or. èfù
coating *[covering, layer]* or. iléjú
coax *[to persuade]* is. láti tan (ènìyàn)
cob *[kernel bearing part of an ear of corn]* or. kùùkù (àgbàdo)
cobalt *[hard, steel-gray, ductile metal, Co]* or. iṣùu Kọ́bọ́ltì
cobra *[genus Naja]* or. ejò ọká
cobweb *[threads spun by a spider]* or. òwú alántakùn
cocaine *[chemical obtained from dried coca leaves]* or. kokéénì
coccus *[round bacterium]* or. àlámọ̀ oníkóro
coccyx *[caudal vertebrae]* or. eegun irọ́n, ìrọ́n-ìdí
cock *[male of fowl]* or. àkùkọ
cockroach *[roach, family Blattidae]* or. aáyán
cocoa *[cacao]* or. kòkó
coconut *[fruit of a coconut palm]* or. àgbọn; ~ **palm** *[tall palm tree that grows in the tropics]* or. igi àgbọn; ~ **oil** *[oil derived from the dried meat of the coconut]* or. àdín àgbọn
cocoon *[case of silkworm larva]* or. àpèkùkù
coddle *[pamper]* is. láti kẹ́ (ènìyàn); láti gẹ (ènìyàn)
coefficient *[quantity that multiplies]* or. ìfilọ́po
coerce *[to compel]* is. láti fi ipá mú (ènìyàn) ṣe (nkan); láti fi igbóra mú (ènìyàn)
coexist *[to live or be at the same time]* is. láti gbé ayé pọ̀
coffee *[a beverage made from the roasted ground seeds of coffee trees]* or. kọfí
coffer *[chest for holding jewels]* or. àpótí ìṣúra
coffin *[case in which a corpse is buried]* or. pósí, opósí
cog *[tooth of a wheel]* or. ehín ayùn
cogent *[convincing]* ep. ayínilọ́kànpadà, amọ́-gbọ́nwá
cogitate *[to meditate]* is. láti ronú; láti ṣe àṣàrò
cohabit *[to live together]* is. láti báragbépọ̀; ~ *[live as husband and wife]* is. látisùnpọ̀; láti gbépọ̀; ~ is. láti bá (ènìyàn) sùn
cohere *[stick together]* is. láti lẹ̀mọ́ra, láti somọ́ra
coherent *[consistent]* ep. déédé, aláìyẹ̀
cohesion *[act of cohering]* or. ìsomọ́ra
coil *[to wind into a ring]* is. láti ká (nkan)
coin *[a piece of metal with a certain value]* or. owó àlùrọ
coinage *[the act or process of coining]* or. ìṣowó; ~ **metal** *[kind of metal used for coining]* or. àlùrọ ìṣowó
coincide *[to happen at the same time]* is. láti ṣe kò-ngẹ́; láti ṣe

gẹ́gẹ́

coition *[sexual intercourse]* or. ìbárasùn, ìbálòpọ̀

coitus *[copulation, sexual intercourse]* or. ìbásùn, ìbálòpọ̀

coke *[solid fuel obtained by heating coal in an oven to remove its gases]* or. èédú-ílẹ̀

colander *[sieve]* or. ajere, ajọ̀, asẹ́

cold *[cool, chilly]* ep. otútù; ~ ep. tútù; ~ **(to be ~)** is. láti tutù; ~ *[common ~]* or. osi; ~ **(to be ~)** *[passionless, unemotional]* is. láti ṣúnú

cold-blooded *[unsympathetic, heartless]* ap. aláìláanú, òṣìkà, ìkà; ~ *[having a blood temperaturethat varies that varies with the environment]* ep. aláratútù, ẹlẹ́jẹ̀tútù; ~ **animal** or. ẹran aláratútù

cold-bloodedness *[poikilothermy]* or. aláratútu, ẹlẹ́jẹ̀tútù

collaboration *[association]* or. ìparapọ̀, ìpọwọ́pọ̀

collaborative *[pertaining to collaboration]* ep. àparapọ̀, àpọwọ́pọ̀

collapse *[to fall together]* is. láti wó lulẹ̀; ~ *[to break down]* is. láti foríṣọ́pọ́n; láti wó lulẹ̀; ~ *[to fail]* is. lati kùnà

collar *[something worn around the neck]* or. ẹ̀gbà ọrùn

collarbone *[clavicle, bone of the neck]* or. eegun àyà

colleague *[associate]* or. ẹgbẹ́, ẹlẹgbẹ́, ọ̀gbà

collect *[accumulate, gather]* is. láti kó (nkan) jọ; ~ **rainwater** is. láti gbẹ̀ (omi); ~ **data** is. láti kó ẹ̀rí jọ

collected (to be ~) *[cool, calm]* ep. láti fọkàn-balẹ̀; láti ní sùúrù

collection *[process of collecting]* or. kíkójọ, àkójọ, àjọ; ~ *[that which has been collected]* or. agbo; ~ **of data** or. àkójọ ẹ̀rí, kíkó ẹ̀rí jọ; ~ **of people** or. agbo ènìyàn; ~ **of equations** *[simultaneous equations]* or. agbo ọ̀mì

collide (with something) *[bump into something]* is. láti kọlu nkan

collision or. kíkọlù, ìkọlù, àkọlù

colloid *[glue or jellylike]* or. aríbí-ògì

collude *[conspire to defraud]* is. láti pèròpọ̀ (ṣe ibi)

colon *[part of large intestine]* or. asẹ́-ifun (agbẹ̀du, ifun nlá: large intestine); ~ *[punctuation mark used to show a list of examples]* or. àmì àpẹrẹ; ~ **cancer** or. akàn asẹ́-ifun

colonial *[of or living in a colony]* ep. nípa ìlétò; ~ **master** *[the administrator of a colony]* or. olú ìlétò; olùdarí ìlétò

colonialism *[a system whereby a country maintains foreign colonies for economic exploitation]* or. ìsọdìlétò /sọ da ìlétò/

colonize *[to found or establish a colony]* is. láti sọdìlétò

colony *[a settlement in a distant land that remains under the *political jurisdiction of the native land]* or. ìlétò; ~ *[a group of similar bacteria growing in a culture medium]* or. ìlétò alámọ̀

color or. àwọ̀; **blue** ~: àwọ̀ àyìnrín; **gray** ~: àwọ̀ eérú; **green** ~: àwọ̀ ewé; **indigo** ~: àwọ̀ ẹ̀lú; **light-blue** ~: àwọ̀ ofefe; àwọ̀ọ sánmà; **orange** ~: àwọ̀ ọsàn; **red** ~: àwọ̀ pupa; **violet** ~: àwọ̀ aró; **yellow** ~: àwọ̀ èsè

colorful *[full of color]* ep. aláràbara

colorless *[without color]* ep. báláú; ~ *[dull, lacking interest]* ep. àìdùn

colossal *[huge, gigantic]* ep. rabata, rọbọtọ

colpitis /colp-, colpo-: -òbò, òbò-/ *[vaginitis]* or. òbò wíwú

colpocystitis *[inflammation of the vagina and bladder]* or. òbò àti ilé-itọ̀ wíwú

colt *[a young horse]* or. ọmọ ẹ̀sin

column *[pillar]* or. òpó (ilé); ~ *[perpendicular lines of figures]* or. ètò ìdúró; ~ **matrix** *[vertical matrix]* or. ètò ìdúró

coma *[deep sleep]* or. ìsùnfọnfọn, oorun-ìjìkà

comb *[instrument for arranging the hair]* or. òòyà, ìyarí, ìyarun

combat *[to oppose, to resist]* is. láti jà; láti ja ìjàkádì; ~ or. ìjàkádì

combination *[mixture, unification]* or. àkópọ̀, àpapọ̀

combine *[to unite, to join]* is. láti kó (nkan) pọ̀

combustible (to be ~) *[inflammable]* or. láti leè yára gbiná

combustion *[burning]* or. ìgbaná, ìgbiná

come *[to arrive]* is. láti wá, láti bọ̀, láti dé; ~ *[to happen]* is. láti sẹlẹ̀, láti ṣẹ̀; ~ **back** *[to return]* is. láti bọ̀, láti padà bọ̀, láti padà wá; ~ **down** *[to descend]* is. láti rọ̀, láti sọkalẹ̀; ~ **in** *[to enter]* is. láti wọlé; ~ **on** *[to make progress]* is. láti ní ìlọsíwájú; ~ **out** *[to become evident]* is. láti fìhàn; ~ **over** *[to occur to]* is. láti kọlu (ènìyàn); ~ **to** *[to amount to]* is. láti jásí

comedian *[actor of comedies]* or. aláwàdà

comedy *[light or funny drama]* or. àwàdà, eré-ayọ̀ *(tragedy: eré-arò)*

comet or. ìràwọ̀-onírù *(ìràwọ̀: star)*

comfort *[to console]* is. láti tu(ènìyàn) nínú; láti pàrọwà sí (ènìyàn); ~ or. ìtùnú

comma *[punctuation mark to indicate a break]* or. àmì ìdẹsẹ̀ /dẹ ẹsẹ̀/ *(àmì ìdúró: period)*

command *[rule, mandate, directive]* or. àṣẹ; ~ is. láti pàṣẹ /pa àṣẹ/

commandment *[commands]* or. òfin, òfi, àṣẹ

commence *[to begin, to originate]* is. láti bẹ̀rẹ̀

commerce *[trade, business]* or. ètò ajé
commercial *[pertaining to commerce]* ep. ti òwò, ti iṣẹ́ òwò
commingle *[to blend]* is. láti dàpọ̀ mọ́ (àwọn kan); láti darapọ̀
commiserate *[to pity, condole]* is. láti bá (ènìyàn) kẹ́dùn
committee *[body appointed for a purpose]* or. àjọ̀gbìmọ̀; ìgbìmọ̀
    àjọ
commode *[chamber pot]* or. ọpọ́n-igbọnsẹ̀, póò
common *[general]* ep. lásán, wọ́pọ̀, púpọ̀; ~ **cold** *[catarrh,
    rhinorrhea]* or. osi; ~ **noun** *[noun that names any member of a
    class of things]* or. ẹ̀ka-ọ̀rọ̀ orúkọ agbo; ~ **salt** *[table salt,
    sodium chloride]* or. iyó onjẹ; ~ **sense** *[sound judgment]* or.
    làákàyè
communicable disease *[contagious disease]* or. àrùn arọn-ni,
    àrùn àrọ̀n-mọ́
communicate *[impart, share with others]* is. láti gbúrǒ
communication *[act of transmitting and receiving information]* or.
    èdè-ìyédè; ~ *[message]* or. ìgbúrǒ
commutative *[capable of interchanging]* ep. ìwọra; ~ **(to be ~)** is.
    láti wọra
commute *[to interchange; to exchange reciprocally]* is. láti
    wọra/wọ ara/; ~ *[to travel as a commuter]* is. láti pààrà
commuter *[a person who travels daily to and fro]* or. apààrà
    /pààrà: to go to and fro/
company *[association]* or. ẹgbẹ́, ọ̀wọ́; ~ *[visitor]* or. àlejò
comparative *[relative]* ep. àfiwé, aláfiwé
compare *[to examine for similarities and difference]* is. láti fi
    (ikan) wé (ìkéjì)
comparison *[the act of comparing]* or. àfiwé, àkàwé
compass *[instrument for determining direction]* or. atọ́ka-ọ̀nà
compete *[to be in a state of rivalry]* is. láti díje
competition *[contest, rivalry, race]* or. ìdíje
complain *[lament, express distress]* is. láti ṣàròyé
complaint *[expression of dissatisfaction]* or. àròyé
complementary *[mutually making up what is lacking, supple-
    mental]* adj. báramu
complete *[entire, full, finished]* ep. pípé, pípàrí; ~ **reaction** or.
    àsè pípàrí, àsèpàrí;
complex *[intricate, tangled, complicated]* ep. akọ́dí, kíkọ́dí; ~ **(to
    be ~)** is. láti kọ́dí; ~ **fraction** *[compound fraction]* or. ẹsẹ-ìdá
    akọ́dí; ~ **number** or. èèkà akọ́dí, èèkà kíkọ́dí; ~ **root of an
    equation** or. irìn-ọ̀mì akọ́dí
complicate *[to make complex; to intertwine]* is. láti kọ́ (nkan) dí;

láti dojú(nkan) rú

complicated *[insoluble, complex, intricate]* ep. kíkọ́dí, ìdíjú; ~ **(to be ~)** *[complex, intricate]* is. láti kọ́dí, láti díjú

complication *[intricate condition]* or. ìnira, ìdíjú, ikọsẹ̀

component *[constituent, part]* or. páàtì, ẹyọnú, ẹyọ-inú; ~ **of a vehicle** or. awọn ohun-inúun mọ́tò; páàtìi mọ́to

compound *[chemical combination of two or more substances]* or. àsèpọ̀; ~ *[backyard]* or. àgbàlá; ~ **fraction** or. wo: complex fraction; ~ **fracture** *[open fracture; fracture in which the bone breaks through the skin]* or. eegun wíwó; ~ **interest** *[interest on original principal and on accrued interest]* or. èlé lórí-èlé

comprehend *[understand]* is. láti mọ̀ye, láti lóye (nkan); láti yé (ènìyàn)

comprehension *[understanding]* or. àsoyé, àkàyé

compress *[press something together, squeeze]* is. láti fún nkan pọ̀

compression *[constriction]* or. fífúnpọ̀

compulsory *[required, obligatory]* ep. tipátipá; ~ **(to be ~)** *is.* láti di kannípá, láti di tipá-tipá, láti di dandan

compute *[count, estimate]* is. láti ṣírò; láti ka (nkan)

computer *[electronic machine for performing logical calculations]* or. ẹ̀rọ iṣírò, kọ̀mpútà

Conakry *[capital of Guinea]* or. Kónakìrì

concave *[hollowed, curved inwards]* ep. onínú; ~ **lens** or. awòye onínú; ~ **mirror** or. awòji onínú

conceive *[to become pregnant]* is. láti lóyún; ~ *[to envisage]* is. láti ní èrò

concentrate *[to condense]* is. láti sọ nkan di ògidì; ~ **(to ~ on)** *[to give intense thought to something]* is. láti fi ọkàn sí nkan; **~d form** *[undiluted]* or. ògidì, àìlà

concentration *[measure of amount of solute in solution]* or. ìwọ̀n ògidì; ~ *[act of concentrating]* or. sísọ di ògidì, ìsọdògidì; ~ *[complete attention]* or. ìfọkànsí, ìfojúsí

conception *[union of sperm and egg]* or. lílóyún, ìbẹ̀rẹ̀ oyún; ~ *[embryo or fetus]* or. ọlẹ̀; ~ *[idea, thought]* or. èrò- ọkàn

concerned (to be ~) *[to be implicated]* is. láti kan (ènìyàn); ~ *[to be worried, anxious]* is. láti ṣe àníyàn

conclude *[end, close]* is. láti fòpin sí (nkan); ~ *[to infer]* is. láti ṣe àbáyọrí (ọ̀rọ̀)

conclusion *[inference]* or. kókó, àbáyọrí; ~ *[final point]* or. ìparí, paríparí, òpin, àkótán

concrete *[a hard substance made of cement, gravel, sand and* *water]* or. kọnkéré

concubine *[mistress]* or. àlè

condensation *[act of condensing]* or. sísè

condense *[to change from gas phase to liquid]* is. láti sè

condole *[to express sympathy with one]* is. láti bá (ènìyàn) kédùn, láti sìpè fún (ènìyàn)

condolence *[expression of sympathy for somebody in pain]* or. ìbánikédùn, ìpè

condom *[thin rubber sheath to cover the penis during sexual intercourse]* or. paramó

conduct *[to control, to direct]* is. láti darí; láti sàkóso; ~ *[behave]* is. láti hùwà; ~ *[behavior]* or. ìhùwà, ìwà

cone *[funnel]* or. àrọ, òkòtó; ~ or. pádi ìríran *(pádi: plant or animal cell)*

confer *[discuss, communicate]* is. láti gbìmò

conference *[consultation, caucus]* or. ìgbìmọ, àpéjọ

confess *[admit, acknowledge]* is. láti jéwó

confession *[disclosure, admission]* or. ìjéwó

confidence *[boldness, self-reliance]* or. ìláyà, ìgbóyà; ~ *[assurance of secrecy]* or. ìgbékèlé, ìgbókànlé

confine *[restrict, circumscribe]* or. láti há (nkan) mó, láti wà nínú ìhámó

confinement *[act of confining]* or. ìhámó; ~ *[childbirth]* or. rírọbí

confused (to be ~) *[confound, bewilder]* is. láti se (ènìyàn) ní kàyéfì, láti rú (ènìyàn) lójú

confusion *[state of being confused]* or. kàyéfì, ìrújú, ìrúnilójú; ~ *[disarray, disorder]* or. rúgúdù; he causes ~: ó ndá rúgúdù sílè

congeal *[freeze, coagulate]* is. láti dì

congenital *[inborn, inherent, innate]* ep. àbínibí; ~ **anomaly** *[congenital defect, birth defect]* or. àbàwón àbínibí; ~ **defect** or. àbàwón àbínibí; ~ **disease** or. àrùn àbínibí **congestion** *[unnatural accumulation of fluid in the stomach]* or. ikùn gbígbi; **nasal** ~ or. imu didi

Congo *(country in central Africa)* or. Kóngò, orílè Kóngò; ~ **River** or. odòo Kóngò; ~**lese** or. ará ìlu Kóngò

congratulate *[felicitate, greet, salute]* is. láti kan sárá sí (ènìyàn), láti kí (ènìyàn) káre

congregate *[assemble]* is. láti péjọpò; láti se àpéjọ

congregation *[assemblage, gathering]* or. àpéjọ, ìjọ

congruent *[completely superimposable]* ep. abáradógba; ~ **(to be ~)** is. láti báradógba

congruency *[exactly coinciding when superimposed]* or. ìbára-dọ́gba

conic *[relating to a cone]* ep. alára-òkòtó; ~ **sections** *[curve formed by intersection of a cone and a plane]* or. ẹ̀yà ara-òkòtó

conical *[shaped like a cone]* ep. alára-òkòtó; ~ *[pertaining to a cone]* ep. nípa òkòtó ~ **structure** or. àdódó

conjoin *[to join together]* is. láti lẹ̀pọ̀, láti sopọ̀

conjoined twins *[Siamese twins]* or. ìbéjì alẹ̀pọ̀

conjugate (a verb) *[to change the form of a verb]* is. láti ṣe ọ̀wọ́ ẹ̀ka-ọ̀rọ̀ ìṣe *(ṣe ọ̀wọ́: make into groups)*

conjugation (of a verb) or. ìṣọ̀wọ́ ẹ̀ka-ọ̀rọ̀ ìṣe *(ìṣọ̀wọ = ìṣe ọ̀wọ́)*

conjunction *[combination, association]* or. ẹ̀ka-ọ̀rọ̀ àkopọ̀ *f.a.* and, but, because

conjunctiva *[thin transparent membrane that lines the eyelid and part of the eyeball]* or. ìwọ̀-ẹyinjú

conquer *[vanquish, subjugate]* is. láti ṣẹ́gun; láti borí

conqueror *[one who conquers]* or. aṣẹ́gun

conquest *[process of conquering]* or. ìṣẹ́gun

consanguinity *[relationship]* or. ìbátan

conscience *[morality]* or. ẹ̀rí-ọkàn

conscious (to be ~) *[mindful]* is. láti mọra

consecutive *[following in order]* ep. alátẹ̀léra; ~ **integers** or. àwọn ẹ̀èkà-odidi alátẹ̀léra

consequence *[importance, inference]* or. àdádé, ìjásí, paríparì, àbárèbábọ̀

conservation *[preservation, protection from loss]* or. àì-yẹ̀; ~ **of energy** or. agbára àì-yẹ̀; ~ **law** or. òfì àì-yẹ̀

conserve *[save from depletion or loss]* is. láti ṣẹpamọ́ (nkan)/ṣè ìpamọ́/

consonant *[letter or sound other than a vowel]* or. abídí àìlámì

conspire *[plot, contrive]* is. láti pète, láti pèrò

constant *[unchanging, invariable]* ep. àì-yẹ̀; ~**ly** *[persistently]* as. nígbàgbogbo

constipation *[difficulty in having bowel movements]* or. àìrígbẹ̀yà

constricted vessel *[vasoconstriction]* or. ìṣọn fífún

contact *[association, connection]* or. aṣojú; ~ *[coming together; touching]* or. ifarakanra, ìfẹ̀gbékẹ̀gbẹ́; ~ **somebody** is. láti wá(ènìyàn) rí; láti farahàn fún (ènìyàn)

contagion *[infection, poison]* or. àrùn-aranni, àrùn-aranmọ́

contagious *[spread by direct or indirect contact]* or. aranni, aranmọ́; ~ **disease** *[communicable disease]* or. àrùn aranni, àrùn aranmọ́

contaminate *[corrupt, taint]* is. láti fi àbùkù kan (nkan); láti tapo
sí (nkan)

contemplate *[meditate, study]* is. láti wòye; láti ṣe àṣàrò lórí
(nkan)

contemporary *[coeval, synchronous]* or. ọ̀gbà, ẹgbẹ́; ~ *ep.*
ẹgbẹẹgbẹ́, ọgbọọgba

content *[gist, substance]* or. àkọ́nú, àkọsínú

contented (to be ~) *[satisfied with things as they are]* is. láti ní
itẹ́lọ́rùn

continence *[self-restraint]* or. isẹ́ra

continent or. ilẹ̀; ~ **of Africa** or. ilẹ̀ẹ Áfíríkà *(orílẹ̀: country;*
ìpínlẹ̀: state, region)

contraception *[deliberate prevention of impregnation]* or. ètòo
magboyún

contraceptive *[means of preventing fertilization]* or. àwọn nkan
èlòo mágboyún, ẹ̀làa mágboyún, paramọ́ *abb.*

contract *[compress, shrink]* is. láti sọ́kì; ~ *[formal agreement*
between two parties, pact] or. ìwé àdéhùn, ìpinnun, ìṣèwé *(láti*
ṣèwé: to sign a ~); ~ **a disease** is. láti kó àrùn; láti kárùn

contraction *[act of contracting]* or. sísánkì

contractor *[someone who agrees to perform services for a fee]* or.
alágbàṣe

contrast *[show difference]* is. láti wa àdàkéjì (nkan); láti wá òdì;
(wá àfiwé àt'àdàkéjì: compare and ~)

contribute *[give, supply]* is. láti ṣọ́júùṣe

control *[standard of comparison in a scientific experiment]* or.
àfiwé; ~ *[power to direct]* or. agbára olùdarí; ~ *[to exercise*
authority over] is. láti darí (nkan)

controlling center *[nucleus]* or. àgọ́

contusion *[injury, trauma, sore]* or. èṣe

convalescence or. idárale

convene *[convoke, assemble]* is. láti pe àpèjọ; láti péjọpọ̀

convention *[assembly]* or. àpéjọ, àpéjọpọ̀; ~ *[agreement, contract]*
or. ìpèròpọ̀, ifinúnkonún; ~ *[a formal meeting]* or. igbìmọ̀
pàtàkì; ~ *[custom]* or. àṣà

converge *[approach a point]* is. láti porípọ̀

convergence *[act of converging]* or. ìporípọ̀

conversation *[talk, discussion]* or. igbìmọ̀, igbìmọ̀ràn, ìtàkúrọ̀sọ

converse *[talk, discuss]* is. láti gbìmọ̀; láti gbìmọ̀ràn; lati
bárasọ̀rọ̀; láti sọ̀rọ̀

convert *[transform, commute]* is. láti sọ (ìkan)di (ìkeji)
convex *[curving outward]* ep. oníkùn; ~ **lens** or. awòye oníkùn; ~
 mirror or. awòji oníkùn
convince *[satisfy by evidence, prove]* is. láti fi (nkan) dánilójú
convolution *[spiral]* or. ìkápọ̀, ìkálura
convulse *[shake with spasms]* is. láti gbọ̀nrìrì; láti ní gìrì
convulsion *[ictus,seizure]* or. gìrì, àìperí
cook *[prepare food by heating]* is. láti se nkan
cooker *[a stove for cooking]* or. ẹ̀rọ ìdáná
cool (to be ~) *[moderately cold, chilly]* is. láti motútù; ~ **(to be ~)**
 [calm in action] is. láti ní sùúrù
cooperate *[associate with another]* is. láti parapọ̀ ṣe (nkan), láti
 jijọṣe, láti fọwọ́sowọ́pọ̀
cooperation *[association of people]* or. àjọṣe, àjùmọ̀ṣe, ìfọwọ́so-
 wọ́pọ̀
cooperative *[a collectively owned organization]* or. aláfọwọ́sowọ́pọ̀
coordinate *[to arrange in due order]* is. láti fètò sí nkan; ~
 geometry *[analytic geometry]* or. ẹ̀kọ́ ipò-wíwọ̀n; ~ or. àmì-ipò
coordination *[working together of parts in performing a function]*
 or. ìfètoṣepọ̀
copper *[reddish-brown malleable metal]* or. kọ́bọ̀, ìṣùu kọ́pà (kọ́pà)
copulate (animals) *[to mate]* is. láti gùn; these two dogs are
 copulating: àwọn ajá méjì yi ngùn
copulation *[coitus, sexual intercourse]* or. bí-básùn, ìbásùn
copy *[duplicate, replicate]* is. láti tẹ (nkan) yà; láti da (ìwé) kọ; ~
 [duplicate, reproduction of an original] or. ẹ̀dà (ìwe)
copying machine or. ẹ̀rọ ìdàwékọ; ẹ̀rọ ẹ̀dà
copyright *[exclusive right to an invention]* or. àṣẹ-lórí-àrà
coral *[calcareous substance found in the sea]* or. iyùn, ìlẹ̀kẹ̀; ~
 beads or. iyùn
cord *[cable, rope]* or. okùn
corium *[cutis, skin layer]* or. ẹ̀gbẹ́-inú ìwọ̀-ara
cork *[elastic bark of the oak tree]* or. èdídí, ṣùkù
corn *[Indian corn, maize]* or. àgbàdo (guinea ~: ọkàa bàbà); ~ **cob**
 [woody cone of corn upon which the kernels grow] or. ṣùkù-
 àgbàdo
corner *[angle]* or. igun
corolla *[circle of petals]* or. ẹwà òdòdó (ewé òdòdó: petals)
corona *[crownlike structure]* or. aríbí-adé
coronary *[relating to the arteries of the heart muscles]* ep. nípa
 iṣọn-àlọ ọkàn; ti iṣọn-àlọ ọkàn; ~ **vessels** or. iṣọn-ẹ̀jẹ̀ ara ọkàn

corpuscle *[blood cell]* or. pádi-ẹ̀jẹ̀
corpse *[dead body, cadaver]* or. òkú
correct *[accurate, errorless]* ep. àìlátúnṣe, pípé; ~ **a mistake** is.
láti tún (nkan) ṣe; ~ **someone** is. láti tọ́ (ènìyàn) s'ọ́nà
correction *[act of correcting]* or. àtúnṣe
correspond *[congruous, fit]* is. láti báramu; ~ *[communicate]* is.
láti kọ̀wé sí (ènìyàn)
corroborate *[confirm, make more certain]* is. láti mọ̀dájú; láti ki
(ènìyàn) lẹ́hin
corrosion *[rust]* or. ìpẹ̀tà
corrupt *[to become putrid]* is. láti sọ (nkan) dìbàjẹ́; ~ *[dishonest,*
open to bribery] ep. aláìṣòótọ́,oním̀ọ̀dàrú
corruption *[lack of integrity]* or. mọ̀dàrú, àìsòótọ́, àìṣedéédé
coryza *[rhinitis, the common cold]* or. imú-dídí
cosmetics *[application to beautify the body]* or. àwọn ìkunra
cosmology *[study of how the universe came into being]* or. ẹ̀kọ́
ìṣẹ̀dá èdùmàrè (ìṣẹ̀dá: ìṣe tí a ṣe dá; èdùmàrè: universe,
Elédùmàrè: owner of the universe, God)
cost *[expense, investment, outlay]* or. ìná; ~ **someone** is. láti ná
(ènìyàn); it cost me money, time, and energy: ó ná mi ní owo,
àkókò àti agbára; ~ **of manufacture** or. ìná ìṣelọ́pọ̀; ~
price *[price paid for something]* or. iye ìná, iyewó-ìná
costly *[expensive]* ep. ọ̀wọ́n, wíwọ́n, ọlọ́wọ̀n, (~ fish: ẹja ọ́lọ́wọ̀n)
cotton *[soft, white, fibrous sibstance attached to the seeds of*
certain plants] or. òwú, ẹ̀gbọ̀n-òwú
cottonseed *[seed of the cotton plant]* or. kérèwú; ~ **oil** *[oil*
pressed from cottonseeds] or. epo kérèwú
cotyledon *[seed leaf]* or. ewé irúgbìn, ewéerúgbìn
cough or. ikó; ~ is. láti wúkọ́; **asthmatic** ~: ikọ́ efée; **dry** ~: ikọ́
gbígbẹ; **hacking** ~: ẹ̀gbẹkọ́; **moist** ~: ikọ́ dídẹ̀; **productive** ~
[effective ~]: ikọ́ fífẹ̀; **pulmonary** ~: ikọ́ àyà; **whooping** ~ : ikọ́
líle ọmọdé
coulomb or. kúlómbù
count *[reckoning, numeration]* or. iye, oye; ~ *[number, enumerate,*
reckon] is. láti ka (nkan), láti ṣírò iye
counter *[something used in counting]* or. òòkà, ònkà
counteract *[act in opposition, oppose]* is. láti tako; láti ṣe òdì sí
(nkan)
counting or. kíkà; ~ **of numbers** or. èèkà kíkà; ~ **of money** or.
owó kíkà; ~ **of people** *[census]* or. ènìyàn kíkà, ìkànìyàn
countless *[innumerable, myriad]* ep. àìníye, àìmọye, àìlóòkà,
àìlónkà

country [state] or. orílẹ̀ (ilẹ̀: continent; orílẹ-èdè: nation)
couple [man and wife] or. tọkọtaya; ~ (a pair) or. eyọméjì
courage [bravery] or. ìláyà, ìgbóyà, ìkanjú
courageous (to be ~) [to be brave] is. láti láyà
court [tribunal] or. kóòtù, ilé ẹjọ́
cover [to protect, to hide] is. láti bo (nkan), láti dé (nkan); ~ **the**
   face is. láti bojú
cow [mature female of cattle] or. màlúu
coward [one showing fear, timid person] or. aṣojo; ojo
cowardice [lack of courage] or. ojo, ìṣojo
cower [to shrink through fear] is. láti ṣojo; láti fòyà
cowherd [one who herds cattle] or. adaran, darandaran,
   adamàlúù
cow pen or. gáà
cowry [seashell once used as money] or. owó-ẹ̀ṣa, owó-ẹyọ
crab [ten-footed crustacean] or. akàn, alákàn; ~ **louse** [louse] or.
   iná orí
crack [to break without separating] is láti sín (nkan), ~ or. ojúu
   sínsín
crackpot [a crackbrained person] or. wèrè, olórífífọ́
craft [skill, proficiency] or. iṣẹ́-ọwọ́
craftsman [one skilled in a craft] or. oníṣẹ́-ọwọ́, oníṣọnà
cramp [systrema] or. pajá-pajá
crane (bird) [heron] or. ẹyẹ àkọ̀
cranial nerve [one of 12 pairs of nerves extending from the brain]
   or. ẹsọ atoríyọ; ẹ̀sọ agbárí
craniata [chordata, vertebrata] or. agbo-ẹ̀yà ẹlẹ́sọlẹ́hìn, agbo-ẹ̀yà
   ọlọ́pă-ẹ̀hìn
craniology [anatomy of the skull] or. ẹ̀kó nípa agbárí (bí agbárí
   ṣe rí àti bí ó ti tó)
craniotomy /cranio~: agbárí~, ~agbárí/[surgical operation of
   opening the skull] or. agbárí ṣíṣí
cranium [skull] or. agbárí
crater [a large pit] or. ọ̀gbun-nlá
craw-craw [kind of skin disease common in the tropics] or.
   kúrúnà, ifọn, ìṣáká, èéyí
crawl [creep] is. láti rá (pálá)
crayfish [a small fresh water crustacean] or. edé
crayon [waxy material of various colors used for drawing] or.
   kereyọ̀nù
crazy [deranged] ep. aṣiwèrè, ayawèrè, asínwín

create *[synthesize, produce, generate]* is. láti dá nkan

creation *[invention]* or. ìṣẹ́dá, dídá

creator *[God, inventor]* or. ẹlẹ́dã

creature *[a living being]* or. ẹ̀dá

credit *[acknowledgement]* or. iyì, ẹ̀yẹ; **to get** ~ is. láti gba iyì; láti gba ẹ̀yẹ; láti fi iyì fun (ènìyàn); ~ *[financial trustworthiness]* or. àwìn; **to buy on** ~: láti ra (nkan) láwìn, láti ràwìn

cricket *[leaping insect with long antennae]* or. à-ntẹ̀tẹ

crime *[breach of law]* or. ìrufìn, ìlùfìn, ìdáràn; **to commit a** ~ is. láti rúfìn; láti dáràn

criminal *[person convicted of crime]* or. alùfìn, ọ̀dáràn, arúfìn

cripple *[lame person]* or. arọ

critical (to be ~) *[crucial]* is. láti ṣe pàtàkì, láti jẹ́ pàtàkì

criticism *[censuring, disapproval]* or. àtakò

criticize *[to censure, to judge disapprovingly]* or. láti tako (ènìyàn)

crocodile *[genus Crocodylus]* or. ọ̀nì

crooked ep. lílò; a ~ line: ìlà lílò; ~ **(to be** ~) *[curved. asymmetric]* is. láti lò *(to be bent: láti wọ́)*

crop *[plant yield in a season]* or. èrè-oko

cross *[emblem of Christianity]* or. àgbélébǔ; ~ *[traverse, intersect, cut across]* is. láti ré (nkan) kọjá, láti dá (nkan) kọjá

cross-examine *[to question closely]* or. láti fọ̀rọ̀wọ́rọ̀

cross-eye *[strabismus, a condition in which the eyes are turned towards each other]* or. ojú dídà

crossroad *[a road the crosses another road]* or. oríta

crouch *[squat]* is. láti lóṣò

crow is. láti kọ (bí àkùkọ)

crowd *[congregation, multitude]* or. agbo

crown *[part of the tooth that is covered with enamel]* or. karaun-èhìn; ~ *[the top part of the head]* or. àtàrí; ~ *[special hat worn by kings]* or. adé; ~ *[peak, climax]* or. ògógóró

crude *[raw, unripe]* ep. aláìpọ́n

crumb *[crushed fragment]* or. èérún

crumble *[disintegrate]* is. láti rún

crush *[pound, squeeze]* is. láti fún (nkan) pa

crust *[shell, the outer part of bread]* or. èépá

crustacea *[class of arthropods with crustlike shells e.g. crabs, shrimps]* or. kòkòrò onígbálẹ́hìn f.a. alákàn, edé

crutch or. ìtìlẹ̀, ọ̀pá ìtìlẹ̀, igi ìtìlẹ̀

cry or. igbe; ~ *[shout, vociferate]* is. láti ké igbe (kígbe)

crystal or. ẹwẹlẹ

C-section *[Cesarean section, abdominal delivery]* or. bíbíi ti alábẹ

cub *[young of lion or bear]* or. ọmọ kìnìún

Cuba *(island country in the West Indies)* or. Kúbà, orílẹ̀ èdèe Kúbà, erékùṣùu Kúbà

cube *[regular solid of six equal parts]* or. ìgọ̀n; ~ *[product of multiplying a number by itself twice]* is. ẹ̀sún edi-èèkà kẹ́ta; ~ **root** *[third root of a number]* or. irìn kẹ́ta;

cubic *[having the shape of a cube]* ep. aríbí-ìgọ̀n; ~ *[having three dimensions]* ep. oníwọ̀nmẹ́ta; ~ **equation** or. ọ̀mì onírìnmẹ́ta; ~ **foot** *[volume measured by taking the dimensions in feet]* or. ìwọ̀n-àyè ẹsẹ̀: 3 cubic feet: ìwọ̀n-àyè ẹsẹ̀ mẹ́ta; ~ **inch** *[volume measurement by taking the dimensions in inches]* or. ìwọ̀n-àyè ìka: 3 cubic inches: ìwọ̀n-àyè ìka mẹ́ta; ~ **measure** *[system of units for measuring volume]* or. ìwọ̀n-àyè; ~ **yard** or. ìwọ̀n-àyè ọpá; 6 cubic yards: ìwọ̀n-àyè ọpá mẹ́fà

cubit *[the length of an arm]* or. ìgbọnwọ́ kan, ìgbọ̀n-ọwọ́ kan

cucumber *[long, green vegetable]* or. apálá

cud *[food brought up from ruminant's first stomach to chew]* or. àpọ̀jẹ

cuddle *[to lie close, to snuggle]* is. lati faramọ́ (ènìyàn)

cudgel *[short, heavy club]* or. kùmọ̀, ọ̀gọ

culminate *[to rise to a summit]* is. láti yọrí sí

culpable *[blameworthy]* ep. ẹlẹ́bi; ~ **(to be ~)** is. láti jẹbi; láti lẹ́ṣẹ̀

culprit *[person guilty of a crime]* or. òdáràn, alùfin, arúfin

cultivate *[culture]* is. láti roko

culture *[development of microorganisms in an artificial medium]* or. ìjọ-ọ̀sìn; *(a bacterial ~:* ìjọ-ọ̀sìn alámọ̀); ~ *[cultivation]* or. ọ̀sìn ~ is. láti sin (nkan); ~ *[tradition, heritage, trait]* or. àṣà

cumulate *[to gather, to combine into one]* is. láti kó (nkan) pọ̀; láti ṣe àkójọpọ̀

cumulation *[combination]* or. àkójọpọ̀

cunning *[clever, sly]* ep.ọlọ́gbọ́n-ẹ̀wẹ́;ọlọ́gbọ́n-àrékérekè

cup *[receptacle]* or. ago, abọ́

curative *[cure, remedy]* or. oògùn

curb *[check, restrain]* is. láti dá (ènìyàn) lẹ́kun; láti kó (ènìyàn) níjǎnu

cure *[remedy, antidote]* or. ìwòsàn; ~ *[heal, remedy]* is. láti wo (ènìyàn) sàn

curettage or. fífá (ilé ọmọ); **dilatation and** ~ or. fífẹ̀ òun fífá

curiosity *[inquisitiveness, interest]* or. àwáfin

curious *[inquisitive]* ep. láti wá àwáfin

curl *[twist]* is. láti lọ́ (nkan)

curled-up *[twisted into curves]* is. láti kákò

curly (to be ~) *[to have a tendency to curl]* is. láti ṣùjọ, láti ṣùpọ̀

currency *[medium of exchange]* or. owó; ohun níná

current (to be ~) *[ongoing, fashionable]* is. láti wà láṣà; **~ events** *or.* iṣẹ̀lẹ̀ẹ̀ lọ́wọ́lọ́wọ́

current *or.* ìsán *(electricity: ìsán-àrá)*

curse *[imprecation]* or. èpè, ègún; **~** *[to execrate]* is. láti gégŭn; láti ṣépè fún (ènìyàn)

curtail *[to shorten]* is. láti gé (nkan) kúrú

curtain *[a piece of cloth used to decorate a window or cover something]* or. kọ́tèènì

curvature *[inflection, bend, bow]* or. ìwọ́; **~ of a curve** *or.* ìwọ́ ìlà-kíká

curve *[to turn]* is. láti wọ́; **~** *[line with curvature]* or. ìlà wíwọ́

curved line *[bent line, bowed line, crooked line]* or. ìlà kíká, ìlàáká; ìlà wíwọ́

curvilinear *[consisting of curved lines]* ep. ìlàwíwọ́

cushion *[soft pillow]* or. tìmìtìmì, ìrọ̀rí

custodian *[guard]* or. olùṣọ́ni, olùṣọ́ ènìyàn

custom *[habit]* or. àṣà

customer *[purchaser of a commodity]* or. oníbǎrà, alábǎrà

cut is. *[section, sever]* láti bu nkan, láti gé nkan; **~** *[gash, slash]* or. ojú-ọgbẹ́

cutaneous *[dermal, integumentary]* ep. ìwọ̀-ara; nípa ìwọ̀-ara *(sub~: nípa abẹ́ ìwọ̀-ara)*; **~ nerve** *or.* ẹ̀sọ ìwọ̀-ara

cuticle *[sloughed off skin]* or. ọ̀fọ

cutis *[skin]* or. ìwọ̀-ara

cutlass *[machete]* or. àdá

cutlery *[implement for eating food]* or. àwọn èlò-ìjẹun

cyan-, cyano- *[dark blue]* ir. aríbí-àyinrín

cycl-, cyclo- *[circular]* ir. -kíká, -yípo

cycle *[round, orbit]* or. ìyípo; one cycle: ìyípo kan

cyclic *[recurrent, periodic]* ep. ayípo

cyclical *[recurrent, periodical]* ep. ayípo-àyípo

cyclization *[process of cycling]* or. kíkákò, ìkákò

cyclize *[fold]* is. láti ká (nkan) kò

cylinder *[long round body of uniform diameter]* or. agolo

cylindrical *[like a cylinder]* ep. alágolo; **~ container** *[barrel]* or. àgbá, agolo

cynical *[pessimistic]* ep. aláfojútínrín; abanijẹ́

cyst *[abnormal sac containing matter]* or. ìgbiníkún

cyt-, cyto- *[cell]* ir. - pádi, pádi-

cytologist *[scientist specializing in cell studies]* or. akẹ́kọ̀ọ pádi

cytology *[science of cell development and functions]* or. ẹ̀kọ nípa pádi

D

dab *[to strike softly]* is. láti fẹ̀sọ̀ lu (nkan); láti lu (nkan) jẹ́jẹ́

dabble *[to work without much effort]* is. láti fọwọ́pa (iṣẹ́)

dactyl /*dactyl*-: ika-/*[finger or toe]* or. ìka (ọwọ́ tàbí ẹsẹ̀)

daddy *[dad, father]* or. baba, bàbá

daily *[occurring every day]* ep. ojojúmọ́; a ~ prayer: àdúrà ojojúmọ́; ~ as. lójojúmọ́; I do it ~: Mò nṣe é lójojúmọ́

dairy *[farm for milk and cheese]* or. oko-wàrà

dam *[barrier to obstruct or control the flow of water]* or. ìdídò; ~ is. láti dídò (dí odò)

damage *[injure, harm]* is. láti ba (nkan) jẹ́

damn *[condemn]* is. láti fi (ènìyàn) gég ̀ìn; láti ṣépè fún (ènìyàn)

damp *[moist, dank]* ep. rírẹ

D and C *(dilatation and curettage)* or. fífẹ̀ òun fífá *(fífẹ̀ ọrùn ilé ọmọ àti fífá ilé ọmọ: dilatation of the cervix and curettage of the uterus)*

dance *[rhythm movement to music]* or. ijó; ~ is. láti jó

dandruff *[eczema]* or. èkùsá

danger *[hazard, jeopardy]* or. ìpalára, ewu

dangerous *[perilous, risky, hazardous]* ep. eléwu /*oní ewu*/

dare *[to be brave enough to]* is. láti dáṣà

dark ep. dúdú; ~ **(to be ~)** is. láti ṣú, láti ṣókùnkùn(ṣú òkùnkùn); ~ **soil** *[loam]* or. ilẹ̀ẹ́dú, ilẹ̀ dúdú

darkness or. òkùkù, òkùnkùn

data *[facts, information, evidence]* or. ẹ̀rí; **to collect** ~: láti kó ẹ̀rí jọ

date *[day, month and year]* or. ẹ̀yà-ọjọ́, ẹ̀yajọ́

daughter *[a female in relation to her parent]* or. ọmọbìnrin

daughter-in-law *[the wife of one's son]* or. ìyàwó-ọmọ

dawn *[break of day]* or. àfẹ̀mọ́jú

day *[period of 24 hours]* or. ọjọ́, ijó

daybreak *[time in the morning when daylight replaces darkness]* or. ojúmọ́

daylight *[period of light during the day]* or. ojúmọmọ

dead *[deceased, lifeless]* ep. okú; ~ **(to be ~)** is. láti kú; ~ **person** or. òkú ènìyàn; ~ **body** *[corpse, cadaver]* or. òkú

deaf *[not able to hear]* ep. odi; ~ **(to be ~)** is. láti yadi /ya odi/; ~-**mute** *[a deaf person who can-not speak]* or. odi; ~ **person**

or. adití

deafness *[inability to hear] or.* yíyadi, ìyadi

death *or.* ikú; ~ **rate** *[mortality rate] or.* ìyásí ikú kíkú

dearth *[scarcity, famine] or.* ìyàn, ọ̀dá, ìṣá

debate *[public discussion about something important] or.* àṣàrò; ~ *is.* láti ṣe àṣàrò

debility *[tiredness, fatigue] or.* rírẹ̀

debit *[record of indebtedness] or.* ìwée-gbèsè

debt *[money owed] or.* igbèsè, gbèsè

debtor *[one who owes a debt] onígbèsè

dec(a)- *[dek(a)-] ìr.* -mẹ́wằ, ìdì-

decade *[period of ten years] or.* ọdún-mẹ́wằ, ẹ̀wá-ọdún

decadent *[decaying, deteriorating] ep.* adíbàjẹ́, bíbàjẹ́

decagram *[dekagram; weight equal to 10 grams] or.* ìdìi-ìgramù.

decameter *[dekameter; length equal to 10 meters] ìdìi-mítá

decant *[pour off without disturbing the sediments] is.* láti yọ́

decantation *[process of decanting] or.* yíyọ́

decanter *[a glass bottle used for holding wine] or.* ṣágo

decapitate *[to behead] is.* láti bẹ́ (ènìyàn] lórí

decay *[spoil, deteriorate, decompose] is.* láti kẹ̀; ~ *or.* kíkẹ̀; ~ **process** *[process of decomposition] or.* kikẹ̀

deceased *[dead] ep.* olóògbé; ~ **(to be ~)** *is.* láti di olóògbé

decelerate *[to reduce velocity] is.* láti perédàsẹ́hìn *(pa eré dà sí ẹ̀hìn: changing speed backward)*

deceleration *[reduction in speed] or.* ìperédàsẹhìn*(pa eré dà sí ẹ̀hìn)*

December *[12th month of the year] or.* òṣuu dìsẹ́mba, oṣù kéjìlá ọdún

deception *[fraud, dishonesty] or.* àbòsí,

deci- *ìr.* ìdáàdì-

decigram *[tenth part of a gram] or.* ìdáàdìi-gramù

decimeter *[tenth part of a meter] or.* ìdáàdìi-mítà

decide *[determine] is.* láti pinnu; láti bọ́kàn-pinnu

deciduous *[ephemeral] ep.* awọ́wé; ~ **plant** *or.* igi awọ́wé; ~ **tooth** *[milk tooth, primary tooth] or.* ehín ọ̀dọ́

decimal *[based on the number 10] ep.* oní-mẹ́wămẹ́wằ, ~ **fraction** *[fraction whose denominator is any power of 10, e.g. 3/10, 0.3] or.* ẹsẹ, ìdámẹ́wă, ìdá-ìdì; ~ **point** *[dot used before a decimal fraction] or.* ẹsẹ; ~ **system** *[system of reckoning by tens or tenths] or.* ètò àwọn ẹsẹ, ètò ìdá-ìdì, ètò ìdámẹ́wă

decision *[final judgment] or.* ìpinnu

declare *[affirm, reveal]* is. láti fihàn; láti kéde; láti sọfáyé
decline *[deteriorate]* is. láti rẹ̀hìn; láti dínkù; ~ *[refuse politely]* is. láti kọ (nkan); ~ *[to slope downward]* is. láti dà; láti dàgẹ̀rẹ̀
declivity *[downward slope]* or. ìdàgẹ̀rẹ̀
decoagulant *[anticoagulant]* or. oògùn ẹ̀jẹ̀-dídì
decompose *[decay]* is. láti jẹrà, láti ràdànù
decongestant *[agent used to relieve mucus congestion of the upper respiratory tract]* or. oògùn imún-dídí, oògùn osi
decorate *[adorn]* is. ṣe (nkan) lẹ́wà, ṣe (nkan) lọ́ṣọ̀
decoration *[adornment]* or. ẹwà, ọ̀ṣọ́
decrease *[reduce, diminish,lessen]* is. láti dín (nkan) kù or. ẹ̀dín is. dín, dínkù
deep *[abysmal]* ep. jíjìn; ~ **(to be ~)** is. láti jìn, láti jinnú *(láti jinna: to be far)*
deer or. àgbọ̀nrín
defacto *[in fact, actual]* as. gẹ́gẹ́bi àṣà
default *[violation, misdemeanor]* or. ìkùnà
defeat *[subdue, conquer, vanquish]* is. láti di (ènìyàn), láti pa(ènìyàn) láyò, láti ṣẹ́gun(ọ̀tá); ~ or. ìṣẹ́gun
defecate *[to excrete waste matter form the bowels]* is. láti yàgbẹ́, láti gbọ̀ns ẹ̀
defecation *[bowel movement, egestion]* or. ìgbẹ́ yíyà; ~ **reflex** *[rectal reflex]* or. ìgbẹ́ gbígbọn (ènìyàn)
defect *[stain, blemish]* or. àbàwọ́n, àlébù, àbùkù
defective *[having a defect]* ep. alábàwọ́n
defense *[protection]* or. ààbò, asà, ìṣọ́ra, idá-àbòbo
defend *[protect, support, side with]* is. láti gbèjà, láti gbe nkan; ~**er** *[one who defends another]* or. agbeni
defense *[guard, protection]* or. ìṣọ́ra, àmùrè
deficiency *[imperfection, inadequacy]* or. àìtó, àìpé, aláìpé, aláìtó; ~ **disease** *[disease resulting from lack of vitamins, minerals or other nutrients]* or. àrùn àìpé-ìjẹẹ̀mun, àrùn àìdára-ìjẹẹ̀mun *(ìjẹẹ̀mun = ìjẹ + ìmun)*
deficit *[shortage, loss]* or. àdánùn, àìpé ojuuwọ̀n
define *[to state the meaning of]* is. láti ṣe àlàyé ní ṣókí, láti ṣe àlàyée-ṣókí
definite *[fixed, certain]* ep. dídájú, ìdájú; ~ **(to be ~)** is. láti dájú,láti dá(ni) lójú; I am ~ : ó dá mi l'ójú
definitely *[precisely, without doubt]* as. dájúdájú
definition *[the precise meaning of a word]* or. àlàyée-ṣókí
deform *[disfigure, distort, to mar the goodness of something]* is. láti

bẹ̀tẹ́lu (nkan); láti fàbùkù kan (nkan)

deformed (to be ~) *[abnrmally shaped, misshapen]* is. láti yarọ

deformity *[paralysis; an abnormally shaped part]* or. yíyarọ, rírọ

defy *[to show no respect for, to challenge (authority)]* is. láti kọ̀ fún (ènìyàn); láti ṣáátá (ènìyàn)

degenerate *[to become worse, to corrupt]* is. láti rẹ̀hìn

deglutition *[swallowing]* or. mímì

degradation *[digestion]* or. ẹ̀lọ̀; **bio~** : ẹ̀lọ̀ ẹ̀là- ìyè

degree *[measurement of heat or angle]* or. àléfà

degustation *[tasting]* or. títọ́wò, ìtọ́wò

dehisce *[to split open]* is. láti fọ́, láti là

dehiscence or. fífọ́ (èso)

dehydrate *[desiccate, dry]* is. láti sáfẹ̀, láti gbẹ; **~d plantain** or. èépá

dehydrated (to be ~) *[to become dry]* is. láti dẹ̀gbẹ

dehydration *[removal of water]* or. gbígbẹ; **~** *[polydypsia]* or. ṣíṣafẹ̀

dejection *[discouragement]* or. ìrẹ̀wẹ̀sì

dejure *[in accordance with law]* as. gẹ́gẹ́bí òfì

dek(a)- *[dec(a), ten -]* ìr. ìdì-

dekagram or. ìdìi-grámù (see: decagram)

dekameter or. ìdìi-mítà (see: decameter)

delay *[postponement, adjournment]* or. ìdádúró; **~** *[suspend, postpone]* is. láti dá (nkan) dúró

deleterious *[pernicious, harmful]* ep. eléwu, líléwu

delicate *[tender, fragile]* ep. ẹlẹgẹ́

delineate *[depict, to sketch out]* is. láti ṣàpèjúwe

deliquescence *[becoming liquid by absorption of moisture from the air]* or. sísẹmi, sísẹ omi, ìsẹmi

deliquescent ep. asẹmi,sísẹmi; **~ (to be ~)** is. láti sẹmi (sẹ omi)

delirious (to be ~) *[to hallucinate]* is. láti ṣe ìràn-nrán

delirium *[confusion, hallucination]* or. arán, ìràn-nrán

deliver *[to hand over]* is. láti fì (nkan) jíṣẹ́; **~** *[to assist at the birth of a baby]* is. láti gbebí

delivery *[labor, childbearing, parturition]* or. bíbí (ọmọ), ìsọ̀kalẹ̀; **abdominal ~:** bíbíi ti alábẹ; **premature ~:** bíbí ọmọ-àìpóṣù; **spontaneous ~:** bíbí wẹ́rẹ́; **vaginal ~:** ìsọ̀kalẹ̀ à-nfàní; **~** *[handing over, transfer]* or. ìfìjíṣẹ́

deluge *[overflowing of land by water]* or. ìkún omi

delusion *[phantasm, illusion]* or. ìtanra-ẹni

demagnetize is. láti yọ agbára òòfà

demarcate *[bound, delimit]* is. láti pa àlà

demarcation *[fixed limit or boundary]* or. àlà

demi- *[half]* ir. àbọ̀, ìlàjì, idájì

democracy *[government by the people, either directly or through elected agents]* or. ìjọba oníbò

democratic *[of or for all the people]* ep. ti gbogbogbòò; ~ **government** or. ìjọba oníbò *(ibò: votes)*~**ally** as. pẹ̀lú ìbò

demography *[the science of vital statistics]* or. ẹ̀kọ́ nípa ì ṣesí ẹ̀dá

demolish *[dismantle, destroy, raze]* is. láti wó (nkan) lulẹ̀; láti wó (nkan) palẹ̀

demolition *[destruction]* or. ìwólulẹ̀, ìwóbalẹ̀

demon *[villain, satan]* or. Èṣù, Bílísì

demonstrate *[exhibit, show]* is. láti fihàn

demonstration *[proof, an explanation by example]* or. ìfihàn; ~ *[a public show of feeling]* or. ìrúde

demulcent *[lotion]* or. ìpara (epo, òrí)

dendrites of neuron *[neurodendrite, nerve fibers]* or. irun ẹ̀sọ *(ẹ̀sọ: nerve)*

dengue *[breakbone fever; virus-caused disease transmitted by the aedes mosquito]* or. ìbà inún-eegun

dense *[thick, heavy]* ep. ọlọ́rìn; ~ **(to be ~)** is. láti lọ́rìn (ní ọ̀rìn); ~ **forest** *[thick forest]* or. igbó kíjikíji

density *[thickness]* or. ọ̀rìn

dent-, denta-, denti-, dento- ir. -ehín, ehín-

dental *[pertaining to the teeth]* ep. ehín; ~ **caries** *[caries]* or. ehín kíkẹ̀; ~ **formula** or. ìfà ehín *(ifà: formula)*; ~ **plaque** or. gẹ̀dẹ̀gẹ́dẹ̀ ehín

dentist *[one who practices dentistry]* or. oníṣẹ̀gùn ehín

dentistry *[odontology; medicine of diseases of the teeth]* or. iṣẹ̀gùn ehín

dentition *[teething, odontiasis]* or. híhu ehín; ~ *[kind and arrangement of teeth]* or. irú ati ètò ehín; **primary** ~: híhu ehín-ọ̀dọ́; **secondary** ~: híhu ehín-àgbà

denture *[plate]* or. ehín àtọwọ́dá

deny *[disavow, contradict]* is. láti sẹ́; láti sẹ́ràn

depend *[rely solely, to trust]* is. láti gbáralé; láti gbọ́kànlé; láti gbójúlé; láti gbíyèlé

depict *[to picture in words]* or. láti fẹnujúwe

deposit *[sediment]* or. gẹ̀dẹ̀gẹ́dẹ̀; ~ *[money put in the bank for safekeeping]* or. owó ìfipamọ́

depression *[melancholia]* or. bíbanújẹ́, inú bíbàjẹ́; **endogenous** ~:

ìbanújẹ́ àìnídǐ *[bíbanujẹ́ àtinúnwá]*

depth *[distance downward]* or. ìjin-nú *(láti jin-nún:* to be deep)

deputize *[to act as deputy]* is. láti delé de (ènìyàn)

deputy *[delegate]* or. adelé

derivation *[deduction]* or. ìtọsẹ̀, orísuń

derive *[deduce, to get by reasoning]* is. láti pilẹ̀, láti ronúdé (íbì kan)

dermatitis /derm- ìr. *iwo-ara-/ [inflammation of the skin]* or. ìwọ̀-ara wíwú

dermatologist *[physician who specializes in diseases of the skin]* or. oníṣègùn àìsàn ìwọ̀-ara

dermatology *[medical speciality concerned with skin disease]* or. ẹ̀kọ́ nípa ìwọ̀-ara, ẹ̀kọ́ ìwọ̀-ara

dermis *[corium, layer of skin below the epidermis]* or. inú ìwọ̀-ara

descend *[decline, dip]* is. láti rọ̀, láti sọ̀kalẹ̀

describe *[narrate, delineate, depict]* is. láti ṣe àpèjúwe, láti ṣe ìjúwe, láti júwe

description *[depiction]* or. ìjúwe

desert *[large empty place where almost nothing grows]* or. ìyàngbẹ-ilẹ̀

design *[model]* or. àpẹrẹ

desk *[table equipped with drawers]* or. tábìlì, dẹ́sìkì

desolate (to be ~) *[deprived of inhabitants]* is. láti dahoro

desolation *[laying waste]* or. ahoro

despair *[become desperate, give up]* is. láti sọ̀-rètínu (sọ ìrètí nu: to lose hope)

destroy *[to demolish, to annihilate]* is. láti pa (nkan) run; láti pa (nkan) rẹ́

destruction *[demolition, devastation]* or. ìparẹ́, ìparun

destructive *[ruinous]* ep. àpà, ọ̀bayéjẹ́

detail *[explain, clarify]* is. láti ṣàlàyé (ní pípé) /ṣe àlàyé/

detect *[discern, reveal]* is. láti rídǐ ; láti já ìdí

deter *[prevent, hinder]* is. láti dá (ènìyàn) lẹ́kun; láti dí (ènìyàn) lọ́wọ́

deteriorate *[degenerate, decompose, spoil]* is. láti rẹ̀hìn (re ẹ̀hìn: go backwards)

determine *[conclude, resolve]* is. láti pinnu

deterrent *[safeguard]* or. ìdíwọ́, ìdína

detest *[hate, abhor]* is. láti kórǐ r a

develop *[maturate, grow]* is.. láti dàgbàsókè

development *[growth]* or. ìdàgbàsókè

deviant *[aberrant, abnormal, anomalous]* ep. àìbójúmu, òdì; ~
behavior or. ìwàkúwà, ìwa àìbójúmu, ìwà òdì

deviate *[to turn aside from correct course, diverge, digress]* is. láti
lòdì sí nkan

deviation or. ìlòdì, lílòdì; ~ **from the norm** or. ìlòdì sí àṣà

device *[instrument, engine, motor]* or. ẹ̀rọ

devil *[evil spirit, demon]* or. èṣù

dextrality *[right handedness]* or. ọwọ́ ọ̀tún lílò

dew *[water which forms on the ground when the sun has set]* or.
ìrì, eeni; ~ **point** *[temperature at which due forms]* or. ibi ìsẹ̀rì

dextr-, dextro- *[toward the right hand side]* ir. sọ́tún

dextrose *[glucose, grape sugar, blood sugar]* or. àádun ẹ̀jẹ̀

devote *[to apply oneself to some purpose]* is. láti fara (ènìyàn) fún
(nkan), láti farajin (nkan)

devotion *[condition of being devoted]* or. ìfarafún, àfarafún

di- ir. méjì-, -méjì

diabetes *[~ mellitus or ~ insipidus; disease in which a great
amount of urine is passed]* or. àtọ̀gbẹ

diagnose (illness) is. láti wá ìdí (àìsàn)

diagnosis *[identification of a disease by evaluating the patient's
symptoms]* or. ìdí àìsàn

diagnostic *[constituting a diagnosis]* ep. ìdí-àìsàn

diagonal *[length from corner to corner]* or. akọ-rọsẹ́

diagram *[illustration]* or. àwòjúwe

diameter *[distance across a circle, measured through the center]*
or. àlàjá

diamond or. èédú dídán

diaphragm *[midriff]* or. iṣan-agbede

diarrhea *[frequent passage of loose water in stools]* or. igbẹ́
gbuuru, ìṣunú

diary *[personnal journal]* or. ìwé-ìjẹ́rì (ẹni)

dicotyledon or. eléwéerúgbìn méjì *(ewé irúgbìn: leaf of a seed)*

dictate *[to say something for someone else to write]* is. láti pe (ọrọ)
kọ; láti ṣe àpèkọ; ~ *[to say something for someone else to do]* is.
láti pàṣẹ fún (ènìyàn)

dictation *[act of dictating]* or. àpèkọ; ìpàṣẹ, àṣẹ

dictator *[person having absolute power in government]* or.
afìpáṣẹjọba; ~**ship** or. ìjọba onípá *(ipá: force)*

dictionary *[lexicon]* or. awo-ọ̀rọ̀; ìwé atúmọ̀-èdè

dictyoptera or. agboolé aáyán

die *[stamping device]* or. òòtẹ̀; **to cast a ~**: láti gbẹ́ òòtẹ̀ (nkan); ~

[to suffer death] is. láti kú, láti pàdánù èmí

diet *[food and drink a person normally takes]* or. ìjẹ àt'ìmu, ìjẹẹ̀mu; **balanced** ~ or. ìjẹ àt'ìmu pípé, ìjẹẹ̀mu pípé

dietetic *[pertaining to diet]* ep. ìjẹẹ̀mun/ìjẹ ati ìmu/

dietetics *[the study of kinds of food needed for health]* or. ẹ̀kọ́ nípa ìjẹẹ̀mu

dietitian *[one skilled in dietetics]* or. akẹ́kọ̀ ìjẹẹ̀mu

differ *[to be unlike in quality or degree]* is. láti yàtọ̀ (ya ọ̀tọ̀)

difference *[distinguishing characteristic]* or. ìyàtọ̀

different *[not the same]* ep. ọ̀tọ̀, òmiràn, miràn; ~ **(to be ~)** is. láti yàtọ̀

difficult *[hard to do or understand]* ep. líle, ṣíṣòro; ~ **(to be ~)** is. láti le, láti ṣòro.

difficulty *[state of being difficult]* or. ìṣòro, èle

diffraction *[breaking up]* or. ṣíṣẹ́ *(láti ṣẹ́: to be diffracted)*

diffuse *[to spread out]* is. láti fún káàkiri, láti tàn káàkiri

dig *[to make a hole by taking material from (the ground)]* is. láti gbẹ́ (ihò)

digest *[degrade]* is. láti lọ (nkan); ~ **(food)** *[to change food in the alimentary canal to material suitable for use by the body]* is. láti da onjẹ; my food is digested: onjẹẹ̀ mí ti dà

digestible *[that which can be digested]* ep. ṣíṣeélọ̀, ṣíṣeédà

digesting device *[grinding device]* or. ọlọ, òòlọ̀

digestion *[process of digesting]* or. lílọ̀; ~ **of food** *[process of breaking down food by mechanical and chemical means]* or. dída onjẹ; ẹ̀dà onjẹ

digestive *[pertaining to digestion]* ep. lílọ́, dídà; ~ **system** *[parts of the body used for digestion and absorption of food]* or. ètò ẹ̀dà-onjẹ ara; ~ **tube** *[alimentary canal, gastrointestinal tract, bowel, gut]* or. ifun onjẹ, ọlọ-nú

digit *[toe, finger]* or. ika (ọwọ́, ẹsẹ̀); ~ *[unit]* or. ẹyọ

digress *[deviate]* is. láti ya lọ́nà; láti kúrò lọ́nà; láti ṣáko; láti yà bàrà

digression *[deviation]* or. ìyapa, ìṣáko

dilatation *[enlargement of an opening]* or. fífẹ (ojú, ọrùn ilé-ọmọ); ~ **and curettage** *[D & C, enlargement of the cervix and scraping of the lining of the uterus]* or. fífẹ̀ àti fífá

dilate *[expand]* is. láti fẹ, láti gbòrò, láti ṣò; ~**d vessel** *[vasodilation]* or. ìṣọn ṣíṣò

dilation *[dilatation, area expansion]* or. fífẹ̀, títóbi, gbígbòòrò, ṣíṣò

dilute *[to make less concentrated by adding a liquid]* ep. dàbùlà,

àbùlà; ~ *is.* láti la (ẹmu); ~ **with water** *is.* láti bu omi la nkan

diluted (to become ~) *[to become less concentrated] is.* láti di àbùlà, láti dàbùlà; ~ **material** *or.* àbùlà

dilution (~ process) *[decrease in the amount of substance in a solution by increasing thesolvent volume] or.* lílà, bíbùlà, dídàbùlà

dimension *[any measurable extent] or.* irú-ìwọ̀n, irúùwọ̀n *(irú: type;* ìwọ̀n: *measurement)*

dimensional analysis *or.* iyanjú irú- ìwọ̀n *(iyanjú: analysis)*

diminish *[reduce, abate] is.* láti dín (nkan) kù

dine *[to eat dinner] is.* láti jẹ onjẹ-àjẹsùn

diner *[restaurant, café] or.* búkà, ilé olónjẹ

dinner *[main meal of the day] or.* onjẹ alẹ́, onjẹ àjẹsùn

dip *[to put into and under liquid, immerse] is.* láti ri (nkan) bọ (omi)

diphtheria *[acute, contagious infection caused by bacterium diphtheriae] or.* akọ-èfù

diplomacy *the art of conducting international negotiations] or.* ìfọ̀rọ̀wérọ̀

diplomat *[person whose career is dipomacy] or.* afọ̀rọ̀wérọ̀

dipsomania *[alcoholism] or.* ọtí àmujù

Diptera *[a group of insects having one pair of wings] or.* oníyẹ̀méjì

direct *[aim] is.* láti tọ́kasí (nkan); ~ *[order,instruct] is.* láti tọ́ (ènìyàn)sọ́nà, láti kọ́ (ènìyàn), láti darí (ènìyàn)

direction *[point in relation to another point] or.* ọ̀nà

directly *[in a direct line] as.* tààrà

dirge *[threnody, elegy] or.* ègè

dirt *[filthy substance] or.* ìdọ̀tí, ẹ̀gbin

dirty *ep.* dídọ̀tí; ~ **(to be ~)** *is.* láti dọ̀tí

disability *[handicap] or.* àìgbádun, okùnrùn

disadvantage *[detriment] or.* ewu, ìpalára, àìlá-nfàní

disagree *[to dissent] is.* láti ṣaláìgbà; láti kọ àlàyé; ~**ment** *[quarrel, dispute] or.* ìjà

disappear *[to go out of existence, to become extinct] is.* láti parẹ́

disappearance *is.* ìparẹ́

disaster *[catastrophe, tragedy] or.* láábúrú, àgbáko

disastrous *[devastating, catastrophic] ep.* búburú, àgbáko

disc *[disk, any round flat thing] or.* àwo; **computer** ~ *[CD]*: àwo kọ̀mpútà

discharge *[dismiss, let go] is.* láti jọ̀wọ́ (ènìyàn), láti lé (ènìyàn) kúrò

disciple *[follower, admirer] or.* ọmọ-ẹ̀hìn, ọmọ-lẹ́hìn

discipline *[self-control, will-power] or.* ìsẹ́ra, ìsẹ́ra-ẹni

discomfort *[lack of ease]* or. àìrọrùn

disconnect *[disunite]* is. láti pín (nkan) níyà láti pínyà; láti yọ (nkan) kúrò

discontinue *[cease]* is. láti dáwọ́dúró; láti dúró

discount *[bargain price, cut-rate]* or. gbà-njo, ẹ̀dín; ~ **store** or. ilé-ìtajà onígbà-njo

discourage *[dissuade, dishearten]* is. láti mú ìrẹ̀wẹ̀si ba (ènìyàn); láti dá àyà fo (ènìyàn)

discouragement *[dejection]* or. ìrẹ̀wẹ̀sì *(láti ṣe ìrẹ̀wẹ̀sì: to be discouraged)*

discover is. láti wa (nkan) ri; láti ṣe àfẹ́rí

discreet **(to be ~)** *[to be careful, calcuating]* is. láti ṣọ́ra

discrete **(to be ~)** *[to be separate and distinct]* ep. láti dáyàtọ̀

discretion *[freedom to make decisions and choices]* or. ìfẹ́-inú

disease *[sickness, illness]* or. àrùn, ara àìle, àìlera, àìsàn, òjòjò, òkùnrùn; **chronic ~**: àrùun gbére; **communicable ~**: àrùn arọnni; **congenital ~**: àrùn àbínibí; **contagious ~**: àrùn àrọ̀nmọ́; **deficiency ~**: àrùn ìjẹ̀ẹ̀mu; **epidemic ~**: àrùn àjàkálẹ̀; **hereditary ~**: àrùn idílé; **malignant ~**: àrùn alákàn; **parasitic ~**: àrùn ajọ́fẹ́

disfigure *[mar, impair]* is. láti fi àbùkù kan (nkan); láti ba (nkan) jẹ́ ẹwà

disgrace *[dishonor, degrade]* is. láti kan (ènìyàn) lábùkù; láti ṣáátá

dish *[eating vessel]* or. abọ́-ìjẹun; abọ́-onjẹ

dishonest *[fraudulent]* ep. aláìṣòótọ́, èké

disinfect *[to destroy bacteria or viruses, sterilize]* is. láti fi ẹ̀là fọ(nkan) *(ẹ̀là: chemical)*, láti pa ẹ̀yà wuuru *(ẹ̀yà wuuru: micro-organisms)*

disinfectant *[bactericide, germicide]* or. ẹ̀pa ẹ̀yàwuuru, ẹ̀pa alámọ̀ *(alámọ̀: bacteria)*

disk *[a flat circular plate]* or. àwo, ọpọ́n

dislike *[aversion]* or. ìkóríra, ìríra; ~ is. láti kóríra; láti bínú (ènìyàn); láti ṣe inúnibíni

dislocate *[displace]* is. láti gbapò; láti rọ́pò; láti dípò; ~**d (to be ~)** *[out of proper place]* is. láti yẹ̀, láti rọ́

dislocation or. yíyẹ̀

disobedient *[refusing to obey]* ep. aláìgbọ́ràn; ~ **(to be ~)** is. láti ṣàìgbọ́ràn

disobey *[not to do what one is told]* is. láti ṣàìgbọ́ràn

disorder *[confusion]* or. rúgúdù, rúdurùdu

disorganize *[disrupt]* is. láti tú (nkan) kà
disparage *[derogate, dishonor]* is. láti ṣááta; láti ba (ènìyàn) jẹ́
disparity *[inequality]* or. àìdọ́gba, àìjẹ́yekan
dispensary *[place where medicines are given to patients]* or. ilé egbòogì *(egbò igi: herbs, medicine, medicinal roots)*
displace *[to take the place of]* is. láti gbapò, láto rọ́pò
displaced person *[someone left homeless as a result of war]* or. asás̀àla / sá àsálà/
displacement or. ìrọ́pò
display *[to show something for all to see]* is. láti ṣe àṣehàn; láti fi (nkan) hàn
disrupt *[disorganize]* is. láti tú (nkan) ká
dissociate *[disconnect, separate]* is. láti pínyà *(pín-yà: divide and separate)*
dissociation *[the process of dissociating]* or. ìpínyà
dissolution *[separation into parts]* or. ìtú, títú
dissolve *[to mix completely in a liquid]* is. láti yọ́; ~ *[cancel]* is. láti tú (nkan) ká; ~ **paliament** is. láti tú ilé-ìgbìmọ̀ aṣòfì ká
distance *[spatial separation]* or. ìjìn
distant *[far]* ep. jíjìn, ~ **(to be ~)** *[to be far]* is. láti jìnnà, láti jìn; ~ **place** or. ọ̀nà jíjìn, àjò
distill *[to evaporate and condense]* is. láti fẹ́ (nkan) sẹ́
distillate *[distilled material]* or. àfẹ́sẹ́
distillation *[evaporation followed by condensation]* or. fífẹ́sẹ́, ifẹ́sẹ́; **fractional** ~ : ifẹ́sẹ́ lẹ́sẹẹsẹ, ifẹ́sẹ́ lẹ́sẹlẹ́sẹ; ~ **of water** or. ifẹ́sẹ́ omi
distilled materials *[products of distillation]* or. àfẹ́sẹ́ *(fẹ́ + sẹ́: vaporize + filter)*
distilled water *[water obtained from distillation process]* or. omi àfẹ́sẹ́
distinct (to be ~) *[clearly seen, separate]* is. láti dáwà; láti tayọ
distress *[affliction, misery, weariness]* or. ìpọ̀njú
distribute *[to give or send to different places or people]* is. láti pín (nkan) káàkiri
distribution *[process of distributing]* or. ìpínkárí, ìpínkáàkiri
distributive *[pertaining to distribution]* ep. ìpínkárí.
distributive law or. òfì ipínkárí
district *[part of a country]* or. àdúgbò, àgbèègbè, ẹkùn
disuse *[state of not being used]* or. àìlò
ditch *[long, narrow channel in the ground]* or. kòtò, ọ̀gbun
diuretic *[drug that promotes production and excretion of urine]* or. ẹ̀là amúnitọ̀ *(ẹ̀là: chemical)*

diurnal *[occurring daily]* ep. ojojúmọ́
divalent *[bivalent]* ep. oníkọ́méjì
diverge *[to go in different directions from a common point]* is. láti yarí /ya orí/ *(porípọ̀: converge)*
divergence or. ìyarí
diverse *[different, disimilar]* ep. oríṣiríṣi, onírúurú
diversity *[condition of being diverse]* or. oríṣiríṣi, onírúurú
divide *[to separate into parts]* is. láti pín (nkan); láti pín (nkan) síwẹ́wẹ́
dividend *[quantity divided]* or. ẹ̀pín
division *[act or process of dividing]* or. ìpínsíwẹ́wẹ́, pínpín, ìdá; ~ (in taxonomy) or. agbo ẹyà
divisor *[the number which divides]* or. ìfìpín
divorce *[dissolution of a marriage]* or. ìkọrasílẹ̀, ìkọra
dizygotic twins *[fraternal twins]* or. ìbéjì ẹléyin- méjì
dizziness *[giddiness, vertigo]* or. òyì ojú
doctor or. *[physician]* oníṣègùn, dókítà; ~ or. ọ̀jọ̀gbọ́n
document *[written evidence]* or. ìwé àdéhùn
dog *[domestic animal of genus Canis]* or. ajá
doll *[toy in form of a person]* or. ọmọ-lángidi, bèbí
dollar *[money used in the U.S.]* or. dọ́là; owó tí wọ́n nná ní Amẹ́ríkà
domain *[territory]* or. sàkání, àgbèègbè
domestic *[pertaining to the home]* ep. t'ilé, ilé
domesticate *[to tame]* is. láti sọ di ẹran ọ̀sìn
dominate *[to have power over]* is. láti tẹ gàba lé (ènìyàn) lórí; láti jọ̀gá lórí
donate *[to give (money, etc.)]* is. láti dáwó, láti tọrẹ; láti ṣètọrẹ
donation *[act of giving]* or ìtọrẹ, ẹ̀bùn
donor *[one who gives]* or. ọlọ́rẹ
door *[cover for an enrance]* or. ìlẹ̀kùn, lẹ̀kùn
dormancy *[lack of activity]* or. òkùkú
dormant *[asleep; not active]* or. sísùn
dorsal *[pertaining to the back]* ep. ẹ̀hìn, t'ẹhìn; ~ **fin** or. abẹ̀bẹ̀ ẹ̀hìn, àjẹ̀ ẹ̀hìn
dorsalgia *[notalgia, rachialgia]* or. ẹ̀hìn dídùn
dosage *[a measured dose]* or. lílo (oògùn)
dose *[amount of medicine to be taken at a time]* or. èlò (oògùn) igbàkan
dot *[small round mark]* or. àmì ìdúró
double *[twofold]* ep. oníméjìméjì

doublet *[couple, a pair of like things]* or. ìbéjì

doubt *[to be unsure of something]* is. láti ṣíyèméjì

doubtful (to be ~) *[to be uncertain]* is. láti ṣe àní-àní; láti ṣe (ènìyàn) ní kàyéfì

doubtless *[without doubt]* ep. àìsí-àníàní, àìṣiyèméjì, dídájú

douche *[introduction of water into a part of the body to cleanse it]* is. láti fomi fọnú

dove or. àdàbà

down *[in or at a lower place]* ip. n'isàlẹ̀; l'ódò; as. nisàlẹ̀, lódò; ~ *[soft plumage of birds, plumule]* or. ìhúùhù-ẹyẹ

downfall *[collapse; sudden decent]* or. ìṣubú, ìparun

doze *[to sleep lightly for a short time]* is. láti tòògbé

dozen *[twelve]* or. dọ́sìnì

drag *[to pull along behind one]* is. láti fa (nkan)

dragonfly *[insect of order Odonata]* or. lámilámi

drain is. láti fa (omi) kúrò

draw *[pull]* is. láti ya àwòrán (nkan); ~ is. láti fa (nkan)

drawing *[illustration]* or. àwòrán

dream *[fantasy]* or. àlá; ~ is. láti lá àla

dredge *[to enlarge a channel]* is. láti wọ (kòtò)

dregs *[sediments]* or. gẹ̀dẹ̀gẹ́dẹ̀, ìsilẹ̀

drench *[to wet thoroughly, to soak]* is. láti rẹ (nkan)

dress *[an outer garment]* or. aṣọ; ~ *[to put on formal clothes]* is. láti ṣe (nkan) lọ́ṣọ̀; láti wọṣọ

drift *[to move around aimlessly]* or. láti káàkiri, láti kiri

drill *[to bore a hole]* or. láti luhò

drink *[to take liquid into the mouth and swallow it]* is. láti mu (nkan)

drive *[to make a vehicle move]* is. láti wa (ọkọ̀)

driver *[one who drives a vehicle]* or. awakọ̀, wakọ̀wakọ̀

drop *[small sphere of liquid]* or. ẹkán; ~ *[fall, plunge]* is. láti já, láti jábọ́, láti bọ́

dropsy *[generalized edema; large amount of fluid in the body]* or. ògùdùgbẹ̀

drought *[dry weather, aridness]* or. ìgbà ìyàngbẹ-ilẹ̀

drown *[to die by suffocation in a liquid]* or. láti rì, láti tẹ (ènìyàn) rì

drug *[pharmaceutical, medicine, medication]* or. oògùn

drum *[musical instrument]* or. ìlù; ~ is. láti lùlù

drummer *[one who drums]* or. onílù, alùlù

drunk (to be ~) is. láti mu ọti amuju; láti mu àmupara; ~ *[one who has imbibed too much alcohol]* or. òmùtí, ọlọ́tí àmupara

drunkenness *[inebriation]* or. ọtí àmupara

dried material or. ẹ̀gbẹ

dry *[dehydrate]* is. láti gbẹ; ~ ep. gbígbẹ; ~ **season** or. ìgbà ẹ̀rùn, àsìkò ẹ̀rùn, ìgba ọ̀gbẹlẹ̀; ~ **up** *[shrivel]* is. láti rọ

dry-clean *[to clean clothes with solvents other than water]* is. láti fọṣọ-láìlomi

dry cleaner *[a person whose profession is dry cleaning]* or. afọṣọ-láìlomi

duck *[kind of bird, family Anatidae]* or. pẹ́pẹ́yẹ, abo-pẹ́pẹ́yẹ

duct *[channel, pathway]* or. òpó; **biliary** ~ *[bile ~]*: òpó òrónro; **ejaculatory** ~: òpó àtọ̀; **lacrimal** ~ *[canaliculus lacrimalis]* : òpó omije; **lactiferous** ~: òpóo wàrà; **lymphatic** ~: òpó omi-ara; **salivary** ~: òpó itọ́-ẹnu; ~ **glands** *[exocrine gland, gland that discharges its secretion through a duct]* or. ẹ̀ṣẹ́ olópŏ

ductile *[capable of being drawn out into wire]* ep. ṣíṣeénọ̀ (láti nọ nkan: to stretch something)

ductless glands *[endocrine gland, gland that releases its secretion directly into the bloodstream]* or. ẹ̀ṣẹ́ àìlópŏ

dull *[not bright or clear]* is. láti ṣì; láti ṣìgọ̀gọ̀

dumb *[acataleptic, mute]* ep. ọ̀dè; ~ **(to be ~)** is. láti yọ̀dè /ya ọ̀dè/; ~ **person** or. ọ̀dè ènìyàn

dump *[to leave or throw away]* is. láti jọ̀wọ́ (nkan); láti ju (nkan) sọnù

dunghill *[heap of manure]* or. àòtàn

duodenal *[pertaining to the duodenum]* ep. ọlọ-ìfun; ~ **ulcer** *[peptic ulcer]* or. ọgbẹ́ ọlọ-ìfun (ọlọ ìfun: duodenum); ~ **glands** or. ẹ̀ṣẹ́ ibi ọlọ-ìfun

duodenitis *[inflammation of the duodenum]* or. ọlọ-ìfun wíwú

duodenum *[first part of the small intestine, plays major part in digestion]* or. ọlọ-ífun

dupe *[to cheat, to defraud]* or. láti tú (ènìyàn) jẹ, lati fá orí, láti rẹ́ (ènìyàn) jẹ

duplicate *[copy]* or. ẹ̀dà-ìwé

durable (to be ~) *[to last long]* is. láti tọ́

during *[throughout the existence of; at some period as]* as. lákòókò, nígbà

dusk *[evening time, nightfall]* or. àṣálẹ́, ìrọ̀lẹ́

dust *[fine powder]* or. erukutu, eruku

duty *[obligation]* ẹ̀tọ́, ẹ̀yẹ

dwarf *[homunculus, nanus, abnormally small adult]* or. ràrá, iràrá

dwarfism *[underdevelopment of the body, characterized by abnormally small stature]* or. yíya-ràrá, ìya-ràrá

dye *[coloring matter]* or. aró, osùn; ~ **something** *[to fix in a color]* is. láti pa nkan l'áró; ~ **pit** or. idí aró; ~**ing** or. ìpaláró, ìpa (aṣọ) láró

dyer *[one who dyes]* or. arẹró, aláró

dynamic *[energetic, vigorous]* ep. aláápọn, alágbára

dynamism *[the quality of being energetic, vigorous]* or. aápọn, ìyárí

dynamite *[a poweful explosive]* or. alùgbàù

dynamo *[a device for producing electricity]* or. ẹ̀rọ-àrá *(àrá: electricity)*

dysentery *[intestinal inflammation marked by abdominal pain and frequent bloody stools]* or. ìgbẹ́ ọrìn, ìgbẹ́ ẹ̀jẹ̀

dyspepsia *[indigestion, nausea]* or. inún ríru

E

each *[every one separately]* or. kálukú, oníkálukú, ọ̀kọ̀ọ̀kan

eager (to be ~) *[anxious to do]* is. láti ní ìtara

eagle or. ẹyẹ idì

ear *[pinna, auricle]* or. etí; **external ~** : òde etí *(etí àti ihò etí, etí at'ihòo rẹ̀)*; **internal ~**: inún etí **middle ~**: àárín etí; **~ache** *[otalgia]* or. etí dídùn; **~drum** *[myringa, tympanum, tympanic membrane]* or. ìlù etí; **~ ossicles** or. eegun àárín-etí; **~plug** or. òdídí etí; **~ring** *[ornament worn at the ear lobe]* or. yẹtí; **~wax** *[cerumen]* or. epo etí, òrí etí

earlobe *[the soft, lower part of the ear]* or. ìbikékeré etí

early *[before usual or agreed time]* as. ni kùtùkùtù, tètè

earn *[to get money in return for work]* is. láti gbowó iṣẹ́; **~** *[to deserve]* is. láti tọ́ sí (ènìyàn)

earphone *[headphone, a radio receiver]* or. gboùngboùn etí

earth *[the dry land surface of the globe]* or. ilẹ̀-ayé

earthquake *[shaking of the earth's crust]* or. ìjì ilẹ̀

earthworm *[burrowing worm]* or. ekòló

ease *[ability to do without difficulty]* or. ìrọ̀rùn, ìrọra, ìdẹ̀ra; **~ is.** láti mú (nkan) fúyẹ́; láti mú (nkan) rọrùn

easily *[effortlessly]* as. láìṣe-wàhálà

east *[the direction from which the sun comes; orient]* or. ilà oòrùn

East Africa *[the eastern part of Africa]* or. ilà-oòrùun Áfíríkà

East Asia *[the eastern part of Asia]* or. ilà-oòrùun Éṣíà

Easter *[Feast of the Resurrection]* or. ọdún Àjí-nde

eastern *[pertaining to the east]* ep. ilà-oòrùn, ti ilà-oòrùn

Eastern Europe *[the eastern part of Europe]* or. ilà-oòrùun Yúróòpù

Easter Sunday *[the Sunday following Easter]* or. ọjọ́-ìsinmi Àjí-nde

easy *[not difficult]* ep. rírọ; rírọrùn, onírọ̀rùn; **~ (to be ~)** is. láti rọ̀

eat *[to put food into the mouth and swallow it]* is. láti jẹun, láti jẹ (onjẹ)

ebb tide *[falling tide; outgoing tide]* or. ìṣá

ebony *[dark wood of some African trees]* or. igi dúdú

echo *[sound coming back]* or. gbohùn-gbohùn

eclectic *[composed of things garthered from various sources]* ep. àṣàyàn

eclipse *[blockage of light]* or. ìdílójú; ~ **of the sun** *[blockage of light from the sun by the moon]* or. ìdílójú oòrùn *(òṣùpá dí oòrùn l'ójú)*; ~ **of the moon** *[blockage of light from the moon by the earth]* or. ìdílójú òṣùpá *(ayé dí òṣùpá l'ójú)*

ecological *[pertaining to ecology]* ep. ọjọ̀, nípa ọjọ̀

ecologist *[expert in ecology]* or. ẹlẹ́kọ̀ ọjọ̀, akẹ́kọ̀ ọjọ̀

ecology *[branch of biology that deals with relations between organisms and their environment]* or. ẹ̀kọ́ nípa ọjọ̀

economical (to be ~) *[thrifty, not wasting money]* is. láti ṣọ́wóná, láti tọ́wó, láti pé

economics *[science of the production, distribution and consumption of goods and services]* or. ẹ̀kọ́ ètò-ọrọ̀

economy *[management of money]* or. ètò-ọrọ̀

ecosystem *[natural community of plants, animals and the environment associated with them]* or. ọjọ̀ ẹ̀dá-oníyè

ect-, ecto- *[external]* ìr. òde, ìta

ectoderm *[the outer layer of cells of an embryo]* or. ìwọ̀-òde

ectoparasite or. ajọ̀fẹ́-ara *(fún àpẹrẹ:iná-orí, egbọn)*

ectoplasm *[the outer layer of the cytoplasm of a cell]* or. ìwọ̀-òde ara pádi *(pádi; cell)*

eczema *[dandruff]* or. eélá

edema *[an abnormal accumulation of fluids in a tissue]* or. ogùdùgbẹ̀

edge *[outside end of something]* or. ògùn, ìkọ́n-gun

edible *[eatable]* ep. aṣeéjẹ; ~ **(to be ~)** is. láti ṣeéjẹ

edit *[revise, modify]* is. láti ṣàtúnyẹ̀wò

edition *[version, the total number of materials printed at the same time]* or. ẹ̀dà

editor *[a person who edits]* or. aṣàtúnyẹ̀wò, olótũ

editorial *[written by an editor]* or. ọ̀rọ̀ aṣàtúnyẹ̀wò. ọ̀rọ̀ olótũ

educate *[instruct, enlighten, tutor]* is. láti tọ́ (ènìyàn), láti kọ́ (ènìyàn).

education *[training of the mind]* or. ètò ẹ̀kọ́

educator *[teacher, trainer]* or. olùkọ́ni

eel *[long snakelike fish]* or. ìjẹ̀ omi, àdagbá

effect *[result]* or. àyọrísí, àbáyọrí; **cause and** ~: ipilẹ̀ àt'àyọrísí; ipilẹ̀ àt' àbáyọrí

effective (to be ~) *[adequate, proficient]* is. láti mú-nádóko, láti wúlò

efficiency *[quality of being efficient]* or. ìjáféfé

efficient (to be ~) *[working well and getting results]* is. láti já féfé

efferent *[outgoing]* ep. àlọ; ~ **nerves** *[motor nerves]* or. ẹ̀sọ àlọ

effort *[use of strength]* or. ipá; **to put some** ~ **into** is. láti sa ipá; **to make an** ~ is. láti ṣakitiyan

e.g. *[for example]* as. fún àpẹrẹ (f.a.)

egestion *[defecation, bowel movement]* or. ìgbẹ́ yíyà

egg *[ovum; sex cell, gamete, reproductive cell of female animals]* or. ẹyin; **to lay an** ~ is. láti yé ẹyin; ~ **cell** *[ovum, oosphere]* or. pádi ẹyin; ~ **membrane** or. ìwọ̀ ẹyin

eggshell *[the hard covering of an egg]* or. igbá ẹyin

eggplant *[a large, pear-shaped fruit eaten as a vegetable]* or. ìgbá-òìbó

ego *[conceit, pride]* or. ìgbéraga, ìjọraẹnilójú

egomania *[self conceit]* or. jìjọ ara ẹni lójú

egotism *[the tendency to be self-centered]* or. ìjọraẹnilójú

Egypt *[a country in northeastern Africa]* or. Égíptì, orílẹ̀ Égíptì

eight or. ẹ̀jọ, ẹẹ́jọ; ep. méjọ; ~ **houses:** ilé méjọ

eighteen or. ẹjidínlógún, ìdìkan l'ẹ́jọ; ~ ep. mejìdínlógún

eighth *[next after the seventh]* ep. ìkéjọ; ~ *[one of eight parts]* ep. ìdáméjọ

eighty or., ep. ìdì méjọ, ọgọ́ọ̀rin, ọgọ́rin

either...or *[one or the other]* as. bóṣe...tàbí; yálà...tàbí

ejaculate *[to discharge sperm]* is. láti da (àtọ̀); ~ *[sperm containing fluid]* or. àtọ̀

ejaculation *[discharge of semen during coitus or masturbation]* or. (àtọ̀) dídà

ejaculatory duct *[seminal duct]* or. òpó àtọ̀

eject *[to throw out, to discharge]* is. láti yọ (nkan) kúrò

elaborate *[painstaking]* ep. aláápọn

elastic *[capable of assuming original shape after being distorted]* ep. rírọ́, lílẹ́; ~ **(to be** ~**)** is. láti rọ́; láti lẹ̀; ~ **things** or. àwọn arọ́

elasticity or. irọ́, rírọ́

elbow *[part of the arm that bends]* or. ìgopá, ìgunpá; ~ **bone** *[ulna]* or. eegun- apá nlá; ~ **joint** *[joint between upper and lower arm]* or. èkó ìgunpá (èkò: joint)

elder *[born earlier than another, older]* ep. àgbà; ~ *[an older person]* or. alàgbà

elders *[senior members of a family or group]* or. àgbààgbà

elect *[to choose by vote]* is. láti dìbò fún (ènìyàn), láti yan (ènìyàn)

election *[choice of a person to a position by ballot]* or. ìdìbò, ìbò dídì

electric *ep.* àrá; ~ **charge** *or.* iye-àrá; ~ **current** *or.* ìsán-àrá
(sán: move with considerable speed); ~ **lighting** *or.* ìtànná àrá;
~ **shock** *or.* ìwì àrá; ~ **eel** *[fish capable of delivering electric
shock] or.* ẹja òjíjí; ijẹ̀ omi, àdagbá

electrical *[pertaining to electricity] ep.* t'àrá

electricity *or.* àrá; **to conduct** ~ *is.* láti mu àrá; metals can
conduct but nonmetals cannot conduct ~: àwọn àlùrọ leè mu
àrá ṣùgbọ́n àwọn àdàrọ kò leè mu àrá; **conduction of** ~ *or.*
àra mímù

electro- *[electric] ir.* -àrá, àrá-

electrocute *[to kill by electricity] is.* láti fi àrá pa (nkan)
/fàrápa: fi àrá pa/; **to be electrocuted** *is.* láti kú ikú àrá.
The prisoner was ~cuted: ẹlẹ́wọ̀n naà kú ikú àrá;

electrocution *or.* ifàrápa, fífi àrá pa nkan

electrode *[terminal connecting a conductor with an electrolyte] or.*
òpó-àrá; **positive** ~ *[anode]:* òpó-àrá elérò; **negative** ~
[cathode]: òpó-àrá ẹlẹ́yọ

electrology *[study of electrcity] or.* ẹ̀kọ́ nípa àrá

electrolysis *[electrolytic reaction] or.* àsè alàrá/àsè: reaction; lo
àrá: use electricity

electrolytic reaction *see* electrolysis

electromagnet *[iron that becomes a magnet when electric
current is applied] or.* òòfà-àrá **electron** *[e-] or.* ẹyọ-àrá

elegant *[graceful and beautiful] ep.* ẹlẹ́wà, dí-dárapúpọ̀,
dáradára

elegy *[dirge, threnody] or.* ègè

element *[simplest substances from which others are made] or.*
iṣù-ọta *(iṣù: agglomeration; ọta: atoms)*

elementary *[basic, simple] ep.* ìpilẹ̀ṣẹ̀, àkókó

elephant *[large mammal with a long trunk and two ivory tusks]
or.* erin, àjànàkú

elephantiasis *[pachydermatosis, chyloderma, scrotal ~] or.*
jàbùtẹ̀, òkè

elevate *[to lift up] is.* láti gbé (nkan) sókè

elevated (to be ~) *is.* láti ròkè; láti ní igbéga

elevation *[process of elevating] or.* ìgbéga, ìròkè, gbígbéga; ~ *[an
elevated place] or.* òkè

elevator *[a machine for hoisting goods or people] or.* egbé

eleven *or.* oòkànlá, ọ̀kànla, ìdìkan lé kan; ~ *ep.* mọ́kànlá

eleventh *[preceded by ten others, 11th] ep.* ìkọ́kànla; ikó ìdì kan
lé kan; ~ *[any of eleven equal parts of something] ep.* ìdá ìdì
kan lé kan

eliminate *[to take out, to remove]* is. láti yọ (nkan) kúrò

elimination *[process of eliminating]* or. yíyọ, yíyọkúrò; ~ **reaction** or. àsè ìyọkúrò, àsèè-yọkúrò *(àsè: reaction)*

elongate *[to expand linearly]* is. láti nọ (nkan)

elongation *[linear expansion]* or. ìnọ̀, nínọ̀, gbígba ìgùn

elute *[to separate by washing]* is. láti ṣan (nkan)

emaciate *[to become thin due to illness]* is. láti rù

emanate *[to flow or radiate forth]* is. láti ṣàn wá; láti là wá; láti wá

emasculation *[castration]* or. yíya

embarrass *[to make one feel silly]* is. láti dàámú (ènìyàn), láti dójúti (ènìyàn)

embezzle *[to appropriate fraudulently to one's own use]* is. láti jí (owó), láti kówójẹ

emblem *[sign]* or. àmì àpẹrẹ

embrace *[to hug as a sign of affection]* is. láti dìmọ́ (ènìyàn)

embroidery *[ornamental patterns on a cloth]* or. ọnà

embryo *[development of ovum to fetus]* or. ọlẹ̀

embryology *[maternal-fetal medicine]* or. ẹ̀kọ́ nípa ọmọ'nú *(ọmọ'nú = ọmọ inún: fetus)*

emerge *[to come out]* is. láti bọ́síta; láti rú sóde

emergency *[sudden happening that needs immediate attention]* or. ohun òjijì

emergent *[arising unexpectedly]* ep. òjijì

emesis *[vomiting]* or. bíbì

emetic *[causing vomiting]* or. ìruyà, ẹ̀là amúnibì *(ẹ̀là: chemical)*

emigrate *[to leave one's country and settle in another]* is. láti ṣílọ; láti ṣí kúrò

emigration *[act of emigrating]* or. ìṣílọ, ṣíṣílọ

emit *[throw]* is. láti tan nkan, láti sọ nkan; ~ **radiation** is. láti tan ìtànká

emotion *[feeling, sensation, passion]* or. ẹ̀dùn

empathy *[apprehension of another's condition]* or. kíkẹ́dùn

emperor *[royal ruler of several countries]* or. ọba-nlá

emphasize *[stress, to show the importance of something]* is. láti tẹnumọ́ (ọ̀rọ̀)

empire *[a group of nations ruled over by a powerful sovereign]* or. Orílẹ̀ ọba-nlá

employ *[to give work to]* is. láti gba (ènìyàn) síṣẹ́

employee *[someone employed]* or. ọ̀ṣìṣẹ́

employer *[one who employs others]* or. oníṣẹ́, agbanisíṣẹ́, afúnniníṣẹ́, ọ̀gá ilé-iṣẹ́

employment *[work]* or. iṣẹ́-òòjọ́

empower *[authorize]* is. láti fún (ènìyàn) láṣẹ; láti fún (ènìyàn) lágbára

empty *[void]* ep. òfo, òfìfo; ~ **bucket** or. àgbá òfìfo; ~ **(to be ~)** is. láti ṣófo, láti dòfo, láti dòfìfo

emulate *[model after]* is. láti farawé (ẹni mǐ ràn)

enable *[to make possible]* is. láti fún (ènìyàn) lágbára láti ṣe (nkan)

enamel *(in biology)* or. funfun ehín

en bloc *[altogether, as a whole]* ep. lákʼọpọ̀, lápapọ̀

encapsulate *[to package in capsule form]* is. láti pọ́n (nkan); ~**d material** or. àpọ́n

encapsulation *[process of encapsulating]* or. pípọ́n

encephal-, encephalo- *[brain]* ir. -ọpọlọ, ọpọlọ-

encephalitis *[inflammation of the brain]* or. ọpọlọ wíwú

encephalon *[brain]* or. ọpọlọ

encephalopathy *[any brain disease]* or. ọpọlọ dídàrú

encircle *[to form a circle around, surround]* is. láti ká (nkan) mọ́

encircling *[process of forming a circle around something]* or. ìkámọ́

enclose *[to include, to put something inside]* is. láti fi (nkan) sí inú (nkan míràn)

encounter *[to meet with]* is. láti bá (ènìyàn pàdé, láti ṣe aláb'àpàdé (ènìyàn)

encourage *[stimulate, embolden]* is. láti ki (ènìyàn) lẹ́hìn; láti gba (ènìyàn) níyànjú

end-, endo- *[within]* ir. inú-, -inú

end *[conclusion]* or. òpin; ~ *[terminate, conclude]* is. láti fi òpin sí (nkan)

endless *[infinite, everlasting]* ep. aláìlópin, títí láílái, títí ayérayé

endanger *[expose to danger]* is. láti fi (nkan) wéwù

endocrine *[secreting internally into the blood or lymph]* ep. àì-lópʼö (àì ní òpó = without duct); ~ **gland** *[ductless gland]* or. ẹṣẹ́ àìlópʼö; ~ **system** *[a network of endocrine glands]* or. ètò ẹṣẹ́ àìlópʼö

endocrinologist *[specialist in diseases of the endocrine system]* or. akẹ́kọ̀ ẹṣẹ́-àìlópʼö **endocrinology** *[study of the structure, function and diseases of the endocrine system]* or. èkọ́ ẹṣẹ́-àìlópʼö

endodermis *[inner layer of the skin]* or. ẹ̀gbẹ́-inú ìwọ̀-ara

endogenous *[arising from within]* ep. àti-núwá; ~ **depression** or. bíbanújẹ́ àti-núwá(àinidǐ)

endometritis *[inflammation of the endometrium]* or. ìwọ̀ ilé-ọmọ wíwú

endometrium *[mucous membrane lining the uterus]* or. ìwọ̀ ilé-ọmọ

endoparasite *[a parasite that lives in the body]* or. ajọ̀fẹ́ inún-ara

endothermic reaction *[a chemical reaction that requires heat]* or. àsè aloná/lo iná = use heat/ *(àsè afaná: exothermic reaction)*

endurance *[tolerance]* or. àfaradà, ìfaradà, ìrọ́jú

endure *[to bear]* is. láti farada (nkan); láti foríti (ìṣẹ́)

enemy *[an unfriendly person or country]* or. ọ̀tá, eléníní

energy *[capacity to do work]* or. agbára; ~ **transformation** or. ìparadà agbára

enervation *[anergy, depriving of vigor]* or. àìnímǐ, rírẹ̀

engaged (to be ~) *[busy or being used]* is. láti ní ìdíwọ́; láti wà lẹnu iṣẹ́

engagement *[betrothal]* or. àdéhùn ìgbéyà-wó; ìlérí arédè

engine *[device, motor, instrument]* or. ẹ̀rọ

engineer *[a person who makes engines]* or. aṣẹ̀rọ, alágbẹ̀dẹ, ẹnjiníà

engineering *[profession of an engineer]* or. àgbẹ̀dẹ, iṣẹ́ ẹnjiníà

England *(country in Europe)* or. Ìlú Òyìbó, Ìlú Ọba, Ìngílándì

English *[the people of England]* or. Gẹ̀ẹ́sì; ~ *[pertaining to English people]* ep. Gẹ̀ẹ́sì, ti Gẹ̀ẹ́sì

enjoy *[to experience pleasure]* is. láti gbádùn, láti ṣe fàájì; láti jẹ̀gbádùn

enlarge *[increase, extend, spread]* is. láti fẹ (nkan)

enormous *[very large]* ep. títóbi púpọ̀

enough *[sufficient, as much as needed]* ep. tító, kíkárí

entangle *[interweave]* is. láti lọ́pò; láti kọ́dí

ent-, ento- *[within, inner]* ir. inu, tinu, ninu

enter-, entero- *[intestine]* ir. -ìfun, ìfun-

enter *[to come in]* is. láti wọlé; láti wọ inú (nkan)

enteral *[intestine]* ep. inú-ìfun

enteralgia *[enter(o)dynia]* or. ìfun dídùn

enterectomy or. ìfun gígékúrò

enteric fever *[typhoid fever]* or. jẹ̀funjẹ̀fun

enteritis *[inflammation of the intestine]* or. ìfun wíwú

entero- *[intestine]* ir. - ìfun; ìfun -; ~**coccus** or. alamọ̀ inú-ìfun; ~**gastritis** or. ìfun àt'ikùn wíwú; ~**hepatic** ep. ìfun àt'ẹ̀dọ̀; ~**hepatitis** or. ìfun àt'ẹ̀dọ̀ wíwú; ~**logy** or. ẹ̀kọ́ nìpa ìfun; ~**pathy** or. àrùn ìfun; ~**virus** or. ọlọ́jẹ̀ inú-ìfun *(ọ́lọ́jẹ̀: virus)*

entertain *[to do something to amuse others]* is. láti ṣe (èniyàn) lálejò

entertainment *[something that entertains]* or. eré amúnúdùn; eré orí ìtàgé; eré amóríyá

enthusiasm *[eager feeling of wanting to do something]* or. ìtara, ìgbóná ọkàn, ọ̀yàyà

entire *[whole, complete]* ep. odidi, gbogbo

entity *[a thing with a real existence]* or. nkan, n-nkan, nkankan

entomologist *[specialist in entomology]* or. akẹ́kọ̀ kòkòrò

entomology *[study of insects]* or. ẹ̀kọ́ nípa kòkòrò

entrance *[place to go in]* or. ọ̀nà àbáwọlé *(exit: ọna àbájáde)*

entropy *[chaos]* or. ìdàrú

entry *[entrance]* or. ìwọléwá, ọ̀nà àbáwọlé; ~ *[the act of coming in]* or. ìwọlé

enumerate *[count]* is. láti ka (nkan) sílẹ̀; láti sọye/sọ iye/

enuresis *[bed wetting]* or. títọ̀sílé

environment *[territory, the surrounding]* or. àgbè-ègbè, àyíká

environmental *[pertaining to the environment]* ep. àgbè-ègbè, àyíká, nípa àgbè-ègbè

envy *[feeling of resentment over another's achievements]* or. ìlara, owú

enzyme *[catalyst]* or. ayásè-ara *(yá àsè ara: quicken chemical reactions in the body)*; **bacterial** ~ : ayásè alámọ̀ *(alámọ́: bacteria)*; **digestive** ~: ayásè ẹ̀lọ̀-ìjẹ; **fermenting** ~: ayásè ìdíbà

ep-, epi- *[upon, atached, chemically related]* ir. -lókè, - òkè, òkè-, lórí-, -orí, orí-

epicranium *[the coverings of the skull]* or. ìwọ̀ agbárí

epidemic *[influenza, flu, grippe]* or. àjàkálẹ̀ àrùn

epidemiologist *[specialist in the causes and control of diseases]* or. akẹ́kọ̀ àjàkalẹ̀ àrùn

epidemiology *[study of the causes and control of diseases]* or. ẹ̀kọ́ nípa àjàkálẹ̀ àrùn

epidermis *[outer layers of the skin]* or. ìwọ̀ òde

epidermitis *[inflammation of the epidermis]* or. ìwọ̀ òde-ara wíwú

epidermosis *[any disease of the epidermis]* or. àrùn ìwọ̀-òde ara

epiglottis *[flap that covers the opening of the windpipe]* or. ẹ̀kù ipè-ọ̀fun; *(glottis: ipè ọ́fun)*

epilepsy *[grand mal; convulsive seizures]* or. wárápá

epileptic *[one affected with epilepsy]* or. oní-wárápá

epileptology or. ẹ̀kọ́ nípa wárápá

epilogue *[conclusion, a closing section added to a book]* or.

àgbálǫgbábǫ̀, àkótán

epinephrine *[adrenaline]* or. ojera orí-iwe *(ojera = oje ara: body juice, hormones)*

episclera *[the white of the eye]* or. funfun-ojú

episcleritis *[inflammation of the sclera]* or. funfun-ojú wíwú

episode *[an event, incident]* or. iṣẹ̀lẹ̀

epistaxis *[nosebleed]* or. imú ṣíṣe ẹ̀jẹ̀

epistemology *[the theory of the origin and nature of knowledge]* or. ẹ̀kǫ́ nípa ìmòye

epistle *[a long, instructive letter]* or. èpístélì, lẹ́tà ìpàrǫwà

equal (to ~, to be ~ to) *[same as, match]* is. lati jẹ́ iyekan pẹ̀lú

equal *[equivalent]* or. ẹgbẹ́

equation *[statement expressing equality of two quantities]* or. ǫ̀mì; **exact ~**: ǫ̀mì aṣegééré *(láti ṣe gééré: to be exact)*

Equator, the *[imaginary line that runs around the middle of the earth]* or. ìlà-agbede ayé

equilateral triangle or. ààdó gígún, onihà-mẹ́ta gígún

equilibrium *[state of balance]* or. agbede; **bilateral ~** : agbede-méjì; **~ constant** or. èèkà àì-yẹ̀ agbede; **~ point** or. ibi agbede; **~ position** *[equilibrium point]* or. ibi agbede; **~ reaction** *[reversible reaction, incomplete reaction]* or. àsè alágbede

equip *[to make available things that are useful for doing a job]* is. láti pèsè ohun-èlò

equivalent (to be ~) *[equal in value or effect]* is. láti jẹ́ ìkànkan pẹ̀lú; láti jẹ́ ẹgbẹẹgbẹ́; **~ triangle** or. ààdó gígún, onihà-mẹ́ta gígún

equivalents *[equals]* or. ẹgbẹẹgbẹ́

erect *[rigidly upright]* ep. líle; **~ (to be ~)** is. láti le; **~** *[to construct, to build]* is. láti kǫ́ (ilé)

erectile tissue *[tissue capable of becoming erect]* or. iṣù ale, iṣù-ara ale

erection *[act of becoming erect]* or. èle; **penile ~**: okó líle; èle okó

erode *[to disintegrate]* is. láti bàjẹ́, láti díbàjẹ́

eroded (to be ~) *[to wear away]* is. láti yìnrìn; this soil is ~ : ilẹ̀ yí yìnrìn; **~ land** or. ilẹ̀ẹ́yìnrìn

erogenous *[erotogenic, causing sexual excitement]* ep. nípa ayùn-ara, yíyùn, aláyùn; **~ zones** *[areas of the body where stimulation leads to sexual arousal]* or. àwọn ibi ayùn-ara

erosion *[act of eroding]* or. iyìnrìn

erotic *[sensual, having to do with sexual feeling]* ep. nípa ayùn-ara

errand *[short journey made for a purpose]* or. ìránníníṣẹ́

erroneous *[incorrect]* ep. èèṣì
error *[mistake]* or. àṣìṣe, èèṣì
eructation *[belching]* or. fífẹ̀, gígùnfẹ̀
erupt *[to burst out]* is. láti bú; **~ion** *[explosion]* or. bíbú, bíbẹ́
erythroblast *[immature erythrocyte]* or. àdàmọ̀ọ́ pádi-ẹ̀jẹ̀ pupa
erythrocytes *[red blood cells]* or. pádi-ẹ̀jẹ̀ pupa
escape *[to get free from]* is. láti sá àsálà; ~ or. àsálà
escort *[to go with someone]* is. láti sin (ènìyàn) lọ (ibì kan)
esophag- *[esophago-]* ir.-òòfà-ọ̀fun, òòfà-ọ̀fu; **~algia**
  [esophaodynia] or. òòfà-ọ̀fun dídùn; **~ectomy** *[surgical removal
  of the esophagus]* or. òòfà-ọ̀fun gígékúrò; **~itis** *[inflammation of
  the esophagus]* or. òòfà-ọ̀fun wíwú; **~oscope** *[instrument used
  to examine the esophagus]* or. ẹ̀rọ-ìbẹ̀wò òòfà-ọ̀fun
esophagus *[gullet]* or. òòfa-ọ̀fun
especially *[more than usual]* as. paápàá, ní pàtàkì; pàtàkìjùlọ
essay *[try]* is. láti sa ipá; láti gbìyànjú; ~ *[short writing]* or. àròkọ
  ìtàn; àhúsọ ìtàn
essential *[indispensable, necessary]* ep. kòṣe- émaní; ~ **element**
  [extremely important] or. kòṣeémani ìṣù-ọta; ~ **fatty acid** or.
  kòṣeémaní ẹ̀kan-ọ̀rá
essentially *[in essence, practically]* as. náà (ikànkan náà ni wọ́n:
  they are ~ the same)
estate *[a large piece of property]* or. ohun ìní
estimate *[make a reasonable guess]* is. láti fojú-inún wo (nkan);
  láti díyelé (ọjà)
estimate *[guage, to form an opinion about]* is. láti fi ojú-inún wo
  (nkan)
estrogen or. ẹ̀là ìbàlágà (ẹ̀là: chemical; láti bàlágà: to reach
  puberty)
estrus *[period of sexual activity in female mammals]* or. oṣù-abo;
  ~ **cycle** *[estrous cycle]* or. ìyípo oṣù-abo, oṣù abo
et cetera *[etc.]* or. bẹ́ẹ̀bẹ́ẹ̀lọ, bẹ́ẹ̀bẹ́ẹ̀, bbl.
etc. *[et cetera, etc.]* or. bẹ́ẹ̀bẹ́ẹ̀lọ, bbl.
eternal *[unchangeable, everlasting]* ep. àìnípẹ̀kun
eternity *[world without end]* or. ayé àìnípẹ̀kun
ethanol *[ethyl alcohol]* or. ọtí ẹmu
Ethiopia *[a country in eastern Africa]* or. Ẹtiópíà, orílẹ̀ Ẹtiópíà
eubacteria or. alámọ̀-gidi (alámọ̀: bacteria)
eulogy *[praise, panegyric]* or. rára
eunuch *[castrated male]* or. ọya, ìwẹ̀fà, baàfin, akúra
euphoria *[mild elation]* or. fáji, fàájì

Europe *[the continent west of Asia]* or. Yúróòpù, ilẹ̀ẹ Yúróòpù
eustachian tube *[otopharyngeal tube]* or. ifun Ustáṣío
Eutheria *[Placentalia]* or. ẹ̀yà ẹranko olólóbi
evacuate *[to depart from]* is. láti kó kúrò
evaporate *[to convert to vapor]* is. láti fẹ́ (nkan) nù
evaporation *[process of evaporating]* or. ìfẹ́nú, fífẹ́nù
even *[flat and smooth]* ep. títẹ́jú, dídọ́gba; ~ **(to be ~)** is. láti tẹ́jú;
    láti dọ́gba; ~ **numbers** or. ẹ̀ẹ̀kà onídajì *(odd number: ẹ̀ẹ̀kà
    àìnìdajì)*
evening *[the last part of the day, dusk, nightfall]* or. ìrọ̀lẹ́, àṣálẹ́;
    ~ **time** or. ìgbà ìrọ̀lẹ́, ìgbà àṣálẹ́, (Ẹ kú ìrọ̀lẹ́: good ~); ~ *[the last
    period of life or career]* or. ìgbà alẹ́
event *[incidence, occurrence, phenomenon]* or. ìṣẹ̀lẹ̀; ~ (as it
    applies in physics) or. ẹ̀rẹ̀; one ~: ẹ̀rẹ̀ kan
eventually *[at last]* as. nígbẹ̀hìngbẹ́hín, bópẹ́bóyá
ever *[at any time]* as. nígbàgbogbo
evergreen tree *[having green foliage through the year]* or. igi
    arúwékádún
everlasting (to be ~) *[lasting forever; eternal]* is. láti wà títíláílái;
    láti wà títí ayérayé; àìní-pẹ̀kun
every *[each]* ep. gbogbo, kọ̀ọ̀kan, ikọ̀ọ̀kan; ~ **year** *[yearly]* as.
    lọ́dọọdún, ní ọdún gbogbo; ~ **day** *[daily]* as. ojoojúmọ́, ọjọ́
    gbogbo; ~ **time** as. nígbàgbogbo,ní gbogbo ìgbà; **~where** *[at
    every place]* as. níbigbogbo; **~body** *[every person]* or. enikọ̀ọ̀kan,
    gbogbo ènìyàn, ènìyàn gbogbo
evidence *[proof of something, data]* is. ẹ̀rí
evident (to be ~) *[to be obvious, apparent]* is. láti hàn gedegbe
evil *[misfortune, tragedy]* or. bìlísì, ibi
evolution *[development by slight variation over generations]* or.
    ìtìranyà
evolve is. láti tìranyà/*ti ìran yà: vary from one generation to
    another/*
ex- ìr. -tẹ́lẹ̀
exact *[accurate]* ep. gan, gaan, gẹ́ẹ́rẹ́; ~ **(to be ~)** is. láti ṣe
    déédé, láti ṣe gẹ́ẹ́rẹ́; ~ **equation** or. ọ̀mì aṣegẹ́ẹ́rẹ́ *(láti ṣe gẹ́ẹ́rẹ́:
    to be exact)* / ọ̀mì: equation/
exactness or. ìṣedéédé, ìṣegẹ́ẹ́rẹ́
exactly *[precisely, just so]* ep., as. déédé, gẹ́ẹ́rẹ́, gbáko
exaggerate *[to make something seem bigger than it is]* is. láti
    bùmọ́ (nkan)
exaggeration *[act of exaggerating]* or. àbùmọ́, àsọdùn
examine *[interrogate]* is. láti yẹ (nkan) wò, láti ṣe àyẹ̀wò, láti ṣe

àbẹ̀wò

examination *[inspection, exploration, testing]* or. àyẹ̀wò, àbẹ̀wò,
ìdánwò; **breast** ~ or. àyẹ̀wò ọmú; **final** ~ or. ìdánwò ìkẹ́hìn
example *[prototype, model, copy]* or. àpẹrẹ; **for** ~: fún àpẹrẹ, f.a.
exceed *[to be more than expected]* is. láti pọ̀jù; láti rékọjá
excellent (to be ~) *[to be very good]* is. láti dárapúpọ̀
except *[apart from]* ak. àfìbí, àmọ̀bí
exception *[something different from expectation]* or. ìyàtọ̀
exceptional (to be ~) *[to be extraordinary, unusual]* is. láti tayọ
excess *[more than usual]* or. àṣejù, àníjù
excessive (to be ~) *[to be in excess]* is. láti pọ̀jù, láti pàpọ̀jù
exchange *[to trade, to substitute]* is. láti pa (nkan) dà
excitant *[stimulant]* or. ọ̀rìn, ọ̀rìnrìn, ọ̀yìn
excite *[to arouse into activity]* is. láti rin (ènìyàn); láti ṣe (ènìyàn)
lọ́yìn
exclamation *[act of exclaiming]* or. ìyanu; ~ **mark** *[a mark used
to show surprise, !]* or. àmì ìyanu
exclaim *[to shout loudly in surprise]* is. láti kígbe ìyàlẹ́nu f.a: yéè
exclude *[to keep out]* is. láti mú (nkan) kúro; láti ya sọ́tọ̀
excrement *[feces]* or. ìgbẹ́, ìgbọ̀nsẹ̀
excrete *[to eliminate waste matter]* is. láti kẹ́gbin *(kó ẹ̀gbin:
remove waste products)*
excretion *[discharge of waste from the body]* or. ìkẹ́gbin
excretory system or. ètò ìkẹ́gbin-ara
excursion *[short journey for pleasure]* or. ìnọjú, ìṣerélọ
excuse *[reason for forgiveness]* or. gáfárà, àforíjì; ~ *[justifying
factor]* or. àwáwí
execute *[to kill as a punishment]* is. láti pa (ènìyàn); ~ *[activity to
condition the body]* or. eré ìdárayá; ~ *[to perform]* is. láti ṣe (iṣẹ́)
exhalation *[expiration; process of breathing out]* or. ìmísíta
exhale *[to breath out]* is. láti mísíta/mì sí ìta/
exhausted (to be ~) *[to be very tired]* is. láti rẹ (ènìyàn)
exhaustion *[fatigue, tiredness]* or. àárẹ̀, rírẹ̀
exhibit *[to show in public]* is. láti ṣe àṣehàn
exhibition *[public display]* or. àpèwò
exile *[banishment]* or. ọkọ-ẹrú
exist *[to have being or reality]* is. láti wà
existence *[the fact of being]* or. wíwà (láyé)
exit *[way out of a place]* or. ọ̀nà àbájáde
exo- ir. -ìta,-òde; ~**genous** *[originating from outside of the body]*
ep. àtìtabẹ̀rẹ̀, àtòdebẹ̀rẹ̀; ~**skeleton** or. àgbéró-gbòde ara;

~thermic reaction *or.* àsè afaná *(endothermic reaction: àsè alonán)*

exonerate *[to free from accusation] is.* láti da (èniyàn) láre

expand *[extend, magnify, dilate] is.* láti fẹ nkan

expansion *or.* ìpìwọ̀ndàsíwá *(pa ìwọ̀n dà sí iwá: change of measured volume, weight or content in the forward direction; contraction: ìpìwọ̀ndàsẹ̀hìn)*; **linear** ~: ìpàgùndàsíwá, nínọ̀; **area** ~: ìpòròdàsíwá *(òrò: area)*, ìgbòòrò *(gbígba òrò)*; **volume** ~: ìpàyèdàsíwá *(pa àyè dà sí iwá)*, ìgbàyè **expansivity** *[expansion per unit measure] or.* ìpìwọ̀ndà ìwọ̀nkan; **linear** ~: ìpàgùndà ìwọ̀nkan **area** ~: ìpòròdà ìwọ̀nkan; **volume** ~: ìpàyèdà ìwọ̀nkan

expatriate *[one who lives in a foreign land, coll. expat] or.* àjejì

expect *[to look forward to] is.* láti retí (èniyàn)

expectation *[act of expecting] or.* ìretí

expectorant *[antitussive, antimucous agent] or.* oògùn ikọ́

expectoration *[discharging phlegm] or.* pìpọ kẹ̀lẹ̀bẹ́

expedition *[a long journey for the purpose of discovery] or.* ìrìnkè-rindò

expel *[eject, banish] is.* láti lé (èniyàn) jáde

expend *[to spend] is.* láti ná (owó); láti ṣe ìnáwó

expense *[price, cost] or.* ìnáwó

expensive *[scarce, unavailable] ep.* ọ̀wọ́n,wíwọ́n, ọ́lọ́wọ̀n; ~ **(to be ~) is.** láti wọ́n

experience *[worldly experience] or.* ìrírí

experiment *[careful test done to discover something] or.* àṣewò, àṣerò

experimental *[based on experiment] ep.* àṣewò, àdánwò

expert *[one with special skills] or.* ọ̀mọ̀ràn

expiration *[exhalation] or.* ìmísíta; ~ *[dying] or.* kíkú

expire *[to breathe out; exhale] is.* láti mísíta

explain *[to make clear] is.* láti ṣe àlàyé

explanation *[interpretation] or.* àlàyé, ìtúmọ̀

explode *[to burst with a loud noise] is.* láti bú

exploit *take advantage, misuse] is.* láti lo (èniyàn, nkan) nílòkúlò

exploitation *[act of exploiting] or.* ìlòkúlò

exploration *[examination] or.* àyẹ̀wò, àbẹ̀wò

explore *[to examine closely] is.* láti ṣe àyẹ̀wò,láti ṣe àbẹ̀wò

explosion *[eruption] or.* bíbú

explosive material *[gun powder] or.* ẹ̀tù

exponent *[logarithm] or.* iye-edi èèkà; **exponential function** *or.*

ifà elèdì

export *[to sell something out of the country]* is. láti ta (ọjà) sókèèrè
(*import: láti ra (ọjà) lókèèrè*)

export *[product sold abroad]* or. ọjà-ìtàsókèèrè, cocoa is their
principle ~: kòkó jẹ́ ọjà-ìtàsókèèrè pàtàkì fún wọn

exportation *[act of exporting]* or. ìtàsókèèrè (*importation:
ìràlókèèrè*)

expose *[reveal]* is. láti fi (nkan) hàn; ~ **to heat** is. láti fi (nkan) yá
(iná); ~ **to light** is. láti fi (nkan) yá oòrùn ~ **to danger** is. láti
fi ẹ̀mí (nkan) wu ewu

exposition *[revelation]* or. ìfihàn

express *[to say clearly]* is. láti sọ yéké; láti sọ sita; ~ *[to squeeze
out]* is. láti fún (nkan) jáde

expression *[extrusion]* or. fifún (nkan) jáde; ~ *[something that is
said]* is. ìsọ̀rọ̀sí

extend *[to stretch out]* is. láti nọ (nkan)

extension *[act of extending]* or. nínọ̀

exterior *[external]* ep. òde, t'òde; ~ *[the outer part]* or. òde

external *[on the outside]* ep. t'òde, t'ita; ~ **ear** *[outer structure of
the ear]* or. òde etí (*etí àti ihò etí, etí at'ihòo rẹ̀*)

extinct (to be ~) *[abolished, extinguished]* is. láti parẹ́

extinction *[abolition, total destruction]* or. ìparẹ́, ìparun, àkúrun

extinguish *[destroy, quench]* is. láti piná; láti pa iná; láti pa
(nkan) run

extra *[more than enough]* ep. èlé

extract *[to take out]* is. láti fa (nkan) yọ

extraction *[act of extracting]* or. fifàyọ

extraembryonic membrane *[afterbirth, placenta, fetal
membrane]* or. olóbi, ìwọ́

extraordinary *[unusual, strange]* ep. ìyàlẹnu, ojú-ò-rí-rí

extrasensory perception *[ESP]* *[knowledge obtained by means
other than the five senses]* or. ara fifu, ìfura

extravagant *[spending too much money]* ep. onínàkúnà, àpà

extreme *[outermost, last]* ep. ìgbògùn, ògùn, ìkọ́gun; ~ ep.
rírékọjá-àlà; pàpọ̀jù

extrude *[to force out]* is. láti fún (nkan) jáde

extrusion *[expression]* or. fifún (nkan) jáde

eye *[the organ of sight]* or. ojú, ẹyinjú

eyeball *[occulus]* or. ẹyin-ojú, ẹyinjú

eyebrow *[arch above the eye]* or. irun ojú

eyeglass *[spectacles]* or. awòye-ojú

eyelash *[cilia]* or. irun-ìpénpéjú, irun bèbè-ojú

eyelid *[movable fold of skin over the eye]* or. ìpénpéjú, bèbè-ojú

eyesight *[faculty of sight]* or. ojú

eyewitness *[one who has seen something happen]* or. ajẹ́rí̆, ẹlẹ́rí̆, aláfojúrí

F

fable *[story that teaches good behavior]* or. àhusọ ìtàn; **to tell ~s** is. láti pìtàn

fabric *[cloth]* or. aṣọ

fabricate *[make, fashion]* is. láti kọ́ (nkan); ~ *[to make up a story]* is. láti ṣèké

face *[front of the head from the hairline to the chin]* or. iwá-ojú, iwá-orí, ojú; ~ *[to turn the face in a given direction]* is. láti kọjú sí (ìbì kan), láti wo (nkan); ~ *[concentrate on]* is. láti fi ojú sí (nkan); ~ *[to confront]* is. láti fojúkojú

facet *[aspect, any of a number of sides]* or. àdà, ìdà *(l'àdà kan: in one aspect)*

facial *[pertaining to the face]* ep. nípa iwá-ojú; ~ **nerve** *[nerves that innervate much of the face - the 7th cranial nerve]* or. ẹ̀sọ iwá-ojú

facilitate *[mitigate, to make easier]* is. láti sọ (nkan) dẹ̀rọ̀

fact *[reality, truth]* or. òótọ́, nkan ìdájú; ìdánilójú

factor *[dividend]* or. ìpín; ~ *[contributing cause]* or. ọ̀fà

factory *[place for the manufacture of goods]* or. ilé-ìṣẹlọ́pọ̀; ilé-iṣọ̀pọ̀

fade *[to lose color]* is. láti ṣá

Fahrenheit *[temperature scale, F]* or. Farínáìtì, ìdíwọ̀n igbónáa ti Farín-áìtì (1 Farín-áìtì = 5/9 Séntígredì)

fail *[not to do well]* is. láti kùnà,

failure *[lack of success]* or. àì-yege, ìkùnà

faint *[to be unconscious]* is. láti dákú; **~ing** *[syncope, blackout]* or. dídákú

fair *[moderately good]* ep. àìburú; ~ *[impartial, unbiased]* ep. aṣẹ̀tọ́; ~ **(to be ~)** is. láti ṣẹ̀tọ́

fair *[gathering for buying and selling, exhibition]* or. àpèwò, àjọwò; **a trade ~** or. àpèwò àwọn oníṣòwò

fairy *[small, imaginary being]* or. ọ̀rọ̀

faith *[belief, credence]* or. ìgbàgbọ́

falcon *[hawk]* or. àṣá

fall *[to tumble]* or. iṣubú; ~ is. láti ṣubú, láti bọ́, láti bọ́ ṣubú; ~ *[a descent]* or. bíbọ́, ìjáwálẹ̀; ~ *[to drop down]* is. láti jáwálẹ̀; láti jábọ́; láti jáṣubú; ~ **season** *[autumn]* or. ìgbà iwọ́wé, àsìkò iwọ́wé

fallacy *[deception, lie, falsehood]* or. irọ́, ẹ̀tàn

fallopian tube *[oviduct, uterine tube]* or. ìfun ẹyin
false *[untrue]* ep. irọ́, aláìlóòtọ́
falter *[to stumble, hesitate]* is. láti kọsẹ̀, láti ṣiyèméjì
fame *[celebrity, renown]* or. òkìkí, ìsì
familial *[pertaining to some factor present in the family]* ep. nípa
    ìdílé, ti ìdílé
familiar *[well known]* ep. mímọ̀
family *[series, homologs]* or. ìdílé; ~ **history** or. ìtàn ìdílé; ~
    planning *[spacing of the number of children born to a family]*
    or. ìfẹ̀tòsọ́mọbíbí
famine *[dearth]* or. ìyàn, ìsá, ọ̀dá
famous *[renowned]* ep. olókìkì; ~ **(to be ~)** is. láti lókìkí
fan *[instrument for moving air]* or. abẹ̀bẹ̀
fancy *[pleasure]* or. ìgbádùn; fáàrí
fantastic *[extraordinary, overwhelming]* ep. awúnilórí
fantasy *[dream]* or. àlá
far *[distant, remote]* ep. jíjìn; ~ **(to be ~)** is. láti jìn, láti jìnnà
fare *[fee for traveling in a public vehicle]* or. owó-ọkọ̀
farm *[land for growing food]* or. oko; ~**er** *[one who operates a
    farm]* or. àgbẹ̀; ~**ing** *[agriculture]* or. iṣẹ́ àgbẹ̀, ìroko
farsightedness *[hyperopia, hypermetropia, long sightedness]* or.
    àìrítòsí
fart *[coll., to break wind]* is. láti só
farther *[at a greater distance]* ep. lọ́nàjíjìn ju
fascinate *[to attract irresistibly]* is. láti fanimọ́ra
fascination *[strong attraction]* or. ìfanimọ́ra, ohun àtàtà
fashion *[way of doing something]* or. àṣà; **new** ~: àṣà titun
fashionable *[stylish, popular]* ep. (ohun) àsìkò
fast *[having no food or drink]* or. àwẹ̀; ~ is. láti gbàwẹ̀; ~ **(to be
    ~)** *[to be quick]* is. láti yára; ~ ep. yíyára, ayára; ~**ing** or. àwẹ̀
    gbigbà, ìgbàwẹ̀
fasten *[to attach to something else]* is. láti de (nkan)
fat *[adipose tissue]* or. ọ̀rá; ~ **(to be ~)** *[obese]* is. láti sanra; ~ ep.
    ọlọ́rǎ
fatal *[causing death]* ep. afakú
fatality rate *[the number of deaths in a given period in a
    population]* or. ìyásí ikú
fate *[destiny]* or. ìpín, ìyọrísí, òpin
father *[male parent]* or. baba, bàbá *(grand~: baba-baba, bàba-
    bàbá)*
father-in-law *[father of one's wife]* or. bàbá-ọkọ tabi bàbá-ìyàwó
fathom *[conceive, imagine]* is. láti ronúkan (nkan), láti dáb'ä

fatigue *[tiredness]* or. àárẹ̀, rírẹ̀

fatty *[adipose]* ep. ọlọ́rǎ: ~ **tissue** *[adipose tissue]* or. ìṣù ọ̀rá

fatty acid *[organic acid occurring in plant and animal fats]* or. ẹ̀kan-ọ̀rá; **essential** ~: àwọn kòṣeémání ẹ̀kan-ọ̀rá

faucet *[spout]* or. ẹnu-ọ̀sọ̀ọ̀rọ̀

fault *[defect]* or. àbùkù; ~ *[slight offense]* or. ẹ̀bi, ìjẹ̀bi

favor *[considerate act]* or. iṣàánú; ìrànlọ́wọ́

favorite *[someone or something greatly liked]* ep. àyànfẹ́

fear *[fright, phobia]* or. ẹ̀rù, ìbẹ̀rù; ~ *is*. láti bẹ̀rù

fearless *[not afraid]* ep. akínkanjú, aláìfòyà, aláìnífòyà; ~ **(to be ~)** *is*. láti nígbẹ̀ọyà

feasible (to be ~) *[practicable, possible]* *is*. láti ṣéẹ̀ṣe

feast *[banquet]* or. àjọdún

feat *[act, deed]* or. gudu-gudu, àrà *(láti dáàrà: to perform feats)*

feather *[one of the individual structures covering a bird's skin]* or. ìyẹ́

feature *[prominent characteristic]* or. àwọn àmì-títayọ

February *[2nd month of the year]* or. oṣùu fébúárì; oṣùkéjì ọdún

feces *[excrement, stool]* or. ìgbẹ́

fecund (to be ~) *[fertile]* *is*. láti rọyin/rọ ẹyin/; ~**ate** *[fertilize, impregnate]* *is*. láti fún abo l'óyún; ~**ity** *[fertility]* or. ìrọyin

federal *[having many states under one government]* ep. ti ìjọba gbogbogbòò

fee *[money charged for a service]* or. owó ọ̀yà

feeble *[weak]* ep. aláìnímì̀, aláìlágbára

feed *[to nourish]* *is*. láti bọ́ (ọmọ); ~ or. ìjẹ, jíjẹ; ~**ing** *[alimentation]* or. bíbọ́

feedback *[a reaction or response to an activity]* or. èsì

feel *[to perceive, sense]* *is*. láti kan (ènìyàn) lára, láti fi ọwọ́ kan (nkan), láti fi ara kan; ~ *is*. láti rílára; how does it ~ ?: Báwo l'ó ṣe rílára?

feign *[pretend]* *is*. láti díbọ́n

fell (a tree) *[to cut down]* *is*. láti gé (igi) lulẹ̀

felony *[crime]* or. ìrúfìn, ìṣẹ̀jọba

female *[woman, girl]* or. abo, obí; ep. abo, obí; ~ **person** *[woman or girl]* or. obìnrin; ~ **sex** or. ìrin abo; ~ **sexual organ** *[female genital organs, genitalia]* or. ẹ̀yà ìnrin-abo

feminine *[female]* ep. abo

femoral *[pertaining to the thigh]* ep. (nípa) itan; ~ **artery** *[arteria femoralis]* or. iṣàn-àlọ itan (ìṣọ̀n: a vessel); ~ **nerve** *[main nerve of the front part of the thigh]* or. ẹ̀sọ itan; ~ **vein** *[vena* *femoralis] or.* ìṣàn-àbọ itan

femto- *[one quadrillionth, 10⁻¹²]* ir. ìdá-òdùèèrú-

femur *[thighbone] or.* eegun itan

fence *[barrier built around a house, etc.] or.* ọgbà, odi; ~ *[to enclose with a fence] is.* láti mọdi yi (nkan) ká

fence *[to sell stolen goods] is.* láti ta ojàa bìrìbìrì, láti jí (nkan) tà

fenestra *[window] or.* fèrèsé; ~ *[anatomical opening] or.* ojú-ara, ihò-ara

ferment *[to produce fermentation in] is.* láti díbà; ~ **(to be ~ed):** láti bà

fermentation *[breakdown of carbohydrates by enzymes] or.* bíbà, ìdíbà

fermentum *[yeast] or.* àwọn ẹyà-ìdíbà

fern *[nonflowering vascular plant that reproduces by spores instead of by seeds] or.* òmù

ferry *[boat that takes people across water] or.* ọkọ̀ àwọ̀sọdá; ọkọ̀ àsọdá

fertile *[fecund] ep.* ìrọyin; ~ **(to be ~)** *is.* láti rọyin / rọ ẹyin /; ~ *[productive, fruitful] ep.* ọlọ́rã, ẹlẹ́tù; ~ **(to be ~)** *is.* láti lẹ́tù; ~ **land** *[land suitable for farming] or.* ilẹ̀ ọlọ́rã;~ **period** *[time in the menstrual period in which fertilization is likely to occur] or.* ìgbà ìrọyin

fertility *[state of being fertile] or.* ìrọyin; ~ **drug** *[drug used to help fertilization] or.* ẹlà ìrọyin

fertilization *[fecundation; making fertile] or.* ìgbàrin, gbígbàrin (gba ìnrin; acceptance of sex materials)

fertilize an egg *is.* láti fún(ẹyin) ní ìnrin

fertilized (to be ~) *[to cause an egg to begin development] is.* láti gbàrin(ẹyin); (to be pregnant, láti gbọlẹ̀; láti lóyún); ~ **egg** *[zygote] or.* ọlẹ̀

fester *[to be inflamed] is.* láti gbikún, gbiníkún

festival *[celebration, feast] or.* orò, àjọ̀dún

fetal *[pertaining to the fetus] ep.* ọmọnú, ọmọ-inú; ~ **age** *[fertilization age] or.* iye-oṣú ọmọnú; ~ **membrane** *[placenta] or.* olóbi

fetch *[to go and bring something back] is.* láti lọ mú (nkan) wá

fetology *[embryology] or.* ẹ̀kọ́ nípa ọmọnú

fetus *[foetus] or.* ọmọnú (ọmọ inú: a child in the womb, ọlẹ̀: embryo; ìgbà ọlẹ̀: first trimester, ìgbà ẹ̀dà: second trimester; ìgbà ọmọnú: third trimester)

feud *[hostility] or.* aáwọ̀, ìjà

fever *[rise in the temperature of the body]* or. ibà; *(akọ-ibà: icterus, jaundice)*; **brain** ~ *[meningitis]*: iba ori, iwọ-ọpọlọ wiwu; **breakbone** ~ *[dengue]*: iba inu- eegun; **malarial** ~: ibàá-gbónán; **yellow** ~: ibàa pọ́njú-pọ́njú; ibà pupa; **typhoid** ~ : ibàa jẹ̀funjẹ̀fun

few *[not many]* ep., as. díẹ̀

fiancé *[a man to whom a woman is engaged to be married]* or. ọkọ iyàwó àfẹ́sọ́nà

fiancée *[a woman to whom a woman is engaged to be married]* or. iyàwó àfẹ́sọ́nà

fiber *[filament]* or. ọ̀ran; **nerve** ~ *[neuron]*: ọ̀ran ẹ̀sọ *(láti ran okùn: to turn to fibers, to make ropes)*

fibrous *[consisting of fibers]* ep. ríran; ~ **(to be ~)** is. láti ran; ~ **root** *[root made up of fibers]* or. irìn ríran

fibula *[calf bone]* or. eegun-irè kékeré, eegun-rè kékeré; **tibio-~**: eegun- irè kékeré àti nlá

fiction *[fabrication, falsehood]* or. ìjárọ́, àròsọ-ìtàn

field *[piece of ground for playing]* or. pápá, pápá-ìṣeré

fierce (to be ~) *[wild, angry]* is. láti roro; láti gbóná

fifteen *[15]* or. ìdì kan l'árŭn, àrúndínlógún,

fifth *[in the fifth place]* ep. ìkárŭn

fifty *[50]* or. àádọta, ìdì márŭn

fight *[struggle, scuffle]* or. ìjà; ~ *[quarrel, dispute, hassle]* is. láti jà

figure *[geometric diagram]* or. èèyà

file *[cardboard cover for papers]* or. páálí iwé; ~ *[instrument for making knives sharp]* or. ayùn-ọ̀bẹ, fáìlì

filings *[particles removed by a file]* or. iyẹ̀

fill *[to put into, to make full]* is. láti rọ (nkan) sínú; láti rọ (nkan) kún

film *[a thin skin, pellicle]* or. awọ-fẹ́lẹ́fẹ́lẹ́; ~ *[movie, a motion picture]* or. fìímù, sinimá; ~ *[medium for photography]* or. fìímùu fọ́tò

filmmaker *[one whose profession is making motion pictures]* or. onífìímù, aṣefìímù

filter *[device used as a strainer for purifying liquids, gases etc.]* or. àsẹ̀; ~ is. láti ṣẹ́ (nkan)

filth *[dirt]* or. ìdọ̀tí; **~y** *[very dirty]* ep. onídọ̀ti, eléèrí

filtrate *[mother liquor]* or. omi ẹ̀sẹ́, ẹ̀sẹ́

filtration *[process of filtering]* or. sísẹ́

fin *[organ of movement of a fish]* or. àjẹ̀, abẹ̀-bẹ̀; lẹ́bẹ́, lẹ́bẹ́-eja; **pectoral** ~: àjẹ̀ àyà; **dorsal** ~: àjẹ̀ ẹ̀hìn; **pelvic** ~: àjẹ̀ ìbàdí;

ventral ~ : àjẹ̀ inú; **caudal** ~ : àjẹ̀ ìrù

final *[last, ultimate]* ep. ìparí, òpin; **~ly** *[in the end]* as. nígbẹ̀hìn, nípari

finance *[science of monetary affairs]* or. ètò inọ́nwó; ~ *is.* láti ṣe ìnọ́nwó

financial *[pertaining to finance]* ep. ètò-owó, ètò-inọ́nwó

financier *[someone engaged in financing large scale operations]* or. olówó, ọlọ́rọ̀

find *[locate, discover]* is. láti wá (nkan) rí; **~ings** *[discovery]* or. àbárèbábọ̀

fine (to be ~) *[nice, pleasant]* is. láti dára; láti wuyì; ~*[penalty]* or. fáìn-nì

finery *[decorations, adornment]* or. ọṣọ́, ẹwà

finger *[dactyl, digit]* or. ika ọwọ́; **~bone** *[phalanx]* or. eegun ika; **~tip** *[extreme end of a finger]* or. ọmọrí-ika, orí-ìka; **~print** *[impression of the skin pattern of the finger tip]* or. ìtẹ̀ ika-wọ̀

fingernail *[nail of the finger]* or. èékán ọwọ́

fingertip *[the tip of a finger]* or. orí ìka

finish *[complete, conclude, consummate]* is. láti parí (nkan)

finishing *[the final treatment or coating]* or. ìparí

finite *[countable]* ep. olóòkà, olópin; ~ **number** or. èèkà olóòkà; ~ **series** or. ọwọ́-èèkà olóòkà *(number series: ọ̀wọ́ èèkà)*

fire *[visible active phase of combustion]* or. iná; **to set ~ to** is. láti fi iná si (nkan)

fire-arm *[weapon]* or. ohun-ìjagun

firefly *[night flying beetle that emits light]* or. tan-nátan-ná

firewood or. igi ìdáná

firm *[fixed and steady]* ep. adúrósinsin

first *[initial, original]* ep. èkíní, àkọ́kọ́; ~ *[beginning, origin]* or. èkíní, ìkíní; ~ *[initially, originally]* as. kọ́kọ́,ṣàkọ́ *(Emi ló kọ́kọ́ lọ sí ibẹ̀: I went there first)*; ~ **aid** *[treatment given in an emergency]* or. ìsẹ̀gùun wàràwéré; ~ **child** or. àrèmọ, àkọ́bí; ~ **human** *[primitive human, user of palm fronds]* or. Adámọ̀, ẹni àkọ́kọ́; ~ **time** *[initial time, primordial time]* or. igbà àkọ́kọ́; ~ **trimester** or. igbà ọlẹ̀ *(ìdámẹ́ta kíní igbà oyún) wo: fetus*

fish *[pisces]* or. ẹja; ~ is. láti pẹja, láti dẹ̀wọ̀ / dẹ ìwọ̀/ *(ìwọ̀: hook)*

fisherman *[one who catches fish]* or. apẹja

fission *[the act of breaking apart]* or. ìyapa *(ìyapọ̀: fusion)*

fissure *[crack, crevice]* or. ojúu lílà *(láti là: to become split)*

fist *[the hand, closed tightly]* or. ẹṣẹ́. ìkùùkù

fit (to be ~) *[to be the right size for]* is. láti tọ́; láti yẹ; láti bá (nkan) mu; ~ [uncontrollable attack] or. gìrì, wárápá

five [5] or. àrún.aárǔn; ep. márǔn; **the ~ sense organs** or. àwọn ẹ̀yà-iyè màràrǔn

fix [to put in place firmly] is. láti mú (nkan) dúró; láti fi ìdí (nkan) múlẹ̀

flaccid [soft, limp, floppy] ep. dídẹ̀, rírọ̀

flag [piece of cloth with colors that designate a nation, etc.] or. àṣíá

flagellation [whipping] or. nínà

flagellum [threadlike appendages of an organism used for movement] or. ọ̀pá pádi

flame [fire] or. ahọ́n-iná, àṣẹ́-iná

flammable (to be ~) [to be combustible, inflammable] is. lati lè gbaná

flare [to blaze up brightly, flame] is. láti gbà(iná)

flash [to pass speedily and suddenly] is. láti sán (àra sán: lightning flashes)

flashlight [a portable, battery-operated light] or. tọ́ọ̀ṣì

flat [plane, level] ep. títéjú, pẹrẹsẹ; ~ **(to be ~)** is. láti téjú; ~ **ground** or. pẹ̀tẹ́lẹ̀

flatter [to praise excessively] is. láti pọ́n (ènìyàn); láti tan (ènìyàn); ~**er** [one who flatters] or. ẹlẹ́tàn, apọ́nni

flattery [an overly complementary remark] or. ẹ̀tàn, ẹ̀pọ́n

flatulence [intestinal gas] or. ikùn gbígbi

flatworms (phylum Platyhelmintes) or. ẹ̀yà aràn palaba (aràn gbọọrọ: cestoda; aràn oníkọ̀: trematoda)

flavor [taste (of food)] or. àádùn, òórùn- adùn; òórùn-aládùn, dídùn

flaw [defect] or. àbàwọ́n

flax [genus Linum, fibrous plant] or. ọ̀gbọ̀

flea [order Siphonaptera; small blood drinking insect] or. eegbọn

flee [to run away] is. láti sálọ; láti ferége, láti yàgò

fleece [wool covering a sheep or goat] or. irun àgùntàn tàbí ewúrẹ́

fleet [the total number of ships in a navy] or. àgbájọ ọkọ̀ ojú-omi orílẹ̀ kan

flesh [soft part of a body] or. ẹran-ara

flexible (to be ~) [tractable, plastic] is. láti rọ̀

flexion [bending, flexing] or. kíká (láti ká apá tàbí ẹsẹ̀)

flexor [muscle that bends a joint] or. iṣan akára(aká ara: that which bends a body part)

flight [act of flying] or. fífò

flimsy *[paper thin]* ep. fífẹ́lẹ́; ~ **(to be ~)** is. láti fẹ́lẹ́
flint *[stone that produces a spark when struck]* or. ọta-iṣána
flip *[to turn by tossing]* is. láti sọ (nkan) sókè
flirt *[coquette]* or. ológe, atage; ~ *[to act like a coquette]* is. láti
  tage
float *[to be buoyant]* is. láti fó; **~ation** *[buoyancy]* or. fífó, ìfó
flock *[congregation, crowd]* or. agbo; ~ **of sheep** *[group of sheep]*
  or. agbo àgùntàn
flog *[whip, flagellate]* is. láti na (ènìyàn)
flood *[deluge, torrent]* or. àgbàrá; ~ **of water** *[large flow of water]*
  or. àgbàrá òjò
floor *[part of a room that one walks on]* or. ilẹ̀-ilé; ilẹ̀pẹpẹ̀-ilé
flora *[the plants of a specified region or time]* or. ẹ̀gbìn ọjọ̀ kan
florescence *[a period of flowering, a blooming]* or. rírú, ìrúyọ
florescent *[blossoming, breaking into flower]* ep. rírú, lílà
flounder *[to struggle awkwardly]* is. lati jówèrè
flour *[fine powder from wheat or other grain]* or. èlùbọ́, ìyẹ̀fun
flourish *[to thrive]* is. láti gbèèrú ; láti rú; látirẹ̀ ; láti rúdì
flow *[circulate, course]* is. láti ṣọ̀n or. iṣọ̀n, ṣíṣọ̀n
flower *[seedholding part of a plant]* or. àdòdó, òdòdó
flowering tree *[Angiospermae]* or. igi olódòdó
flu *see* influenza
fluctuate *[waiver, hesitate]* is. láti jẹ́ àìṣeku-ṣẹyẹ; láti ṣàìgbé-
  bikan; láti ṣe àìdúrólójukan
fluent (to be ~) *[speaking a language well]* is. láti ní ìmọ̀ èdè kan
fluid *[substance that is able to flow, liquid]* or. adà *(dà: changes
  shape; aṣọ̀n tàbí òyì: a liquid or a gas)*
fluke *(class Trematoda)* or. aràn oníkọ̀ /oní ìkọ́/
flute *[musical instrument which is blown]* or. fère, ipè
flux *(a flowing, a flow)* or. iṣàn
fly *[order Diptera, any of a large group of insects with two wings]*
  or. agboolé oníyẹ̀méjì *(eṣinṣin: house fly)*; ~ *[sail, flutter]* is. láti
  fò
foal *[a young horse, mule or donkey]* or. ọmọ ẹṣin, màlúu tàbí
  kẹ́tẹ́kẹ́tẹ́
foam *[froth, lather]* or. èéru; ~ is. láti ru
focal point *[in physics: focus, center]* or. ibi ojú-ẹ̀ká
focus *[point at which light and other rays meet]* or. ojú ẹ̀ká
foe *[enemy]* or. ọ̀tá, abínú-ẹni
foetus *[embryo]* wo: fetus
fog *[mist, thick cloud that forms close to the ground]* or. ìkúùkù
foil *[frustrate, baffle]* is. láti rídì ; láti sọdasán

fold [*to turn one part over another*] *is*. láti ká (nkan) kì
folder [*file, binder*] *or*. fóódà, àpòòwé
foliage [*leaves*] *or*. ewé (lára igi)
follicle [*saclike cavity*] *or*. isà
folliculitis [*inflammation of a hair follicle*] *or*. isà-irun wíwú
follow [*to come after*] *is*. láti tèlé (ènìyàn); **~er** [*one who follows*]
  or. omo-èhìn, omoléhìn
fond (to be ~ of) [*loving*] *is*. láti nífè (ènìyàn)
fondle [*caress*] *is*. láti fowópa (ènìyàn) lára
fondness [*affinity, likeness*] *or*. inífè, ífè
fontanel [*fontanelle; membrane covered soft spot in the skull of a
  newborn infant*] *or*. àwòjè
food [*foodstuff, edible*] *or*. onje, ìje; **~ allergy** [*reaction to a
  substance ingested in food*] *or*. èhun onje; **~ chain** *or*. okùn ìje;
  ~ poisoning [*illness caused by eating food containing toxic
  materials*] *or*. onje olóró
fool [*person lacking common sense*] *or*. òmùgò, aláìlógbón, òbo;
  ~ish [*unwise*] *ep*. òmùgò, aláìlógbón; **~ishness** [*lack of common
  sense*] *or*. aìlógbón, ègò
foot [*terminal section of the leg*] *or*. esè; **~** [*a measure of length
  equal to 12 inches*] *or*. ìwòn-esè, esè, esèè bàtà (ìwòn-esè kan:
  one foot)
foramen [*hole*] *or*. ihò, ojú-ihò, ojúuhò
forbid [*to prohibit, to obstruct*] *is*. láti dá (ènìyàn) lékun
forbidden [*not allowed*] *ep*. èèwò
force [*strength, might*] *or*. ipá; **~ measurement** *or*. ìwòn ipá
  (ìdíwòn ipá: 1 Níútìnì)
forced feeding *or*. jìjo
forcible [*accomplished by force*] *ep*. àfagbárase, tipátipá, onípá
ford [*place where one can walk across a river*] *or*. ibi-àfesèlàjá odò
fore- [*in front of*] *ir*. -iwá, -iwájú
forearm [*part of the arm between the elbow and the wrist*] *or*.
  isàlè apá
forebrain [*prosencephalon*] *or*. awé- opolo t'iwájú
forecast [*foresee, foretell*] *is*. láti sotélè
forefather [*male ancestor, male progenitor*] *or*. Bàbá-nlá, baba-
  nlá
forefinger [*finger next to the thumb*] *or*. ika ìtoká, ifábèlá
forego [*to go before*] *is*. láti se asáájú, lati sáájú
forehead [*frons; front of the head above the eyes*] *or*. ipònjú
foreign [*alien, irrelevant*] *or*. àrè, àjèjì

foreigner *[alien]* or. àjèjì, àlejò

foreman *[one who controls a group of workmen]* or. ọ̀gá, alábójútó

foremost *[first in rank or importance]* ep. àgbà

foreplay *[stimulation of sexual arousal before sex]* or. wíwẹ́

foresee *[to know beforehand]* is. láti rí (nkan) níran

foreskin *[prepuce]* or. adọ̀dọ́, ẹ̀fá

foresight *[capacity to foresee]* or. ojú-ìwòye

forest *[land covered with trees]* or. igbó, agìnjù

forestry *[management of forests]* or. ìtọ́jú-igbó

foretell *[predict]* is. láti sàsọtẹ́lẹ̀

forever *[for all time]* as. láíláí, títí láíláí

foreword *[an introductory remark, preface]* or. àpilẹ̀kọ, ọ̀rọ̀-ìṣáájú

for example *[e.g.]* or. fún àpẹrẹ, f.a.

forge *[workshop for melting and shaping metals]* or. ilé arọ́; ~ *[mold, fabricate]* is. láti rọ (nkan) *(ẹ̀rọ: something forged, machine)*

forget *[to fail to remember, neglect]* is. láti gbàgbé; láti gba (nkan) gbé; **~ful** *[inclined to forget]* ep. onígbàgbé

forgive *[pardon]* is. láti dáríji (ènìyàn); láti foríji (ènìyàn); **~ness** *[pardon]* or. ìdáríjì, àforíjì

forgo *[to give up]* is. láti jọ̀wọ́ (nkan); láti jáwọ́kúrò nínú (nkan)

fork *[utensil with two or more prongs for eating]* or. àmuga-ìjẹun

form *[shape, pattern]* or. ìrísí

formal *[requiring elaborate detail]* ep. aláyẹyẹ; **~ity** *[state of being formal]* or. ayẹyẹ, aláyẹyẹ

formation *[arrangement, ordering]* or. ìṣètò

former *[earlier in time]* ep. àtẹ̀hìnwá, tẹ́lẹ̀tẹ́lẹ̀; **~ly** *[some time ago]* as. tẹ́lẹ̀, tẹ́lẹ̀tẹ́lẹ̀, latẹ̀hìnwá

formula *[chemical ~]* or. àmì ẹ̀là; ~ *[an exact method for doing something]* or. ìlànà ìṣe

formulary *[book listing pharmaceutical substances]* or. ìwé-awo

formulation of a hypothesis or. ṣe àròsọ, ìṣàròsọ

fornicate *[commit adultery]* is. láti ṣe àgbèrè, láti ṣe panṣáàgà

fornication *[adultery]* or. àgbèrè

fort *[place of refuge from external attack]* or. odi

fortieth ep. ikógóòjì, ogójì, ìkó ìdì-mẹ́rin

fortitude *[strength of mind]* or. igbóyà, ìláyà

fortnight *[fourteen days]* or. òsẹ̀méjì

fortunate *[successful, lucky]* ep. olóríire

fortune *[great wealth]* or. ọrọ̀ àìníye

forty *[40]* ep. ogóòjì, ìdì-mẹ́rin; ~ horses: ogóòjì ẹṣin; ~ or. ogójì, ogóòjì, ìdì mẹ́rin

forward [toward the front] as. níwájú, ṣíwájú; ~ **direction** or. ọ̀nà iwájú, apá iwájú

foster child [child reared by foster parents] or. ọmọ-àgbàbọ́, ọmọ àgbàtọ́

foster parent [person rearing another's child] or. alágbàbọ́, alágbàtọ́

foul [unpleasant, dirty] ep. ẹlẹ́gbin, arínilára

foul [abominable, disagreeable] or. èèwọ̀; ~ [not according to the rule of the game] or. fáòòlù

found [to start something] is. láti pilẹ̀ (nkan); láti ṣe ìpilẹ̀ṣẹ̀ (nkan)

foundation [fundamental, basis] or. ìpilẹ̀, ìpilẹ̀ṣẹ̀

founder [originator] or. olùpilẹ̀ṣẹ̀

fountain [source] or. orísun, ìsun

four [4] ep. mẹ́rin; ~ or. ẹ̀rin, ẹ́ẹrin

fourteen [14] or. ẹ̀rìnlá, ẹ́ẹrìnlà, ìdìkan l'ẹ́rin; ~ ep. mẹ́rìnlá; ~**th** ep. ìkẹ́rìnlá, ìkó ìdìkán l'ẹ́rin

fowl [bird that is kept for food] or. adìẹ

fox [doglike wild animal] or. kọ̀lọ̀kọ̀lọ̀

fraction [part] or. ìdásíwẹ́wẹ́, ẹsẹ; **decimal** ~: ẹsẹ-ìdá; **proper** ~: ẹsẹ-ìdá gidi

fractional [pertaining to fractions] ep. lẹ́sẹẹsẹ

fracture [act of breaking] or. dídá, kíkán (eegun); **simple** ~: eegun kíkán; **compound** ~: eegun wíwó; ~ [break, cleave, shatter] is. láti kán (ní eegun)

fragile [delicate] ep. ẹlẹgẹ́

fragment [bit] or. awẹ́, aláwẹ́, àpólà; ~**ation** [breaking up into fragments] or. pínpín, pínpínwẹ́wẹ́; ìpínwẹ́wẹ́

fragrance [a sweet smell, pleasant odor] or. arundídùn

fragrant [having a pleasant odor] ep. arundídùn

frail [weak] ep. pẹ́lẹ́ngẹ́, aláìnímì̀

frailty [weakness, the condition of being frail] or. ogbó, àìnímì̀

frame [structure around which a building is built] or. ìgbéléró, fúrémù; **picture** ~ or. fúrémù àwòrán

framework [infrastructure, skeleton] or. àgbéró, àgbéléró, férémù

France (country in western Europe) or. Fara-nsé, orílẹ̀ẹ èdèe Fara-nsé

franchise [the right to vote, suffrage] or. ẹ̀tọ́-ìdìbò, ẹ̀tọ́ láti dìbò

fraternal twins [dizygotic twins] or. ìbéjì ẹlẹ́yinmẹ́jì

fraud [swindle] or. ayédèrú, èrú; ~**ulent** [dishonest, deceitful] ep. àrékérekè, oníwàyo, oníwàkúwà

free *[at liberty]* is. láti wà ní òmìnira, láti dòmìnira, láti bọ́, láti yọ; ~ *[to liberate]* is. láti dá (ènìyàn) nídè; láti fún (ènìyàn) lómìnira; láti gba (nkan) là; ~ *[provided without charge or cost]* ep. ọ̀fẹ́; ~ **material** *[provided without charge]* or. nkan ọ̀fẹ́

freedom *[independence, liberty, autonomy]* or. òmìnira

free fall or. jíjá wálẹ̀; ijáwálẹ̀; **acceleration of** ~: ìperédà torí òòfà-ilẹ̀

freeze *[congeal, chill]* is. láti di; láti gan

freezer *[a refrigerator operating below the freezing point of water]* or. fírísà

freezing point *[temperature at which a liquid freezes]* or. ibi ìdì, ibii dídì

French *[the people of France]* or. àwọn araà Faransé; ~ *[the language of French people]* or. edèe frẹ́nshì; ~ *[pertaining to France]* ep. t'awọn Frẹ́nshì

frequency *[the number of times an action is repeated in a given period]* or. ìyásí ìṣẹ̀lẹ̀, ìyásí ìyípo, iye ẹ̀rẹ̀ *(bí ìṣẹ́lẹ́ ṣe nyá sí)*

frequent *[often]* ep. ìgbàgbogbo

fresh *[new, in good condition]* ep. àtun, àkọ̀tun; ~**water** or. omi àmu; omi-mímu

friable *[easily crushed or powdered]* ep. ṣíṣeérún, ṣíṣeélọ̀

friction *[surface resistance to relative motion]* or. ìmúlẹ̀ *(mú ilẹ̀: to grasp the ground)*; ~**less** *[lacking friction]* ep. àìnímúlẹ̀ */àì ní ìmúlẹ̀: inability to grasp the ground/*

Friday *[sixth day of the week]* or. ọjọ́ fúráìdeè, ọjọ́ jímọ́ọ̀

friend *[well known and trusted person]* or. ọ̀rẹ́, ẹnìkéjì, àwé

friendly *[like a friend, kindly]* ep. ọlọ́yàyà, abánirẹ́

friendship *[the state of being friends]* or. ìrẹ́pọ̀, ọ̀rẹ́

fringe *[outskirt, periphery]* or. ìgbèríko

frog *[amphibian]* or. àkèré, kọ̀-nkọ̀

from *[out of]* ip. láti, látọwọ́, lọ́wọ́ọ̀

front *[forepart, anterior]* or. iwájú

frontal bone *[bone forming the anterior part of the skull]* or. eegun àwòjẹ̀

frost *[frozen water that forms on the ground]* or. enini, eeni

froth *[lather, suds, foam]* or. eéru, eéhó; ~ *[to foam, lather]* is. láti hó, láti ru

frown *[scowl]* is. láti bojújẹ́

fruit *[part of the plant that that contains seeds]* or. èso; ~ **wall** *[pericarp]* or. ara èso; ~ **sugar** *[fructose, laevulose, levulose]* or. àádùn-èso

fruitful *[productive, fertile]* ep. eléso
fruitless *[unproductive, infertile]* ep. àgàn, aláiléso
fry *[roast]* is. láti dín (nkan)
fuel *[substance that burns to give heat]* or. idáná; **gas** ~ : òyì-
idáná; **chemical** ~ : èlà-idáná; **oil** ~ : epo-idáná; **wood** ~ :
igi-idáná
fulcrum *[support on which a lever rests]* or. àtàrí egbé*(egbé: lever)*
fulfill *[to accomplish something promised]* is. láti mú (iléri) sẹ;
~**ment** or. imúsẹ, imúlèrísẹ
full *[having as much as can be held]* ep. èkún; kíkún; ~ **(to be ~)**
is. láti kún; ~ **stop** *[period]* or. àmì idúró *(comma: àmì idèsè,
ami idèsèduro)*
fume *[smoke, vapor]* or. eéfí, eérú, èéfín
fumigate *[to smoke]* is. láti fí (nkan); láti fín (nkan)
fumigation *[act of fumigating]* or. fífín
fun *[merriment]* or. ayẹyẹ, igbádùn, adùn
function *[use]* or. ilò, lílò; ~ *[in mathematics]* or. ifà
fund *[amount of money reserved for a specific purpose]* or. owó
ilélè; owó ifilólè
fundamental *[basic, elementary]* ep. alákòbèrè
funeral *[ceremony held when someone dies]* or. isìnkú
fungal *[of or pertaining to fungus]* ep. (nípa) osun-wuuru; ~
infection *[mycosis]* or. àrùn osun-wuuru
fungi *[plural of fungus]* or. àwọn alára-osun
fungus *[nonflowering plant without leaves]* or. osun-wuuru, osun
funiculitis *[inflammation of the spinal cord]* or. èsọ òpá-èhìn wíwú
funnel *[a tube, wide at the top, narrow at the bottom, used for
pouring]* or. àrọ
funny *[causing one to be amused]* ep. apani-lérin, pípanilérĭn
furious (to be ~) *[to be angry, enraged]* is. láti runú, láti hónu,
láti bínú
furlong *[8th of a mile]* or. òréré. one ~ : òréré kan
furnace *[structure in which heat is produced]* or. àdìrò, àrò, ilérú
furnish *[to supply, to provide]* is. láti pèsè
furniture *[articles used in the house]* or. òsó-ilé, ohun òsó-ilé;
ohun-isèlélósò
furuncle *[boil, furunculus]* or. eéwo
fury *[rage]* or. irunú, inufùfù
fusion *[melting, amalgamation, blend]* or. yíyó iyapò, *(fission:
iyapa)*
future *[time yet to come]* or. ijó iwájú, igbà iwájú

G

gab *[to talk excessively]* or. láti sọ̀s ọkúsọ; láti sọ̀rọ̀ àsọjù
gabble *[to talk quickly and incoherently]* is. láti yánu-sọ̀rọ̀
gable *[outside triangular section of the wall of a house]* or. ìkù-ílé
Gabon *[a country in West central Africa]* or. orílẹ̀ẹ̀ Gàbọ́ọ̀nù
gadabout *[one who goes about aimlessly]* or. alárìnkiri
gadfly *[large fly that bites cattle]* or. irù
gaiety *[merrymaking, festivity]* or. ayẹyẹ, ayọ̀
gain *[advantage, profit, interest]* or. èrè; ~ *[to increase, grow]* is. láti jèrè, láti jẹ èrè
gainful *[yielding profit]* ep. amówówá, amérèwá, alá-nfàní
gainsay *[dispute, contradict, deny]* is. láti tako, láti sẹ́
gait *[manner of motion]* or. ìrìn-ẹsẹ̀
gala *[festive occasion]* or. àríyá; ìgbádùn
galact-, galacto- *[milk]* ir. -wàrà
galactase *[enzyme that aids in the hydrolysis of lactose]* or. ayásè àádùn-orí *(ayásè: catalyst)*
galactoma *[galactocele]* or. akàn ọmú *(akàn: cancer of)*
galactose *[a simple sugar derived from milk sugar]* or. àádùn- orí
galaxy *[large system of stars]* or. àjọ̀ràwọ̀, àjọ-ìràwọ̀ *(ìràwọ̀: star)*
gale *[a strong wind]* or. afẹ́fẹ́-líle, ìjì
gall *[bile]* or. oje òrónro, oje òróòro
gallant *[possessing courage]* ep. akíkanjú
gallantry *[bravery]* or. akíkanjú
gall bladder *[organ below the liver that serves as a reservoir for bile]* or. òrónro, òróòro
gall duct *[duct for bile]* or. òpó òrónro
gallery *[balcony]* or. ọ̀dẹ̀dẹ̀-òkè
gallivant *[to roam about aimlessly]* is. láti rìrìnkúrìn
gallon *[liquid measure that equals 4 quarts]* or. gálọ́ọ̀nù
gallop *[to run like a horse]* is. láti sáré bí ẹṣin
gallows *[framework used for hanging people]* or. ibi ìpani
gall stone *[a stony mass formed in the gall bladder]* or. ọ̀ta inú òrónro
galore *[in great numbers]* as. lọ́pọ̀lọpọ̀, púpọ̀jù, rẹrẹrẹ, ya-nturu
Gambia *[a country in West Africa]* or. orílẹ̀ẹ̀ Gámbìà, ~ **River** or. odòo Gámbìà
gamble *[bet, wager]* is. láti ta tẹ́tẹ́
gambler *[one who gambles]* or. atatẹ́tẹ́, onítẹ́tẹ́

gambol [to frolic] is. láti bẹ́ kiri

game [amusement, play] or. eré, iré, iṣeré

gamete [a reproductive cell that can unite with another similar one to form an egg] or. pádi ìnrin

gamut [the whole range] or. àtòkèdélẹ̀

gander [male goose] or. akọ pẹ́pẹ́yẹ

gang [group associated for illegal purposes] or. ẹgbẹ́ àwọn ìgárá

ganglion [collection of nerve cells, pl. ganglia] or. agbo ẹ̀sọ-ara

gangrene [rotting of tissue in the body] or. èékẹ̀, èérà

gangster [member of a criminal gang] or. jà-ndúkú, ìgárá

gaol see: jail

gap [opening] or. àfo, àlàfo, ihò

gape [to stare with mouth open] is. láti ya-nusílẹ̀

garage [building for repairing or storing motor vehicles] or. ọgbàa mótò; ọgbà ìtọ́kọ̀ṣe

garb [clothes] or. aṣọ, ẹ̀wù

garbage [refuse] or. pà-ntí, àjẹkù

garble [to mix up] is. láti da (nkan) rú

garden [a place for the cultivation of flowers, vegetables etc.] or. ọgbà, ọgbà àjàrà

gargle [to rinse the throat with a liquid] is. láti fi (nkan) fọ ọ̀nà ọ̀fun

garment [article of clothing] or. ẹ̀wù

garner [to gather] is. láti kórè

garrulous [talking continually] ep. aláròyé

gas [substance like air, capable of moving in all directions] or. òyì; ~ **equation** or. ọ̀mì òyì (ọ̀mì: equation); ~ **laws** or. àwọn òfi òyì; ~ **station** [a filling station] or. ilé epo; ~ **volume** [volume occupied by a gas at a certain temperature and pressure] or. àyè òyì

gaseous [pertaining to a gas] ep. nípa oyi; olóyì

gash [cut, slash] or. ọgbẹ́-nlá, ọgbẹ́

gasoline [gas used as fuel and in vehicles] or. epo mótò

gasp [to labor for breath] is. láti mí gílegíle; láti mí pẹ̀lú agbára

gasp [to catch the breadth with difficulty] is. láti mí hẹ́lẹ́hẹ́lẹ́

gastr-, gastro- [relating to the stomach] ir. -ikùn, ikùn-

gastrectomy [surgical removal of part of the stomach] or. ikùn gígékúrò

gastric [pertaining to the stomach] ep. nipa ikun; ~ **digestion** [process of breaking down of food in the stomach] or. ẹ̀da onjẹ nínún ikùn; ~ **juice** [secretion of the gastric gland] or. ẹ̀là ikùn;

~ **lavage** *[washing of the stomach]* or. ikùn fífò̀; ~ **ulcer** *[open sore of the lining of the stomach]* or. ọgbẹ́ ikùn

gastrin *[hormone secreted by the pylorus]* or. oje-ikùn

gastritis *[inflammation of the lining of the stomach]* or. ìwọ̀-ikùn wíwú

gastro-, gastr- *[relating to the stomach]* ir. -ikùn, ikùn-

gastroenteritis *[inflammation of the stomach and the intestines]* or. ikùn àt'ìfun wíwú

gastroenterology *[study of the stomach and the intestines]* or. ẹ̀kọ́ nípa ikùn at'ìfun

gastrointestinal *[of the stomach and the intestines]* ep. ikùn àt'ìfun

gastrointestinal ep. nipa ikùn àt' ìfun; ~ **tract** *[alimentary canal, digestive tube]* or. ìfun onjẹ

gatroscope *[an instrument for inspecting the inside of the stomach]* or. ẹro ìbẹwò-ikùn

gastropoda *[e.g. snails, sea slugs]* or. ẹ̀yà ìgbín

gastroscopy *[visual examination of the stomach]* or. àwòrán ikùn

gate *[large door of an entrance way]* or. ìlẹ̀kùn-nlá àbáwọlé, ìlẹ̀kùn ọnà-àbáwọlé

gatekeeper *[person who guards a gate]* or. oníbodè

gather *[assemble, collect, compile]* is. láti kó (nkan) pọ̀, láti kó (nkan) jọ

gathering *[assemblage]* or. àkójọpọ̀

gauge *[yardstick, standard]* or. òṣùwọ̀n; ~ *[to rate, measure, evaluate]* is. láti wọn (nkan)

gaunt *[haggard, emaciated]* ep. rírù, gbígbẹ kan eegun

gauze *[loosely woven material]* or. aṣọ oníhò-fórofòro

gawk *[to stare]* is. láti tẹjúmọ́ (ìbì kan)

gay *[happy and carefree]* ep. onínúdídùn, aláìní-wàhálà; ~ **man** *[homosexual male, homophile]* or. ọkùnrin aṣebíabo *(lesbian: obìnrin aṣebíakọ)*

gazelle *[kind of antelope]* or. ẹtu

gazette *[newspaper]* or. ìwé ìròhìn

G.C.D. *[in mathematics: greatest common denominator or divisor, H.C.F]* or. ìfipín nlá

ge-, geo- *[earth]* ir. ìlẹ̀-ayé

gear *[apparatus]* or. ohun èlò, nkan èlò; ~ *[a train of toothed wheels]* or. jìà

gecko *[a soft-skinned insect-eating lizard]* or. ọmọ́-nlé

gel *[colloidal dispersion of a solid in a liquid]* or. ògì

geld *[to castrate]* is. láti ya (ẹranko)

gelding *[a castrated animal]* or. ọ̀ya

gem *[jewel, precious stone]* or. okúta-iyebíye

gender *[sex]* or. ìnrin ẹran *(ìnrin: sex)*

gene *[basic unit of inheritance]* or. ẹyọ-ìran

genealogy *[lineage, pedigree]* or. ìtàn ìrandíran; ìtàn ìdílé

general *[universal, widespread, global, diverse, common]* ep.
   akáríayé; ~ *[high officer in the military]* or. ọ̀gágun / ọ̀gá ogun /;
   ~ **anesthesia** *[an agent that produces complete loss of
   consciousness]* or. ẹ̀là akunnilóorun, ẹ̀là agbiyè *(iyè:
   consciousness)*; ~ **physical build** or. ìdúró

generalize *[to make broad in application]* is. láti ṣàkópọ̀ / ṣe
   àkópọ̀/

generally *[ordinarily]* as. lák'ọ̀pọ̀

generate *[to bring about]* is. láti ṣe ìpilẹ̀ṣẹ̀ (nkan); láti bẹ̀rẹ̀

generation *[group of contemporaneous individuals, age cohort]* or.
   ìran; ~ *[process of generating]* or. ìdásílẹ̀, ìbẹ̀rẹ̀

generosity *[the quality of being generous]* or. inúunre, ìlawọ́

generous *[liberal, magnanimous]* ep. onínúunre, onínúrere

genesis *[beginning, origin, inception]* or. ìbẹ̀rẹ̀, ìṣẹ̀dá

genetic *[pertaining to birth]* ep. ìrandíran; ~ **disease** or. àrùn
   ìdílé, àrùn ìrandíran, àrùn àfìjogún

geneticist *[a specialist in genetics]* or. ak'ẹ̀kọ̀ iran

genetics *[the study of heredity]* or. ẹ̀kọ́ nípa iran

Geneva *[a city in Switzerland]* or. Jẹ̀nẹ́fà

genial *[cordial, mannerly]* ep. ọlọ́yàyà

genital *[pertaining to the sexual organs]* or. ẹ̀yà ìnrin

genitalia *[genitals, sexual organ]* or. ẹ̀yà irin *(irin: sex)*; **female** ~:
   ẹ̀yà ìrin-abo; **male** ~: ẹ̀yà ìrin-akọ

genius *[a person having great mental capacity]* or. olóye-púpọ̀

genocide *[a systematic extermination of a people]* or. ìpanirun,
   ìpiyẹ́

genteel *[polite, well-bred]* ep. ọmọlúwàbí, oníwàpẹ̀lẹ́

gentle *[mild, soothing]* ep. onírẹ̀lẹ̀, oníwàpẹ̀lẹ́; ~**ness** *[mildness]* or.
   ìrẹ̀lẹ̀, ìwàpẹ̀lẹ́

gentleman *[a man of good upbringing]* or. ọmọlúwàbí *(ladies and
   gentlemen: l'okunrin, l'obinrin)*

genuflect *[to bend the knee]* is. láti ká eékún

genuine *[original; not counterfeit]* ep. àìlábàwọ́n, gidi

genus *[in biology: category above the species]* or. iran

geo- ir. -ilẹ̀, ilẹ̀-

geochemistry *[chemistry dealing with the composition of the earth's crust]* or. èkó èlà-ilè *(èlà: chemicals)*

geographic *[geographical, pertaining to geography]* ep. ilé-àye, nípa ilé-àye

geography *[study of the the surface of the earth]* or. èkó nípa ilé-àye

geology *[science that treats the origin and structure of the earth]* or. èkó isèdáyé *(isèdáyé /ìse tí a se dá ayé/: structure of the earth)*

geometric *[pertaining to geometry]* ep. ilè-wíwòn, nípa ilè-wíwòn

geometrician *[a specialist in geometry]* or. akékò ilè-wíwòn

geometry *[mathematics that deals with measurements of solids, surfaces, lines, points and angles]* or. èkó ilè-wíwòn

geopolitics *[study of the relation of politics to geography]* or. èkó òkùnfàa isèlú oun ilé-àye

geriatrics *[gerontology]* or. isègùn arúgbó

germ *[microorganism, microbe]* or. èyàwuuru; ~ **cell** *[gamete; a specialized cell for reproduction]* or. pádi ìnrin *(pádi: cell)*

German measles *[rubella, measles]* or. inárun

Germany *[a country in north central Europe]* or. orílè-edeé Jámánì

germicidal ep. apèyàwuuru

germicide *[agent used to kill germs]* or. èlà apèyàwuuru *(èlà: chemical)*

germinate *[grow]* is. láti hù

germination *[process of germinating]* or. híhù

geront-, geronto- *[old age]* ìr. - arúgbó

gerontology *[geriatrics; study of aging]* or. èkó nípa àgbà dídà, èkó nípa ìdarúgbó

gestate *[to carry a pregnancy]* is. láti lóyún

gestation *[pregnancy period]* or. ìgbà oyún, ìgbà ìgbakọ

gesticulate *[to express by gestures]* is. láti fi gbogbo ara sòrò

gesture *[movement of parts of the body to express ideas]* or. ìfarajúwe, ífowójúwe

get *[obtain, gain]* is. láti gba (nkan)

getaway *[an escape (by a criminal)]* or. ìsálọ, àjàbó

get-together *[a gathering]* or. àpéjọ, àgbájọ, àjọ

Ghana *[a country in West Africa]* or. orílèè Gánà, ilè-Àgànyìn

ghastly *[horrible]* ep. abanilérù, búburú, aláìseéfénunsọ

Ghobi Desert *[a large desert in Asia]* or. ìyàngbe-ilèè Góbì

ghost *[apparition]* or. iwin, èmí

ghoul *[grave robber]* or. ajalènísà-òkú

giant *[person of enormous size]* or. òmìrán

giantism *[gigantism]* or. yíya òmìrán

gibber *[jabber; to chatter incoherently]* is. láti yánusòrò; láti sòrò-àsọjù; láti sòsọkúsọ

gibberish *[unintelligible talk]* or. ìsọkúsọ

gibe *[to make taunting remarks]* is. láti fi (ènìyàn) ṣe ẹléyà; láti fi (ènìyàn) ṣẹ̀sín; láti ṣáátá

giddy (to be ~) *[dizzy, fickle]* is. láti ní òyì ojú

gift *[something given; talent]* or. ọrẹ, ìtọrẹ, ẹ̀bùn

gifted *[talented]* ep. onítálẹ́ntì; ẹlẹ́bùn

giga- *[billion]* ìr. -èèrú

gigantic *[tremendous size]* ep. rabata, nlá, títóbi lọ́pọ̀lọpọ̀

giggle *[to laugh in a silly way]* is. láti rẹ́rǐn tàṣì

gild *[to adorn]* is. láti ṣe (nkan) lọ́ṣọ̀;láti kun (nkan) ní awọ̀ọ wúrà

gill *[organ in fishes used for taking oxygen from water]* or. èrèkẹ́-ẹja

gin *[liquor distilled from grain]* or. ọtí; ~ **distilled from fermented palm wine**: ọtii bọlugì; ~ **distilled from corn**: ṣẹ̀kẹ̀tẹ́; ~ **distilled from ripe plantains**: àgàdàgidì

ginger *[plant with an aromatic root]* or. atalẹ̀

gingerly *[cautiously]* as. pẹ̀lẹ́pẹ̀lẹ́, lẹ́sòlẹ́sò

gingivitis *[inflammation of the gums]* or. òkè ehín wíwú

giraffe *[tallest of all mammals]* or. àgùnfọ́n

gird *[to prepare for action]* is. láti di àmùrè; láti múrasílẹ̀

girl *[female person]* or. ọmọbìnrin, ọmọdébìnrin

girth *[the circumference of a thing]* or. ìwọ̀nàyíká

gist *[the main idea]* or. kókó-òrò; pàtàkì-òrò; àkótán-òrò

give *[deliver, impart]* is. láti fun (ènìyàn) ni (nkan)

gizzard *[second stomach of birds]* or. iwe-ẹyẹ

glad (to be ~) *[cheerful, pleased]* is. láti ninú dídùn, láti lọ́yàyà

gladden *[to make glad]* is. láti mú inú (ènìyàn) dùn

gladness *[joy]* or. inú-dídùn

glance *[to look quickly]* is. láti wo (nkan) fírí

gland *[secreting organ in the body]* or. ẹṣẹ́ oje-ara; **duct ~**: ẹṣẹ́ olópọ̀ (òpó: a duct, track); **ductless ~** *[endocrine ~]*: ẹṣẹ́ àìlópò; **duodenal ~**: ẹṣẹ́ ìbi ọlọ-ìfun; **genital ~**: ẹṣẹ́ èyà-irin;**inguinal ~**: ẹṣẹ́ abênú; **intestinal ~**: ẹṣẹ́ inú-ìfun; **lacrimal ~**: ẹṣẹ́ omije; **lactiferous ~** *[mammary ~]*: ẹṣẹ́ẹ wàrà; **parotid ~**: ẹṣẹ́-itọ́ ẹ̀bátí; **pyloric ~**: ẹṣẹ́ idi-ikùn

glans *[goiter]* or. gbẹ̀gbẹ̀, gbẹ̀mgbẹ̀, gẹ̀gẹ̀; ~ **clitoridis** *[tip of the clitoris]* or. orí idọ-obìnrin; ~ **penis** *[tip of the penis]* or. orí-okó

glare *[to shine brightly]* is. láti tàn roro; ~ *[to stare angrily]* is. láti tan-jú mọ́ (ènìyàn, nkan)

glass *[transparent substance used for windows]* or. dígí; ~ **fiber** or. ọ̀ran dígí /*ríran: fibrous*/; **~es** *[spectacles]* or. dígí-ojú, awòye-ojú

glaucoma *[disease of the eye]* or. edi-ojú

glaze *[to fit in glass panes]* is. láti fi dígí bo (fọ́tò)

gleam *[glitter, glimmer]* is. láti dán, láti kọmànà

glean *[to gather remains after a harvest]* is. láti pèéṣẹ́

glide *[to move smoothly]* is. láti yọ́ kẹ́lẹ́-kẹ́lẹ́

glimmer *[a faint light]* or. ìtàn-ná tín-tín

glitter *[to sparkle]* is. láti dán; láti kọ mọ̀nán

global *[worldwide]* ep. akáríaye, jákè-jádò

globe *[sphere]* or. ọ̀ṣùṣù; the world, earth

gloss-, glosso- *[tongue]* ir. ahọ́n

gloss *[to make lustrous]* is. láti dán (nkan)

glossal *[pertaining to the tongue]* ep. ahọ́n

glossary *[list of words and their meanings]* or. ìwé awo-ọ̀rọ̀

glossitis *[glottitis]* or. ahọ́n wíwú

glossolalia *[glossodynia]* or. ahọ́n dídùn

glottal *[pertaining to the glottis]* ep. ipè-ọ̀fun

glottis *[voice producing part of the larynx]* or. ipè ọ̀fun; **epi~:** ẹ̀kù ipè-ọ̀fun

glove *[covering for the hand]* or. ìbọ̀wọ́

glow *[give off light]* is. láti pọ́ndẹ̀dẹ̀

glucose *[dextrose, blood sugar, grape sugar]* or. àádùn-ẹ̀jẹ̀

glue *[join, unite]* is. láti lẹ (nkan) méji pọ̀; ~ or. àtè

gluteal *[buttocks, nates]* ep. ìdí

glutton *[one who eats in excess]* or. alájẹjù, wọ̀bìà, alájẹkì

go *[proceed, depart]* is. láti lọ, láti fẹsẹ̀sọ́nà

goad *[pointed rod used to urge an animal]* or. ọ̀pá ẹlẹ́gún

goal *[objective, final purpose]* or. ibi-afẹ́dé, wáàsimi; ~ *[the place at which a race is ended]* or. góòlù, ojúu góòlù

goalkeeper *[a player that prevents the ball from entering the goal]* or. kípà, gokípà

goal post *[a crossbar used as a goal in soccer]* or. ọpóo góòlù

goat *[a cud-chewing mammal related to the sheep]* or. ewúrẹ́, èkérègbè

God or. Ọlọ́run /*Olú ọ̀run, Oní ọ̀run*/ *(owner of the heavens)* (ọ̀run: *heavens*), Olódùmarè, Elédùmarè *(owner of the universe)* (edùmarè, odùmarè: *universe*)

godchild *[a person for whom a godparent is a sponsor at* *baptism]* or. omo ínúun Kríistì

goddess *[a female god]* or. òrìṣá-bìnrin; ~ *[a woman of extreme beauty or charm]* or. mọ̀njèré

godfather *[a male sponsor for a child at baptism]* or. baba nínúun Kríistì, baba nígbẹ̀jọ́

godmother *[a female sponsor for a child at baptism]* or. ìyá nínúun Kríistì, ìyá nígbẹ̀jọ́

goiter *[struma; an enlargement of the thyroid gland]* or. gbẹ̀gbẹ̀, gẹ̀gẹ̀

gold *[Au]* or. wúrà, ìṣùu góòlù (góòlù)

golden *[made of gold, having the appearance of gold]* ep. oníwúra, bíi wúrà

Golden Age *[an imaginary, happy and prosperous period in life]* or. igbà ayé-dùn

gonad *[gland that produces sex cells]* or. ibúu pádi ìnrin (ikóró ẹpòn, ibu ẹyin)

gonaduct *[the duct through which the sperm or egg passes]* or. ifun ẹyin tàbí ifun àtọ̀

gonococcus *[bacterium that causes gonorrhea]* or. alámọ̀ àtọ̀sí *(alámọ̀: bacteria)*

gonorrhea *[common venereal disease transmitted through contact with an infected person]* or. àtọ̀sí

good *[virtuous, beneficial]* ep. rere, dáradára; ~ **(to be ~)** is. láti ṣe rere; ~ **afternoon**: ẹ kú ọ̀sán; ẹ káàsán; ~ **evening**: ẹ kú ìrọ̀lẹ́; ẹ kú àṣálẹ́; ~ **morning** :ẹ kú àárọ̀

goodbye *[farewell]* or. ó dàbọ̀; ó dìgbóṣe; ó dìgbà

goodness *[quality of being good]* or. inúunre, ire

goodwill *[benevolence]* or. ifẹ́-inúnrere, ifẹ-inúunre

gorilla *[large ape]* or. ìnọ̀kí

gossip *[idle talk about others]* is. láti ṣọfófó; ~ or. olófòfó

gourd *[hard fruit rind used as vessel]* or. akèrègbè, agbè

govern *[to administer law and order]* is. láti ṣèjọba; láti ṣàkóso

government *[administration]* or. ìjọba

governor *[administrator]* or. gómìnà, alákòso

grab *[seize, snatch]* is. láti já (nkan) gbà

gradient *[inclination, incline, slope]* or. ìdà

gradual *[changing slowly]* ep. dièdíè

gradually as. lésẹẹsẹ, díèdíè, pèlépèlé

graduate *[a person who has completed a course of study at a school]* or. aṣàṣeyọrí; is. lati ṣe aṣeyọrí

graft *[something joined to another]* or. ìbùlẹ̀; ~ *[to join one thing to*

another] is. láti lẹ́ (nkan méjì) pọ̀; **cadaver** ~: ibùlẹ̀ lát'ara-òkú;
nerve ~: ibùlẹ̀ ẹ̀sọ-ara; **skin** ~: ibùlẹ̀ iwọ̀-ara

graft *[illicit gain]* or. rìbá

grain *[seed of plant, minor particle]* or. hóró, wóró, wóró-rúgbìn

gram *[gramme, unit of mass in the metric system]* or. grámù,
idíwọ̀n grámù

grammar *[study of the classes of words and their function in a
sentence]* or. òfì-èdè; **English** ~: òfì-èdè òyìnbó, òfì-èdèe Gẹ̀ẹ́sì;
Yoruba ~ : òfì-èdee Yoruba *see: ofì-èdèe Yoruba*

grammatical *[of grammar]* ep. nípa òfì-èdè

granary *[storehouse for threshed grain]* or. abà; ~ **for maize** or.
àká; ~ **for beans** or. àró

grand *[magnificient, prominent]* ep. wíwuyì, àtàtà

grandchild *[child of one's child]* or. ọmọ-ọmọ

grandfather *[father of one's father or mother]* or. bàbá àgbà
(bàba-bàbá àbi bàba-iyá)

grand mal *[epilepsy with severe convulsions]* or. wárápá

grandmother *[mother of one's mother or father]* or. iyá àgbà (iyá -
babá àbi iya-iyá)

granite *[hard, igneous rock]* or. akọ-òkúta, akọ-àpáta, àpáta

grant *[to give what is requested, acknowledge]* is. láti jọ̀wọ́ (nkan),
láti yọ̀ọ̀da (nkan)

granulate *[to make into grains]* is. láti wó (nkan)

granulation *[process of granulating]* or. wíwó

granule *[small grain or particle]* or. èwówó, èéwó

grape *[fruit, family Viticeae]* or. gíréèpù

grape sugar *[glucose, dextrose, blood sugar]* or. àádùn èjè

graph *[diagram representing the relationship between sets of
things]* or. ilà-ifà, ilààfà (ifà: function; ilà-ifà: line describing a
function)

graph paper *[paper used for graphing]* or. páálí onilà-ifà

graphite *[soft variety of carbon used for making pencils]* or. èédú-
dídẹ̀ (carbon: èédú; coal, charcoal: èédú-igi; coke: èédú-ilẹ̀)

grasp *[seize, hold]* is. láti di (nkan) mú; láti gbá (nkan) mú

grass *[plants like wheat or sugarcane]* or. pápá

grasshopper *[families Tettigoniidae, Locustidae]* or. ẹlẹ́tẹ

grassland *[land covered naturally with grass]* or. ọ̀dàn

grateful *[showing gratitude, pleasing]* ep. amoore, òmoore; ~ **(to
be** ~) is. láti moore

gratitude *[thankfulness]* or. idúpẹ́, imoore, ẹmí-imoore

grave *[burial place for a dead person]* or. isà-òkú, bojì, ibojì, sàrée

gravel [small pebbles] or. taàrá

gravestone [tombstone] or. òkúta ibojì

graveyard [cemetery] or. ibojì, bojì, bẹrì

gravid [pregnant, expectant] ep. nípa aláboyún

gravida [pregnant woman] or. aláboyún, aboyún

gravitation [natural force of attraction that tends to draw bodies together] or. òòfà-ara; òòfà-ilẹ̀

gravitate [to tend to move toward] or. láti jẹkí òòfà (nkan, ibì kan, ẹni kan) fa(nkan)

gravity [gravitational attraction of bodies to earth] or. òòfà-ilẹ̀; **specific** ~ [ratio of the density of a body to the density of water] or. ọrìn iwọn-kan

gray color or. àwọ̀ eérú

gray hair or. ewú (láti hewú: to have gray hair)

graze [to feed upon growing grass] is. láti jẹ pápá

grease [animal fat softened by rendering] or. òrí-ọrá

Great Britain [England, Wales and Scotland] or. ilú òyìnbó, Brítéènì

greatest common denominator [highest common factor] or. ifipín nlá

Greece [a country in southern Europe] or. Orílẹ̀-edeé Gírísì

greed [avarice] or. ojúkòkòrò

greedy [avaricious] ep. olójúkòkòrò; ~ **(to be ~)** is. láti lójúkòkòrò

green [of the color of grass] ep. aláwọ̀ ewé; ~ **color** or. àwọ̀ ewé

greet [salute] is. láti kí (ènìyàn)

greeting [salutation] or. èékí, ikíni

grievance (injustice) or. aáwọ̀, ohun ibànúnjẹ́

grind [to crush into fine particles, pulverize] is. láti lọ (nkan)

grinder [molar tooth] or. èrìkì; ~ [one who grinds] or. alọta, ọlọta

grinding device [device used for grinding] or. ọlọ

grindstone (for grinding peppers) or. ọlọ-ata

grippe [grip, influenza] or. àrùn àjàkálẹ̀

groan [moan, to utter a sound from pain] is. láti gbin; ~ or. gbígbin

groin [the part where the abdomen joins the thighs] or. abẹnú

groove [to furrow] is. láti gbẹ́ yàrà; ~ [a long, narrow furrow] or. yàrà

gross [whole, overall] ep. gbogbo

ground [land, earth] or. ilẹ̀, ilẹ̀ pẹ̀pẹ̀

groundless [without reason, baseless] ep. aláìnídǐ, àìnídǐ

groundwater [water found underground] or. omi (inú) ilẹ̀

groundnut *[plant bearing underground seed pods]* or. èpà; ~ **oil** *[oil extracted from seeds of groundnut]* or. epo-èpà

group *[class]* or. agbo, èyà, òwó, oríṣi

grow *[develop]* is. láti dàgbà; ~ *[germinate]* is. láti hù, láti yọ

growth *[development, progress]* or. ìdàgbàsókè; ~ *[shoot]* or. àṣèṣèyọ, òdọ; ~ **ring** *(annual ring)* or. ègbà ọdọdún; ~ **hormone** *[somatotropin]* or. ojera ìdàgbà

grumble *[to complain; to growl]* is. láti kùn

guarantee *[guaranty]* or. iṣèdúró, ìgbòwó; ~ is. láti ṣe ìdúró

guarantor *[one who gives a guarantee]* or. olùdúró, onígbòwó, olùgbòwó

guard *[defend]* is. láti ṣó (nkan); láti dáàbò bo (nkan); ~ *[defense]* or. iṣó, idáàbòbo, ààbò, asà

guardian *[one who guards or takes care of]* or. olùṣó, ògá, olùtójú

guess *[surmise, conjecture]* is. láti dá(nkan) rò

guest *[person to whom hospitality is extended]* or. àlejò

guide *[to lead or direct]* is. láti tó (ènìyàn) ṣónà; láti ṣe amònà; ~ *[person who directs]* or. amònà

guilt *[feeling of responsibility for doing something wrong]* or. èbi

guilty (to be ~) is. láti jèbi

Guinea *[a country in West Africa]* or. Orílèè Gíni

guinea corn *[type of maize]* or. bàbà, òkàa-bàbà

guinea fowl *[Numida Meleagris Aegyptus, kind of African bird]* or. awó, ẹtù

guinea pig *[small, white domesticated rodent]* or. eku-ẹmó

guinea worm *[Dracunculus medinensis]* or. sòbìyà

gulf *[an extension of sea into the land]* or. ṣùtì òkun

Gulf of Guinea or. Ṣùtì-òkuun ní Gíni

gullet *[esophagus]* or. òòfà òfun, òòfà ònà-òfun

gum *[sticky substance used for gluing things together]* or. àtè, òòlè; ~ *[soft tissue around base of teeth]* or. òkè-ehín

gun *[weapon from which a missile is thrown]* or. ìbọn

gunpowder *[explosive material]* or. ètù ìbọn

gush *[to pour out in large volume]* is. láti tu jáde

gustation *[tasting, degustation]* or. tító (nkan) wò; ~ or. iyè ìtówò

gustatory *[of the sense of taste]* ep.,or. èsọ ìtówò, nípa èsọ ìtówò, ti èsọ ìtówò; ~ **organ** *[taste bud]* or. èsọ ìtówò

gut *[bowel, intestine, salpinx]* or. ìfun, ìfun-onjẹ

gutter *[a channel for carrying off surface water]* or. ojú-àgbàrá; ipa-àgbàrá; kòtò-àgbàrá

guttural *[rough, produced in the throat (sound)]* ep. ìha-òfun

gymnasium *[a building used for physical training]* or. ílé eré-idáráyá

gymnast *[an expert in gymnastics]* or. eléré-ìdáráyá

gymnastic *[physical exercise]* or. eré-ìdáráyá

gyn-, -gyne, gyno- *[female reproductive ogan]* ìr. èyàa inrin abo (*èyà: organ; inrin: sex*)

gynec-, gyneco- *[woman]* ìr. obìnrin

gynecologist *[physician who practices gynecology]* or. oníṣègùn àisàn obìnrin

gynecology *[medical speciality concerned with the health care of women]* or. èkọ́ àisàn obìnrin

gynoecium *[gynaecium, female part of a flower]* or. inrin-abo òdòdó

H

haberdasher *[seller of men's clothing and accessories]* or. oníṣòwò nkan-pẹ́pẹ̀pẹ́

habit *[culture, trait]* or. àṣà

habitable (to be ~) *[suitable for habitation]* is. láti tura; lati ṣeégbé (ilé)

habitual *[customary]* ep. ìgbàgbogbo; ~ **abortion** *[repeated spontaneous abortion]* or. oyúnṣíṣẹ́ ìgbàgbogbo

habitat *[place where animal or plant normally lives]* or. ọjọ̀, ibùgbé

habitation *[residence, natural locality, residence]* or. ilé, ibùgbé, àdúgbò

habitual *[customary, usual]* ep. ìgbàgbogbo

habituation *[adaptation]* or. ìmọ́ra, ìbáramu

habitus *[general physical build]* or. ìdúró

hack *[to cut repeatedly]* is. láti gé(nkan) ní àgépa

haggle *[bargain on price]* is. láti yọwó-ọjà; láti ná (nkan)

Hague, the *[the political capital of the Netherlands]* or. dè Háàgì

hail *[frozen precipitation]* or. yìnyín; ~ *is.* láti rọ yìnyín; ~ *[greeting, salutation]* or. iba; ~ *is.* láti júbà/jẹ́ ìbà/; ~ *[to shout to someone]* is. láti ké pe (ènìyàn)

hailstone *[a piece of hail]* or. yìnyín

hailstorm *[a storm in which hail falls]* or. òjò oníyìnyín

hair *[pilus]* or. irun; **pubic** ~: irun abẹ́, irunmu; ~ **follicle** or. isà irun

haircut *[a cutting of the hair]* or. ìgẹrun, irun gígẹ; ~ **(to have a ~)** is. láti gẹrun

hairdo *[a style in which a hair is arranged]* or. ìdirun, irun dídì, ìkórun, iru kíkó

hairdresser *[a person whose work is dressing hair]* or. onídìrí

hairless *[lacking hair]* or. aláìnírun

hairy *[covered with hair]* ep. onírunlára

Haiti *(country on the island of Hispaniola)*: Hàítì, Orílẹ̀-èdèe Hàítì

half *[either of the two equal parts of something]* or., ep. ìdajì, ìlàjì, edébù, àbọ̀

half-baked *[insufficiently planned or prepared]* ep. ìṣekúṣe, àjàmbàkù, bọ́lọbọ̀lọ

half-brother *[brother related through one parent only]* or. ọmọ-bàbá, ọbàkan, arákùnrin ní ìdí ìyá

half-life [the period required for the disintegration of half ot the atoms in a sample] *or.* àbọ̀ ìgbésí-ayé

half-sister *[a sister related through one parent only] or.* ọmọ-bàbá, ọbàkan, arábìnrin ní ìdí ìyá

hall *[large public room] or.* gbàngán

hallow *[to make sacred] is.* láti bọ̀wọ̀ fún

hallucinate *[to have perception of images or sounds that do not exist] is.* láti kà

hallucination *[illusion, phantasm] or.* kíkà

hallucinogen *[substance that produces hallucinations] or.* ẹ̀là amúnikà *(ẹ̀là: chemical, drug)*

halt *[to stop, to cause to cease marching] is.* láti dúró; láti dúróṣìgí; láti dá (nkan) dúró

halves *[plural of half] see* half

ham *[the back of the thigh] or.* ẹ̀hìn itan

hamlet *[village] or.* abúlé, ìletò

hammer *[a tool for pounding] or.* ìkànṣó, ọmọ owú; ~ *[mallueus] or.* òòlù-etí

hamper *[to keep from moving or acting freely] is.* láti dí (ènìyàn) lọ́wọ́

hamstring *[one of the tendons at the back of the human knee] or.* irìn ẹ̀hìn-ẹsẹ̀; ~ **muscle** *or.* iṣan ẹ̀hìn-ẹsẹ̀

hand *[manus] or.* ọwọ́; **second** ~ *[indirectly; not from the original source] ep.* àlòkù

handicapped person *[disabled person] or.* abirùn

handicraft *[manual skill] or.* ọnọ̀-àfọwọ́ṣẹ; ọnọ̀-àdáṣe

handle (of a knife, sword) *or.* èèkù (ọ̀bẹ, idà)

handsome *[beautiful] ep.* ẹlẹ́wà; ~ **(to be ~)** *is.* láti lẹ́wà

handwriting *[penmanship] or.* ìṣọwọ́kọ̀wé */ìṣe ọwọ́ kọ̀ lwé/*

hang *[to suspend something] is.* láti fì (nkan) kọ́, láti so (nkan) rọ̀; ~ *[to execute] is.* láti so(ènìyàn)

hanger *[a thing on which objects (clothes) are hung] or.* ìfìkọ́

Hansen's disease *[leprosy] or.* ẹ̀tẹ̀

happiness *[cheerfulness, lightheartedness] or.* ayọ̀

happy *[gay, well-suited] ep.* onínúdídùn; aláyọ̀; ~ **(to be ~)** *is.* láti láyọ̀

harbinger *[forerunner] or.* aṣáájú

harbor *[port shelter, cover, protection] or.* èbúté; ~ *is.* láti sọ (nkan) lọ́jọ̀

hard *[firm] ep.* líle; ~ **(to be ~)** *[difficult to understand] is.* láti le; láti nira; ~**ness of water** *or.* rírọ́ omi *(omi rírọ́: hard water; omi àmun: soft water)*

harden *[to make hard]* is. láti mú (nkan) le; láti mú (nkan) nira;
~ing of the arteries *[arterio-sclerosis]* or. iṣọ̀n-àlọ gígan
hardship *[difficult condition]* or. ìnira, wàhálà, ìpónjú
hardware *[machine parts]* or. àwọn ohun-inú ẹ̀rọ; **computer ~**
[the mechanical and electronic devices in a computer] or. àwọn
ohun-inú kọ̀mpútà
hare *[a type of rabbit with long ears and soft fur]* or. ehoro
harlot *[prostitute]* or. alágbèrè, aṣẹ́wó
harm *[damage, injury]* or. ìfarapa, èṣe; ~ is. láti ṣe (nkan) léṣe
harmattan *[a dry, dusty wind that blows across the Atlantic
coast of Africa]* or. ọyẹ́; ~ **season** or. ìgbà ọyẹ́
harmful *[capable of causing harm]* ep. apani-lára, eléwu
harmless *[without harm]* ep. aláìléwu
harmony *[pleasing sounds]* or. arò-ayọ̀, ìdárò-ayọ̀, ìró-dídùn; ~
[complete agreement] or. ìfẹ́, ìrẹ́pọ̀, ìbárẹ́, ìfinúkonú
harsh (to be ~) *[disagreeable, severe]* is. láti rorò
harvest *[gathering of crop]* or. ìkórè; ~ is. láti kórè
harvester or. ẹ̀rọ-ìkórè; ~ or. olùkórè, akórè
hasp *[a clasp for a door]* or. ìwàkùn
hassle *[to quarrel]* is. láti bá(ènìyàn) lodì; ~ *[to bother or harass]* is.
láti yọ(ènìyàn) lẹ́nu
haste *[quickness of motion]* or. ìkánjú
hasty *[done in haste; unduly quick]* ep. akánjú
hat *[cover for the head]* or. àkẹtẹ̀, agbeji
hatch *[to bring forth from eggs]* is. láti pẹyin; láti pọmọ, láti pamọ
hate *[to dislike intensely]* is. láti kórí'ra; ~ or. ìkórí'ra, inúníbíni
hateful ep. onítara, aṣenúníbíni
haul *[to move by pulling]* is. láti wọ́ (nkan); láti fa (nkan)
haunch *[hip]* or. ìbàdí
Hausa *[an ethnic-nation in Nigeria]* or. Haúsá
have *[to possess, own, hold]* is. láti ní (nkan), to ~ a headache:
láti ní ẹ̀fọ́rí
hawk *[a bird of prey having a hooked beak]* or. àṣá, àṣádì, àwòdì
hay fever *[pollinosis, rhinitis]* or. ọ̀fìkìn
hazard *[risk, source of danger]* or. ewu, ìpalára; **~ous** *[dangerous,
risky]* ep. eléwu, apanilára
haze *[fog, mist]* or. ìkúùkù
H.C.F. *[highest common factor, greatest common denominator]* or.
ìfipín nlá
head *[top part of the body]* or., ep. orí; ~ *[leader, ruler, chief]* or.
olórí, aṣiwaju; ~ *[to lead, to command]* is. láti ṣe aṣíwájú, láti ṣe

olórí; ~ **of penis** [glans] or. orí okó

headache [cephalgia] or. èfórí, orí fífó

headmaster [principal, man in charge of a school] or. alákòso ilé-èkó

heal [to restore to health] is. láti mú (ènìyàn) láradá; láti wo (ènìyàn) san; ~**ing** or. ímúníláradá

health [well-being, soundness] or. ìlera

healthy [having good health] ep. ìlera, t'ìlera, nípa ìlera, líle; ~ **body** or. ara líle

heap [many things lying together in a pile, large bundle] or. òketè; ~ (for planting) or. ebè; ~ is. láti ko ebè

hear [perceive by ear, heed] is. láti gbó, láti gbórò /gbó òrò/

hearing [the ability to hear] or. ìgbórò (gbó òrò: hear statements); ~ **aid** [device used to help people with hearing impairment] or. èro ìgbórò; ~ **impairment** [limitation in sensitivity to sound] or. àìleègbórò

heart [organ that pumps blood through the body] or. okàn; ~ **attack** [myocardial infarction; disruption of the normal functions of the heart] or. okàn gbígbókìtì; ~**beat** [pulsation of the heart] or. ìso okàn; ~ **disease** or. okàn wíwà ní àìlera; okàn șíșe àìlera; ~ **failure** [inability of the heart to pump enough blood to maintain body functions] or. àìgbéșé okàn; ~ **murmur** [cardiac murmur] or. okàn kíkùn; ~ **rate** [number of heartbeats per minute] or. ìyásí ìso okàn; ~ **surgery** [surgery to the heart] or. ișé-abe okàn; ~ **valve** [any of the four valves in the heart that control blood flow] or. èkù okàn

hearth [furnace, floor of fireplace] or. àdìrò, àrò

heat see: estrus; ~ [a form of energy, hotness] or. ìșù-iná; **to conduct** ~ is. láti mu iná; metals can conduct heat but non-metals cannot: awon àlùro le mu iná șùgbón àwon àdàro kò le mu iná; **to ~ something** [to make something hot] is. láti gbé nkan gbóná

heaven [the abode of God] or. òrun (Olórun: owner of ~, God)

heavens [regions above the earth; sky] or. ojú òrun

heavy [weighty, hefty, massive] ep. wíwúwo; ~ **(to be ~)** is. láti wúwo; ~ **metal** or. àlùro wíwúwo

Hebrew [Israelite, Jew] or. Hébérù, Júù, omo Ísráélì

hecto- [100 times] ir. àpò-

hectogram [100 grams] or. àpògrámù

hectoliter [100 liters] àpòlítà

hectometer [100 meters] or. àpòmítà (àpò + mítà: a hundred *meters)*

hedgehog *[a small, insect-eating mammal with sharp spines on the back]* or. aaka

heed *[pay close attention to]* is. láti ṣọ́ra; láti ṣe àkíyèsí

heedful *[paying careful attention]* ep. ìṣọ́ra

heedless *[reckless; not showing any heed]* ep. àìbìkítà, aláìbìkítà

heel *[calx]* or. ẹ̀hìn ẹsẹ̀; gìgísẹ̀; ~ **bone** or. eegun gìgísẹ̀

heft *[weight, heaviness]* or. ìwúwo

heifer *[young cow]* or. ẹ̀gbọ̀rọ̀ abo-màlúù

height *[the distance from the base to the top]* or. gíga, ìga, ìnọ̀nró, òòró (gìgùn: *length*)

heighten *[to make or become higher]* is. láti gbé (nkan) ga

heir *[one who inherits another's property]* or. ajogún, ológún (ogún: *inheritance*)

helix *[something that is spiral, as a coil]* or. ìba (láti ba nkan: *to make something helical)*; **double** ~: ìba ọ̀ran-méjì *(helix made of two strands)*; **left-handed** ~: ìba ìròsì; **right-handed** ~: ìba ìrọ̀tún

hell *[abode of the devil]* or. ọ̀run-àpáàdì

hello *[an exclamation to attract attention]* or. Àgò ò; Mo kágò o; Àgò onílé o

helm *[post of management]* or. ipò alákòoso

helmet *[a protective, rigid head covering]* or. ìdérí

helminth *[any of the parasitic worms: flatworms, tapeworms, roundworms etc.]* or. aràn, aràn ajọ̀fẹ́

helminthagogue *[vermifuge]* or. oògùn aràn

helminthemesis *[vomiting of intestinal worms]* or. pípọ aràn, bíbi aràn

helminthiasis *[infestation with worms]* or. àisàn aràn

helminthology *[study of parasitic intestinal worms]* or. ẹ̀kọ́ nipa àisàn aràn

help *[to aid, to assist]* is. láti ran (ènìyàn) lọ́wọ́; ~ or. ìrànlọ́wọ́

hem *[border of a cloth]* or. ìgbati aṣọ

hem-, hema-, hemato-, hemo- *[blood]* ir. -ẹ̀jẹ̀, ẹ̀jẹ̀-

hematemesis *[vomiting of blood]* or. ẹ̀jẹ̀ bíbì

hematinic *[substance that increases the hemoglobin content of the blood]* or. oògùn ẹ̀jẹ̀

hematology *[science of blood and blood forming tissues]* or. ẹ̀kọ́ nípa ẹ̀jẹ̀

hemi- *[semi-]* ir. edébù-, ìdajì-, -apà kan

hemiplegia *[unilateral paralysis]* or. rírọ ní apákan ara

hemisphere *[half of a sphere]* or. edébù òṣùṣù; ~ *[half of the cerebrum or cerebellum]* or. edébù ọpọlọ ̀aárín; ~ *[north or south half of the earth; east or west half of the earth]* or. edébù ayé

hemline *[the bottom edge of a coat or skirt]* or. etí aṣọ

hemophilia *[a disorder characterized by excessive bleeding]* or. ̀orìn ̀ejẹ̀

hemophiliac *[a person who has hemophilia]* or., ep. ọlọ́rìn-ẹ̀jẹ̀

hemorrhage *[heavy bleeding]* or. ẹ̀jẹ̀ wíwọ́

hemorrhoid *[piles]* or. jẹ̀díjẹ̀dí, òròbó

hemp *[a plant of the nettle family]* or. igi ̀ogbọ̀

hen *[female chicken]* or. adìẹ, àkùkọ

hence *[therefore]* ak. nítorínáà

henceforth *[from this time on]* as. láti ìsìnyílọ; láti isisìnyílọ

hen coop *[hen house]* or. àgò-adìẹ

hepa-, hepato- *[liver, hepatic]* ir. -ẹ̀dọ̀, ẹ̀dọ̀-

hepatitis *[inflammation of the liver]* or. ẹ̀dọ̀ wíwú

hepatoma *[malignant tumor of the liver]* or. akàn ẹ̀dọ̀

hepatomegaly *[abnormal enlargement of the liver]* or. ẹ̀dọ̀ nlá

heptagon *[seven-sided plane figure]* or. oníhàméje; **regular** ~ or. oníhàméje gígún

heptagonal ep. oníhàméje

heptavalent *[septivalent]* ep. oníkọ́méje

her *[the objective case of she]* ap. rẹ (female); (gbogbo ábídí alámì; wo: òfì èdèe Yoruba)

herb *[plant with a fleshy stem]* or. ewébẹ̀; ~ *[plant used in medicine]* or. egbò igi

herbal *[pertaining to herbs]* ep. eléwé

herbalist *[herb doctor]* or. adáhunṣe, oníṣègùn

herbicide *[any substance that is used to destroy plants]* or. ẹlàa pagipagi (ẹ̀là: chemical)

herbivore *[vegetarian or herbivorous animal]* or. ẹranko ajẹgi, ẹranko ajẹpápa

herbivorous *[pertaining to herbivorous animal]* ep. ẹrankoiajẹgi, ẹranko-ajẹpápa

herd *[flock]* or. agbo, agbo-ẹran

herdsman *[one who tends to a herd]* or. darandaran; oníṣòwò ẹran-ọ̀sìn

here *[at or in this place]* ip. ibi, ihin; ~ as. níbí, nihǐn

hereafter *[from now on, at some future time]* as. láti ìgbà yí lọ; láti ìsìn yí lọ

hereby *[by means of this]* as. nípa ti èyí; nípa èyí

hereditary [pertaining to something inherited from parents by offspring] ep. àfijogún (àìsàn àfijogún: ~ disease)

heredity [transmission of characteristics from parent to offspring] or. ìfijogún, fifijogún

herein [in this place] as. níh'ìn, nínú èyí

heresy [a belief at variance with estalished belief or doctrine] or. èèwọ̀; ọ̀rọ̀-òdì

heretic [a person who professes heresy] or. eléèwọ̀, ajèèwọ̀; asọ̀rọ̀-òdì

heretical [having the nature of heresy] ep. èèwọ̀; ọ̀rọ̀-òdì

heritability [the quality of being heritable] or. ìjogún, àfijogún

heritage [tradition passed down from previous generations] or. àṣà; ~ [inheritance] or. ohun-àfijogún; ogún

hermaphrodite [androgyne, bisexual animal] or. ṣakọṣabo, onírinméjì (ìnrin: sexual organ)

hermit [a person who lives by himself in a lonely place] or. adánikàngbé, adágbé

hernia [rupture] or. ìpákè (ìpá òkè), kúnú

hero [someone distinguished for exceptional courage] or. akọni, akọ, akọgun

heroic [of or about a hero and his deeds] ep. akin, aṣakin, akínkọnjú, akọni

heroine [a woman admired for her brave deeds] or. akínkọnjú òbìnrin, akọni

heroism [heroic behavior] or. ìwà akọni

hers [that which belongs to her] ap. tirẹ̀

herself ap. òun-tìkárarẹ̀; òun- fúnrarẹ̀

hertz [a unit of fequency equal to one cycle per second] or. háàtìsì (kan) (ìyípo kan ní ìṣíṣẹ̀ kan; ìṣíṣẹ̀: second)

hesitate [to pause, to be slow to act] is. látikọsẹ̀; láti ṣiyèméjì

hesitation [act of hesitating; doubt] or. ìkọsẹ̀, ìṣiyèméjì

heter-, hetero- [different] ir. -ọ̀tọ̀ọ̀tọ̀, -lákọlábo

heterogamete [either a male or a female mature reproductive cell] or. pádi ìnrin (pádi ẹyin àbi pádi àtọ̀)

heterogeneous [composed of parts of different kinds] ep. olórìṣiríṣi

heterosexual [pertaining to the opposite sex or both sexes] or. onírin-méjèèjì, takọ-tabo

hexa- [hex-, six -] ir. -mẹ́fà, -ẹ̀fà

hexagon [six-sided plane figure] or. èèyà oníhàmẹ́fà (èèyà: figure, diagram); **regular** ~: oníhà-mẹ́fà gígún

hexagonal *[six-sided]* ep. oníhàméfà

hexapod *[insecta]* or. èyàa kòkòrò eléssemèfà

hexavalent *[sexivalent]* ep. oníkómèfà

heuristic *[trial and error]* or. dánkunwò

hew *[to cut (with an axe)]* is. láti gé (igi) lulè

hiccough *[hiccup, singultus]* or. òsúkè

hiccup *[hiccough]* or. òsúkè

hide *[to protect]* is. láti bo (nkan), láti pa (nkan) mó; ~ *[to keep out of sight]* is. láti lúgọ; láti mòkùn; láti bo; láti ba; ~ *[the skin of an animal]* or. awọ ẹranko

hiding *[state of being hidden]* or. ìpamọ́n

high *[extending upwards, located above ground]* ep. gíga; ~ **(to be ~)** is. láti ga

high blood pressure *[hypertension, common disorder in which the blood pressure is persistently above normal]* or. àrùn ifúnsọ̀n/ìfún ìsọ̀n/

highest common factor *[greatest common denominator; G.C.D.]* or. ìfípín nlá

high jump *[a contest in which contestants jump over a horizontal bar]* or. erée fífò, ìfò;

highland *[mountainous region]* or. ìlú olókè; ìlú-òkè

highly *[extremely; to a high degree]* as. lópọ̀lọpọ̀, púpọ̀púpọ̀; gaan

High Mass *[a mass with full ceremonials]* or. Mísárì nlá, Mísárì àgbà

Highness (His, Her, Your) *[a title used in speaking to a member of the royal family]* or. Kábíyèsí

high-powered *[very powerful]* ep. alágbára

high-priced *[costly, expensive]* ep. ọlọ́w ọ̀n, olówó-nlá

high priest *[a chief priest]* or. àlúfáà àgbà; olúwo/olú awo/

high seas *[ocean waters not under the jurisdiction of any country]* or. òkè òkun

high-spirited *[characterized by enthusiasm]* ep. ọlọ́yàyà

high tide *[the highest level to which the tide rises]* or. ìyọ (ìṣa: ebb-tide)

highway *[public road]* or. òpópó, òpópónà

hill *[natural elevation that is smaller than a mountain]* or. òkìtì

hilly *[having many hills]* ep. olókè

him ap. rẹ (male); gbogbo ábídí alámì (wo: òfì èdèe Yoruba)

Himalayas *[a mountain range between India and Tibet]* or. òkèe Himaléyà

himself ap. òun-tìkárarè; ènìyàn- fúnraarè

hinder *[interfere]* is. láti dí (nkan) lọ́wọ́; láti ṣe ìdíwọ́

hindmost *[farthest back; hindermost]* as. lẹ́hìn pátápátá

hindrance *[interference]* or. ìdíwọ́, ìdílọ́wọ́

Hindu *[a follower of Hinduism]* or. ẹlẹ́sìin Hí-ndù

hinge *[the joint of a door]* or. ìwàkùn; ~ **joint** *[a joint with the characteristics of a hinge]* or. èkó oníwàkùn

hint *[indirect suggestion; an insinuation]* or. ifẹnubà; ~ *[to make an indirect allusion]* is. láti fẹnu ba (ọ̀rọ̀)

hinterland *[inland region; backcountry]* or. ilẹ̀-òkè; ilú-òkè

hip *[haunch]* or. ìbàdí; ~ **girdle** *[pelvic girdle, pelvis]* or. ìkòkò ìdí; ~ **joint** *[ball-and-socket joint of the hip]* or. èkó-olodo ìbàdí (èkò olódó: ball-and-socket joint)

hippopotamus *[large aquatic African herbivore]* or. ẹṣin-omi, akáko

hire *[to obtain service of another for pay]* is. láti gba (ènìyàn) síṣẹ́; láti bẹ (ènìyàn) lọ́wẹ̀

his *[the possessive case of he]* ap. rẹ̀, tirẹ̀

hist-, histo- *[tissue]* ìr. -ìṣù-ara

histology *[science of tissues]* or. ẹ̀kọ́ nípa ìṣù-ara

historian *[an authority on history]* or. akẹ́kọ̀ ìtàn àkọọ́lẹ̀; onítàn àkọọ́lẹ̀

history *[annals, chronological record of events]* or. ìtàn àkọọ́lẹ̀, ẹ̀kọ́ ìtàn àkọọ́lẹ̀

hit *[to give a blow to]* is. láti gbá (nkan)

hive *[bee habitation]* or. ilé oyin

hoard *[to accumulate and keep in reserve]* is. láti kó (ọjà) pamọ́

hoax *[trick, deception]* or. ẹ̀tàn

hobby *[activity undertaken for pleasure]* or. iṣẹ́ àṣenọjú (láti nọjú: to relax)

hoe *[a long handled implement used for weeding and breaking up the soil]* or. ọkọ́

hog *[pig]* or. ẹlẹ́dẹ̀-igbó

hold *[to grasp, to take]* is. láti di (ènìyàn) mú

hole *[gap, an opening through something]* or. ihò

holiday *[a day of freedom from labor]* or. ọjọ́-ìsinmi, ọlidé, ọludé

Holiness (His, Your) *[a title of the Pope]* or. Ẹni-mímọ́; ~ *[a quality of being holy]* or. mímọ́

Holland *[the Netherlands]* or. Orílẹ̀ẹ̀ Hólá-ndì

holy *[spiritually pure]* ep. mímọ́

Holy Bible *[the Bible]* or. Bíbélì mímọ́

Holy Communion *[Lord's Supper; sacrament of the Eucharist]* or. Ìdàpọ̀ mímọ́, Onjẹ-alẹ́ Olúwa

Holy Father *[a title of the Pope]* or. Baba mímọ́
Holy Ghost *[the third person of the trinity]* or. Ẹ̀mí mímọ́
Holy Land *[Palestine]* or. Ilẹ̀ mímọ́
Holy Mother *[Mary, mother of Jesus]* or. Màrià mímọ́
Holy Scripture *[the Bible]* or. Ìwé mímọ́, Bíbélì mímọ́
Holy Spirit *[the Holy Ghost]* or. Ẹ̀mí mímọ́
hom-, homo- *[same, equal]* ir. ìkànkan, iyekan
home *[the place where a person lives]* or. ilé, ìbùgbé
homeland *[the country in which a person was born]* or. orílẹ̀-ẹni; ilẹ̀ ẹni
homeless *[without a home]* ep. aláìnílé, aláìníbùgbé
homemade *[made locally, crude]* or. àtiléṣe
homemaker *[housewife]* or. ìyàwó-ilé
homesick (to be ~) *[unhappy at being away from home]* or. láti sàárò ilé
homework *[schoolwork to be done at home]* or. iṣẹ́ àṣetiléwá
homicide *[manslaughter, murder]* or. ìpànìyàn
homily *[a sermon]* or. ìwàásùn
homo *[man]* or. ènìyàn, ọmọ-ènìyàn
homogeneous *[the same in structure and quality]* or. irúkan-náà, ìkan-náà
homogenize *[to make uniform throughout]* or. láti sọdìkan
homologous *[corresponding as in relative position or structure]* or. ẹléyàkan
homonym *[a word with the same pronunciation and spelling as another but with a different meaning]* or. (ẹ̀ka-ọ̀rọ̀) olórúkọkan
homophone *[a word pronounced the same as another but differing in meaning]* or. (ẹ̀ka-ọ̀rọ̀) olóhùnkan
homosexual *[characterized by sexual desire for those of the same sex]* or. ọkùnrin aṣebíabo; obìnrin aṣebíakọ
honey *[a sweet, viscid substance produced by bees from the nectar of flowers]* or. oyin, oyin àdò
honeybee *[a bee that makes honey]* or. oyin
honeycomb *[a structure of six-sided wax cells made by bees to hold their honey]* or. afárá oyin
honeymoon *[the holiday spent together by a newly married couple]* or. ìgbà ìmọra/mọ ara; know each other/
honor *[high regard, great respect]* or. ọ̀wọ̀; ~ *[to respect greatly]* is. láti bọ̀wọ̀ fun (ènìyàn)
honorable *[worthy of being honored]* ep. ẹni-ọ̀wọ̀, ọlọ́wọ̀
honorably *[in an honorable manner]* as. tọ̀wọ̀tọ̀wọ̀

honorarium [a payment for professional service for which no fee is set] or. owó-ìyẹ́sí

honorary [done or given as a honor] ep. àyẹ́sí; ~ **degree** or. oyè àyẹ́sí

hood [covering for head] or. ìborí, agọ̀

hoodlum [hooligan; member of a gang] or. ọmọ-ìta, jà-ndùkú

hoodwink [to prevent from seeing the truth] is. láti ṣe àgàlàmọ̀nṣá, láti ṣe ìrújú

hoof [horny sheath covering the foot of various mammals: horses, cattle etc.] or. pàtàkò-ẹsẹ̀ ẹran

hook [curved device for catching fish] or. ìkọ́, àkọ̀, ọ̀kọ̀

hookworm [parasitic nematode] or. aràn oníkọ̀ ; ~ **disease** [ancylostomiasis, uncinariasis; intestinal infestation by hookworms] or. jàgbàyà

hooligan [member of a street gang; hoodlum] or. ọmọ-ìta, jàndùkú, adàlúrú

hooliganism [vandalism, rowdiness] or. ìdàlúrú, ìrúlṹ

hop [to jump] is. láti tọ

hope [confidence that something desired will happen] or. ìrètí; ~ is. láti ní ìrètí

hopeful (to be ~) is. láti ní ìrètí

hopeless ep. aláìnírètí, asọ̀rètínù

horizon [apparent junction of the earth and sky] or. òkèèrè

horizontal [parallel to the horizon] ep. ìbú; ~ **axis** or. ìlà ìbú; ~ **matrix** [row matrix] or. ètò ìbú

hormonal [having the nature of a hormone] ep. oje-ara, ojera

hormone [complex chemical produced by the endocrine gland] or. oje-ara, ojera (body juice); **estrogenic** ~: ojera ìbàlágà; **neuro~**: ojera ẹ̀sọ; **sex** ~: ojera ìnrin (adrenaline [epinephrine]: ojera orí-iwe bile: ojera òrónro; blood plasma: ojera ẹ̀jẹ̀; gastric juice [gastrin]: ojera ikùn; intestinal juice: ojera ìfun; latex: ojera igi)

horn [hard structure projecting from the heads of certain animals: cattle, sheep etc.] or. ìwo

hornet [wasp, genera Vespa, Vespula] or. agbọ́n

horrendous [horrible; dreadful] ep. bíburú-jáyìn, abanilẹ́rù, adaniníjì, àwòdíjì

horrible (to be ~) [shocking] is. láti burújáyìn; láti burújù

horrific [causing horror] ep. bíburú-jáyìn, abanilẹ́rù, adaniníjì, àwòdíjì

horrify [to cause to feel horror] is. láti díjì, láti dẹ́rù ba (ènìyàn)

horror [an overwhelming and painful feeling caused by something *frightful]* or. èrùjèjè

horse *[a large animal, domesticated for pulling loads and for riding]* or. ęşin

horseback *[the back of a horse]* or. èhìn ęşin

horsehide *[the hide of a horse]* or. awǫ ęşin

horseman *[a man who rides on horseback]* or. ęlęşin, agęşin

horticulture *[art and science of growing flowers, fruits and vegetables]* or. işetǫjú ǫgbà-àjàrà

horticulturist *[a speciaist in horticulture]* or. olùtǫjú ǫgbà-àjàrà

hosanna *[a shout of praise to God]* or. hòsáánà

hospice *[a place of refuge for travelers]* or. ilé-èrò

hospitable *[expressing generosity towards guests]* ep. ǫlǫyàyà, ayęnisí, aláápǫn

hospital *[place providing treatment for the sick]* or. ilé iwòsàn, ilé alárùn

hospitality *[act of being hospitable]* or. iyęnisí

host *[one who receives guests]* or. onílé, agbàlejò

hostage *[person held as a pledge until specified conditions are met]* or. ògò, idógò

hostel *[a lodging place]* or.

hostess *[female host]* or. onílé, agbàlejò

hostile (to be ~) *[antagonistic]* is. láti dinú

hostility *[hatred, opposition]* or. aáwò, ikùnsínú

hot *[high temperature]* ep. gbígbóná; **~ (to be ~)** is. láti gbóná

hotel *[an establishment offering lodging for travelers]* or. hòtęèlì, òtęèlì

hothead *[a quick-tempered person]* or. olóriigbóná, arunú, onínúfùùfù

hotness *[temperature]* or. igbóná

hot-tempered *[easily made angry]* ep. arunú, onínúfùùfù

hound *[dog bred for hunting]* or. ajá ǫdę

hour *[60 minutes]* or. wákàtí, aago, agogo

hourly *[every hour]* as. ní wákàtí-wákàtí; ní wákàtí kòòkan

house *[building used for dwelling by humans]* or. ilé

housebreaker *[burglar]* or. ǫlǫşà, jàgùdà, kólékólé, fǫléfǫlé

housebroken (to be ~) *[trained to live in a house]* is. láti mojúule

housedress *[a dress worn in the home while doing housework]* or. aşǫ ilè-ilé

house fly *[a two-winged fly found in the house, order Diptera]* or. eşinsin, eeşin

household *[all persons living under one roof]* or. agboolé

housekeeper *[a woman who takes care of a house]* or. olùtójú ilé
housekeeping *[management of a house]* or. itójú ilé
housemaid *[a girl or woman servant who does housework]* or. omo-òdò; olùtójú ilé
House of Representatives *[the lower house of legislature in many countries]* or. ilé-ìgbìmò asòfi
housewares *[articles for household use]* or. nkan-èlò ilé
housewife *[a married woman who manages her own house]* or. ìyàwó-ilé
housework *[the work of cleaning, cooking, etc. done in housekeeping]* or. isé-ilé
hover *[to remain suspended in the air]* is. láti ràbàbà
how *[in what manner or way]* as. báwo /bí èwo/; ~ **many?** as. mélò~ **much?** as. èló?
however *[in spite of that]* as. síbèsíbè, sùgbón
howl *[to utter a wailing cry like a dog]* is. láti gbó
hub *[a center of activity]* or. ibi-ìdarí
hubris *[excessive arrogance]* or. ìgbéraga
huddle *[to crowd close together]* or. láti gbárapò
hue *[a particular variety of color]* or. irú-àwò
hue and cry *[public clamor or alarm]* or. ìkébòsí
hug *[embrace, cling]* is. láti gbá (èniyàn) mu; láti fa (èniyàn) móra
huge *[of great quantity or size]* ep. rabata, òpòlópò
hull *[the outer covering of a seed or fruit]* or. eèpo
hum *[sing with lips closed]* is. láti kùn, láti hùn
human *[having the characteristics of man]* ep. nipa èniyàn; èniyàn; ~ **being** (man, person) *[genus Homo; species H. sapiens]* or. èniyàn, ará ayé, omo èniyàn
humane *[having compassion and sympathy for others]* ep. onínúunre
humanism *[the quality of being human]* or. inúunre,
humanitarian *[having concern for the welfare of people]* or. onínúunre; ~ *[a person engaged in promoting human welfare]* or. asoore, olúsoore, onísèrere
humanity *[the human race]* or. omo-èniyàn, èdá omo-aráyé
humankind *[the human race, humanity]* or. omo-èniyàn, èdá omo-aráyé
humble *[modest, unpretentious]* ep. onírèlè; ~ **a person** is. láti té èniyàn; láti re (èniyàn) sílè
humerus *[bone of the upper part of the arm extending from the shoulder to the elbow]* or. eegun òkè-apá

humid (to be ~) *[damp, containing moisture]* is. lati rin

humidity *[moisture in the atmosphere]* or. ìkúùkù; **absolute ~:** ìkúùkù àyè kan; **relative ~:** ìkúùkù ifiwé; **specific ~:** ìkúùkù iwọ̀nkan

humiliate *[to disgrace]* is. láti ṣáátá; láti dójúti (ènìyàn)

humiliation *[a humiliating]* or. ìtìjú

humility *[quality of being humble]* or. ìrẹ̀lẹ̀

humor *[something amusing or comical]* or. yẹ̀yẹ́, ẹ̀fẹ̀

humorous *[amusing]* ep. apanilẹ́rǐn

hump *[rounded protuberance]* or. iké

humpback *[kyphosis]* or. iké-ẹ̀hìn; ~ *[hunchback; person with a hump at the back]* or. abuké

humus *[dark organic part of soil formed by decaying matter]* or. ọ̀rá-ilẹ̀

hunch *[a hump]* or. iké

hundred (one) *[100, ten times ten]* or. àpò kan, ọgọ́ọ̀rún, ọgọ́r ǔn, ọ̀rún; one ~ naira: àpò kan náírà, àpò náírà kan

hundredfold *[a hundred times as much or as great]* ep. lọ́nà ọ̀rún, ilọ́po-ilọ́po

hundredth *[any of a hundred equal parts of something, percentage]* or. ìdá àpó, ìdápò (ìdá-: reciprocal of -); ~ *[preceded by ninety-nine others, 100th]* or. ikó àpó, ikápò (ìkéji-: second)

Hungary *[a country in central Europe]* or. Orílẹ̀ẹ̀ Hóngárì

hunger *[lack of food]* or. ebi

hungry (to be ~) *[in need of food]* is. láti pebi

hunt *[to pursue animals for food]* is. láti ṣe ọdẹ, láti ṣọdẹ

hunter *[a person who hunts]* or. ọdẹ

hurdle *[a difficulty to be overconme, obstruction]* or. ìdíwọ́, ìdílọ́wọ́

hurl *[to throw with violence]* or. láti fi (nkan)

hurrah *[a shout of joy or triumph]* or. alelúyà

hurricane *[tropical cyclone with a high wind velocity]* or. ìjì líle

hurry *[to hasten, rush]* is. láti ṣíra, láti yára

hurt *[to cause pain or injury to]* is. láti ṣe (ènìyàn) léṣe

hurtful *[causing hurt]* ep. aṣenileṣe

husband *[male spouse]* or. ọkọ; baálé

husk *[dry coverings of some fruits]* or. eèpo, eèpo-èso

hussy *[a woman of low morals]* or. aṣa, alágbèrè obìnrin

hustle *[to shove in a rough manner]* is. láti ti (ènìyàn); ~ *[to hurry]* is. láti ṣíra, láti yára

hut *[small cabin]* or. ahéré

hybrid *[offspring of two dissimilar animals or plants]* or. ọmọ ẹ̀yà ẹranko méji

hydr-, hydro- *[water]* ir. omi

hydrant *[a large discharge pipe for drawing water]* or. ọ̀sọ̀ọ̀rọ̀-nlá omi

hydration *[chemical combination with water to form a hydrate]* or. ìbómisè /bá omi sè/ *(yíyọ́sómi, iyọ́somi: solvation)*

hydrocele *[condition in which fluid accumulates in the sac surrounding the scrotum]* or. ìpá

hydrogen *[the lightest of all elements, H]* or. òyì-omi, òyimi

hydrography *[study of bodies of water]* or. ẹ̀kọ́ nípa àwọn adágún omì

hydrology *[science of the distribution and circulation of water]* or. ẹ̀kọ́ nípa omi

hydrolysis *[decomposition of a substance by water]* or. ìfomisè, fífomisè

hydrolyze *[to undergo hydrolysis]* is. láti fomise (nkan)

hydrometer *[areometer]* or. ọ̀ṣùwọ̀n-ọ̀rìn, awọ̀n-ọ̀rìn *(ọ̀rìn: density)*

hydrophile *[a substance that has affinity for water]* or. afómi; arómirẹ́

hydrophilic *[loving water]* ep. afómi; ~ **(to be ~)** is. láti fómi (fẹ́ omi)

hydrophobia *[fear of water; rabies]* or. àisàn ibẹ̀rùbojo omi; dìgbòlugì

hydrophobe *[one who fears water]* or. asá-fómi; arómisá

hydrophobic *[having a tendency to repel water]* ep. asáfómi; arómisá; ~ **(to be ~)** is. láti sáfómi (sá fún omi)

hyena *[wolf-like carnivore of Africa and Asia]* or. ikàrikò, ikòokò

hygiene or. ìmọ́tótó, ẹ̀kọ́ nípa ìmọ́tótó; **community** ~: ìmọ́tótó ilú, ìmọ́tótó àgbèègbè; **mental** ~: ìmọ́tótó ìwàhíhù; **oral ~** *[dental ~]* : ìmọ́tótó ẹnu

hygrometer *[instrument for measuring humidity]* or. ọ̀ṣùwọ̀n ikùùkù; awọ̀n-kúùkù

hymen *[virginal membrane]* or. ìbálé

hyper- *[over, above]* ir. -pọ̀jù, -òkè, -lokè, -lórí

hyperbola *[curve produced by the intersection of a plane and the surface of a cone]* or. ẹ̀ká-ọlọ́gbun *(ẹ̀ká: a circle)*

hyperbole *[exaggeration]* or. àsọdùn

hypermetropia *[hyperopia, farsightedness, long sightedness]* or. àìrítòsí

hyperopia *[hypermetropia]* or. àìrítòsí

hypertension *[high blood pressure]* or. àrùn ifúnṣọ̀n *(iṣọ̀n: vessel)*

hypnosis *[a sleeplike condition induced by another person]* or.

ìráníníyè
hypnotize *[to put in a state of hypnosis]* is. láti rá (ènìyàn) níyè
hypo- *[under, beneath, below]* ir. àìtó-, -lódò, -nísàlẹ̀, -lábẹ́, - abẹ́
hypocotyl *[part of a seedling below the seed leaves]* or. ìdí ewée-
rúgbìn(ewée-rúgbìn: cotyledon)
hypocrisy *[pretense]* or. àgàbàgebè
hypocrite *[deceiver]* or. alábòsí
hypotenuse *[gradient, slope, inclination]* or. ìdàgẹ̀rẹ̀
hypothesis *[unproved conclusions drawn from available facts]* or.
àròsọ
hypothesize *[to make a hypothesis]* or. láti ṣe àròsọ
hypovitaminosis *[avitaminosis]* or. ajíra àìtó (ajira: vitamin /jí
ara: vitalize the body/)
hyster-, hystero- *[uterus]* ir. - ilé-ọmọ, ilé-ọmọ -
hysterectomy *[surgical removal of the uterus]* or. ilé-ọmọ gígékúrò
hysteroscopy *[visual inspection of the uterus]* or. àbẹ̀wò ilé-ọmọ

I

I *[the first person in the nominative case]* ap. èmi, mo
Ibadan *[a city in southwestern Nigeria]* or. Ìbàdàn
Ibo *[an ethnic-nation in Nigeria]* or. Íbò, Ìgbò
ice *[frozen water]* or. yìnyín; ~ **point** or. ìbi yìnyín
ice bag *[an ice pack]* or. àpòo yìnyín
iceberg *[a huge body of ice floating in the ocean]* or. òkìtìi yìnyín
icebreaker *[a boat used for breaking a channel through ice]* or. ọ̀kọ̀ afọ́yìnyín
ichthyo- *[fish]* ir. - ẹja
ichthyology *[zoological study of fishes]* or. ẹ̀kọ́ nípa ẹja
ichthyophobia *[fear of fishes]* or. ìbẹ̀rù ẹja
icon *[a sacred image of Christ or a saint]* or. èree Krístì, ère ẹni mímọ́
icterus *[jaundice]* or. akọ-ìbà, *(ìbà: fever)*
ictus *[convulsion]* or. gìrì
icy *[cold, full of ice]* ep. oníyìnyín
idea *[opinion, plan, notion]* or. èrò, ìmọ̀ràn
ideal *[standard of perfection]* ep. pípé; bóṣeyẹkórí
idealism *[conception of things as they should be]* or. bóṣeyẹ̀-káyérí
identical *[look alike, similar, equivalent]* ep. abárajọ; **to be** ~ is. láti bárajọ; ~ **twins** *[mono-zygotic twins, maternal twins]* or. ibéjì ẹlẹ́yinkan
identification *[act of identifying]* or. ìtọ́ka; ~ **of a problem** or. ìtọ́ka ìyọnun
identify *[to recognize the characteristics of]* is. láti fi (nkan) hàn; láti tọ́kasí (nkan); ~ *[sameness]* or. ìbárajọ; ~ **sign** *[~]* or. àmì ìbárajọ
ideological *[pertaining to ideology]* ep. nípa bóṣeyẹ̀-káyérí
ideology *[the doctrine of ideas]* or. ọ̀rọ̀ nípa bóṣeyẹ̀-káyérí
idiom *[expression, saying]* or. ọ̀rọ̀bíòwe */ọ̀rọ̀ bí òwe/*
idiot *[mentally deficient person]* or. òmùgọ̀
idle *[inactive, running at slow speed]* ep. onímẹ̀lẹ́, aṣèmẹ́lẹ́; ~ **(to be ~)** is. láti ṣe ìmẹ́lẹ́
idleness *[laziness, lack of activity]* or. ìmẹ́lẹ́
idol *[deity]* or. òrìṣà
idolater *[a person who worships an idol]* or. abọ̀rìṣà

idolatress *[a woman idolater]* or. abọrìṣà obìnrin

idolatry *[worship of idols]* or. ìbọrìṣà

idolize *[to admire excessively]* is. láti bọwọ̀ fún (ènìyàn) jù

if *[in case that, supposing that]* ak. bí, bóbájẹ́pé, tí

igneous *[produced by the action of fire]* ep. àfìnádá /fì iná dá/

ignite *[kindle, fire]* is. láti ṣá iná sí nkan

ignition *[a setting on fire]* or. ìgbiná

ignominy *[disgrace, dishonor]* or. ìtìjú

ignorance *[lack of education or knowledge]* or. àìmọ̀, àìlóye

ignorant *[lacking knowledge of something]* ep. aláìmọ̀; ~ **(to be ~)** is. láti ṣaláìmọ̀

ignore *[to pay no attention to]* is. láti fojú pa (ènìyàn) rẹ́

ileitis *[inflammation of the ileum]* or. ṣàki-ìfun wíwú

ileocecal valve *[sphincter muscles that close the ileum]* or. ẹ̀kùu ṣàki-ìfun (ẹ̀kù: valve)

ileum *[lower portion of the small intestine]* or. ṣàki-ìfun

ill *[sick, diseased]* ep. aláìsàn; ~ **(to be ~)** is. láti ṣàìsàn

illegal *[contrary to law]* ep. ìlòdì-sófìn

illegitimate *[unlawful]* ep. aláìbófìnlọ; ~ **child** *[child born out of wedlock]* or. ọmọ àlè

illicit *[not permitted by law]* ep. àìbófìnlọ, ìkọ̀kọ̀

illiteracy *[inability to read and write]* or. àìmọ̀-ọ́kà, àìmọ́ọ́kọ

illiterate *[unable to read or write]* ep. aláìmọ̀-ọ́kà, aláìmọ́ọ́kọ

illness *[ailment, sickness, disease]* or. àrùn, ara àìle, àìlera, òjòjò, ọ̀kùnrùn

illuminance *[illumination, light measurement]* or. ìwọ̀n ìtànná

illuminate *[to provide with light]* is. láti tan ìmọ́lẹ̀

illumination *[act of illuminating]* or. ìtànná, ìtànmọ́lẹ̀

illusion *[misconception]* or. ìtanra-ẹni

illustrate *[to clarify, to explain by example]* is. láti ṣàpèjúwe; láti ṣe àlàyé

illustration *[an example that makes something clear]* or. àwòrán, àpèjúwe; ~ *[a picture or a diagram in a text]* or. àwòrán

image *[copy, facsimile, likeness]* or. ère

imagery *[mental picture]* or. àwòran ojú-inú

imaginary *[unreal]* àìrí; ~ **number** or. èèkà àìrí (èèkà: number; àìrí: unseen)

imagine *[picture, visualize, conceive]* is. láti fi ojú-inú wo (nkan); ~ *[to reflect; to think]* is. ronú

imago *[sexually mature adult]* or. ọ̀dọ́, ọ̀dọ-kòkòrò

imam *[a Muslim priest]* or. lèmọ́mù

imbecile *[mentally deficient person]* or. aláìnírònú

imbibe *[to drink, to take in]* is. láti fa (nkan) mu

imbibition *[act of imbibing]* or. fífa omi mu; ìfàmìmu

imitate *[to copy, to emulate]* is. láti fi ara wé

imitation *[act of imitating]* or. àfarawé

imitator *[a person that imitates]* or. aláfarawé

immaterial *[not of any importance]* ep. aláìjámọ́-nkan

immature *[undeveloped, not fully grown]* ep. aláìgbó

immeasurable *[cannot be measured]* ep. aláì-níwọ̀n

immediate *[occurring at once, close in time]* ep. wàràwéré, lọ́wọ́lọ́wọ́; **~ly** *[instantly, at once]* as. ni kíákíá; lọ́gán; ní wàràwéré

immense *[huge, massive]* ep. ribiribri, rabata

immerse *[to put into a liquid]* is. láti tẹ (nkan) rì; láti ri (nkan); láti mù

immersion *[act of immersing]* or. ìtẹ̀bọmi, ìrìbọmi, mímù

immigrant *[a person who immigrates into a country]* or. aṣíwá, àjèjì

immigrate *[to settle in another country]* is. láti ṣíwá

immigration *[the process of immigrating]* or. ìṣíwá

immigration law *[one of the laws about imigration]* or. òfin ìṣíwa

imminent *[sure to happen]* ep. ìdájú

immoral *[unchaste, licentious]* ep. alágbèrè

immorality *[misconduct]* or. àgbèrè

immortal (to be ~) *[to last forever]* is. láti wà títí láìláí, láti wà títí ayérayé, láti jẹ́ àìkú

immortality *[lasting forever]* or. àìkú, aláìkú, wíwàtítí

immovable *[cannot be moved]* ep. oyígíyigì

immune (to be ~) *[protected against a disease or poison]* is. láti ní òkí; **~ response** *[reaction of the body to foreign bodies]* or. òkí jíjẹ́; **~ system** *[complex interactions protecting the body against foreign invaders]* or. ètò òkí-ara

immunity *[state of being immune to a particular disease]* or. òkí, àjẹsára

immunization *[process of making someone immune e.g. by vaccination]* or. òkí jíjẹ́, gbígba abẹ́rẹ́ àjẹsára, òkí gbígbà

immunize is. láti jẹ òkí, láti gba abẹ́rẹ́ àjẹsára, láti gba òkí

immunodeficiency *[condition in which the body's immune system is inadequate]* or. òkí-ara àìtó

immunologist *[specialist in immunology]* or. akẹ́kọ̀ òkí-ara

immunology *[study of immunity to foreign substances]* or. ẹ̀kọ́ nípa òkí-ara

immutable *[unchanging]* ep. adúróṣinṣin, dídúróṣinṣin, títí-ayé, títíláílaí

impale *[to kill with a sharp object]* is. láti gún (nkan) pa

impart *[to grant, to bestow]* is. láti fi (nkan) fúnni; láti kọ́ (èniyàn) lẹ́kọ̀

impartial *[unbiased]* ep. aláìṣèkè, olótíʼ tọ́, aláìṣojúsàájú

impatient *[restless, intolerant]* ep. alàifarabalẹ̀, àìfarabalẹ̀

impeach *[make an accusation against]* is. láti pe (èniyàn) lẹ́jọ́; láti fẹ̀sùn kan (èniyàn)

impede *[to obstruct, to slow down]* is. láti dá (èniyàn) dúró; láti dí (èniyàn) lọ́wọ́

impediment *[something that obstructs]* or. adánidúró, adínilọ́wọ́

impel *[to provoke, to drive forward]* is. láti sọ́ (èniyàn) síwájú; láti tan (èniyàn) síwájú

impenetrable *[unfathomable]* ep. aláìṣeétú, àdiìtú

impenitence *[condition of having no regret, shame or remorse]* ep. onínúnlíle, aláìnítìjú, aláì-ronúnpìwàdà

imperative *[compulsory]* ep. t'ipa; ọ̀ràn-iyàn, dandan; ~ **(to be ~, to become ~)** is. láti di dan-dan; láti di ọ̀ràn-iyàn

imperceptible *[extremely small, cannot be perceived]* ep. aláìṣeéfojúrí, koṣeénáání

imperfect *[not perfect, defective]* ep. aláìpé

imperforate *[having no opening]* ep. aláìníhò; ~ **hymen** *[a hymen that has no opening]* or. ìbálé aláìníhò

imperforation *[atresia]* or. àìníhò

imperial *[relating to an empire]* ep. lọ́balọ́ba

imperil *[endanger]* is. láti fi (nkan) wéwu

imperishable *[not perishable]* ep. aláìdíbàjẹ́

impermeable *[not permeable]* ep. aláìláyè

impetus *[driving force, stimulus]* or. ìgbóyà

implacable *[obstinate]* ep. alágídí

implant *[to insert]* is. láti gbé (nkan) gbìn

implantation *[nidation]* or. ìgbégbìn

implement *[tool, utensil]* or. ohun-èlò; ~ *[to put into action]* is. láti pilẹ̀ (nkan)

implicate *[to involve]* is. láti kóbá (èniyàn); láti lọ́wọ́ nínú (nkan búburú)

implore *[to appeal to]* is. láti bẹ (èniyàn)

impolite *[rude, insulting]* ep. ọ̀yájú, aláìyẹ́nisí, alárīʼfín

import *[to bring from abroad]* is. láti ra (nkan) lókèèrè *(export: láti ta (nkan) sókèèrè)*

importance [significance] or. iyì, láárí, pàtàkì

important [powerful, influential] ep. pàtàkì; ~ **(to be ~)** is. láti jẹ́ pàtàkì; **to become** ~ is. láti di pàtàkì

importation or. iràlókèèrè (exportation: ìtàsókèèrè)

impose [to force something on another] is. láti fi ipá mú (ènìyàn) ṣe nkan; láti fi dandan lé (nkan)

imposition [the act of imposing] or. ìmú-nípá; àgbọdọmáṣe

impossibility [the fact of being impossible] or. aláìṣeéṣe

impossible [not doable] ep. aláìṣeéṣe; ~ **(to be ~)** is. láti jẹ́ àìṣeéṣe, láti jẹ́ aláìṣeéṣe

impotent [sterile, barren] ep. òkóbó; ~ **man** [male who cannot copulate] or. akúra, òkóbó

impotence [impotency, sterility] or. kíkóbó

impoverish [to make poor] is. láti sọ(ènìyàn) di tálákà; láti sọ (ènìyàn) di òtòṣì; sọ di aláìní

impracticable [incapable of being practiced] ep. aláìṣeéṣe

impractical [not able to deal with matters efficiently] ep. aláìṣeéṣe

impregnable ep. òyigíyigì, awámárídì

impregnate [to make pregnant] is. láti fún (abo) lóyún; ~ [to fill a container completely] is. láti rọ (nkan) yó

impregnated (to be ~) [to become pregnant] is. láti gboyún /gba oyún/, láti gbọlẹ̀ (ọlẹ̀: foetus)

impregnation [saturation, permeation] or. rírọyó; ~ [insemination] or. ìgbọlẹ̀, ìgboyún, ìfúnnilóyún

impress [to stamp] is. láti tẹ (nkan) lóòtẹ̀; ~ [to affect strongly] is. láti wú (ènìyàn) lórí

imprison [to put in prison] is. láti gbé (ènìyàn) sẹ́wọ̀n; láti há (ènìyàn) mọ́

imprisonment [an imprisoning] or. ìhámọ́, ìwẹ̀wọ̀n, ìgbésẹ́wọ̀n

improbable (to be ~) [not likely] is. láti lée ṣaláìríbí (a ṣe rò)

improper [unsuitable] ep. àìbójúmu, àìtọ́, aláìtọ́; ~ **fraction** [numerator equal to or larger than denominator] or. ẹsẹ àìtọ́

improve [upgrade, ameliorate] is. láti tún (nkan) ṣe, láti ní ìlọsíwájú

improvement or. àtúnṣe, ìlọsíwájú

improvident [unable to provide] ep. òtòṣì, aláìní

impudence [rudeness, disrespect] or. àfojúdi, ojúyíyá

impulse [spontaneous urge] or. ìwà àìròtẹ́lẹ̀

impulsive (to be ~) [resulting from impulse] is. láti hùwà láìròtẹ́lẹ̀

impunity [unpunished, exemption from punishment] or. àìjiyà, àìjìyà èsè

impure *[unclean, not pure]* ep. aláìmộ, àìmộ, elé̀rí

in- *[not, non-, un-]* ir. àì-, aláì-

in *[inside, within]* ip. nínún, nínú, It is ~ the house: Ó wà nínú ilé; ~ *[from a place outside to another inside]* as. sínú, He went in the house: Ó lo sínú ilé

inability *[lack of abilty, capacity, means, or power]* or. àìlágbára, àìlera, àìnípá

inaccuracy *[the quality of being incorrect]* or. àìbộsípò, àsé

inaccurate *[in error, not accurate]* ep. àláìbộsípò, títàsé

inaction *[idleness, lack of motion]* or. ìmệ́lé̩

inactive *[not active]* ep. oním̀ệ̩lé̩; ~ **(to be ~)** is. láti ṣèmệ́lé̩

inadequate *[insufficient, not enough]* ep. àìtó

inadvertent (to be ~) *[unintentional, accidental]* is. láti sàìfìyèsí (nkan)

inanimate *[without life]* ep. aláìlệ́mǐ

inapplicable *[inappropriate, not suitable]* ep. aláìwúlò

inapprehensible *[cannot be understood]* ep. aláìlálàyé

inappropriate *[not suitable]* ep. aláìbójúmu, aláìbáramu

inapt *[not suitable]* ep. aláìtộ, àìláyè, aláìbójúmu

inasmuch as *[since]* ak. níwộngbàtí

inattention *[negligence, failure to give attention]* or. àìfetísílè̩, àìfọkànsí (nkan), àìfarabalè̩

inattentive *[negligent, heedless]* ep. aláìfetísílè̩, aláìfọkànbalè̩

inaudible *[cannot be heard]* ep. àìṣeégbúrǒ

inaugurate *[to put into office]* is. láti pilè̩; láti fi (ènìyàn) joyè

inauguration *[the art of inaugurating]* or. ìfìnijoyè, ìwúyè

inauspicious *[unfavorable, unlucky]* ep. aláìlóríire, aláìyabo

inborn *[inherent, innate, congenital]* ep. àbínibí

incalculable *[very large, cannot be calculated]* ep. aláìníṣirò, aláìlóòkà, aláìlónkà

incandescence *[radiance, glowing with intense heat]* or. kíkè̩

incantation *[charm, spell]* or. ọfọ̀

incapable *[lacking ability]* ep. aláìlágbára

incapacitate *[to disable]* is. láti sọ (ènìyàn) dòlẹ

incarcerate *[to jail]* is. láti fi (ènìyàn) sé̩wộn; láti ha (ènìyàn) mộ

incarnate *[in human form]* as. ni ẹya ènìyàn

incendiary *[something capable of causing fire]* or. ọ̀ràn, ọ̀ọ̀ràn, òrìràn, aràn

incense *[material burned for its odor]* or. túràrí; ~ *[to make angry]* is. láti mú kí inún bí (ènìyàn)

inception *[beginning, origin]* or. ìbè̩rè̩, ìpilè̩ṣè̩

incessant *[continuous, not stopping]* ep. aláìdáwọ́dúró, aláìsimi

inch *or.* ìka, ìwọ̀n-ìka; one ~: ìwọ̀n-ìka kan

incidence *[frequency of occurrence]* or. ìyásí-ìṣẹ̀lẹ̀

incident *[occurrence]* or. ìṣẹ̀lẹ̀

incidental (to be ~) *[occurring by chance]* is. láti ṣèèṣì

incisor *[front tooth]* or. ẹwà-ehín

incite *[provoke to action]* is. láti dá rúgúdù sílẹ̀; láti rúlù

inclination *[slope, hypotenuse]* or. dídàgẹ̀rẹ̀, ìdàgẹ̀rè; **angle of ~:** igun ìdàgẹ̀rẹ̀

inclined *[having an inclination]* ep. dídàgẹ̀rẹ̀; ~ **(to be ~)** is. láti dà; ~ **plane** or. pẹpẹ dídà

include *[to contain, to put in a group]* is. láti ka (nkan) pẹ̀lú; láti mú (nkan) pẹ̀lú

incoherent (to be ~) *[to lack order]* is. lati ri júujùu; ~ (**to be ~)** *[unable to speak clearly]* is. láti ṣe àròòyé

income *[money received for work done]* or. owó wíwọlé; ~ **tax** or. owó orí

incomparable *[without rival]* ep. aláìlẹ́gbẹ́; ~ **(to be ~)** is. láti ṣe aláìbáramu

incompatibility *[discrepancy, incongruence]* or. àìbáramu

incompatible *[not compatible, incongruous]* ep. àlaìbáramu

incompetence *[incompetency, incapability, inadequacy]* or. àìṣedéédé, ìmẹ́lẹ́

incompetent *[not capable, not competent]* ep. ọ̀lẹ, aṣèmẹ́lẹ́, aláìníṣẹ́

incomplete *[unfinished, not concluded]* ep. àìpé, àìparí; ~ **reaction** *[equilibrium reaction, rever-sible reaction]* or. àsè ìsètán

incomprehensible *[cannot be understood]* ep. àwámárídì̈

inconceivable *[cannot be imagined]* ep. àìṣe-égbèrò, àìṣeégbimọ̀

inconsiderate *[thoughtless, not caring]* ep. onímọ̀taraẹni-nìkan

inconsistent *[not holding to the same principles]* ep. kòṣeku-kòṣeyẹ

inconsolable *[cannot be consoled]* ep. aláìgbẹ́bẹ̀

inconspicuous *[not easily noticeable]* ep. aláìṣeéfojúrí

inconstant *[unpredictable, fickle]* ep. aláìṣeégbọ́kànlé, aláìṣeégbẹ́kẹ̀lé, kòṣeku-kòṣeyẹ

incontestable *[unquestionable]* ep. aláìníyàn; aláìní-àníàní

incontinence *[quality of being incapable of self restraint]* or. àìfaramọ́ra; àìmọra

incontinent *[lacking self-restraint]* ep. aláìmọra; aláìfaramọ́ra

inconvenience *[the state of being inconvenient]* or. àìrọrùn, ìdíwọ́
inconvenient *[not convenient, bothersome]* ep. aláìrọrùn, àìrọrùn, adínilọ́wọ́
incorporate *[to unite with somehing already existing, to combine]* is. láti ṣàkójọ; láti sowọ́pọ̀
incorporeal *[without material body]* ep. ẹ̀mí
incorrect *[not right, wrong]* ep. kíkùnà
incorrigible *[incapable of correction]* ep. olóríkunkun, aláìgbọ́ràn
increase *[make greater, enlarge]* is. láti fì kún (nkan); ~ is. láti pọ̀ sí i, láti gbèèrú; **to ~ in length** is. láti pàgùndàsíwá *(pa ìgùn dà sí iwá: to change length in a forward direction)*; **to ~ in area**: láti pòrodàsíwá *(ọ̀rọ̀: area)*; **to ~ in volume**: láti pàyèdàsíwá *(àyè: volume)*
incredible *[unbelievable]* ep. ìyàlẹ́nu, ayanilẹ́nu
increment *[an increase]* or. àfikún
incriminate *[to charge with a crime]* is. láti fẹ̀sùn kan (ènìyàn)
incubate *[to hatch eggs]* is. láti pẹyin; láti sàba sórí ẹyin
incubation *[sitting on (eggs) for the purpose of hatching]* or. sísàba; ~ **period** *[period in the development of a disease between infection and the appearance of symptoms]]* or. ìgbà ìsàba
incubator *[a container for hatching eggs]* or. ẹ̀rọ ìsàba
incumbent *[currently in office]* ep. onípò
incur *[to become liable]* is. láti jẹ gbèsè
incurable *[cannot be cured]* ep. aláìníwòsàn
incus *[anvil]* or. owú; ~ *[anvil-shaped bone of the middle ear]* or. owú-etí
indebted (to be ~) *[obligated to another]* is. láti jẹ (ènìyàn) ní gbèsè
indecent *[contrary to good taste]* ep. aláìwuyì, aláìlẹ́tọ̀
indecision *[inability to make up one's mind]* or. àìfimọ̀ṣọ̀kan
indecorous *[lacking good taste]* ep. aláìnítìjú
indeed *[certainly, without doubt]* as. lóòtọ́
indefatigable *[tireless]* ep. aláìṣàárẹ̀, aláápọn
indefinite *[undetermined, inexact]* ep. àìdájú, àìlágbè; ~ **integral** or. ọ̀rọ̀ àìlágbè *(àgbè: boundary; ọ̀rọ̀: integral)*
indelible (to be ~) *[cannot be erased]* is. láti ṣaláìṣeéparẹ́; láti wà títí
indemnity *[security against damage]* or. ọ̀gọ̀
indent *[to make a dent or recess]* is. láti sín gbẹ́rẹ́, láti sín (nkan) ní gbẹ́rẹ́
indentation *[act of indenting]* or. gbẹ́rẹ́

independence *[freedom from the control of another]* or. òmìnira
independent *[free from the control of another]* ep. olómìnira; ~
(to be ~) *is.* láti di òmìnira
indescribable *[incapable of being described]* ep. aláìṣeéfẹnusọ
indestructible *[cannot be destroyed]* ep. aláìṣeépa, kòṣeépa
index *[indication, evidence, sign]* or. atọ́ka; ~ *is.* láti tọ́ka; ~ **finger**
[first finger, forefinger] or. ìka ìtọ́ka
India *[a country in Asia]*: Índíà, orílẹ̀ẹ̀ Índíà
Indian *[a native of India]* or. aráa Índíà; ~ *[pertaining to India]*
ep. nípa Índíà
indicate *[to point out]* is. láti tọ́ka sí, láti fìhàn wípé
indicator *[marker, gauge]* or. ẹ̀là atọ́ka
indict *[to accuse of an offense]* is. láti fẹ̀sùn kan (ènìyàn)
indictment *[a formal written accusation of wrongdoing]* or. ìwé
ìfẹ̀sùnkanni
indifferent *[having or showing no interest or concern]* ep.
aláìbìkítà
indigene *[native]* or. onílẹ̀ */oní ilẹ̀/*
indigenous *[native]* ep. onílẹ̀
indigent *[impoverished]* ep. tálákà, òtòṣì, aláìní
indigestion *[dyspepsia, difficuly in digesing]* or. ikùn gbígbi
indignant (to be ~) *[displeased at]* is. láti bí (ènìyàn) nínú
indignation *[anger arising from injustice]* or. ìbínú
indigo *[a blue die obtained from certain plants]* or. ẹ̀lú; ~ **color**
or. àwọ̀ ẹ̀lú; ~ **dye** or. aró ẹ̀lú
indirect *[not straight; not to the point]* ep. aláìṣetààrà
indiscernible *[not recognizable]* ep. aláìhàn-geere; bàìbàì
indiscreet *[not discreet; lacking prudence]* ep. aláìlọ́gbọ́n, òmùgọ̀
indiscrete *[not discrete, not separated]* ep. aláìṣeétú
indiscretion *[quality of being indiscreet]* or. ẹ̀gọ̀; ìwà òmùgọ̀
indiscriminate *[confused, making no distinction]* ep. aláìníkàsí
indispensable *[necessary, essential]* ep. kòṣe-émánǐ
indisposed *[to be slightly ill]* is. láti ṣàárẹ̀; láti ṣàmọ́di
indissoluble *[cannot be dissolved]* ep. aláìṣeéyọ́ (láti yọ́ nkan: to
dissolve something)
indistinct *[not plainly defined]* ep. aláìhàn-gedegbe
individual *[separate, discrete]* or. oníkálukú, ẹni kọ̀ọ̀kan
indivisible *[cannot be divided]* ep. aláìnífipin
indolence *[laziness]* or. ọ̀lẹ, ìmẹ́lẹ́
indolent *[lazy, idle]* ep. ọ̀lẹ; ~ **(to be ~)** is. láti yọ̀lẹ; ~ **person** or.
ọ̀lẹ, ọ̀lẹ ènìyàn

Indonesia *[a republic in the Malay archipelago]* or. Orílẹ̀ Indonésíà

indoor *ep.* inún-ilé; ~ *as.* sílé, nílé, nínú ilé

induce *[start something, bring about, effect]* is. láti fa (nkan), láti bẹ̀rẹ̀ (nkan); ~ *is.* láti sọ́ (ènìyàn) síwájú

inducement *[act of inducing]* or. ohun ìtunilójú; ohun ìfanimọ́ra

induct *[to place formally into office]* is. láti fi (ènìyàn) joyè

induction (of labor) *[bringing about]* or. fífa rírọbí, fífa ìrọbí

inductive logic *[rationalization, logical reasoning]* or. ọgbọ́n àtinúwá

indulge *[to yield to desires]* is. láti kẹ́ (ènìyàn); láti gbọ̀jẹ́gẹ̀ fún (ènìyàn)

industrial *[pertaining to industry]* ep. oníṣọ̀pọ̀ / ṣe ọ̀pọ̀: *make many* /

industialize *[to make industrial]* is. láti lágbára ì ṣọ̀pọ̀

industrious *[diligent, hard working]* ep. aláápọn

industry *[commercial production and sale of goods]* or. ilé-iṣẹ́ ìṣọ́pọ̀

inebriated (to be ~) *[intoxicated, to be drunk]* is. láti mutí yó; láti mutí àmupara

inebriation *[drunkenness]* or. ìmutípara

ineffective *[not producing desired effect]* ep. aláílášẹ, aláìwúlò; aláìnílááfí

ineligible *[not legally or morally qualified]* ep. aláílášẹ, aláílẹ́tọ̀

inequality *[social or economic disparity]* or. àìdọ́gba, àìbáramu, aláílẹ́gbẹ́

inert *[not reactive, inactive]* or. àìjásè, àlaì-jásè *(àsè: reaction)*; ~ **gas** *[noble gas, rare gas]* or. ọ̀yì àìjásè *(àìjẹ́ àsè: not responsive to reaction)*

inevitable *[unavoidable]* ep. dandan, kòṣéé-mánì

inexact *[indefinite, indeterminate]* ep. aláì-ṣegééré

inexcusable *[unpardonable, unjustifiable]* ep. aláìníforíjìn, aláìní-àwáwí

inexhaustible *[that cannot be used up]* ep. àbùùbùtán, ìlò-ìlòtán

inexorable *[unyielding, that caanot be moved by persuasion]* ep. aláìgbẹ́bẹ̀, olórí-kunkun

inexpedient *[not practicable for a given situation]* ep. aláìmọ̀-gbọ́nwá, aláìyẹ

inexpensive *[low-priced, cheap]* ep. wíwọ́pọ̀, aláìwọ́n

inexperience *[lacking experience]* or. àìní-ìrírí; àìmọ̀kan

inexplicable *[cannot be explained]* ep. aláì-lálàyé

inextinguishable *[that which cannot be quenched]* ep. aláìṣeépa(iná)

infallible *[not capable of making mistakes]* ep. aláìṣìnà, aláílášìṣe

infamous *[having a bad reputation]* ep. ọlọ́kìkí-búburú; onísi-
búburú

infamy *[bad reputation]* or. ìsì-búburú

infant *[baby, neonate, newborn]* or. ìkókó, ọmọ ọwọ́; ~ **death**
[neonatal death] or. ikú ọmọ-ọwọ́, ikú ọmọ-tuntun; ~
mortality rate or. ìyásí ikú ọmọ-ọwọ́

infanticide *[killing of an infant]* or. pípa ọmọ-ọwọ́

infatuated (to be ~) *[to be carried away by passion or
attraction]* ep. láti ráníye

infatuation *[the fact of being infatuated]* or. ìraníyè *(rá ní iyè:
lose one's potential to reason)*

infect *[contaminate, poison]* is. láti kó àrùn ran (nkan)

infection (to have an ~) is. láti kó àrùn; ~ **with a disease** or.
àrùn kíkó; ~ **with a bacterial disease** or. kíkó àrun alámọ̀
(alamọ̀: bacteria); ~ **with a viral disease** or. kíkó àrun ọlọ́jẹ̀
(ọlọ́jẹ̀: virus)

infectious *[contagious, communicable]* ep. a rọn-ni, àrànmọ́; ~
disease or. àrùn aràn-ni, àrùn àrànmọ́

infer *[to conclude by reasoning]* is. láti fagbọ́nyọ; láti fihàn wípé

inferior *[located below]* ep. ìsàlẹ̀, odò, abẹ́; ~ *[low in quality]* ep.
aláìitẹ́gbẹ́

inferiority or. àìnílááfí, àìtẹ́gbẹ́

infertile *[barren, unproductive]* ep. àgàn; ~ **person** *[sterile
woman]* or. àgàn ènìyàn

infertility *[sterility]* or. àgàn yíyà

infest *[to spread all over]* is. láti gbilẹ̀ kaan

infidelity *[unfaithfulness, adultery]* or. àgbèrè

infinite *[limitless, immeasurable, endless]* ep. àìníye, àìlópin,
àìlóòkà, àìlónkà; ~ **amount** or. ohun aláìníye; ~ **numbers** or.
èèkà-àìlóòkà *(eeka: numbers)*; ~ **series** or. ìdílé èèkà-àìlóòkà

infinitesimal *[microscopic]* ep. àìṣeéfojúrí

infinity *[endlessness, something without limit]* or. àìlópin, àìníye,
àìlóòkà, àìlónkà

infirm *[physically weak, feeble]* ep. láti ṣaláìlera, láti ṣàìlera

infirmity *[weakness, the state of being infirm]* or. àìlera

inflame *[burn]* is. láti fi iná sí (nkan); ~ **(to be ~d)** *[to become
swollen]* is. láti gbiníkún, láti gbikún, láti wú

inflammation *[intumescence, irritation, soreness]* or. igbiníkún,
gbígbiníkún, wíwú

inflate *[blow air into]* is. láti fọn (nkan)

inflect *[to turn, to bend, or curve]* is. láti wọ́ (nkan)

inflection *[curvature, urning, bending]* or. iwọ́

inflexible *[rigid, not flexible]* ep. aláìṣeétẹ̀

inflict *[to impose]* is. láti gbé (nkan) ka (ènìyàn) láyà

inflorescence *[the arrangement of flowers on a stem]* or. ètò òdòdó (l'ára igi)

influence *[to exercise a direct power]* is. láti lo gbajúmọ̀ (ènìyàn); láti lo òkìkí

influence *[the power to affect others]* or. òkìkí, ọlá, gbajúmọ̀

influential *[having great influence]* ep. onígbajúmọ̀, gbajúmọ̀, ọlọ́lá; ~ **person** or. onígbajúmọ̀

influenza *[plague, epidemic, flu, grippe]* or. àrùn àjàkálẹ̀

influx *[stream of things or people coming in]* or. ìdà-gìirì, ìrọ́gìirì

inform *[to give knowledge of something to]* is. láti fi (ọ̀rọ̀) tọ́ (ènìyàn) létí; láti fọ̀rọ̀ lọ (ènìyàn)

information *[knowledge acquired, data, facts]* or. ìmọ̀-ẹ̀rí; ìhìn, làbáre; àwíyé; ~ **system** or. ètò nípa ìmọ̀-ẹ̀rí; ~ **science** *[the science of processing information by computer]* or. ọye ìmọ̀-ẹ̀rí

infra- *[hypo-]* ir. àìtó-, -àìtó, -ìsàlẹ̀, -odò

infraction *[a breaking of a law, violation]* or. ìlùfin, òfin-lílù

infrequent *[not occurring often]* ep. onígbàkọ̀ọ̀kan

infrequently *[rarely, not often]* as. nígbàkọ̀ọ̀kan

infuriate *[to enrage, to make angry]* is. láti bí (ènìyàn) nínú

ingenious *[clever]* ep. ọlọ́gbọ́n

ingenuity *[cleverness]* or. ọgbọ́n

ingestion *[swallowing]* or. jíjẹ, mímì

ingratitude *[lack of gratefulness]* or. àìdúpẹ́, àìmoore

ingredient *[component, constituent]* or. nkan-èlò; ~ *(reactant)* or. èsè-àsè *(reagents for a reaction)*

inguen *[groin]* or. abẹ́nú

inguinal *[relating to the groin]* ep. abẹ́nú; ~ **glands** or. àwọn ẹ̀ṣẹ́ abẹ́nú *(ẹ̀ṣẹ́: gland)*; ~ **hernia** or. ìpákè, kúnú

inhabit *[to reside in]* is. láti gbé (ìbì kan)

inhabitant or. ará; ~ *(of a house)* or. ará-ilé; ~ *(of a town)* or. ará ilú; ~ *(of a village)* or. ará abúlé

inhalant *[a medicine to be inhaled]* or. oògùn àfisínú, oògùn afisímú

inhalation *[the act or instance of inhaling]* or. ìfisínú, ìfisímú

inhale *[to breathe in; to breathe a substance into the lungs]* is. láti mísínú; láti fi (nkan) sínú

inherent *[inborn, innate, congenital]* ep. àbínibí

inherit *[receive from one's parent]* is. láti jogún

inheritance *[something owned by virtue of birthright]* or. ogún

inherited *[received by heredity]* ep. àfijogún, ìrandíran; ~

disorder *[genetic disease]* or. àìsàn àfijogún, àìsàn irandíran;
~ **immunity** *[natural immunity]* or. òkí àfijogún
inhibition *[interference, constraint]* or. ìfàsẹ́hìn, ìdílọ́wọ́
inhibitor *[a substance that slows or prevents an organic or chemical reaction]* or. ẹ̀là adáṣelọ́wọ́, adásèlọ́wọ́ *(dí àsè lọ́wọ́: prohibit a reaction from taking place)*
inhospitable *[not offering hospitality to guests or visitors]* ep. aláìnífẹ́ àlejò
inhuman *[unkind, lacking pity]* ep. ọ̀dájú, ìkà, aláìláànú
inimical *[hostile]* ep. apanilára
iniquity *[sinfulness]* or. àìṣòdodo, ẹ̀ṣẹ̀, àìṣòtítọ́
initial *[beginning, incipient]* ep. àkọ́kọ́; ~ **time** *[the first time, primordial time]* or. ìgbà àkọ́kọ́
initially *[at the beginning]* as. ní àkọ́kọ́, ní ìṣáájú
initiate *[to start, to begin]* is. láti pilẹ̀sẹ̀
inject *[introduce a drug into the body]* or. láti gba abẹ́rẹ́, láti fún oògùn sí inú ara
injection *[a liquid injected into the body]* or. abẹ́rẹ́ gbígbà
injure *[hurt, harm, wound]* is. láti ṣe (ẹ̀dá) léṣe; **to get ~d**: láti ṣèṣe, láti gbọgbẹ́
injury *[sore, contusion, trauma, wound, lesion]* or. èṣe, ọgbẹ́
injustice *[unjust act]* or. ojúsàájú, àìṣòótọ́
innate *[inborn, inherent, congenital]* ep. àbí- nibí; ~ **behavior** *[instinct]* or. ìwà àbínibí
inner *[internal]* ep. inún; ~ **ear** or. inún etí
innermost part (center) of body *[nucleus]* or. àgọ́-ara
innervate *[to stimulate to action]* is. láti fun (ènìyàn) lágbára
innocent *[free from sin]* ep. aláìṣẹ̀, aláìlẹ́bi
innocuous *[harmless, benign, innoxious]* ep. aláìléwu, àìléwu
innovate *[invent, devise]* is. láti ṣetuntun, láti dárà/dá àrà/
innovation *[something newly introduced]* or. àrà titun; àrà tuntun, àyídà
innumerable *[infinite, countless, uncountable]* ep. àìlóòkà, àìníye
inoculate *[vaccinate, immunize]* is. láti gba abẹ́rẹ́ òkí, láti gúnbẹ́rẹ́
inoculation *[the injection of a disease virus into the body to build an immunity to it]* or. òkí gbígbà, gbígba abẹ́rẹ́ òkí, ìgúnbẹ́rẹ́
inoffensive *[not offensive, not objectionable]* ep. jẹ́jẹ́ (~ person: ènìyàn jẹ́jẹ́)
inopportune *[inappropriate, unsuitable]* ep. aláìbójúmu, aláìwúlò
inordinate *[exceeding proper limits]* ep. àṣejù, aláṣejù

inorganic *[not containing hydrocarbon groups]* ep. àìléếdú,
alááìléếdú; ~ **acid** *[mineral acid]* or. ẹkan aláìléedú; ~
chemistry or. ẹkọ́ ẹ̀là aláìléếdú
inpatient *[patient admitted to a hospital]* or. èrò iléewòsàn, èrò
ilé-ìwòsàn
inquest *[legal investigation]* or. ìwádì̀ -ikú
inquire *[to ask, to question]* is. láti ṣèwádì̀ ; láti wádì̀
inquiry *[an investigation or examination]* or. ìwádì̀ , ìbéèrè
inquisitive *[curious, questioning]* ep. ọlọ́fì̀ ntótó
insane *[mentally ill, deranged]* ep. aṣiwere, aṣewere; ~ **person**
[lunatic, deranged person] or. wèrè; ~ **(to be ~)** is. láti ya wèrè
insanitary *[not hygienic, not healthy]* ep. eléẽrí, aláìmọ́
insanity *[mental illness]* or. wèrè yíyà, yíya wèrè
insatiable *[constantly wanting more]* ep. aláìnítẹ̀ẹ́rùn
inscribe *[carve, engrave]* is. láti fìn-nà/*fìn ọnà*; *to carve a
pattern/*
inscription *[something inscribed or engraved]* or. àkọlé
insect *[any of a large class of invertebrate animals having a body
divided into three parts, and three pairs of legs]* or. kòkòrò
ẹlẹ́sẹ̀méfà
insecta *[Hexapoda, phylum Arthropoda]*: or. ẹyàa kòkòrò
ẹlẹ́sẹ̀méfà
insecticide *[any substance used to kill insects]* or. ẹ̀là apakòkòrò
(ẹ̀là: chemical)
insectivora *[an order of mammals that feed principally on
insects]* or. agboolé ajẹkókòrò
insectivore *[order Insectivora]* or. ẹ̀dá ajẹkókòrò
insectivorous *[feeding chiefly on insects]* ep. ajẹkókòrò; ~ **plant**
or. igi ajẹkókòrò; ~ **animal** or. ẹranko ajẹkókòrò
insecure *[not secure]* ep. oníòyà, aláìfọkàn-balẹ̀
inseminate *[to impregnate by sexual intercourse]* or. láti fún
(obìnrin) lóyún; ~ *[to sow seeds in]* is. lati fúnrúgbìn sínú (ìbì
kan)
insemination *[act of inseminating or being insemonated]* or.
ìfúnnilóyún; ìgboyún; ìgbàtọ̀; ìgbàrin/*gba ìnrin: receive sexual
materials/*; ìfúnrúgbìn; **artificial** ~: ìfúnnilóyún àtọwọ́dá
insert *[introduce, interject]* is. láti tì (ìkan) bọ inú (ìkéjì)
insertion *[the process of inserting]* or. ìtibọnú
inside *[within]* as. nínún; ~ *[part that is within]* or. inú
insides *[internal parts, organs]* or. ìfun àt'ẹ̀dọ̀
insight *[perception]* or. òye

insignificant *[unimportant, trivial]* ep. aláìtó-nkan
insincere *[not sincere, hypocritical]* ep. aláìlóòtọ́
insincerity *[the quality of being insincere]* or. àìṣòótọ́, ẹ̀tàn
insinuate *[to imply or say something obliquely]* is. láti sọ àbọ̀-ọ̀rọ̀
insist *[to emphasize, demand]* is. láti fi dandan lé (nkan); láti tẹnumọ́ (ọ̀rọ̀)
in situ *[in the original position]* as. nipòo rẹ̀
insolence *[arrogance, impudence]* or. àfojúdi; ~ **(to be ~)** is. láti ṣe àfojúdi
insolent *[impolite, disrespectful]* ep. aṣa, aláìlẹ́kọ̀
insolvent (to be ~) *[unable to pay debts]* is. láti wọ gbèsè
insomnia *[inability to fall asleep]* or. àìleèsùn
inspect *[to examine carefully]* is. láti ṣe ìbẹ̀wò; láti fojúméjèèjì sí (nkan)
inspection *[the act of inspecting]* or. ìbẹ̀wò
inspector *[official examiner, overseer]* or. olùbẹ̀wò
inspiration *[inhalation, afflation]* or. ìmísínú, ìpòyìdà *(pa òyì dà: exchange gases)*
inspire *[to breath in]* is. láti mísínú; ~ *[to motivate, arouse]* is. láti ṣe alátilẹ́hin; láti fún (ènìyàn) ní ìgbóyà
instability *[lacking stability]* or. àìdúrólójúkan, rògbòdìyàn
installment *[part of a debt to be paid at regular intervals]* or. àdásan, san-díẹdíẹ; ~ **payment** or. owó àdásan
instance *[number of times, number of occurrences]* or. ẹ̀rẹ̀, ẹ̀ẹ̀; two ~s: ẹ̀rẹ̀ méjì
instant *[occurring at once]* ep. ẹsẹ̀kẹ́sẹ̀, ojúkannáà
instantly *[immediately, in an instant]* as. lẹ́sẹ̀kẹ́sẹ̀, lójúkannáà
instead (of) *[in place of, in lieu of]* as. dípò, èyítí ìbá (ṣe nkan)
instigate *[to urge forward, to provoke]* is. láti sọ́ (ènìyàn) síwájú; láti sún (ènìyàn) ṣe (nkan)
instigation *[provocation, incitement]* or. àdẹwò
instinct *[innate behavior, aptitude]* or. ìfura
institute *[to set up, establish]* is. láti gbé (nkan) kalẹ̀; láti pilẹ̀; láti ṣe ìpilẹ̀; láti bẹ̀rẹ̀
institute *[organization, institution]* or. ibi-àgbékalẹ̀, ibi-ìpilẹ̀; ilé-ẹkọ́; ~ **of engineering** or. ilé ẹkọ́ imọ̀n-ẹ̀rọ
institution *[establishment]* or. ìgbékalẹ̀, ìbẹ̀rẹ̀; ilé-ẹkọ́
instruct *[to teach; to give orders]* is. láti kọ́ (ènìyàn) lẹ́kọ̀; láti pàṣẹ fún (ènìyàn)
instruction *[information, lesson]* or. ẹ̀kọ́, àlàyé; ~ *[orders, direction]* or. àṣẹ

instrument *[device, implement, utensil]* or. irin-iṣẹ́, ẹ̀rọ

instrumentation *[the use of instruments]* or. ìlò-irinṣẹ́; irin-iṣẹ́ lílò

insubordinate *[not obedient]* ep. olóríkunkun, aláìgbọ́ràn; ~ **(to be ~)** is. láti ṣoríkunkun, láti ṣàìgbọ́ràn

insubordination *[disobedience]* or. àìnítẹríba, àìtẹríba, àìgbọ́ràn

insufficient *[inadequate]* ep. aláìtó

insulate *[isolate, separate]* is. dá àábò bo (nkan), fi àábò bo (nkan); ~**d wire** or. wáyà aláàbò

insulation *[act of detaching from the rest]* or. bíbò; ~ *[material used to insulate]* or. àábò

insulator *[shield, protector]* or. àábò, àbò, aláàbò

insult *[to abuse verbally]* is. láti yájú sí (ènìyàn); láti fàbùkù kan (ènìyàn); láti bẹtẹ́lu (ènìyàn); láti bẹnun-ẹ̀tẹ́ lu (ènìyàn); ~ or. ìyájú, àbùkù

insurance *[protection against loss or damage]* or. aṣẹdúró

insure *[to guarantee]* is. láti ṣẹdúró fún (nkan)

insurrection *[revolution]* or. ìrúùlú (rú ìlú)

intact *[remaining whole]* ep. aláìyingin, pípé

integer *[whole number]* or. èèkà odidi

integral *[complete unit, entire]* or. ìkópọ̀; ~ **calculus** *[branch of calculus dealing with the theory of integrals, integration]* or. ìṣírò òrò / ṣírò: to calculate, òrò: areas /

integrate *[to calculate the integral of (a funtion)]* is. láti ṣírò-òrò

integrity *[honesty]* or. òtítọ́

integument *[skin, epidermis, an outer covering]* or. ìwọ̀ ara; ~**ary system** or. ètò ìwọ̀-ara

intellect *[capacity for knowledge]* or. ọgbọ́n

intellectual *[thinker]* or., ep. ọ̀jọ̀gbọ́n

intelligence *[capacity to perceive and understand]* or. òye

intelligent *[logical, rational, sensible]* ep. olóye; ~ **(to be ~)** is. láti ní òye

intend *[to have a purpose, to have in mind to]* is. láti lérò

intense *[existing in a high degree, excessive]* ep. líle, alágbára, onípá

intensity *[the quality of being intense]* or. agbára, ipá

intention *[plan of action]* or. èrò, ète

inter *[to bury]* is. láti sin (òkú)

inter- *[mid-, medi-, medio-]* ir. laǎrín-

interact *[to act on each other]* is. láti báraṣepọ̀, láti báralò, láti sepọ̀ /àṣè: chemical interaction/

interaction *[the process of interacting]* or. àjọṣepọ̀; àsèpọ̀; ìbáraṣepọ̀

intercede *[to plead on another's behalf, mediation]* is. láti ṣe alágbàwí; láti ṣe agbẹjọrọ̀

intercellular *[between cells]* ep. láàrín-pádi *(pádi: cell)*

intercept *[interrupt the course of]* is. láti dábū (nkan); láti dí ọ̀nà (nkan)

interception *[an interruption]* or. ìdábūìdínà

intercession *[prayer on behalf of another, mediation]* or. àgbàwí

interchange *[to give and receive in return]* is. láti ṣe pàṣípààrọ̀

interchangeable *[that can be interchanged]* ep. ṣíṣeépààrọ̀

intercostal *[between the ribs]* ep. inú-ìhà; ~ **muscle** or. iṣan inú-ìhà *(ìṣan: muscle, ìhà: rib)*

intercourse *[communication between individuals, countries, etc.]* or. ìfọ̀rọ̀wọ́rọ̀, ìfinúkonún; **sexual** ~ *[coitus, copulation]* or. ibásùn, ìbálòpọ̀

interdict *[forbid, prohibit]* is. láti da (ènìyàn) lẹ́kun

interest *[profit, gain]* or. èlé, èrè; ~ *[a feeling of concern or intentness]* or. níní ìfẹ́ sí (nkan); I have an ~ in singing: mo ní ìfẹ́ sí orin kíkọ; ~ *[share in a business]* or. ìpín nínú (nkan)

interfere *[to come between]* is. láti dá sí (nkan); láti tẹnubọ (ọ̀rọ̀); láti ṣe àtẹnubọ̀

interference *[inhibition]* or. ìdílọ́wọ́, ifàsẹ́hìn

interior *[inside, inner]* or. inú (nkan); ~ **of a house** or. inú-ilé

interject *[to throw in between]* is. láti bọ́ sáàrín; láti wọ àárín; láti bọ́ ságbede

intermarriage *[marriage between people of different communities]* or. ìgbéyàwó

intermediate *[in the middle]* ep. alágbede, alágbede méjì; ~ or. agbede, agbede méjì

intermingle *[to become mixed together]* is. láti parapọ̀ mọ́ (àwọn mĩ́ ràn); láti dàpọ̀mọ́

intermission *[temporary interval between two events]* or. ìsimi, ìdẹsẹ̀dúró

intermittent *[coming at intervals]* ep. ìgbàkọ̀-ọ̀kan

internal *[interior, inner]* ep. ìnú; ~ **ear** or. inú-etí; ~ **energy** or. agbára inú; ~ **heat** or. iṣù-iná inú; ~ **injury** or. èṣe inú; ọgbẹ́ inú; ~ **secretion** *[hormones]* or. ojera *(oje ara)*

international *[involving two or more nations]* ep. àárín-orílẹ̀

international law *[rules binding the relations between nations]* or. òfi àárín-orílẹ̀

international system of units *[the system of measurement adopted internationally]* or. ìdíwọ̀ọn káríayé

interphase *[boundary]* or. àálà, agbede méjì, agbede
interpose *[to intervene]* is. láti kósáʾàrín; láti bósáʾàín
interpret *[to derive or present meaning]* is. láti túmò; látiṣe ìtúmò
interpretation *[explanation, translation]* or. ìtúmò
interrogate *[to question, to ask, to inquire]* is. láti ṣe ìwádìí (òrò), láti bèèrè
interrogation or. ìṣèwádìí ; ~ **mark** *[question mark]* or. àmì ìbéèrè
interrupt *[to break the continuity of]* is. láti di (ènìyàn) lówó; láti yọ (ènìyàn) lẹnu
interruption *[disturbance, disruption, hold-up]* or. ìdílówó, ìyọlẹnu
intersect *[to cross, to divide]* is. láti gé (nkan) níbũ
intersection or. ìkoríta, oríta; ~ **of two lines** or. ìkoríta ìlà méjì; ~ **of two planes** or. kòrò, ìkoríta pẹpẹ méjì *(pẹpẹ: a plane)*
interstice *[interstitium]* or. pàlàpolo
intertwine is. láti lómó (nkan); láti wé mó (nkan)
intertwined (to be ~) *[united by twisting together]* is. láti kódí
interval *[a space between two things]* or. àárín àyè; ~ *[period of time between two events]* or. àárín ìgbà
intervene *[to interfere in a conflict]* is. láti làjà
intervention *[arbitration, mediation]* or. ìlàjà
interview *[conversation with a reporter, employer, etc.]* or. ìfòròwá-òrò, ìfojúkojú
intestinal *[pertaining to the intestine]* ep. ìfun-onjẹ; ~ **flora** or. ẹyà wuuru inú ìfun-onjẹ; ~ **juice** or. ojera ìfun-onjẹ *(ojera = oje ara: hormone)*
intestine *[bowel, gut, salpinx]* or. ìfun onjẹ; **large ~** : agbẹdu, ìfun-nlá; **small ~** : ifun kékeré
intimacy *[familiarity]* or. ìbárẹ, ìbálófẹ
intimate *[closely associated]* ep. tímótímó
intimidate *[to frighten, discourage by threats]* is. láti pá (ènìyàn) láyà; láti dẹrùba (ènìyàn)
into *[to the inside of]* as. sínú
intolerable *[unbearable]* ep. kòbákùngbé, àìṣeéfaradà
intolerant (to be ~) *[unwilling to tolerate others' opinions or beliefs]* is. láti gbónán
intoxicate *[to make drunk]* is. láti pa(ni) bí ẹmu
intoxication *[inebriation]* or. ọtí àmupara
intra- *[within, inside]* ir. -inú, inú-,-nínú
intra-abdominal *[within or inside the abdomen]* ep. inú-inú
intra-arterial *[within or inside the arteries]* ep. inú ìsòn-àlọ
intracellular *[within the cell]* ep. inúun pádi

intracerebral *[within or inside the brain]* ep. inú ọpọlọ
intracranial *[wihin the cranium]* ep. inú agbárí
intractable *[obstinate, hardheaded]* ep. olóríkunkun, aláìgbọràn;
~ *[hard to manage or cure, stubborn]* ep. àìgbóògùn,aláìgbóògùn
intracutaneous *[within or inside the skin]* ep. inú ìwọ̀-ara
intradermal *[within or inside the skin]* ep. inú ìwọ̀-ara
intragastric *[within or inside the stomach]* ep. inú ikùn
intraintestinal *[inside the intestine]* ep. inú ìfun
intramural *[limited to members of a particular institution]* ep. ti
àárín-ẹgbẹ́
intramuscular *[within or inside the muscle]* ep. inú ìṣan-ara
intranasal *[within the nose]* ep. inú ihò-imú
intransigence *[condition of being intransigent]* or. oríkunkun,
àìgbọràn
intransigent (to be ~) *[refuse to compromise]* is. láti ṣoríkunkun,
láti ṣàìgbọràn; ~ *[refusing to compromise]* ep. olóríkunkun,
aláìgbọràn
intransitive *[not used with an object to complete its meanng]* or.
ẹ̀ka-ọ̀rọ̀ iṣe-àìlágbàṣe (*wo:* òfì èdèe Yoruba)
intraocular *[within the eyeball]* ep. inú ojú; ~ **lens** or. awòye inú-
ojú
intraoral *[within or inside the mouth]* ep. inú ẹnun
intraosseous *[inside a bone]* or. inú eegun
intrapulmonary *[within or inside the lungs]* ep. inú ẹ̀dọ̀fóró
intrauterine *[inside the uterus]* ep. inú ilé-ọmọ
intravenous *[into or within a vein or veins]* ep. inú ìṣọ̀n-àbọ̀
intrepid *[courageous, bold]* ep. akọ, akọni, akíkanjú
intricate *[having many parts, complex]* ep. arúnilójú
intrigue *[to fascinate]* is. láti jẹ́ ìyàlẹnu; ~ *[illicit love affair]* or.
ìdálè, pa-nṣagà
intrinsic *[inherent, not dependent on external factors]* ep. átinúwá
/ati inú wá: *from inside/*
introduce *[to make acquainted]* is. mú (èníyàn) mọ; mú (èníyàn)
hàn
introduction *[formal presentation of a person]* or. àfihàn, ìfihàn;
~ *[an opening section by someone other than the author]* or. ọ̀rọ̀
àsọṣaájú
introitus *[opening]* or. ojú-ihò; ~ **laryngis** or. ojú àpótí-ohùn; ~ **of
the vagina** *[vulva,introitus vaginae, opening of the vagina]* or.
ojú òbò
introspection *[examination of oneself]* or. ìwo-àwòsínú

introversion *[tendency to direct one's interests upon oneself]* or. ìjọraẹni-lójú

intrude *[to come in without permission, interfere]* is. láti fìràn

intrusion *[wrongful entry]* or. ìfọ́lé; ~ *[forcing oneself upon another]* or. ìfìnràn

intuition *[knowledge of a truth without reasoning]* or. ìfura

intuitive *[perceived by the mind without reasoning]* ep. afura

intumesce *[to swell]* is. láti wú

intumescence *[inflammation, tumefaction]* or. wíwú, èéwú

intumescent *[swelling, inflammed]* ep. wíwú

in utero *[in the uterus]* as. nínú ilé-ọmọ

in vacuo *[in a vacuum]* as. nínúun kòròfo *(kòròfo: vacuum)*

invade *[to enter forcefully as an enemy]* is. láti ja (ìlú) lógun, láti kógun lọ bá (ìlú)

invalid *[chronically ill person]* or. aláìsàn; ~ *[null and void, without force]* ep. alàìbá; it is ~ is. kò bá mọ́

invaluable *[priceless, of great value]* ep. iye-bíye, aláìṣeéfowórà

invariable *[not changing, constant]* ep. àì-yẹ̀, àìyípadà

invent *[to formulate, fabricate]* is. láti dá àrà

invention *[something produced for the first time]* or. àrà; ~ *[the act of inventing]* or. idarà

inventor *[someone who invents]* or. adárà, alárà *(o ní àrà: owner of an invention)*

inverse *[opposite]* or. àdàkéjì

inversion *[reversal]* or. ìsọríkodò

invest *[to put (money) into business]* is. láti dáwó-òwò; láti dáko-òwò

investigate *[to research, to probe]* is. láti ṣe ìwádĩ

investigation *[systematic inquiry, research]* or. ìwádĩ

investment [an amount of (money) put into a business] or. ìdáwó-òwò, ìdáko-òwò

inveterate *[deep rooted; chronic]* ep. aláìdáwọ́dúró, aláìsimi

invigorate *[to give strength to]* is. láti gbagbára; láti mókun

invigorated (to be ~) is. láti fún (ènìyàn) lágbára; láti fún (ènìyàn) lókun

invincible *[cannot be defeated]* ep. alágbárajù, ògbó-ntarìgì; alágbára-òmìrán

invisible *[cannot be seen, not visible]* ep. aláìṣeéfojúrí

invitation *[a formal request to participate]* or. ìpè, ìfiwépè

invite *[to request someone's presence]* is. láti pe (ènìyàn) sí (ibì kan)

in vitro *[in a laboratory environment]* as. nínú ìgò, ní òde ara

in vivo *[in a living body]* as. nínú ara

invoice *[list of materials shipped and their prices]* or. iye-owó ọjà

involuntary muscle *[smooth muscle]* or. ìṣan ara; ìṣan inú-ara *(ìṣan eegun: voluntary muscle)*

inward *[toward the interior]* as. ìrenú, inú

iota *[a very small quantity]* or. ìwọ̀nba rá-npẹ́

Iran *[a country in soutwestern Asia]* or. Orílẹ̀ Ìráànù

Iraq *[a country in southwestern Asia]* or. Orílẹ̀ Ìráàkì

Ireland *[an island of the British Isles]* or. erékùsùu Írélá-ndì; *[the country occupying most of the island]* or. orílẹ̀-edeé Írélá-ndì

iridectomy *[surgical removal of part of the iris]* or. ẹwà-ẹyinjú gígékúrò

iridemia *[bleeding of the iris]* or. ẹwà-ẹyinjú ṣíṣe ẹ̀jẹ̀

irideremia *[aniridia, absence of the iris]* or. àìní ẹwà-ẹyinjú

iris *[colored part of the eye]* or. ẹwà-ẹyinjú

iritis *[swelling of the iris]* or. ẹwà-ẹyinjú wíwú

iron *[a malleable, ductile silver-white metallic element]* or. irin, ìṣù-irin

ironic *[contrary of what is expected, ironical]* ep. aláìríbóṣeyẹ

irony *[an outcome of events contrary to what was expected]* or. àìríbóṣeyẹ, kò-rí-bẹ́ẹ̀

irradiate *[to shine light upon, to expose to radiation]* is. láti fi ìtànná ra nkan

irradiation *[the act of irradiating]* or. rírà

irrational *[absurd, lacking sound judgement]* ep. àìmọ́gbọ́nwá; ~ **number** *[not capable of being expressed as a ratio of two integers]* or. èèkà àìlẹ́ṣẹ *(àìní + ẹsẹ: without decimal fraction)*

irregular *[not uniform, not orderly]* ep. aláìgún, aláìgúnrégé

irreparable *[cannot be set right]* ep. aláìlátǜnṣe

irresistible *[cannot be resisted]* ep. aláìṣeéfaradà

irretrievable *[suspended]* ep. híhá; ~ **(to be ~)** is. láti há

irrigate *[to water land artificially]* is. láti bu (omi) rin ilẹ̀

irrigation *[soaking with water]* or. ìbomirin

irritability *[negative response to stimulus]* or. ìríra

ischuretic or. ẹ̀là amúnitọ̀ *(ela: chemical)*

ischury *[ischuria, inability to urinate]* or. àìléètọ̀

island *[a land completely surrounded by water, not as big as a continent]* or. erékùṣù

isolate *[insulate, to set apart]* is. láti ya (nkan) sọ́tọ̀

isolation *[the fact of being isolated]* or. dídáwà, yíyàsọ́tọ̀

isosceles *[designating a triangle with two sides equal]* ep.

ayakàta; ~ **triangle**or. àdó ayakàtà *(àdó: triangle)*
Israel *(country in the Middle East)* or. Ísráéli, orílè èdèe Ísráéli
issue *[something given out]* or. ìpínfúnni; ~ *[a problem to solve]* or.
 àríyànjiyàn
it *[a thing previously mentioned or under discussion]* ap., asòrò: ó;
 ap. ọ́lọ́rọ: gbogbo abidi alámì. *see*: YorubaGrammar section
Italy *(country in southern Europe)* or. Ítáli, orílè èdèe Ítáli
itch or. *[pruritus]* èhún, èyún; ~ *is*. láti hún (ènìyàn)
itchiness *[irritation of the skin]* or. ìhúnra
item *[one in a list being enumerated]* or. irú, oríṣi
itemize *[list, enumerate]* is. láti to (nkan) lèsè-lèsè
iterate *[to repeat, to state]* is. láti tẹnunmọ́ (òrò)
itinerant *[one who travels from place to place, migrant]* or.
 alárìnkiri
itinerary *[a plan of a journey]* or. ètò ìrìn-àjò
-itis *[inflammation or disease of]* ir. -wíwú
itself *[reflexive form of it]* ap. fúnraarè
-ium *[chemical element or group]* ir. ìṣù-
ivory *[hard material of tusks]* or. ehín-ẹrin
Ivory Coast, the *[a country in West Africa]* or. Orílèè Ivory Coast

J

jab *[rapid blow]* or. ẹ̀ṣẹ́, òjò-ẹ̀ṣẹ́
jabber *[to speak quickly]* is. láti yánusọ̀rọ̀
jackal *[a doglike mammal]* or. ajáko, ìjàkùmọ̀, akátá
jackass *[male donkey or ass]* or. kẹ́tẹ́kẹ́tẹ́
jacket *[a short coat]* or. kóòtù kékeré
jackknife *[large pocketknife]* or. òbẹ ìkunran
jackpot *[amount worn in a lottery]* or. ìfà
jade *[an ornamental stone of usually green color]* or. òkúta aláwọ̀-ewé
jaded (to be ~) *[dull, worn out]* is. láti ṣi; láti ṣìgọ̀gọ̀
jagged *[having sharp edges]* ep. eléhín-ayùn
jail *[place for holding prisoners]* or. ẹ̀wọ̀n, túúbú
jailbird *[prisoner]* or. ẹlẹ́wọ̀n
jailbreak *[to escape from prison]* is. láti já ẹ̀wọ̀n
jailer *[officer in charge of a jail]* or. akọ́dà
jalopy *[ramshackle automobile]* or. ògbó-ọkọ̀
jam *[to force into a tight position]* is. láti fún (nkan) pọ̀; láti fún (nkan) mọ́ inú (ìbì kan)
Jamaica *[an island country in the West Indies]* or. orílẹ̀ẹ̀ èdèe Jàmáíkà, erékùṣù Jàmáíkà
jamboree *[festive gathering]* or. àríyá
jampack (to be ~ed) is. láti kúnfọ́fọ́
janitor *[one who cares for a building]* or. olùtọ́jú-ilé
January *[first month of the year]* or. Jánúári, oṣùkíní ọdún
Japan *[an island country in Asia]* or. Jèpáànù, orílẹ̀ẹ̀ èdèe Jèpáànù
Japanese *[a native of japan]* or. aráa Jèpáànù; ~ *[language of Japan]* or. èdèe Jèpáànù; ~ *[of Japan]* ep. Jèpáànù, nípa Jèpáànù
jape *[to joke, to make fun of]* is. láti ṣe yẹ̀yẹ́; láti fi (nkan) ṣe yẹ̀yẹ́
jar *[cylindrical container]* or. ìgò, ìdẹ̀
jargon *[incoherent speech, gibberish]* or. ìsọkúsọ; **professional ~** *[vocabulary among members of a profession]* or. ẹnọ̀
jaundice *[icterus, disease of the liver]* or. akọ-ibà
jaundiced (to be ~) *[to be affected by jealousy]* is. láti ṣe ìlara; láti ṣèlara
jaunt *[short journey for pleasure]* or. ìrìn-àjò

javelin *[large spear]* or. ọ̀kọ̀

jaw *[bones that form the framework of the mouth and hold the teeth]* or. eegun àgbọ̀n; **upper ~** *[maxilla]*: àgbọ̀n òkè; **lower ~** *[mandible]*: àgbọ̀n isàlẹ̀

jawbone *[one of the bones of the jaw]* or. eegun àgbọ̀n

jawless *[without a jaw]* ep. aláìlágbọ̀n

jealous *[fearful of rivalry, suspicious]* ep. onílara, òjowú

jealousy or. owú, ìlara, owú-jíjẹ

jeep *[small military vehicle]* or. ọkọ̀ fọ́gbó-fọ́gbó

jeer *[to speak derisively]* is. láti fi(nkan) ṣe yẹ̀yẹ́; láti sín (ènìyàn) jẹ

Jehovah *[God]* or. Ọlọ́run, Olódumàrè, Jìhófà

Jehova's Witnesses *[a Christian sect]* or. Ìjọ elérìí Jihófà

jejune *[immature]* ep. aláìgbó; **~** *[dull, flat]* ep. aláìwuyì

jejunum *[part of the small intestine]* or. òòfà ifun

jejunectomy *[surgical removal of the jejunum]* or. òòfà-ifun gígékúrò

jejunitis *[inflammation of the jejunum]* or. òòfà-ifun wíwú

jell *[to become jelly]* is. láti dọ̀gì /da ọ̀gì/

jelly *[kind of soft food]* or. ọ̀gì; **contraceptive ~** *[vaginal ~]*: ọ̀gìi mágboyún

jeopardize *[to expose to danger]* ep. láti fi (nkan) wewu

jeopardy *[risk, danger]* or. ewu

jerk *[to pull or push quickly]* is. láti fi ipá fa nkan, láti mì jìgì

jersey *[knitted sweater]* or. ẹ̀wù otútù

Jerusalem *[capital of Israel]* or. Jèrúsálẹ́ẹ̀mù

jest *[to joke]* is. láti dáp'àrá; **~** or. àpárá

jester *[one who jests]* or. aláp'àrá, aláwàdà

Jesus *[the source of the Christian religion]* or. Jésù; **~ of Nazareth** or. Jésù aráa Násárẹ́tì

Jesus Christ *[Jesus]* or. Jésù Krístì

jet *[fluid that emits from a narrow opening]* or. èkù

jet airplane *[plane driven by jet propulsion]* or. ọkọ̀-òfúrufú elékù

jet-black *[glossy black]* ep. dúdú bẹrẹ́-bẹrẹ́

jet engine *[an engine that moves by means of jet propulsion]* or. ẹ̀rọ elékù

jetliner *see* jet airplane

jetsam *[cargo thrown overboard to lighten a ship]* or. pà-ntí ọkọ̀ ojú-omi

jetty *[pier]* or. ìgbẹ̀tì

Jew *[a Hebrew or Israelite]* or. Júù, ọmọ-Ísrẹ́ẹ̀lì

jewel *[precious stone]* or. òkúta-iyebíye

jeweler *[dealer in jewelry]* or. oníṣòwò òkúta-iyebíye

jewelry *[jewels worn for adornment]* or. dúkìá, ohun-ọ̀ṣọ́

Jewish *[pertaining to Jewish people]* ep. Júù, ọmọ-Ísráẹ̀lì

jibe *[to jeer, to taunt]* is. láti ṣe yẹ̀yẹ́

jiffy *[in a short time]* as. ní kíámásá; ní kíákíá; ní wéréwéré; l'áìjáfara

jigger *[chigger, mite larva or tick]* or. jìgá

jiggle *[to move lightly]* is. láti mì (nkan)

jilt *[to discard a lover]* is. láti tan (ènìyàn) jẹ

jingle *[to make a light ringing sound]* is. láti lu ṣaworo

jingoism *[extreme nationalism]* or. ìtara ìlú-ẹni

jinx *[to bring bad luck to someone]* is. láti kó oríburúkú bá(ènìyàn)

jitter *[nervous, to be nervous]* is. láti jáyà

jitters *[nervousness]* or. ìjáyà

jittery (to be ~) *[to be nervous, frenetic]* ep. láti jáàyà

job *[something to be done]* or. iṣẹ́-àgbàṣe

jobber *[one who does piecework]* or. alágbàṣe

jockey *[person who rides a racehorse]* or. agẹṣin

jocose *[humorous, playful]* ep. aláwàdà, apa-nilẹ́rìn

jocular *[playful]* ep. aláwàdà

jocund *[cheerful, merry]* ep. ẹlẹ́fẹ̀, jayéjayé

jog *[exercise by running at a slow pace]* is. láti sáré ṣẹṣẹ

joggle *[move slightly]* is. láti sún (nkan)

johnny-come-lately *[newcomer, upstart]* or. ṣẹ̀ṣẹ̀dé

join *[put together to form one unit]* is. láti so (nkan méjì) pọ̀; láti lẹ (nkan méjì) pọ̀

joinder *[conjunction]* or. ìlẹ̀pọ̀, ìsopọ̀

joiner *[woodworker]* or. gbẹ́nọ̀ngbẹ́nọ̀n

joint *[place where two or more things are joined]* or. èkò, oríkè ; ~ *[junction]* or. èkó, ojú-èkò; ~ *(of the body)* or. oríkẹ̀ èkó-ara; **ball and socket** ~: èkò-ara olódó; **hinge** ~: èkò oníwàkùn; ~ *[of or belonging to two or more people]* ep. àpapọ̀

jointly *[unitedly]* as. lápapọ̀

joist *[small beams arranged from wall to wall]* or. igi-àjà

joke *[to say something to cause laughter]* or. láti ṣe yẹ̀yẹ́; láti dápǎrá; láti ṣẹ̀fẹ̀; ~ or. ẹ̀fẹ̀, àpárá

joker *[person making jokes]* or. alápǎrá

jolly *[merry]* ep. ìgbádùn

jolt *[to shake up]* is. láti gbọn (ènìyàn)

Jordan *(Arab kingdom in the Middle East)* or. Orílẹ̀ẹ Jódáánù

Jordan River *[a river in the Middle East]* or. odòo Jọ́dànù

jostle *[make way through a crowd]* is. láti foríla agbo (ènìyàn)

jot *[make a brief note]* is. láti ṣe àkọ́lẹ̀

joule *[unit of work]* or. Júùlù, ìdíwọ̀n iṣẹ́ *(ìdíwọ̀n: unit of measurement)*

jounce *[to bounce, to bump]* is. láti gbé (nkan) tọ

journal *[daily record]* or. ìwé-àkọ́lẹ̀ ojojúmọ́; ìwé ìròhìn

journalism *[publishing of newspapers]* or. ẹ̀kọ́ ìròhìn-kíkọ; ẹ̀kọ́ ikọ̀ròhìn

journalist *[one whose occupation is writing the news]* or. akọ̀ròhìn, akọ̀wé-ìròhìn

journey *[trip]* or. ìrìn-àjò

journeyman *[skilled worker]* or. alágbàṣe

joust *[tournament]* or. eré-ìje, gídígbò

jovial *[jolly]* ep. aláyọ̀, onínúndídùn

jowl *[fleshy part of lower jaw]* or. ìjàgbọ̀n

joy *[great happiness]* or. ayọ̀

joyful *[feeling of joy]* ep. aláyọ̀

joyous *[joyful]* ep. aláyọ̀

jubilant (to be ~) *[expressing joy]* is. láti yayọ̀; láti yọ̀ṣẹ̀ṣẹ̀

jubilate *[to rejoice]* is. láti yọ̀ṣẹ̀ṣẹ̀

jubilation *[rejoicing, exultation]* or. ìyayọ̀

jubilee *[special anniversary]* or. àjọdún pàtàkì

Judas *[betrayer]* or. ọ̀dàlẹ̀

judge *[decide authoritatively]* is. láti dájọ́ / dá ẹjọ́/; ~ or. adájọ́

judgment *[sentence, determination of a court]* or., ep. ìdájọ́; ~ **day** *[last day]* or. ọjọ́ ìdájọ́

judgmental (to be ~) is. láti fẹ́ràn ìdániléjọ́

judicature *[function of judges]* or. ìlànà ìdájọ́; ìlànà àwọn oníd'ájọ́

judicial *[pertaining to judges and courts of law]* ep. nípa ti àwọn oníd'ájọ́; nípa ti ìdájọ́

judiciary *[pertaining to courts or judges]* ep. nípa àwọn oníd'ájọ́; nípa ìdájọ́

judicious (to be ~) *[exercising good judgment]* is. ti òdodo; ti òtítọ́

jug *[small vessel for holding liquids]* or. ṣágo, ago

juggernaut *[destructive forces]* or. apanirun

juggle *[to perform tricks]* is. láti pidán

juggler *[one who performs tricks]* or. onídán, apidán

jugular *[pertaining to the throat or neck]* or., ep. ọrùn; ~ **vein** *[one of the veins of the neck that returns blood from the head]* or. iṣàn-àbọ̀ ọrùn

juice *[liquid part of a fruit]* or. oje

juicy (to be ~) *[full of juice]* is. láti kún fún oje
July *[seventh month of the year]* or. Júláì, oṣùkéje ọdún
jumble *[to mix together]* is. láti da (nkan) rú; láti lọ́ (nkan) lù
jumbo *[very large object]* ep. òmìrán
jump is. láti fò, láti bẹ, láti tọ
jumper *[one who jumps]* or. ẹni tó nfo
jumpy (to be ~) *[nervous, jittery]* is. láti jáyà
junction *[point of intersection, joint, Juncture]* or. èkó, oríta
juncture *[point in time or space]* or. ibi-oríta, oríta, èkò, déédé
  ìgbà; déédé-ibi
June *[sixth month of the year]* or. Júùnù, oṣùkẹ́fà ọdún
jungle *[land covered with dense forest]* or. igbó kìjikìji; igbó
  mìrimìri; **~ fever** *[malarial fever]* or. ibàá-gbóná
junior *[person younger in age]* ep. kékeré
junk *[rubbish]* or. pá-ndukú
junket *[banquet]* or. àjọ̀dún
junta *[council wielding political power]* or. àwọn afìpáṣẹ̀jọba
Jupiter *[fifth planet from the sun]* or. Júpítà (isọ̀gbè oòrùn kárŭn)
juridical *[relating to law]* ep. t' oníd'àjọ́, t'olófin
jurisdiction *[territory of authority]* or. sàkání-agbára
jurisprudence *[the science of law]* or. ẹ̀kọ́ nípa òfin
jurist *[a person versed in the law]* or. amòfin
juror *[one who serves on a jury]* or. onígb'ẹjọ̀
jury *[persons serving on a tribunal]* or. àjọ-onígb'ẹjọ̀; ìgbìmọ̀-
  onígb'ẹjọ̀
just *[a moment ago]* as. ṣẹ̀ṣẹ̀, láìpẹ́; **~** *[fair and impartial in
  judging]* ep. olóòtọ́, ẹlẹ́tọ̌
justice *[judge]* or. oníd'àjọ́, adájọ́; **~** *[fairness, equity]* or. òótọ́, ẹ̀tọ́,
  òtítọ́
justifiable *[defensible, capable of being justified]* ep. ẹlẹ́tọ̌, títọ́, ẹ̀tọ́
justification *[the grounds of justifying]* or. ẹ̀tọ́
justify *[to demonstrate to be right]* is. láti ṣe àlàyé bí (nkan) ṣe lẹ́tọ̌
justly *[with justice]* as. pèlú ẹ̀tọ́
jut *[to project]* is. láti yọrí síta
jute *[tough fiber used to make bags]* or. okùn àpò
juxtapose *[to put side by side]* is. láti fẹ̀gbẹ́ (nkan méjì) kẹ̀gbẹ́
juxtaposition *[putting side by side]* or. ifẹ̀gbẹ́kẹ̀gbẹ́
juvenile or. ọdọ́mọndé (ọdọ́mọbìnrin: *young woman*; ọdọ́mọn-
  kùnrin: *young man*); **~ delinquent** *[a young person who
  commits an offense]* or. ọmọ aláìgbóràn

K

Kabba *[a town in Nigeria]* or. ìlú Kàbà

kabala *(cabala, occult matter)* or. awo

Kaduna *[a city in northern Nigeria]* or. Kàdúná

Kalahari *[a desert in southern Africa]* or. ìyàngbẹ-ilẹ̀ẹ̀ Kàlàhárì

kangaroo court *[illegal court]* or. oníd'àjọ́-irọ́; adájọ́-èké

Kano *[a city in Northern Nigeria]* or. Kánò, ìlú Kánò

Kanuri *[Nigerian tribe]* or. Kánùri

kaput *[utterly finished, useless]* ep. ìparun

karat *[unit of measure for gold]* or. ìdíwọ̀n-góòlù

kary-, karyo- *[referring to the nucleus of a cell]* ir. - àgọ-pádi
(*pádi*: cell)

karyogenesis or. ìṣẹ̀da àgọ-pádi

karyokinesis *[mitosis]* or. pínpín àgọ-pádi

karyology *[study of the cell nucleus]* or. ẹ̀kọ́ nípa agọ̀-pádi

karyolymph *[nuclear sap]* or. omi àgọ̀-pádi

karyolysis *[chromatolysis]* or. pípa àgọ-pádi

karyon *[cell nucleus]* or. àgọ-pádi

keel *[to capsize]* is. láti tojúdé; láti dojúdé

keen (to be ~) *[to be intellectually acute]* is. láti gbọ́n; láti lóye

keep *[to maintain, to have]* is. láti fi (nkan) pamọ́; láti pa (nkan)
mọ́; **~ back** *[refrain from approaching]* is. láti dá (ènìyàn)
lẹ́kun; láti rọ́ (ènìyàn) mú; **~ down** *[to keep in control]* is. láti tẹ
(ènìyàn) mọ́lẹ̀; láti rẹ́ (ènìyàn) jẹ; láti tẹ kàdárà (ènìyàn) rì; **~
up** *[persist, persevere]* is. láti tẹramọ́ (ìṣẹ́); láti tẹpámọ́ (ìṣẹ́)

keeper *[one who keeps]* or. olùpamọ́, olùtọ́jú, oníbodè; **~** *[a
goalkeeper in soccer]* or. kípà

keepsake *[souvenir]* or. ohun-ìrántí; ẹ̀bùn-ìrántí; ohun àfìṣèrántí

keet *[young guinea fowl]* or. ọmọ awó

keg *[small barrel]* or. àgbá kékeré

keloid *[scar]* or. àpa

kelvin or. Kélfìn, ìdíwọ̀n ìgbóná *(ìdíwọ̀n =ìdá ìwọ̀n: unit of
measurement)*

kennel *[shelter for dogs and cats]* or. ilé ajá; ilé ológbò

Kenya *[a country in eastern Africa]* or. Kẹ́-nyà, orílẹ̀ẹ̀ Kẹ́-nyà

kerchief *[cloth used as head covering]* or. gèlè kékeré

kernel *[inner part of a nut, seed, fruit, etc.]* or. kóró-èso

kerosene *[kerosine, oil for illumination]* or. epo àtùpà; epo ìtànná;
òróró-àtùpà

kettle *[vessel for boiling liquids]* or. ìkòkò ìse-omi, kẹ́tù
kettledrum *[kind of musical instrument]* or. ìlùu gbẹ̀du
key *[instrument for turning a lock]* or. ọmọ-agádágodo, kọ́kọ́rọ́, kíì;
   car ~ or. kíì mọ́tò
keyboard *[set of keys on a typewriter or piano]* or. àwọn ìkaa
   dùrù; àwọn ìka pianó; àwọn ìka òòtẹ̀-ìwé
keyhole or. ojú agádágodo; ojúu kọ́kọ́rọ́
keynote *[theme, basic idea]* or. àṣàyọ̀n; ~ **address** *[outline of*
   issues to be discussed] or. àṣàyọ̀n ọ̀rọ̀; ~ **speaker** or. agbani-
   níyànjú, alábà-sọ̀rọ̀
keystone *[essential part]* ep. òpómúléró
keyword or. pàtàkì-ọ̀rọ̀
khaki *[kind of cloth]* or. aṣọọ kakí;
kick *[sudden thrust with the foot]* or. láti tàpá sí (nkan); láti gbá
   (nkan); ~ **the bucket** *[to die]* is. láti kú; láti dolóògbé; ~
   around *[to treat in an inconsiderate manner]* is. láti lò ní
   ìlòkúlò; láti ṣe ni ìṣekúṣe; ~ **in** *[to contribute]* is. láti ṣe ìṣojú
   (ẹni); láti ṣe ìrànlọ́wọ́; láti dá owó; ~ **off** *[to begin proceedings]*
   is. láti bẹ̀rẹ̀ (pẹ̀lú ayẹyẹ); ~ **out** *[to eject forcefully]* is. láti lé
   (ènìyàn) jáde pẹ̀lú ipá; láti ti (ènìyàn) síta; láti bi (ènìyàn) jáde
kickback *[bribe]* or. owó-àbẹ̀tẹ́lẹ̀
kid *[young goat]* or. ọmọ ewúrẹ́; ~ *[child]* or. ọmọ, ọmọdé
kidnap *[unlawful seizure of a person]* is. láti jí (ènìyàn) gbé
kidnapper *[one who kidnaps]* or. ajínigbé, gbénigbéni,
   gbómọgbómọ
kidney *[organ for excretion of urine]* or. iwe; iwo; ~ **failure** *[renal*
   failure] or. iwe àìgbéṣẹ́; ~ **stone** or. ọta inún iwe; ~ **bean** *[kind*
   of bean] or. erèé
kill *[put to death]* is. láti pa (ẹranko) kú; ~ *(channel, creek)* or. itọ́
   (omi)
killer *[assassin, murderer]* or. apànìyàn
killing *[slaying, execution]* or. ìpànìyàn, pípànìyàn
kiln *[furnace]* or. ààrò, àdìrò
kilo- *[thousand, 1,000]* ir. ọ̀kẹ́-, -ẹgbẹ̀rún
kilobyte *[1,000 bytes]* or. ọ̀kẹ́- ikin (kọ̀mputa)
kilocalorie *[unit of heat equal to 1,000 calories]* or. ọ̀kẹ́-kálórì
kilocycle *[kilohertz, 1,000 cycles per second]* or. ọ̀kẹ́-ìyípo, ọ̀kẹ́-
   háàtsì;
kilogram *[unit of mass equal to 1,000 grams]* or. ọ̀kẹ́-gramù
kilohertz *[kilocycle, 1,000 cycles per second]* or. ọ̀kẹ́-ìyípo, ọ̀kẹ́-
   háàtsì
kilojoule *[unit of energy equal to 1,000 joules]* or. ọ̀kẹ́-júùlù

kiloliter 226

kiloliter [*unit of capacity equal to 1,000 liters*] or. ọ̀kẹ́-lítà

kilometer [*unit of length equal to 1,000 meters*] or. ọ̀kẹ́- mítà

kiloton [*1,000 tons*] or. ọ̀kẹ́-tọ́ọ̀nù

kilowatt [*unit of electrical power equal to 1,000 watts*] or. ọ̀kẹ́-wáàti

kin [*relative by blood*] or. ìbátan, ará-ilé, ebí

kind [*humane, kindly benevolent*] ep. aláǎnú; **to be** ~ *is.* láti láǎ nú/nì àánú/; he is a ~ person: aláǎnú ènìyàn ni ẹni náà; ~ [*order, type, nature*] or. irú, orìṣi; what ~ of animal is this?: irú ẹranko wo ni èyí?; ~**hearted** [*sympathetic*] ep. aláǎnú

kindergarten [*school for young children*] or. ilé-ẹ̀kọ́ọ̀ jẹ́lé-ósinmi

kindle [*ignite*] *is.* láti tan-na; láti tan ina

kindliness [*the quality of being kind*] or. inúunre

kindling [*material used to start fire*] or. ẹyin-iná

kindly [*kind, benevolent*] ep. aláǎnu, onínúunre; ~ [*in a gracious manner*] as. pẹ̀lú àánú

kindness [*the quality of being kind*] or. inúunre

kindred [*a person's relatives collectively*] or. ìbátan, ẹbí, ará

kinet-, kineto- [*movement*] ir. -apapòdà

kinetic [*pertaining to motion*] ep. ìpapòdà; ~ **energy** or. agbára apapòdà

kinetosis [kinesia] or. àrùn ìpapòdà

king [*hereditary male ruler*] or. ọba; ~ **size** [*greater than normal size*] or. títóbi púpọ̀

kingdom [*set, congregation*] or. ìjọ; **animal** ~ [*animalia*]: ìjọ alára ẹran; **plant** ~ [*plantae*]: ìjọ alára igi; ~ [*dominion of a king*] or. ìjọba; **United Kingdom** [*Great Britain and Northern ireland*] or. ilú-ọba

kingly [*like a king*] ep. bíi ti ọba; aṣebíọba

kingmaker [*one of a group of people who select a new king*] or. afọbajẹ

kingpin [*the main person*] or. ogbó-ntarìgì

King's English or. ojúlówó èdèe-Gẹ̀ẹ́sì

kingship [*rule of a king*] or. ìjọba; ~ [*majesty*] or. kábíyèsí

kink [*tight twist*] or. kókó; ~ *is.* láti takókó

kinky [*tightly curled*] ep. atakókó; ~ [*sexually uninhibited*] ep. oníṣekúṣe

kinsfolk [*relatives, family, kindred*] or. ará, ọ̀rẹ́, ojúlùmọ̀, ẹbí

kinship [*family relationship*] or. ẹbí, ìbáratan

kinsman, kinswoman [*relative*] or. ará-ilé; ẹbí, ìbátan

kiosk [*booth for selling newspapers*] or. àtẹ, búkà

kirk *[church]* or. ilé-ìjọ́sìn; ilé-ìsinmi

kiss is. láti fẹnu ko (ènìyàn) lẹ́nu; **~-and-tell** *[gossipy]* ep. aṣòfófó, olófòfo, ámẹ̀bọ

kiss goodbye *[to leave]* is. láti dágbére; ~ *[to accept the loss of]* is. láti gba kàdárà

kissing disease *[infectious mononucleosis, a glandular fever]* or. ibà ẹṣẹ́ (ẹṣẹ́: *glands*)

kit *[equipment for an activity]* or. àwọn ohun-èlò

kitchen *[room for cooking food]* or. yàrá ìṣe-onjẹ; ~ **maid** *[domestic worker who helps to cook]* or. ọmọ-ọ̀dọ̀

kitchenware *[kitchen utensils: pots, pans etc.]* or. ohun-èlò ìṣe onjẹ

kite *[predatory bird of the hawk family]* or. àṣá, àwòdì

kith *[family or friend]* or. ará àt'ojúlùmọ̀

kitten *[young cat]* or. ọmọ ológbò

kleptomania *[impulse to steal]* or. olèjíjà

kleptomaniac *[person with kleptomania]* or. olè, afẹ́wọ́

knack *[aptitude, natural talent]* or. ẹ̀bùn

knave *[dishonest person]* or. alágàbàgebè; ẹlẹ́tàn

knavery *[dishonesty]* or. ẹ̀tàn, àgàbàgebè

knead *[to press together]* is. láti fún (aṣọ)

knee *[the joint between the thigh and the leg]* or. orúnkún, eékún

kneecap *[patella]* or. eegun orúnkún

knee-deep *[deep enough to reach the knees]* is. láti jìn-déékún

knee joint or. èkó orúnkún

kneel *[to rest on one's knees]* is. láti kúnlẹ̀; **~ling** or. ìkúnlẹ̀

knell *[sound of bell ringing for a funeral]* or. agogo òkú (fun ìkéde òkú)

knickers *[knickerbockers]* or. ṣòkòtò pénpé, ṣòkòtò òpíílí

knife *[cutting blade]* or. ọ̀bẹ; **under the ~** *[undergoing surgery]* is. láti ṣe iṣẹ́-abẹ lára (ènìyàn)

knife-edge *[sharp edge]* or. igun-mímú

knight *[honorary title in Britain]* or. olóyè

knit *[to form from thread or yarn]* is. láti hun (nkan)

knob *[rounded handle]* or. kókó

knock is. láti kan (ìlẹ̀kùn); ~ **down** is. láti bi (nkan) wó, láti bi (nkan) ṣubú

knock-kneed *[condition in which the knees turn inwards]* ep. amúkǐn

knock off *[to stop working]* is. láti dáwọ́ (iṣẹ́) dúró; láti ṣe iṣẹ́ (òòjọ́) tán

knock out *[to make unconscious with a blow to the body]* is. láti pa (èniyàn) ní ìpa ìkà

knockout *[blow that causes a boxer to stop fighting]* or. ìpa-ìkà

knock up *[to make pregnant]* is. láti fún (obìnrin) lóyún

knoll *[hillock]* or. òkìtì

knot *[knob in a thread]* or. kókó-okùn; ~ *[unifying bond]* or. ìmùlè

knotty *[hard to solve or explain]* ep. atakókó

know *[to discern, to experience]* is. láti mọ (nkan)

know-how *[knowledge of how something is done]* or. ìmọ̀ràn

knowledge *[learning, education, erudition]* or. ìmọ̀, oye

knowledgeable *[showing knowledge or intelligence]* ep. olóye, ọlọ́gbọ́n

known (to be ~) is. láti jẹ́ mímọ̀

know-nothing *[ignorant person]* or. alaìmọ̀kan-mọ̀kàn

knuckle *[joint of the finger]* or. orikẽ̀ìka;kókó-ìka; ~ **down** *[to work energetically]* is. láti tẹpámọ́ṣẹ́; láti múrasíṣẹ́; ~ **under** *[give in, submit]* is. láti tẹríba, láti yọ̀ọ̀da

knucklebone *[any of the bones of the knuckle]* or. eegun orikẽ̀ ìka

knuckle-head or. olóríkunkun, aláìgbọ́ràn

kola *[a tropical African tree grown for kola nuts]* or. igi obì; ~**nut** *[the brown seed of the cola tree]* or. obì

kook *[crazy person]* or. wèrè, asínwín

kooky *[like a kook]* ep. aṣebíiwèrè

Koran *[Muslim holy book]* or. Àlùkòránì, àl-Kòránì

Korea *[countries in Eastern Asia, North ~, South ~]* or. Kòríà

Korean *[of Korea, its people, their language and culture]* or. Kòríà, nípa Kòríà

kowtow *[to pay homage]* is. láti tẹríba, láti foríibalẹ̀

kudos *[praise, acclaim]* or. ìpàtẹ́wọ́

Kuwait *[a country in northeast Arabia]* or. Orílẹ̀-edeé Kùwéètì

kwashiorkor or. kwasiọ́kọ̀

kyphosis *[humpback, spinal curvature]* or. iké

L

lab *[laboratory]* or. ilé ìmọ̀n-jìnlẹ (ìmọ̀n-jìnlẹ: *science)*

label or. àmìn, àpẹ; ~ **something** is. láti sàmì sí (nkan), láti sàpẹ sí (nkan)

labia *[pl. for labium, lips]* or. ètè

labile *[unstable, prone to change]* ep. aláìdúrópẹ́

labium *[lip]* or. ètè; ~ **majora** or. ètè nlá; ~ **minora** or. ètè kékeré

labor *[work, travail]* or. iṣẹ́, wàhálà; ~ is. láti ṣe wàhálà, láti ṣe iṣẹ́ àṣekára; ~ *[parturition, delivery, childbirth]* or. ìrọbí, rírọbí; is. láti rọbí *(rọ obí: deliver an off-spring)*

laboratory *[place for conducting experiments]* or. ilé ìmọ-jìnlẹ (ìmọ̀n-jìnlẹ: *science)*

laborer *[manual worker]* or. alágbàṣe, lébìrà

laborious *[tiresome, tedious]* ep. oníwàhálà, aláápọn

labrum *[anterior lip of arthropods]* or. ètèe kòkòrò

labyrinth *[maze]* or. pàlàpolo

lace *[ornamental braid for trimming clothes]* or. ìgbatí-aṣọ; léèsì

lacerate *[to open with a jagged tear]* is. láti fa (nkan) ya

laceration *[a jagged tear or wound]* or. ọgbẹ́

lack *[deficiency, absence]* or. àìsí, àìtó

lackadaisical *[lacking interest, melancholy]* ep. pẹ̀lú àìbìkítà; aláìbìkítà

laconic *[concise, saying much in few words]* ep. adákẹ́

lacrimal *[lachrymal]* ep. omijé; ~ **duct** *[canaliculus lacrimalis]* or. òpó omijé; ~ **glands** or. ẹṣẹ́ omijé; ~ **sac** or. àpò omijé

lacrimation *[weeping]* or. sísọkún, ìsọkún

lacrimator *[substance that induces tears]* or. ẹ̀là afomijé / fa omijé /

lact-, lacti-, lacto- *[milk]* ir. wàrà

lactase *[hydrolizing enzyme]* or. ayásèe- wàrà *(ayasè = ayá àsè: quicken a reaction)*

lactate *[to secrete milk]* is. láti ṣẹ wàrà

lactation or. omú-sísẹ̀; ~ **period** or. ìgbà omú

lacteal *[resembling milk]* ep. aríbíiwàrà

lactic *[referring to milk]* ep. wàrà

lactiferous *[yielding or conveying milk]* ep. oníwàrà; ~ **duct** *[milk-conveying duct]* or. òpo-wàrà; ~ **glands** *[mammary glands, milk producing glands]* or. ẹṣẹ́ẹ wàrà

lactifuge *[medicine to stop excessive milk production]* or. oògùn

ọmún-sísẹ̀
lactogen *[lactogogue, galactogogue] or.* oògùn omú gbígbẹ
lactose *[milk sugar] or.* àádùun-wàrà
lad *[boy or young man] or.* ọ̀dọ́mọkùnrin
ladder *[implement for climbing] or.* àkàbà àkàsọ̀
laden (to be ~) *[heavily burdened, oppressed] ep.* aṣíṣẹ́, ẹlẹ́rù
  wúwo
ladle *[a long-handed spoon] or.* ìpọn, orógùn, ọmọrógùn
lady *[woman of high social position] or.* ìyáàfin, ìyálode
laevulose *[fruit sugar, fructose, levulose] or.* àádùn èso
lag *[to fall behind] is.* láti rẹ̀hìn; láti kẹ́hìn
lagniappe *[small gift] or.* járá, èni
lagoon *[secondary body of water] or.* ọ̀sà
Lagos *[city in southern Nigeria, former capital of Nigeria] or.* Èkó,
  Légọ̀sì
laid-back *[relaxed, easy-going] or.* jẹ́jẹ́
lair *[resting place of a wild animal] or.* ìbùba ẹranko
lake *[large inland body of water] or.* adágún odò; ~ *[a pool of
  liquid - pitch] or.* aró
lamb *[young sheep] or.* ọ̀dọ́ àgùntàn
lame *[disabled, crippled] ep.* arọ; ~ **(to be ~)** *is.* láti yarọ; ~
  person *or.* arọ, amúnkǔn; ~ **duck** *[defeated office holder] or.*
  arọ̀lóyè
lameness *or.* yíyarọ
lament *[express sorrow] is.* láti dárò; láti ṣọ̀fọ̀
lamentable *[grievous, deplorable] ep.* pípanilẹ́kún, amú-nidárò
lamentation *[wailing, outward expression of grief] or.* ìdárò, ọ̀fọ̀
Lamentations *[a book of the Old Testament] or.* Ẹkúun Jeremáyà
laminate *[to form into thin sheets] is.* láti ṣọ (nkan) dewé
lamp *[device for generating light] or.* àtùpà, fìtílà; **oil ~** *or.* àtùpà,
  fìtílà elépo
lamppost *[post supporting a street lamp] or.* ọpó iná
lampshade *[a device used to protect a light] or.* ṣẹ́èdì àtùpà
lampoon *[satirical humor] or.* ẹ̀sín
lance *[to pierce] is.* láti sín (nkan), láti sín gbẹ́rẹ́
lance *[stab, spear] is.* láti gún (ènìyàn) ní idà
lancet *[a small pointed knife] or.* ọ̀bẹké
land *[surface of earth] or.* ilẹ̀; ~ *[nation] or.* orílẹ̀; ~ *[to disembark]
  is.* láti bà, láti balẹ̀; láti gúnlẹ̀
landfall *[a landing by ship or airplane] or.* ìgúnlẹ̀, ibalẹ̀
landing *[the place where a ship is unloaded] or.* ibi ìgúnlẹ̀; ìgúnlẹ̀

landlady *[a woman who leases houses to others]* or. onílé; ìyáálé-ilé *(tenant: àlejò)*

landlord *[a man who leases houses to others]* or. baálé-ilé; onílé

landmark *[any noticeable feature of the landscape]* or. oun-àfijúwe

landscape *[view of natural scenery]* or. ojú-ilè

lane *[narrow path]* or. ònàtóóró

language *[speech, dialect, vernacular; means of communicating ideas]* or. èdè

languid *[lacking in energy]* ep. aláìlókunra

languish *[to become weak]* is. láti ṣàárè; láti rù

lantern *[a transparent case for holding a light]* or. àtùpà, lá-ntànù

lap *[upper part of the thighs]* or. orí-itan

laparo- *[the abdominal wall]* ir. -abẹ́nú

laparoscope *[an instrument for examining the abdomen]* or. ẹ̀rọ ìbẹ̀wò-abẹ́nú

laparoscopy *[examination of the abdomen]* or. àbẹ̀wò abẹ́nú *(ní pàtàkì ibú àt'ifun ẹyin)*

lapel *[the front part of a coat folded back on the chest]* or. etíi-kóòtù

lapse *[deviation to a less desirable state]* or. ìpadàsẹ́hìn, ìfàsẹ́hìn

laptop computer *[a portable computer]* or. kọ̀mpútà àgbéká

larceny *[theft]* or. olè, ìjalè; **petit ~**: àfọwọ́rá; **grand ~**: olèe jàgùdà; ìfọ́lé

lard *[solid fat]* or. ọrá-dídì

larder *[place for storing food]* or. ilé-ìpamọ́ onjẹ

large *[extensive, copious, big]* ep. títóbi, nlá, nlá-nlá; **~ (to be ~)** is. láti tóbi; **to become ~** is. láti da nlá; **~ intestine** or. ifun nlá, apọ́ndùrù

largess *[generous gift]* or. ẹbùn nlá-nlá; ore nlá-nlá

larva or. èdin *(~ eesin: maggot; itùn: pupa)*

laryn-, laryngo- *[larynx]* ir. -àpótí-ohùn

laryngectomy *[surgical removal of the larynx]* or. àpótí-ohùn gígékúrò

laryngitis *[inflammation of the larynx]* or. àpótí ohùn wíwú

laryngologist *[a specialist on laryngology]* or. olùbẹ̀wò àpótí-ohùn

laryngology *[study of the larynx and adjacent parts]* or. ẹ̀kọ́ nípa àpótí-ohùn

laryngoscope *[an instrument for examining the larynx]* or. ẹ̀rọ ìbẹ̀wò àpótí-ohùn

laryngoscopy *[examination of the larynx using a laryngoscope]* or. ìbẹ̀wò àpótí-ohùn

larynx *[a structure in the upper part of the trachae in which the vocal cords are located]* or. àpótí ohùn

lash *[to strike, flog]* is. láti na (ènìyàn) légba

lass *[girl or young woman]* or. ọ̀dọ́mọbìnrin, ọmọge

last *[coming after all others]* ep. ìgbẹ̀hìn, ìkẹ́hìn; ~ as. lẹ́hìn, gbẹ̀hìn; ~ *[to wear well]* is. láti tọ́; ~ **(to be ~)** is. láti gbẹ̀hìn, láti kẹ́hìn; **Last Supper** *[last meal of Jesus and his disciples]* or. onjẹ ìkẹ́hìin ti Jésù

latch *[device for securing a gate or door]* or. kọkọrọgún

late (to be ~) *[happen after usual time]* ep. láti pẹ́

late *[recently deceased]* ep. olóògbé, the late Mr. Ajayi: Ọ̀gbẹ́ni Àjàyí tó d' olóògbé

latency *[the quality of being latent]* or. iwàba, wíwaba

latent *[present but undeveloped within a person or thing]* ep. wíwàba */wọ àba/*; ~ **heat** *[specific latent heat]* or. ìṣù-iná ìparadà iwọ̀nkan; ~ **period** *[period of incubation]* or. ìgbà iwàba

later *[afterward, subsequently]* as. lẹ́hìn, lẹ́hìn-náà, lẹ́hìn-ìgbànáà, láìpẹ́; **two days ~**: lọ́jọ́ kẹ́ta; **see you ~**: ó dìgbà, ó dàbọ̀

lateral *[of, or along the side]* ep. ẹ̀gbẹ́

latex *[white fluid produced by a plant]* or. oje igi

lathe *[a machine for shaping wood or metal]* or. ẹ̀rọ ifín-nà */fín ọnà: to carve/*

lather *[foam formed when soap is in water]* or. èéhó-ọṣẹ

latitude *[breadth, width]* or. ìbú; ~ **and longitude** or. ìlà ìbú àt'ìlà ìró ayé

latrine *[toilet]* or. ilé-ìgbẹ́; ilé-ìgbọ̀nsẹ̀; ilé-ìyàgbẹ́

latter *[second of two persons or things]* or. ìkẹ́hìn, ìkéjì (ìṣáájú: former)

lattice *[an openwork structure of crossed strips]* or. aríbí-àwọn

laud *[to praise]* is. láti yin (ènìyàn)

laudable ep. wíwuyì, yíyẹni; ~ **(to be ~)** is, láti wuyì; láti jẹ́ ohun-ẹ̀yẹ; láti jẹ́ ohun-ìyì

laugh *[to express amusement]* is. láti rẹ́rǐn (rín ẹ̀rín); ~ *[laughter]* or. ẹ̀rín

launch *[to commence]* is. láti pilẹ̀; láti bẹ̀rẹ̀ (nkan); ~ *[to throw forward]* is. láti sọ (nkan) síwájú; ~ **a projectile** is. láti sọ òkò

laundry *[room for washing clothes]* or. ilé-ìfọṣọ

laureate *[person honored for some accomplishment]* or. oníyì, ẹléyẹ

lava *[molten rock from a volcano]* or. ọta-yíyọ́
lavatory *[room containing toilets]* or. balùwẹ̀
lavish (to be ~) *[extravagant]* is. láti fi (nkan) sòfò; láti lawọ́
law *[rule of action]* or. òfin, òfì; **~breaker** *[one who violates the
  law]* or. arúfin, alùfin; **court of ~** *[a court for the
  administration of justice]* or. ilé-ẹjọ́, kóòtù; **~ maker** *[a person
  who helps to make the law, legislator]* or. aṣofin, olófin; **~s of
  nature** or. àwọn òfin iṣẹ̀dá-ayé; **~ of gravity** or. òfin òòfà-ilẹ̀;
  civil ~ *[law having to do with private rights]* or. òfin ẹ̀tọ́-ẹni;
  common ~ *[an unwritten law, based on custom]* or. òfin ìbílẹ̀;
  common-law marriage *[a marriage effected only by an
  agreement to live together]* or. igbéyàwóo t'ìbílẹ̀
lawful *[legitimate, permissible]* ep. olófin
lawless *[illegal, criminal]* ep. aláìlófin; **~ness** *[condition of being
  lawless]* or. ìlùfin, rúgúdù
lawn *[land covered with grass]* or. orii-pápá
lawsuit *[case brought before a court]* or. ẹjọ́
lawyer *[person trained in the legal profession]* or. agbẹjọ́rò, lọ́yà
lax (to be ~) *[loose, slack]* is. láti dẹ̀; **~** *[not strict; negligent]* is.
  láti fi (nkan) jáfara; láti gbojúbọ̀rọ̀
laxation *[catharsis, purging]* or. ìyàgbẹ́, yíyàgbẹ́
laxative *[cathartic, purgative]* or. oògùn amúniyàgbẹ́
laxity *[state of being lax]* or. ìgbojúbọ̀rò, ìjáfara
lay *[to cause to lie]* is. láti dùbùlẹ̀; **~ aside** *[to put away, to save]*
  is. láti fi (nkan) pamọ́; **~ down** *[to give up (a life)]* is. láti jọwọ́
  (nkan); *[to declare]* is. láti gbé (òfin) kalẹ̀; **~ off** *[to discharge
  employees temporarily]* is. láti dá (òṣìṣẹ́) dúró; **~ an egg** is. láti
  yé ẹyin, láti yẹ́yin
lay *[not clerical]* ep. ọmọ-ìjọ
layer *[single thickness]* or. ipele
layman *[a member of the laity]* or. ọmọ-ìjọ
layoff *[temporary dismissal of employees]* or. láti dá (òṣìṣẹ́) dúró
lazy *[indolent, slothful]* ep. ọ̀lẹ; **~ person** or. ọ̀lẹ ènìyàn; **~ (to be ~)**
  is. láti yọ̀lẹ /ya ọ̀lẹ/
L.C.M. *[least common multiple]* or. ẹ̀sún kékeré
leach is. láti ṣí
leaching *[lixiviation]* or. ṣíṣí, ìṣí
lead *[a heavy, soft, bluish-gray metal, Pb.]* or. òjé, ìṣù òjé
lead *[to show the way]* is. láti ṣe aṣáájú, láti ṣáájú; láti jẹ́
  afọ̀nàhàn
leader *[person that leads]* or. aṣáájú

leaf *or.* ewé, ewéko; **dead** ~ *or.* ìráwé
leaflet *[part of a compound leaf] or.* ewé kékeré; ~ *[a printed circular] or.* ìwé kékeré
leafy *[full of leaves] ep.* eléwé-púpọ̀
leak *[small opening or crack] or.* láti níhò; láti jò
leakage *[the act of leaking] or.* jíjò
lean *[to incline] is.* láti tẹ̀ sí (apá kan)
leap *[jump, bounce, spring] is.* láti gbéra *(gbé ara)*, láti bẹ́, láti fò, láti tọ; ~ **year** *or.* odún-lé
learn *[to acquire knowledge] is.* láti kọ́ èkọ́
learning *[education, scholarship] or.* ẹ̀kọ́-kíkọ́
lease *[contract for use of property] or.* ìwé-ilé; ~ *[to grant by lease] is.* láti yá (ilé) lò
least *[the lowest degree] ep.* kíkéréjùlọ; ~ *or.* ìkéréjùlọ; ~ **common denominator** *[l.c.d.] or.* ìfípín kékeré; ~ **common multiple** *[LCM] or.* ẹ̀sún kékeré
leather *[skin of an animal] or.* awọ
leave *[to depart from] is.* láti kúrò, láti kọjálọ, láti fi (ìbì kan) sílẹ̀; láti lọ
Lebanon *(country in the Middle East) or.* Lẹ́bánọ́n-nù
lecture *[speech on a subject] or.* láti kọ́ (ènìyàn) lẹ́kọ̀
lecturer *[one who lectures] or.* olùkọ́ni, akọ́ni, ~ in mathematics: olùkọ́ni ìṣírò
ledger *[record of money received and paid] or.* ìwé ìṣírò-ọrọ̀; lẹ́jà
leech *[bloodsucking worm] or.* eṣúṣú, eéṣú
leery (to be ~) *[suspicious] is.* láti fura
lees *[sediments, dregs] or.* gẹ̀dẹ̀gẹ́dẹ̀
left *[of, on, or near the side of a peson that is towards the west when one is facing notrth] or., ep.* òsì; ~ **atrioventricular valve** *[bicuspid valve, mitral valve] or.* ẹ̀kù- ọkàn alàwẹ́-méjì, ẹ̀kù-ọkàn òsì; ~**-handedness** *[sinistrality] or.* ọwọ́ òsì lílò
leftover *[remaining, excess] or.* àṣíkù, ìṣẹ́kù, àjẹkù (onjẹ), àjẹṣẹ́kù (onjẹ)
leg *[either of the two lower limbs of a biped or any of the paired limbs of an animal] or.* irè (ẹsẹ̀: foot; itan: thigh)
legacy *[property obtained by will] or.* ogún
legal *[pertaining to the law] ep.* t'olófin; gẹ́gẹ́bí òfin
legalize *[to make legal] is.* láti sọ(nkan) dòfin
legend *[unverifiable story] or.* ìtàn àtẹnu-dẹ́nu
legibility *[the quality of being readable] or.* iṣeékà
legible *[capable of being read] ep.* aṣeékà; ~ **(to be ~)** *is.* láti

ṣeékà

legion [honorary organization] or. ẹgbẹ́ pàtàkì

legislate [to make laws] is. láti ṣòfin

legislation [act of making laws] or. òfin, ọ̀nà-ìṣòfin

legislator [a member of the legislative assembly; lawmaker] or. aṣòfin, olófin

legitimacy [the quality of being legitimate] or. ìbófinmu

legitimate (to be ~) [reasonable; logically correct] is. láti mọ́gbọ́nwá; láti bá òfin mu

leisure [period of freedom from work] or. ìgbà ìsimi, ìgbà ẹ̀fẹ̀, ìgbàtí ọwọ́ bá dilẹ̀

lemon [a small, edible citrus fruit] or. òro-mbó wẹ́wẹ́; òro-mbó kékeré; ọsàn wẹ́wẹ́

lend [to allow temporary use of something] is. láti yá (ènìyàn) ní (nkan)

lender [one who lends (money)] or. ayáni, ayánilówó

length [linear extent from end to end] or. gígùn, ìgùn, ìró, òòró (breath: ìbú, height: ìga)

lenient [forgiving, gentle] ep. aláànún, olójú-àánú; onínúunre

lens [piece of glass with either one or two curved surfaces] or. àwòye; **concave** ~: àwòye onínú; **convex** ~: awòye oníkùn; **concavo-convex** ~: àwòye onínú-níkùn

leopard [a large, ferocious animal, member of the cat family] or. àmọ̀tẹ́kùn

leper [one who has leprosy] or. adẹ́tẹ̀

lepidoptera [butterflies, etc.] or. agboolée labalábá

leprology [study of leprosy] or. ẹ̀kọ́ ìwòsàn adẹ́tẹ̀

leprosarium [a hospital or colony for lepers] or. ile-ìwòsàn adẹ́tẹ̀

leprosy [Hansen's Disease] or. ẹ̀tẹ̀

leprous [having leprosy] ep. adẹ́tẹ̀

lesbian [homosexual female] or. obìnrin aṣebíakọ

lesion [sore, injury, wound] or. egbò, ọgbẹ́

less (to be ~) is. láti dín; ~ **than (to be ~)** is. láti kéré ju (nkan mí ràn); ~ **than or equal to (to be ~)** ip. láti kéré ju tàbí jẹ́ iye-kan pẹ̀lú; láti tóbi dé

lessee [one who leases a property] or. ayálélò

lessen is. láti rẹ (nkan) sílẹ̀; láti dín(nkan) kù

lesson [an exercise or assignment] or. ẹ̀kọ́; ~ [example, warning] or. àríkọ́gbọ́n

let [to allow, to give permission] is. láti jẹ́kí; láti fún (nkan) láyè

lethal [deadly, fatal] ep. eléwu; ~ **(to be ~)** is. láti léwu (ní ewu)

lethargy [abnormal sleepiness, laziness, indifference] or. àìmúragírí, òògbé, àìṣegírí

letter [a written or printed message usually sent by mail in an envelope] or. lẹ́tà

leuk-, leuko- [white, colorless] ir. funfun

leukemia [a disease of the blood-forming tissues] or. akàn ẹ̀jẹ̀

leukocyte [leucocyte, white blood cells] or. pádi ẹ̀jẹ̀ funfun

leukorrhea [leucorrhoea, discharge from the vagina] or. ẹdà

lev-, levo- [on or to the left] ir. òsì-, -òsì

level [horizontal, flat] ep. títẹ́jú; ~ (to be ~) is. láti tẹ́jú

lever [a device consisting of a bar turning about a fulcrum] or. egbé

levity [frivolity, lack of seriousness] or. àìbìkítà, yẹ̀yẹ́

levulose [type of fructose] or. see laevulose

lexical [of a vocabulary] ep. ìtúmọ̀-èdè, nípa ìtúmọ̀-èdè

lexicographer [a compiler of dictionaries] or. atúmọ̀-èdè

lexicography [compiling a dictionary] or. ìtúmọ̀-èdè

lexicon [dictionary, vocabulary, wordbook] or. ìwé awo-ọ̀rọ̀; ìwé atúmọ̀-èdè

liability [state of being liable] or. ìjẹ̀bi, ifarabá

liable [to be responsible for something] is. láti jẹ̀bi (ọ̀rọ̀); láti forífá (ọ̀ràn)

liar [impostor, charlatan] or. òpùrọ́, aláìṣòótọ́, èké

libel [damage to one's reputation] or. ìbani-lórúkojẹ́

libelous [involving a libel] ep. ìbani-lórúkojẹ́, nípa ìbani-lórúkojẹ́

liberal [giving freely; generous] ep. ọ̀lawọ́

liberate [to release, to emancipate] is. láti jọwọ́ (nkan), láti fún (nkan) ní òmìnira

Liberia [a country in West Africa] or. Orílẹ̀ẹ̀ Làìbérià

liberty [independence, freedom] or. òmìnira, àyè

librarian [a person in charge of a library] or. ọ̀gá iléékàwé

library [a place containing a collection of books for reading or reference] or. ilé ìkàwé, iléékàwé (ilé ìwé:school); ~ or. àkójọ ìwé

Libya [a country in North Africa] or. Orílẹ̀ẹ̀ Líbìyà

lice [plural of louse] or. iná-orí, iná-ara

license [permit, warrant] or. ìwé-ẹ̀rí

lick [to pass the tongue over] is. láti fahọn lá (nkan); láti pọ́n (nkan) lá

lid [cover of a vessel] or. ọmọ-orí (ọmọ'rí)

lie [untrue statement] or. irọ́, èké, ọ̀rọ̀-èké; ~ [to tell untruths] is. láti purọ́; ~ [to take a horizontal position] is. láti dùbúlẹ̀

lien *[charge against a debt]* or. ògò *(láti fi (ilé) d'ógò*: to use a house as a lien)*; ~ *[spleen]* or. àmọ́; **~itis** *[splenitis]* or. àmọ́wíwú

life *[duration, existence]* or. ìgbà ayé, ayé; ~ *[aliveness]* or. ìyè

lifeboat *[a boat used for rescuing people in danger of drowning]* or. ọkọ̀ ojú-omi agbanilà

life cycle *[changes in form undergone by an organism]* or. ìyípo ayé

life expectancy *[the average number of years a person of a particular age is expected to live]* or. àsìkò ìwàláàyè

lifeguard *[a swimmer employed to prevent drownings]* or. agbanilà

lifeless *[without life]* ep. aláìlẹ́mìí , àìlẹ́mí, òkú

lifestyle *[mode of living]* or. ìgbésí ayé

lifetime *[the time which the life of an individual lasts]* or. ìgbà ayé

lift *[to elevate]* is. láti gbé (nkan) sókè; láti gbé (nkan) gòkè; ~ *[to steal]* is. láti jí (nkan)

liftoff *[an ascent by a spacecraft or aircraft]* or. ìgòkè

ligament *[band of tissue that join bones]* or. ìwaagun /wa eegun/

ligature *[something used to bind]* or. ọ̀wà

light *[that which makes it possible to see]* or. ìtànná; ~ *[to be lighted]* is. láti tán (iná); **~bulb** or. gílóòbù; ~ **energy** *[energy generated by or derived from light]* or. agbára ìtànná; ~ **measurement** *[illuminance, illumination]* or. ìwọ̀n ìtànná; ~ **reaction** *[photosynthesis]* or. àsè ìtànná, àsèètànná

light *[not heavy]* ep. fífúyẹ́, fífẹ́rẹ̀; ~ **(to be ~)** is. láti fẹ́rẹ̀, láti fúyẹ́; **~ness** or. fífẹ́rẹ̀, fífúyẹ́

lighten *[to make light, illuminate]* is. láti tan-ná; ~ *[to make less severe, relieve]* is. láti mú (ẹrù) fúyẹ́

lighter *[a device for making light or flame]* or. láítà, ìṣáná

lightning *[a bright electric spark discharge in the atmosphere]* or. ìmọ̀nàmọ́ná

lign-, ligni-, ligno- *[wood]* ir. igi

ligneous *[having the nature of wood]* ep. onígi, igi

lignite *[brownish-black coal]* or. èédú-igi

like *[similar to]* as. bíi ti; gẹ́gẹ́bíi ti; ~ **(to be ~)** is. láti jọ; láti rí bí (nkan); láti farajọ; láti dàbí; ~ *[to have fondness for]* is. láti fẹ́ràn (nkan)

liken *[to compare]* is. láti ṣe àfarawé; láti ṣe àkàwé

likeness *[resemblance, copy]* or. àwòrán-ara

likewise *[in a similar way]* as. bẹ́ẹ̀ gẹ́gẹ́, bákanáà

limb [animal's appendage, as an arm or leg] or. ẹka-ara

lime [small citrus fruit] or. òro-mbó wẹ́wẹ́; osànwẹ́wẹ́; ~ **juice** or. oje ọsàn-wẹ́wẹ́; ~ [calcium oxide, CaO] or. ẹfun

limelight (to be in the ~) [focus of attention] is. kí ìràwọ̀ (ènìyàn) tàn; láti wà ní ojú-ọpọ́n

limestone or. àpáta efun; òkúta-efun

limit [maximum, limitation] or. òpin, ààlà, odi; ~ [confines] or. àgbè, sàkání

limitation or. ìwọ̀n-ara; ìwọ̀n

limitless [boundless] ep. àìláàlà, àìnípẹ̀kun

limnology or. ẹ̀kọ́ nípa adágún-odò

limp [to walk lamely] is. láti tiro (atiro: one who limps)

line [axis] or. ìlà, ọ̀nà

lineage [direct line of descent] or. ìrandíran

linear [pertaining to or made of lines] ep. onílà; t'onílà; ~**equation** or. òmì ìlà, òmì onírìnkan; ~ **expansion** [elongation] or. ìnọ̀, ìpàgùndà síwá (pa ìgùn dà sí ìwá); ~ **strain** [tensile strain] or. ìnọ̀

linen [fabric made from flax] or. aṣọ-ọ̀gbọ̀

linger [to be low in parting] is. láti kọsẹ̀; láti dẹsẹ̀dúró

lingerie [women's undergarments] or. àwọ̀tẹ́lẹ̀-obìnrin

lingua [tongue, glossa] or. ahọ́n

linguist [one who studies languages] or. akẹ́kọ̀-èdè; amòye-èdè

linguistic [of language] ep. èdè, nípa èdè

linguistics [the science of language] or. ẹ̀kọ́ ìmọ̀-èdè

liniment [palliative, linimentum] or. ẹ̀rọ̀

lining [material used to cover an inside surface] or. aṣọ-ìtẹ́nú; ìtẹ́nú-aṣọ

link [to connect, join] is. láti so (nkan méjì) pọ̀

linkage [association, connection] or. àsopọ̀, okùn-ìfà, okùn-fà

linseed [the seed of flax] or. ọ̀gbọ̀; ~ **oil** or. epo ọ̀gb

lion [large carnivorous cat] or. kìnìún; ~**ess** [female lion] or. abo-kìnìún

lip [labium] or. ètè

lip-, lipo- [fat, fatty] ir. -ọ̀rá

lipase [an enzyme that aids in digestion of fats to fatty acid] or. ayásè-ọ̀rá (ayásè: catalyst)

lipid [any of a group of organic compounds comprising fats, waxes, etc.] or. ìṣù ọ̀rá

lipoma [a tumor made up of fat tissue] or. kókó ọrá

lipoprotein [substance made of fat and protein] or. ọ̀rá àt'ọ̀jẹ̀ ara

liquefaction *[turning a solid or gas to liquid]* or. sísọ di aṣọ̀n; ~ **of gases** or. sísọ òyì di aṣọ̀n, sísẹ̀, sísẹ̀rì; ~ **of solids** *[melting]* or. yíyọ́

liquefy *[to turn to a liquid]* is. láti sọ nkan di aṣàn; ~ *[to melt]* is. láti yọ́ nkan; ~ *[to condense]* is. láti sẹ̀, láti sẹ̀rì

liquid *[fluid]* or. aṣàn *(something that flows*; ṣàn: *to flow)*; ~ **measure** or. ìdíwọ̀n aṣàn

liquidate *[to pay off a debt]* is. láti san gbèsè (lásantán)

liquor *[distilled alcoholic beverage]* or. ọtí, ẹmu

list *[written series af things]* or. eto-ẹsẹẹsẹ; ~ is. láti to (nkan) lẹ́sẹẹsẹ (lẹ́sẹlẹsẹ)

listen *[hear, hark]* is. láti fetísílẹ̀

listless *[lacking interest]* ep. aláìfarabalẹ̀

litany *[a form of prayer]* or. lítáánì

liter *[the basic unit of capacity, equal to 1 cubic decimeter]* or. lítà, ìwọ̀n-àyèe lítà

literal meaning *[exact meaning of a word]* ep. ìtumọ̀-ọ̀rọ̀ gaan

literary *[pertaining to literature]* ep. t'ọlọ́mọ̀wé; ọlọ́mọ̀wé

literate *[learned, instructed]* ep. ọ̀mọ̀wé; ~ **person** or. ọ̀mọ̀wé ènìyàn

literature *[all writings in prose or verse]* or. ìjúwe àkọ́lẹ̀; ìjúwe àkọsílẹ̀

lithe *[bending easily]* ep. rírọ̀

lithium *[a soft, silver-white metal]* or. ìṣùu lítíà (lítìà)

litigate *[to conduct a legal contest]* is. láti ṣẹjọ́

litmus *[a purple coloring matter used as an acid-base indicator]* or. aróo lítmọsì

litter *[garbage, rubbish]* or. pà-ntí; ~ *[to scatter rubbish]* is. láti da (ibì kan) rú

litter *[a number of young brought forth by an animal at one birth]* or. ọmọ-ẹranko

little *[meagre, tiny]* ep. kékeré, díẹ̀; ~ **finger** *[the smallest of the fingers]* or. ọmọ́dinrin

little by little *[gradually]* as. díẹ̀díẹ̀

littoral *[on or along the shore]* ep. eti-omi; ~ *[the region along the shore]* or. etí-omi

liturgy *[prescribed rituals in some Christian churches]* or. ìlànà-ìsìn

live *[to be alive, to have life]* is. láti lẹ́mìí ; láti wà laàyè; láti níyè

livelihood *[means of support]* or. ọ̀nà ìjẹẹ̀mu ọ̀nà ìjẹ àt'ìmu; iṣẹ́- òòjọ́

lively *[playful, fun loving]* ep. ọlọ́yàyà
liver *[a glandular organ in vertebrates that secrets bile]* or. ẹ̀dọ̀, ẹ̀dọ̀kí; ~ **cancer** *[hepatoma]* or. akàn ẹ̀dọ̀
livestock *[farm animals]* or. ohun-ọ̀sìn, ẹranko ọ̀sìn
living *[alive, viable]* ep. aláàyè, oníyè; ~ **things** *[existing things, breathing things]* or. ẹ̀dá oníiyè, ohun aláàyè
lizard *[any of a group of legged reptiles with scaly skin]* or. alángbá, aláàmù; **male** ~: adáripọ́n
load *[to fill or cover with as much as can be carried]* is. láti di ẹrù; ~ *[something carried, cargo]* or. ẹrù
loaf (of bread) or. báṣí; ~ *[to spend time idly]* is. láti ṣe ọ̀ráàyè
loam *[a rich dark soil composed of sand, silt and clay]* or. ilẹ̀dú, ilẹ̀ẹ́dú, ilẹ̀ dúdú
loamy *[consisting of loam]* ep. onílẹ̀dú; ~ **soil** *[any rich, dark soil]* or. ilẹ̀dú, ilẹ̀ dúdú
loan *[money borrowed with interest]* or. (owó) àwìn
loath (to be ~) *[reluctant, unwilling]* is. láti ti (ènìyàn) lára
loathe *[to dislike someone intensely]* is. láti kọ́rí ra (ènìyàn); láti ṣẹnúnibíni sí (ènìyàn)
loathsome *[disgusting, detestable]* ep. arínilára
lob *[to throw in a high arc]* is. láti fì (nkan)
lobby *[foyer, anteroom]* or. ọ̀dẹ̀dẹ̀, ọ̀ọ̀dẹ̀
lobe *[any of the main divisions of an organ or a leaf]* or. awẹ́ ẹ̀yà-ara
lobectomy *[surgical removal of a lobe]* or. awẹ́ ẹ̀ya-ara gígékúrò
lobotomy *[severance of nerve fibers in the brain]* or. ẹ̀sọ-ọpọlọ gígékúrò
lobster *[marine crustacean]* or. alákàsà, akọ-edé
lobular *[like a lobule]* ep. aríbí-awẹ́
lobule *[a small lobe or part of a lobe]* or. áwẹ́
local *[restricted to an area]* ep. ti àgbèègbè
locale *[place, locality]* or. àgbèègbè
locate *[to detect, discover]* is. láti mọ ipò; láti mọ ibi; láti rí ibi
location *[place, point,spot]* or. ibí, ibẹ̀; **this** ~ or. ibí; as. níbí; **that** ~ *[yonder]* or. ibẹ̀, as. níbẹ̀,nbẹ̀
lock *[device for securing a door]* or. àgádágodo
lockjaw *[trismus, tetanus]* or. ilẹ̀tútù
locksmith *[maker or repairer of locks]* or. oní àgádágodo
locomotion *[the act of moving]* or. ìkáàkiri, kíkáàkiri
locomotive *[an engine that can move on its own power]* or. ẹ̀rọ-lokomótíifù

locus *[place, locality]* or. àgbèègbè ibì-kan

locust *[type of grasshopper]* or. eṣú

loft *[attic, gallery]* or. àjà

log *[a section of the trunk of a felled tree]* or. ìtì; ~ **of wood** or. ìtì-igi

logarithm *[exponent]* or. iye edi-èèkà

logic *[reason, rationality]* or. ifagbọ́nyọ

logical (to be ~) *[to be expected from what has gone before]* is. láti fagbọ́nyọ

logistics *[strategy, tactics]* or. ọ̀na-ọgbọ́n

logo- *[word, speech]* ir. ọ̀rọ̀

logo *[emblem, trademark]* or. àpèjúwe, àfijúwe

logorrhea *[hallucination, logomania]* or. sísọ ìsọkúsọ, kíkà

-logy *[study of -]* ir. ẹ̀kọ́ -, ẹ̀kọ́ nípa-

loiter *[to dawdle, to delay]* is. láti sèmẹ́lẹ́ (ìmẹ́lẹ́: idleness, laziness)

London *(capital of England)* or. Lọ́-ndọ̀-nù

lonely (to be ~) *[without companions]* is. láti dádúró; láti dáró; láti dáwà

long *[lengthy, extended]* ep. gígùn; ~ **(to be ~)** is. láti gùn; ~ **sightedness** *[farsightedness, hyperopia]* or. àìrítòsí

longevity *[long life]* or. ogbó, ẹ̀mí-gígùn

look *[to examine, to see]* is. láti wo (nkan); ~ **after** *[to take care of]* is. láti tọ́jú; ~ **back** *[to recollect]* is. láti bojúwẹ̀hìn; ~ **down on** *[to regard as inferior]* is. láti fojútínrín (ènìyàn); ~ **for** *[to search]* is. láti wá (nkan); ~ **forward to** *[to anticipate]* is. láti fojúsọ́nàn; ~ **into** *[to examine carefully]* is. láti wo (nkan) fìnnífìnní; ~ **over** *[to examine]* is. láti bẹ (nkan) wò

loom *[to come into view]* is. láti ràdẹ̀dẹ̀

loony (to be ~) *[crazy]* is. láti ya wèrè; láti síwín; láti ṣewèrè

loop *[coil, ring]* or. ojóbo

loose (to be ~) *[free, not confined]* is. láti dè; láti ṣaláìfún; láti ní òmìnira; ~ *[not tight]* ep. ṣìṣò; ~ is. láti ṣò

loosen *[liberate, unbind, unchain]* is. láti tú (nkan), láti dá (nkan) nídè

loot *[stolen goods]* or. ìkógun; ~ *[to plunder]* is. láti kógun

lopsided (to be ~) *[heavier on one side]* or. láti rè sápákan

loquacious *[talkative]* ep. alásọjù, onírẹ̀gbe, onísọkúsọ

lord *[God, master]* or. Olúwa; **the Lord's prayer** or. àdúrà Olúwa

lore *[legend, fiction]* or. ìtàn

lorry *[a motor truck]* or. ọkọ̀ akẹ́rù

lose *[to misplace something]* is. láti pàdánù, láti sọ nkan nù; ~
    weight *[to become lighter]* is. láti rù

loss or. àdánù; **profit and** ~: èrè àt'adánu

lost (to be ~**)** *[vanished, no longer seen]* is. láti sọnu; ~*[vanished]*
    ep. sísọnu

lot *[fate, fortune]* or. ìpín; ~ *[parcel of land with boundaries]* or.
    ìpínlẹ̀

lotion *[liquid medicine for external use]* or. ìpara

lottery *[a game of chance]* or. tẹ́tẹ́

lotus *[tropical water lily]* or. ọ̀ṣíbàtà

loud *[having exceptional volume or intensity]* ep. aláruwo; ~**ness**
    or. ìpọ̀ iró, ìjì ìró, ~**speaker** or. gboùngboùn

louse *[crab louse, sing. of lice]* or. iná ara, iná orí

love *[to cherish, to feel passionate]* is. láti fẹ́ràn(ènìyàn), láti ní ìfẹ́
    sí (nkan); ~ *[affection, passion]* or. ìfẹ́; Dele ~s Titi: Dele fẹ́ràn
    Títí or Dele ní ìfẹ́ Títí

loveless *[without love]* ep. àìlálább'àrò, àìlólólùfẹ́

loveliness *[quality of being lovely]* or. ẹwà

lovely (to be ~**)** *[beautiful, attractive]* is. lati lẹ́wà, lati wuyì

lover *[person who loves another]* or. olùfẹ́, olólùfẹ́, àlè

low *[not high]* ep. pípẹ̀rẹ̀, aláìga

lower (to be ~**)** *[subordinate, inferior]* is. láti jẹ́ igbákejì, láti kéré
    sí (ènìyàn)

lowercase *[of or in small letters]* ep. abídí kékeré

lower class *[a class of people below the middle class]* or. lébìrà;
    mẹ̀kúnnù

low-grade *[of inferior quality]* adj. aláìjọjú, aláìbójúmu

low-key (to be ~**)** *[restrained]* is. láti tiiri, láti ṣe pẹ̀lẹ́pẹ̀lẹ́

Low Mass *[a Mass said without ceremony]* or. Mísárì kékeré

lubricant *[material used to reduce friction]* or. ayọrin

lubricate *[to make smooth or slippery]* is. láti yọ nkan; he ~s the
    engine: ó fi epo yọ ẹ̀rọ náà

lubrication *[application of a lubricant]* or. yíyọ̀

lucid *[easily understood]* ep. jíjágaara, alalàyé-pípé

Lucifer *[Satan]* or. Èṣù òdàrà, Bìlísì

luck *[good fortune, blessing]* or. ire; **good** ~ or. oríire; **bad** ~ or.
    oríburúkú

lucky *[fortunate, providential]* ep. olóríire; ~ **(to be** ~**)** is. láti
    lóríire

lucrative (to be ~**)** *[profitable]* is. láti lérè/ní èrè/

lucre *[money]* or. owó
ludicrous *[laughable, ridiculous, absurd]* ep. apanilẹ́rǐn, aláìmọ́gbọ́nwá
lug *[to drag or carry something heavy]* is. láti wọ́ (nkan); láti rẹrù /ru ẹrù/
luggage *[baggage]* or. ẹrù
lukewarm *[barely warm]* ep. lílọ̀wọ́ọ́rọ́
lull *[to sooth]* is. láti pàṣẹ̀ fun ọmọdé
lumber *[timber]* or. gẹdú, igi gẹdú
luminary *[a notable person]* or. ènìyàn pàtàkì
luminescence *[emission of light without heat]* or. ìtànmọ́lẹ̀
lumbago *[lumbar rheumatism]* or. làkúrègbé
lumbar *[relating to a part of the back]* or. ẹ̀hìn-ìdí; ~ **vertebrae** or. eegun ẹ̀hìn-ìdí
luminous *[emitting or reflecting light]* ep. mímọ́lẹ̀; ~ **intensity** *[brightness]* or. imọ́lẹ̀
lump *[protuberance]* or. ìṣù
lunacy *[insanity]* or. iwín, wèrè
lunar *[relating to the moon]* ep. t'òṣùpá, òṣùpá; ~ **eclipse** or. idílójú òṣùpá
lunatic *[crazy or insane person]* or. wèrè
lunch *[afternoon meal]* or. onjẹ ọ̀sán
lung *[respiratory organ]* or. ẹ̀dọ̀fóró, ẹ̀dọ̀fúyẹ́; ~ **cancer** or. akàn ẹ̀dọ̀fóró
lunge *[sudden forward movement]* or. láti yọ síwájú
lurch *[to roll suddenly to one side, stagger]* is. láti fì sápàkan
lure *[attraction, seduction]* or. ẹ̀tàn; ~ *[entice, entrap]* is. láti dẹ (ènìyàn)
lurk *[to stay hidden, as in an ambush]* is. làti ba
lush *[opulent, extravagant]* ep. olówó-nlá
lust *[intense sexual desire]* or. ifẹ́kúfẹ̀
luxury *[wealth, affluence]* or. fàájì, afẹ́-ayé
lymph-, lympho- *[lymph]* ir. omi-ara
lymph *[bodily tissue fluid]* or. omi-ara; ~ **cell** *[lymphocyte]* or. pádi omi-ara; ~ **gland** or. ẹṣẹ́ omi- ara; ~ **node** *[~ follicle]* or. aṣẹ́ omi-ara; ~ **plasma** or. oje omi-ara; ~ **vessel** or. ìṣọ̀n omi-ara (ìṣọ̀n: vessel)
lymphadenitis *[adenitis]* or. ìṣọ̀n omi-ara wíwú
lymphagitis *[infammation of the lymphatic vessels]* or. aṣẹ́ omi-ara wíwú

lymphatic *[of or containing lymph]* ep. omi-ara, t'omi-ara; ~
   system *or.* ètò ìṣọ̀n omi-ara
lymphocyte *[lymph cell]* or. pádi omi-ara
lymphoma *[lymphoid tumor]* or. akàn omi-ara
lynch *[to execute without proper judgment]* is. láti lu (ènìyàn) pa
lyric *[songlike, melodius]* ep. aládùn (orin); ~ *[the words of a song]*
   or. ọ̀rọ̀ orin
-lysis *[breakdown, disintegration]* ir. -fífọ́
lysis *[process of cell destruction]* or. alámọ̀ pípa

M

macabre *[gruesome]* ep. abanilẹ́rù.
machete *[large, heavy knife, cutlass]* or. àdá, jọ̀mọ́
machination *[plot]* or. ète
machine *[device that uses energy to do work]* or. ẹ̀rọ; ~ **language** *[a coding system used by a computer]* or. èdèe kọ̀mpùtà
machinery *[machines collectively]* or. àwọn ẹ̀rọ
machinist *[operator of a machine]* or. ẹlẹ́rọ
macr-, macro- *[large, enlarged]* ir. -nlá
macrocephaly *[megacephaly, megalocephaly, abnormally large head]* or. orí nlá
macrocosm *[the universe]* or. gbogbo gbòò
macroglossia *[abnormally large tongue]* or. ahọ́n nlá
macrolabium *[abnormally large lip]* or. ètè nlá
macromastia *[abnormally large breast]* or. ọmú nlá
macroscopic *[megascopic]* ep. aṣeéfojúrí (ṣe fífí ojú rí: can be seen with naked eyes)
macrotia *[abnormally large ear]* or. etí nlá
mad (to be ~) *[to be insane]* is. láti yawéré. láti síwín; ~ *[to be furious]* is. láti rúnún, láti bínún
madam *[married woman]* or. Ìyá-ààfin, mọ̀mọ́, màmá
made-up *[fabricated]* ep. rírọ
magazine *[publication]* or. ìwé ìròhìn
maggot *[larva (of the housefly)]* or. ẹ̀din, ẹ̀din eeṣin
magic *[illusion]* or. àlùpàyídà, idán
magician *[one who performs magic]* or. onídán, apidán
magistrate *[officer of the law]* or. adájọ́, onídájọ́
magnanimous *[forgiving, generous]* ep. onínúunre
magnate *[business tycoon]* or. olówó, olókìkí
magnesium *[a silver-white metallic element that burns with a dazzling light]* or. iṣùu màgnésìà
magnet *[a piece of metal that has the capability to attract iron]* or. òòfà
magnetism *[property of attraction possessed by magnets]* or. ẹ̀kọ́ nípa òòfà, ẹ̀kọ́ òòfà
magnetic *[having the properties of a magnet]* ep. òòfà, olóòfà; ~ **disk** *[hard disk, floppy disk]* or. àwoo kọ̀mpútà, àwo olóòfà; ~ **energy** or. agbára òòfà; ~ **field** or. itẹ́ òòfà
magnetize *[to make something magnetic]* is. láti sọ nkan di òòfà;

~ *[to attract with a magnet]* is. láti fi òòfà fa nkan

magnification *[enlargement, amplification]* or. fífẹ̀ ìran, fífẹ̀-ìran, ifẹ̀ran

magnificent *[beautiful]* ep. ẹlẹ́wà, ológo

magnify *[enlarge, amplify]* is. láti fẹ ìran

magnifying ep. ifẹ̀ran; ~ **glass** or. àwòye ifẹ̀ran; ~ **power** or. agbára ìran-fífẹ̀, agbára ifẹ̀ran

magnitude *[greatness in size, bulk, volume, extent]* or. ìpọ̀, pípọ̀, ìtóbi

maid *[woman servant]* or. ọmọ-ọ̀dọ̀ obìnrin

maiden *[young, unmarried woman]* or. omidan, wúndíá; ~ **name** *[woman's name before marriage]* or. orúkọ-ìdílé obìnrin

mail *[send, post]* is. láti fi (nkan) ránṣẹ́

mailbox *[a box into which mail is put]* or. àpótíi lẹ́tà

mailman *[postman, a mail deliverer]* or. akólẹ́tà, apínlẹ́tà

maim *[to disfigure]* is. láti kan (ènìyàn) lábùkù

main *[most important]* ep. pàtàkì, ojúlówó

mainland *[the pricipal land]* or. òkè-odò

mainstream *[the dominant trend]* or. ojúlówó

maintain *[to keep alive]* is. láti tọ́jú; láti ṣètọ́jú

maintenance *[repair, upkeep]* or. ìtọ́jú; ~ **man** *[building repairman]* or. olùtọ́jú ilé

maize *[corn, as used in America]* or. àgbàdo

majesty or. ọlá-nlá; ọlọ́lá, Kábíyèsí

major *[of great importance]* ep. pàtàkì; ~ *[military title]* or. ọ̀gágun; ~ **surgery** or. iṣẹ́ ábẹ pàtàkì

majority *[greater number]* or. ọ̀pọ̀

make *[create, cause to happen]* is. láti ṣe(nkan); ~ **believe** *[fantasy]* is. láti tanra (ẹni)

make do *[used as a substitute]* or. ìdípo, ìrọ́pò, ìfirọ́pò

make the most of *[to treat well]* is. láti gbé (nkan) lárugẹ, láti gbárùkù tí

make-up *[to settle an argument]* is. láti parí aáwọ̀; láti parí ìjà; ~ *[components]* or. páàtì, ohun-inún

make use of *[to utilize]* is. láti lo (nkan), láti mú (nkan) wúlò

mal- *[bad, badly]* ir. búburú, burúkú

malady *[sickness, disease]* or. àìsàn, òjòjò, àilera, àrùn

malaise *[discomfort]* or. ìkominú, ìdàníyàn

malaria *[disease caused by mosquitoes]* or. ibà, ibàa gbónán

Malaysia *[a country in Southeast Asia]* or. Orílẹ̀ẹ̀ Màléṣíà

male *[masculine]* or. akọ; ~ **person** or. ọkùnrin; ~ **sexual organ**

or. èyà ìnrin akọ

malediction *[curse] or.* èpè, àse, ìperí-níbi

malevolent *[malicious, hostile] ep.* olóríburúkú, eléṣù

malformation *[abnormal formation of a body or part] or.* ìmúkŭ n

malformed *[abnormally formed] ep.* mímúkĭn

Mali *[a country in West Africa] or.* Orílèè Máli

malice *[hatred, desire to harm] or.* ọtá, aáwọ̀, inúnibíni

malign *[to speak evil of] is.* láti perí (ẹni) níbi; ìbanilórúkojé

malignant *[having an evil influence] ep.* aràn, ríran; ~ **neoplasm** *[malignant tumor] or.* ìṣù-èèmọ aràn

malinger *[to pretend sickness] is.* láti dá ibọ́n; ~**ing** *or.* ibọ́n dídá

mall *[a large retail shopping complex] or.* gbògán ìtajà

malleable *[beatable, moldable] ep.* aṣeérọ́ (láti rọ́ nkan: to forge something)

mallet *[hammer] or.* òòlù

malleus *[bone of the middle ear] or.* òòlù-etí

malnourished (to be ~) *[to lack food, to be underfed] is.* láti pebi

malnutrition *[inadequate nutrition] or.* àìdára ìjẹ

malodorous *[having a bad odor] ep.* olóò rùn búburú

malpractice *[maltreatment by a doctor] or.* àṣìṣe-olóògùn

malt *[germinated grain used in brewing] or.* bọ̀tí

maltose *[malt sugar] or.* àádùun-bọ̀tí

malt sugar *[maltose] or.* àádùun-bọ̀tí

maltreat *[to treat someone unkindly] is.* láti lo (nkan) nílòkulò; láti fi ìyà jẹ (ènìyàn)

maltreatment *or.* iwọ̀sí, ìlò-òbu

mammalia *[the class of warm-blooded animals] or.* èyà ẹranko onírunlára, èyà ẹranko oníwàrà

mammals *[animals who suckle their young] or.* onírunlára, oníwàrà

mammary *[pertaining to the gland in the breast that secrets milk] ep.* ẹṣ́ẹ́ẹ wàrà; ~ **glands** *[mammae] or.* orísun wàrà

mammoth *[huge, enormous] ep.* oyigíyigì

man *[adult male] or.* ọkùnrin

manacle *[handcuff] or.* ṣ́ẹ́kẹ́ṣẹkẹ̀, pa-npẹ́, pawọ́pẹ, èwọ̀n

manage *[control, direct] is.* láti ṣàkóso; láti ṣe alábòjútó

manageable *ep.* wíwàní ìkáwọ́

management *[direction, administration] or.* ìṣàkóso, ṣíṣàkóso

manager *[officer, administrator, supervisor] or.* olùkóso, ògá, alábòjútó, olùdarí

mandate *[an order] or.* àṣẹ, òfin

mandatory (to be ~) *[compulsory]* is. láti di dandan, láti d' òrò
ípá

mandible *[jaw]* or. àgbòn

mane *[hair growing on animal's neck]* or. gògò (ẹran)

manger *[a trough from which horses or cattle eat]* or. ibùjẹ-ẹran

mangle *[to disfigure]* is. láti wó (nkan); láti ló (nkan) móra

mango *[a yellowish-red tropical fruit]* or. má-ngòrò, mó-ngòrò

mangrove *[tropical tree]* or. igbódú

manhood or. ohun-ọmọkùnrin; **to reach ~** is. láti dọkùnrin; láti
gbónjú; láti bàlágà

mania *[excessive desire for something]* or. ikúdùn, àféjù

maniac *[fanatic]* or. asínwín, aṣiwèrè

manic *[affected with a mania]* ep. ayawèrè

manifest *[display, reveal]* is. láti fíhàn; láti ṣípayá

manifest *[list of passengers or cargo]* or. ìwé iye-èrò

manifestation *[revelation]* or. ìfíhàn, ìṣípayá

manifesto *[public declaration of intentions]* is. ìkéde èrí-ọkàn

manifold *[having many forms or parts]* ep. oríṣiríṣi

manipulate *[to influence unfairly]* is. láti tan (ènìyàn)

mankind *[human race]* or. ẹdá-aráyé; ọmọ-aráyé; ọmọ ádámò
ọmọ-ènìyàn

man-made *[synthetic, made by man]* ep. àtọwódá

mannequin *[a model of the human body]* or. ère ènìyàn

manner *[way of behavior]* or. ìwà, ìṣèwàhù

mannerly (to be ~) *[well behaved]* is. láti jẹ ọmọlúwàbí; láti ní
ìwàpẹlẹ

mannose *[a kind of sugar]* or. àádùn-igi

manometer *[instrument for measuring pressure]* or. òṣùwòn èéfún,
awọn-èéfún *(sphygmomanometer:* awòn-tì eje; awọn-èéfún èjè)

manpower *[power furnished by people]* or. igbóra-ènìyàn

mansion *[a stately residence]* or. ààfin, ilé-ọlólá

manslaughter *[unlawful killing of another]* or. ìpànìyàn, ènìyàn-
pipa

mantis *[praying ~]* or. agẹmọ, alágẹmọ, adámọlóko

manual *[handbook]* or. ìwé-ìtónà; **~** *[operated by hand]* ep.
àfọwóṣe; **~ labor** or. iṣẹ àfọwóṣe

manufactory *[factory]* or. ilé-iṣẹ iṣelópò

manufacture *[produce, fabricate]* is. láti ṣe (nkan) lópò; **~** or.
iṣelópò

manufacturer or. àṣòpò, aṣelópò; **~ of machinery** or. aṣèrọ

manumit *[to free from slavery]* is. láti dá (ènìyàn) sílẹ

manure *[animal dung used for fertilizer]* or. ẹlẹ́bọ́tọ
manus *[hand]* or. ọwọ́
manuscript *[a text that has not been printed]* or. ìwé àfọwọ́kọ
many *[numerous, lot, multiple, multitudinous]* ep. ọ̀pọ̀lọ́pọ̀, ọ̀gọ̀ọ̀rọ̀
map *[flat depiction of a place]* or. àwòran ayé
maple *[African ~ tree]* or. igi arère
mar *[to deface]* is. láti fàbùkù kan (nkan); láti pa (nkan) lára
marathon *[foot race of 26 miles]* or. eré-ogun
marble *[type of limestone]* or. ọtadídán
march *[to walk with regular steps]* is. láti yan
March *[third month of the year]* or. oṣùu Máàṣì, oṣùkẹ́ta ọdún
mare *[female of horse]* or. abo-ẹṣin
margarine *[butter substitute]* or. bọ́tà
margin *[edge of printed text]* or. etí-ìwé; etí-ewé
marginal *[insignificant, trivial]* ep. aláìjámọ́-nkankan
marijuana *[marihuana, an intoxicating hemp]* or. tábà líle
marina *[harbor for boats]* or. ìbùdó ọkọ̀-ojú-omi
marine *[pertaining to the sea]* ep. nípa ti òkun
mariner *[sailor]* or. atukọ̀
marital *[pertaining to marriage]* ep. ìgbéyàwó, t'ìgbéyàwó
mark *[visible impression]* or. àmì; ~ is. láti sàmì sí (nkan)
market *[place to purchase and sell goods]* or. ọjà
maroon *[dark red color]* or. (àwọ̀) pupaṣùṣù
marriage *[wedlock]* or. ìgbéyàwó
marrow *[tissue in bone cavity]* or. ìmùdùnmúdùn-ẹ̀jẹ̀; orísun-ẹ̀jẹ̀
marry *[to join as husband and wife]* is. láti gbéyàwó, láti
   ṣègbéyàwó, láti soyìgì
marsh *[wetland, swamp]* or. ẹrẹ̀, ẹrọ̀fọ̀, àbàtà
martial *[of or suitable for war]* ep. ogun, nípa ogun; ~ **law**
   [temporary law by the military over civilians] or. òfin ológun
martyr *[one who dies for a cause]* or. ajẹ́rì'kú
marvel *[to be in awe]* is. láti yanu
marvelous *[wonderful]* ep. ìyàlẹ́nu
Mary *[the mother of Jesus]* or. Màríà; **Virgin** ~ or. Màríà Wúndía
mascot *[object to bring good luck]* or. ogbè
masculine *[male, manly]* ep. akọ, alákọ; ~ **gender** *[male sex]* or.
   akọ
mask *[covering to conceal the face]* or. agọ̀; ~ is. láti bo (nkan)
   mọ́lẹ̀
mason *[a person whose trade is building with stones]* or.
   afòkútakọ́lé

masonry *[the trade of a mason]* or. ìfòkútakọ́lé

masquerade *[a gathering of people wearing masks and costumes]* or. eégún, egúngún, ẹ̀yọ̀; ~ *[to take part in a masquerade]* is. láti gbéégún

masquerader *[one who wears masks and costumes]* or. agbéégún, eléégún, ẹlẹ́yọ̀

mass *[Eucharistic celebration]* or. ìdàpọ̀-mímọ́; onjẹ-alẹ́ Olúwa; ~ *[quantity of matter in a body]* or. okun; ~ **measurement** or. ìwọ̀n okun

massacre *[mass killing of people]* or. ìpàlú-run, ìparun; ~ is. láti pàlúrun

massage *[rub down]* or. ríra, fífọwọ́ra(ènìyàn) lára; ~ is. láti ra (nkan), láti fọwọ́ra (nkan)

massive *[large; of great intensity]* ep. púpọ̀, ọ̀pọ̀lọ́pọ̀

mass-produce *[to produce in a large quantity]* is. láti ṣe(nkan) lọ́pọ̀lọ́pọ̀

mass-produced *[pertaining to something manufactured]* ep. ṣíṣelọ́pọ̀

mass production *[the production of goods in large quantities]* or. iṣelọ́pọ̀

mast *[an upright pole]* or. opó

mastadenoma *[a form of breast cancer]* or. akàn ọmú

mastalgia *[mammalgia, matodynia]* or. ọmú dídun (ènìyàn)

mastectomy *[surgical removal of the breast]* or. ọmú gígékúrò

master *[leader, mentor]* or. ọ̀gá, olúwa

masterful *[having the ability of a master]* ep. olóyepúpọ̀

mastermind *[a person of high intelligence]* or. olóyepúpọ̀; ~ *[to plan and direct skillfully]* is. láti fòyedarí /fi òye darí/; láti fòyeṣiṣẹ́

masterpiece *[impressive work of art]* or. àbàbàtiribà, àgbàyanu

masticate *[crunch, chew]* is. láti rún (nkan)

mastication *[grinding, chewing]* or. rírún

mastitis *[inflammation of the breast]* or. ọmú wíwú

mastodon *[extinct animal resembling an elephant]* or. ẹranko bí erin

masturbate *[to engage in auto-erotism]* is. láti gbára (ẹni) láyùn

masturbation *[sexual stimulation of oneself]* or. ìgbára-láyùn

mat *[a piece of fabric made of straw used for sleeping in Africa]* or. ẹní

match *[an identical thing]* or. ẹgbẹ́, ọgba, arungbọ̀n, ọ̀gbà; ~ *[to fit together]* is. láti báramu; ~ *[to give in marriage]* is. láti soyìgì;

~ *[piece of wood that ignites]* or. ìṣáná; ~ *[contest]* or. eré-ìje, ìfigagbága/fi iga gbá iga/

matchless *[peerless]* ep. aláìlẹ́gbẹ́, kòlẹ́gbẹ́

mate or. *[companion, friend]* elèkéjì, ọ̀rẹ́; ~ *[copulate]* is. láti soorun

material *[substance]* or. nkan, n-nkan, nkan-wíwulò

materialize *[to take form or shape]* is. láti farahàn

maternal *[relating to mother]* ep. t'ìyá; t'òbí; ~ **twins** *[monozygotic twins, identical twins]* or. ìbéjì ẹlẹ́yinkan; ~-**infant bonding** or. okùun t'ọmọ t'ìyá; ~ **grandparents** or. àwọn òbí ìyá; ~ **uncle** or. arákùnrin ìyá

maternity ep. aláboyún, aboyún; ~ **ward** or. ilé ìbùsùn àwọn aláboyún

mathematical ep. ìṣírò; ~ **diagram** or. èèyà ìṣírò; ~ **function** or. ìfà ìṣírò; ~ **operator** or. ọṣẹ́ ìṣírò

mathematician *[a specialist in mathematics]* or. oníṣí̀ rò, amòye ìṣírò

mathematics *[the group of sciences dealing with magnitudes, forms and relationships between quantities]* or. ìṣírò

matricide *[killing of one's mother]* or. pípa ìya ẹni

matriculate *[to enroll in a college]* is. láti bẹ̀rẹ̀ ilé-ẹ̀kọ́ gíga

matrimony *[union of man and woman in marriage]* or. ìgbéyàwó

matrix *[arrangement]* or. ètò-ètò, ètèètò

matron *[married woman]* or. ìyálóde

matter *[substance]* or. ẹ̀dá:ẹ̀dá jẹ́ ohunkóhun tí a lè dání, gáání tabi ti a le náání: matter is something that can be held, can be seen or can be perceived; **properties of** ~ or. iṣesí ẹdá: ẹdá ni àye (volume), ó si ní okun (mass)

mattress *[a cloth case used as a bed]* or. tìmùtìmù ìbùsùn

mature *[grown, adult]* ep. gbígbó

maturation *[final stage of development]* or. gbígbó

mature *[to be ripe, grown]* is. láti gbó; ~ *[to reach puberty]* is. láti bàlágà

maturity *[full development]* or. gbígbó

Mauritania *[a country in western Africa]* or. Orílẹ̀ẹ̀ Moritánìà

mausoleum *[large tomb]* or. ibojì-nlá

maxilla *[upper jawbone]* or. eegun ẹ̀rẹ̀kẹ́

maxim *[fundamental principle; general truth]* or. òwe

maxima *[alternative pl. of maximun]* or. gegele; ~ **and minima** or. gegele àti pẹ̀tẹ́lẹ̀

maximal *[highest or greatest possible]* or. púpọ̀-pátápátá

maximum *[limit, climax]* or. pátápirá

May [fifth month of the year] or. oṣùu Méè, oṣùkárǔn ọdún; oṣù
agà; ~ [be allowed] is. láti leè (ṣe nkan)

maybe [perhaps] as. bọ́yá

mayor [the chief administrative official in a city] or. aláköso-ìlú

maze [complicated network] or. ọ̀nà ìrújú

me [objective case of I] ap. mi, Give ~ some money: Fún mi l'ówó

meadow [grass field] or. ọ̀dàn

meager [meagre, scanty] ep. tí-ntín, bí-ntín, kékeré

meal [food served and eaten at one time] or. onjẹ; ~ [occasion
when food is eaten] or. ìgbà onjẹ

mean [bad tempered] ep. aṣónú, òṣìkà, ìkà; ~ [to intend, to
suggest] is. láti lérò; ~ [average] or. àròpín, ìròpín (wo: ètò àwọn
èèkà)

meaning [what is intended to be expressed] or. ìtúmọ̀; ~
[significance] or. ìdí-pàtàkì

meaningful [having meaning] ep. onítúmọ̀

meaningless [without meaning] ep. aláìnítúmọ̀

measles [an acute infectious disease] or. kitipi, èéyi

measly [very small] ep. pẹ́-npẹ́, bí-ntín, rá-npẹ́

measure [gauge] is. láti wọn (nkan) ~ [gauge, yardstick,
mensuration] or. ìdíwọ̀n, ìwọ̀n

measurement or. ìwọ̀n; ~ **of mass** or. ìwọ̀n okun; ~ **of volume**
or. ìwọ̀n àyè

measuring stick [gauge, yardstick] or. ìdíwọ̀n

meat [animal part used for food] or. ẹran; **red** ~ [beef, etc.] or.
ẹran námọ̀; **white** ~ [chicken, etc.] or. ẹran adìẹ

Mecca [capital of Saudi Arabia, holy city of Islam] or. Mẹ́kà, ìlu
Mẹ́kà

mechanic [one skilled in repairing machines] or. atẹ́rọṣe

mechanical [having to do with machinery] ep. ẹrọ; ~ **energy** or.
agbára ẹrọ; ~ **engineering** or. àgbẹ̀dẹ ẹrọ

mechanics [a branch of physics that deals with action of forces
on bodies] or. ẹ̀kọ́ nípa ipá [ipá: force]

mechanism [arrangement of parts of a machine] or. ètò àtòpọ̀ ẹrọ

meddle [to interfere] is. láti yọnusí (ọ̀rọ̀); láti dá sí (ọ̀rọ̀); láti
gbẹ́nusí (ọ̀rọ̀)

medi-, medio- [middle] ir. -áárín, àárín-

media see medium; **mass** ~ [the means of communication to
reach a wide audience e.g. television, newspaper] or. awọn oun-
ìgbéròhìnjáde

median [central, medial] or. agbàárín, aláǎrín; ~ **value** or. iye t'àárín; ~ **number** or. èèkàa t'àárín

median income [income of the person in the middle] or. owó-wíwọlée t'ẹni-àárín

mediate [to settle a dispute] is. láti làjà

mediation [dispute settlement] or. ìlàjà

medical [pertaining to medicine] ep. nípa ìṣoògùn

medical examiner [a coroner] or. dókítà aṣàyẹ̀wò-okú

medical school [institution where courses in medicine are offered] or. ilé-ẹ̀kọ́ oníṣègùn

medical research [research into medicine] or. ìṣèwádìí iṣoògùn

medical treatment [treatment for an ailment] or. ìgbàwòsàn /gba ìwòsàn/

medication [drug] or. oògùn; ~ or. gbígba oògùn

medicine [drug, medication, pharmaceutical] or. oògùn; ~ [study of the treatment of diseases] or. ẹ̀kọ́ nípa ìṣègùn; ~ **derived from herbs** or. egbò-igi

medicine man [a man with power to cure diseases] or. olóògùn

mediocre [common, plain] ep. lásán

meditate [to engage in contemplation] is. láti ronú, láti ṣe àṣàrò

meditation [act of meditating] or. ìronú, àṣàrò

Mediterranean Sea [a large sea surrounded by Europe, Africa and Asia] or. Òkun Mẹditaréníà

medium [the middle] or. àárín, agbede; ~ [a means or channel of communication] or. oun-ìgbéròhìnjáde

meek [humble, unpretentious] ep. onírẹ̀lẹ̀

meet [encounter, run into] is. láti ko (ènìyàn), láti pàdé, láti ṣe alábàpàdé

meeting [assembly] or. ìpàdé, àpéjọ

mega- [a million of] ir. òdù-; ~ [large, great, powerful] ir. púpọ̀

megacycle [a million cycles] or. odù-iyipo

megahertz [one million cycles per second] or. odù-iyipo ní ìṣéjú kan, odú-háàtìsì

megalomania [a highly exaggerated concept of one's own importance] or. agbáragídì

megalomaniac [one who has megalomania] or. alágbáragídì

megalopolis [a heavily populated urban area] or. ìlú-nla

megaphone [a device for increasing the volume of voice sounds] or. ẹrọ ìfẹ-oùn; gboùngboùn

megaton [a million tons] or. òdùu-tọ̀ọ̀nù

megawatt [a million watts] or. òdùu-wáàtì (òdù: million)

melancholia [depression] or. bíbanújẹ́

melancholy [sadness, dejection] or. ìbìnújẹ́, ìkárísọ
melanoma [a darkly pigmented malignant skin tumor] or. akàn ìwọ̀-ara
meliorate [to improve] is. láti mú (nkan) fúyẹ́; láti petù sí (nkan)
mellow (to be ~) [made gentle by age] is. láti gòkè àgbà; láti dogbó
melody [pleasing sounds, tune] or. orin aládún
melon [an edible gourd] or. bàrà, elégédé
melt [change from solid to liquid] is. láti yọ́ (nkan)
melting point [temperature at which a solid becomes liquid] or. ìwọ̀ngbóná ibii yíyọ́
member [one of a group] or. ọmọ-ẹgbẹ́
membership [body of members] or. ẹgbẹ́, ará-ìjọ; ~ [state of being a member] or. ikàsẹ́gbẹ́, kíkàsẹ́gbẹ́; ~ **card** or. páálí-ẹ̀ri ikàsẹ́gbẹ́
membrane [skin, integument] or. ìwọ̀; **mucous** ~: ìwọ̀ aṣekun (ikun: mucus)
memento [keepsake, souvenir] or. ohun-àfi-ránti; ohun-àfiṣèránti
memo see memorandum
memoir [autobiography] or. ìwé-ìránti; ìwé-ìtàn ara-ẹni
memorable (to be ~) [worth remembering] is. láti jẹ́ ohun ìránti
memorandum [a short note written to remind] or. ìwé-ìránti
memorial [something designed to preserve the memory of a person] or. oun ìránti
memorize [to commit to memory] is. láti kọ́ (nkan) sórí
memory [remembrance, recollection] or. ìránti; ~ **loss** or. ìṣẹ̀gbàgbé
menace [threat] or. ìpáyà, ẹ̀rùjẹ̀jẹ̀; ~ [threatening person] or. apánìláyà, ẹ̀rùjẹ̀jẹ̀
menarche [onset of menses] or. ìbẹ̀rẹ̀ àṣẹ́; ìbẹ̀rẹ̀ nkan-oṣù
mend [cure, correct, heal] is. láti tún (nkan) ṣe
mendicant [beggar] or. alágbe, oníbáárà
menial [servile, degrading] ep. rá-npẹ́, àìjọjú
meninges [the membranes that envelope the brain and spinal cord] or. ìwọ̀ ọpọlọ
meningioma [cancer of the meninges] or. akàn ìwọ̀-ọpọlọ
meningitis [brain fever, inflammation of the meninges] or. ìwọ̀-ọpọlọ wíwú, ìbà-orí
meningo- [meninges] ir. ìwọ̀-ọpọlọ-
meningoarteritis [inflammation of the arteries of the meninges] or. iṣàn-àlọ ìwọ̀-ọpọlọ wíwú
meningococcus [bacterium causing cerebro-spinal meningitis] or.

alamọ̀ ìwọ̀-ọpọlọ, alámọ̀ ibà-orí *(alámọ̀: bacteria)*
meningoencephalitis *[inflammation of the brain and meninges]*
or. ọpọlọ àt'ìwọ̀-ọpọlọ wíwú
meningopathy *[disease of the meninges]* or. àrùn ìwọ̀-ọpọlọ
menopause *[climacteric, change of life]* or. ìṣíwọ́-àṣẹ́
menorrhagia *[incessant menstruation]* or. àwààdá
menses *[menstrual flow, period]* or. nkan oṣù
menstrual *[pertaining to the menses]* ep. ti nkan oṣù, àṣẹ́; ~
cycle or. oṣù abo; ~ **flow** *[menses, period]* or. nkan oṣù, àṣẹ́
menstruate *[to have a discharge of the menses]* is. láti ṣe nkan
oṣù; láti ṣe àṣẹ́
menstruation *[discharge of the menses occurring approximately
monthly in nonpregnant females; catamenia]* or. nkan oṣù, àṣẹ́;
incessant ~ *[menorrhagia]*: àwààdá
mental *[intellectual, cerebral]* ep. ọgbọ́n orí, ọpọlọ; ~ **disorder**
[mental illness] or. orí àìpé, orí dídàrú, ọpọlọ dídàrú, ọpọlọ àìpé
mention *[to refer to]* is. láti sọrọ nípa (nkan); láti dárúkọ (nkan)
mercantile *[relating to commerce]* ep. ìṣòwò, t'òwò; t'ìsòwò
merchandise *[goods bought and sold]* or. ọja, nkan-ọjà; nkan títà
merchant *[trader, businessman]* or. oníṣòwò
merciful (to be ~) *[to have mercy]* is. láti láǎnú, láti ṣáǎnú
mercury *[a heavy, silver-white metallic liquid, Hg]* or. mákíúrì
(ìṣùu mákíúrì)
mercy *[kind treatment]* or. àánú *(to be merciful is. láti láǎnún)*
mere *[only, nothing more than]* ep. lásán
merge *[coalesce, unite]* is. láti yapọ̀; láti papọ̀; láti dàpọ̀
meridian *[of or at noon]* ep. ọjọ́kanrí
merit *[act worthy of praise]* or. ẹyẹ, iyì ẹ̀tọ́
meritorious *[deserving praise or reward]* ep. gbígbayì, gbígbẹ̀yẹ
merriment *[festivity]* or. àríyá
merry *[lively and cheerful]* ep. ẹ̀fẹ̀, ìgbádùn, aláyọ̀; ~ **(to be ~)** is.
láti láyọ̀
Merry Christmas *[greeting at Christmas time]* or. a kú ọdúun
Kérésìmesì
mes-, meso- *[in the middle]* ir. àárín
mesencephalon *[midbrain]* or. àárín ọpọlọ
mesh *[open spaces in wire]* or. ojú-àwọn
mesh *[open-textured net fabric]* or. aṣọ-aláwọn
mesmerize *[fascinate, spellbind]* is. láti wú (ènìyàn) lórí; láti ṣe
ohun ìwúrí; láti múyẹ̀ (ènìyàn)
mess *[disordered state]* or. ìdàrú-dàpọ̀, rúdu-rùdu

message *[information from one to another person]* or. ìránṣẹ́
messenger *[carrier of message]* or. òjíṣẹ́, ìránṣẹ́
Messiah *[Jesus, the deliverer]* or. Mèsáyà
met-, meta- *[later, after, behind]* ir. lẹ́hìn, ẹ̀hìn
metabolism *[chemical changes in living cells]* or. àsè-ìjẹ ara *(àsè: reaction)*; ~ or. àsèe-pádi
metacarpal *[any of the bones of the metacarpus]* or. eegun àtẹ́lẹwọ́
metacarpus *[palm of the hand]* or. àtẹ́lẹwọ́
metal *[any of a class of elementary substances as iron, silver, copper, characterized by ductility, malleability, conductivity, etc.]* or. àlùrọ
metalloid *[semimetal]* or. àdàmọ̀-àlùrọ; ~ *[resembling a metal]* ep. aríbí-àlùrọ
metamorphosis *[change of state, transformation, transmutation]* or. ìpààrídà *(pa ìrí dà = pa bí ó ṣe rí dà: change of form)*; **complete ~ of an insect** or. ìpààrídà pípé àwọn kòkòrò *(egg, larva, pupa, adult: eyin, ẹ̀din, itùn, ọdọ́)*
metaphor *[similarity, comparison]* or. ọ̀rọ̀ àfìpera /fì nkan pe ìkéjì/ *(simile: ọ̀rọ̀ àfiwéra)*
metastasis *[spreading (of disease) from one organ to another]* or. ríràn (ìṣù-èèmọ̀)
metatarsals *[any of the bones of the metatarsus]* or. eegun àtẹ́lẹsẹ̀
metatarsus *[part of the foot between the ankle and the toes]* or. àtẹ́lẹsẹ̀
meteor *[falling star, shooting star]* or. àpàjá
meteorites *[matter fallen from outer space]* or. ọta àpàjá
meter *[the basic unit of length in the metric system]* or. mítà,
meter *[measuring instrument]* or. ìdíwọ̀n; **gas ~:** ìdíwọ̀n òyì
methanol *[wood alcohol, methyl alcohol]* or. ọtí-igi
method *[procedure, algorithm]* or. ìlànà
methodical *[methodic, systematic]* ep. elétò
Methodist *[a branch of a Protestant Christian denomination]* or. ìjọ Mẹ́tọ́díìsì; Ìjọ Elétò
methyl alcohol *[methanol]* or. ọtí igi
meticulous *[very precise]* ep. ọlọ́fí ntótó, aláwòfín
metralgia *[pain in the uterus]* or. ilé-ọmọ dídùn
metric *[pertaining to the metric system]* ep. ti ìdíwọ̀n mẹ́tríkì; ~ **system** or. ètò ìdíwọ̀n mẹ́tríkì: àpapọ̀ ètò ìdíwọ̀n ìgùn ní mítà [m], ìdí wọ̀n ìwúwò ní òkẹgramù [kg] àti ìdíwọ̀n àkókò ní ìṣíṣẹ̀

[s], ètòo ti mks

metritis [inflammation of the uterus] or. ilé ọmọ wíwú

metro- [measure] ir. ìwọ̀n; ~ [uterus, womb] ir. ilé-ọmọ;

metrology [the science of weights and measures] or. ẹ̀kọ́ nipa ìdíwọ̀n

metropolis [a very large city] or. ilú-nlá

metropolitan [pertaining to a metropolis] or. ìlú-nlá

-metry [process of measuring] ir. -wíwọ̀n

mettle [courage] or. ìgbóyà

Mexico [a country in South America] or. Orílẹ̀ẹ̀ Mẹ́ksíkò

mice see mouse

micro- [one millionth part of something] ir. ìdá òdú -, ìdóòdù -; ~ [minute] ir. wuuru, - kékeré

microbe [microorganism, germ] or. ẹ̀yàwuuru

microbiology [study of microorganisms] or. ẹ̀kọ́ nípa ẹ̀yàwuuru, ẹkọ́ ẹ̀yàwuuru

microbiophobia [abnormal fear of microbes] or. ìbẹ̀rùbojo àwọn ẹ̀yàwuuru

microbism [disease from microbes] or. ìkárùn ẹ̀yà-wuuru

microcardia [a condition in which the heart is abnormally small] or. ọkàn kékeré

microcaulia [microphallus, abnormally small penis] or. okó kékeré

microcephalia [microcephalism, microcephaly, abnormally small head] or. orí kékeré

microcheilia [abnormally small tongue] or. ahọ́n kékeré

microcheiria [a condition in which a hand is abormally small] or. ọwọ́ kékeré

microdactylia [abnormally small fingers] or. ìka-ọwọ́ kékeré

microdontism [abnormally small teeth] or. ehín kékeré

microgastria [abnormally small stomach] or. ikùn kékeré

microgenitalism [abnormally small sexual organ] or. ẹ̀yà-ìnrin kékeré (ẹ̀yà-ìnrin: sexual organ)

microglossia [abnormally small tongue] or. ahọ́n kékeré

micromastia [micromaxia, abnormally small breasts] or. ọmún kékeré

micrometer [micron] or. ìdá òdùmítà (a millionth of a meter)

micron [micrometer] or. ìdá òdùmítà, màìkrọnù

microorganism [microbe, germ] or. ẹ̀yà-wuuru

microphone [instrument that amplifies sound] or. ẹ̀rọ afẹ-oùn (afẹ̀ oùn: amplifier of sound)

microscope [an instrument for making very small objects large

enough to be seen] or. èrọ afèran *(afẹ̀ ìran: amplifier of views)*
microscopic *[very small; can be visible only with a microscope]*
ep. aláìṣeéfojúrí
microscopy *[investigation by means of a microscope]* or. èkọ́ ìlò
èrọ-afèran
microsomia *[abnormally small body]* or. ara kékeré
micturition *[urination]* or. títọ̀; ~ **reflex** or. ìtọ̀ gbígbọn (èníyàn)
mid- *[medi-, medio-, middle]* ep. àárín -
midbrain *[mesencephalon]* or. àárín ọpọlọ
midday *[noon]* or. ọjọ́kanrí
middle *[center]* or. àárín; ~ **class** *[social class occupying a social
and economic position between the laboring class and the
upper class]* or. àwọn oníṣẹ́-ọwọ́; àwọn ayálégbé *(upper class:
awọn onile; lower class: àwọn lébìrà; àwọn mẹ̀kúnnù)*; ~ **ear**
[tympanic cavity, tympanum] or. àárín etí; ~ **finger** or. ìka
àárín
middle age *[period of life from about 45 to 60 years]* or. ìgbà-
ọ̀sán ìgbésí ayé ọmọ èníyàn; *(a ~d person: àgbàlagbà)*
middleman *[broker, intermediary]* or. aláròbọ̀
midget *[very small person]* or. akúrú-mbéte
midnight or. ọ̀gànjọ́-òru
midpoint or. ibi-àárín, àárín, ojú-àárín
midst *[middle, interior]* or. aárín
midway *[halfway]* or. agbedeméjì-ọ̀nà; ~ as. lágbedeméjì-ọ̀nà
midwife *[one who assists at childbirth]* or. agbẹ̀bí
midwifery *[obstetrics]* or. ìgbẹ̀bí
mien *[bearing, demeanor]* or. ìrísí
might *[force]* or. agbára, ipá
mighty *[powerful, extraordinary]* ep. alágbára-jùlọ
migraine *[chronic head pain]* or. tùùlu, akọ èfọ́rí
migrant *[one who migrates]* or. aṣíkiri
migrate *[move from place to place]* is. láti ṣíkiri
migratory *[roving, wandering]* ep. aṣíkiri, alá rìnkiri
migration *[a group of people, birds, fishes, etc. moving from place
to place]* or. ṣíṣíkiri
milch *[kept for milking]* ep. abiwàrà
mild *[gentle in manner]* ep. onírẹ̀lẹ̀
mildew *[a type of fungus]* or. ebu; ~ *[to become coated with
mildew]* is. láti bu
mile *[a unit of linear measure equal to 1760 yards]* or. ìbùsọ̀,
máìlì

milestone *[a stone serving as milepost]* or. òkúta-ìbùsọ̀; ~ *[significant point in development]* or. ìbùsọ̀, ìgbà-ẹ̀dá

military *[pertaining to soldiers]* ep. ológun; t'ológun; ~ **government** or. ìjọba ológun

milk *[fluid secreted by the mammary glands]* or. wàrà; ~ *is.* láti fún wàrà; ~ **ducts** or. ọ̀po wàrà; ~ **sugar** *[lactose]* or. àádùun wàrà; ~ **tooth** *[deciduous tooth, primary tooth, baby tooth]* or. ehín ọ̀dọ́

milky *[of the color or consistency of milk]* ep. aríbíi-wàrà, oníwàrà

mill *[to grind into powder]* is. láti lọ (nkan); ~ or. ọlọ; ẹ̀rọ-ọlọ; ~ *[a building with machinery for grinding grain]* or. ilé ọlọ

millennium *[period of a thousand years]* or. ẹgbẹ̀rún-ọdún

milli- *[one thousandth part]* ir. ìdá ọ̀kẹ́-

milliampere *[one thousandth of an ampere]* or. ìdá-ọ̀kẹ́ ámpíà

milligram *[one thousandth of a gram]* or. ìdá-ọ̀kẹ́ gramù *(ìdà-ọ́kẹ́ẹ gramù)*

milliliter *[one thousandth of a liter]* or. ìdá-ọ̀kẹ́ lítá *(ìdọ́kẹ́ẹ lítà);*

millimeter *[one thousandth of a meter]* or. ìdá-ọ̀kẹ́ mítà *(ìdà-ọ́kẹ́ẹ mítà)*

millimicron *[one thousandth of a micron]* or. ìdá-ọ̀kẹ́ máíkrọnù

million *[number equal to 1,000,000]* or. òdù kan, ẹgbẹẹgbẹ̀rún kan

millionth *[any of the million equal parts of something]* or. ìdá-òdù kan *(ìdóòdù kan)*

millipede *[diplopod, myriapoda]* or. ọ̀kùn *(ẹlẹ́sẹ̀wuuru)*

millisecond *[one millionth of a second]* or. ìdá-ọ̀kẹ́ ìsísẹ̀ *(ìsísẹ̀: second)*

millstone *[stone for grinding]* or. òkúta-ọlọ, ọta-ọlọ

mime *[to act a part without words, mimic]* is. láti ṣeré ìsín-nijẹ

mimic *[imitate another person]* is. láti sín (ènìyàn) jẹ

mimicry *[mimesis, imitation]* or. àfarawé

mind *[mental faculties]* or. iyè; ~ *[notice]* is. láti kíyèsí (nkan); láti fiyèsí (nkan)

mindful (to be ~) *[to be aware]* is. láti ṣe àkíyèsí; láti kíyèsi

mine *[underground excavation]* or. ihò, ìgbẹ́hò; ~ *is.* láti gbẹ́hò (fún ohun-àlùmọ́nì);

mine *[my own]* ap. tèmi; that's ~, not yours: t'emi nìyẹn, kìí ṣe tìrẹ

mineral *[natural resource]* or. àlùmọ́nì; ~ **acid** *[inorganic acid]* or. ẹ̀kan àìléẹ̀ dú; ~ **oil** *[petroleum oil]* or. epo-ilẹ̀

mineralogy or. ẹ̀kọ́ nípa àlùmọ́ni ilẹ̀ *(ẹ̀kọ́ àlùmọ́nì)*

miniature *[smaller than usual]* ep. bí-ntín, rebete

minima *or.* pẹ̀tẹ́lẹ̀; **maxima and** ~ : gegele àti àfo

minimum *or.* ìkérétán *(maximum: pátápirá)*

minister *[pastor of a church]* *or.* àlùfáa. òjíṣẹ́-ọlọ́run; ~ *[high officer of state]* *or.* mínísítà, alákòo ile-iṣẹ́ ìjọba; ~ **of education** *or.* alákòo ètò- ẹ̀kọ́

minor *[one who has not attained majority]* *or.* ọ̀dọ́, èwe; ~ *[smaller of two groups]* *or.* kékeré (nkan); ~ *[unimportant]* *ep.* aláìjámọ́-nkan; ~ **surgery** *or.* iṣẹ́-abẹ kékeré;

minority *[an amount less than half of the whole]* *or.* ìpín-kékeré

minstrel *[poet, singer]* *or.* akéwì, asunrárà

mint *[place where coins are made]* *or.* ilé ìrọ́wó; ~ *is.* láti rọ́ owó

minus *[less, reduced by the subtraction of]* *ip.* din; ~ **sign** *[negative sign]* *or.* àmì àyọkúro, àmì ẹ̀yọ *(àmì èrò: plus sign)*

minute *or.* ìṣẹ́jú *(second: ìṣìsẹ̀)*; ~ *[small in size]* *ep.* bí-ntín

miracle *[supernatural event]* *or.* iṣẹ́ ìyanu

mirage *[optical illusion]* *or.* ìrújú

mirror *[glass reflector]* *or.* awòji, ìwògbè; **concave** ~: awòji onínù; **convex** ~: awòji oníkùn

mirth *[merriment]* *or.* ẹ̀fẹ̀, ìgbádùn

misadventure *[misfortune, mishap]* *or.* ewu, ìjà-mbá

misanthrope *[hater of humanking]* *or.* aṣebi; ọ̀tá ọmọ aráyé

misappropriate *[embezzle money]* *is.* láti kówójẹ

misbehave *[behave improperly]* *is.* láti hùwàkúwà

misbehavior *or.* ìwàkúwà,ìwà-àìtọ́; ìwà-àì-bójúmu

miscalculate *[to calculate incorrectly]* *is.* ṣe àṣìrò, ṣàṣìrò *(àṣìrò: miscalculation)*

miscarriage *[spontaneous abortion]* *or.* oyún bíbàjẹ́

miscellaneous *[various, assorted, diverse]* *ep.* oníruúrú

mischief *[harmful behavior]* *or.* erékéré

misconceive *[misunderstand]* *is.* láti ṣalá- ìgbọ́-àlàyé; láti ṣàìfetísílẹ̀, láti ṣi (ènìyàn) gbọ́

misconduct *[intentional wrongdoing]* *or.* ìwà-àìgbọ́ràn; ìwà-òdì; ìwà-àìtọ́

misdeed *[offense]* *or.* ẹ̀ṣẹ̀, ìwà-ẹ̀ṣẹ̀

misdemeanor *[a minor crime]* *or.* ìwà-àìtọ́

miser *[one who hoards money]* *or.* arojú-owó

miserable (to be ~) *[unhappy]* *is.* láti banújẹ́

misery *[unhappiness]* *or.* ìbanújẹ́

misfortune *[bad luck]* *or.* àjálù, àgbákò, ìjàmbá

misgiving *[feeling of doubt]* *or.* ìṣiyèméji

mishandle *[to manage inefficiently]* *is.* láti lo (nkan) nílòkúlò

mishap *[unfortunate accident]* or. àkóbá, ìjàmbá, àkóbá, ìjálù, àdébá, àgbákò

misinform *[to give misleading information]* is. láti ṣi (ènìyàn) lọ́nà

misinterpret *[understand incorrectly]* is. láti si (ènìyàn) gbọ́

misjudge *[to make a mistake in judgment]* is. láti fojúdi (ènìyàn)

mislead *[to deceive]* is. láti ṣi (ènìyàn) lọ́nà

mismanage *[to manage incompetently]* is. látiṣe àìṣedéédé pẹ̀lú (owó)

misogyny *[hatred of women]* or. ìkóríʼra-obìnrin

misplace *[mislay]* is. láti sọ (nkan) nù

mispronounce *[to pronounce incorrectly]* is. láti ṣi (nkan) pè

miss *[to fail to hit]* is. láti tàsé (nkan); láti ṣi (nkan); ~ *[title of an unmarried girl]* or. omidan; ~ *[feel the absence of]* is. láti sàárò

missile or. òkò; **to launch a** ~: láti sọ òkò, láti sọ̀kò

mission *[task to be carried out]* or. iṣẹ́-àpínfúnni; ~ *[place of work for missionaries]* or. ilé àwọn òjíṣẹ́-Ọlọ́run

missionary *[person involved in religious duties]* or. òjíṣẹ́-Ọlọ́run

Mississippi River *[a river in the United States]* or. odòo Mìsísípì

mist *[water in form of particles, haze, fog]* or. ìkúùkù

mistake *[error, erratum]* or. àṣìṣe, èṣì; **to make a** ~ is. láti ṣèṣì, láti ṣe àṣìṣe

mister *[a title used in speaking of a man]* or. ọ̀gbẹ́ni

mistletoe *[a type of parasitic plant]* or. àfòmọ́

mistress *[unwedded lover]* or. àlè; ~ *[woman head of a household]* or. ìyáálé

mistrust *[to lack confidence in]* is. láti ṣàìgbékẹ̀lẹ́; láti ṣiyèméjì pẹ̀lú (ènìyàn)

misunderstand *[to fail to understand]* is. láti ṣàìgbálàyé

misunderstanding *[disagreement, misinterpretation, quarrel]* or. èdè-àìyédè

misuse *[abuse, mistreat]* is. láti lo (nkan) bàjẹ́; láti lo (nkan) nilòkulò; láti ṣi (nkan) lò

mitigate *[to make less painful]* is. láti pẹtùsí (ìjà); láti mu (nkan) fúyẹ́

mitosis *[karyokinesis]* or. Pínpíin pádi *(pádi: cell)*

mitral valve *[bicuspid valve, left atrioventricular valve]* or. ẹ̀kù aláwẹ́méjì *(ẹ̀kù: valve)*

mitten *[glove worn without separate finger parts]* or. ìbọ̀wọ́

mix *[blend]* is. láti po (nkan) pọ̀, láti da(nkan) rú

mixture *[combination]* or. àkópọ̀, àpòpọ̀ *(compound: àsèpọ̀)*

mix-up *[state of confusion]* or. rògbòdìyàn, ìdàrú-dàpọ̀, ìdàrú

moan *[dull sound of pain]* or. ìrora; ~ is. láti jẹ̀rora

mob [unruly crowd] or. àwọn jà-ndùkú

mobile [movable] ep. adárìn; ~ (to be ~) is. láti leè dárìn; láti ṣeé gbé

mock [to deride, to ridicule] is. láti fi (ènìyàn) ṣéléyà; láti fi (ènìyàn) ṣèsín

mockery [derision] or. èsín, ẹléyà

mode [method] or. ọnà-iṣe; ìlànà-iṣe

model [paragon] or. àwòṣe, àpẹrẹ

moderate [not excessive] ep. ìwọ̀ntúnwọ̀nsìn

moderate [to lessen] is. láti ṣe (nkan) níwọ̀ntúnwọ̀nsìn; lát fẹ̀sọ̀ ṣe (nkan)

moderate [to act as a moderator] is. láti ṣe alàgàta

moderation [avoidance of extremes] or. ìwọ̀ntúnwọ̀nsìn

modern [up to date] ep. t'ọ̀làjú; ~ (to be ~) is. láti lajú

modernization [being modernized] or. ìlàjú

modernize [to improve upon] is. láti gbe (nkan) sáyé; láti sọ (nkan) dọ̀tun

modest [reserved humble, meek] ep. oníréḷè, oníwàpèlé

modesty [the quality of being modest] or. iréḷè, ìwàpèlé

modification [alteration, variation] or. àyípadà, àtúnṣe

modify [to make different, to alter] is. láti yí (nkan) padà; láti tún (nkan) ṣe

modulate [to alter, to adapt] is. láti mú (nkan)bọ̀sípò̀

module [standardized component] or. ohun-inú apójúùwọ̀n; páàtì apójúùwọ̀n

modus operandi [procedure, technique, abbr. MO] or. ìlànà bí a ṣe nṣe (nkan)

moist (to be ~) [damp, dank] is. láti rin

moisten [to dampen] is. láti fomirẹ (nkan)

moisture [dampness] or. ìsèrì

molar [grinding tooth] or. èrìkì àgbà; pre~: èrìkì ọ̀dọ́

mold [to shape in a mold] is. láti mọ (nkan); ~ [mould, a wooly fungal growth] or. èbu

moldy (to become ~) [overgrown with mold] is. láti bu

mole [spot on human skin, nevus, birthmark] or. àmì òrìṣà; ~ [Avogadro's number] or. móólù, ìwọ̀n Àfógádrò

molecular weight or. ìwọ̀n móólù kan, ìwọ̀n Àfógádrò kan

molecule [the smallest particle of an element that can exist in a free state] or. mólékù

molest [accost someone sexually] is. láti ba (ọmọ kékeré) lòpọ̀; ~ [to bother, to interfere with] is. láti dá (ènìyàn) lágara; láti yọ èniyàn lẹ́nu

mollify *[make less angry; to appease]* is. láti pàrọwà sí (ènìyàn); láti tu (ènìyàn) nínú

mollusk *[mollusc, invertebrate animal of the phylum Mollusca]* or. agbo-ẹ̀yà oníkaraun

molt *[slough off]* is. láti bọhọ, láti bọfọ, láti pọ̀họ; ~ or. ọ̀fọ, ọ̀họ

molten *[in a state of fusion]* ep. yíyọ́pọ̀, yíyọ́

moment *[very brief time]* or. iṣẹ́jú, kété; **at the** ~ as. ní kété

momentous *[of great importance]* ep. pàtàkì, ribiribi

momentum *[body in motion]* or. ìpapòdà-ẹ̀dá

monarch *[ruler of kingdom]* or. ọba-aládé

monarchy *[government by a monach]* or. ìjọba aládé

Monday *[second day of the week]* or. ọjọ́ (ijọ́) kéjì ọ̀sẹ̀, ọjọ́ọ (ijọ́) Mọ́ndè

monetary *[relating to money]* ep. nípa owó; ~ **unit** *[a unit of money e.g. dollar]* or. ìdíwọ̀n owó

money *[medium of exchange]* or. owó

Mongolia *[a country in central Asia]* or. Orílẹ̀ẹ Mọngólíà

monition *[warning]* or. ìkìlọ̀, ìfanìlétí

monkey *[a primate mammal, excluding humans]* or. ọ̀bọ

mono-, mon- *[one, single]* ìr. - eyọkan, -kan

monocotyledon or. eléwéerúgbìnkan

monocotyledonae or. ẹ̀yà eléwéerúgbìnkan *(dicotyledon: eléwéerúgbìn-méjì)*

monogamy *[marriage to only one person]* or. ìgbéyàwòo t'aláredè

monologue *[speech by one person]* or. ìdásọ̀rọ̀, ìsọ̀rọ̀-àìgbèsì

monopolize *[keep entirely to oneself]* is. láti gba (nkan) kàdò

monotheism *[belief that there is only one God]* or. ìgbọlọ́runkangbọ́

monotonous *[lacking variety; boring]* ep. alá-ìlárinrin

monovalent *[univalent]* ep. oníkọ̀kan; ~ **atom** or. ọta oníkọ̀kan

monozygotic twins *[identical twins, maternal twins]* or. ìbéjì ẹléyinkan

Monrovia *[capital of Liberia]* or. ìlu Mọ̀nrófíà

monster *[freak; grossly deformed infant]* or. iwin, abàmì

month *[a period of four weeks]* or. oṣù; **per** ~ as. l'óṣooṣù

monthly *[every month]* ep. oṣooṣù; ~ as. l'óṣooṣù

monument *[object in memory of a person]* or. èèsì

monumental *[exceptionally great]* ep. ìyàlẹ́nu, àràbarà

mood *[temporary state of mind]* or. ìhùwàsí, ìṣesí

moody (to be ~) *[gloomy]* is. láti rẹ̀wẹ̀sì

moon *[earth's satellite]* or. òṣùpá

moonlight *[light of the moon]* or. ìmọ́lẹ̀ òṣùpá

mop *[a device for washing floors]* or. ifọlẹ̀; ~ *[to clean with a mop]* is. láti fọlẹ̀ /fọ ilẹ̀/

mope *[to be dejected]* is. láti fajúro

moral *[ethical, proper]* ep. ẹlẹ́tọ̀, ṣíṣẹ̀tọ́, títọ́; ~ **law** or. òfin-ẹ̀tọ́

morale *[one's state of mind]* or. ìtara, ìwúrí

morass *[fen, marsh, mire]* or. àbàtà, ẹrọ̀fọ̀

moratorium *[temporary pause]* or. ìdẹsẹ̀dúró

morbid *[gruesome, macabre]* ep. elérò-búburú; ẹlẹ́mìí-èṣù

morbilli *[measles]* or. inárun

more *[of greater number; additional]* ep. púpọ̀; ~ **than** ip. pọ̀ ju *(less than: kéré ju)*

moreover *[furthermore]* as. pẹ̀lúpẹ̀lù, síbẹ̀síbẹ̀

mores *[moral customs of a group]* or. àṣà

morgue *[place where dead bodies are kept]* or. orórì

morning *[before noon]* or. àárọ̀, òwúrọ̀

Morocco *[country in North Africa]* or. Mòrókò, orílẹ̀-èdèe Mòrókò

moron *[stupid person]* or. òmùgọ̀

morose (to be ~) *[gloomy]* is. láti dinú

morpheme *[a minimal grammatical unit which cannot be further divided into smaller meaningful parts]* or. ohùn ọ̀rọ̀

morphologist *[one who specializes in morphology]* or. àkẹ́kọ̀ ètò-ara

morphology *[science of the form and structure of plants and animals]* or. ẹ̀kọ́ eto-ara

morsel *[small quantity of food]* or. òkèlè

mortal *[subject to death]* ep. ẹ̀dá-lásán; alára-ẹran; ~ **being** or. ènìyàn lasán; ẹ̀dá ọmọ-aráyé

mortality *[the condition of being subject to death]* or. ìfayésílẹ̀

mortgage *[to pledge property against a loan]* is. láti fi (nkan) dógò; ~ or. ògò, ìdógò

mortician *[undertaker]* or. agbókú̀, gbókù̀- gbókù̀

mortuary *[funeral home]* or. ilé ìsìnkú; ibi ìsìnkú

Moscow *[capital of Russia]* or. ilu Mọ́skò

mosque *[Muslim house of worship]* or. mọnsalasi, ilé ijọ́siin ti Mùsùlùmí

mosquito *[stinging insect, family Cullicidae, some varieties are carriers of diseases like malaria and yellow fever]* or. ẹ̀fọn, yànmù-yánmú

mosquitocide *[agent used to kill mosquitoes]* or. ẹ̀là apẹ̀fọn

most *[majority of, greatest in quantity]* or. ọ̀pọ̀, ọ̀pọ̀lọ́pọ̀, jùlọ

mostly *[chiefly, principally]* as. lọ́pọ̀lọ́pọ̀

moth *[lepidoptera]* or. àfòpiná

mother *[female parent]* or. ìyá

motherhood *[state of being a mother]* or. alábiyamọ

mother-in-law *[spouse's mother]* or. ìyá ọkọ; ìyá ìyàwó; àna

motherland *[one's native land]* or. ìlú-ẹni

motherly *[like a mother]* ep. aṣebí-ìyá; bí-ìyá

mother-tongue *[one's native language]* or. èdè àbínibí

motile *[capable of spontaneous movement]* ep. adápapòdà */pa ipò da; change position/*

motion *[movement, act of changing position]* or. ìpapòdà; **active** ~: ìpapòdà alo-agbára */a lo agbára: requiring energy/*; **passive** ~: ìpapòdà aláìlo-agbára

motive *[reason to act]* or. èrò ọkàn, ìdí

motley *[multifarious, diverse]* ep. onírúuru

motor *[anything that imparts motion]* or. ẹ̀rọ ìmira; ~ **neuron** or. pádi ẹ̀sọ-ìmira ~ **nerve** or. ẹ̀sọ ìmira

motorbike *[a bicycle propelled by a motor]* or. kẹ̀kẹ̀ - alùpùpù

motorcar *[an automobile]* or. ọkọ̀-ayọ́kẹ́lẹ́

motorcycle *[a motorbike]* or. alùpùpù

motorist *[a person driving an automobile]* or. onímọ́to

motor truck *[a truck equipped with a motor]* or. ọkọ̀-akẹ́rù

mound *[an artificial elevation of earth]* or. òkìtì

mountain *[a natural elevation of land higher than a hill]* or. òkègíga

mountainous *[full of mountain]* ep. olókè

mountaintop *[top of a mountain]* or. orí òkè

mourn *[to express sorrow]* is. láti ṣọ̀fọ̀

mourner *[one who attends a funeral]* or. aṣọ̀fọ̀, ọlọ́fọ̀

mouse *[small rodent]* or. èkúté

mouth *[buccal cavity, oral cavity]* or. ẹnu

move *[to change position]* is. láti papòdà *(pa ipò dà: make a change of position)*

movement *[motion]* or. ìpapòdà, ìjì, ìmira

movie *[a motion picture]* or. sinimá; ~ **theater** *[a theater where motion pictures are shown]* or. ilé onísinimá

moving object or. ẹdá apapòdà

mow *[to cut down]* is. láti gé (pápá); láti pako

Mr. *[title used before the name of a man; mister]* or. ọgbẹ́ni

Mrs. *[title used before the name of a married woman]* or. ìyáàfin

much *[of great amount]* ep. ọ̀pọ̀, ọ̀pọ̀lọ́pọ̀; ~ as. púpọ̀púpọ̀, lọ́pọ̀lọ́pọ̀
mucosa *[mucous membrane]* or. ìwọ̀ aṣekun *(ikun: mucus)*
mucus or. ikun; **nose** ~: ikun imú, ikunmú *(mucous membrane [mucosa]: ìwọ̀ aṣekun)*
mud *[mire]* or. ẹrẹ̀, ọ̀gọ̀dọ̀, ẹrọ̀fọ̀
muddy *[covered with mud]* ep. ẹlẹ́rẹ̀; ~ **(to be ~)** is. láti lẹ́rẹ̀
muffle *[to suppress sound]* is. láti pahùnmọ́; láti pahùnrẹ́
muffler *[device to deaden noise]* or. apahùnrẹ́
mug *[large drinking cup]* or. ago, àgé
mull *[to think over, to ponder]* is. láti rorí sí (nkan); láti ronú sí (nkan)
multi- *[many, multiple]* ir. -lọ́pọ̀, -púpọ̀
multicellular ep. onípádipúpọ̀; ~ **animal** *[~ organism]* or. ẹranko onípádipúpọ̀
multifarious *[having great variety]* ep. orísirísi, onírúurú
multilingual *[pertaining to many languages]* ep. elédèpúpọ̀
multiple *[a product of a specified number and another number]* or. ẹ̀sún; **least common** ~ or. ẹ̀sún kékeré; ~ *[more than one]* ep. ọ̀pọ̀lọ́pọ̀; ~ **myeloma** or. akàn ìmùdùnmúdùn ẹ̀jẹ̀; ~ **fission** or. ìyapa sí púpọ̀; ~ **sclerosis** *[disseminated ~]* or. àrùn ìwọ̀ ẹ̀sọ-ara; ~ **bond** or. ọ̀pọ̀ ilẹ̀, ìlẹ̀ ọ̀pọ̀ *(multiple-bonded: ọlọ́pọ̀ ilẹ̀)*
multiplicand *[the number that is to be multiplied by another]* or. ilọ́po *(ifilọ́po: multiplier; ẹ̀sún: product of multiplication)*
multiplication *[the process of multiplying]* or. ìsọdipúpọ̀, ìsọdọ̀pọ̀; ~ **factor** or. èèkà isọdọ̀pọ̀
multiplier *[the number by which another number is multiplied]* or. ifilọ́po
multiply *[to cause to increase in number]* is. láti sọ (nkan) di púpọ̀, láti sọ (nkan) dọ̀pọ̀; ~ *[to increase in number]* is. láti gbèèrú
multitude *[large number of people or things]* ep. ọ̀gọ̀ọ̀rọ̀
mumps *[parotitis]* or. ṣegede
murder *[homicide]* or. ìpànìyàn; ~ *[to kill]* is. láti pànìyàn
murderer *[killer, man slayer]* or. apànìyàn
murmur *[a mumbled complaint]* or. kíkùn; ~ *[grumble]* is. láti kùn
munch *[chew noisily]* is. rún onjẹ
mundane *[worldly]* ep. asán-ayé
municipal *[characteristic of a city, town, etc.]* ep. ìlú, t'ílú
murder *[killing of a human being by another]* or. ìpànìyàn
murderer *[a person guilty of murder]* or. apànìyàn

muscle *or.* işan; **extensor** ~; işan anǫra *(nǫ ara: extends a body-part)*; **flexor** ~: işan akára *(ká ara: bends a body-part)*; **skeletal** ~ *[striated* ~, *voluntary* ~*]*: işan eegun; **smooth** ~ *[involuntary* ~*]*: işan ara; **sphincter** ~: işan ègbà

muscular *ep.* oníşan; ~ **dystrophy** *or.* àrùn işan, àrùn-şan

musculo- *[muscle] ir.* -işan-ara

musculocutaneous *[of the muscle and the skin] ep.* ètò işan àt'ìwǫ̀ ara

musculoskeletal system *[system of the muscles and the bones] or.* ètò işan àt'àgbéró ara

musculotendinous *[of the muscles and the tendons] ep.* işan àt'irìn ara

muse *[to think about carefully, ponder] is.* láti şe àşàròlórí (nkan)

museum *[place for keeping important work] or.* ile ǫnǫ̀; the Ife ~: ile ǫnǫ̀ ti ìlú Ifè

mushroom *or.* osun; ~ **poisoning** *or.* oró osun

music *[melody, harmony] or.* orin, eré-orin, iró-dídùn

musical *[pertaining to music] ep.* eléré-orin

musician *[a professional performer of music] or.* eléré-orin

musk *[any of a group of small, hornless deer] or.* ètà; ~ *[secretion from musk] or.* işá-ètà, işẹ́tà

Muslim *[an adherent of Islam] or.* Mùsùlùmí, ẹlẹ́sìn Ìmǫ̀nle

must *[an aux. used with the inf. of various verbs to express compulsion]:* gbǫ́dǫ̀, niláti

mustache *[moustache, upper-lip hair] or.* irun ètè, irun imú; irunmú

muster *[to bring things together] is.* láti kó (nkan) jǫ

mutate *[to change] is.* láti yípadà, láti paradà

mutation *[alteration, change] or.* àyípadà, ìparadà

mute *[unable to speak] ep.* odi, ayadi; ~ **(to be** ~**)** *is.* láti yadi; ~ *or.* odi

mutilate *[cripple, dismember] is.* láti sǫ (ènìyàn) darǫ

mutiny *[rebellion, revolt] or.* ǫ̀tẹ̀; ~ *[to revolt] is.* láti dìtẹ̀

mutual *[reciprocal] ep.* t'èmi-t'ìrẹ; t'ǫmǫ-t'ìyá

my *[poss. form of I] ap.* mi, tèmi

my-, myo- *[muscle] ir.* işan-, -işan

myalgia *[myodynia, pain in a muscle] or.* işan-ara dídùn

myc-, myco- *[mycet-, fungus, fungal] ir.* -osun-wuuru, osun-wuuru-

mycology *[science of fungi] or.* ẹ̀kǫ́ nipa osun-wuuru

mycosis *[fungal infection] or.* ìkárùn osun-ara, ìkárùn osun-

wuuru
mycotoxin *[fungal poison]* or. oró-osun
myel-, myelo- *[the spinal cord]* ir. - ọpá-ẹ̀hìn; ~ *[marrow]* ir. -
orisun-ẹ̀jẹ̀
myelatelia *[disease of the myelin]* or. àrùn ẹ̀sọ ọpá-ẹ̀hìn
myelin *[medulla]* or. ìwọ̀ ẹ̀sọ-ara *(ẹ̀sọ: neuron)*
myelitis *[inflammation of the spinal cord]* or. ẹ̀sọ ọpá-ẹ̀hìn wíwú
myelitis *[inflammation of the bone marrow]* or. orisun-ẹ̀jẹ̀ wíwú,
ìmùdùnmúdùn- ẹ̀jẹ̀ wíwú
myeloma *[tumor of the bone marrow]* or. akàn orisun-ẹ̀jẹ̀
myiasis *[myasis, maggot infestation]* or. ṣíṣe ẹ̀dìn
myo- *[muscle]* ir. -iṣan, iṣan-
myocardiograph *[instrument for measuring action of the heart]*
or. òṣùwọ̀n iṣẹ́-ọkàn
myocarditis *[inflammation of the myocardium]* or. iṣan- ọkàn
wíwú
myocardium *[middle cardiac muscle]* or. iṣan-ọkàn
myology *[the study of muscles]* or. ẹ̀kọ́ nípa iṣan-ara
myoma *[muscle tumor]* or. akàn iṣan
myopathy *[disease of the muscle]* or. àrùn iṣan
myopia *[nearsightedness]* or. àìríọ̀kán
myositis *[myitis, inflammation of a muscle]* or. iṣan wíwú
myriad *[legion, innumerable]* ep. ọ̀pọ̀lọ́pọ̀, àìmọye, ọ̀gọ̀ọ̀rọ̀
myriapoda *[millipedes and centipedes]* or. ẹ̀yàa kòkòrò
ẹlẹ́sẹ̀wuuru
myringa *[eardrum, tympanum, tympanic membrane]* or. ìlù etí
myringectomy *[myringodectomy]* or. ìlù-etí gígékúrò
myringitis *[inflammation of the eardrum]* or. ìlù-etí wíwú
mysterious *[difficult to explain; mystical]* or. àràmàdà
mystery *[something not understood]* or. ohun-àràmàdà
myth *[legendary narrative; fiction]* or. àlọ́, àròsọ
mythological *[pertaining to mythology]* or. àlọ́, aláròsọ
mythology *[body of myths dealing with the gods and heroes of a
people]* or. awọn ìtàn ayé-àtijọ́

N

nag *[to bother, to scold constantly]* is. láti ṣèrègún; láti bá (ènìyàn) wí; láti yọ (ènìyàn) lẹ́nun

nail *[unguis]* or. èékán; ~ **root** or. irìn èékán; ~ **bed** *[~ matrix]* or. abẹ́ èékán; ~ *[piece of metal driven in with a hammer]* or. iṣó, èṣó; ~ is. láti kan (nkan)

nail biting *[onychophagy]* or. jíjẹ èékan

Nairobi *[capital city of Kenya]* or. ìlu Nàíròbì

naked *[without clothes]* ep. oníhòòhò; ~ **(to be ~)** is. láti wà ní ìhòòhò

name *[noun]* or. orúkọ; ~[*[to give a name]* is. láti sọ (nkan) lórúkọ

nameless *[anonymous]* ep. aláìlórúkọ

Namibia *[a country in eastern Africa]* or. Orílẹ̀ẹ̀ Namíbìà

nano- *[10^{-9}]* ep. ìdá èèrú, ìdéèrú

nanoid *[dwarf]* ep. iràrá

nanogram *[one billionth of a second]* or. ìdá-èèrúu gráàmù

nanometer or. ìdá-èèrúu mítà *(èèrú: billion; ìdá-èèrú: reciprocal of a billion)*

nanosecond *[one billionth of a second]* or. ìdá-èérú iṣíṣẹ̀

nanus *[dwarf, homunculus]* or. ràrá, iràrá

nap *[brief sleep; siesta]* or. ìrẹjú, òògbé

nape *[nucha, scruff, back of the neck]* or. ẹ̀hìn ọrùn, ẹ̀hin-rùn

Napierian logarithm *[natural logarithm]* or. iye-edìi Nápìà *(edi, edì-èèkà: logarithmic power)*

napkin *[small piece of cloth for wiping face or hand]* or. aṣọ-ìnuwọ́; aṣọ-ìnujú

narcissism *[self love]* or. ìjọra-ẹni lójú

narcissistic (to be ~) *[to be excessively interested in one's own appearance]* is. láti jọ ara ẹni lójú

narcolepsy *[a condition of uncontrollable desire for sleep]* or. oorun ìjìkà, oorun àsùnwọra

narcosis *[narcotism, state of unconsciousness]* or. oorun ikú

narcotic *[drug that produces sleep]* or. ẹlà afoorun (afa oorun)

narcotize *[to subject to a narcotic]* is. láti kun (ènìyàn) lóorun

nares *[nostrils]* or. ihò imú

narrate *[describe, relate]* is. láti ṣe àlàyé, láti pìtàn

narrative *[description, story, account]* or. àlàyé, ìtàn

narrow *[long and thin]* ep. tẹ́ẹ́rẹ́, tíínrín; ~-**minded** *[close-minded]* ep. olóríkun-kun, aláigbálàyé

nasal *[pertaining to the nose]* ep. nípa imún; ~ *[produced by passing through the nose]* ep. ìránmú *(ábídí ìránmú: nasalized alphabets)*; ~ **cavity** or. ihò imú; ~ **obstruction** or. imú dídí

nascent *[coming into being]* ep. tuntun, àtun, àṣẹ̀ṣẹ̀dá

naso- *[nose, nasal]* ir. -imú, imú-

nasolabial *[of the nose and lips]* ep. imú òun ètè

nasology *[study of the disease of the nose]* or. ẹ̀kọ́ nípa àìsàn imú

nasoscope or. ẹ̀ro àyẹ̀wò-imú

nasty *[indecent, filthy]* ep. eléèrí, ẹlẹ́gbin

natal *[associated with birth]* ep. t'ìbí, nípati bíbí

nates *[buttocks]* or. ìdí

nation *[country, land]* or. orílẹ̀-èdè

national *[concerning a nation]* ep. t'orílẹ̀-èdè

nationalism *[concern for one's nation; patriotism]* or. ìgbèjà orílẹ̀-èdè ẹni

nationality *[national status]* or. orílẹ̀-èdè (ènìyàn)

nationalize *[to bring under control of a nation]* is. láti sọ di t'orílẹ̀

native *[congenital, innate]* ep. t'ìbílẹ̀; t'ará ìbílẹ̀; ~ *[one who belongs to a place by birth]* or. ará-ìbílẹ̀; ọmọ-ìbílẹ̀

natural *[inherent, inborn]* ep. àyànmọ́, àdámọ́, àbínibí, ayébáyé; ~ **immunity** *[inherited immunity]* or. òkí àbínibí, oki àyànmọ́; ~ **resources** or. ohun àlùmọ́nì

nature or. àyọ̀nmọ́n; **laws of** ~: àwon òfì àyànmọ́; ~ **and nurture** or. àyànmọ́ àt'àdáyébá

naught *[nothing, zero]* or. òfo

naughty *[unruly, not proper, disobedient]* ep. aláìgbọ́ran; ènìyàn-kénìyàn

nausea *[upset stomach]* or. inú ríru

nauseate *[to cause an upset stomach]* is. láti mún inú ru (ènìyàn)

naval *[relating to ships]* ep. nípa ọkọ̀-omi; nípa ọkọ̀-ogun orí-omi

navel *[umbilicus]* or. idodo

navigate *[to steer a course]* is. láti tọpa; láti tọpasẹ̀

navigation *[the act or practice of navigating]* or. ìtọpa

navy *[warships of a nation]* or àwọn ọkọ̀-ogun orí-omi

near *[close, within a short time or distance]* as. lẹ́bà, nítòsí; ~ **(to be ~)** is. láti wà ní àrọ́wọ́tó; láti wà nítòsí

nearby *[adjacent]* ep. ìtòsí, àrọ́wọ́tó; ~ as. lárọ̀wọ́tó, nítòsí

nearly *[almost, roughly]* as. fẹ́rẹ̀

nearsighted *[myopic, seeing only near objects]* ep. aláìrọ̀ọ̀kán

nearsightedness *[myopia, shortsightedness]* or. àìrọ̀ọ̀kán

neat *[clean and tidy]* ep. onímọ̀tótó, afínjú; ~ **(to be ~)** is. láti fínjú; láti mọ́tótó

neatness *[cleanliness]* or. imọ́tótó, ìfínjú

nebulous *[vague, ambiguous]* ep. àìṣetàràà, àìjágeere

necessary *[unavoidable]* ep. kòṣeémáni̇́; ~ **(to be ~)** is. láti jẹ́ dandan

necessitate *[to make necessary]* is. láti fa (nkan)

necessity *[something that is necessary]* or. kòṣeémáni̇́

neck *[the part of animal joining the head to the body]* or. ọrùn; ~ **of the uterus** or. ọrùn ilé-ọmọ

necklace *[jewelry worn around the neck]* or. ẹ̀gbà-ọrùn

necktie *[a band worn around the neck]* or. tái

necr-, necro- *[death, corpse, dead tissue]* ep. ikú-, -oku

necrogenic *[capable of causing death]* ep. afakú /afa ikú/

necrology *[a death notice, obituary]* or. ikéde ikú

necromancer *[sorcerer]* or. alálùpáyìdà, abókŭsọrọ̀

necromancy *[magic, sorcery]* or. àlùpàyídà

necropsy *[autopsy]* or. àyẹ̀wò òkú

necrosis *[death or decay of body tissue]* or. ikúu pádi-ara

nectar *[sweet fluid of flowers]* or. àádùn òdòdó

née *[born]* or. ọmọ (lágbájá): Títí Ògúndé, néé Akíntọ́lá: Títí Ògúndé, ọmọ Akíntọ́lá

need *[to lack something]* is. láti nílò (nkan)

needs *[things that are necessary]* or. àwọn kòṣeémáni̇́

needle *[small slender piece of steel with a sharp point used for sewing]* or. abẹ́rẹ́

nefarious *[wicked]* ep. òṣìkà, ìkà

negate *[to nullify, to rule out]* is. láti sọ (nkan) dasán

negative *[expressing a denial or negation]* ep. òdì, lílòdì; ~ **electricity** or. àrá alámì ẹ̀yọ; ~ **number** or. èèkà ẹléyọ; ~ **sign** *[-]* or. àmì ẹ̀yọ, àmì àyọkúrọ̀; ~ **whole number** or. èèkà-ẹléyọ odidi

neglect *[to ignore]* is. láti ṣàìbìkítà fún (nkan) láti fi (nkan) jáfara; láti fi (nkan) falẹ̀, láti pa (nkan) tì

negligence *[laxity, slackness]* or. ijáfara

negligent (to be ~) *[slack, neglectful]* is. láti ṣe ìjáfara; láti hùwà àìbikítà

negotiate *[bargain, haggle]* is. láti fọ̀rọ̀wérọ̀; láti fínúnkonún

negotiations *[parley, talk]* or. ifọ̀rọ̀wérọ̀

neighbor *[fellow man, one who lives nearby]* or. aládŭgbò

neighborhood *[immediate vicinity, where one lives]* or. àdúgbò

neither *[not either]* ep. kìí ṣe ìkànkan

neither ... nor *[not one or the other]* ak. kò ... kò; kòṣeku, koṣẹyẹ: neither a rat, nor a bird

Nematoda *[phylum of parasitic worms]* or. agbo - ẹ̀yà aràn rubutu

nematode *[parasitic worm of the phylum Nematoda]* or. aràn rubutu

neo- *[recent, new]* ir. -tuntun

neocolonialism *[a policy by which one nation exerts control over another independent nation]* or. ìsọdilétò-tuntun/sọ da ilétò: turn to a colony/

neodymium *[a rare-earth metal]* or. ìṣùu neódímíà

neon *[type of rare gas, Ne]* or. òyìi Níọnù

neonatal ep. ọmọtuntun; ~ **death** *[infant death]* or. ikú ọmọ-tuntun; ~ **period** or. ìgbà ọmọ-tuntun

neonate *[newborn, baby]* or. ọmọ ọwọ́

neonatology *[study or care of newborn babies]* or. ẹ̀kọ́ nípa ọmọ-ọwọ́

neoplasm *[tumor]* or. ìṣù èèmọ̀; **benign** ~ : ìṣù - ẹ̀èmọ̀ aláìràn, lẹ́ẹ́rẹ́; **malignant** ~ *[cancer]*: ìṣù-èèmọ̀ aràn, akàn, alákàn

neophyte *[novice, beginner]* or. ògbèrì, alákọ̀bẹ̀rẹ̀

Nepal *[a country in the Himalaya mountains]* or. Orílẹ̀ẹ̀ Nepáàlì

nephew *[son of a sister or brother]* or. ọmọkùnrin-arákùnrin, ọmọkùnrin-arábìnrin

nephr-, nephro- *[kidney]* ir. iwe-

nephralgia *[pain in the kidneys]* or. iwe dídùn

nephrectomy *[removal of a kidney]* or. iwe yíyọ

nephric *[of or near the kidney]* ep. iwe, t'iwe, ara iwe, t'ara iwe

nephritic *[relating to the kidney]* ep. t'iwe; nípa iwe

nephritis *[inflammation of the kidney]* or. iwe wíwú

nephroabdominal *[pertaining to the kidney and the abdomen]* ep. iwe òun inú

nephro-cardiac *[pertaining to the kidney and the heart]* ep. iwe òun ọkàn

nephroid *[reniform, resembling a kidney]* ep. afarajọ-iwe, afarajọ-we

nephrolith *[kidney stone]* or. ọta inú-iwe

nephrology *[medical branch devoted to the kidney]* or. ẹ̀kọ́ nípa iwe

nephroma *[cancer of the kidney]* or. ìṣù-èèmọ̀ ara-iwe

nephromegaly *[enlarged kidneys]* or. iwe nlá

nephron *[functional unit of the kidney]* or. aṣẹ́ iwe
nephropathy *[pathology of the kidneys]* or. àisàn iwe
nephrosis *[a disease of the kidney]* or. àrùn iwe
nephrotoxin *[something poisnous to the kidneys]* or. oró iwe
nepotism *[favoritism to relatives]* or. ojóóró fún ará-ilé, ojú-sàáju
neptunium *[a radioactive element]* or. neptúníà; ìṣùu neptúníà
nerve *[nervus]* or. ẹ̀sọ; **acoustic** ~ *[auditory ~, eighth cranial ~,
   statoacoustic ~]*: ẹ̀sọ igbọ́rọ̀; **afferent** ~ *[carrying sensory
   impulses to the brain]*: ẹ̀sọ àkọ́kàn; **cranial** ~ *[nerves
   extending directly from the brain]*: ẹ̀sọ atoríyọ; **efferent** ~
   [nerves carrying impulses from the brain] : ẹ̀sọ ìmira;
   olfactory ~: ẹ̀sọ iyè-oórùn; **optic** ~: ẹ̀sọ iyè-iríran; **secretory**
   ~: ẹ̀sọ ẹṣẹ́-ara; **sensory** ~: ẹ̀sọ iyè; **spinal** ~: ẹ̀sọ àtọpáyọ;
   vasoconstrictor ~: ẹ̀sọ afún-ṣàn *(fún ìṣàn: constrict a vessel)*;
   vasodilator ~: ẹ̀sọ aṣọ̀-ṣàn *(ṣọ̀ ìṣàn: dilate a vessel)*;
   vasomotor ~ *[vasoconstrictor or vasodilator]*: ẹ̀sọ ìmira-ìṣọ̀n; ~
   cell *[neuron]* or. pádi ẹ̀sọ; ~ **chord** or. ìṣù ẹ̀sọ; ~ **fiber** or. ọ̀ran
   ẹ̀sọ; ~ **root** or. irìn ẹ̀sọ
nervous *[affecting the nerves]* ep. ẹ̀sọ; ẹ̀sọ-ara; ~ **(to be ~)**
   [jumpy; easily excited] is. láti ṣàìfarabalẹ̀; láti ṣàìfọkànbalẹ̀; ~
   system or. ètò ẹ̀sọ-ara
nervousness or. ọkàn-àìbalẹ̀
nest *[home of birds, etc.]* or. ilé-ẹyẹ
nest egg *[money accumulated for future use]* or. owó ìṣúra
nestle *[to lie close to]* is. láti faramọ́ (ènìyàn)
net *[meshed fabric]* or. àwọn; **fish~** or. àwọn ẹja
net *[excluding all costs and charges]* ep. àbáwọlé; ~ **profit** or. èrè
   àbáwọlé; ~ **earnings** or. owó àbáwọlé
network *[interconnected system]* or. àwọn
neur-, neuro- *[nerve]* ir. ẹ̀sọ, ẹ̀sọ-ara
neural *[pertaining to a nerve]* ep. ẹ̀sọ, t'ẹ̀sọ-ara
neuralgia *[neurodynia, a pain in a nerve]* or. ẹ̀sọ-ara dídùn
neurectomy *[surgical removal of a nerve]* or. ẹ̀sọ-ara gígékúrò
neuritis *[inflammation of a nerve]* or. ẹ̀sọ-ara wíwú
neurobiology *[study of the structure and functions of the nerve]*
   or. ẹ̀kọ́ ẹ̀sọ-ara oníyè
neurocardiac *[pertaining to the nerves of the heart]* ep. ẹ̀sọ ọkàn
neurohormone *[hormones produced by the nerves]* or. oje-ẹ̀sọ
neurologist *[a specialist in neurology]* or. oníṣègùn ẹ̀sọ-ara
neurology *[the branch of medicine dealing with the nervous
   system]* or. ẹ̀kọ́ ẹ̀sọ, ẹ̀kọ́ nípa ẹ̀sọ-ara

neuron *[neurone, nerve cell]* or. pádi ẹ̀sọ-ara

neurotoxin *[something poisonous to the nerves]* or. oró ẹ̀sọ

neurotransmitter *[chemical produced by the nerves]* or. ẹ̀là-ẹ̀sọ

neuter *[castrate, spay]* is. láti ya (ẹranko); ~ *[a castrated animal]* or., ep. ògbo, ọ̀ya

neutral ep. àyọ̀rò, yíyọ̀rò; ~ **point** or. ìbi ìyọ̀rò; ~ **solution** *[neither acidic nor alkaline]* or. àpòpọ̀ yíyọ̀rò

neutralization *[or.* ìyọ̀rò, yíyọ̀rò

neutralize *[counteract]* or. láti yọ̀rò *(to ~ an acid with a base: láti yọ̀rò ẹ̀kan pẹ̀lú ègbo)*

never *[not ever, not at all]* as. kò...rí, kò...rárá; *(it never happened: kò ṣẹlẹ̀ rárá)*

nevus *[birthmark, mole]* or. àmì òrìṣà

new *[novel, recent]* ep. titun, tuntun, àtun, àkọ̀tun

newborn *[neonate, baby, infant]* or. ọmọ tuntun, ọmọ ọwọ́, ìkókó

news *[new information about something]* or. ìròhìn, làbarè

newspaper *[a publication containing news, usually issued daily or weekly]* or. ìwé agbéròhìnjáde; ìwé ìròhìn; ~ **reporter** *[one who gathers information and writes reports for a newspaper]* or. akọ̀wé ìròhìn

New Testament *[the part of the Bible that contains the life and teachings of Jesus]* or. Májẹ̀mùn tuntun

new year *[the first days of the new year]* or. ọdún tuntun

New York *[the largest city in the United States]* or. ìlu Níú Yọ̀kì

next *[following or nearest in place or time]* as. lẹ́bà, nítòsí; ep. kéjì

Niamey *[the capital of Niger Republic]* or. ìlu Nìàmè

nibble *[to bite at]* is. láti dẹ (nkan) jẹ

nice *[pleasant]* ep. dáradára; ~ **(to be ~)** is. láti dára, láti sunwọ̀n; láti wuyì

nickle *[a hard ductile metal, Ni]* or. ìṣùu Níkùlù

nickname *[an additional name given to a person]* or. orúkọ ìnagìjẹ

nictate *[to wink]* is. láti ṣẹ́jú

nidation *[implantation]* or. lílọ́, lílẹ̀

niece *[daughter of brother or sister]* or. ọmọbìnrin arákùnrin, ọmọbìnrin arábìnrin

Niger *[country in Central Africa]* or. Nìjée, orílẹ̀ẹ̀ Nìjée; ~ **River** *[a river in Africa flowing through Nigeria]* or. odò Ọya, odòo Náijà

Nigeria *[a country in West Africa]* or. Nàìjíríà, orílẹ̀ẹ̀ Nàìjíríà

niggardly *[miserly, stingy]* ep. aláwun, aháwọ́

night *[period of darkness]* or. òru; ~**time** *[period of darkness from sunset to sunrise]* or. ìgbà òru

nightfall [evening] or. ìrọ̀lẹ́
nightmare [oneirodynia, a frightening dream] or. àlákálǎ
nil [nothing] or. òfo, òfìfo
Nile River [a river in eastern Africa] or. odòo Náìlì
nine [a cardinal number, 9] or. ẹsán
nineteen [a cardinal number, 19] or. ọ̀kàndínlógún, ìdìkan l'ẹ́sǎn;
~ ep. mọ́kàndìnlógún; ìdìkan l'ẹ́sǎn
nineteenth [preceded by eighteen others in a series] ep.
ikọ́kàndínlógún; ìkó-ìdìkan l'ẹ́sǎn; ~ [any of the nineteen equal
parts of something, reciprocal of nineteen] or.
ìdámọ́kàndínlógún, ìdá-ìdìkan l'ẹ́sǎn
ninety [a cardinal number, 90] or. àádọrún, ìdì mẹ́sǎn
ninth [preceded by eight others in a series] ep. ìkẹ́sǎn, ẹ̀kẹ́sǎn; ~
[any of nine equal parts of something] or. ìdámẹ́sǎn
nip [to snip, to bite off] is. láti kán (nkan) lórí
nipple [mammilla, papilla mamma, a protuberance of the breast
where milk is discharged in females] or. orí ọmú, ìkórí ọmú,
ìkórí ọyọ̀n
nitrogen [an elemental gas, N] or. òyì-ilẹ̀, òyilẹ̀
no [word of denial] as. bẹ́ẹ̀kọ́, rárá; ~ [none, not any] ep. kosí,
aláìsí, there is ~ time: kòsí àyè
nobility [quality of being noble] or. ìyì
noble [person of rank] or. ẹni-iyì; ẹni-ọ̀wọ̀; ~ [possessing
outstanding qualities] ep. ọlọ́lá, oníyì; ~ **gas** [inert gas] or. òyì
àìjásè (àì jẹ́ àsè: not responsive to a reaction)
nobody [no one] or. àìsí ẹnikẹ́ni; ~ [a person of no standing] or.
ènìyàn lásán
nocturnal [active at night] ep. afòrujẹ̀, afòrurìn
nod [to make a slight bow] is. láti mirí /mi orí/; ~ or. ìmirí
noise [sound, din, clamor] or. aruwo
noiseless [without sound] ep. aláìláruwo
nomenclature [taxonomy, system of names] or. ètò ìjórúkọ
nominal [pertaining to a name, titular] ep. àfijórúkọ
nominate [to name] is. láti yan (ènìyàn); láti perí (ènìyàn)
nominee [person nominated] or. ẹni-yíyàn
non- [not, the reverse of] ir. aláìsí
nonagenarian [one between ninety and a hundred years old] or.
arídìmẹ́sǎn ọdún /rí ìdì mẹ́sǎn/
nonagon [of nine sides] or. onihàmẹ́sǎn
nonchalance [indifference] or. àìbìkítà
noncontagious [not contagious] ep. àìlèrọn-ni

none *[not one]* or. àìsí, aláìsí

nonentity *[person of no importance]* or. èníyàn lásán

nonliving thing or. ẹ̀dá àìníyè *(àì ní ìyè: possessing no life)*

nonmetal *[an element lacking the characteristics of a metal]* or. àdàrọ *(àlùrọ: metal)*

nonpareil *[person of no equal]* or. kòlégbé

nonplus *[to puzzle]* is. láti jẹ́ ohun-ìyàlẹ́nu

nonsense *[words without meaning]* or. ọ̀rọ̀-ìsọkúsọ; ọ̀rọ̀-àìmọ́gbọ́nwá; ọ̀rọ̀kọ́rọ̀

nook *[corner]* or. kọ́lọ́fin

noon *[midday]* or. ọjọ́kanrí

noose *[looped rope used for hanging people]* or. ojóbó

norm *[rule, pattern]* or. àṣà

normal *[regular]* ep. ṣíṣedéédé; ~ *[perpendicular]* ep. ológìdo

north *[a cardinal point on the compass, lying to the left of someone facing the rising sun]* or. àríwá; **~east** or. agbede ariwa oun ìlà-oòrùn; **~west** or. agbede aríwá oun ìwọ̀ oòùn

North America *[the northern continent of the Western hemisphere]* or. Ilẹ̀ Àríwá Amẹ́ríkà

northerly *[toward or of the north]* as. níhà àríwá (ayé)

northern hemisphere or. àríwá ayé, ìhà àríwá ayé

Norway *[country in northern Europe]* or. Orílẹ̀ẹ̀ Nọ́ọ́wè

nose *[nasus]* or. imú; ~ **bone** or. igi imú

nosebleed *[a bleeding from the nose; epistaxis]* or. imú ṣíṣe ẹ̀jẹ̀

nosegay *[a small bouquet; a bunch of flowers]* or. ìdì òdòdó

nosology *[classification of diseases]* or. ètò ìkàsí àwọn àrùn

nostalgia *[homesickness]* or. ìsàárò (ilé)

nostalgic (to be ~) is. láti sàárò (ilé, èníyàn)

nostrils *[nares]* or. ihò imú

nosy *[unduly curious, prying]* ep. alátojúbo

notable *[worthy of note]* ep. (ohun) àfiyèsí

note *[mark, sign]* or. àkọ́lẹ̀ kékeré; àmì; ~ *[to observe carefully]* is. láti kíyèsí (nkan), láti fiyèsí (nkan)

noteworthy *[exceptional, worthy of note]* ep. (nkan) àfiyèsí

nothing *[not anything]* or. òfo

notice *[information, order]* or. àfiyèsí, àkíyèsí; ~ *[to perceive]* is. láti ṣe àkíyèsí; láti ṣe àfiyèsí

noticeable *[worthy of observation]* ep. títayọ; ~ **(to be ~)** is. láti tayọ; láti yọ gedegbe

notification *[act of notifying]* or. ìkéde

notoriety *[unfavorable repute]* or. òkìkí búburú, ìsì

notorious *[known to a disadvantage]* ep. olókìkí; ~ **(to be ~)** is. láti lókìkí

noun *[name of person, place, thing or action]* or. orúkọ, ẹ̀ka-ọ̀rọ̀ orúkọ; **common** ~ *[dog, place, art]* or. orúkọ lásán: aja, ile; **proper** ~ *[America, Paul, Nile]* or. orúkọ gidi: Akure, Afírika

nourish *[nurture, nurse]* is. láti tọ́jú(pèlú onjẹ)

nourishment *[care]* or. ìtọ́jú

novel *[new, unusual, innovative]* ep. aláràtuntun; ~ *[book-length fiction]* or. ìwé-àkàkọ́gbọ́n

novelist *[writer of novels]* or. ọ̀kọ̀wé-àkàkọ́gbọ́n

novelty *[new and strange thing]* or. àràtuntun

November *[the eleventh month of the year]* or. oṣù kọ́kanláá ọdún, oṣùu Nòfẹ́mbà

novice *[beginner]* or. ògbèrì, asèsèbẹ̀rẹ̀

now *[at the present time]* or. ìgbà yǐ; ẹ̀kò yǐ; ọ̀tẹ̀ yǐ; ìdaà yǐ; ~ as. nígbàyǐ; nísìnyǐ, ní lọ́wọ́lọ́wọ́

nowadays as. ní idaà yǐ; ní sáà yǐ; l'ékò yǐ

nowhere *[not in any place]* as. àìsí-níbikíbi; àìsí-níbìkankan

noxious *[hurtful, pernicious]* ep. eléwu

nozzle *[small sprout]* or. ojú-ìtu (omi)

nubile *[marriageable, sexually attractive]* ep. bíbàlágà (obìnrin)

nucle-, nucleo- *[nucleus]* ir. -àgọ́ọ́-pádi, àgọ́ọ́-pádi-

nuclear *[of, like or forming the nucleus]* ep. àgọ́ọ́ pádi; ~ **membrane** or. ìwọ̀ àgọ́ọ́ pádi

nucleic acid *[any of a group of complex acids that carry genetic information]* or. ẹ̀kan àgọ́ọ́-pádi

nucleoprotein *[any of a class of proteins found in the nuclei]* or. ọ̀jẹ̀ inú àgọ́ọ́-pádi *(ọ̀jẹ̀: protein)*

nucleus or. *[karyon]* àgọ́ọ́ pádi *(pádi: cell)*; ~ *[central part of an atom]* or. àgọ́-ọta *(ọta: atom)*

nude *[naked, bare]* ep. oníhòòhò; ~ **(to be ~)** is. láti wà ní ìhòòhò

nudity *[the state of being nude]* or. ìhòòhò, òhòòhò ara

nugget *[lump (of gold)]* or. ẹyin (góòlù)

nuisance *[bore, offensive person or thing]* or. adánilágara, ayọnilẹ́nu

null *[of no importance]* or. asán; ~ **(to be ~)** is. láti já sásán

nullify *[to render null]* is. láti sọ dasán

number *[a mathematical unit used to express an amount, quantity, etc.]* or. èèkà; **constant** ~: èèkà àì-yẹ̀ *(àì yẹ̀: unchanging)*; **complex** ~ : èèkà akọ́dí *(kọ́dí: tangled)*; **even** ~: èèkà onídajì; **odd** ~: èèkà àìnídajì *(àì ní ìdajì: with no halves)*;

finite ~: èèkà olóòkà; **imaginary** ~: èèkà àìrí *(àì rí: unseen)*; **infinite** ~: èèkà àìlóòkà; **irrational** ~: èèkà àìlẹ́sẹ̀ *(àìní ẹ́sẹ́: with no fractions)*; **negative** ~: èèkà ẹlẹ́yọ; **negative whole** ~: èèkà ẹlẹ́yọ odidi; **positive** ~: èèkà elérò; **positive whole** ~ *[integer]*: èèkà elérò odidi; **prime** ~: èèkà àìnífípín *(àìní ifípín: without a divisor)*; **rational** ~: èèkà ẹlẹ́sẹ̀ *(oní ẹsẹ̀: having fractions)*; **real** ~: èèkà gidi; ~ **system**: ètò àwọn èèkà (See: Number System)

numerable *[countable]* ep. oníye, olóòkà; ~ **(to be ~)** is. láti níye, láti lóòkà

numeral *[a figure, letter or a group of these expressing a number]* or. àmi-èèkà, òòkà; **Arabic** ~: òòkà ti Lárúbáwá; 1, 2, 3, 4, 5, 6, 7, 8, 9, 0; **Roman** ~: òòkà ti Róòmù: I=1,V=5, X =10, L=50, C=100, D =500, M=1000

numerate *[to count, to enumerate]* is. láti ka (nkan)

numerator *[number above in vulgar fractions]* or. èpín *(denominator: ifípín)*

numerical *[consisting of numbers]* ep. olóòkà

numerology *[divination by numbers]* or. awo èèkà

numerous *[consisting of great numbers]* ep. ọ̀pọ̀lọ́pọ̀; ~ **(to be ~)** is. láti pọ̀; láti pọ̀ jọjọ

numskull *[stupid fellow, dunce]* or. akúrí, ọ̀dẹ̀, òpònú

nuptial *[pertaining to marriage]* ep. t'ìgbéyàwó; t'onígbẹ̀yàwó

nurse *[a person trained to take care of the sick]* or. olùtọ́jú; ~ is. láti tọ́jú (aláìsàn); láti ṣètọ́jú

nursery *[a room set aside for children as a playroom]* or. ilé-ìtọ́jú ọmọ-ọwọ́

nurture *[to nourish]* is. láti bọ́ (ènìyàn)

nut *[a dry fruit]* or. kóró inú-èso; ~ *[an insane or eccentric person]* or. wèrè, aṣiwèrè, aṣewèrè

nutrient *[substance which nourishes]* or. èròjà

nutrition *[the process by which organisms take in and utilize food]* or. ètò ìjẹẹmu ara *(ìjẹẹmu = ìjẹ àti ìmun)*, ètò ẹ̀lọ́-ìjẹ, ètò ìjẹ-ara

nutritious *[containing nutriment]* ep. aládùn, alá-nfàní

nutritive *[having to do with nutrition]* ep. alá-nfàní

nymph *[young, attractive woman]* or. òló

nympha *[labium minus pudendi]* or. ètè-kékeré ojú òbò

nymphomaniac *[oversexed woman]* or. ayád ̀ obìnrin /yá ìdí/

oaf *[dolt, slow-witted person]* or. ọ̀dẹ̀, òpònú

oak *[oak tree]* or. igi apádò

oar *[paddle]* or. àjẹ̀

oath *[imprecation]* or. ìbúra

OB *[obstetrics]* or. ìṣègùn aboyún

obeisance *[act of reverence or respect]* or. ìjúbà

obdurate *[stubborn]* ep. olóríkunkun, ọlọ́kànlíle

obedience *[submission to authority]* or. ìtẹríba, ìgbọ́ràn

obedient (to be ~) *[willing to comply]* is. láti gbọ́ràn; láti ní ìtẹríba

obese (to be ~) *[to be corpulent]* is. láti sanrajù

obesity *[the quality of being obese]* or. ìsanrajù, sísanrajù

obey *[to comply with requirements]* is. láti gbà; láti gbọ́ran; láti ní ìtẹríba; láti tẹríba

obfuscate *[to confuse]* is. láti dojú (nkan) rú

obituary *[notice of a person's death]* or. ikéde òkú

object *[purpose]* or. ìdí-pàtàkì; ~ *[a thing that can be seen or touched]* or. ohun-dídání; ohun-rírí; ~ *[noun or noun equivalent]* or. ọṣẹ́ (ọlọ́ṣẹ́: subject); ~ *[to oppose something]* is. láti ní àríyànjiyàn pẹlú(nkan); láti tako(ọ̀rọ̀ kan); láti kọ(nkan)

objection *[act of objecting]* or. àtakò

objective *[purpose; goal]* or. èrò; ~ *[not influenced by personal feeling]* ep. aláìṣèrú

oblation *[sacrifice]* or. ẹbọ, ìrúbọ, ẹbọ-ọrẹ

obligation *[contract, promise]* or. ẹ̀tọ́

oblige *[to render service]* is. láti ṣẹ̀tọ́

oblique *[having a slanting position]* ep. títẹ̀; ~ **angle** *[angle other than the right angle]* or. igun títẹ̀   ~ **triangle** *[any triangle other than a right angle triangle]* or. ààdó oníguntítẹ̀

obliterate *[to destroy utterly]* is. láti pa (nkan) run; láti pa (nkan) rẹ́

obliteration *[utter destruction]* or. ìparun, ìparẹ́

oblivion *[act of forgetting]* or. ìgbàgbé

oblong *[elongated, longer than broad]* ep. ọlọ́gbun; ~ **(to be ~)** is. láti pọ̀gbun

obloquy *[verbal abuse of a person]* or. èébú

obnoxious *[offensive, odious]* ep. arínilára

obscene *[indecent, inauspicious]* ep. aláìwuyì

obscure *[dim, not easily understood]* ep. ṣíṣòkùnkùn

obscurity or. aláìlálàyé, àdììtú, aláìlójútǔ

obsequies *[funeral rites]* or. ìlànà ìsìnkú

obsequious *[compliant, obedient]* ep. aṣebíẹrú

observance *[keeping of a law or rule]* or. ìfisír'àntí, àjọdún

observation *[act of observing]* or. àkíyèsí

observe *[to watch attentively]* is. láti ṣe àkíyèsí, láti wòye

obsession *[persistent behavior]* or. bárakú; ìkúndùn

obsessive *[causing an obsession]* ep. òkúndùn, abárakú

obsolete (to be ~) *[antiquated, out of date]* ep. láti da ohun àtìjọ

obstacle *[hindrance, impediment]* or. ìdíwọ

obstetrician *[physician who specializes in the treatment of women during pregnancy and child-birth]* or. oníṣègùn aboyún

obstetrics *[OB, area of medicine pertaining to midwifery]* or. ìṣègùn aboyún

obstinacy *[quality of being obstinate]* or. agídí, oríkunkun

obstinate *[stubborn, inflexible]* ep. alágidi, aláìgbọràn

obstruct *[retard, interrupt]* is. láti dinà; láti dí (nkan) lọwọ

obstruction *[obstacle, impediment]* or. òdídí

obtain *[acquire, earn]* is. láti gba(nkan)

obtrude *[to thrust forward]* is. láti yọ síta

obtuse *[not sharp or pointed, blunt]* ep. alaimu, fífẹ; ~ **angle** or. igun-fífẹ; ~ **triangle** or. ààdó onígun fífẹ

obvious *[easily seen or understood]* ep. híhàn gedegbe; ~ **(to be ~)** is. láti hàn gedegbe; láti hàn gba-ngba

occasion *[occurrence, incident]* or. ìṣèlè

occasional *[occurring at infrequent intervals]* ep. ìgbẹdá, ìgbàkọọkan

occasionally *[sometimes, now and then]* as. nígbẹdá, nígbkọọkan

occident *[the West]* or. ìwọ-oòrùn; ìhà ìwọ-oòrùn

occidental *[pertaining to the West]* ep. t'ìwọ-oòrùn

occipital *[concerning the back part of the head]* ep. ẹhìn orí, ipàkọ; ~ **bone** *[bone that forms the back and part of the cranium of the head]* or. eegun ipàkọ; ~ **lobe** *[back lobe of the cerebral hemisphere]* or. awẹ-ọpọlọ ipàkọ

occipitalis or. iṣan ipàkọ

occiput *[back of the head]* or. ipàkọ, ẹhìn-orí

occlude *[to obstruct, conceal]* is. láti dí nkan

occlusion *[obstruction]* or. dídí

occult *[mysterious, esoteric, beyond human understanding]* ep.

bíbọ, awo; ~ **language** or. ògèdè; ~ **science** or. awo

occupancy [act of occupying] or. ìgbalẹ̀, ìgbalé

occupant [one who occupies, resident] or. agbalẹ̀, olùgbé

occupation [business, vocation] or. iṣẹ́-òòjọ́; iṣẹ́-ìjẹ

occupy [to take possession] is. láti gba ipò; láti gbapò

occur [to happen] is. láti selẹ̀; láti ṣẹ̀

occurrence [incidence, event] or. ìṣẹ̀lẹ̀

ocean [the body of salt water that covers much of the earth's surface] or. òkun

oceanography [oceanology, science of the oceans] or. ẹ̀kọ́ nípa àwọn òkun

octagon [eight-sided polygon] or. oníhàmẹ́jọ (ìhà: side); **regular** ~ or. oníhàmẹ́jọ gígún

octagonal [having eight sides] ep. oníhàmẹ́jọ

octahedron [eight-faced solid figure] or. ẹlẹ́gbẹ̀mẹ́jọ

octavalent [having a valence of eight] ep. oník̀mẹ́jọ

October or. oṣù kẹ́wǎ ọdún, oṣù Òktóóbà

octogenarian [person between eighty and ninety years of age] or. arọ́ríndún /arí ọ̀rin ọdún/ (ọ̀rin: eighty)

ocular [pertaining to the eye] ep. t'ẹyinjú

oculist [ophthalmologist] or. oníṣẹ̀gùn ojú

oculo- [eye] ir. ojú-

oculomycosis [disease of the eye caused by fungus] or. àrùn osun- wuuru ojú (osun-wuuru: fungus)

oculonasal [of the eye and the nose] ep. ojú òun imú, t'ojú-t'imú

oculomotor [oculogyric] ep. ìmira ojú; ~ **nerve** [sixth cranial nerve] or. ẹ̀sọ ìmira ojú

oculus [eyeball] or. ẹyin ojú, ẹyin-jú; ~ **dexter** [O.D.] or. ẹyin-jú ọ̀tún; ~ **sinister** [O.S.] or. ẹyin- jú òsì

odd [not even, not divisible by two] ep. àìnídàjì; ~ **number** or. eekà àìnídàjì (èèkà onídàjì: even numbers); ~ [queer] ep. iyàlẹ́nu, abàmì

odds [difference in favor of one over another, advantage] or. èrè

ode [poem written in honor of something or somebody] or. ìwì ìjúbà

odious [offensive] ep. arínilára, ẹlẹ́gbin

Odonata [order of insects with two equal pairs of wings] or. agboolée lámilámi

odonate [order odonata, winged insects] or. lamilami

odont-, odonto- [tooth] ir. -ehín, ehín-

odontalgia [odynia, toothache] or. ehín dídùn

odontectomy [surgical removal of a tooth] or. ehín yíyọkúrò

odontiasis *[teething]* or. ehín híhù
odontitis *[inflammation of a tooth, pulpitis]* or. ehín wíwú
odontologist *[dentist, dental surgeon]* or. oníṣègùn ehín
odontology *[science of dentistry]* or. èkọ́ nípa ehín
odontonecrosis *[decay of the tooth]* or. ehín kíkẹ̀
odontopathy *[disease of the teeth]* or. àrùn ehín
odor *[smell, scent, aroma]* or. òórùn
odorless *[free from odor]* ep. aláìlóòrùn
odorous *[having an odor]* ep. rírùn
-odynia *[pain in]* ir. dídùn *(pododynia: foot pain)*
of *[about]* ip. nípa, nínú, ti
off *[not on, away]* ep. títàsé; ~ **and on** as. nígbàkòòkan
offend *[displease, to sin]* is. láti ṣẹ̀; láti hùwà àìtọ́; láti hùwà àìbójúmun
offense *[sin, misdeed]* or. ẹ̀ṣẹ̀
offensive *[causing annoyance]* ep. aláìlẹ́tọ̀
offer *[to tender, to bid]* is. láti jọwọ́ (nkan); láti gbé (nkan) kalẹ̀
offering *[something offered in worship]* or. ẹbọ, irúbọ
office *[a place where official business is conducted]* or. ọ́fììsì
official *[pertaining to an office or duty]* ep. nípa t'ipò; gẹ́gẹ́bí ipò; ~ **(to become ~)** *[authorized]* is. láti dòfin; láti di t'olófin; ~ *[holder of an office]* or. aláṣẹ, ìjòyè-ìjọba; olóyè-ìjọba
officiate *[to perform official duties]* is. láti ṣèjọba
officious *[meddlesome]* ep. ayọnílẹ́nu
offshoot *[branch of a stem]* or. ẹ̀ka, ìpẹ̀ka
offspring *[issue, descendant, progeny]* or. ìran, ọmọ
often *[frequently]* as. nígbàgbogbo
oftentimes *[ofttimes, often, frequently]* as. ọ̀pọ̀lọ́pọ̀-ìgbà
ogle *[to view with side glances]* is. láti ṣojú sí (obìnrin)
oil *[any of the various, unctious, combustible substances obtained from animal, vegetable and mineral sources]* or. epo; **butterfat** ~: epo òrí; **castor** ~: epo-láàrà; **cocoa butter** ~: epo-kòkó; **corn** ~: epo àgbàdo; **cottonseed** ~: epo kérèwú; **linseed** ~: epo ọ̀gbọ̀; **palm** ~: epo ọ̀pẹ; **palm kernel** ~: epo èkùrọ́; **peanut** ~: epo ẹ̀pà, òróró; **rapeseed** ~: epo irapé; **soybean** ~: epo sóyà; **tallow** ~: epo ara-ẹran; **whale** ~: epo ara-àbùùbùtán; ~ *[to lubricate; to supply with oil]* is. láti fi epo sí (nkan), láti tọ́ epo sí (nkan)
oily *[of or cotaining oil]* ep. elepo; ~ **(to be ~)** is. láti lépo /ní epo/
ointment *[unction]* or. òrí, ìpara
OK *[all right, correct, okay]* ep., as., ip. kòburú, ó dára bẹ́ẹ̀; ~

[approve] is. láti fàṣẹsí (nkan)

okra *[okro]* or. ilá

old *[grown to maturity, aged]* ep. àgbà, àgbàlagbà; ~ **(to be ~)** *[advanced in years]* is. láti dàgbà; láti gbó; **Old Testament** *[first part of the Bible]* or. Majẹ́múun láílàí; Majẹ́múun t'ìṣáájú; ~ *[a certain age]* ep. ọdun, He is two years ~: Ó jẹ́ ọmọ ọdun méjì; it is two years ~: Ó jẹ́ ohun ọdun méjì; it is a two-year ~ problem: Ó jẹ́ ọ̀rọ̀ ọdun méjì

old-times *[of old or forer time]* ep. ìgbà àtijọ́; ayé àtijọ́

old wives' tale *[superstitious belief]* or. àhusọ ìtàn

ole-, oleo- *[oil]* ir. elépo

oleaginous *[oily, unctuous]* ep. elépo

oleic acid *[an oily acid, used in making soap]* or. ẹ̀kan epo

olfaction *[sense of smell]* or. iyè òórùn

olfactory *[pertaining to smelling]* ep. iyè-òórùn; ~ **area** or. ibi iyè-òórùn ọpọlọ; ~ **organ** *[nose]* or. ẹ̀yà iyè-òórùn; ~ **nerve** or. ẹ̀sọ iyè-òórùn

oligarchy *[government by a few]* or. ìjọba àwọn ọlọ́lá

oligo- *[few, small]* ir. -àìtó, -àìpé, àìpé-, -díẹ

oligodactyly *[absence of one or more fingers]* or. ìka (ọwọ́, ẹsẹ̀) àìpé

oligodontia *[congenital condition in which one or more teeth are missing]* or. ehín àìpé

olive *[an evergreen tree of southern Europe and the Near East]* or. ólíìfì; ~ **branch** *[the branch of an olive tree, symbol of peace]* or. ẹ̀ka ólíìfì; ~ **oil** *[oil pressed from ripe olives]* or. epo ólíìfì

-oma *[growth, tumor]* ir. akàn-, -akàn *(carcinoma: alákàn)*

ombudsman *[a public official who investigates complaints by citizens]* or. onígbẹ̀ jọ́

omega *[the last letter of the Greek alphabet]* or. ómégà *(I am the alpha and the ~: èmi ni álfà ati ómégà)*

omen *[augury, presage]* or. àmì-ìṣẹ̀lẹ̀

ominous *[inauspicious]* ep. alámì, ìṣẹ̀lẹ̀ búburú

omission *[neglect]* or. ìgbàgbé, ìjáfara

omit *[to neglect]* is. láti fi (nkan) sílẹ̀ láìṣe

omnifarious *[of all varieties]* ep. oníríuurú, oríṣiríṣi

omnificent *[extremely creative]* ep. alèwí-lèṣe

omnipotence *[unlimited power]* or. agbára-jùlọ

omnipotent *[almighty]* ep. alágbárajùlọ

omnipresence *[presence in every place]* or. ìrínú-róde, ìgbénú-gbóde

omnipresent *[present everywhere]* ep. agbénú-gbóde
omniscient *[all-knowing]* or. amòní-mọ̀la
omnivorous *[eating all kinds of food]* ep. ajegi-jẹran
omphalus *[umbilicus, navel]* or. idodo
on *[above and touching]* ip. lórí
onanism *[masturbation]* or. ìgbára-láyùn
once *[formerly]* as. rí, nígbàkanrí, tẹ́lẹ̀; ~ *[one time, one instance]* as. lẹ́ẹ̀kan, lẹ́rẹ̀kan; ~ *[as soon as]* as. ní kété
onco- *[pertaining to a tumor or a swelling]* ir. ìṣù-, akàn-, lẹ́ẹ́rẹ́ -
oncogenic *[causing tumors]* ep. afalákàn; ~ **virus** *[a virus which produces tumors]* or. ọlọ́jẹ̀ afalákàn *(ọlọ́jẹ̀: virus)*
oncologist *[scientist dealing with the treatment of tumors]* or. oníṣègùn akàn-ara, oníṣègùn alákàn
oncology *[study and treatment of tumors]* or. ẹ̀kọ́ nípa akàn-ara, ẹ̀kọ́ nípa alákàn
one *[unit]* or. ìkan, ẹyọ kan, ọ̀kan
oneness *[unity]* or. ara-kan
onerous *[burdensome, heavy]* ep. wúwo
oneself *[a person's own self]* ap. fúnra-ẹni; ènìyàn-fúnrarẹ̀
one-sided *[partial]* ep. elérú, aṣèrú
onion *[the edible bulb of a plant of the lily family]* or. àlùbọ́sà
onlooker *[spectator]* or. awòran
only *[alone, single]* as. péré, nìkanṣoṣo; ~ ep. ògédé, kanṣoṣo, an ~ child: ọmọ kanṣoṣo
onset *[beginning, commencement]* or. ìbẹ̀rẹ̀
onslaught *[attack]* or. ìkọlù
onus *[burden, obligation]* or. wàhálà, àjàgà
onward *[progressing, advancing]* as. síwájú
onych-, onyco- *[fingernail, toenail]* ir. -èékán
onychalgia *[pain in the nails]* or. èékán dìdùn
onychectomy *[removal of the nail]* or. èékán yíyọkúrò
onychia *[matrixitis, onyxitis, inflammation of the nail matrix]* or. abẹ́-èékán wíwú
onychoma *[tumor of the nail bed]* or. lẹ́ẹ́rẹ́ abẹ́ èékán
onychosis *[onychopathy; disease of the nails]* or. àrùn èékán
oo- *[egg, ovum]* ir. pádi ẹyin *(pádi: cell)*
oocyesis *[ovarian pregnancy]* or. oyún èèmọ̀
oocyte *[cell as it develops into a mature ovum]* or. pádi-adẹyin
oogenesis *[ovigenesis; development of the female reproductive cells]* or. ìdàgbàsókèe pádi ẹyin
oology *[study of bird's eggs]* or. ẹ̀kọ́ nípa ẹyin-ẹyẹ

oophoralgia *[oorialgia, ovarialgia]* or. ibú-ẹyin dídùn
oophorectomy *[ovariectomy]* or. ibú ẹyin yíyọ
oophoritis *[ovaritis; inflammation of the ovary]* or. ibú ẹyin wíwú
oophoroma *[malignant tumor of the ovary]* or. akàn ibú-ẹyin;
oophoron *[ootheca, ovary]* or. ibú ẹyin
oosphere *[egg cell, ovum]* or. pádi ẹyin
ooze *[soft flow]* or. ifúnjáde; ~ *[to flow gently]* is. láti fún jáde
opacity *[the state of being opaque]* or. dídí
opaque (to be ~) *[not transparent]* is. láti dí
open *[to unclose]* is. láti ṣí (nkan); ~ *[not shut]* ep. ṣíṣí
open-door *[free and unrestricted]* ep. àìláṣí rí, kedere
open-handed *[generous in giving]* ep. ọ̀lawọ́; ~ **(to be ~)** is. láti
    lawọ́
opening *[introitus]* or. ojú; ~ **of the vagina** *[introitus of the
    vagina, vulva]* or. ojú òbò
open-mouthed *[astonished]* ep. ìyàlẹ́nu
operate *[to work on, to drive]* is. láti ṣiṣẹ́ pẹ̀lú (nkan); ~ **on a
    function** is. ṣe ọṣẹ́ lórí ifà kan
operating room or. ilé iṣẹ́ alábẹ, íléẹṣẹ́ alábẹ
operation or. ọṣẹ́; **arithmetical** ~: ọṣẹ́ iṣírò; ~ *[surgery]* or. iṣẹ́
    abẹ
operator *[one who operates a machine]* or. ẹlẹ́rọ; ~ *[symbol that
    indicates a mathematical process]* or. àmì-ọṣẹ́; ~ or. ọlọ́ṣẹ́; ~
    equations or. àwọn ọ̀mì-ọṣẹ́ *(òmì:equation, ọṣẹ́: operation)*
ophiology *[study of serpents]* or. ẹ̀kọ́ nípa ejò
ophthalm-, ophthalmo- *[eye]* ir. ẹyin-ojú-, ẹyinjú-
ophthalmalgia *[pain in the eye]* or. ojú dídùn
ophthalmectomy *[surgical removal of the eye]* or. ẹyinjú yíyọ
ophthalmia *[inflammation of the eye]* or. ojú wíwú
ophthalmic ep. ẹyinjú; ~ **nerve** *[fifth cranial nerve]* or. ẹ̀sọ-ìmira
    ojú
ophthalmitis *[inflammation of the eye]* or. ẹyinjú wíwú
ophthalmologist *[oculist; physician who specializes in the
    diseases of the eye]* or. oníṣẹ̀gùn ojú
ophthalmology *[science of the eye]* or. ẹ̀kọ́ nípa ojú
ophthalmoscope *[instrument for examining the eye]* or. ẹ̀rọ
    àbẹ̀wò ojú
opiate *[medicine containing opium]* or. ẹ̀là amúnisùn
opine *[to express an opinion]* is. láti dábǎ, láti sọ èrò-ọkàn
opinion *[belief, notion]* or. ìrò, èrò-ọkàn, ìgbàgbọ́
opponent *[antagonist, adversary]* or. alátakò

opportune [timely, convenient] ep. bíbọ́sá-àsìkò

opportunity [convenient time] or. àyè

oppose [to stand against, resist] is. láti tako (ènìyàn)

opposite [inverse] or. àdàkéji; ~ [front, anterior]: ep. iwájú; ~ **line** or. ìlà iwájú, ìlà ọ́kán

opposition [act of opposing] or. àtakò; ~ [one who opposes] or. alátakò

oppress [to harass, to weigh down] is. láti ni (ènìyàn) lára; láti gàba lé (ènìyàn); láti rẹ́ (ènìyàn) jẹ; láti fayé ṣe (ènìyàn)

oppression [cruel exercise of authority] or. ìrẹ́jẹ, ìninilára

oppressive [burdensome, tyrannical] ep. nínira

oppressor [one who oppresses] or. afìyàjẹni, afayéṣeni, òṣìkà, aninilára, apọ́nilójú, adánilágara

opprobrious [scurrilous] ep. títinilòjú, ìtìjú

opprobrium [disgrace, infamy] or. ìtìjú

optic [of the eye or sight] ep. t'iyè-ìríran, ~ **nerve** [second cranial nerve] or. ẹ̀sọ iyè-ìríran

optics [science of light and vision] or. ẹ̀kọ́ nípa ìtànná ati ìríran

optimism [tendency to be hopeful] or. inírètí, /ní ìrètí/; (pessimism: àìnírètí)

option [free choice] or. ìyan ìfẹ́-ọkàn (lati yan nkan: to make a choice)

optometrist [a specialist in optometry] or. olùbẹ̀wò ìríran ojú

optometry [profession of eye examination] or. ìbẹ̀wò ìríran ojú; ~ [measurement of the power of vision] or. àbẹ̀wò agbára ìríran ojú

opulence [wealth, riches] or. ọlá, ọrọ̀

opulent [wealthy, rich] ep. ọlọ́lá, ọlọ́rọ̀

or ak. tàbí, àbí; **either...or** ak. yálà...(t)àbí

oracle [a person of great knowledge] or. awo

oral [pertaining to the mouth] ep. ẹnu; ~ **cancer** or. àkàn enu; ~ **contraceptive** [the pill] or. àgúnmu mágboyún

orange [a reddish-yellow fruit of the citrus family] or. ọsàn, òrombó; ~ **color** [reddish-yellow color] or. àwọ̀ ọsàn; ~ **juice** [juice expressed from an orange] or. oje ọsàn

orate [to make an oration] is. lati sọ̀rọ̀ní-gba-ngba

oration [formal public speech] or. ìsọ̀rọ̀ní-gba-ngba

orator [public speaker] or. asọ̀rọ̀ní-gba-ngba

orbit [path of a planet or comet] or. ipa-ìsọ̀gbè

orchard [place where fruit trees are grown] or. ọgbà igi-eléso; ọgbà àjàrà

orchestra [body of musicians] or. agbo eléré

orchi-, orchio- *[testicle]* ir. kórópọ̀n
orchidalgia *[orchialgia, orchiodynia]* or. ikóró ẹpọ̀n dídùn, kórópọ̀n
dídùn
orchidectomy *[orchectomy, orchiectomy]* or. ikóró ẹpọ̀n yíyọ,
kórópọ̀n yíyọ
orchis *[testicle]* or. ikóró ẹpọ̀n, kórópọ̀n
orchitis *[inflammation of the testicle]* or. ikóró ẹpọ̀n wíwú,
kórópọn wíwú
ordain *[to establish by appointment]* is. láti fi (ènìyàn) joyè; láti
yan (ènìyàn)
ordeal *[strict test]* or. ìdánwò líle
order *[zoological classification above a family but below a class]*
or. agboolè; ~ *[established method]* or. ìlànà; ~ *[public
tranquility]* or. ètò; ~ *[command, instruction]* or. àṣẹ; ~ *[to give a
command]* is. láti pàṣẹ; **to be in** ~ *[appropriate]* is. láti wàlétò;
to be out of ~ *[broken]* is. láti dàrú, láti bàjẹ́, láti kúròlétò; ~
[to request to be supplied with something] is. láti ránṣẹ́ fún
(nkan), **in** ~ **to** *[for the purpose of]* as. nítorí, tìtorípé
orderly *[methodical]* ep. elétò
ordinal *[something ordained]* ep. ohun-yíyàn
ordinance *[artillery]* or. àwọn ohun-ìjagun
ordinary *[regular, customary]* ep. lásán, sá
ordure *[excrement]* or. ìgbọ̀nsẹ̀, ìgbẹ́
ore *[metal in its raw state from the earth]* or. àlùrọ àtilẹ̀wá
organ *[body, pertaining to animals or plants]* or. ẹ̀yà-ara; ~
[instrument or means] or. ipasẹ̀; ~ *[wind instrument]* or. dùrù
organelle *[cellular organ]* or. ẹ̀yàwẹ́wẹ́ inúun pádi *(pádi: cell)*
organic *[chemical compound containing carbon]* ep. eléẹ̈du; ~
[pertaining to plants or animals] ep. ẹ̀yà-ara; ~ **acid** or. ẹ̀kan
ẹ̀là-eléẹ̈du; ~ **chemistry** *[chemistry of carbon containing
compounds]* or. ẹ̀kọ́ ẹ̀là- eléẹ̈du; ~ **compound** or. ẹ̀là eléẹ̈du; ~
disease *[a disease that affects the structure of an organ]* or.
àrùn ẹ̀yà-ara
organism *[something exhibiting organic life]* or. oní-ìyè (oniyè)
organist *[one skillied in playing an organ]* or. aludùrù
organization *[a number of individuals united for a purpose]* or.
ẹgbẹ́, ìgbìmọ̀, Organization of Africa Unity (OAU): ìgbìmọ̀ọ
gbogbogbòo t'ilẹ̀ẹ Áfíríkà; United Nations Organization (UNO):
ìgbìmọ̀ọ gbogbogbòo orílẹ̀-èdè àgbáyé; ~ *[act or process of
organizing]* or. ètò, ìfètòsí
organize *[to arrange]* is. láti fètòsí (nkan)

organo- *[organ]* ìr. èyà-ara, t'ara

organology *[study of animal organs]* or. èkọ́ àwọn èyà-ara

orgasm *[sexual climax]* or. òkè-ara

orient *[the east]* or. ìhà ìlà-oòrùn; ìlà oòrùn ayé; ~ *[to become adjusted to a situation]* is. láti lóye (nkan)

oriental *[native of Eastern countries]* or. ará ìlà-oòrùn ayé; ~ *[pertaining to Eastern countries]* ep. nípa t'ìlà-oòrùn

orientation *[familiarization with a situation]* or. ìṣàláyé

orifice *[mouth of a tube]* or. ojú-ìhò

origin *(as in Cartesian coordinates)* or. ibi oríta; ~ *[beginning, inception, birth]* or. ìbẹ̀rẹ̀, ìṣẹ̀dá, ìpilẹ̀ṣẹ̀; ~ **of life** or. ìṣẹ̀dá ìyè; ~ **of the universe** or. ìṣẹ̀dá èdùmarè *(Elédùmarè: God, owner of the universe)*; ~ **of the world** or. ìṣẹ̀dá ayé *[ìṣẹ̀dáyé]*; orísun

original *[first copy]* or. àkọ́ṣe, ìbẹ̀rẹ̀, ìpilẹ̀ṣẹ̀; ~ *[pertaining to the origin]* ep. ti àkọ́kọ́; ti ìbẹ̀rẹ̀

originate *[to produce]* is. láti pilẹ̀ (nkan); láti bẹ̀rẹ̀ (nkan); ~ *[to have origin]* is. láti ṣẹ̀, láti bẹ̀rẹ̀

ornament *[decoration]* or. ọ̀ṣọ́

ornamental *[serving as an ornament]* ep. ọlọ́ṣọ̀

ornate *[richly ornamented]* ep. ọlọ́ṣọ̀

ornithology *[part of zoology that deals with the study of birds]* or. èkọ́ nípa ẹyẹ

oro- *[mouth]* ìr. ẹnu-, -ẹnu

orolingual *[pertaining to the mouth and the tongue]* ep. ẹnu òun ahọ́n

oronasal *[pertaining to the mouth and the nose]* ep. ẹnu òun imún

oropharynx *[pertaining to the tongue and the pharynx]* or. ẹun òun ọ̀fun

orphan *[child without parents]* or. ọmọ aláìlóbì̀

orphanage *[institution for the care of orphans]* or. ilé àwọn ọmọ-aláìlóbì̀

ortho- *[straight, correct]* ìr. títò-, -gígún

orthodontics *[part of dentistry that deals with correction of abnormalities of the teeth]* or. ìṣègùnehín-títò

orthodontist *[dentist specializing in orthodontics]* or. oníṣègùn ehín-títò

orthodox *[sound in religious doctrines]* ep. onítara-èsìn

orthogonal *[mutually perpendicular]* ep. t'ìlà- mẹ́ta-ògido

orthography *[correct spelling]* or. àpèkọ

orthopedic *[pertaining to orthopedics]* ep. nípa oníṣègùn eegun-títò

orthopedics *[medical speciality concerned with treatment of* *deformities] or.* ìṣègùn eegun-títò

orthopedist *[a specialist in orthopedics] or.* oníṣègùn eegun-títò

orthoptera *[order of insects including grasshoppers, roaches, etc.]
or.* agboolé ẹlésẹ̀mẹ́fà

os-, osteo- *[bone] ir.* eegun-

osche- *[oscheo-] ir.* kórópọ̀n-

oscheitis *[oschitis] or.* kórópọ̀n wíwú

oscheocele *[oscheoma, cancer of the testicle] or.* lẹ́ẹ́rẹ́ẹ kórópọ̀n;
akàn kórópọ̀n

oscillate *[to swing to and fro] is.* láti mì

oscillation *[fluctuation] or.* mímì

oscillator *[something that oscillates] or.* amì

oscillograph *[an instrument which registers oscillations] or.* ẹ̀rọ
ìwọn-mímì

Oslo *[the capital of Norway] or.* ìlu Ọ́slò

osseous *[bony] ep.* eléegun

ossicle *[small bone] or.* eegun-wẹ́wẹ́

ossification *[osteogenesis, process of changing to bone] or.* ìdeegun

ossify *[to change into bone] is.* láti deegun

ostalgia *[osteodynia] or.* eegun dídùn

oste-, osteo- *[bone] ir.* eegun-

osteichthyes *[bony fish] or.* ẹ̀yà ẹja-eléegun

osteitis *[an inflammation of the bone or bone tissue] or.* eegun
wíwú

ostentation *[vain show] or.* fáàrí, àṣehàn

osteoarthritis *[chronic breakdown of cartilage in the joints] or.*
àgì

osteocarcinoma *[cancer of the bone] or.* akàn eegun

osteocyte *[bone cell] or.* pádi eegun

osteoid *[like bone] ep.* aríbí-eegun

osteology *[study of bones] or.* ẹ̀kọ́ nípa eegun

osteoma *[benign bone tumor] or.* lẹ́ẹ́rẹ́ eegun

osteopathology *[study of the diseases of the bone] or.* ẹ̀kọ́ nípa
àrùn-eegun

osteopathy *[system of medicine emphasizing structural integrity
of the body] or.* ìwòsàn àrùn àteegunlàwá */ti eegun là wá/*

osteosarcoma *[myelosarcoma] or.* akàn eegun

ostracize *[expel, banish from society] is.* láti lé (ènìyàn) kúrò (ní
ìlú tàbí orílẹ̀-èdè)

ostrich *[a two-toed, swift-footed, flightless African bird] or.* ẹyẹ
ògò-ngò

ot-, oto- *[ear]* ir. etí-

otalgia *[otodynia, otoneuralgia, earache]* or. etí dídùn

othemorrhea *[bleeding from the ear]* or. etí ṣíṣe-ẹ̀jẹ̀

other *[not the same]* ep. òmíràn, mǐ ràn

otherwise *[differently]* as. bíi bẹ́ẹ̀kọ́

otitis *[inflammation of the ear]* or. etí wíwú

otodynia *[otalgia, otoneuralgia, pain in the ear]* or. etí dídùn

otolaryngology *[medicine of the ear, nose and throat]* or. iṣẹ̀gùn àrùn etí, imú òun ọ̀fun

otology *[branch of medicine dealing with the ear]* or. ẹ̀kọ́ nípa etí

otomyces *[infection of the ear by fungi]* or. àrùn-osunwuuru etí

otopathy *[diseases of the ear]* or. àrùn etí

otopharyngeal *[pertaining to the ear and the throat]* ep. etí òun ọ̀fun; ~ **tube** *[eustachian tube]* or. ifun-etí òun ọ̀fun, ifun Ùstáṣío

otorrhea *[discharge from the ear]* or. etí títú

otoscope *[instrument for examining the tympanic membrane and the external canal of the ear]* or. ẹ̀rọ-ìbẹ̀wò etí

ought *[bound in duty]* is. láti yẹ (kí...); láti tọ́ (kí...), we ~ to go: ó yẹ kí a lọ

ounce *[sixteenth of an pound]* or. áùnsì

our *[possessive form of we]* ap. wa, our children won: áwọn ọmọ wá yege; ~s *[our own]* ap. tiwa, it is not ~s: kì í ṣe tiwa

ourselves *[first person plural pronoun used as an intensive]* ap. àwa-fúnrawa; awa-tìkárawa

out *[not within]* as. níta, lóde; ~ **(to be ~)** *[away from home]* is. láti jáde lọ

outbreak *[eruption]* or. bíbú, rírú, ìgbilẹ̀, ~ of malaria: rírú àrùn ibà

outcast *[exile, pariah]* or. ẹni-ìtanù; ẹni-ìṣáti

outcome *[consequence, result]* or. àyọrísí, ìyọ-rísí, àdádé, àbọ̀dé

outcry *[clamor, exclamation]* or. ìkébòsí, igbe, ìbòsí

outdated *[obsolete]* is. láti kúròláṣà /kúrò ní àṣà/

outdistance *[to outstrip]* is. láti tayọ, láti ya (ènìyàn) sílẹ̀

outdo *[to exceed, to surpass]* is. láti borí; láti ṣẹ́gun

outdoors *[in the open air]* or. gbàgede, ìta, òde

outer ear *[pinna, external ear]* or. etí

outer space *[space beyond earth's atmosphere]* or. òfúrufú

outfit *[tools or equipment for a trade]* or. irin-iṣé; ~ *[supply]* or. ìpèsè

outflow *[a flowing out]* or. iṣàn àlọ, iṣàn-jáde

outfox *[outsmart]* *is.* láti gbọ́n já (ènìyàn)
outgoing *[efferent]* *ep.* àlọ, ìṣàn-àlọ, lílọ; ~ *[departing]* *ep.* tó ntẹ̀síwájú; tó nkọjálọ; tó nfẹ̀hìntì; ~ *[friendly, responsive]* *ep.* ọlọ́yàyà, gbajúmọ̀
outgrow *[to surpass in growth]* *is.* láti dàgbà ju (nkan)
outgrowth *[consequence]* *or.* àbajáde, àyọrísí
outlandish *[bizarre, strange]* *ep.* ṣekárími
outlast *[outlive]* *is.* láti rẹ́hìn (ọ̀tá); láti rẹ́hìn-ikú (ènìyàn)
outlaw *[lawless person]* *or.* arúfin; ~ *[to make illegal; to ban]* *is.* láti fòfìde (nkan); láti fi òfi gbé (nkan)
outlay *[expenditure]* *or.* ìnáwó, ètò-ìnáwó
outlet *[exit, point of discharge]* *or.* ojú-ìṣànjáde
outline *[to sketch]* *is.* láti tẹ́ ìlànà, láti ṣe ìlànà; ~ *[a sketch, a brief summary of a plan]* *or.* ìtẹ́-ìlànà
outlive *[to survive]* *is.* láti ṣelédè lẹ́hìn (ẹni tó kú)
outlook *[vigilant watch]* *or.* ìṣọ́, ìṣọ́nà
outlying *[on the frontier]* *ep.* ìgbèríko
outmaneuver *[to defeat with more skill]* *is.* láti pa (ènìyàn) láyo; láti jágbọ́n (ènìyàn)
outpour *[to pour out]* *is.* láti dà (nkan) jáde; láti ṣán jáde
output *[quantity of material produced at a time]* *or.* ìṣejáde l'ásìko kan
outrage *[anger from insult]* *or.* ìbínu-ṣùṣù
outrageous *[extremely offensive, shameful]* *ep.* atinilójú, ìtijú; ~ **(to be ~)** *is.* láti bùáyà; láti pàpọ̀jù; láti rékọjá-àlà
outright *[complete, utter]* *ep.* pátápátá, ráú-ráú; ~ *[instantaneously]* *as.* lẹ́sẹ̀kẹsẹ̀, lójú-kannáà
outset *[beginning]* *or.* ìbẹ̀rẹ̀, àkọ́bẹ̀rẹ̀
outside *[exterior, external surface]* *or.* òde, ìta, ojúde; ~ **(to be ~)** *is.* láti wà níta; láti wà lóde
outsider *[nonmember]* *or.* àjèjì, ògbèrì
outskirt *[border]* *or.* ìgbèríko, the ~s of town: àwọn ìgbèríko ilú
outspoken (to be ~) *[bold of speech]* *is.* láti láyà; láti gbónu */gbó ẹnu/*
outspread *[to spread out, to diffuse]* *is.* láti gbilẹ̀; láti gbalẹ̀; láti gbàyè
outstanding *[prominent]* *ep.* (ènìyàn) pàtàkì
outstretch *[stretch out, extend]* *is.* láti nọ̀; láti nọ̀ (nkan)
outward *[toward the exterior]* *as.* sóde
outwear *[to last longer than]* *is.* láti tọ́ ju (nkan); ~ *[to wear out]* *is.* láti gbó
outweigh *[exceed in weight]* *is.* láti níwọ̀n ju (nkan)

oval *[shaped like an egg or ellipse]* ep. ọlọ́gbun

ovaralgia *[pain in the ovary]* or. ibú-ẹyin dídùn

ovari-, ovario- *[ovary]* ir. ibú ẹyin-

ovarian *[pertaining to the ovaries]* ep. ibú-ẹyin; ~ **cancer** or. akàn ibú-ẹyin; ~ **cyst** or. lẹ́ẹ́rẹ́ ibú-ẹyin

ovariectomy *[oophorectomy]* or. ibú-ẹyin yíyọ

ovariohysterectomy *[surgical removal of the ovaries and the uterus]* or. ibú-ẹyin at'ilé-ọmọ yíyọ

ovariotomy *[operation on the ovary]* or. iṣẹ́-abẹ ibú-ẹyin

ovaritis *[inflammation of an ovary]* or. ibú-ẹyin wíwú

ovarium *[ovary]* or. ibú-ẹyin

ovary *[female organ in which eggs are formed]* or. ibú ẹyin

ovation *[applause]* or. ìpàtẹ́wọ́, àtẹ́wọ́, àyẹ́sí; **a standing ~**: àtẹ́wọ́ pẹ̀lú igbéd ï

oven *[a receptacle for baking by heat]* or. àarò, àdìrò

over *[above]* as. lókè; ~ **(to be ~)** *[to be in excess of]* is. láti pọ̀ju (nkan); láti ga ju(nkan); láti kọjá (iye kan tàbí ibì kan)

overact *[perform in excess]* is. láti ṣàṣejù; láti ṣe àṣejù

overawe *[subdue by awe]* is. láti dẹ́rùba (ènìyàn)

overbalance *[more than equivalent]* is. láti pàpọ̀jù; láti ju ojúùwọ̀n

overbear *[to overpower]* is. láti bori (ènìyàn)

overblown (to be ~) *[inflated, pretentious]* is. láti sọ (nkan) di nlá; láti sọ di bàbàrà

overburden *[overload]* is. láti kún lákǔnjù

overcast (to be ~) *[clouded over]* is. láti ṣúbolẹ̀ (òkùnkùn)

overcharge *[to charge too much]* is. láti gba àgbàlé (owó)

overcome *[to master, to gain in superiority]* is. láti yege; láti mókè; láti borí

overconfident (to be ~) *[too confident]* is. láti ṣègbéraga; láti láyà

overcooked (to be ~) *[cooked too much]* is. láti jinájù; láti se (nkan) lásejù

overcrowded (to be ~) *[crowded to congestion]* is. láti kúnfọ́fọ́ (fún èrò) (èrò: people)

overdo *[to do in excess]* is. láti ṣàṣejù; láti ṣe àṣejù

overdose *[too much for a dose]* or. oògùn-àlòjù

overdue (to be ~) *[past the time of payment or arrival]* is. láti kọjá(igbà tàbí àkókò)

overemphasize *[to put too much emphasis on]* is. láti tẹnumọ́ (ọ̀rọ̀)

overflow *[to flood, to flow over]* is. láti kún àkúnya; láti kún

akúnwọ́sílẹ̀
overhaul *[to repair]* is. láti ṣàtúṣe; láti ṣe àtúṣe
overhead *[above]* as. lórí, lókè
overhear *[hear by accident]* is. láti fetíkọ́ (ọ̀rọ̀)
overindulge *[to indulge to excess]* is. láti kẹ́ (ọmọ) lákẹ̀jù
overjoyed (to be ~) *[to become excessively happy]* is. láti dun-
nún gidigidi; láti yayọ̀ àyọ̀kára
overland *[pass by land]* as. (gbé nkan) gborí ilẹ̀
overlap *[to fold over]* is. láti kálura/ká lu ara/
overlay *[to cover]* is. láti bo (nkan)
overlook *[to ignore]* is. láti mójúkúrò; láti fojúfo (nkan)
overly *[excessively]* as. lápọ̀jù, láṣejù
overnight *[during the night]* as. lórumọ́jú, it happened ~: ó ṣẹlẹ̀
lórumọ́jú; ~ *[for only one night]* ep. àṣemọ́jú
overpayment *[amount paid more than proper amount]* or. àsanlé
(owó)
overplay *[exaggerate]* is. láti bùmọ́ (ọ̀rọ̀); láti sọ àsọdùn
overpower *[to overcome, to subdue]* is. láti borí (ènìyàn); láti ṣẹ́gun
(ènìyàn)
overpraise is. láti pọ́n (ènìyàn) lápọ̀njù
overprice is. láti bu owo lé (ọjà); láti bowólé (nkan)
overrate *[to regard too highly]* is. láti pọ́n(nkan) jù; láti buyì fún
(ènìyàn) jù
overrule *[to disallow]* is. láti gbẹ́sẹ̀lé (nkan); láti fòfide (nkan); láti
dá (nkan) dúró
overseas *[abroad]* or. òkè-òkun; òkèèrè; ìlú òyìnbó
oversee *[to superintend]* is. láti bójútó; láti ṣe alábòjútó
overseer *[superintendent]* or. alábòjútó, ọ̀gá
oversexed *[having an excessive sexual interest]* ep. ayádí (ènìyàn)
/yá ìdí/
overshadow *[exceed in importance]* is. láti gbòrílọ́wọ́ (ènìyàn); láti
ṣíjìbo (nkan)/ṣi ìji/
oversight or. èṣì, ìfojúfo (nkan)/fi ojú fo/
oversleep *[sleep beyond time for waking]* is. láti sùnjù; láti
soorun àsùnjù
overspend *[to exceed expenses]* is. láti ná ànájù; láti ná ìnákúná;
láti náwójù
overt *[open, not hidden]* ep. kedere, gba-ngba
overtake *[to catch]* is. láti lé (ènìyàn) bá
overthrow *[to defeat, to bring down]* is. láti bi (ìjọba) ṣubú
overtly as. ní kedere; ní gba-ngba
overturn *[to capsize, to subvert]* is. láti dojúdé

overuse *[to use excessively]* is. láti lo (nkan) lálòjù

overweight *[excess of weight]* ep. sísanrajù; ~ **(to be ~)** is. láti sanra jù

overwork *[to work too much]* is. láti ṣe iṣẹ́ láṣejù

ovi-, ovo- *[egg]* ir. ẹyin-

ovicidal *[capable of killing eggs]* ep. apẹyin

oviduct *[fallopian tube, uterine tube]* or. ifun ẹyin

ovigenesis *[oogenesis, ovogenesis]* or. iṣẹ̀dá-ẹyin

oviparous *[producing eggs which hatch outside the body]* ep. ayẹ́yin */yé ẹyin: lay eggs/*

oviparity *[the condition of being oviparous]* or. yíyé ẹyin

ovoid *[egg-shaped]* ep. aríbí-ẹyin

ovoviviparous *[producing eggs which are hatched within the body]* ep. apẹyin-nínún

ovulate *[to produce ova]* is. láti rọ ẹyin

ovulation *[process of ovulating]* or. rírọ ẹyin, ìrọyin

ovum *[oosphere, egg cell]* or. pádi ẹyin

owe *[to be indebted to]* is. láti jẹ gbèsè; láti jẹ (ènìyàn) ní gbèsè

owl *[a night bird of prey]* or. òwìwí

own *[to possess]* is. láti ní (nkan)

owner *[one who owns]* or. oní-nkan; ~ **of the heavens** *[God]* or. Ọ lọ́run; ~ **of the universe** *[God]* or. Olódùmarè, Elédùmarè

ownership *[the act of owning]* or. níní, ìní

ox *[male of bovine animals]* or. akọ-màlúù

oxidation *[combination with oxygen]* or. ifòyiná sè /fi òyì-iná sè: react with oxygen/ *(òyì-iná: oxygen)*

oxidize *[to combine with oxygen]* is. láti fòyì-iná se (nkan)

oxygen *[gaseous element, needed for combustion; O_2]* or. òyì-iná, òyiná

oyster *[a marine mollusk with hinged shell]* or. ìṣọ́n

ozone *[a blue gas, formed usually by the discharge of electricity through air; O_3]* or. òyì-ará

P

pace *[space between the two feet in walking]* or. ìṣìsẹ̀

pacesetter *[a person that serves as an example to be imitated]* or. olùfarawé

pach-, pachy- *[thick]* ìr. -onípọn *(ìpọn: thickness)*

pachyderm *[any of the large, thick-skinned hoofed animals]* or. oníwọ̀-ara onípọn f.a. erin

pachyderma *[pachydermatosis]* or. ìwọ̀-ara onípọn

pacific *[calm, peaceful]* ep. oníwàpẹ̀lẹ́, oníwàtútù; **Pacific Ocean** or. okun adákẹ́rọ́rọ́

pacification *[appeasement]* or. ìlàjà, ìtùnínínú

pacificator *[peacemaker, a person that pacifies]* or.

pacifier *[a nipple-shaped device for a baby to suck on]* or. pasifáyà; ~ *[one that pacifies]* or. alàjà, onílàja, onísùúrù, amúsùúrù

pacifism *[opposition to war or violence]* or. ìwàpẹ̀lẹ́, ìmúsùúrù

pacifist *[a person who advocates pacifism]* or. oníwàpẹ̀lẹ́, olùtùnú, onísùúrù

pacify *[to make peace, appease]* is. láti pẹtùsí (ọ̀rọ̀)

pack *[bundle, bale]* or. òketè, ìdì

package *[bundle, packet]* or. ìdì

packet *[package]* or. egbìrín, gbìrín

pact *[contract, agreement, covenant]* or. majẹ̀mú, ìpinnu, ìlérí, àdéhùn

pad *[cushion]* or. fùkù

paddle *[oar]* or. àjẹ̀

padlock *[a removable lock]* or. àgádágodo

pagan *[heathen]* or. aláìgbàgbọ́, kèfèrí

page *[one side of a leaf of a book]* or. ori-ewé

pageant *[show, exhibition]* or. àṣehàn

pail *[open vessel for drawing liquids, bucket]* or. garawa-ìfami; korobá-ìfami

pain *[anguish, suffering]* or. ẹ̀dùn, oró; ~ is. láti dun (ènìyàn); ~**killer** or. aporó

painful (to be ~) *[involving pain]* is. láti dun (ènìyàn)

painless *[without pain]* ep. aláìlẹ́dùn

painstaking (to be ~) *[very careful]* is. láti láápọn

paint *[pitch]* or. ọdà; ~ is. láti kun nkan

painter *[a person whose profession is painting]* or. akunlé; ~ *[an* *artist who paints pictures]* or. ayàwòrán, ọlọ́nà

painting *[the work of a person who paints]* or. (ilé) kíkùn, ìkunlé;
~ *[the art of covering surfaces with paint]* or. ìkunlé; ~ *[a
picture in paint]* or. ọnà, àwòrán

pair *[two things of a kind, a couple]* or. méjì-méjì

pajamas *[pyjamas, sleeping suit]* or. aṣọ ìwọsùn

Pakistan *[a country in South Asia]* or. Orílẹ̀ẹ̀ Pakístáánì

pal-, palaeo-, paleo- *[ancient, prehistoric]* ir. àtijọ́, ìgbà àtijọ́,
ayé àtijọ́

palace *[residence of a head of state, etc.]* or. ààfin, ààfin-ọba

palatable *[savory, agreeable to the taste]* ep. aládùn; ~ **(to be ~)**
is. láti ládùn

palate *[roof of the mouth]* or. òkè ẹnu

palatial *[magnificent, like a palace]* ep. aríbí-ààfin

palaver *[serious conference]* or. wàhálà

pale *[not bright, dim]* ep. ṣíṣì, ṣísókùnkùn; ~ **(to be ~)** is. láti ṣi;
láti ṣókùnkùn

paleobotany *[the study of fossil plants]* or. ẹ̀kọ́ nípa ẹ̀gbin-tópárẹ́

Palestine *[a region in Southwest Asia]* or. Orílẹ̀ẹ̀ Palestáínì

palladium *[a silvery-white ductile metal, Pd]* or. ìṣùu pàládíà

pallet *[straw-filled mattress]* or. pepele (orópò) oníkoríko

palliate *[mitigate, lessen]* is. láti sọ (nkan) dẹrọ̀

palliation *[the act of palliating]* or. isọdẹrọ̀

palliative *[a thing that palliates]* or. ẹ̀rọ̀

palm *[of the hand, vola manus]* or. àtẹwọ́, àtẹ́lẹwọ́; ~ *[a kind of
tropical tree]* or. ọ̀pẹ; ~ **frond** or. ọ̀gọ́mọ̀; ~ **oil** or. epo-ọ̀pẹ; **Palm
Sunday** *[Sunday before Easter]* or. ọjọ́ ìsimi-ọ̀pẹ; ~ **tree** or. igi
ọ̀pẹ; ~ **wine** or. ẹmu ọ̀pẹ

palmate *[shaped like a palm]* ep. aríbí-àtẹ́lẹwọ́

palmitic acid *[$CH_3(CH_2)_{14}COOH$]* or. ẹ̀kan ọ̀pẹ

palm wine tapper *[a person whose profession is obtaining palm
wine from the tree]* or. adẹ́mu

palpable *[plain, can be touched]* ep. ṣíṣeédání, ṣíṣeéfarakàn

palpebrate *[to wink]* is. láti ṣẹ́jú

palpebration *[winking]* or. ṣíṣẹ́jú

palpitate *[throb, tremble]* is. láti lù

palpitation *[pulsating, as the heart, with unusual rapidity]* or.
lílù; **heart** ~ or. ọkàn lílù

palsy *[paralysis]* or. ẹ̀gbà, àrùn ẹ̀gbà

paltry *[trifling, worthless]* ep. rá-npẹ́, àìtó-nkan

pamper *[to gratify]* is. láti kẹ́ (ènìyàn); láti gẹ (ènìyàn); láti ṣikẹ́

(èniyàn)

pamphlet *[small book, booklet]* or. ìwé-pelebe

pan *[shallow container]* or. àwopẹ̀tẹ́, àwo-ọbẹ̀

panacea *[cure-all, a universal medicine]* or. awogba àrùn

panache *[flamboyance in style]* or. fáàrí

Panama *[a country in Central America]* or. Orílẹ̀ẹ̀ Panamá

Panama Canal *[a canal across Panama]* or. ìlà-omi Panamá

pandemic *[epidemic over a large area]* ep. àìsàan káríayé, àjàkálẹ̀ àrùn, the disease has become ~: àìsàn náà ti káríayé

pandemonium *[disorderly situation]* or. rúgúdù, rukèrúdò, rúgbúdù

panegyric *[eulogy, encomium]* or. rárà

pang *[painful spasm]* or. ìrora, ìjẹ̀rora

panic *[sudden fright]* or. ìjáàyà, ìpáàyà

panoply *[impressive array]* or. ọ̀gọ̀ọ̀rọ̀; ~ *[a full suit of armor]* or. ìhámọ́ra-ogun

panorama *[complete view]* or. ìwòye

pant *[to breathe quickly, to gasp]* is. láti mí hẹ́lẹ́hẹ́lẹ́

pantaloons *[pants, trousers]* or. sòkòtò

pantheon *[temple dedicated to the gods]* or. ilé-ìjọsìn àwọn abọ̀rìṣà.

panther *[leopard]* or. àmọ̀tẹ́kùn

pantry *[room for keeping provisions]* or. ilé-ìpamọ́ ohun-èlò onjẹ

pants *[trousers, pantaloons]* or. sòkòtò

pap *[food for babies]* or. onjẹ ọmọ-ọwọ́

paper *[a thin flexible mateial for writing]* or. ìwé, tákàdá, ~-**thin (to be ~)** *[to be flimsy]* is. láti fẹ́lẹ́

papilla *[the nipple]* or. ìkórí ọmú; ~ *[any small nipplelike projection]* or. ìkórí

papillary *[resembling a nipple]* ep. aríbí-ìkórí ọmú

Papua New Guinea *[a country close to Australia]* or. Orílẹ̀ẹ̀ Pápúà

par *[state of equality]* or. ọgba, to be on a ~ with: láti dọ́gba (pọgba) pẹ̀lú

para *[beside, beyond, faulty, abnormal]* ir. èèmọ̀

parable *[allegory]* or. àlọ́, itàn, àhúsọ-ọ̀rọ̀

parabola *[conic section]* or. ìlà-ọ̀rún

parabolic *[like the movement of a projectile]* ep. aríbí-ọ̀rún /ri bi ọ̀rún: like a bow/

parade *[public procession]* or. ìwọ́de

paradigm *[prototype, example]* or. irú

paradise *[place of bliss, heaven]* or. parádísè, ọ̀run-rere

paradox [contradiction] or. báyéṣerí

paraffin [a white, waxy substance used for making candles and sealing materials] or. ìda

paragon [perfect example, model] or. àfiṣàpẹrẹ

paragraph [distinct section of a written text] or. ẹsẹ

parakeet [small parrot] or. agánrán

parallel (to be ~) is. láti pọgbà; line A is ~ to line B: ìlàa A pọgbà pẹ̀lú ìlàa B; **two ~ lines** or. ìlà ọgbà méjì; **three horizontal ~ lines** or. ìlà ọgbà mẹ́ta ní ibú; ~ **lines** or. àwọn ìlà ọgbà

parallelogram [quadrilateral with opposite sides parallel] or. oníhàmẹ́rin apọgbà

paralysis [loss of ability to move] or. àrùn ẹ̀gbà

paralyzed (to be ~) [to be afflicted with paralysis] is. láti kárùn ẹ̀gbà

paralysism [condition where someone is paralyzed] or. ìkárùn ẹ̀gbà

paralytic [pertaining to paralysis] ep. ẹ̀gbà, nípa àrùn ẹ̀gbà; ~ **person** or. ẹlẹ́gbà

paramount [chief] ep. pàtàkì-jùlọ, it is of ~ importance: ó ṣe pàtàkì-jùlọ, ó ṣe kókó

paramour [lover] or. olólùfẹ́, àlè

paraphernalia [personal belongings] or. ohun-ìní, igbá àt'àwo

paraphrase [loose translation] or. ìtúmọ̀-níṣókí

paraplegia [paralysis of the lower part of the body] or. ẹsẹ̀ rírọ

paraplegic [a person having paraplegia, paraplectic] or. ẹlẹ́sẹ̀-rírọ

parasite [plant or animal living on another] or. àwọn ajọ̀fẹ́

parasitic [living at the expense of others] ep. ajọ̀fẹ́, ~ **plant** [plant living on another] or. àfòmọ́

parasiticide [anything used to destroy parasites] or. apajọ̀fẹ́, ẹ̀là apajọ̀fẹ́

parasitism [condition of infestation with parasites] or. ìkárùn ajọ̀fẹ́

parasitology [study of parasites] or. ẹ̀kọ́ nípa àwọn ajọ̀fẹ́

parasitosis [parasitic infestation] or. àrùn ajọ̀fé

parasol [small umbrella] or. agboòrùn kékeré

parcel [small bundle] or. egbìnrín, gbìnrín

pardon [to forgive, to excuse] is. láti foríji (ènìyàn); láti dáríji (ènìyàn); ~ or. ìdáríjì, àforíjì

paregoric [soothing] ep. ẹlẹ́rọ̀

parent [progenitor] or. òbí

parenthesis [curved marks used in writing] or. àmì-ìdè

pariah [outcast] or. ẹni ìtanù

parietal [pertaining to the walls of a cavity] ep. t'ẹ̀gbé, ẹ̀gbẹ́; ~ **bone** or. eegun párá; ~ **lobe** or. awẹ́-ọpọlọọ t'òkè

Paris [capital of France] or. ìlú Pàrîisì

parish [division under a priest] or. ibi-àbójútó àlùfáà

parity [equality] or. ìdọ́gba, ìpọgba, ọgba

park [area of land for recreation] or. ọgbà-ìṣeré; ọgbà-isinmi

Parkinson's disease [shaking palsy] or. ẹ̀gbà-amáragbọ̀n; ẹ̀gbà-amúnigbọ̀n

parlance [conversation, debate] or. ìfọ̀rọ̀wọ́rọ̀, ìgbìmọ̀

parley [to discuss orally] is. láti fi nkan ṣe ọ̀rọ̀ sọ

parliament [an official government conference or council] or. ìgbìmọ̀-ìjọba; àjọ̀gbìmọ̀ ti lọ́balọ́ba

parlor [sitting room in a house] or. gbàngán

parochial [belonging to a parish] ep. ti sàkání àlùfáà; ~ [narrow in view] ep. aláìmọméjì

parody [weak imitation] or. ìsínjẹ

parole [release from prison] or. ìdásílẹ̀ ẹlẹ́wọ̀n

paroquet [parakeet] or. oódẹ, odídẹ

parotid [beside the ear] ep ẹbá-etí, ẹ̀bátí; ~ **duct** [Stensen's duct] or. ìfun ẹṣẹ́-ìtọ̀ ẹ̀bátí; ~ **gland** or. ẹṣẹ́-ìtọ́ ẹ̀bátí

parotitis [parotiditis, mumps, inflammation of the parotid gland] or. ẹṣẹ́-ìtọ́ ẹ̀bátí wíwú, ṣegede, dùrọ

paroxysm [convulsion, spasm] or. gìrì

parricide [murder of one's parent] or. pípa òbí ẹni

parrot [a brilliantly colored bird that can mimic speech] or. oódẹ, odídẹ, odídẹrẹ́

parsimonious [miserly, penurious, excessively frugal] ep. aláwun

parsimony [miserliness, excessive frugality] or. awun

parson [priest, clergyman] or. àlùfáà

part [section, component, subdivision] or. apá; **one ~ per thousand**: ìkápá kan nnú ọ̀kẹ; **two ~s per million**: ìkápá méjì nnú òdù; **three ~s per billion**: ìkápá mẹ́ta nnú èèrú

partake [to take a part, to share] is. láti kó ipa, láti nípa; láti jọpín (nkan)

partaker or. aláb'ápín nínú (nkan)

partial [not general, biased] ep. t'ẹ̀gbẹ́kan; ~ **pressure** or. ìtì ọ̀tọ̀ọ̀tọ̀

partiality [unfair bias] or. ojúsàájú

partially [in part, to some extent] as. lapákan

participate [to share with others, take part in] is. láti ṣojúùṣe ẹni

/ ṣe ojú ìṣe /

participation [act of partaking] or. ìṣojúùṣe, ṣíṣojúùṣe

particle [atom] or. ọta; ~ [tiny fragment] or. ẹ̀wẹ́

particular [exact, precise, apart from others] ep. gaan, pàtó; ~**ly** as. ní pàtàkì; pàápàá

particulate [of minute, separate particles] ep. ẹléwẹ̀

parting [dividing, separating] ep. ìpínyà, ìyapa

partisan [supporter of a party] or. alátìléhìn ẹgbẹ́

partition [division, separation] or. kele, ikele; ~ [to divide into shares] is. láti pín (nkan) sí ọ̀nà méji

partly [to some degree, in some ways] as. lọ́nàkan

partner [an associate in business] or. alábàṣepọ̀, ẹnikéji; ~ [spouse] or. ọkọ tàbí ìyàwó

partnership [association, joint interest] or. àbáṣepọ̀, àjùmọ̀ṣepọ̀, àjọṣe

parturifacient [medicine used for inducing or easing labor in childbirth] or. ẹ̀là abíwẹ́rẹ́

parturition [childbirth, delivery, labor] or. ríróbí

party [group of individuals] or. ẹgbẹ́ ; ẹgbẹ́ òṣèlú; ọ̀wọ́ kan; ~ [social gathering for entertainment] or. àjọ̀dún, àríyá

pass [to succeed in an examination] is. láti yege; láti mókè; ~ [a ticket giving permission to go without charge] or. iwé-ìyọ̀ọ́da; ~ **by** is. láti kọjá, ~ [to die] is. láti fayésílẹ̀, láti rọ̀run; láti kú; ~ [to go by or past] is. láti kọjá

passable (to be ~) [can be passed or crossed over] is. láti ṣeékọjá

passage [journey] or. ìrìn-àjò; ~ [corridor] or. ojú-ọ̀nà

passé (to be ~) [old fashioned, out of date] ep. láti kúròláṣà / kúrò ni àṣà /

passenger [traveler in a vehicle] or. èrò-ọkọ̀; ~ **train** or. ọkọ̀ ojú-irin akérò; ~ **plane** or. ọkọ̀ ofúrufú

passerby [one who passes by] or. èrò-ọ̀nà

passion [suffering] or. ìjìyà; ~ [violent anger] or. inúfùfù; ~ [strong desire] or. ìtara

passionate [hot tempered] ep. onínúfùfù; ~ [arousing strong feeling] ep. oní-tara

passive [inert, not active] ep. aláìṣètara

passport [formal document for traveling] or. ìwé ìròkèèrè

past [gone by, belonging to an earlier period] ep. t'àtijọ́; t'ẹ̀hìn; ti tẹ́lẹ̀rí; t'ìgbàanì

paste [soft, moist substance] or. odo

pastime [recreation, something done for amusement] or. ohunàṣenọjú; ohun-àfiṣiré

pastor *[minister of a church]* or. àlùfáà

pasture *[grass used as food by animals]* or. pápá; ~ *[field of grass for animals]* or. pápá oko

pat *[timely, apt]* ep. (ohun) àsìko; ~ *[to tap, touch]* is. láti (fọwọ́) tọ́ (èniyàn)

patch *[material applied to cover a tear]* or. àbùlẹ̀; ~ is. láti bu (aṣọ) lẹ (aṣọ míràn)

pate *[top of the head]* or. àtàrí

patella *[kneecap]* or. eegun orúnkún; eegun eékún

patent *[document that secures the right of invention]* or. ìwé-ẹ̀rí àràtuntun

paternal *[fatherly, like a father]* ep. bíi bàbá; ti bàbá; aṣebíi-bàbá

paternity *[fatherhood]* or. dída baba, ṣíṣe baba; ~ **test** or. ìwádì bàbá-ọmọ

paternoster *[Lord's Prayer]* or. àdúrà Olúwa

path *[way, passage, track]* or. ipa

path-, patho- *[disease, pathology]* ir. àrùn-, àìsàn-,- àìsàn

pathetic *[inspiring pity or sorrow]* ep. ṣiṣeniláǎnún, aṣeniláǎnún ~ **(to be ~)** *[arousing pity, pitiful]* is. láti ṣeniláǎnún

pathogen *[disease-causing microbe]* or. ẹyà-wuuru afàìsàn

pathogenesis *[origin and development of a disease]* or. iṣẹ̀dá àìsàn

pathogenetic *[causing pathogenesis, pathogenic]* ep. afàìsàn

pathologist *[a specialist in pathology]* or. akẹ̀kọ̀ àìsàn ara

pathological *[concerned with diseases]* ep. nípa àìsàn

pathology *[the study of diseases]* or. ẹ̀kọ́ àìsàn ara

pathomimesis *[malingering, pathomimicry]* or. ìdíbọ́n àìsàn

pathos *[suffering, sympathetic pity]* or. ìjìyà

pathway *[channel]* or. ipa, ọ̀pó

-pathy *[feeling (antipathy), disease (osteopathy)]* ir. -àìsàn, àìsàn-

patience *[act of enduring without complaint]* or. sùúrù, ìrọ́jú

patient (to be ~) *[to endure]* is. láti ni sùúrù; láti rọ́jú; ~ *[person under medical care]* or. aláìsàn

patio *[outdoor living area]* or. ọdẹ̀dẹ̀, ọ̀ọ̀dẹ̀

patriarch *[the male head of a family or ruler of a tribe]* or. baba-nlá

patricide *[killing one's father]* or. pípa baba ẹni

patrimony *[heritage from one's ancestors]* or. ogúun baba

patriot *[lover of one's country]* or. olùfẹ́ orílẹ̀-èdè

patriotism *[love of one's country]* or. ìfẹ́ orílẹ̀-èdè ẹni

patrol *[to make a circuit of an area]* is. láti ṣọ́ àgbèègbè
patron *[benefactor, protector]* or. baba-isàlẹ̀; aláfẹ̀hìntì
patronage *[support from a patron]* or. àtìlẹ́hìn
patronize *[to show favor or kindness]* is. láti ṣojúrere sí (ènìyàn);
  láti ti (ènìyàn) lẹ́hìn
pattern *[model used for making things]* or. ohun-àfiṣàpẹrẹ
paucity *[scarcity, small number]* or. ọ̀dá
paunch *[protruding belly]* or. ikùn bẹ̀mbẹ̀; ikùn-nlá
pauper *[poor person]* or. òtòṣì, olòṣì, tálákà, akúùṣẹ́, aláìní
pause *[to stop temporarily]* is. láti dẹ̀sẹ̀dúró
pave *[to cover the surface of a road with firm material]* is. láti fẹ
  ọ̀na
pavement *[paved surface]* or. pepele
pavilion *[tent, exposition structure]* or. àtíbàbà, àgọ́
pawn *[something given as a security for money borrowed]* or. ọfà,
  ògò; ~ *[to give as security]* is. láti fi (nkan) dógò; ~ *[person being
  used by another]* or. iwọ̀fà
pawpaw *[papaw, a tropical tree with a yellowish edible fruit]* or.
  ibẹ́pẹ, ibẹ́pẹ̀ẹ̀, igi ibẹ́pẹ̀ẹ̀
pay *[to give money for goods received]* is. láti sanwó, ~ a light bill:
  láti sanwó ìlò iná
payday *[day wages are received]* or. ọjọ́ ìgbowó-oṣù; ọjọ́ ìgbowó-iṣẹ̀
payment *[something paid]* or. isanwó; owó sísan; ~ *[reward]* or.
  ẹ̀san
pea *[the green seed pods of a climbing plant, used as a vegetable]*
  or. pòpò-ndó
peace *[tranquility]* or. àláfíà, ìrẹ̀lẹ̀
peaceful *[characterized by peace]* ep. onírẹ̀lẹ̀, aláláfíà
peacock *[a male peafowl which has a long rainbow-colored tail]*
  or. ẹyẹ ológe
peak *[summit of a hill, the highest point]* or. ògógóró, ògóóró, ibi-
  ṣónṣó
peal *[loud, prolonged sound]* or. iró agogo; igbe ramúramù; ~ is.
  láti kígbesókè
peanut *[a seed from a vine of the pea family]* or. ẹ̀pà; ~ **butter**
  [a paste made from ground roasted peanuts] or. òrí ẹ̀pà; ~ **oil**
  [oil expressed from roasted peanut] or. epo ẹ̀pà
peasant *[laborer, member of the poor farming class]* or. aroko,
  mẹkúnnù
pebble *[small rounded stone]* or. òkúta-wẹ́wẹ́ etí odò
peck *[to strike with a bill]* is. láti ṣá (ilẹ̀); láti ṣọ (igi)

pectoral *[about the chest or breast]* ep. àyà, t' àyà; ~ **fin** or. abẹ̀bẹ̀ àyà

pectoralgia *[pain the chest area]* or. àyà dídùn

pectus *[thorax, chest]* or. àyà

peculiar *[characteristic, particular]* ep. (àmì) ìdáyàtọ̀

pecuniary *[involving money, financial]* ep. nípa owó; t'owó

pedagogue *[teacher]* or. olùkọ́, olùkọ́ni

pedagogy *[teaching]* or. ìkọ́ni; ènìyàn kíkọ́

pedal *[lever pressed by the foot]* or. àfẹsẹ̀tẹ̀

peddle *[to sell small items, to hawk]* is. láti kiri ọjà

pedestal *[foot of a column]* or. ìsàlẹ̀ ọ̀wọ́n-ilé

pedestrian *[person going on foot]* or. alárìnkiri, èrò-ọ̀nà; ~ *[commonplace, lacking imagination]* ep. aláìnílààkàyè, aáìwùyì, lásán

ped-, pedi- *[foot]* ir. ẹsẹ̀

pediatrician *[pediatrist, one who practices pediatrics]* or. oníṣẹ̀gùn ọmọ-wẹ́wẹ́

pediatrics *[pediatry, the branch of medicine dealing with infant's diseases]* or. ìṣẹ̀gùn ọmọwẹ́wẹ́

pedicel *[peduncle, flower stalk]* or. ọrùn-òdòdó

pediculicide *[louse killer]* or. oògùn iná-ara, ẹ̀là apaná-ara

pediculosis *[infestation with lice]* or. kíkó àì-sàn iná; ~ **capitis** or. kíkó àìsàn iná-orí; ~ **corporis** or. kíkó àìsàn iná-ara; ~ **pubis** or. kíkó àisan iná-ìdí

pedigree *[list of ancestors, family tree]* or. ìrandíran

pedo- *[child, children]* ir. -ọmọwẹ́wẹ́

pedology *[study of behavior and development of children]* or. ẹ̀kọ́ nípa ìdàgbàsọ́kè ọmọwẹ́wẹ́; ~ *[science of soil]* or. ẹ̀kọ́ nípa ilẹ̀

pedophile *[an adult who indulges in pedophilia]* or. abọ́mọdélòpọ̀, abọ́mọdéṣe

pedophilia *[sexual desire of an adult for a child]* or. ìbọ́mọdélòpọ̀, ìbọ́mọdéṣe

peduncle *[flower stalk; pedicel]* or. ọrùn-òdòdó

peek *[to glance]* is. láti bojúwo (nkan); láti nọjúwo (nkan)

peel *[to remove fruit or vegetable skin]* is. láti bẹ (nkan); láti bó (èso)

peep *[to peer secretly]* is. láti yọjúwo (nkan)

peer *[to look narrowly and curiously]* is. láti gbéríwo (nkan); ~ *[person of same rank]* or. ọgbà, ẹgbẹ́, àwé

peerless *[without equal, unrivaled]* ep. aláìlẹ́gbẹ́; aláìlọgbà

peevish *[irritable, hard to please]* ep. ọ̀kọnra, akọnra, oṣónú

peg *[a short, pointed piece used to close an opening]* or. èèkàn; ~ is. láti kan (nkan) mólè

pejorative *[making worse]* ep. (òrò) ìṣáátá

pelage *[hair covering of a mammal]* or. irun-ara

pellet *[small rounded objects, bullet]* or. ọta, ọta-ìbọn

pelt *[to throw things at]* is. láti sọ (nkan) lókò; láti sọ òkò lu (ènìyàn); ~ *[hide or skin of an animal]* or. awọ (ẹranko)

pelvic *[of or about the pelvis]* ep. ìkòkò ìdí; ~ **fins** or. àjẹ̀ ìbàdí; abẹ̀bẹ̀ ìbàdí; ~ **girdle** *[hip, girdle, pelvis]* or. ìkòkò ìdí

pelvis *[the basinlike cavity in the lower trunk of the body]* or. eegun ìkòkò-ìdí

pen *[writing instrument filled with ink]* or. kálámùn, ohun-ìkọ̀wé; ~ *[a small enclosure for domestic animals]* or. gáà

penal *[relating to punishment]* ep. nípa ọ̀nà ìjìyà-ẹ̀ṣẹ̀; ~ **code** *[law dealing with crimes and their legal penalties]* or. òfin ìjìyà-ẹ̀ṣẹ̀

penalize *[to impose a penalty on]* is. láti fiyàjẹ (ẹlẹ́ṣẹ̀)

penalty *[punishment for violating a law or rule]* or. ìyà-ẹ̀ṣẹ̀; igbèsè

penance *[act of sorrow or repentance]* or. ìjẹ́wọ́-ẹ̀ṣẹ̀, ìrònúpìwàdà

penchant *[liking, leaning]* or. ìkúndùn, ìfẹ́

pencil *[writing or drawing instrument]* or. ìkeke-ìkọ̀wé

pendant *[something that hangs]* or. àfìkọ́

pending (to be ~) *[imminent]* is. láti kùsí-dẹ̀dẹ̀; láti súnmọ́tòsí; láti súnmọ́lé

pendulum *[a weight suspended and swinging freely]* or. àsokọ́

penetrate *[to pass through]* is. láti lu (nkan) já; láti dá (nkan) lu

penetration *[ability to penetrate]* or. ìdálu, ìlujá

penile *[relating to the penis]* ep. okó, nípa okó; ~ **erection** *[penile rigidity]* or. okó líle

peninsula *[portion of land nearly surrounded by water]* or. ṣùtì-ilẹ̀

penis *[male organ of copulation]* or. okó

penitence *[repentance, contrition]* or. ìrònúpìwàdà

penitent (to be ~) *[expressing sorrow for sin, repentant]* is. láti ronúpìwàdà

penitentiary *[prison]* or. ẹ̀wọ̀n

pennant *[flag, banner]* or. àṣíá, ẹ̀bùn-ẹ̀yẹ

penniless *[poor]* ep. òtòṣi; ~ **(to be ~)** is. láti ṣaláìlówó; láti tòṣì

penny *[a monetary unit of the United Kingdom]* or. kóbọ̀

pension *[sum paid regularly to a retired person]* or. owó-ìfẹ̀hìntì

pensioner or. afẹ̀hìntì, ẹni tó fẹ̀hìntì

pensive *[thoughtful]* ep. ìwòye

pent- *[penta-]* ir. -márùn

pentagon [polygon of five sides] or. oníhà-márŭn; **regular** ~: oníhàmárŭn gígún

pentagonal ep. oníhàmárŭn

pentavalent [having a valence of five] ep. oníkọ́márŭn

Pentecost [Christian feast of the seventh day after Easter] or. ọjọ́ kéje lẹ́hìn àjínde

penury [extreme poverty] or. òṣì búrúbúrú

people [human beings] or. ènìyàn, ọmọ-ènìyàn, ará, the ~ of the village: ará abúlé

pep [to stimulate] is. láti gba (ènìyàn) níyànjú

pepper or. ata; **alligator** ~: ataare; **red** ~: ata pupa; **ground** ~: ata lílọ̀; ~ **mill**: ilé ẹ̀rọ-ilọta; ~ **tree**: igi ata

per [for each] ip. fún ikọ̀ọ̀kan, ní ikọ̀ọ̀kan, one kilometer ~ hour: ọ̀kẹ́mítà kan ní wákàtí kọ̀ọ̀kan

perambulate [to travel on foot] is. láti rìnkiri

perambulation [traveling on foot] or. irinkiri, ikáàkiri

per annum [for each year, annually] as. lọ́dọ-ọdún

per capita [for or by each person] ep. ẹnikọ̀-ọ̀kan; t'ẹnikọ̀ọ̀kan; fún ẹnikọ̀ọ̀kan

perceive [to become aware, observe] is. láti róye; láti wòye

percent [hundredth] as. idá- àpò, 10 ~: idá-àpò mẹ́wằ, 70 ~: idá-àpò idi meje, 10 ~ interest: èrè idá-àpò mẹ́wằ

percentage [part expressed in hundredths] or. idá-àpò, idápò

perceptible [that can be perceived] or. ṣíṣeénáání

perception [observation] or. iwòye, iróye

perch [roost for a bird] is. ibuwọ-ẹyẹ; ~ is. láti wọ̀ (ẹyẹ)

percussion [a musical instrument that is struck to produce a sound] or. àwọn ilù (lu: to beat)

perdition [utter destruction] or. iparun, ègbé; ~ [eternal damnation, hell] or. ọ̀run-àpáàdì

perennial [continual] ep. gbogbo igbà, gbo-gboògbà

perfect [pure, total] ep. pípé; ~ **gas** [ideal gas] or. òyì pípé; ~ **solution** [an ideal solution] or. àpòpọ̀ pípé

perfectly [in a perfect manner] as. láṣepé, pátápátá, déédé, it is ~ okay with us: ó ṣe déédé fún wa; they did it ~: wọ́n ṣe é laṣepé

perfidy [treachery] or. ẹ̀tàn, àìṣòótọ́

perforate [to prick, to break through] is. láti lu ihò, láti bẹ́ (nkan); ~d **eardrum** or. ilù-etí lílu

perforation [a punched or drilled hole] or. ojúu bíbẹ́, ojúu lílu

perform [to carry out, to act] is. láti ṣe (nkan); láti ṣeré

performance *[deed, implementation]* or. iṣé, iṣeré
performer *[a person who performs]* or. aṣeré, eléré
perfume *[fragrant liquid for use on the body]* or. òórùn-dídùn
perfunctory *[apathetic, lacking in interest]* ep. aláìbìkítà, aláìkàsí
perhaps *[maybe, not sure]* as. bóyá
peri- *[all around]* ir. àyíká-
pericarditis *[inflammation of the pericardium]* or. àpò-ọkàn wíwú
pericardium *[sac enclosing the heart]* or. àpò-ọkàn
pericarp *[fruit wall]* or. ara-rúgbìn
peril *[jeopardy, grave risk]* or. ewu; ~ *[to expose to danger]* is. láti
  fi (nkan) wéwu
perilous *[dangerous, involving risk]* ep. eléwu
perimeter *[circumference]* or. àyíká èèyà *(èèyà: geometric figure)*
period *[climate]* or. igbà; ~ *[time, season]* or. àsìkò, àkókò, igbà;
  gestation ~ or. igbà oyún **incubation** ~ or. igbà isàba; ~ or.
  [menstruation] nkan oṣù, àṣé; **menstrual** ~ or. igbà nkan oṣù,
  igbà àṣé; ~ *[reciprocal frequency]* or. igbà iṣèlè, igbà èrè kan;
  ~ *[full stop]* or. àmì idúró
periodic *[occurring at regular intervals]* ep. igbàkòòkan
periodical *[regularly published magazine, etc]* or. àtèjáde
periodontal *[around the tooth]* ep. àyíká ehín; ~ **disease** or. àrùn
  àyíká-ehín
periodontics *[science of periodontal diseases]* or. iṣègùn àyíká-
  ehín
peripheral *[of or constituting the periphery]* ep. àgbèègbè
periphery *[the boundary of any surface or area]* or. àgbèègbè
perish *[utterly destroyed or ruined]* is. láti run; láti ṣègbé; láti gbé,
  láti parun
perishable *[liable to spoil]* or., ep. adíbàjé, ~ items: àwọn oun
  adíbàjé
peritoneum *[the serous membrane lining the abdominal cavity]*
  or. iwò-ikùn
peritonitis *[inflammation of the peritoneum]* or. iwò-ikùn wíwú
perjure *[to speak falsely under oath]* is. láti búra-èké
perjury *[telling a lie under oath]* or. ibúra-èké
permanent *[lasting indefinitely]* ep. ayérayé, àìnípèkun; ~ **tooth**
  or. ehín àgbà
permeable *[open to passage]* ep. aláyè */oní àyè/*; ~ **membrane**
  or. iwò aláyè
permeate *[to pass into]* is. láti kó si (nkan) nínú
permissible (to be ~) *[allowable, that can be permitted]* is. láti tè
  (èniyàn) lórùn

permission [*formal consent*] or. ìyọ̀ọ̀da, ifún-niláyè, gáfárà, àyè, to ask for ~: láti tọrọ gáfárà

permit [*to allow, to tolerate*] is. láti jẹ́kí; láti yọ̀ọ̀da

permutation [*alteration, rearrangement*] or. àtúntò

permute [*to make different, to alter*] is. láti tún (nkan) tò

pernicious [*baneful, destructive*] ep. eléwu, búburú

perpendicular (to be ~) [*at right angles to a line or plane*] is. láti sọ lógìdo: line A is ~ to line B : ìlàa A sọ ìlàa B lógìdo; ~ **line** or. ìlà ògìdo

perpetrate [*to bring about or carry out (as a crime)*] is. láti mú (ohun búburú) ṣẹ̀

perpetual [*lasting indefinitely*] ep. ayérayé, àìnípẹ̀kun

perpetuate [*to cause to exist indefinitely*] is. láti sọ (nkan) di oun ayébáyé

perpetuity [*unlimited time, eternity*] or. wíwàláíláí; wíwà-títí; títí-ayérayé

perplex [*to make one uncertain*] is. láti dààmú (ènìyàn); láti pá (ènìyàn) láyà

perplexity [*bewilderment*] or. ìpáàyà, ìdààmú

perquisite [*something added to the usual pay*] or. ẹ̀nì

per se [*by itself*] as. fúnrarẹ̀

persecute [*to harass constantly*] is. láti dààmú (ènìyàn); láti fòòrò ẹ̀mí (ènìyàn)

persecutor [*one who persecutes*] or. adaniláàmú

perseverance [*continuing despite difficulties*] or. ìforìtì, àforìtì

persevere [*to be steadfast in purpose*] is. láti ní àforìtì

Persia [*former name of Iran*] or. Orílẹ̀ẹ̀ Páṣíà

Persian [*an inhabitant of Persia*] or. aráa Páṣíà; ~ [*the language of the people od Persia*] or. edèe Páṣíà; ~ [*of or about the people of Persia*] ep. nípa Páṣíà, Páṣíà

Persian Gulf [*an arm of the Arabian Sea, between Iran and Arabia*] or. Ṣuti-òkun Páṣíà

persist [*to refuse to give up*] is. láti tẹramọ́ (iṣẹ́), láti foríti (nkan); ~ is. láti takú

persistence [*act of persisting*] or. iṣoríkunkun; àforíti

persistent [*refusing to give up*] ep. aláìdúró

person [*human being*] or. ènìyàn, ẹnikan

personable [*good-looking, handsome*] ep. ẹléwà, oníyì; ~ **(to be ~):** láti lẹ́wà; láti níyì

personage [*person of importance*] or. oníyì, ẹni-iyì

personal [*private, individual*] ep. t'ẹni nikanṣoṣo

personally [*in person*] as. fúnra-ẹni, tìkára

personality [qualities of behavior] or. irínisí, ìduró, ìṣèwàhù, pleasant ~: ìdúró ọmọlúwàbí, abrasive ~: ìṣèwàhù alágídí; ~ [a notable person] or. ènìyàn pàtàkì

persona non grata [unwelcome person] or. ẹni tí a kò fẹ́

personify [to represent something as a person] is. láti fi (nkan) wé ẹ̀dá-aráyé

personnel [people employed in an establishment] or. àwọn òṣìṣẹ́

perspective [a mental view] or. ojú-ìwòye

perspicacious [having keen judgment] ep. ọlọgbọ́n (ènìyàn)

perspiration [sweat] or. ooru,òógùn, ìlàágùn

perspire [to sweat] is. láti làágùn

persuade [to convince] is. láti yí (ènìyàn) lọ́kàn-padà; láti pa (ènìyàn) léròdà

persuasion [act of persuading] or. ìyínilọ́-kànpadà, ìpaniléròdà; ~ [a strong belief] or. ìgbàgbọ́

pert [impudent in speech, forward] ep. alá-fojúdi, aṣàfojúdi

pertain [to belong] is. láti dá lórí (nkan)

pertaining to [in reference to] as. nípati

pertinacious [stubborn, obstinate] ep. olórí-kunkun, alágídí

pertinent (to be ~) [relevant] is. láti mọ́nà; láti wára-ọ̀rọ̀

perturb [to cause to be alarmed] is. láti pá (ènìyàn) láyà

pertusis [whooping cough] or. ikọ́ líle ọmọdé

Peru [a country in South America] or. Orílẹ̀ẹ̀ Pèrú

perusal [careful reading] or. kíka (ìwé) fínífínní

Peruvian [about the people of Peru] ep. aráa Pèrú, nípa Pèrú; ~ [a native of Peru] or. aráa Pèrú

peruse [to examine in detail] is. láti kàwé fínífínní

perverse (to be ~) [deviating from acceptable behavior] is. láti lòdì; láti ṣàsé

perversion [abnormality] or. àsé

pervert [to corrupt, to lead astray] is. láti sọ di aláìmọ́; ~ or. alásẹ̀

perverted [deviating from what is right or natural] ep. oní ṣekúṣe

pervious [can be permeated] ep. oní-àfo; ~ **(to be ~)** is. láti ní àfo; láti láyè

pesky [disagreeable, troublesome] ep. ayọnilẹ́nu

pessimism [the tendency to anticipate the worst] or. àìnírètí

pessimist [one who believes in pessimism] or. aláìnírètí

pessimistic (to be ~) [tendency to expect the worst] ep. láti ṣaláìnírètí

pest [person or thing that causes trouble] or. ayọnilẹ́nun

pester [to annoy constantly] is. láti dá (ènìyàn) lágara

pesticide *[chemicals used for killing insects]* or. èlà apakòkòrò

pestilence *[plague, destructive infectious disease]* or. àjàkálè àrùn

pestle *[a tool used for pounding]* or. ọmọ òdó

pet *[domesticated animal that is treated with affection]* or. èran-ilé abániṣeré; ~ *[to caress]* is. láti gẹ (ènìyàn tàbí ẹranko)

petal *[part of a flower's corolla]* or. ewé òdòdó *(corolla: ẹwà odòdó)*

petiole *[stalk to which a leaf is attached]* or. ọrùn ewé

petite *[small in figure]* ep. rebete, kékeré

petition *[request to a superior]* or. èbè; ~ is. láti bèbè

petitioner *[person who petitions]* or. abèbè, ẹlébè

petr-, petro- *[rock, stone]* ir. àpáta, ọta

petrify *[to make stiff]* is. láti gan; láti sọ(nkan) dòkúta

petrochemical *[chemicals derived from petroleum]* or. èlà epoolè

petrol *[gasoline]* or. epo-mọ́to, pẹtiróòlù

petroleum *[an oily, naturally occurring liquid used as fuel]* or. epo ilè, epoolè

petrology *[the scientific study of rocks]* or. èkọ́ nípa àpáta

petting *[fondling, caressing]* or. ìgè

petty *[trivial, unimportant]* ep. (nkan) àìtó-nkan; (ohun) kékeré; ~ **larceny** *[theft involving small amounts]* or. ìfẹ́wọ́, àfọwọ́rá

petulance *[peevishness, ill humor]* or. ìsọkúsọ

phage *[bacteriophage, a virus that attacks bacteria]* or. ọlọ́jè alámò

phalanges *(sing. phalanx)* *[digital bones of hand]* or. eegun ika ọwọ́, eegun ika ẹsè;

phalangitis *[inflammation of the phalanx]* or. ìka (ọwọ́ tàbi ẹsè) wíwú

phallalgia *[phallodynia]* or. okó dídùn

phallic *[pertaining to the penis]* ep. okó, nípa okó

phallitis *[inflammation of the penis]* or. okò wíwú

phallus *[penis]* or. okó

phantasm *[imaginary appearance]* or. ìran

pharmaceutical *[drug, medicine, medication]* or. oògùn; ~ ep. iṣoògùn; ~ **company** or. iléeṣẹ́ iṣoògùn

pharmacist *[a person licensed to practice pharmacy; druggist]* or. olóògùn

pharmacognosy *[descriptive branch of pharmacology]* or. èkó nípa oògùn-ayébáyé

pharmacology *[science of drugs, their use and their effects]* or. èkọ́ nípa oògùn

pharmacopoeia *[a book containing a list of drugs]* or. ìwé iṣoògùn;

ìwé ìpoògùn

pharmacy *[place where medicines are compounded]* or. ilé ipoògùn
(po oògùn: to formulate drugs); ~ *[drugstore]* or. ilé olóògùn; ~
[practice of compounding drugs] or. ẹ̀kọ́ nípa ìṣoògùn

pharyng-, pharyngo- *[pharynx, throat]* ir. ọ̀fun-

pharyngalgia *[pharyngodynia]* or. ọ̀fun dídùn

pharyngitis *[inflammation of the mucous membrane of the
pharynx]* or. ọ̀fun wíwú

pharyngo-amygdalitis *[inflammation of the pharynx and the
surrounding glands]* or. ọ̀fun at'ẹ̀ṣẹ́ ọ̀fun wíwú

pharyngodynia *[pharyngalgia]* or. ọ̀fun dídùn

pharyngo-laryngitis *[laryngopharyngitis]* or. ọ̀fun àt'àpótí ohùn
wíwú

pharyngology *[the branch of medicine dealing with diseaes of the
throat]* or. ẹ̀kọ́ ìṣègùn- ọ̀fun

pharyngoscope *[an instrument for examining the pharynx]* or. ẹ̀rọ
ìbẹ̀wò- ọ̀fun

pharyngoscopy *[examination of the pharynx]* or. ìbẹ̀wò ọ̀fun

pharynx *[throat]* or. ọ̀fun

phase *[subgroup, different in appearance from the rest]* or. ọ̀wọ̀-
ọ̀wọ́; ~ *[a stage in a circle]* or. sáà

phenomenal (to be ~) *[to be extraordinary]* is. láti jẹ́ àgbàyanu

phenomenon *[something extraordinary]* or. ohun àgbàyanu

phial *[small glass bottle]* or. ajenje

phil-, phile-, philo- *[loving, having a affinity for]* ir. ìfẹ́, ìkúndùn

philander *[to make love frivolously]* is. láti ṣe aṣẹ́wó; láti ṣe àgbèrè

philanthropic *[of or about philanthropy]* ep. nípa ìṣoore, nípa
itọrẹ; ~ *[benevolent, charitable]* ep. olóore, aṣoore; olùtọrẹ

philanthropist *[one devoted to doing good for others]* or. aṣoreṣá;
oníṣẹ́-ere

philanthropy *[act of doing good for others]* or. ìṣoore

philharmonic *[musical organization]* or. ẹgbẹ́ olórin

Phillipines *[the Phillipine Islands, a republic in Southeast Asia]*
or. Orílẹ̀ẹ̀ Fílípîìnì

philogyny *[fondness for women]* or. ìkúndùn obìnrin

philology *[study of language]* or. ẹ̀kọ́ èdè

philosopher *[one versed in philosophy]* or. ọ̀jọ̀gbọ́n, ọlọ́gbọ́n

philosophy *[pursuit of wisdom]* or. ẹ̀kọ́ ọgbọ́n

phlebectomy *[surgical removal of a vein]* or. iṣàn-àbọ̀ gígékúrò

phlebitis *[inflammation of a vein]* or. iṣàn-àbọ̀ wíwú *(iṣàn-àbọ̀:
vein)*

phleb-, phlebo- *[vein -]* ir. ìṣàn-àbọ̀-, -ìsàn-àbọ̀
phlebology *[study of veins]* or. ẹ̀kọ́ ìṣàn-àbọ̀ ara
phlebotomy *[bloodletting in treating diseases]* or. ìtàjẹ̀sílẹ̀
phlegm *[bronchial mucus]* or. kẹ̀lẹ̀bẹ́
phlegmatic *[impassive]* ep. aláìjáféfé
phloem *[bast, plant fiber]* or. ìṣàn-ìjẹ igi
phobia *[irrational fear]* or. ìbẹ̀rùbojo, ìfòyà
phon-, phono- *[sound, speech, tone]* ir. ìdún-
phony *[false, spurious]* ep. oníró
phosphorescent *[shining without heat]* ep. atànláìgbóná
phot-, photo- *[light]* ir. -ìtànná
photobiotic *[requiring light to thrive]* ep. alò-tànnáyè
photochemical *[relating to photochemistry]* ep. nípa àsè-alòtànná
photochemistry *[actinochemistry]* or. ẹ̀kọ́ àsé-alòtànná
photocopier *[an instrument used for making photographic reproductions]* or. ẹ̀rọ-ẹ̀dà alòtànná
photocopy *[reproduce photographically]* is. láti fìtànná da (nkan) kọ
photoelectric *[pertaining to electric effects produced by light]* ep. ìtànná-d'àrá
photograph *[picture produced by photography]* or. àwòran-fọ́tò, fọ́tò; ~ *[to make a picture by photography]* is. láti ya fọ́tò
photographer *[one whose occupation is photography]* or. onífọ́tò, ayafọ́tò
photography *[process of producing images of objects]* or. fọtoyíyà
photometer *[instrument for measuring light intensity]* or. ẹ̀rọ awọ̀n-tànná
photometry *[process of measuring light intensity]* or. ẹ̀kọ́ ìtànná wíwọ̀n
photophilic *[thriving in light]* ep. afẹ́-tànná *(fẹ́ ìtànna: like light)*
photosynthesis *[light reactions]* or. àsè alòtànná
photosynthetic pigment *[pigment that enables light reactions]* or. aró àsè-alòtànná
phrase *[a sequence of a few words that does not contain a subject and a predicate]* or. àbọ̀-ọ̀rọ̀ *(ọ̀rọ̀: sentence; ẹ̀ka-ọ̀rọ̀: word)*
phthisis *[wasting disease of the lung]* or. àrùn ẹ̀dọ̀fóró
phyl-, phylo- *[tribe, race, phylum]* ir. agbo-ẹ̀yà
phylum *[a taxonomic subdivision that groups together all organisms with same body plan]* or. agbo-ẹ̀yà ẹran
physical *[pertaining to material things]* ep. nípa t'ẹ̀dá; ~

education *[study of the care of the body]* or. èkó ètò-ìdáráyá; ~ **science** *[science dealing with non-living materials]* or. èkó nípa èdá-àìníyè

physician *[doctor]* or. oníṣègùn, alágbàwò

physicist *[a physics expert]* or. akékò èdá

physics *[science of matter, energy and motion]* or. èkó nípa èdá *(biology: èkó nípa èdá-oníyè)*

physiologist *[a specialist in physiology]* or. akékò ìwúlò èyà-ara

physiology *[branch of biology dealing with the body and its parts]* or. èkó ìwúlò èyà-ara

phyt-, -phyte, phyto- *[plant]* ir. ègbìn-

phytogenesis *[the history of the development of plants, phytogeny]* or. ìpilè ègbìn

phytology *[the study of plants, botany]* or. èkó nípa ìjọ-ègbìn

phytotoxic *[poisonous to plants]* or. èlà apè-gbìn; èlà-olóró apègbìn; èlà apagi

phytotoxin *[plant poison]* or. oró ègbìn

pi or. *[ratio of the circumference of a circle and its diameter, 3.141]* : pái, ìpín odi-èká àti àlàjáa rè, 3.141 *(odi èká: circumference; àlàjá èká: diameter; èká: circle)*

pian *[yaws]* or. kúrúnà

pick *[to select, choose]* is. láti ṣa (nkan), **~up** *[increase; recover speed]* is. láti gbèèrú; láti ní ìlọsíwájú

pickpocket *[a person who steals from people's pockets]* or. olè, jagùdà

picnic *[festive outdoor meal]* or. ìbi-ìgbádùn; èfè

picnometer *[vessel for measuring densities]* or. ajenje òsùwòn-òrìn; ajenje awòn-òrìn

pico- *[-trillionth]* ep. ìdá-òkéèrú- *(ìdá-: reciprocal of ; òkéèrú: trillion, èèrú: billion)*

picogram *[trillionth of a gram]* or. ìdá-òkéèrúu gramù

picometer *[trillionth of a meter]* or. ìdá-òkéèrúu mítà

pictorial *[of pictures in general]* ep. nípa àwòrán; nípa ayàwòrán

picture *[painting, drawing etc.]* or. àwòrán

picturesque *[resembling a picture; charming]* ep. aríbí-àwòrán

piece *[a portion of something]* or. ègé, ẹyọ

pier *[wharf, landing place]* or. ibùdó ọkò-ojúomi

pierce *[to perforate with a pointed instrument]* is. láti lu (nkan) já; láti gún (nkan)

pig *[a wild or domestic swine]* or. ẹlédè

pigeon *[a kind of bird with a plump body and a small head]* or.

ẹyẹlé

pigment *[dye, stain, coloring matter]* or. aró

pigmentation *[coloration with a pigment]* or. ìmu-aró

pigmented *[having pigmenation]* ep. mímu aró; ~ **(to be ~)** is. láti mu aró

pike *[sharp point]* or. ọ̀kọ̀

pile *[heap]* or. òkìtì, ebè; ~ *[support column driven into the ground]* or. òpó

piles *[hemorrhoids]* or. jẹ̀díjẹ̀dí

pilfer *[to practice petty theft]* is. láti fẹ́wọ́; láti ṣe àfọwọ́rá

pilferer *[one who pilfers]* or. afẹ́wọ́, aláfọwọ́rá

pilgrim *[a person who travels to a holy place as an act of devotion]* or. oni-hájì, aṣe-hájì

pilgrimage *[a journey made by a pilgrim]* or. hájì

pili- *[hair]* ir. -irun, irun-

piliation *[the formation of hair]* or. ìpilẹ̀ irun

pill *[tablet]* or. àgúnmì; **the** ~ *[oral contraceptive]* or. àgúnmìi mágboyún

pillage *[to plunder]* is. láti piyẹ́; láti kógun bá (ìlú)

pillar *[perpendicular support, a column]* or. ọwọ́n-ilé; òpó-ilé

pillory *[to expose to ridicule]* is. láti ṣáátá (ènìyàn)

pillow *[a cloth filled with soft material used as a support for the head]* or. ìrọ̀rí, ìrọrí

pilot *[one who steers ships]* or. awakọ̀, atukọ̀; ~ *[to guide through difficulties]* is. láti ṣamònà

pilus *[hair]* or. irun

pimple *[a small, usually inflamed swelling of the skin]* or. irorẹ́

pin *[a slender, pointed piece of metal used for fastening]* or. abẹ́rẹ́ ìgúnṣọ *(needle: abẹ́rẹ́ ìránṣọ)*

pincers *[instrument for gripping something]* or. èmú

pinch *[to press painfully]* is. láti ja(ènìyàn) lẹ́ẹ̀kan

pineapple *[a juicy fruit of a tropical plant]* or. ọ̀pẹ̀-òyìnbó

pinion *[bird's wing]* or. apá ẹyẹ

pink *[light rose color]* ep. àwọ̀ pupa fẹ́ẹ́rẹ́

pinkeye *[conjunctivitis]* or. ìwọ̀-ẹyinjú wíwú

pinna *[auricle, ear]* or. etí

pinnacle *[summit, peak]* or. ògógóró, ibi ṣónṣó

pint *[eighth of a gallon]* or. ìdámẹ́jọ gálọ́nù

pint-size *[small, diminutive]* ep. kí-nkín, bí-ntín, kékeré

pioneer *[one who leads the way]* or. aṣáájú

pious *[devout, godly]* ep. olùfọkànsìn, onígbàgbọ́

pipe *[a wind instrument]* or. fèrè; ~ *[a long tube]* or. òpó (oníhò),
water ~ or. òpó omi; ~ **down** *[to become quiet]* is. láti dákẹ́
aruwo; láti simi aruwo

pipeline *[direct channel for information]* or. òtẹlẹ̀múyẹ́, ami; ~
[line of pipe for transporting water, oil etc.] or. òpó (omi, epo)

piper *[one who plays the pipe]* or. afunfèrè

piqued (to be ~) *[to be slightly angry]* is. láti bínú

piracy *[robbing on the high seas]* or. ìjalèlókun; ~ *[unauthorized
use of another's work]* or. ajíṣẹ́lò

pirate *[a person who practices piracy]* or. ajalèlókun /jalè ní
òkun /

pirouette *[to whirl rapidly]* is. láti pòyì

pisces *[fish]* or. ẹja

piss *[coll. to urinate]* is. láti tò; **piss**

pistil *[seed-bearing organ of a plant]* or. ẹ̀yà-abo òdòdó *(stamen:
ẹ̀yà-akọ òdòdó)*

pistol *[small firearm]* or. ìbọn kékeré

piston *[pumping mechanism in an engine]* or. ọpọ́n inú pọ́-mpù

pit *[hole in the earth]* or. kòtò; ~ **below the sternum** or. kòtò àyà

pitch *[tar, paint]* or. ọ̀dà; ~ **dark (to be ~)** *[extremely dark]* is. láti
ṣókùnkùn dudu; ~ **in** *[to contribute to a common goal]* is. láti
nọ́wọ́ ìfẹ́; láti dá (owó); láti ṣe ìrànlọ́wọ́; láti pawọ́pọ̀

pitcher *[vessel used for holding liquid]* or. ìṣà, ìkòkò-omi

piteous *[sorrowful, miserable, pitiful]* ep. ṣíṣeni-láầnú

pitfall *[trap, snare]* or. ìkọsẹ̀, ọ̀fin

pith *[spongy substance in the center of plants]* or. ṣùkù-igi; ṣùkù
inú igi

pitiable *[deserving pity]* ep. aṣeniláầnún,ṣí-ṣeniláầnú

pitiful (to be ~) *[to deserve pity]* is. láti ṣeni-láầnú

pittance *[small portion]* or. kín-nkín

pitted (to be ~) *[marked with pits]* is. láti ṣá ènìyàn lara (bíi ti
ṣáṣá)

pituitary body *[endocrine gland]* or. ẹṣẹ́ ìdí-ọpọlọ

pity *[sympathy, compassion]* or. àánún; ~ is. láti ṣàánú (ènìyàn)

pivot *[person having a central role]* or. baba-ìsàlẹ̀, alátilẹ́hìn,
òpómúléró

pizzle *[penis of a bull]* or. okóo màlúù; ~ *[whip made of a bulls
penis]* or. okó ẹṣin

placable *[easily placated; tolerant]* ep. onísùúrù

placard *[poster]* or. páálí-ìkéde

placate *[to appease, pacify]* is. láti ṣìpẹ̀ fún (ènìyàn)

place *[to put in a particular location]* is. láti fi (nkan) sí (ibì kan);

láti gbé (nkan) kalὲ; ~ *[locality; spot, position]* or. ibì kan, àyὲ kan, ipò kan, she got first ~ in the competition: ó gba ipò kíní nínú eré-ìje náà

placenta *[afterbirth, extraembryonic membrane, fetal membrane]* or. olóbi

placentalia *[eutheria]* or. ὲyà ὲranko olólóbi

placentation *[the formation of a placenta]* or. ìpìlὲ olóbi

placentitis *[inflammation of the placenta]* or. olóbi wíwú

placid *[gentle, mild]* ep. rírọrùn, onísùúrù

plague *[influenza, epidemic]* or. àjàkálὲ àrùn

plain *[large area without elevations or depressions]* or. ilὲ-títὲjú, pὲtὲlὲ, gba-ngba; ~ *[flat, level]* ep. títὲjú; ~ *[ordinary, unadorned]* ep. gba-ngba, kodoro, the ~ truth: òótọ́ kodoro

plainclothesman *[police officer in civilian clothes]* or. ọlọ́pà-inú

plaintiff *[one who starts a lawsuit]* or. apenilέjọ́, olùfisùn

plan-, plano- *[flat]* ir. tέjú, títέjú

plan *[detailed program of action, scheme]* or. ète, ìmὲ; ~ *[to prepare a plan of action]* is. láti gbìmὲ, láti pèrò, láti pète

planarium *[flatworm, family planariidae]* or. aràn palaba

plane *[surface]* or. pὲpὲ; ~ **polar coordinate** or. àmì-ipò onípὲpὲ; **air~** or. ọkọ̀ òfúrufú

planet *[celestial body revolving around the sun]* or. ìsọ̀gbè oòrùn; **the ~ Venus** or. àgùàlà

plank *[heavy, thick board]* or. pákó

plano-concave lens *[lens with one side plane and the other concave]* or. awòye onínúkan

plano-convex lens *[lens with one side plane and the other convex]* or. awòye oníkùnkan

plant *[a multicellular organism that cannot move]* or. ὲgbìn, ohun ọ̀gbìn; ~ is. láti gbin (nkan); **parasitic** ~ or. ὲgbìn ajὲ́fὲ́, àfòmọ́; **thorny** ~ or. ὲgún; igi ẹlέgún; ~ **cell** or. pádi ὲgbìn; ~ **kingdom** *[plantae]* or. ìjọ ὲgbìn; ~ *[factory]* or. ilé-iṣe iṣelọ́pọ̀

plantae *[plant kingdom]* or. ìjọ ὲgbìn

plantain or. ọ̀gὲdὲ àgbagbà; **fried ripe** ~: dòdò; **fried unripe** ~: ìpékeré, ìpákeré

plantar *[of the sole of the foot]* ep. gígisὲ, gígìrísὲ

plantation *[place under cultivation]* or. oko-nla

planter *[farmer]* or. àgbὲ

plaque *[a soft film formed on tooth surface]* or. gὲdὲgέdὲ ehín; ~ *[a tablet of wood or metal intended for ornament]* or. pákó-ὲyẹ

plasma *[the fluid part of blood]* or. oje ὲjὲ; **lymph** ~: oje omi-ara *(omi ara: lymph)*; ~ **membrane** *[cell membrane, plasmalemma]* *or.* ìwọ̀ọ̀ pádi; ~ **protein** *or.* ọ̀jẹ̀ inú-ẹ̀jẹ̀

plasmalemma *[cell membrane, plasma membrane] or.* ìwọ̀ọ̀ pádi

plasmodium *or.* iran ajọ̀fẹ́-ara

plaster *[pasty composition that hardens on drying] or.* odo

plastic *[synthetic or natural organic material that can be shaped] or.* ike; ~ *ep.* oníke

plasticize *[to make plastic] is.* láti sọ di ike

plate *[an almost flat utensil for serving food] or.* àwo pẹẹrẹ

plateau *[tableland] or.* òkè atẹ́rẹrẹ; ~ *[to reach a period of stability] is.* láti gòkè àgbà

platelet *[thrombocyte] or.* adèépá-ẹ̀jẹ̀

platform *[raised structure with a flat surface] or.* pẹpẹ, orúpò

platinum *[a steel-gray metal, Pt] or.* Ìṣùu Plàtínọ̀ọ̀mù

platter *[large plate] or.* àwo-pẹrẹsẹ

platyhelminthes *[any of a number of soft, flat-bodied worms, e.g tapeworm] or.* agbo-ẹ̀yà aràn-palaba

plausible (to be ~) *[credible, reasonable] is.* láti leè rí bẹ́ẹ̀

play *[to do something for amusement] is.* láti ṣe eré, láti ṣeré; ~ *or.* eré; ~ **down** *[to minimize, to deemphasize] is.* láti fẹnujá (nkan); ~ **fair** *[to behave honorably] is.* láti ṣòótọ́

player *[one who plays] or.* òṣèré

playful *[jocular, full of fun] ep.* ọlọ́yàyà; ~ **(to be ~)** *is.* láti lọ́yàyà

playground *[a place for outdoor games] or.* ibi-iṣeré; òdàn-iṣeré

playmate *[a companion in play or recreaion] or.* abániṣere, aláb'a ṣere

plaything *[toy] or.* ohun-àfiṣeré; ohun àmúṣeré

playtime *[time for recreation] or.* ìgbà eré

playwright *[person who writes plays] or.* alá-ròkọ-eré

plea *[excuse, pleading] or.* ẹ̀bẹ̀, àwáwí

plead *[to argue a case in court] is.* láti ṣàròyé

pleasant (to be ~) *[agreeable, pleasing] is.* láti dùn mọ́ (ènìyàn); láti tẹ́ (ènìyàn) lọ́rùn

please *[to give pleasure] is.* láti fún (ènìyàn) láyọ̀; láti fún (ènìyàn) ládùn; ~ *[to be kind enough] is.* láti jọwọ́; láti jàre

pleasing (to be ~) *[pleasurable] is.* láti wu (ènìyàn); láti ládùn; láti gbádùn

pleasure *[joy, gratification of the senses] or.* afẹ́, ẹ̀fẹ̀, ìgbáfẹ́, adùn

pleasurable (to be ~) *[pleasant, gratifying] is.* láti gbádùn mọ́ (ènìyàn); láti ládùn; láti gbámúnsẹ́

plebiscite *[a direct vote of qualified voters in a state] or.* ìbò

pledge *[pawn, surety]* or. ògò, ọfà; ~ *[promise]* or. ìpinnu, the man gave a ~ never to drink alcohol: ọkunrin náà pinnu pé òun kò ní mu ọtí; ~ *[to present as security]* is. láti fi (nkan) dógò

-plegia *[paralysis]* ir. -rírọ; **hemi~** *[unilateral paralysis]* or. rírọ ní apá-ara kan; **para~** or. ẹsẹ̀ rírọ

plenary *[fully attended]* ep. kíkún (fún èrò)

plentiful *[cheap, abundant]* ep. ọ̀pọ̀; ~ **(to be ~)** is. láti wọ́pọ̀, láti pọ̀; ~ **commodity** *[cheap material]* or. ọ̀pọ̀

plenty *[abundance, copiousness]* or. ọ̀pọ̀, ọpọ̀lọ́pọ̀; ~ **(to be ~)** *[abundant]* is. láti pọ̀

pliable (to be ~) *[flexible, easily bent]* is. láti ṣeé tẹ̀

pliers *[small pincers]* or. èmú kékeré

plight *[condition, state]* or. ipò, ìgbésí-ayé

plot *[small piece of land]* or. ilẹ̀-biri; ~ *[scheme, conspiracy]* or. ọ̀tẹ̀; ~ *[to conspire]* is. láti dìtẹ̀; ~ *[plan, scheme]* or. ète; ~ *[to make secret plans for]* is. láti pète; láti pèrò; láti gbìmọ̀

plotter *[a person who plots; conspirator]* or. ọlọ̀tẹ̀, eléte

plow *[plough; instrument for turning up the soil]* or. ẹ̀rọ itúlẹ̀

plug *[stopper for a hole]* or. òdídí; ~ *[to stop, to insert]* is. láti dí(ihò)

plum *[something excellent]* or. agánrán

plumage *[feathers of a bird]* or. ìyẹ́ ẹyẹ

plumb *[to work as a plumber]* is. láti rólélópò / ró ilé ní ọpó /

plumber *[one who maintains piping]* or. aró-lélópò

plume *[feather of a bird]* or. ìyẹ́ apá ẹyẹ

plummet *[to fall sharply]* is. láti jákulẹ̀

plump (to be ~) *[fat, chubby]* is. láti sanra; láti lómisára

plumule *[down feathers]* or. ìhúùhù ẹyẹ; ~ *[a little seed bud]* or. ọ̀dọ-rúgbìn

plunder *[to pillage, spoil]* is. láti kógun; láti piyẹ́

plunge *[to thrust into water]* is. láti jálu (omi); láti bẹ̀lu (omi); ~ *[to move rapidly downward]* is. láti jákulẹ̀

plural *[many, more than one]* or. ọ̀pọ̀lọ́pọ̀; **singular and ~**: ẹyọ-kan àt'ọ̀pọ̀lọ́pọ̀

plus *[and, sign of addition (+)]* ak. pẹ̀lú, àti, two plus three are five: èjì àti ẹ̀ta jẹ́ àrún

pneum-, pneumo-, pneumon-, pneumono- *[lung]* ir. -ẹ̀dọ̀fóró, ẹ̀dọ̀fóró-

pneumococcus *[bacterium that causes pneumonia]* or. alámọ̀ àrùn-ẹ̀dọ̀fóró

pneumology *[study of (the diseases of) the lung]* or. ẹ̀kọ́ àrùnẹdọ̀fóró

pneumonectomy *[surgical removal of a lung]* or. ẹdọ̀fóró gígékúrò
pneumonia *[disease of the lungs]* or. àrùn ẹdọ̀fóró
pneumonitis *[inflammation of the lungs]* or. ẹdọ̀fóró wíwú
pocket *[small bag in a garment]* or. àpò-ẹ̀wù; àpò-aṣọ
pod *[seed vessel of certain plants]* or. pádi- èso igi
pod-, -pod, podo-*[foot]* ir. ẹsẹ̀-
podalgia *[pain in the leg]* or. ẹsẹ̀ dídùn
podiatrist *[specialist in podiatry]* or. oníṣègùn ẹsẹ̀
podiatry *[chiropody, branch of medicine dealing with treatment of
   foot disorders]* or. iṣègùn ẹsẹ̀
podology *[study of foot disorders]* or. ẹ̀kọ́ nípa ẹsẹ̀
poem *[piece of poetry]* or. ìwì, ewì
poet *[author of a poem]* or. akéwì
poetry *[poems]* or. èwì, ìwì; *(rárà: eulogy, panegyric; ìkì: elegy,
   ode; ègè: dirge)*; **to recite** ~ is. láti kéwì
poikilotherm *[allotherm, variable-blooded animal]* or. aláratútù,
   ẹléjẹ̀tútù
point *[spot]* or. ìbi; ~ *[sharp tip]* or. ibi sósóró, ojú, the ~ of a
   needle: ojú abere; ~ *[the essential fact or idea, gist]* or. kókó
   (ọ̀rọ̀), tell me the gist of that matter: sọ kókó ọ̀rọ̀ náà fún mi;
   ~ *[to indicate]* is. láti tọ́ka (si), he ~ed in our direction: ó tọ́ka sí
   ibi tí a wà; ~ *[a unit (as of measurement), mark scored]* or. ẹyọ,
   they won by two ~s: wọ́n fi ẹyọ méjì borí; ~ **of origin or
   intersection** *[junction]* or. oríta, ibi ìdákọ̀já, èkò, ibi ìbẹ̀rẹ̀
pointer *[a rod used for pointing]* or. atọ́ka, ọ̀pá ìtọ́ka; ~ *[useful
   suggestion]* or. ilànà, ìmọ̀ràn
pointless (to be ~) *[without meaning or relevance]* is. láti jẹ́
   aláìmọ́gbọ́nwá
poise *[calm, serenity, self-possessed composure]* or. ìfarabalẹ̀
poison *[toxin, venom]* or. oró
poisonous *[venomous]* ep. olóró; ~ **(to be ~)** is. láti lóró, ~ snake;
   ejò olóró
Poland *[a country in central Europe]* or. Orílẹ̀ẹ̀ Pólándì
polar *[pertaining to the poles]* ep. nípa t'ọpó; nípa t'olópǒ
pole *[long piece of wood]* or. ọ̀pó-igi
polemic *[disputation]* or. iyàn-jíjà; ìjiyàn
police *[officer who enforces the law]* or. ọlọ́pǎ
policeman *[a member of the police force]* or. ọlọ́pǎ
police state *[a totalitarian state where opposition is suppressed]*
   or. Orílẹ̀ afìpáṣẹ̀jọba

police station *[the headquarters of the the police force]* or. àgọ́ ọlọ́pà

policy *[general plan of action]* or. òfì, ìlànà

polio *[poliomyelitis, inflammation of the spinal cord]* or. ẹ̀sọ ọ̀pá-ẹ̀hìn wíwú; ẹ̀sọ wíwú

poliomyelitis *see* polio

poliovirus *[the virus that causes poliomyelitis]* or. ọlọ́jẹ̀ ẹ̀sọ wíwú *(ọlọ́jẹ̀:virus)*

Polish *[the language of Poland]* or. èdèe Pólándì; ~ *[of Poland, its inhabitants or their culture]* ep. ti aráa Pólándì, nípa Pólándì

polish *[to make smooth]* is. láti dán (nkan)

polite (to be ~) *[refined, well bred]* is. láti jẹ́ ọmọlúwàbí

political *[concerned with government or politics]* ep. t'oṣelú, t'olóṣèlú, ~ **party** or. ẹgbẹ́ aṣèlú, ẹgbẹ́ oṣèlú, pátì

politician *[one whose occupation is politics]* or. òṣèlú, aṣèlú

politics *[science of government]* or. ìṣèlú

poll *[election]* or. ìdìbò; ìbò; ibi-ìdìbò; ~ *[total number of votes recorded]* or. iye ìbò; ~ *[questioning of people selected at random]* is. láti ṣèwádìí

pollen *[microspores in a seed plant usually as a fine grain]* or. ìyẹ̀ irin, ìyẹ̀rin *(ìyẹ̀: powder; ìnrin: sex)*; ~ **sac** or. àpò ìyẹ̀rin; ~ **tube** or. òpó ìyẹ̀rin

pollination *[transfer of pollen from the stamen to the pistil]* or. ìgbàrin, gbígba ìnrin

pollinosis *[hay fever]* or. òfìkìn

pollute *[to make unclean, to defile]* is. láti bàyíkájẹ́

polluter *[one who pollutes]* or. abàyíkájẹ́

pollution *[of polluting or being polluted]* or. ìbàyíkájẹ́; **air** ~: ìbafẹ́fẹ́jẹ́

poly- *[more than a few, many]* or. -púpọ̀

polyandrist *[a person who practices polyandry]* or. ọlọ́kọpupọ̀

polyandry *[having more than one husband at a time]* or. lílọ́kọpupọ̀, níní ọ́kọ pupọ̀

polychromatic[polychromic, multicolored] ep. aláwọ̀púpọ̀

polygamist *[man with more than one wife]* or. aláyapúpọ̀; akóbìnrinjọ

polygamous *[pertaining to polygamy]* or. aláyapúpọ̀, t'aláyapúpọ̀; t'akóbìnrinjọ

polygamy *[practice of having more than one wife]* or. ìláyapúpọ̀; ìkóbìnrinjọ

polyglot *[a person who speaks or writes several languages]* or.

elédèpúpọ̀

polygon *[many-sided plane figure]* or. oníhàpúpọ̀; **concave** ~: oníhàpúpọ̀ oníkùn; **convex** ~: oníhàpúpọ̀ onínún; **irregular** ~: oníhàpúpọ̀ àìgún; **regular** ~: oníhàpúpọ̀ gígún

polygyny *[the practice of having two or more wives]* or. aláyapúpọ̀, oníyàwópúpọ̀

polyhedral *[of or having the form of a polyhedron]* ep. oníhàpúpọ̀

polyhedron *[a solid figure having several plane surfaces]* or. oníhàpúpọ̀

polymer *[compound made by joining many molecules]* or. amọ̀

polymerization or. àsèdamọ̀ *(àsè di amọ̀: chemical reaction to make polymers)*

polymerize *[to subject to or undergo polymerization]* is. láti se (nkan) damọ̀; láti damọ̀

polymorphous *[having several forms]* ep. onír ĩ púpọ̀

polyneuritis *[inflammation of the peripheral nervous system]* or. ẹ̀sọ àgbèègbè wíwú *(ẹ̀sọ: nerve cell, neuron; àgbèègbè: peripheral)*

polynomial *(in algerbra) [an expression consisting of two or more terms e.g. x2 + 4x+ 4]* or. ọ̀mì-ẹléyàpúpọ̀

polysaccharide *[polymer of sugars]* or. amọ̀-àádùn (amàádùn)

polytechnic *[an institution that provides instruction in scientific and technical subjects]* or. ìléèwé ìmọ̀n-ẹ̀rọ; ìléèwé pol008ẹ́kínfíkì

pomp *[show procession, pageantry]* or. ayẹyẹ

pompous (to be ~) *[showy]* is. láti ṣàṣehàn; láti fẹ́ràn àṣehàn

pond *[small body of water surrounded by land]* or. omi ìkúdú

ponder *[to consider, to deliberate]* is. láti ronú nípa (nkan); láti wòye

pony *[small horse]* or. ẹṣin kékeré

pool *[small pond; puddle]* or. adágún-odò; ìkúdú; **swimming** ~ or. odò ìlùwẹ̀

poor (to be ~) *[needy, penniless]* is. láti tòṣì; láti tálákà; láti jẹ́ aláìní; ~ *[characterized by poverty]* ep. òtòṣì, tálákà, aláìní; **the** ~ *[poor persons collectively]* or. àwọn mẹ̀kúnnù

poorly *[in a poor manner]* as. ní ìṣekúṣe

populace *[common people, masses]* or. àwọn èrò; àwọn ará(ìlú)

popular *[liked by people in general]* ep. gbajúmọ̀, olókìkí; ~ **(to be ~)** is. láti lókìkí; láti gbajúmọ̀

popularity *[prominence, celebrity]* or. òkìkí, ìgbajúmọ̀

populate *[to furnish with people]* is. láti tẹ (ìlú kan) dó

population *[number of people in a country]* or. iye ènìyàn (orílẹ̀-

èdè)

populous (to be ~) *[densely populated, numerous]* is. láti ní ọ̀pọ̀lọ́pọ̀ ènìyàn

porcupine *[a large rodent with stiff, sharp spines]* or. òòrẹ̀, òjìgọ́n

pore *[small opening in the skin]* or. ojú-òógùn; ihò ìlàágùn

Porifera *[sponges]* or. agbo-ẹ̀yàa kàànkàn

pork *[flesh of a swine]* or. ẹran ẹlẹ́dẹ̀

porous (to be ~) *[full of pores]* or. láti ní ihò-fórofòro

porridge *[a thick cereal]* or. ìbẹ̀tẹ̀, àṣáró

port *[harbor]* or. èbúté

portable *[that can be easily carried]* ep. àgbéká, àmúdání, àmúká

portend *[indicate, signify]* is. láti tọ́kasí

porter *[baggage carrier]* or. aláʼàrù

portion *[allotment, share]* or. ìpín

portrait *[picture of a person]* or. àwòrán (ènìyàn); fọ́tò (ènìyàn)

Portugal *[a country in southwestern Europe]* or. Orílẹ̀-edeé Pọ́túgàlì

Portugese *[the language of Portugal]* or. edeé Pọ́túgàlì; ~ *[of or about the people of Portugal]* ep. ti Pọ́túgàlì

pose *[to assume a particular position]* is. láti dúró gẹ́gẹ́bí (nkan kan); láti dúró fún (nkan)

position *[rank, category]* or. ipò

positional *[pertaining to position]* ep. nípa ipò, t'ipò

positional value *(in maths)* *[the value of numeral as dictated by its position in a number]* ep. iye nípa ipò

positive (to be ~) *[confident, assured]* is. láti ní ìdánilójú, láti ní ìdájú, láti dájú, ~ *[greater than zero, plus]* ep. elérò, alámì-èrò; ~ **electricity** or. àrá alámì-èrò; ~ **number** or. èèkà elérò; ~ **sign** *[+]* or. àmì èrò, àmì àròpọ̀; ~ **whole number** *[integer]* or. èèkà-elérò odidi

possess *[to have]* is. láti ní (nkan)

possession *[ownership, occupancy]* or. ìní, ohun ìní

possible (to be ~) *[can be done]* is. láti ṣeéṣe

post- *[after, subsequent to]* ir. ẹ̀hìn-

post *[to mail]* is. láti fi (ìwé) ránṣẹ́; ~ *[pole]* or. òpó; ~ *[a station]* or. àgó; ~ **office** or. posọ́fíìsì, ọ́fíìsì àwọn apínlẹ́ta

postabortal *[after abortion of a pregnancy]* ep. t'ẹ̀hìn ìṣẹ́yún

postal *[having to do with mail]* ep. t'àwọn apínlẹ́tà

postage *[the charge for posting letters]* or. owó ipínlẹ́tà; ~ **stamp** or. òòtẹ̀ẹ̀ lẹ́tà

postcard *[a card for sending a message that can be sent through the mail]* or. páálí ìkíni

postcoital *[after sexual intercourse]* ep. t'ẹ̀hìn ìbásùn; t'ẹ̀hìn àsùnpọ̀

postconnubial *[after marriage]* ep. t'ẹ̀hìn ìgbéyàwó

posterior *[located behind]* ep. t'ẹ̀hìn; ~ *[the buttocks]* or. ìdí

postfebrile *[after a fever]* ep. t'ẹ̀hìn àrùn-ìbà

posthitis *[inflammation of the foreskin of the penis]* or. ẹ̀fá okó wíwú

posthumous *[after the death of (a parent)]* ep. t'ẹ̀hìn ikú; ~ **birth** *[birth after the death of a parent]* or. ọmọ ẹni ọ̀run

postman *[mailman]* or. apínlẹ̀tà

postmaster *[a person in charge of a post office]* or. ọ̀ga posọ́fiìsì

postmeridian *[happening in the afternoon]* ep. ọ̀sán

post meridiem *[being after noon, P.M.]* or. ọ̀sán

postmistress *[a woman postmaster]* or. ọ̀ga posọ́fiìsì obìnrin

postnatal *[after birth]* ep. t'ẹ̀hìn ìbí; ~ **care** or. ìtọ́jú ọmọ-ọwọ́

post office *[a government office where mail is handled]* or. posọ́fiìsì

postoperative *[after an operation]* ep. t'ẹ̀hìn iṣẹ́-abẹ

postpartum *[after childbirth]* ep. t'ẹ̀hìn ọmọbíbí

postpone *[to hold back till later]* is. láti sún (nkan) síwájú

postscript *[supplement to a book]* or. ọ̀rọ̀-àfikún ìwé

postulate *[to assume something for the purpose of reasoning]* is. láti gbà gẹ́gẹ́bí òótọ́

pot *[deep vessel]* or. ìkòkò; ~ *[marijuana, Indian hemp]* or. igbó

potable *[drinkable]* ep. àmu, mímu

potash *[potassium carbonate]* or. kán-ún

potassium *[a soft, silver-white metal, K]* or. iṣùu pòtáàṣì (pòtáṣì), iṣùu kán-ún

potato *[type of root vegetable]* or. ànàmọ́ oyìnbó; **sweet** ~ or. ànàmọ́

potency *[power, strength]* or. ìgbóra

potent *[strong, powerful]* ep. alágbára

potential *[latent, possible]* ep. agbára, t' agbára; ~ **energy** or. agbára nípa ti ipò, agbara ipò

potion *[liquid medicine]* or. àgbo

potsherd *[fragment of a pot]* or. àpáàdì

pottage *[thick soup of vegetable and meat]* or. àṣáró, ẹ̀bẹ

potter *[one who makes earthenware]* or. amọ̀-kòkò

pottery *[the occupation of a potter]* or. ìkòkò mímọ, imọ̀kòkò

poultry *[domestic fowl]* or. ẹsìn adìẹ
pound *[weight equaling sixteen ounces]* or. ìwọ̀n-ìwúwo kan; ~ *[British unit of currency]* or. pọ́ùn;~ *[to beat to a pulp]* is. láti gún (nkan); ~**ed yam** or. iyán
pour *[to let flow out]* is. láti da (nkan) jáde
pout *[to thrust out the lips]* is. láti yọ ṣùtì-ètè
poverty *[condition of being indigent]* or. òṣì, ìṣẹ́, ìtálákà
powder *[material reduced to fine particles]* or. ìyẹ̀fun, ìyẹ̀
power *[ability to do something]* or. ìgbóra; ~ *[product of multiplication of a number by itself]* or. iye-edì (wo: ẹ̀tò àwọn èèkà); **powers and bases** or. àwọn èdì-èèkà; **powers to base ten** or. edi ìdì **eletcric** ~ or. iná àrá; **(electric)** ~ **line**: wáyà iná-àrá
powerful *[full of power, strong]* or. agbóra; ~ **(to be ~)** is. láti gbóra
powerhouse *[a building where electric power is generated]* or. ilé oníná
powerless *[lacking ability]* ep. aláìnígbóra
power plant *[a factory where electric power is generated]* or. iléeṣẹ́ oníná
practicable (to be ~) *[feasible, that can be done]* is. láti ṣeéṣe
practical *[obtained through practice]* ep. ṣíṣe
practice *[actual performance]* or. àṣewò, àdáṣe; ~ *[customary action; habit]* or. àṣà,ìwà; ~ *[to perform; to work at repeatedly]* is. láti ṣe (nkan) wò; láti dá (nkan) ṣe; láti múrasílẹ̀
practitioner *[one involved in a profession]* or. adáhunṣe, oníṣègùn; **medical** ~; oníṣègùn
praise *[commendation, glorification]* or. ìyìn, ògo; ~ *[to express approval, to commend]* is. láti fiyìn fún (Ọlọ́run); láti fògo fún (Ọlọ́run)
prank *[practical joke]* or. erékéré
pray *[to make supplication]* is. láti gbàdúrà
prayer *[entreaty to God, spiritual communication with God]* or. àdúrà
prayer book *[a book of prayers]* or. ìwé àdúrà
praying mantis *[a slender insect which typically holds its forelegs together as if in prayer]* or. alágẹmọ, agẹmọ, adámọ-lóko
pre- *[before in time]* ir. -tẹ̀lẹ̀
preach *[give a sermon]* is. láti wàásù; láti ṣe iwàásù; láti rọ́ wáàṣí
preacher *[clergyman]* or. àlùfáà, oníwàásù
preamble *[introduction]* or. ọ̀rọ̀ àsoṣáájú
prearrange *[to arrange beforehand]* is. láti ṣètòsílẹ̀

precarious *[uncertain, insecure]* ep. eléwu, aláìdánilójú

precaution *[care taken before an event]* or. ìmúrasílẹ̀; láti ṣọ́ra

precede *[to go before]* is. láti ṣáájú; láti lọ ṣáájú

precedence *[priority, superior in importance]* or. ohun àṣeṣáájú; ohun àgbọ́dọ̀máṣe

precedent *[something that serves as justification for a latter thing]* or. ohun ìṣáájú; àṣetẹ́lẹ̀; ohun àṣerí

preceding *[previous]* ep. ti tẹ́lẹ̀; t'ìṣáájú

precept *[direction or rule; maxim]* or. ìlànà

precious *[of great value]* or. olówólórí, oní-yelórí; oníyebíye; ~ **stone** *[a rare and costly gem]* or. òkúta olówó-iyebíye

precipice *[steep cliff]* or. ọ̀gẹ́gẹ́rẹ́

precipitate *[to separate from a solution]* is. láti silẹ̀; ~ or. ìsilẹ̀, gẹ̀dẹ̀gẹ́dẹ̀; ~ *[sudden]* ep. àìròtẹ́lẹ̀

precipitation *[sedimentation]* or. sísilẹ̀; ~ *[rain,snow,etc]* or. òjò,ìrì, yìyin *ati* bẹẹ̀ bẹẹ̀ lọ

precipitous *[steep]* ep. dídà, dídàgẹ̀ẹ̀rẹ̀

précis *[summary, abstract]* or. àkótán-ọ̀rọ̀; ṣókí-ọ̀rọ̀

precise *[accurately stated; definite]* ep. déédé, kò-ngẹ́; aláìtàsé

precision *[exactness, being precise]* or. iṣegeere; ~ **and accuracy** or. iṣegééré àti àìtàsé

preclude *[prevent, hinder]* is. láti ṣe ìdílọ́wọ́; láti dí (nkan) lọ́wọ́

precocious (to be ~) *[exhibiting premature development]* ep. láti yájú

preconceive *[to form an opinion beforehand]* is. láti ròtẹ́lẹ̀; láti ṣebí

preconception *[opinion formed beforehand]* or. iṣebí; ìròtẹ́lẹ̀

precursor *[predecessor, harbinger]* or. ohun-ìṣáájú; aṣáájú; ṣísẹ̀-ntẹ̀le

predator *[one who preys on others]* or. apanirun, ajẹnirun, apẹ̀dárun

predecessor *[one that precedes (into an office)]* or. aṣíwájú, aṣáájú

predestinate *[to determine beforehand (as God)]* is. láti yàn tẹ́lẹ̀

predestination *[act of fore-ordaining]* or. àyànmọ́, àyàntẹ́lẹ̀

predestine *[to decree beforehand]* is. láti jẹ́ àkọmọ́; láti jẹ́ àyànmọ́

predicament *[difficult situation; dilemma]* or. wàhálà, làálàá

predicate *[part of a sentence that expresses what is said of the subject]* or. ọṣẹ́, **subject and ~** or. ọlọ́ṣẹ́ àt' ọṣẹ́; **to be ~d on** *[to be based upon]* is. láti dorí

predict *[to declare in advance]* or. láti sàsọ-tẹ́lẹ̀ /sọ àsọtẹ́lẹ̀/

prediction *[forecast]* or. àsọtẹ́lẹ̀
predilection *[preference]* or. ìnífẹ̀ /ní ìfẹ́/
predominant *[most frequent, dominant]* ep. gbígbilẹ̀; ~ **(to be ~)** is. láti gbilẹ̀
predominate *[to be dominant over others]* is. láti gbilẹ̀
preen *[to show satisfaction with oneself]* is. lati ṣọ̀yàyà; láti dunnú; láti yọ̀; láti yayọ̀
preface *[foreword, introductory statement]* or. ọ̀rọ̀ ìsọṣáájú; ọ̀rọ̀ àkọ́ṣáájú; ọ̀rọ̀ ìṣáájú ọ̀rọ̀ àkọ́sọ;~ *[to make introductory statement]* is. láti ṣe ìsọ̀rọ̀ṣáájú
prefer *[to like better]* is. láti fẹ́ràn (ikan) ju (ìkéjì)
pregnancy *[gestation]* or. oyún; **first trimester of a ~:** ìgbà ọlẹ̀; **second trimester of a ~:** ìgbà ẹ̀dà; **third trimester of a ~:** ìgbà ọmọ'nún; ~ **period** *[gestation period]* or. ìgbà oyún
pregnant *[containing a foetus within the body]* ep. aboyún; ~ **(to be ~)** is láti lóyún; ~ **woman** or. aboyún, aláboyún
prehistoric *[having happened before written history]* ep. t'àyé àìmọ̀ọ́kọ
prejudge *[judge before evidence]* is. láti dájọ́-èké; láti dájọ́-àilẹ́rǐ /àì+ ní + ẹ̀rí/
prejudice *[preconceived judgment or opinion]* or. ìronìpin
preliminary *[preparatory, something that precedes]* or. ti ìpilẹ̀ṣẹ̀; alákọ̀ bẹ̀rẹ̀
prelude *[introductory performance]* or. àṣe-ṣáájú, ìfiṣáájú
premature *[underdeveloped]* ep. àìpójọ́, àìpá-sìkò, àìgbó; ~ **infant** *[preterm infant]* or. ọmọ àìpójọ́, ọmọ àìgbó; ~ **labor** or. rírọbí àìpójọ́
premeditate *[to consider beforehand]* is. láti pète; láti pèrò
premenstrual *[period just before menstruation]* or. nípa ìretí-àṣẹ́
premier *[principal; first in position]* or. aṣáájú, olórí
premiere *[first performance]* or. eré àkọ́ṣe; eré ìṣáájú
premise *[postulate]* or. èrò-ọkàn; ~ *[part of a building]* or. àgbèègbè ilé
premium *[value in excess of normal]* or. èrè; ~ *[of exceptional quality]* ep. agánrán
premolar *[preceding the molar teeth]* or. èrìkì ọdọ́
premonition *[presentiment. forewarning]* or. ara fífu, ìfura
prenatal *[antenatal; occurring before birth]* ep. ìgbà oyún; ìgba ìrètí ọmọ̀-bíbí; ~ **care** or. ìtọ́jú ìgbà oyún; **the ~ period** or. ìgbà oyún
preoccupation *[complete interest]* or. iṣẹ́ àfi gbogbo ara ṣe

preoccupied (to be ~) *[engrossed]* is. láti fi gbogbo ara (ṣe nkan); láti fi tọkàntọkàn) (ṣe nkan)

preovulatory *[period before ovulation]* or. ìretí-ìrọyin; ~ **period** or. igbà ìretí-ìrọyin

preparation *[state of getting ready]* or. imú-rasílẹ̀, ìpalẹ̀mọ́

preparatory *[preliminary, introductory]* ep. nípa mímúrasílẹ̀; nípa ìpalẹ̀mọ́

prepare *[to get ready]* is. láti múra

preparedness *[state of adequate preparation]* or. ìmúrasílẹ̀, igbáradì

prepay *[to pay in advance]* is. láti sanwósílẹ̀

prepayment *[payment in advance of delivery]* or. owó àsansílẹ̀, owó àsanlë

preponderance *[excessive number or quantity]* or. ọ̀gòòrọ̀, àpọ̀jù

preposition *[word placed in front of a noun to show a connection]* or. ẹ̀ka-ọ̀rọ̀ ìpò

preposterous *[contrary to common sense]* ep. aláìmọ́gbọ́n-dání

prepuberty *[before puberty]* or. ìbàlágà kú-díẹ̀; ìretí-ìbàlágà

prepuce *[foreskin]* or. adọ̀dọ́, ẹ̀fá

prerequisite *[something necessary for a mission]* or. àwọn ohun-wíwúlò

prerogative *[privilege, exclusive special right or power]* or. ìfẹ́-inú (ènìyàn)

preschool *[nursery school, kindergarten]* or. ilé-ẹ̀kọ́ ìkókó; ilé-ẹ̀kọ́ọ́ jẹ́lé-ósinmi

prescience *[foreknowledge of events]* or. ìmọ̀tẹ́lẹ̀

prescribe *[to specify with authority]* is. láti fi àṣẹ (ṣe nkan); láti pa (nkan) láṣẹ

prescription *[written direction for use of a drug]* or. ìwé ìlànàa lílo oògùn

presence *[the fact of coming forward]* or. wíwá wíwàláarín (àwọn ènìyàn)

present *[gift]* or. ẹ̀bùn, ọrẹ; ~ *[to make a gift]* is. láti ta (ènìyàn) lọ́rẹ; láti fún (ènìyàn) lẹ́bùn; ~ *[to come forward]* is. láti farahàn; láti wá síwájú; ~ *[not past, now]* or. ìsìnyǐ ; sáà yǐ ; ìgbà yǐ ; ọ̀tẹ̀ yǐ

presentable *[capable of being presented]* ep. jíjọjú, wíwuyì

present-day *[current]* ep. t'òde òní; t'ìgbà yǐ ; t'àsìkò yǐ

presently *[in a little while, shortly, soon]* as. l'áìpe; ~ *[currently, at this time, now]* as. ní àsìkò yǐ , lọ́wọ́-lọ́wọ́; nísìnyǐ ,b áyǐ b áyǐ

presentiment *[premonition; feeling beforehand]* or. ifura, ìkọminú

preservation *[act of preserving]* or. iṣètójú

preservative *[something added to preserve]* or. èlàa majé-ódìbàjé (èlà: *chemical)*

preserve *[protect; keep from spoilage or destruction]* is. láti pa (nkan) mó

president *[head of an organization, company, nation or state]* or. olórí, alákòso, àrẹ

press *[printing press]* or. èrọ itèwé; ~ *[process of printing]* or. ìwé títè; ~ *[gathering or broadcasting of news; journalism]* or. igberòhìnjáde; ~ *[newspaper]* or. ìwé- ìròhìn; ~ *[news-man]* or. akòròhìn; ~ *[to push; to squeeze]* is. láti fún (nkan) mọ́ra; ~ *[to lay emphasis]* is. láti tẹnumọ́ (ọ̀rọ̀)

pressure *[application of force]* or. ìtì, èéfún; **arterial** ~: ìtì èjè-àlọ; **blood** ~ : ìtì èjè; **vapor** ~: ìtì ikùukù; **venous** ~ : ìtì èjè-àbọ̀; atmospheric ~ or. ìtì ojú-ayé

prestige *[estimation in the eyes of others]* or. dáadáa (èniyàn); iyì

presume *[to assume with confidence]* is. láti lérò; láti nígbàgbọ́

presumption *[assumption]* or. igbàgbọ́

pretend *[to malinger, to make believe]* is. láti dá ibọ́n; láti díbọ́n

pretender *[hypocrite, one who pretends]* or. adíbọ́n

preterm infant *[premature infant]* or. ọmọ àìpójọ́, ọ̀mọ̀ àigbó

pretense *[malingering]* or. ibọ́n

pretty *[beautiful]* ep. ẹlẹ́wà; ~ **(to be ~)** is. láti lẹ́wà; láti dára

prevail *[to be victorious; to succeed]* is. láti borí; láti ṣẹ́gun

prevalent (to be ~) *[predominant; generally accepted]* is. láti gbilè; láti tànkalè

prevaricate *[equivocate, lie]* is. láti purọ́

prevarication *[lie, misrepresentation]* or. irọ́, ètàn

prevent *[to keep from happening]* is. láti ṣe idíwọ́; láti dí (èniyàn) lọ́wọ́

prevention *[precaution, safeguard]* or. idíwọ́, àigba(nkan) láyè

previous *[prior, preceding]* ep. iṣáájú, ti tẹ́lẹ̀

previously *[prior]* as. tẹ́lẹ̀, tẹ́lẹ̀tẹ́lẹ̀

prey *[animal killed for food; victim]* or. ẹran àpajẹ

price *[value, worth, cost of obtaining something]* or. inọ́n-irà; iye

priceless *[invaluable]* ep. iyebíye

prick *[puncture, perforate]* is. láti bẹ́ (nkan); ~ *[mark made by a pointed object]* or. ojú abẹ

pride *[inordinate self-esteem]* or. igbéraga; ~ *[a company of lions]* or. agbo kìniún

priest *[clergyman]* or. àlùfáa

primary *ep.* àkọ́kọ́; ~ **tooth** *[milk tooth, deciduous tooth]* *or.* ehín ọ̀dọ́

primate *[leader, archbishop]* *or.* olórí àwọn bísọ́ọ̀bù; ~ *[order of mammals, including man, apes etc.]* *or.* àwọn ẹdá-onírunlára

prime *[best part]* *ep* agánrán, ọ̀ṣìngín; ~ **number** *[a number with no factor except one and itself]* *or.* èèkà àìnífīpín

primitive *[earliest period; primeval]* *ep.* aláì-lajú; ~ **people** *or.* àwọn aláìlajú ènìyàn

prince *[male member of a royal family]* *or.* ọmọ ọba; ọmọ aládé, dà-nsáákì (ọkùnrin)

princess *[female member of a royal family]* *or.* ọmọ-ọba; ọmọ aládé (obìnrin)

principal *[chief, main]* *ep.* pàtàkì-jùlọ; pátá-pátá; ~ *[person with authority in an institution]* *or.* ọ̀gá ilé-ìwé; olórí

principle *[fundamental law as assumption]* *or.* ìpilẹ̀-òye; ~ *[devotion to things right]* *or.* òfin-ìhùwà

print *[copy made by printing]* *or.* ẹdà-ìwé; ~ *[to impress something on; to stamp]* *is.* láti tẹ ìwé

printer *[person or device that prints]* *or.* atẹ̀wé

printing *[business of printing]* *or.* iṣẹ́ ìwé-títẹ̀; ~ **press** *or.* iléeṣẹ́ ìwé-títẹ̀, iléeṣẹ́ àwọn atẹ̀wé

prior *[former, preceding]* *ep.* ṣáájú, ìṣáájú

priority *[superiority in rank or position]* *or.* àyò, pàtàkì-jùlọ

prison *[place of confinement]* *or.* ẹ̀wọ̀n, túúbú

prisoner *[one kept under confinement]* *or.* ẹlẹ́wọ̀n

pristine *[uncorrupted, clean and fresh]* *ep.* aláìlábàwọ́n, àlà

privacy *[seclusion]* *or.* ibi-ìkọ̀kọ̀, bòókẹ́lẹ́, ibi àṣírí

private *[secret]* *ep.* àṣírí, ìkọ̀kọ̀, ẹlẹ̀takògbọ́; ~ *[person of low rank in the military]* *or.* ọmọ-ogun

privately *[in secret]* *as.* níkọ̀kọ̀, láṣì`rí

privation *[deprivation, lack of daily needs]* *or.* òṣì, àìní, tálákà

privilege *[right granted as a special benefit]* *or.* à-nfàní

prize *[something aimed for in a competition]* *or.* ohun-ẹ̀yẹ

probability *[something probable]* *or.* ìṣeéṣe; ~ *[measure of the likeliness to be true]* *or.* ìwọ̀n-ìdájú, ìwọ̀n-ìṣeéṣe

probable (to be ~) *[likely to be true; possible]* *is.* láti ṣeéṣe; It is ~ that I go there: ó ṣeéṣe kí n lọ sí ibẹ̀

probably *[probably; likely to happen]* *as.* bọ́yá

probation *[testing individuals to ascertain fitness]* *or.* ìdán-niwò

probe *[to investigate thoroughly]* *is.* láti wádìí finnífínní

problem *[question raised for investigation]* *or.* ìyọnu; **to solve a ~:**

láti ṣe ojútũ ìyọnu

proboscis *[beak; long, flexible snout]* or. ìkó

procaryote *[prokaryotic organism, acaryote]* or. àdàmọ̀-oníyè

procedure *[method, algorithm; steps followed in doing things]* or. ìlànà

proceeds *[total amount coming from an investment]* or. èrè-ọjà

process *[a series of actions leading to an end]* or. ìlànà, ọ̀nà, ìlànà-iṣe

proclaim *[to declare officially; announce]* is. láti kéde; láti sọ ní gba-ngba

proclamation *[official public announcement]* or. ìkéde

procrastinate *[delay, postpone]* is. láti fi (nkan) jáfara; láti fi (nkan) falẹ̀

proct-, procto- *[rectum]* ir. abọ́-ìdí-

proctitis *[rectitis]* or. abọ́-ìdí wíwú

proctology *[the branch of medicine dealing with the rectum]* or. ẹ̀kọ́ nípa abọ́-ìdí

proctor *[one appointed to supervise students in an examination]* or. alábũjútó

proctoscope *[an instrument used for examining the rectum]* or. ẹ̀rọ ìbẹ̀wò abọ́-ìdí

proctoscopy *[medical examination of the rectum]* or. ìbẹ̀wò abọ́-ìdí

prod *[prick; incite to action]* is. láti tọ́ (ènìyàn) sọ́nà búburú

prodigal *[extravagant, lavish]* ep. àpà, onín'ãkún'ã

prodigy *[highly talented child]* or. ọmọ-ẹlẹ́bùn; ọ̀yájú-ọmọ

produce *[to bring to view; exhibit]* is. láti fi (nkan) hàn; láti gbé (nkan) jáde; ~ *[manufacture]* is. láti ṣe (nkan) lọ́pọ̀; ~ *[agricultural products]* or. èrè-oko; àmúwá-oko

product *[total amount of things produced]* or. ìkórè; ~ *[result of multiplication]* or. ẹ̀sún; ~ **of a reaction** or. ẹ̀sún lẹ́hìn àsè, ẹ̀sún àsè *(àsè: reaction)*

production *[creation of goods]* or. ìṣelọ́pọ̀

proestrus *[the period immediately preceding estrus]* or. ìgbà ìretí-àṣẹ́

profane *[to desecrate; to violate]* is. láti hùwà òdì; láti sọ̀rọ̀ òdì; láti lo (nkan) nílòkúlò; láti jèèwọ̀

profanity *[use of fowl language]* or. ọ̀rọ̀-òdì; èèwọ̀

profess *[affirm; to declare openly]* is. láti jẹ́wọ́; láti sọ síta

profession *[vocation requiring specialized preparation]* or. iṣẹ́-òòjọ́, iṣẹ́-àmọ̀dájú

professional *[having much experience or skill in a particular role]* *ep.* àmọ̀dájú; ~ **jargon** *or.* ẹnọ̀

professor *[teacher at a university] or.* ọ̀jọ̀gbọ́n, olùkọ́-àgbà

proffer *[to offer, tender] is.* láti yọ̀ọ̀da (nkan); láti mú (nkan) wá

proficiency *[state of competence, skill] or.* mímọ̀ọ́se, ìṣọwọ́mọ(nkan ṣiṣe); ~ *[advancement in ability] or.* ìlọsíwájú nínún (iṣẹ́, ìwé)

proficient *[highly competent, skilled] ep.* ayáwọ́, ọ̀mọṣẹ́

profit *[gain, excess of return over expenditure; benefit] or.* èrè; **to make a ~** *is.* láti jèrè; ~ **and loss** *or.* èrè àt' àdánù

profitable *[yelding profits, beneficial] ep.* elérè; ~ **(to be ~)** *is.* láti lérè */ní èrè/*

profound (to be ~) *[intellectually deep] is.* láti mọ àmọ̀jinlẹ̀

progenitor *[parent] or.* òbí

progeny *[offspring, descendants] or.* ọmọ

progestational *[preceding pregnancy] ep.* ìgbà ìretí-oyún

prognosis *[prospect of recovery from an illness] or.* ṣìṣeégbàlà; ~ *[forecast] or.* àsọtẹ́lẹ̀

program *[brief outline] or.* ìlànà-ìpàdé; **computer** ~: ìlànà-ìlòo kọ̀mpútà; **to ~ a computer:** láti ṣèlànà-ìlòo kọ̀mpútà

progress *[a moving forward or onward] or.* ìlọsíwájú; ~ *is. [to move forward or onward] is.* láti ni ìlọsíwájú

prohibit *[to forbid by law] is.* láti fi òfin de (nkan); láti dá (nkan) lẹ́kun

project *[undertaking; plan] or.* ìdáwọ́lé; ~ *[to estimate, plan] is.* láti dáb'à; ~ *[to extend outward, to jut] is.* láti ta (síwájú), láti yọ (síwájú)

projectile *[missile] or.* òkò

projection *[something that sticks out] or.* ìtayọ; ṣùtì; ~ *[proposition; forecast] or.* àbá; ~ *[the process of making an image appear on a screen] or.* àwòrán títàn; ~ *[the image that appears on the screen] or.* ìtàn-àwòrán

projector *[a machine for throwing an image on a screen] or.* ẹ̀rọ ìtàn-àwòrán

prokaryotic organism *[procaryote, acaryote] or.* àdàmọ̀-oníyè

prolific *[causing abundant growth] ep.* gbígbèèrú

prologue *[introduction] or.* ọ̀rọ̀-ìṣáájú

prolong *[to extend] is.* láti fa (nkan) gùn; láti fi (nkan) falẹ̀

prominent *[noticeable, standing out] ep.* gbajúmọ̀, olókìkī

promiscuous *[having more than one sexual partner] ep.* aṣẹ́wó, alágbèrè

promise *[oral or written agreement] or.* ẹ̀jẹ́, ìlérí; ~ *is.* láti jẹ́ ẹ̀jẹ́, láti ṣe ìlérí

promote *[to advance]* is. láti gbé (nkan) ga; láti gbé (nkan) gòkè

promotion *[advancement in rank or position]* or. ìgbéga (lẹ́nu iṣẹ́)

promulgate *[declare publicly]* is. láti kéde; láti fìhàn gedegbe

pronoun *[word used in place of a noun]* or. àpèlé, ẹ̀ka-ọ̀rọ̀ àpèlé

pronounce *[to declare with authority]* is. láti fàṣẹ sọ (ọ̀rọ̀); ~ *[to articulate by the organs of speech]* is. láti pe (ọ̀rọ̀), how do you ~ this word?: báwo ni a ṣe npe ẹ̀ka-ọ̀rọ̀ yǐ

pronunciation *[way of pronouncing]* or. ìpè

proof *[evidence for acceptance of a theory]* or. àmì, èrí, àpẹrẹ-òótọ́

propaganda *[spreading of ideas or rumor]* or. ìsọkiri, ìwíkiri

propagate *[to multiply by reproduction]* is. láti tàn, láti rẹ̀

propel *[push; to urge on]* is. láti sọ́ (nkan)

propeller or. aṣọ́ *(láti sọ́ nkan: to propel, to push forward)*

propensity *[inclination, tendency]* or. inífẹ̀ /ní ìfẹ́/

proper (to be ~) *[appropriate]* is. láti lẹ́tọ̀; láti tọ́; láti yẹ; ~ **fraction** or. ẹsẹ títọ́ *(improper fraction: ẹsẹ àìtọ́)*

properly *[suitably]* as. bóṣeyẹ, bóṣetọ́

property *[characteristic, behavior]* or. iṣesí; ~ **of matter** or. iṣesí ẹ̀dá: ẹda ní okun, o sì ní àyè: has mass and occupies space; **private** ~ or. oun olóun, ilẹ̀ onílẹ̀

prophesy *[prediction of a future event]* or. àsọtẹ́lẹ̀

proportion *[relation in size, number or amount]* or. iyesíye *(iye sí iye: one value in relation to another value)*

proscribe *[outlaw, ban]* is. láti fàṣẹ de (nkan)

prosecute *[to institute legal proceedings against]* is. láti bá (ènìyàn) sej

prosecutor *[a person who prosecutes]* or. afẹ̀sùnkanni

prospect *[chances, probable outcome]* or. ìwọ̀n-ìrètí; ìrètí

prospective *[effective in the future]* ep. tó mbọ̀

prosper *[to thrive, to succeed]* is. láti lọ iwájú; láti láásìkí, láti lájé, láti dọlọ́rọ̀, láti yege

prosperity *[economic well-being]* or. aásìkí, ìlọsíwájú, ajé, ọrọ̀, ọlá

prosperous *[successful]* ep. ọlọ́lá, ọlọ́rọ̀; ~ **(to be ~)** is. láti dọlọ́lá; láti dọlọ́rọ̀

prostatalgia *[prostatodynia]* or. ibú omi-àtọ̀ dídùn

prostate *[prostate gland]* or. ibú omi-àtọ̀; ~ *[relating to the prostate gland]* ep. nípa ibú omi-àtọ̀; ~ **cancer** or. akàn ibú omi-àtọ̀

prostatectomy or. ibú omi-àtọ̀ yíyọ

prostatism *[disease of the prostate]* or. àrùn ibú omi-àtọ̀

prostatitis *[inflammation of the prostate gland]* or. ìbú omi-àtọ̀ wíwú

prosthesis *[artificial limb]* or. ẹ̀ka-ara àtọwọ́dá

prostitute *[woman who performs sexual intercourse for money]* or. aṣẹ́wó, alágbèrè

prostitution *[engaging in sex for monetary rewards]* or. àgbèrè; pa-nṣáàgà

prostrate *[to lie down as a mark of respect]* is. láti dojúbolẹ̀; láti dọ̀bálẹ̀

prostration *[to be in prostrate position]* or. ìdọ̀bálẹ̀, ìdojúbolẹ̀

protagonist *[leader of a course; champion]* or. aṣíwájú

protease *[kind of enzyme]* or. ayásè-ọ̀jẹ̀ gígé *(yá àsè: quicken a reaction, ayásè-ọ̀jẹ̀: enzyme)*

protect *[to shield from injury, to defend]* is. láti dáàbò bo (nkan)

protection *[a person or thing that protects]* or. à*à*bò, aláàbò

protector *[guardian, defender]* or. à*à*bò, aláàbò

protein *[one of the chief constituents of plant and animal bodies]* or. ọ̀jẹ̀

pro tem *[for the time being]* ep. adelé

protest *[act or declaration of opposition]* or. àtakò

protest *[to declare opposition]* is. láti ṣe àtakò; láti ṣe alátakò

Protozoa *[a phylum of protozoans]* or. agbo-ẹ̀yà onípádikan *(pádi: cell)*

protozoan *[microscopic, one-celled animal]* or. ẹranko onípádikan

protract *[to draw out; to prolong]* is. láti fasẹ̀, lati pẹ́títí

protraction *[extension; a protracting]* or. ìfàsẹ̀; ~ *[a drawing to scale of any figure]* or. àyàbárajọ

protractor *[an instrument used for drawing and measuring angles]* or. ìwọngun */wọn igun/*

protrude *[to project; to jut out]* is. láti yọ síwájú

proud (to be ~) *[to have a high opinion of]* is. láti ṣègbéraga, láti gbéraga; láti gbé (ènìyàn) ga

prove *[to try by experiment; to demonstrate]* is. láti rídi ̀, láti tú àṣírí (nkan), láti fihàn (pé)

proverb *[adage, maxim, popular saying]* or. owe; **Proverbs** *[book of the bible]* or. ìwé òwe

provide *[to supply what is needed]* is. láti pèsè

providence *[divine guidance]* or. ọlọ́jọ́, olùpèsè, olùdarí

province *[administrative district]* or. àgbè-ègbè-ìjọba; sàkání-ìjọba

provision *[act of providing]* or. ìpèsè; ~ *[stock of food; victuals]* or. èsè

provisional *[temporary; for the time being]* ep. ìgbàdíẹ̀

provocation *[incitement]* or. ìmúníbínú, agara, ìdánúbíni, ìwájà
provoke *[to incite; to incense]* is. láti mú inú bí (ènìyàn); láti dá (ènìyàn) lágara; láti tọ́(ènìyàn) níjà
proximity *[nearness in time or space]* or. ẹ̀bá, ìtòsí, ìsúnmọ́tòsí
proxy *[the power of a person authorized to act for another]* or. agbára aṣojú; ~ *[the person so authorized]* or. aṣojú; ~ **vote** *[a vote cast by proxy]* or. ìbò aṣojú
prudent (to be ~) *[careful, wise, circumspect]* is. láti mọ́gbọ́nwá, láti rọra, láti rọraṣe
pruritic *[having pruritus]* ep. ẹlẹ́hĭn
pruritus *[intense itching of the skin]* or. ẹ̀hún
pry *[to peer, to look closely]* is. láti tojúbọ (ọ̀rọ̀); ~ *[to pull apart with a lever]* is. láti fi agbára ṣí (nkan)
psalm *[sacred song or poem]* or. orin mímọ́; orin Dáfídì
psalmist *[composer of psalms]* or. olórin-mímọ́; akọrin-mímọ́
pseudo- *[false]* ir. àdàmọ̀-
pseudonym *[fictitious name]* or. àdàmọ̀-orúko
pseudopodium *[pseudopod]* or. àdàmọ̀dẹsẹ̀
psych-, psycho- *[mind; neural processes]* ir. -ìrorí, -ìronú
psyche *[mind, soul]* or. inú-ọkàn
psychiatric *[pertaining to emotional disorders]* ep. nipa t'orí-àìpé; ~ **hospital** or. ilé-ìwòsàn olórí-àìpé
psychiatrist *[specialist in the treatment of emotioal disorders]* or. akẹ́kọ̀ orí-àìpé
psychiatry *[treatment of mental and emotional disorders]* or. ẹ̀kọ́ nípa orí-àìpé
psychic *[clairvoyant; beyond natural processes]* ep. aríran; ~ *[seer, soothsayer]* ep. aríran
psychological *[mental, of the mind]* ep. t' ìhùwà, nípa ti ìhùwà
psychologist *[a specialist in psychology]* or. akẹ́kọ̀ ìhùwà
psychology *[science of mind and behavior]* or. ẹ̀kọ́ nípa ìhùwà
psychopath *[sociopath; mentally unstable person]* or. olórí-àìpé, adàlúrú, wèrè, olórí-dídàrú
psychosis *[insanity]* or. orí dídàrú, wèrè
psychotic *[having a psychosis]* ep. aṣiwèrè, olórídídàrú; ~ *[pertaining to psychosis]* ep. wèrè
pub *[bar, tavern]* or. báà, ilé-ọlọ́tí; ilé-ọtí
puberty *[age when it is possible to bear a child]* or. ìbàlágà; **to reach ~** is. láti bàlágà
pubes *[pubic hair]* or. irunmu, irun-abẹ́, irun-ìdí
pubescent (to be ~) *[to reach puberty]* is. láti bàlágà

public *[pertaining to the people as a whole]* ep. ti gbogbo ènìyàn; ti gbogbo aráyé

publication *[act of publishing]* or. ìtẹ̀wé, ìwé-títẹ̀; ~ *[published work]* or. ìgbéjáde, atẹ̀jáde

public enemy *[a menace to society]* or. adàlúrú, jà-ndùkú

publicist *[a publicity agent]* or. apolongo, akéde

publicity *[the process of securing public notice about something]* or. ìpolongo, ìkéde

public school *[a school run by the government]* or. iléèwé ìjọba

public servant *[a person holding a government office]* or. onísẹ́ ìjọba

public transportation *[a transportation system that is run by the government]* or. ọkọ̀ ìjọba

publish *[to make public]* is. láti kéde; ~ *[to issue the work of an author in print]* is. láti tẹ ìwé síta

publisher *[one that publishes]* or. atẹ̀wé, atẹ̀wétà, olùtẹ̀-ìwé

publishing or. ìtẹ̀wétà, ìwétítẹ̀; ~ **company** or. iléesẹ́ awọn atẹ̀wétà, iléesẹ́ awọn olùtẹ̀-ìwé

puddle *[small pool of water]* or. ọ̀gọ̀dọ̀

pudendum *[external genital organ of a humans]* or. ohun-abẹ́ (ènìyàn)

puerile *[childish, juvenile]* ep. t'ọmọdé, alái-gbọ́n

puerpera *[woman who has just delivered a baby]* or. abiyamọ, alábiyamọ

puerperal *[connected with childbirth]* ep. abiyamọ, t'abiyamọ, t'alábiyamọ; ~ **fever** *[childbed fever]* or. ibà alábiyamọ

pull *[to draw to oneself]* is. láti fa (nkan) mọ́ra; ~ **out** *[to withdraw]* is. láti jáwọ́ nínú (nkan); láti yọwọ́; ~ **through** *[to survive a difficult situation]* is. láti yege; ~ **with a magnet** is. láti fi òòfà fa (nkan)

pullet *[young fowl]* or. ọmọ adìẹ; òròmọdìẹ

pulley *[a wheel or set of wheels that are turned by a belt to transmit power]* or. afàwọ̀n

pulmonary *[relating to the lungs]* ep. ẹ̀dọ̀fóró; ~ **artery** *[artery carrying blood from heart to lungs]* or. isọ̀n-àlọ ẹ̀dọ̀fóró; ~ **valve** or. ẹ̀kù isọ̀n ẹ̀dọ̀fóró; ~ **vein** *[vein carrying blood from the lungs to the heart]* or. isọ̀n-àbọ̀ ẹ̀dọ̀fóró

pulpit *[elevated platform used for preaching]* or. àga-ìwàásù

pulsate *[to beat, throb or move rhythmically]* is. láti sọ (bí ọkàn)

pulse *[beat]* or. ìsọ; ~ *[regular throbbing]* or. ìsọ isọ̀n-ara; ~ **rate** or. iyásí ìsọ isọ̀n-ara

pulverize *[atomize, to reduce to fine particles]* is. láti lọ (nkan) kúná; láti sọ (nkan) dìyẹ̀ /da ìyẹ̀/

pump *[a device for driving fluids or gases through pipes]* or. pọ́mpù, òòfà; **gas** ~ or. pọ́-mpù òyì; **water** ~ or. pọ́-mpù omi; ~ *[to move with a pump]* is. láti pọ́-mpù (nkan)

pumpkin *[a large edible orange-yellow fruit]* or. elégédé

punch *[to strike with the fist]* is. láti ku (ènìyàn) lẹ́ṣẹ̀

punctual *[prompt]* is. láti wá lásìkò; láti dé (ìbi kan) lásìkò

punctuality or. ìwá-lásìkò, ìṣe-lásìkò

punctuate *[provide with punctuation marks]* is. láti fàmì-sọ́rọ̀; lati fi àmì sí ọ̀rọ̀

punctuation *[use of marks to help make the meaning of a sentence clear]* or. ìfàmì-sọ́rọ̀

puncture *[to perforate, to prick]* is. láti bẹ́ (nkan)

punish *[to impose a penalty for an offense]* is. láti fiyàjẹ ẹlẹ́ṣẹ̀

punishment *[act of punishing]* or. ìfiyàjẹlẹ́ṣẹ̀; ~ *[penalty imposed for an offense]* or. ìyà, ìjìyà

pupa or. ìtùn *(larva: ẹ̀din; imago: ọ̀dọ́)*

pupil *[the opening of the iris of the eye]* or. ihò ẹyinjú, ọmọlójú; ~ *[young schoolchild]* or. ọmọ ilé-ìwé, ọmọléèwé

pupilloscopy *[inspection of the pupil of the eye]* or. àbẹ̀wò ọmọlójú

puppy *[pup, young dog]* or. ọmọ ajá

purchase *[to obtain by paying money]* is. láti ra (nkan)

pure *[unmixed with any other matter]* ep. aláì-lábàwọ́n, mímọ́

purgative *[cathartic, laxative]* or. ẹ̀là amúniyàgbẹ́

purge *[to cleanse or rid of impurities]* is. láti fọ (nkan) mọ́; láti wẹ (nkan) mọ́

purification *[being purified]* or. ìsọdimímọ́

purify *[to clear from imperfection]* is. láti sọ(nkan) di mímọ́

purloin *[to steal, to filch]* is. láti jalè

purple color *[combination of red and blue colors]* or. àwọ̀ aró

purpose *[intention, aim]* or. imọ̀, èrò, ìdí-pàtàkì

purposefully *[having a purpose]* as. tèrò-tèrò

purposely *[intentionally, with a definite purpose]* as. mọ́ọmọ̀, he did it ~: ó mọ́ọmọ̀ ṣe é ni

purr *[the low virbrating sound made by a cat]* or. kíkùn; ~ *[to make such a sound]* is. láti kùn

purse *[small bag for money]* or. àpò-owó

pursue *[to follow in order to overtake]* is. láti sáré lé (nkan, ènìyàn]

pursuit *[act of pursuing]* or. ìsárélé, ìlépa; **to be in** ~ **of** is. láti lépa (nkan)

purulence [pus] or. ìjèétú

purulent [containing or discharging pus, suppurative] ep. jíjèétú; ~
(**to be ~**) is. láti jèétú

purview [the range of authority or concern] or. sakání

pus [matter produced from an infection] or. èétú, ọ̀yún

push [to move by exerting pressure] is. láti ti nkan; láti bi nkan

push-over [a person that is easily persuaded or defeated] or.
agbọ̀jẹ́gẹ̀; agbàgbàkúgbà

put [to cause to be in a specified position] is. láti fi (nkan) sí (ibì
kan)

put aside [to reserve for future use] is. láti mú (nkan) pamọ́ ; ~
[to discard] is. láti fọwọ́rọ́ (nkan) sẹ́hìn

put down [to repress] is. láti gàba lórí (ènìyàn); ~ [to write down]
is. láti kọ (nkan) sílẹ̀

put forward [to advance as a plan] is. láti gbé (nkan) kalẹ̀

put on [to clothe oneself] is. láti wọ (nkan); ~ clothes: wọ aṣọ; ~
shoes: wọ bàtà

put out [to extinguish] is. láti paná /pa iná/

putrefaction [decomposition of organic matter] or. ìràdànù, ìjẹrà

putrefy [to make putrid or rotten] is. láti jẹ́kí (nkan) jẹrà

putrescent [pertaining to putrefaction] ep. ìràdànù, ìjẹrà

putrid [rotten and fowl-smelling] ep. jíjẹrà, ríràdànù; ~ (**to
become ~**) is. láti jẹrà, láti ràdànùn

putty [a soft material used in fixing glass panes] or. pọtí

puzzle [mystery] or. ìrújú, ohun-ìrújú, àlọ́

puzzling [mysterious, baffling] ep. ìrújú, ìrúnilójú

pygmy [an abnormally undersized person] or. iràrá

pyjamas [pajamas, sleeping suit] or. aṣọ-ìwọ̀sùn

pyloric ep. ìdí-ikùn; ~ **canal** or. ọ̀nà ìdí-ikùn; ~ **gland** or. ẹ̀ṣẹ́ ìdí
ikún; ~ **orifice** or. ojú-ihò ìdí-ikùn; ~ **sphincter** [pyloric valve]
or. ẹ̀gbà ìdí-ikùn; ~ **stenosis** or. ìdí-ikùn fífún; ~ **valve** [pyloric
sphincter] or. ẹ̀kù ìdí-ikùn

pylorus [the opening from the stomach to the duodenum] or. ìdí
ikùn

pyramid [structure with a base and triangular sides] or. pírámídì

pyro- [fire, heat] ir. iná

pyromaniac [a person having pyromania] or. afináṣere

pyromania [a compulsion to set things on fire] or. àìsàn ifináṣere

python [very large, nonpoisonous snake] or. erè

quack *[charlatan]* or. babaláwo oníró; onísègùn èké; ~ *[to sound like a duck]* is. lati kígbe bíi pépéye

quackery *[charlatanry, illegal practice of medicine]* or. oògùn-èké

quadr-, quadri- *[four times]* ir. -mérin

quadrangle *[quadrilateral]* or. onígunmérin, oníhàmérin

quadrant *[area bounded by a quarter of a circle and two radii]* or. ilàrin-èká

quadratic ep. onírìnméjì; ~ **equation** or. òmì onírìnméjì; ~ **function** *[second order polynomial]* or. ifà onírìnméjì

quadrennial *[occurring every four years]* ep. olódúnmérin, odúnmérin- mérin

quadrennially *[once every four years]* as. lódúnmérin- mérin

quadrennium *[period of four years]* or. odúnmérin

quadri- *[four]* ir. -mérin

quadriceps *[extensor muscle in front of the thigh]* or. işan iwájú-itan

quadricycle *[a four wheeled cycle]* or. kèké elésè mérin

quadrilateral *[having four sides]* or., ep. oníhàmérin; ~ or. oníhàmérin

quadrinomial *[an expression of four terms]* or. òmì-eléyàmérin

quadriplegia *[paralysis of both arms and legs]* or. ríro ní towótesè

quadriplegic *[one suffering paralysis of both arms and legs]* or. aro, aro ní towótesè

quadrivalent *[having four valences]* ep. oníkòmérin

quadruped *[animal with four legs]* or. eranko elésèmérin

quadruple *[to increase fourfold]* is. lati so (nkan) di pupò léèmérin

quadruplet *[one of four children born at one birth]* or. ìbérin

quadruplicate *[quadruple]* or. èdàmérin

quaff *[to drink deeply]* is. lati mu àmujù

quagmire *[soft, miry land]* or. irà, erè

quail *[to lose courage, cower]* is. lati şojo

quaint *[old-fashioned]* ep. ti àtijó

quake *[to shake from shock]* is. lati mì tìtì; ~ *[earthquake]* or. ìjì-ilè

qualification *[quality or experience that fits a person for a position]* or. ètó, ìdáyàtò, ìrírí, àfijérï ; ~ *[something that modifies or limits]* or. èpón, àpónlé

qualified (to be ~) *[competent, capable]* is. lati létò, lati lóyetó

qualifier *[one that satisfies a requirement]* or. elétò

qualify *[modify, to reduce from general to particular]* is. lati juwe pàtó; lati ṣàlàyé; lati pón (ẹka-ọ̀rọ̀); ~ *[to make fit for an occupation]* is. láti gbẹ̀tọ́

quality *[peculiar character]* or. ìwà ìdáyàtọ̀; àmì ìdáyàtọ̀; ~ *[degree of excellence]* or. ìwuyìtó, ìdárató, ìwúlòtó; ~ **of sound** *[timbre]* or. ohùn

qualm *[sudden misgiving or fear]* or. àibalẹ̀-ọkàn

quandary *[state of perplexity, dilemma]* or. ìsìyèméjì

quantal *[relating to quantum]* ep. ti ìbìba

quantifiable *[can be quantified]* ep. aṣeéwọ̀n, ṣíṣeéwọ̀n

quantification *[act of quantifying]* or. wíwọn-ye, ìwọn-ye

quantify *[to measure the quantity of]* is. lati wọn-ye

quantitate *[to measure the quantity of]* is. lati wọn-ye

quantitative analysis *(in chemistry) [accurate measurements of amounts of various components]* or. ìyanjú ìwọn-ye

quantity *[amount, sum]* or. ìwọ̀n-iye, oye; ~ **of electricity** or. ìwọn-iye àrá; ~ **of heat** or. iye ìṣù-iná

quantize *[to subdivide into small increments]* is. lati dá (nkan) ní ìbìba

quantum *[very tiny, definite amount]* or., ep. ìbìba (ìba ìba)

quarantine *[period of forty days]* or. ogójì ọjọ́; ~ *[state of enforced isolation]* or. ìyàsọ́tọ̀

quarrel *[conflict between antagonists]* or. ìjà, aáwọ̀; ~ is. lati lááwọ̀; lati bá (ènìyàn) jà

quarrelsome *[contentious, belligerent]* ep. oní-wàhálà, oníjà, alááwọ̀

quarrier *[worker in a stone quarry]* or. afọ́küta

quarry *[excavation of stone from the ground]* or. òkúta fífọ́

quarrying *[business or act of extracting stone]* or. iṣẹ́ òkúta-fífọ́

quarryman *[a man who works in a quarry]* or. afọ́küta

quart *[liquid measure equal to one quarter of a gallon]* or. ìlàrin gálọ́nù

quarter *[fourth part of a measure of something]* or. ìdárin, ìlàrin, ìdámérin; ~ *[three months interval]* or. oṣùmẹ́ta, ìlàrin-ọdún, oṣùmẹ́ta-mẹ́ta; ~ *[district of a city]* or. agboolé; ~ *[living accommodations]* or. ibùgbé, the soldiers' ~s: ibùgbé awọn ológun

quarterly *[occurring or appearing every three months]* as. óṣùmẹ́ta-mẹta, a ~ magazine: iwé-ìròhìn olóṣùmẹ́ta-mẹ́ta

quartet *[set of four things of a kind]* or. onímérin

quartic equation or. ọ̀mì onírìnmẹ́rin (ọ̀mì: equation)

quartz *[mineral consisting of silicon dioxide]* or. ọtaa sílíka

quash *[to smash; to put an end to]* is. láti fòpin sí (nkan); láti tẹ (nkan) rì; láti pa (nkan) rẹ́;láti fọ́ (nkan) yáányáán

quasi *[seeming, resembling]* ir. aribi-

quaternary *[consisting of four units]* ep. onímẹ́rin, onímẹ́rin-mẹ́rin

quaver *[to tremble, to shake]* is. lati gbọ̀nrìrì; lati gbọn ohùn réré

quay *[paved bank beside a waterway]* or. èbúté

queasy (to be ~) *[nauseated]* is. láti ní inú-ríru; ~ **(to be ~)** *[to be uncomfortable, ill at ease]* is. láti ṣàìfarabalẹ̀

queen *[wife of a king; a female monarch]* or. ayaba, ọbabìnrin

queenly ep. bí ayaba, bí ọbabìnrin

queer *[eccentric, unconventional]* ep. òdì, èèmọ̀

quell *[to put down; to suppress]* is. lati tẹ (nkan) rì; lati tẹ (nkan) mọ́lẹ̀

quench *[to destroy, to suppress]* is. lati pa (nkan) kú; lati pa (nkan) rẹ́

querulous *[habitually complaining]* ep. ọ̀ráhùn, aláròyé

query *[to ask questions of]* is. lati bi (enia) lẹ́jọ́; ~ or. ìbéèrè, èrèdí

quest *[a seeking pursuit]* or. ìwákiri

question *[to interrogate, to inquire]* is. lati ṣe ìwádǐ, lati bèèrè (nkan); ~ *[interrogation]* or. ìwádǐ, ìbéèrè, he ~ed me about my work: ó béerè nípa iṣẹ́ẹ̀ mi; ~ **mark** *[interrogation mark]* or. àmì ìbéèrè

questionable *[dubious, doubtful]* ep. arúni-lójú, ìrújú

questionless *[indubitable, unquestionable]* ep. aláisí àníàní; aláìníbèrè

questionnaire *[collection of questions for statistical information]* or. ìwádǐ dẹrí, páálí ìwádǐ dẹrí

queue *[line of persons]* or. ìlà; ~ *[to line up]* is. lati to ìlà; lati tòlà

quibble *[to evade the point in question]* is. láti fì gbígbọ́ ṣe àìgbọ́

quick *[not dead, alive]* or. aláàyè, ààyè; ~ *[rapid, speedy]* ep. ayára; ~ **(to be ~)** is. lati yára

quicken *[to make more rapid]* is. lati ṣe(nkan) ní kíákíá

quicklime *[calcined limestone]* or. òkúta-ẹfun sísun

quickly as. pẹ̀lú iyára; tiyáratiyára, ni kánmọ́-kánmọ́

quickness *[the quality of being quick]* or. ìyára, yíyara

quicksand *[sand readily yielding to pressure]* or. iyanrìn yíyọ̀

quick-tempered *[easily angered, irascible]* ep. aṣoro, onínúfùùfù

quick-witted *[intelligent]* ep. olóye

quid pro quo *[something for something]* or. ọ̀tún wẹ́'sì-òsì wẹ́'tún

quiescence *[state of being quiet or inactive]* or. ìdákẹ́-rọ́rọ́

quiescent [quiet, inactive] ep. adákẹ́-rọ́rọ́

quiet [tranquility] or. ìdákẹ́, ìdákẹ́jẹ́; ~ **(to be ~)** is. lati dákẹ́; ~ [calm, gentle] ep. dídákẹ́

quietly as. (ní) pẹ̀lépẹ̀lẹ́, pẹ̀lú ìdákẹ́jẹ́; láìparuwo

quietness [the state of being quiet, quietude] or. ìdákẹ́jẹ́jẹ́, ifarabalẹ̀, ìdákẹ́rọ́rọ́

quietude see: quietness

quill [large feather] or. ìyẹ́ apá-ẹyẹ

quilt [padded bed cover] or. aṣọ orí àkéte; aṣọ orí ìbùsùn

quincentenary [relating to a period of five hundred years] ep. oní-òrúndún-már ŭn

quinqu-, quinque- [five, multiple of five] ir. -már ŭn

quinquagesima [Sunday before lent] or. ọ̀sẹ̀ tó ṣáájúu lẹ́ntì; ọ̀sẹ̀ tó ṣáájú àwẹ̀ẹ Krístì

quinquennial [consisting of five years; done every five years] ep. ọlọ́dúnmár ŭn-már ŭn, ẹlẹ̀ẹ̀kan-lọ́dúnmár ŭn

quinquevalent [pentavalent] ep. oníkọmárŭn

quintessence [most typical example] or. àpèjúwe gidi

quintet [set of five] or. ẹlẹ́yọmár ŭn, ìbárŭn

quintuple [to make five times as much] is. lati ṣe ìlọ́pomárŭn

quintuplet [any of five children born at a single birth] or. ìbárŭn

quintuplicate [something repeated five times] or. èdà-márŭn

quip [a witty or sarcastic expression] or. àpárá

quirt [a riding whip with a lash of braided leather] or. kòbókò

quit [to cease normal action] is. lati jáwọ́ nínú (nkan), she wants to ~ smoking; ó fẹ́ jáwọ́ nínúun mímu ṣìgá

quisling [traitor who collaborates with invaders] or. ọlọ̀tẹ̀

quite [completely, wholly] as. gaan, púpọ̀, it's ~ good: ó dára púpọ̀

quitter [defeatist, one that gives up easily] or. ọ̀lẹ

quiver [case for carrying arrows] or. apó, apó-ọfà; ~ [to tremble] is. lati gbọ̀nrìrì, láti wárìrì; ~ [an art of quivering] or. ìwárìrì

quixotic [idealistic, imaginary] ep. àbá

quiz [short oral or written test] or. ìdánwò kékeré

quizzer [a person who quizzes] or. aṣèdánwò

quizzical [given to making fun of others] ep. alápǎ ra, oníyẹ̀yẹ́

quorum [the minimum number of members required to be present in a debate] or. ojú-ìgbìmọ̀; to reach a ~ is. lati dé (pé) ojú-ìgbìmọ̀

quota [assigned share] or. ìpín

quotable [worth quoting] or. àwọn ọ̀rọ̀-àgbàsọ

quotation *[somebody's words repeated exactly by another person]* or. àgbàsọ-ọ̀rọ̀, ọ̀rọ̀-àgbàsọ; ~ **mark** or. àmìn àgbàsọ

quote *[to repeat another person's words]* is. lati ṣàgbàsọ /ṣe àgbàsọ/

quotient *[number obtained when one quantity is divided by another]* or. ìpín *(dividend: ẹ́pin; divisor: ìfìpin)*

R

rabbi *[a Jewish scholar or teacher]* or. rábì

rabbit *[burrowing rodent, family Leporidae]* or. ehoro

rabble *[mob, lower class of people]* or. ogúnlógò èniyàn; àwọn mẹ̀kúnnù

rabble-rouser *[one who stirs up hate or violence]* or. arúlŭ, oníwàhálà

rabid *[raving, mad]* ep. aṣiwèrè, ayawèrè

rabies *[hydrophobia, an acute infectious disease]* or. àrùun dìgbòlugì

race *[subspecies]* or. ọ̀wọ̀-ọ̀wọ́; ~ *[contest in speed]* or. ere-ìje, ìdíje; ~ *[people of the same stock]* or.àwọn èniyàn aláwọ̀ kan; **African** ~: aláwọ̀ dúdú

racecourse *[course used for racing]* or. pá-pá iṣeré, pápá ìsáré

racehorse *[horse kept for racing]* or. eṣin asáré-ìje

race track *[a course for racing]* or. òpópó eré-ìje

rachi-, rachio- *[spine]* ir. ọ̀pá-ẹ̀hìn-

rachialgia *[rachiodynia]* or. ọ̀pá-ẹ̀hìn dídùn

rachis *[backbone, spinal column, vertebral column]* or. ọ̀pá-ẹ̀hìn

rachitis *[rickets, osteomalacia]* or. ọ̀pá-ẹ̀hìn wíwú

racial *[pertaining to a race]* ep. nípa àwọn ẹ̀dá aláwọ̀ kan

racism *[practice of racial discrimination]* or. ifàwọ̀gbéraga

racist *[one who believes in racial discrimination]* or. afàwọ̀gbéraga; ~ *[characterized by racism]* ep. afàwọ̀gbéraga

rack *[to distort, to strain]* is. lati wọ́ (nkan)

racket *[confused noises]* or. aruwo; ~ *[fraudulent scheme or enterprise]* or. jìbìtì

racketeer *[one who exhorts advantages by threat]* or. ọlọ́gbọ́n-ẹ̀wẹ́, oním̀ọ̀dàrú

raconteur *[one who excels in telling anecdotes]* or. amòwe, apòwe

radar *[device for detecting by radio waves]* or. rédà

radial *[having parts arranged like rays]* ep. onígbo *(oní igbo: possessing rays)*; ~ **nerve** or. ẹ̀sọ apá; ~ **symmetry** or. gígúnyíká, gígún ní àyíká

radially symmetrical *ep*: agúnyíká; ~ **(to be ~)** is. láti gúnyíká, láti gún ní àyíká; A circle is ~: ẹ̀ká gúnyíká *tabi* ẹ̀ká gún ní àyíká *(ẹ̀ká: circle)*

radian *[unit of plane angular measurement]* or. ìwọ̀n-ẹ̀ká *(ẹ̀ká: circle)*

radiance or. ìtànṣán, ìtànká

radiant [shining, glowing] ep. títànṣán, títànká; ~ **energy** [energy transmitted as light] or. agbára ìtànká; ~ **heat** or. iṣù-iná títànká

radiate [shine, glow] is. láti tànká

radiation [the act or process of radiating] or. ìtànká

radiator [something that radiates] or. atàn

radical [extreme, fundamental] ep. ti ìpilẹ̀ṣẹ̀, nípa ìpilẹ̀ṣẹ̀; ~ [proceeding from a root] ep. atirìnyọ; ~ or. irìn èèkà (èèkà: number)

radicle [the root part of an embryo seedling] or. irìin-rúgbìn; ~ [nerve root] or. irìn ẹ̀sọ

radiculitis [inflammation of the nerve roots] or. irìn-ẹ̀sọ wíwú (irìn-ẹ̀sọ: nerve root)

radio- [ray, raylike] ir. atàn-

radio [a set for receiving or transmitting radio broadcasts] or. rédíò

radioactive [capable of radiation] ep. níní agbára atàn; ~ **energy** or. agbára atàn

radiologist [specialist in the use of radiant energy] or. akẹ́kọ̀ atàn

radiology [science of radioactive substances] or. ẹ̀kọ́ atàn

radium [a radioactive metal, Ra] or. iṣùu rádíà

radius [the shorter bone of the forearm] or. eegun-apá kékeré; ~ [line from center of a circle to the periphery] or. igbo; ~ **of a circle** or. igbo ẹ̀ká (ẹ̀ka: circle)

radon [a gaseous chemical element, Rn] or. iṣùu Rédọ̀nù (rédọ̀nù)

raffia palm [a type of palm tree] or. igi ògùrọ̀; igi ọ̀gọ̀rọ̀

raffle [lottery, a game of chance] or. èyíjẹ̀-èyí-òjẹ̀; tẹ́tẹ́

rafter [sloping timber of a roof] or. ìtì-igi ilè

rag [an old piece of cloth] or. àkísà, èkísà, I saw him dressed in ~s: mo ri i pẹ̀lú ẹ̀wù àkísà lọ́rùn

rage [violent anger, fury] or. irunú, ìbínú

ragged [torn, tattered] ep. alákǐ sà

raid [foray, sudden invasion] or. ìkó (ìlú) lógun; ìja (orílẹ) lógun; ~ [to take part in a ~] is. láti kó (ìlú) lógun; láti ja (orílẹ̀) lógun

raider or. ajanilógun, akónilógun

rail [steel bars used to support a track] or. ojú-irin

railway [road on which trains run] or. ọkọ̀ ojú-irin; rélùwéè

raiment [clothing, garments] or. aṣọ

rain [water falling from the clouds] or. òjò, eji; ~ [to pour down] is. láti rọ̀jò, it is ~ing: òjò nrọ̀; ~ **cloud** [a visible collection of water suspended in the air] or. sánmà-òjò; ~ **coat** [coat for

giving protection from rain] or. ẹ̀wù òjò, aṣọ ìgbòjò, aṣọ-òjò;
~**drop** *[drop of rain]* or. ẹ̀kán òjò; ~**fall** *[fall of rain]* or. òjò, eji;
~ **gauge** *[instrument for measuring rainfall]* or. òṣùwọ̀n-òjò,
awọ̀n-jò; ~ **forest** or. igbó dudu; ~ **storm** *[a storm with heavy
rain]* or. òjò gìdìgìdì; ~**water** or. omi òjò;
light ~ *[drizzle]* or. òjò winnin-winnin

rainbow *[an arc containing bands of different colors that forms
opposite the sun]* or. àádi omi, òṣùmàrè

rainy *[characterized by rain]* ep. t'òjò, pẹ̀lú òjò; ~ **season** *[season
of the year when there is much rain]* or. ìgbà òjò, àsìkò òjò

raise *[to lift upward]* is. láti gbé (nkan) ga; láti gbé (nkan) sókè

raison d'etre *[reason for existence]* or. ìwàláyé, ìwàfún */ìdì ti
(nkan) fi wà/*

rake *[tool used to gather leaves]* or. ohun ìkéwéjọ; irin ìkéwéjọ

rally *[to bring back to order]* is. láti fìsétò; láti mú (nkan)
padàséto */padà sí ètò/*

ram *[male sheep]* or. àgbò

Ramadan *[ninth month of the Muslim year]* or. oṣù-àwẹ̀ onímọ̀le,
ìgbà àwẹ̀ onímọ̀le

ramble *[to talk incoherently]* is. láti sọ̀sọkúsọ

rambunctious *[marked by exuberance, unruly]* ep. oníjàgìdí-jàgan

ramification *[set of branches]* or. àwọn oríṣiríṣi ọ̀nà tí (nkan) pín
sí

ramify *[to separate into divisions]* is. láti pín (nkan)

ramp *[incline that connects two levels]* or. ìdàgẹ̀rẹ̀

rampage *[to rage, to storm about]* is. láti lo inú-fùùfù

rampant (to be ~) *[unrestrained, growing without control]* is. láti
gbilẹ̀

rampart *[protective barrier]* or. ibodè

ramrod *[rod for ramming home the charge in a gun]* or. ọ̀pá ìbọn

ramshackle *[rickety, loosely constructed]* ep. gúlugùlu, játijàti

ranch *[large farm for raising cattle, sheep etc.]* or. oko nlá

rancher *[one who operates a ranch]* or. àgbẹ̀

rancid (to be ~) *[having a rank smell, rotten]* is. láti mẹ́sẹ̀ri; láti
bàjẹ́

rancor *[malice, deep hatred]* or. aáwọ̀, ìjà, ọ̀tá

R and D *[research and development]* or. iṣẹ̀wádìí àt' ìdàgbàsókè

random *[with no specific pattern]* ep. aláilétò

range *[area of activity]* or. sàkání

rank *[position, category]* or. ipò; ~ *[to arrange in line or regular
formation]* is. láti to (nkan) lésẹẹsẹ; láti to (àwọn nkan)sípòo

wọn; láti to (àwọn nkan) nípò-nípò; ~ **and file** [individuals
constituting the body of an organization] or. àwọn ọmọ ẹgbẹ́
rankle [to irritate] is. láti dá (ènìyàn) lágara
ransack [to search thoroughly] is. láti tú-ilé tú-ọ̀nà; láti túlé-túnà
ransom [price paid for release of kidnapped person] or. owó
ìdásílẹ̀, owó ìràpadà
ransomer [redeemer] or. olùràpadà
rant [to talk loudly and wildly] is. láti pariwo yèè, ~ [noisy and
wild talk] or. ariwo, aruwo
rap [to knock] is. láti kan lẹ̀kùn; ~ [to talk freely and frankly] is.
láti sòótọ́ ọ̀rọ̀
rapacious [excessively greedy and covetous] ep. olójúkòkòrò
rape [forced sexual intercourse] is. láti fipá bá (ènìyàn) lò; ~ [crime
of forced sexual intercourse] or. ifipábánilo; ~ [a plant of the
mustard family] or. igi irapé
rapeseed oil [oil extracted from the seed of a rape plant] or. epo
irapé
rapid [having great speed] ep. yíyára; ~ (to be ~) is. láti yára
rapidity [quality of being rapid] or. iyára, yíyara
rapist [one who commits a crime of rape] or. afipábánilò,
afipábóbirinlò
rapport [relation marked by harmony] or. ìdun-nú, ìfẹ́, èdè-ìyédè
rapprochement [state of cordial relations] or. èdè-ìyédè, àláfià
rapt (to be ~) [engrossed, absorbed] is. láti fi gbogbo ara ṣe
(nkan); láti fi ara àt'ọkàn ṣe (nkan)
rapscallion [rascal; ne'er-do-well] or. ọmọ ita, ọmọkọ́mọ, ọmọ
aláànílááří
rapture [ecstasy, extreme joy or pleasure] or. ayọ̀ kíkún; ayọ̀-pọ̀rọ́
rare [not frequent, uncommon] ep. wíwọ́n, ọlọ́wọ́n; ~ (to be ~) is.
láti ṣọ̀wọ́n; ~ **gas** [noble gas, inert gas] or. afẹ́ àìníkọ́ ; ~ [very
lightly cooked] ep. ọ̀fọ́ọ̀rọ̀, ọlọ́fọ́ ọ̀rọ̀, rare meat: ẹran ọlọ́fọ́ ọ̀rọ̀
rarefy [to make rare] is. láti sọ (nkan)dọ̀wọ́n
rarely [infrequently, seldom] as. pẹ̀lú agbára-káká; lẹẹ̀kànkan; ní
igbẹ̀dá
rarity [state of being rare] or. àwaàrí, ọ̀wọ́n-gógó, ọlọ́wọ́n
rascal [scoundrel, dishonest person] or. ọmọkọ́mọ, ọmọ̀ọta,
ènìyànkénìyàn, ìpátá
rascality [knavery, rascally act] or. ìwàkúwà, ìpátá
rascally [like a rascal, dishonest] ẹp. ìpátá, onípátá
rase see raze
rash [skin irritation] or. ẹ̀yún, arasísú; ~ [acting without caution]
ep. aláìfarabalẹ̀, aláìronún, agídí, alágidi

rasp *[to scrape roughly]* is. láti fá (nkan)

rat *[rodent similar to a mouse]* or. èkúté, èkúté-ilé, asín

rate *[frequency]* or. ìyásí, ìyásí ìṣèlè *(bí ìṣèlè kan ṣe nyá sí: how fast an occurrence is taking place)*; **birth** ~: ìyásí ọmọbíbí; **heart** ~: ìyásí ìsọ-ọkàn; **infant mortality** ~: ìyásí ikú ọmọ-ọwọ́; **metabolic** ~: ìyásí àsèe-pádi *(àsèe-pádi: cellular reaction)*; **respiration** ~: ìyásíi mímí; ~ **of acceleration** or. ìyásí iperédà; ~ **of speed** or. ìyásí eré, ìyásí ìpapòdà

rate *[to grade, consider]* is. láti rí (nkan) sí, láti ka(nkan) sí, láti ka (nkan) kún

rather *[preferably, more properly]* as. kúkú

raticide *[substance for killing rats]* or. èlà apèkúté

ratification *[act of ratifying]* or. ìfàṣẹsí, ìfọ- wọ́sí

ratify *[to approve officially]* is. láti fàṣẹ sí (ìwé)

rating *[classification according to grade]* or. ìkàsípò, ìfìsípò

ratio *[a fixed relation between two similar things, proportion]* or. ìbùpín *(bu nkan pín: cut a thing for the purpose of division)*

ratiocinate *[to reason]* is. láti ronú

ration *[daily allowance]* or. ìpín (onjẹ)

rational (to be ~) *[agreeable to reason; of sound mind]* or. láti ní ìdí; láti mọ́gbọ́nwá; ~ **number** or. èèkà ẹléṣẹ *(oní ẹṣẹ: something with fractions; ẹṣẹ: fraction)*

rationale *[basis; underlying reason]* or. ìdí pàtàkì; èrò ọkàn

rationalize *[to make something appear reasonable]* is. láti wí àwáwí

rat race *[senseless competitive activities]* or. asán, kìtàkìtà

rattle *[chatter, to talk rapidly]* is. láti yánusòrò

raucous *[disorderly, boisterous]* ep. aláruwo

ravage *[to devastate, to lay waste]* is. láti piyẹ́, láti pa (ilú) run

rave *[to speak enthusiastically]* is. láti sòrò ìyárí; ~ *[to talk deliriously]* is. láti sòsọkúsọ

ravel *[to unravel, to disentangle]* is. láti yanjú (nkan tó kọ́dí)

raven *[large bird of prey]* or. ẹyẹ ìwò

ravenous (to be ~) *[voracious, very hungry]* is. láti pebi

ravine *[narrow, steep-sided valley]* or. àfoní-fojì jíjìn

ravish *[to take away by violence]* is. láti fìpá gbé (ènìyàn) lọ

ravishing (to be ~) *[unusually attractive; pleasing]* is. láti lẹ́wà gidigidi; láti wúnílórí

raw *[uncooked, inexperienced]* ep. tútù, aláìsè; ~ *[not diluted or blended]* ep. ògìdì; ~ **deal** *[unfair treatment]* or. ìyan-nijẹ; ~ **material** *[material for manufacture]* or. àwọn ohun èsè-ìṣelọ́pọ̀

rawhide *[whip made from hide]* or. kòbókò, pàṣọ́n; ~ *[untanned hide]* or. awọ àìrún *(rún: to tan)*

ray *[line of light that appears to come from a bright object]* or. ìtàn *(láti tan: to bring forth rays)*; ~ **of light** or. ìtàn iná, ìtànná

raze *[to demolish, to destroy to the ground]* is. láti wó (nkan) palẹ̀

razor *[sharp knife used for shaving off hair]* or. abẹ; ~ **blade** or. abẹ fẹ́lẹ́, abẹ ìfárun

re- *[again, back(ward)]* ìr. tún-

reach *[to stretch from a distance]* is. láti nọ̀gà, láti dé (ibi kan), láti wà ní àrọ́wọ́tó, it is out of ~: ó wà ní àrọ́wọ́tó

react *[to act in response to a stimulus]* is. láti fura sí (nkan); ~ *[to act in return]* is. láti fún(ènìyàn) lésì; ~ *[in chemistry: to act with another substance to produce a chemical change]* is. lati se (nkan); ~ **completely** is. lati se àsèparí *(incomplete reaction: àsè ìsètán)*

reactant *[a substance involved in a chemical reaction]* or. èsè, èsè-àsè

reaction *[chemical change]* or. àsè; ~ *[a reciprocal action]* or. ifura

reaction time or. ìgbà àsè; ~ *[latent period]* or. ìgbà ifura

reactor *[a thing that undergoes a reaction]* or. èsè, èsè-àsè; ~ *[a container inside which a reaction takes place]* or. abọ́-àsè

read *[to look at and understand the meaning of something written]* is. láti kàwé

reader *[one who reads]* or. ọkàwé, akàwé

readily *[willingly]* as. pẹ̀lú ìyárí, lógán, ní kíákíá

readiness *[quickness, promptitude]* or. ìmúra-sílẹ̀, ìtara

ready (to be ~) *[immediately available]* is. láti ṣetán; láti múrasílẹ̀; láti múratán

reagent *[in chemistry: a substance that is used in analysis and synthesis]* or. ohun èsè

real *[genuine, authentic]* ep. gidi, this is a ~ problem: wàhálà gidi ni èyí; ~ **estate** *[land and buildings together]* or. ilẹ̀ òun ilé; ~ **gas** or. òyì gidi; ~ **image** or. eré gidi; ~ *[in mathematics: not imaginary]* ep. gidi, ~ **number**: èèkà gidi *(èèkà àìrí: imaginary number)*; ~ **solution** or. àpòpọ̀ gidi

reality *[actual situation or event]* or. òdodo

realize *[to understand correctly]* is. láti ṣẹ̀ṣẹ̀mọ̀

really *[truly, indeed]* as. bòtọ́, lódodo, dájú-dájú, ní pàtó, gaan, it is a ~ good book: ìwé náà dara gaan

realm *[domain, scope of influence]* or. sàkání, àgbèègbè

reap *[to harvest a crop]* is. láti kórè

reaper *[one who reaps]* or. olùkórè; ~ *[machine that reaps grain]* *or.* èrọ ìkórè

reappear *[to appear again] is.* láti padà wá; láti padàyọ

rear *[to bring up, to foster] is.* láti tọ́ (ènìyàn) dàgbà; ~ *[the back part] or.* èhìn; ~ **(end)** *[buttocks] or.* idi

rearrange *[to arrange again] is.* láti tún (nkan) tò

rearrangement *or.* àtúntò

reason *[explanation, statement that justifies a belief or an excuse] or.* ìdí, ìdí pàtàkì; ~ *[common sense, good judgment] or.* ìronú, ìrorí; ~ *[to think logically] is.* láti ronún sí (nkan)

reasonable (to be ~) *[rational, acceptable to reason] is.* láti mọ́gbọ́nwá; láti lẹ́tọ̀

reassure *[to restore confidence] is.* láti fọkàn (ènìyàn) balẹ̀

rebel *[to resist authority] is.* láti dìtẹ̀; láti sọ̀tẹ̀, láti digunṣọ̀tẹ̀; ~ *[one who opposes constituted authority especially by force] or.* ọlọ́tẹ̀, adìtẹ̀, aṣọ̀tẹ̀, adigunṣọ̀tẹ̀

rebellion *[resistance to authority] or.* ọ̀tẹ̀, idigunṣọ̀tẹ̀

rebirth *[reincarnation, revival] or.* àtúnbí

rebound *[to spring back] is.* láti ta padà

rebuff *[to repel the advance of] is.* láti yàgò fún (ènìyàn); láti bìlà fún (ènìyàn)

rebuild *[to reconstruct, to remodel] is.* láti tún (ilé) kọ́

rebuke *[to criticize sharply] is.* láti bá (ènìyàn) wí; ~ *[expression of disapproval] or.* ìbáwí

rebut *[to try to prove wrong by argument] is.* láti fì àlàyé já irọ́

recalcitrant *[stubbornly disobedient] ep.* olóríkunkun, aláìgbálàyé

recall *[to remember, to recollect] is.* láti ní ìrántí; láti rántí; ~ *[to call or bring back] is.* láti pe (ènìyàn) padà

recant *[to retract one's words] is.* láti kó ọ̀rọ̀ (ẹni) jẹ; láti tọrọ gáfárà fún ọ̀rọ̀ tí a sọ tẹ́lẹ̀

recap *[to review something] is.* láti bojúwẹ̀-hìn wo (nkan)

recapitulate *[to summarize] is.* láti ṣe àkótán (ọ̀rọ̀); láti ṣe àkórí (ọ̀rọ̀)

recapitulation *[summary] or.* àkótán, àkórí

recapture *[to experience again] is.* láti rántí; ~ *[to capture again, retake] is.* láti tún (ènìyàn) mú

recede *[to go back, to withdraw] is.* láti padàsẹ́hìn; láti rẹ̀hìn; láti lọ èhìn

receipt *[a written acknowledgement of] or.* ìwé-ẹ̀rí

receive *[to take or get something] is.* láti gba (nkan); láti rí (nkan) gbà

receiver [one who receives] or. agbà
recent [just before present time] ep. àìpẹ́
recently [at a recent time] as. láìpẹ́, ní àìpẹ́
receptacle [container] or. abọ́, ife
reception [formal entertainment of guests] or. iṣàlejò, igbàlejò
receptionist [employee who greets callers for a business] or. agbàlejò
receptive (to be ~) [able to receive] is. láti gbọ́ àlàyé, láti gba (àlàyé)
recess [break in normal routine] or. idáwọ́dúró lẹ́nu iṣẹ́; ~ [a small cavity] or. iyẹ̀wù, kọ̀rọ̀
recessive [receding or tending to recede] or. arẹ̀hìn, rírẹ̀hìn
recession [period of reduced economic activity] or. igbà iyàn-owó
recidivism [tendency to relapse] or. àpadàsẹ́hìn
recipe [instructions for preparing food] or. ìwé onjẹ-ṣíṣe
reciprocal [a pair of numbers whose product is one; inversion] or. isọdiñpín; ~ **frequency** [period] or. igbà iṣẹ̀lẹ̀ kan, igbà ẹ̀rẹ̀ kan; ~ **proportions** or. idá-iyesíye (wo: iṣírò); ~ [mutual, each to the other] ep. ifọwọ́sowọ́pọ̀, ì firesanre
reciprocate [to give and take mutually] is. láti sẹ̀san: fì ire sanre; fì ibi sanbi
reciprocation [giving and receiving mutually] or. ẹ̀san: ifiresanre; ifibisanbi
recitation [delivery before an audience of something memorized] or. ìkákọ̀sórí
recite [to repeat from memory] is. láti ka àkọ́sórí
reckless [careless when doing something] ep. aláìbìkítà, aláìnáání, aláìmóyì
recklessness [the condition of being reckless] or. àìbìkítà
reckon [to compute, to calculate] is. láti ṣírò, láti ka (nkan)
reckoning [act of calculating] or. iṣírò
reclaim [to claim back, to recover] is. láti gbà padà; láti ra(nkan) padà
reclamation [recovery] or. igbàpadà, iràpadà
recline [to lean, to incline backward] is. láti farati (ogiri)
recluse [hermit, one who lives in seclusion] or. adánìkàngbé
recognition [acknowledgement] or. àyẹ́sí, ẹ̀tọ́
recognize [to admit the knowledge of] is. láti jẹ́wọ́, láti gbà; ~ [to perceive previous familiarity] is. láti ṣèrántí; láti ní ìrántí
recoil [to draw back, to shrink] is. láti fà sẹ́hìn, láti padàsẹ́hìn
recollect [to remember, to recall] is. láti rántí, láti níran
recollection [act of recollecting] or. ìníran, ìnírántí

recommend *[to suggest to another as good]* is. láti ṣèdúró fún (èniyàn)

recommendation *[process of recommending somebody]* or. iṣèdúró

recompense *[to reward for a service]* is. láti san èrè iṣẹ́; láti san èsan

reconcile *[to restore a friendship after a quarrel]* is. láti parí aáwọ̀; láti parí ìjà

reconciliation *[act of reconciling]* or. ìparí-ìjà

reconnaissance *[observation of enemy territory]* or. iṣamí/ṣe amí: become a spy/

reconnoiter *[to survey an area]* is. láti ṣamí /ṣe amí/

reconsider *[to think about again]* is. láti tún (nkan) rò

reconstruct *[to build something again]* is. láti tún (ilé) kọ́

record *[to write down for future use]* is. láti ṣe àkọsílẹ̀; láti ṣe àkọ́lẹ̀; láti kọ̀wé; ~ *[to preserve sound on tape]* is. láti mú ohùn (èniyàn); ~ *[informaion in written form]* or. àkọ́lẹ̀, àkọsílẹ̀; ~ *[an official written report]* or. ìwé àkọ́lẹ̀, ìwé àkọsílẹ̀, ìwé èrí; ~ **player** *[machine used to play records]* or. èrọ ikọrin

recorder *[person who records things]* or. akọ̀wé; ~ *[a machine for recording]* is. èrọ gboùn-gboùn

recount *[to describe in detail]* is. láti ṣe àlàyé pípé

recoup *[to recover]* is. láti gba (nkan) padà

recourse *[appeal for help]* or. gbàmí-gbàmí, ìbòsí

recover *[to regain something which was lost]* is. láti rí (nkan) gbà padà; ~ *[to regain normal health]* is. láti mókun; láti gbádùn, láti ní àláfìà

recovery *[getting back, reclaiming]* or. ìgbàpadà; ~ *[getting well again]* or. ìgbádùn

recreate *[to create again]* is. láti ṣeré ìdárayá; láti dárayá; láti jẹ̀gbádùn

recreation *[pleasurable activity or exercise]* or. eré ìdárayá

recruit *[to enlist someone for a service]* is. láti gba ọmọọṣẹ́ tuntun

rectal *[pertaining to the rectum]* ep. nípa abọ́-ìdí; abọ́-ìdí; ~ **reflex** *[the impulse to defecate]* or. igbẹ́ gbígbọn (èniyàn)

rectalgia *[pain in the rectum]* or. abọ́-ìdí dí-dùn

rectangle *[tetragon]* or. àkòdì, oníhàmẹrin gígún

rectangular *[shaped like a rectangle]* or. oníhàmẹrin; ~ **building** or. àkòdì

rectify *[to make correct]* is. láti tún (nkan) ṣe

rectitude *[rightness in conduct]* or. ìwà-òótọ́; ìwà-òdodo

recto- *[rectum]* ir. abọ́-ìdí-

rectocolitis *[proctocolitis]* or. abọ́-ìdí òun asẹ́-ìfun wíwú

rector *[Episcopal or Anglican clergyman]* or. àlùfáà; ~ *[head of a universtiy]* or. ọ̀gá iléewé-gíga

rectoscope *[instrument for inspecting the rectum]* or. ẹ̀rọ ìbẹ̀wò-abọ́-idí

rectouterine *[the rectum and uterus]* ep. abọ́-ìdí òun ilé-ọmọ

rectovaginal *[the rectum and the vagina]* ep. abó-ìdí òun òbò

rectum *[the lowest segment of the large intestine]* or. abọ́ idí, abọ́ọ́dí

recumbent (to be ~) *[lying down]* is. láti rọ̀gbọ̀kú

recuperate *[to regain one's health]* is. láti dárale; láti sọ́jí

recuperation *[process of recovering from an illness]* or. ara yíyá, ilera, ìdárale, ìgbádùn

recur *[to happen again]* is. láti padà ṣẹlẹ̀; láti sẹ́hín ṣẹlẹ̀

recurrent *[happening repeatedly]* ep. àpadà-ṣẹlẹ̀

recycle *[to reuse after processing]* is. láti ṣe àtúnṣe-túnlò

red *[a primary color]* or. pupa; ~ ep. pupa; ~ **(to be ~)** is. láti pupa; láti pọ́n ; ~ **blood cells** *[erythrocytes]* or. pádí-ẹ̀jẹ̀ pupa; ~ **color** or. àwọ̀ pupa

Red Cross *[an international organization to care for the victims of war or disasters]* or. alágbẽ́ lébŭ pupa

redden *[to make red]* is. láti sọ (nkan) di pupa

reddish *[somewhat red]* ep. oní pupa

redeem *[to buy back]* is. láti ra (nkan) padà; ~**er** *[one who redeems , Jesus Christ]* or. olùràpadà

redemption *[act of redeeming]* or. ìràpadà

redistribute *[to reapportion, reallocate]* is. láti tún (nkan) pín

redistribution *[the process of redistributing]* or. àtúnpín

redness *[state of being red]* or. pípọ́n

redo *[to execute one more time]* is. láti tún (nkan) ṣe

redouble *[to increase greatly]* is. láti sọdi-púpọ̀

redress *[to put something right]* is. láti ṣe(nkan) lẹ́tọ̀

Red Sea *[a sea between Africa and Arabia]* or. òkun pupa

reduce *[to lessen; decrease]* is. láti dín (nkan) kù

reduction *[state of reducing]* or. àdínkù, dídín

redundant *[superfluous; more than enough]* ep. aláìwúlò, àpọ̀jù

reed *[stem of a tall grass]* or. òpó eèsún

reedit *[to edit again]* is. láti ṣe àtúnyẹ̀wò

reek *[to emit a strong odor]* is. láti rùn-ṣùù

reel *[device used for winding]* or. ikeke ìkáwŭ

reenter *[to enter again]* is. láti padàwọlé, láti wọlépadà

refer *[to allude, to make reference to]* or. láti fẹnukan (ọ̀rọ̀); láti tọ́ka sí (nkan); láti sọ̀rọ̀ nípa (nkan)

referee *[supervisor of a game]* or. olùdarí eré-ìje

reference *[act of referring to someplace or something]* or. itọ́ka, atọ́ka, a ~ book: ìwé atọ́ka

referendum *[public vote on an issue]* or. ìdìbò

refill *[to fill again]* is. láti tún rọ (nkan) kún

refine *[to purify by removing unwanted material]* is. láti sọ (nkan) dàtun; láti mú àlébù kùrò lára (nkan)

refinement *[process of refining]* or. ìsọdàtun

refinery *[location for refining]* or. ilé ìfẹ́sẹ́ (fẹ́ nkan sẹ́: to vaporize and distill)

reflect *[to throw back rays of light]* or. láti tan òjìji; ~ *[to think calmly]* is. láti rorí;

reflection or. ìtàn òjìji (òjìji: shadow; ìtàn òjìji: ray emanating from a shadow); ~ *[cogitation]* or. ìrorí, rírò, orí rírò

reflex *[pertaining to an involuntary response to a stimulus]* ep. lọgọ́n /ní ọgọ́n/; ~ **action** or. ìṣe lógọ́n; ~ **arc** *[path of a nerve impulse from the receptor to the nerve center and back]* or. àwọn ọgọ́n-ara

reflux *[a flowing back, ebbing]* or. ìṣànpadà; ~ is. láti ṣàn padà; ~**ing** ep. ṣíṣànpadà

reforest *[to plant new trees on land that had been denuded]* is. láti túnsọdaginjù

reforestation *[act or process of reforesting]* or. àtúnsọdigbó, àtúnsọdaginjù

reform *[to improve; to form again]* is. láti ronú-pìwàdà; láti yípadà

refract *[to change direction]* is. láti ṣẹ́ (nkan)

refraction *[change of direction]* or. ṣíṣé; ~ **of light** *[change in direction of light rays from one medium to another]* or. ṣíṣẹ́ ìtànna, ìṣẹ́ itanná

refractory *[resisting treatment]* ep. àìgbó-ògùn

refrain *[to hold back]* is. láti fàsẹ́hìn; láti dáwọ́dúró

refresh *[to make fresh again]* is. láti ṣètura; láti simi

refreshment *[something to refresh a person]* or. ohun ìtura; ohun ẹ̀rọ̀

refrigerate *[to make cold]* is. láti mú (nkan) tutù; láti mú (nkan) mótútù

refrigeration *[process of refrigerating]* or. mí-mútutù, ìmótutù

refrigerator *[an equipment used for chilling material]* or. àpótí ìmótutù; fìríìjì

refuel *[to supply again with fuel]* is. láti bepo (sí mọ́tò)

refuge *[place of protection]* or. ibi ìsádi, ibi ààbò; ibi ìpamọ́

refugee *[person fleeing from harm]* or. asásàla /asá àsálà/

refund *[to pay back, reimburse]* is. láti dáwópadà

refusal *[denial of something]* or. kíkọ̀

refuse *[to decline, to reject]* is. láti kọ̀ (nkan); ~ *[rubbish, trash]* or. pà-ntí, ẹ̀gbin

refute *[to disprove with evidence]* is. láti járọ́; láti rí ìdí ọ̀rọ̀-èkẹ́

regain *[to recover]* is. láti gba (nkan) padà

regal *[appropriate for royalty]* ep. aríbí-ọba; abọ́bagúnwà

regale *[to entertain]* is. láti sàsè rẹpẹtẹ

regalia *[the emblems of royalty]* or. awọn oun ìgúnwà gẹ́gẹ́bí adé, aṣọ àti ọ̀pá oyè

regard *[to have great affection for]* is. láti bu ọ̀wọ̀ fún (ènìyàn); láti buyì fún(ènìyàn); ~ *[to look at attentively, consider]* is. láti rí (nkan) sí, láti rí (nkan) bí, I did not ~ it as a problem: emi kò rí i bi ìyọnun

regarding *[in regard to, concerning]* as. nípa

regardless *[without regard for something]* as. láìbìkítà fún; láika (ẹnikẹ́ni) sí

regenerate *[to grow back; to form anew]* is. láti hù padà

regeneration *[process of regenerating]* or. híhù padà, ìhùpadà

regent *[one who acts in the absence of a ruler]* or. adelé-ọba

regicide *[killing of a king]* or. ìpọba, ọba pípa

regime *[system of administration]* or. ètò ìjọba

regimen *[government]* or. ìjọba; ~ *[a systematic course of living]* or. èto igbé-ayé

regiment *[military unit of several battalions]* or. ẹgbẹ́ ọmọ-ogun

region *[political or geographical area]* or. àgbèègbè, ẹ̀kún; ~**al** *[of a whole region]* ep. ẹ̀kún, ti ẹ̀kún, t' àgbèègbè

register *[official record]* or. ìwé ìrántí; ~ *[to enter in a record, enroll]* is. láti ṣe àkọsílẹ̀ (nkan), ~**ed nurse** or. nọ́ọ̀sì, olùtọ́jú aláìsàn

registration *[act of recording names]* or. kíkọ orúkọ sínú ìwé-ìrántí

regret *[to look back with a feeling of loss]* is. láti kábàmọ̀; ~ *[sense of loss; feeling of sorrow]* or. àbámọ̀

regular *[usual, customary]* ep. ìgbàgbogbo, déédé, gigún, ~ polygon: oníhàpúpọ̀ gígún

regularly *[usually]* as. nígbàgbogbo, nídéédé

regulate *[to adjust to a specification]* is. láti tọ́ (nkan) sọ́nà

regulation *[rule of governance]* or. ìlànà-òfìn; ìlànà

regurgitate *[vomit]* is. láti pọ (onjẹ)

regurgitation *[vomiting]* or. pípọ̀ (onjẹ)

rehabilitate *[to restore health]* is. láti mú (ènìyàn) láradá

rehabilitation *[a process of rehabilitating]* or. ìmúláradá

rehearsal *[practice for a performance]* or. ìmúrasílẹ̀ fún(eré); ìgbáradì fún (eré)

rehearse *[to prepare for a public performance]* is. láti múrasílẹ̀; láti gbáradì

reign *[period of time a king rules]* or. ìgbà ìjọba; ìgbà-ayé ọba kan; ~ *[to rule as a sovereign]* is. láti ṣèjọba-aládé

rein *[strap used to control a horse]* or. okùn ìjánu ẹṣin; ~ *[to control, restrain]* is. láti kó (ara ẹni) ní ìjánun

reinforce *[strengthen with additional people]* is. láti kó àwọn alátìlẹ́hìn wá; láti ṣe àtìlẹ́hìn fún (ẹgbẹ́ ọmọ ogun); ~ *[to strengthen something]* is. láti ṣe àtìlẹ́hìn, láti kín (ènìyàn) lẹ́hìn

reinforcement *[fresh body of troops]* or. alátìlẹ́hìn ọmọ ogun

reinstate *[to restore to former position]* is. láti fi ipò fún onípò

reiterate *[to say over and over]* is. láti tẹnumọ́ (ọ̀rọ̀)

reject *[to refuse to accept]* is. láti kọ (nkan) tì

rejection *[act of rejecting]* or. àkọ̀tì, kíkọ̀, ìkọ̀sìlẹ

rejoice *[to be filled with joy]* is. láti kún fún ayọ̀; láti yọ ayọ̀kíkún

rejoin *[to answer someone]* is. láti fún (ènì-yàn) lésì; láti fèsì; ~ *[to join together again]* is. láti tún parapọ̀; láti pa (nkan méjì) pọ̀

rejoinder *[answer to a reply]* or. èsì, ìfèsì

rejuvenate *[to make young again]* is. láti sọ (nkan) dàtun; láti sọ (ènìyàn) dèwe

relapse *[to fall back to an earlier condition]* or. ìpadàsẹ́hìn (àìsàn); ~ is. láti padàsẹ́hìn (àìsàn)

relate *[to narrate]* is. láti ròhìn, láti sọ; láti pìtàn; ~ *[to bring into connection]* is. láti ṣe àkàwé;láti fi (nkan méjì) wé ara wọn

related (to be ~) *[connected by blood]* is. láti báratan; ~ *[to be of a similar kind]* is. láti bárajọ, láti báratan, the two phenomena are ~: àwọn ìṣẹ̀lẹ̀ méjì náà báratan

relation *[connection by blood or marriage]* or. ẹbí, ará, ìbátan; ìtan

relationship *[consanguinity]* or. àfìwé, ìbátan; òkùnfà

relative *[member of one's family]* or. ẹbí, ìbátan, ará ilé; ~ *[dependent, conditional]* ep. ìfìwé, àfìwé; ~ **density** *[specific gravity]* or. ọ̀rin àfìwé; ~ **humidity** *[ratio of amount of water in the air to the greatest amount possible at that temperature]* or.

ikúùkù ìfiwé
relax [to make less tight] is. láti dèwó; láti dẹ (nkan); ~ [to rest] is.
láti simi; láti fọkànbalè
relaxant [anxiolytic] or. oògùn àìfọkànbalè
relaxation [lessening of tension,rest] or. ìsimi, ìdèra
relay [to pass along] is. láti fi (nkan) ṣe àtọwọ́dọ́wọ́
release [discharge from an obligation] or. ìtúsílè, ìdásílè, ìjọ̀lọ́wọ́;
~ [to set free, to unfasten] is. láti tú (nkan) sílè
relent [to soften in determination] is. láti dáwódúró
relentless [persistent] ep. aláìdáwọ́dúró
reliable (to be ~) [dependable] is. láti ṣeégbékèlé
reliance [confidence and trust] or. ìgbékèlé, ìfèhìntì, ìsimilé,
ìgbíyèlé, ìgbáralé
relic [something that is very old] or. ohun ìgbàanì; ohun àtijọ́
relief [anything that decreases pain or discomfort] or. èrọ̀,
ìfọkànbalè
religion [organized system of beliefs] or. ìgbàgbọ́, èsìn, ìsìn
religious [devout, pious] ep. onígbàgbọ́, olóòtọ́, olùfọkànsìn, a ~
order: àwọn ẹgbẹ́ onígbàgbọ́
relinquish [to release something] is. láti kọ (nkan) sílè; láti jọ̀wọ́
(nkan)
relish [pleasure] or. ìgbádùn, adùn; ~ [a kind of condiment] or.
èròjà
relive [to experience again] is. láti rántí ìgbàanì; láti sàárò
relocate [to move to a different location] is. láti ṣílọ
relocation [process of relocating] or. àṣílọ
reluctance [unwillingness] or. ìlọ́ra, ìfasè, ìṣiyèméjì
reluctant [to be unwilling] is. láti fasè; láti ṣiyèméjì; láti lọ́ra
rely [to depend] is. láti gbékèlé; láti gbíyèlé, láti fèhìntì (ènìyàn),
you can ~ on us: ẹ lé fèhìntì wá
remain [to be left after others have been taken] is. láti ṣẹ́kù; ~ [to
stay behind] is. láti dúrólẹ́hìn
remainder [what remains after division or subtraction] or. ìṣẹ́kù
remains [corpse] or. òkú, his ~ will be interred following the
funeral service: a óò sin òkúu rè lẹ́hìn ìparí ìsìn òkú
remark [to comment] is. láti sọrọkan; láti ṣe àkíyèsí; ~ [a
comment] or. àkíyèsí
remarkable [extraordinary, unusual] ep. títayọ, ìyanu
remedial [intended to remedy] ep. ìwòsàn, àtúnṣe
remedy [something that corrects an error] or. oògùn ìwòsàn;àtúnṣe
remember [to recall, to bring back to mind] is. láti rántí; láti

níran

remembrance *[something which is remembered]* or. ìrántí

remind *[to help to remember]* is. láti rán (ènìyàn) létí

reminder *[a person or thing that reminds]* or. oun ìrántí, ìrán-nilétí

reminiscence *[practice of recalling the past]* or. àárò; àìgbàgbé

remiss *[negligent]* is. láti jáfara; láti ṣe àìbìkítà; láti ṣèṣì, he is ~ of his responsibilities: ó fi iṣẹ́ rẹ̀ jáfara

remission *[abatement of symptons]* or. fìfúyẹ́, fìfúyá; ~ *[forgiveness]* or. ìdáríjì, ìfijì

remit *[to send money for goods]* is. láti fowó (ọjà) ránṣẹ́; ~ *[to forgive]* is. láti dáríji (ẹléṣẹ̀); ~ *[to abate in force]* is. lati fúyẹ́, láti fúyá

remittance *[act of sending money]* or. ìfowóránṣẹ́

remnant *[small piece]* or. ìjà-njá (ẹran); àjẹkù (onjẹ); ìrepé (aṣọ); ìyókù

remonstrate *[to give strong reasons against an idea]* is. láti ṣe alátakò

remorse *[deep moral regret]* or. àbámọ̀; ìkẹ́dùn

remorseless *[showing no regret]* ep. aláìkábàmọ̀, aláìtọrọ̀-àforíjì

remote *[distant in space; far away]* ep. ọnàjíjìn; ~ **(to be ~)** is. láti wà ní ọnàjíjìn

remotely *[from a distance]* as. látọnàjíjìn

removal *[act of removing]* or. ìmúkúrò, ìyọkúrò

remove *[to change the location of]* is. láti yọ (nkan), láti mú (nkan) kúrò

remunerate *[pay for services rendered]* is. láti sanwó (iṣẹ́); láti sanwó (ọyà)

remuneration *[payment, compensation]* or. ètò, owó-ọyà, owó-iṣẹ́

renal *[nephric, relating to the kidney]* ep. iwe, nípa iwe; ~ **artery** *[artery supplying the kidneys]* or. iṣàn-àlọ iwe; ~ **failure** *[kidney failure]* or. iwe àìgbéṣẹ́

rend *[to separate into parts violently, pull, tear]* is. láti fa (aṣọ) ya

render *[to make something available]* is. láti mú (nkan) wá; láti fi (nkan) fún (ènìyàn)

rendezvous *[meeting place]* or. ibi ìpàdé

renegade *[deserter from a cause, faith etc., traitor]* or. ọlọ̀tẹ̀

renew *[to make new]* is. láti sọ dàtun

renewal *[act of renewing]* or. ìsọdàtun, ìsọdọ̀tun

renounce *[to reject someone]* is. láti kọ (èṣù) sílẹ̀

renovate *[to restore to a good condition]* is. láti tún (nkan) ṣe; láti sọ (nkan) di titun

renovation *[act of renovating]* or. ìsọdàtun, ìsọdọtun

renown *[prominence, great reputation]* or. olókìkí, gbajúmọ̀

renowned *[famous, celebrated]* ep. olókìkí, gbajúmọ̀; ~ **(to be ~)** is. láti lókìkí, láti jẹ́ gbajúmọ̀

rent *[to purchase temporary use of]* is. láti yá (ilé) gbé; láti yá (nkan) lò; ~ *[payment by tenant to the landlord]* or. owó-ilé; ~ *[to allow the use of something for payment]* is. láti yá (ènìyàn) ní (nkan) lò

reorganize *[to organize afresh]* is. láti tún (nkan) tò

repair *[to restore to usable condition]* is. láti tún (nkan) ṣe; ~ *[restoration]* or. àtúnṣe

reparation *[anything done to make up for somehting else; compensation]* or. atúnṣe

repay *[to pay back money borrowed]* is. láti sanwó-padà; láti san(nkan) tí a yá padà

repeal *[to revoke officially]* is. láti fa ìwé [àdéhùn] ya; láti fàṣẹ mú (nkan) padà

repeat *[to say again]* is. láti tún (ọ̀rọ̀) sọ; láti tún (nkan) ṣe

repel *[to force away]* is. láti lé (ọ̀tá) padà

repellent *[substance used to drive away pests]* or. alékòkòrò

repent *[to turn away from one's sinful ways]* is. láti ronú-pìwàdà; láti jẹ́wọ́ ẹ̀ṣẹ̀

repentance *[act of repenting]* or. ìronúpìwàdà

repetition *[process of doing something over]* or. àṣeṣetúnṣe, àsọsọtúnsọ, àṣe-ìṣetán

repetitive *[characterized by repetition]* ep. àṣeṣetúnṣe, àsọsọtúnsọ, àṣe-ìṣetán

replace *[to return something to its original position]* is. láti mú (nkan) padà sí àyèe rẹ̀, láti fi (nkan) dípò) ikéjì, láti gbapò (ènìyàn)

replacement *[something used to replace another]* or. ìdípo

replenish *[to replace what has been used]* is. láti sọ (nkan) dẹ̀kún; láti sọ (nkan) di odidi

replica *[copy of something]* or. ẹ̀dà (nkan)

reply *[to give an answer to]* is. láti fèsì; láti dáhùn; ~ *[answer, response]* or. èsì, ìdáhùn

report *[to make oneself available]* is. láti wá síwájú; láti farahàn; ~ *[to complain about a person to a superior]* is. láti fi (ènìyàn) sùn; ~ *[a detailed account]* or. ìròhìn ní kíkún; àlàyé àbábọ̀; ~ *[to tell about]* is. láti ṣàlàyé ní kíkún

reporter *[one who reports news]* or. oníròhìn; ~ *[one who complains about another]* or. afinisùn

repose *[to lie at rest]* is. láti simi; ~ *[act of being at rest]* or. ìsimi

repossess *[to have possession again]* is. láti gba (nkan) padà

reprehend *[to express disapproval]* is. láti bá (ènìyàn) wí

reprehensible (to be ~) *[deserving blame]* is. láti gbàbáwí */gba ìbáwí/*

reprehension *[rebuke, expression of blame]* or. ìbáwí

represent *[to stand for something]* is. láti dúró fún (nkan); láti wà gẹ́gẹ́bí, it ~s a substantial improvement: ó wà gẹ́gẹ́bí ìlọsíwájú pàtàkì; ~ *[to act on behalf of]* is. láti jẹ́ aṣojú fún(àwọn kan)

representation *[act of representing]* or. àpẹrẹ, ìṣojú, ìdípò

representative *[thing acting as an example]* or. ìjúwe, àpẹ̀júwe; ~ *[person representing another]* or. aṣojú

repress *[to suppress, control]* is. láti gàba lé (ènìyàn) lórí; láti fiyà jẹ (ènìyàn); láti tẹ (nkan) mọ́lẹ̀

repression *[suppression]* or. ìfìyàjẹ (ènìyàn)

reprimand *[to censure severely]* is. láti bá (ènìyàn) wí

reprint *[additional printing]* or. àtúntẹ̀ ìwé; ~ *[to print again]* is. láti tún (ìwé) tẹ̀

reprisal *[retaliation in return for something done]* or. ẹ̀san,ìgbẹ̀san

reproach *[to blame for something]* is. láti ṣáátá(ènìyàn); láti bá (ènìyàn) wí; láti bu ẹ̀tẹ́ lu (nkan); ~ *[disgrace, discredit]* or. ìṣáátá, ẹ̀gàn, ẹ̀sín

reprobate *[depraved person, scoundrel]* ep. ẹni-ègbé, ènìyànkéniyàn, ẹni-ìṣátì, ẹni-ìparun

reprobation *[strong disapproval, condemnation]* or. ìṣátì, ìdálẹ́bi, ìkọ̀sílẹ̀

reproduce *[to give birth to]* is. láti bí (ọmọ); ~ *[to produce again]* is. láti ṣe ẹ̀dà (nkan)

reproduction *[giving birth]* or. bíbí; **asexual** ~: bíbí ògbo, bíbí àìgbàrin; **sexual** ~ *[syngamy]* bíbí ìgbàrin *(gba ìnrin: accept sex materials)*; ~ *[a copy]* or. ẹ̀dà, a photograhic ~: ẹ̀dàa fọ́tò

reproductive system or. ètòo bíbí ẹ̀dá

reproof *[blame; rebuke, censure]* or. ìdálẹ́bi, ìbáwí

reprove *[to express disapproval of something]* is. láti bá (ènìyàn) wí; láti dá (ènìyàn) lẹ́bi

reptile *[cold-blooded vertebrate such as a snake, lizard, crocodile]* or. awọn afàyàfà

Reptilia or. ẹ̀yà afàyàfà *f.a.*: ejò, alá-ngbá, ọ̀nì

republic *[form of government in which people elect their representatives]* or. ìjọba oníbò; ~ *[a nation having a republican form of government]* or. orílẹ̀ ìjọba-oníbò

repudiate *[to reject as untrue; to refuse to acknowledge]* is. láti kọ (nkan) tì; láti kọ (nkan) sílẹ̀

repudiation *[act of repudiating]* or. ìkọ̀sílẹ̀; kíkọ̀ láti gba òótọ́ nkan

repugnance *[strong dislike, distaste, antipathy]* or. ìkórĩ ra, ìlòdisí, àìnífẹ́sí

repugnant (to be ~) *[distasteful, repulsive]* is. láti rínilára; láti lòdì sí (nkan)

repulse *[to drive back]* is. láti lé (ọ̀tá) padà

repulsion *[act of repelling]* or. ìlénipadà, ìkórĩ ra

repulsive *[grossly offensive]* ep. arínilára

repurchase *[to buy back]* is. láti ra (nkan) padà

reputable *[of good reputation]* ep. olókìkí, oní-láárí, olórúkọ-rere

reputation *[evaluation of a person's character]* or. òkìkí, orúkọ

request *[to ask for something]* is. láti bẹ̀bẹ̀ fún (nkan); ~ *[a petition]* or. ẹ̀bẹ̀

require *[to demand as necessary]* is. láti ní èlò (nkan); láti béèrè fún (nkan)

requirement *[something required]* or. àwọn nkan-èlò

requisite *[essential, necessary]* ep. wíwúlò, pàtàkì; ~ *[necessity; that which cannot be dispensed with]* or. àwọn kòṣeémánĩ, àwọn ohun wíwúlò

requisition *[formal request]* or. ìbéèrè àwọn ohun-èlò

resale *[act of selling again]* or. àtúntà

rescind *[to annul, to cancel]* is. láti pa(nkan) rẹ́; láti fagilé (nkan)

rescue *[to free from confinement or danger]* is. láti dá (ènìyàn) nídè; láti sọ (ènìyàn) di òmìnira; láti gba(ènìyàn) sílẹ̀; láti gba (ènìyàn) là; ~ *[the act of rescuing]* or. ìgbanilà; ìdáninídè

rescuer *[a person who resues another]* or. agbanilà, agbani

research *[systematic investigation]* or. ìwádĩ -ìjìnlẹ̀; ìṣèwádĩ; ~ *[to carefully seek out]* is. láti wádĩ jìnlẹ̀, láti ṣèwádĩ; ~ **and development** *[R and D]* or. ìṣèwádĩ àt' ìdàgbàsókè

resemblance *[likeness, similarity]* or. ìjọra, ibárajọ

resemble *[to be similar in appearance or character]* is. láti jọ (ènìyàn), láti jọra, láti bárajọ, he ~s his brother: ó jọ ẹ̀gbọ́ọn rẹ̀

resent *[to feel indignant toward]* is. láti kórĩ ra (nkan); láti bínú nítorí (nkan)

resentment *[feeling of annoyance]* or. ìkórĩ ra

reservation *[act of reserving]* or. ìfìpamọ́

reserve *[to save; to set apart for a reason]* is. láti fi (nkan) ṣúra; láti fi (nkan) pamọ́

reserved *[self restrained, withdrawn]* ep. onísùúrù,

reservoir *[body of water stored for use]* or. kàn-nga nlá; odò nlá àtọwọ́dá

reside *[to dwell for a considerable period]* is. láti gbé (ní ibì kan)

residence *[dwelling]* or. ibùgbé, ilé

residential *[used as a residence]* ep. fún ibùgbé

residue *[part that is left]* or. ìyókù, ìṣíkù

resign *[to give up a position]* is. láti jọ̀wọ́ ipò; láti fipòsílẹ̀; láti jáwọ́ lẹ́nu (iṣẹ́)

resignation *[act of resigning]* or. ìjọ̀wọ́-ipò

resilience *[the quality of being resilient]* or. ìrọ́jú

resilient *[recovering readily, as from adversity]* ep. arọ́jú; ~ *[capable of springing back to the orignal form after deforming; elastic]* ep. rírọ̀

resin *[organic substance obtained from certain plants]* or. oje, oje-igi

resist *[to oppose]* is. láti tako (ènìyàn)

resistance *[an act of resisting]* or. àtakò

resistant *[offering resistance]* ep. alátakò

resolute (to be ~) *[firm, determined]* is. láti ṣoríkunkun; láti fi àáké kọrí; láti bá ọkàn (ènìyàn) pinun

resolution *[course of action decided upon]* or. ipinu; ìbọ́kànjẹ́jẹ̀ /bá ọkàn jẹ́ ẹ̀jẹ́/

resolve *[to decide firmly]* is. láti pinu; láti ṣèléri

resort *[place used for a vacation]* or. ibi ìsimi

respect *[honor, esteem]* or. ọ̀wọ̀, iyì; ~ *[to hold in esteem]* is. láti bọ̀wọ̀ fún (ènìyàn); láti buyì; láti yáayì (ènìyàn)

respectable *[deserving of respect]* or. oníyì, ọlọ́wọ̀, wíwuyì

respectability *[respectable character]* or. iyì, ọ̀wọ̀

respiration *[the biological processes involved in the exchange of gases]* or. ìpòyìdà /pa òyì dà: to exchange gases/; **external** ~ *[breathing]* or. mímí; **internal** ~ *[exchange of gases between the blood and the cells]* or. ìpòyìdà àwọn pádi-ara

respiratory *[pertaining to respiration]* ep. mímí, ìpòyìdà; ~ **system** *[the body's organ of respiation]* or. ẹ̀yàa mímí ara, ẹ̀yà ìpòyìdà

respire *[to inhale and exhale]* is. láti mí

respite *[period of relief or rest]* or. igbà ìsimi

resplendent *[shining brilliantly; glorious]* ep. gigúnwà, ìtànmọ́lẹ̀-ológo

respond *[to answer]* is. láti fèsì; láti dáhùn (ìbéèrè); ~ *[to react to a stimulus]* is. láti fura

response *[act of responding]* or. ìdáhùn, èsì, ìfèsì
responsibility *[something for which one is responsible]* or. ìṣe, ojúùṣe, ẹ̀tọ́
responsible (to be ~) *[to be dependable]* is. láti ní àdéhùn; láti ṣeé gbẹ́kẹ̀lé, láti ṣeé gbọ́kànlé
rest *[cessation from work or activity]* or. ìsimi, to take a ~: láti simi; ~ *[remainder]* or. ìṣíkù, àwọn ìyókù; ~ **house** or. ilé-ìsimi; ilé-èrò; ~**room** *[lavatory]* or. ilé ìgbọnsẹ̀
restaurant *[place where food is served to the public]* or. ilé onjẹ; búkà; ìsọ́ olónjẹ
restful *[affording freedom from disturbance]* ep. afúnninísimi
restitution *[act of restoring something]* or. ìsọdàtun, ìsọdọ́tun
restive (to be ~) *[impatient under restraint, restless]* is. láti ṣaláìfarabalẹ̀, láti ṣalái-fọkàn-balẹ̀
restless *[uneasy]* ep. aláìfarabalẹ̀
restoration *[act of restoring]* or. ìràpadà, ìsọdàtun, ìsọdọ́tun
restore *[to bring back to a previous state]* is. láti ra (nkan) padà; láti sọ (nkan) dàtun
restrain *[to hold back from acting]* is. láti dá (ènìyàn) lẹ́kun; láti dí (ènìyàn) lọ́wọ́
restraint *[act of restraining]* or. ìdálẹ́kun, ìdíwọ́
restrict *[to keep within limits]* is. láti há (ènìyàn) mọ́; láti dí (ènìyàn) lọ́wọ́
restriction *[that which restricts]* or. ìhámọ́, ìdánilẹ́kun, ìdíwọ́
result *[the outcome of an action or process]* or. èsì, àbábọ̀, àbárè-bábọ̀, àyọrísí
resume *[to continue after an interruption]* is. láti padà bẹ̀rẹ̀; láti tún bẹ̀rẹ̀
resumption *[act or process of resuming]* or. àpadàbẹ̀rẹ̀, àtúnbẹ̀rẹ̀
resurrection *[rising from the dead]* or. àjí-nde
resuscitate *[to revive]* is. láti jí (nkan) dìde
resuscitation *[a resuscitating or being resuscitated]* or. àjí-nde, jíjí-nde
resuscitator *[an apparatus used to restore breathing]* or. ajíni, ajókŭdìde
retail *[to sell goods in small amounts]* is. láti gba (ọjà) tà; láti tú (ọjà) tà; ~ price: iye àtútà ọjà
retailer *[one who sells at retail]* or. alágbàtà, alátŭ tà
retain *[to keep in possession]* is. láti dá (ènìyàn) dúró; láti dá (ènìyàn) ní; láti mú (nkan) dání
retainer *[one who retains]* or. abẹ̀wẹ̀

retaliate *[to return like for like]* is. láti gbẹ̀san; láti yaró (nkan)
retaliation *[reprisal, revenge]* or. ẹ̀san, igbẹ̀san, iyaró
retard *[to slow down]* is. Iati dẹsẹ̀ (nkan) dúró; Iáti pa eré (nkan)
dà sẹ́hìn
retardation *[deceleration]* or. iperédàsẹ́hìn *(pa eré dà: change
speed)*; ~ *[condition of being retarded, having Down's
syndrome]* or. yíya ọ̀dẹ̀, iyọ̀dẹ̀
retarded *[slow in development]* ep. ọ̀dẹ̀; ~ **(to be ~)** is. láti yọ̀dè
retention *[holding something back or inside]* or. idisínú; idání
reticular *[having a netlike pattern]* ep. aláwọ̀n; ~ **fibers** or. àwọn
ọ̀ran aláwọ̀n *(ọ̀ran: fibers)*; ~ **membrane** or. iwọ̀ aláwọ̀n; ~
tissue or. iṣù aláwọ̀n
reticulum *[network]* or. àwọn
retina *[light-sensitive layer of the eyeball]* or. agbòji / gba òji:
receive an image/
retinal *[of or on the retina]* ep. nípa agbòji
retinitis *[inflammation of the retina]* or. agbòji-ojú wíwú
retinoblastoma *[neoplasm of the retinal cells]* or. akàn agbòji
retire *[to withdraw from work]* is. láti fẹ̀hìntì (lẹ́nu iṣẹ́), he is ~d:
ó ti fẹ̀hìntì lẹ́nu iṣẹ́
retirement *[act of retiring]* or. ifẹ̀hìntì
retract *[to recall, to take back]* is. láti pe (nkan) padá; láti fagilé
(ètò)
retreat *[withdrawal under attack]* or. láti pẹ̀hìndà, láti pojúdà
retrench *[to reduce]* is. láti dín (nkan) kù
retribution *[deserved punishment]* or. ijèrè isé-ibi
retrieval *[recovery, restoration]* or. igbàpadà
retrieve *[to regain]* is. láti gba (nkan) padà
retro- *[back, backward, behind]* ir. -ẹ̀hìn
retrograde *[moving backward]* ep. irẹ̀hìn
retrogression *[return toward an earlier form]* or. irẹ̀hìn, rírẹ̀hìn
retrospect *[review of the past]* or. ibojúwẹ̀hìn, iwẹ̀hìnwò
retrospection *[process of retrospecting]* or. bíbojúwẹ̀hìn
return *[to come back]* is. láti padà wá; láti padà bọ̀; ~ *[to bring or
send back]* is. láti mún (nkan) padà; láti dá (nkan) padà; ~
[act of coming back] or. àpadàbọ̀, àsẹ̀hìnbọ̀
reunion *[coming together again]* or. ipàdé lẹhìn ọjọ́ pípẹ́; itúnrarí
reunite *[to combine after separation]* is. láti pàdé lẹ́hìn ọjọ́ pípẹ́;
láti túnrarí
reveal *[to disclose]* is. láti fi (nkan) hàn; láti ṣípayá
revealment *[disclosure, revelation]* ep. ifíhàn, iṣípayá

revelation [*something revealed; divine communication*] or. ìṣípayá, ìfihàn

revenge [*to retaliate; to avenge*] is. láti gbẹ̀san; láti yaró (nkan)

revengeful [*disposed to revenge*] ep. adinún

revenue [*income of a government*] or. owó-wíwọlé, owó ìjọba

revere [*to regard with great respect*] is. láti bọ̀wọ̀ fún (ènìyàn); láti bọlá; láti buyì

reverence [*honor and respect*] or. ọ̀wọ̀, ọlá, iyì, to hold someone in ~; láti fún ènìyàn ní iyì, láti buyì fún ènìyàn kan

reverend [*someone worthy of reverence, a clergyman*] or. ẹni ọ̀wọ̀, the Rev. Ojo: ẹni ọ̀wọ̀ Òjó

reverent [*expressing reverence*] ep. ọlọ́wọ̀

reverse [*to turn upside down, inside out or backward*] is. láti yí padà; láti padàsẹ́hìn; láti yíjú padà;

reversible (to be ~) [*capable of being reversed*] is. láti leè rẹ̀hìn; láti lè padàsẹ́hìn

revert [*to return to a former state*] is. láti padàsí ti tẹ́lẹ̀

review [*general survey*] or. àyẹ̀wò, àbẹ́wò, àtúnwò; ~ [*to examine again*] is. láti ṣe àtúnwò; láti ṣe àyẹ̀wò

revile [*to use abusive language to*] is. láti bú (ènìyàn)

revise [*to change, modify*] is. láti ṣe àtúnṣe

revision [*act of revising*] or. àtúnṣe, ìṣàtúnṣe

revive [*to bring back to life*] is. láti jí (òkú) dìde

revoke [*to make void; to cancel*] is. láti pe (nkan) padà; láti fagilé (òfin)

revolt [*to rebel against authority*] is. láti dìtẹ̀; láti ṣọ̀tẹ̀

revolution [*motion in a closed curve around a center*] or. ìyíká, ìyípo; ~ [*an overthrow of existing institutions*] or. ìrúkèrúdò, ọ̀tẹ̀, ìṣọ̀tẹ̀, rògbòdìyàn, the American ~: rògbòdìyàan t'ilú Amẹ́ríkà

revolve [*to turn on an axis*] is. láti yí nkan ká, láti yí nkan po

revolver [*pistol with a revolving cylinder for bullets*] or. ìbọn ọlọ́tapúpọ̀

reward [*thing given in return for doing something*] or. èrè, ẹ̀san; ~ [*to recompense for service*] is. láti san ẹ̀san, láti sẹ̀san

rewire [*to wire again*] is. láti tún (nkan) wáyà

rheo- [*current, flow*] ir. -ìṣàn

rheology [*science of flow of matter*] or. ẹ̀kọ́ ìṣàn wíwọ̀n (ìṣàn: flow)

rheometer [*an instrument for measuring velocity of flow*] or. awọ̀n-ìṣàn, awọ̀n-ṣàn

rhetoric [*act of speaking effectively*] or. àwíyé, àròyé, àsọyé

rhetorical *[characterized by rhetoric]* ep. aláwíyé, alásọyé

rheum *[any watery discharge from the mucous membranes]* or. omi-ara

rheumatic *[of or caused by rheumatism]* ep. onílàkúrègbé

rheumatism *[inflammation of the joints and muscles]* or. làkúrègbé

rheumatoid arthritis *[rheumatism]* or. làkúrègbé, àrìnká

rhinal *[nasal]* ep. imú

rhinalgia *[pain in the nose]* or. imú dìdùn

rhinitis / rhin-: -imun, imun-/ *[inflammation of the mucus membrane of the nose]* or. imú dídí

rhino- *[nose]* ir. imú-

rhinoceros beetle *[a type of beetle with a horn on the head]* or. ògidí-mònlà

rhinodynia *[rhinalgia]* or. imú dídùn

rhinopathy *[disease of the nose]* or. àìsàn imú

rhinorrhea *[persistent discharge from the nose]* or. osi

rhinoscope *[instrument for examining the nasal passage]* or. èrọ àyèwò-imú

rhinoscopy *[examination of the nose]* or. àyèwò-ìmú

rhinostenosis *[narrowing of the nasal passage]* or. ihò-imú fífún

rhombus *[an equilateraal parallelogram with oblique angles]* or. oníhàmérin-títè

rhyme *[likeness of end sounds in words]* or. olóhùnkan

rhythm *[movement or procedure with patterned recurrence of an element]* or. ìlù

rhythmical *[rhythmic; having or using rhythm]* ep. onílù; ~ **(to be ~)** is. láti lù

rib *[one of the bones that form the skeletal framework of the chest]* or. ìhà; ~ **cage** or. igbá àyà

ribbon *[strip of fine fabric]* or. ìgbati-aṣọ

ribosome *[organelle in the cell that serves as the site for protein synthesis]* or. ilé-ase òjè

rice *[seed of an annual grass that grows in wet areas]* or. ìrẹsì

rich *[possessing great wealth]* ep. ọlọlá, ọlọ̀rọ̀, olówó; ~ **(to be ~)** is. láti lọlá, láti lówó; láti lọ́rọ̀

riches *[wealth]* or. ọrọ̀, ọpọ̀-owó

rid *[to relieve of]* is. láti ta (nkan) nù; láti yàgò fún (nkan)

riddle *[puzzling question]* or. irujú, àdììtú, àlọ́, to solve a ~: láti já àlọ́; ~ *[pierce repeatedly]* is. láti já (nkan) járajàra

ride *[to be carried along by a car, horse etc.]* is. láti gun (kèkẹ́, ẹṣin, mọ́tò)

rider *[one who rides]* or. agunmọ́tò, agun-kẹ̀kẹ́, agẹṣin

ridge *[long, narrow elevation]* or. ebè-gbọọrọ

ridicule *[to make fun of; to deride]* is. láti fi (ènìyàn) ṣe yẹyẹ́; láti fi (ènìyàn) rẹ́rǐ n; láti fi (ènìyàn) ṣẹ̀sín

ridiculous *[absurd]* ep. apanilẹ́rǐ n, àsé

rife (to be ~) *[widespread]* is. láti kún fún; láti pọ̀

right (to be ~) *[correct]* is. láti tọ́; láti rí bẹ́ẹ̀; ~ *(a side of the body]* ep. ọ̀tún; ~ **angle** *[a 90-degree angle]* or. igun ọ̀tún; ~ **angled triangle** *[triangle containing a right angle]* or. ààdó onígun-ọ̀tún *(ààdó: triangle)*; ~ **atrioventricular valve** *[tricuspid valve]* or. ẹ̀kù-ọ̀kan aláwẹ́mẹ́ta, ẹ̀kù-ọkàn ọ̀tún *(ẹ̀kù: valve; ẹ̀kù-okàn: heart valve)*; ~ **handedness** *[dextrality]* or. ọwọ́ ọ̀tún lílò;

right *[something to which a person is entitled]* or. ẹ̀tọ́; **human ~s:** ẹ̀tọ́ awa ọmọ ènìyàn

righteous *[upright, virtuous]* ep. olódodo, olótǐ tọ́

righteousness *[uprightness]* or. iṣòtítọ́, iṣòdodo

rightful *[having just or legal claim]* ep. ẹlẹ́tọ̀

rigid *[tough]* ep. gígan, lílé; ~ **(to be ~)** is. láti gan

rigidity *[rigor]* or. gígan

rigor mortis *[stiffening of the muscles shortly after death]* or. gígan òkú

rim *[border, edge]* or. etí (nkan); bèbè

rind *[tough covering of a fruit]* or. eèpo

ring *[annulus]* or. ẹ̀gbà, òrùka; ~ **finger** or. ìka òrùka

ringworm *[a fungal infection of the skin]* or. kúrùpá, làpálàpá, èkùsá

rinse *[to cleanse by flushing]* is. láti ṣan (nkan)

riot *[disturbance created by a mob]* or. rògbòdìyọ̀n, ìrúkèrúdò

riotous *[pertaining to a riot]* ep. nípa rògbò-dìyọ̀n; nípa ìrukérúdò

rip *[to tear]* is. láti ya (nkan); láti fa (nkan) ya

RIP *[requiescat in pace: rest in peace]:* Sùunre ò

ripe *[fully developed, mature]* ep. pípọ́n

ripen *[to become ripe]* is. láti pọ́n

ripple *[to form small waves]* is. ìjì-wẹ́wẹ́

rise *[to stand up]* is. láti dìdedúró; láti dúró; láti dìde; ~ *[to increase]* is. láti gbèèrú

risk *[the chance of harm or loss]* or. ìfiwéwu, dánkunwò, danwò; ~ *[to expose to danger]* is. láti fi   (nkan) wewu *(ewu: danger)*;

risky *[hazardous, dangerous]* ep. eléwu; ~ **(to be ~)** is. láti léwu

/ní ewu: possessing danger/

rite [a ceremonial act] or. ìlànà ìsìn; ọ̀nà ìsìn

ritual [the form or content of a religious ceremony] or. orò; ìlànà ìsìn

rival [one who competes against another] or. abánidíje, ojúgbẹ́, ọ̀gbà

rivalry [state of being rivals] or. aáwọ̀, ìdíje, ìfigagbága

river [large stream of water] or. ìsọn-omi, odò, River Niger: odò Ọya; River Benue: odòo Bẹ́núè, ~ **bank** or. bèbè odò

road [open way made for traveling] or. pópó, òpópó, ọ̀nà, títì

roam [to wander about] is. láti rin-àrìnkiri

roar [to make a loud, rumbling sound] is. láti bú ramúramù

roast [to cook over an open fire or in an oven] is. láti sun (ẹran); láti yan (iṣu)

rob [to steal, take away] is. láti jalè; láti ja (ènìyàn) lólè

robber [one who robs] or. olè, ọlọ́ṣà, jàgùdà, kólékólé, ìgárá; **highway** ~: ọ̀dánà, dánàdánà

robbery [theft, act of robbing] or. ìjalè, olè-jíjà, olè

robe [a flowing garment] or. agbádá

robot [humanlike device] or. ṣìgìdì-òìbó

robust [strong and healthy] ep. atagéndé, géndé; ~ **(to be ~)** is. láti ta gé-ndé; láti wà ní àláfìà

rock [a hard mineral mass] or. àpáta; ~**y** [full of rocks] or. alápáta

rock [to move back and forth] is. láti mi (nkan); ~**y** [inclined to rock or sway] ep. mímì

rocket [projectile propelled by the reaction of escaping gases and designed for space travel] or. ọkọ̀ arèdùmarè, ọkọ̀ aròdùmarè (òdumárè: universe; Olódùmárè: God)

rod [a thin pole of metal, wood etc.] or. pónpó, ọ̀pá, ọ̀gọ́

rodent [order of mostly gnawing animals] or. eku

rogue [mischievous person] or. ènìyàn-kenìyàn, alárekérekè, aṣebi

roguery [roguish act] or. iwa àrekérekè; ìwàkúwà

role [a part; function] or. ipa

roll [to move by turning over] is. láti yí (nkan) nílẹ̀; láti yi gbiri; láti yi àyíká

Roman [pertaining to Rome] ep. nípa Róòmù; ~ [a citizen of Rome] or. aráa Róòmù

Roman alphabet [the alphabet used by ancient Romans from which modern European alphabets derive] or. abidii ti Róòmù

Roman Catholic [pertaining to the Roman Catholic Church] ep. ti ìjọ Páàdì, ti ìjọ Kátólíìkì

Roman Catholic Church *[the Christian Church headed by the Pope]* or. ìjọ Páàdì, ìjọ Kátólíìkì

romance *[love affair]* or. ọ̀rọ̀-ìfẹ́, ọ̀rọ̀-àjọsọ

Roman Empire *[the empire of the ancient Romans]* or. ìjọba-nláa ti Róòmù

Romania *[a country in south central Europe]* or. Orílẹ̀ẹ̀ Ròmáníà

Roman numeral *[a numeral in the ancient Roman system, see numerals]* or. òòkà ti Róòmù

Rome *[capital of Italy]* or. ìluu Róòmù

roof *[top covering of a building]* or. òrùlé

room *[space in a building set off by walls]* or. yàrá, iyàrá; ~ *[space]* àye, Is there room in the car?: Njẹ́ àyé wà nínún ọkọ̀ naa; ~ **and board** *[sleeping accommodations and meals]* or. àyè-ìbùgbé

roommate *[a person with whom one shares a room]* or. abánigbélé

roomy *[spacious]* ep. aláyè

roost *[perch for birds]* or. ìbùwọ̀-ẹyẹ

rooster *[adult male fowl]* or. àkùkọ-dìẹ, akọ adìẹ

root *[the underground portion of a plant]* or. irìn, egbò, ẹ̀kọ̀n, gbòngbò; **aerial** ~: ìtàkùn; **fibrous** ~: irìn; **stilt** ~, **tap** ~ : gbòngbò; ~ **cap** *[calyptra]* or. ọ̀ṣọ́ irìn; ~ **hairs** *[hairlike outgrowth of roots]* or. irun irìn; ~ **of an equation** or. irìn ọ̀mì, àtìṣe ọ̀mì; ~ **of a real number** or. irìn èèkà-gidi; ~ **of a complex number** or. irìn èèkà-akọ́dí; ~ **of a tooth** or. irìn ehín

root *[to encourage a contestant by cheering and applauding]* is. láti pàtẹwọ́ fún (ènìyàn)

rope *[flexible heavy cord]* or. okùn, ọsán

rosary *[a string of beads used by Roman Catholics in reciting prayers]* or. rósárì

rose *[a type of fragrant flower]* or. róòsì

roster *[a list of persons or groups]* or. ìwé ètò-orúkọ

rostrum *[a platform for public speaking]* or. pèpéle

rot *[to decompose, to decay]* is. láti rà, láti jẹrà, láti ràdànù

rotate *[to spin]* is. láti pòyì

rotation *[spinning]* or. ìpòyì

rotten (to be ~) *[decayed]* is. láti jẹrà; láti ràdànù; láti díbàjẹ́; láti rà

rouge *[red cosmetic for the face]* or. làálì pupa

rough *[not smooth]* ep. aláìdán, aláìjọjú, ṣáki-ṣàki, gírigìri;

round *[spherical]* ep. rọbọtọ, roboto; ~ **(to be ~)** is. láti rí rọbọtọ; láti ri roboto *(a spherical thing*: òṣùṣù); ~ *[circular]* ep. ribiti ~ **(to be ~)** is. láti ri ribiti, láti ká; láti kákò *(a circular thing*: ẹ̀ká)

roundabout *[indirect, circuitous]* ep. alá-yíkiri, aláìṣetàànrà; ~ or. orítaribìtì

roundworm *[nematode]* or. aràn rubutu

rouse *[to awaken]* is. láti jí; láti ta gìrì; láti tají

rout *[to defeat overwhelmingly]* is. láti piyẹ́; láti ko (ọ̀tá) lógun; láti da agbo (ọ̀tá) rú

route *[course for travel]* or. ipa, ipa-ọ̀nà

routine *[a prescribed procedure]* or. ìlànà, ìlànà-ìṣe

rove *[to wander, to roam]* is. láti rin àrìnkiri;láti káàkiri

rover *[one who roves]* or. alárìnkiri

row *[linear arrangement]* or. ètò-ìlà; ~ *[to propel with oars]* is. láti tu ọkọ̀; ~ *[noisy disturbance]* or. aruwo, ariwo

rowdy *[disorderly, rough]* ep. aláruwo

royal *[pertaining to a monarch]* ep. ti aládé; ti ọba

royalty *[member of the royal family]* or. ọmọ ọba

Ruanda see Rwanda

rub *[to apply pressure and friction to a surface]* is. láti ra (nkan); láti fi ọwọ́ pa(ènìyàn) lára

rubber *[elastic material]* or. rọ́bà; ~ **tree** or. igi rọ́bà

rubbish *[trash; worthless material]* or. pà-ntí, wòsìwósì

rubella *[(German) measles, morbilli]* or. inárun

rude *[impolite, discourteous]* ep. aláfojúdi, alárífîn, àrífîn; **to be ~** is. láti ṣàfojúdi; láti rí (àgbàla-gbà) fîn; láti yọra sí (àgbà)

rudeness *[act of being impolite]* or. àfojúdi, àrífîn

rudiment *[fundamental element or principle]* or. ìpilẹ̀ṣẹ̀

rug *[heavy floor covering]* or. aṣọ àtẹ̀rìn

ruin *[total destruction]* or. iparun; ~ *[to devastate]* is. láti pa(nkan) run

ruinous *[tending to ruin]* ep. ìparun, apanirun

rule *[governing power]* or. ìjọba; ~ is. láti ṣèjọba; láti pàṣẹ; láti ṣàkóso; ~ *[principle that governs a procedure]* or. òfî, ìlànà, àṣẹ

ruler *[one who rules]* or. aláṣẹ. alákòso; ~ *[a strip for drawing straight lines]* or. rúlà, ifàlà

rumble *[to make a deep, rolling sound]* is. láti bú ramúramù

ruminant *[a four-footed hoofed cud-chewing mammal e.g. cattle, goat, camel]* is. ẹranko apàpòjẹ

ruminate *[to chew the cud]* is. láti jẹ àpòjẹ; ~ *[to reflect upon]* is.

láti ṣe àṣàrò

rumor *[gossip; unverified information]* or. òfófó; ~ is. láti ṣe òfófó

run *[to move at a pace faster than walking]* is. láti sáré; láti súré

runner *[one who runs]* or. asáré, asáré-ìje

run-off *[rain that reaches streams]* or. àgbàrá

rupture *[breaking apart]* or. yíya, bíbú; ~ is. láti bú, láti ya; ~ *[hernia]* or. ìpákè

rural *[of the country]* ep. ti ìgbèríko; ẹ̀hìn ìlú; ti ẹ̀hìn ìlú

rush *[to act swiftly]* is. láti yára (ṣe nkan); láti kánjú

Russia *[a country in eastern Europe]* or. orílẹ̀ẹ̀ Róṣíà

Russian *[a native or inhabitant of Russia]* or. aráa Róṣíà; ~ *[the language of Russia]* or. èdèe Róṣíà; ~ *[of or about Russia]* ep. nipa Róṣíà

rust *[corrosion]* or. ìpatà; ~ is. láti jẹ̀patà (jẹ ìpatà), láti dóg ̆un

rusty *[covered with rust]* ep. akidà-npapa

rut *[sunken track made by passage of wheels]* or. ojú ẹsẹ̀ẹ̀ kẹ̀kẹ́, ojú ẹsẹ̀ẹ̀ mótò

Rwanda *[a country in central Africa]* or. Orílẹ̀ẹ̀ Rùwá-ndà

S

sabbath *[seventh day of the week, Sunday]* or. ọjọ́ ìsimi; ọjọ́ mímọ́
sabbatical *[leave granted for rest, travel or research]* or. igbà isimi
saber *[sword with a curved blade]* or. idà abo-rírẹrẹ; idà aboríkọdọrọ
Sabine vaccine or. òkí Sàbínì, àjẹsára Sàbínì *(òkí: immunity)*
sabotage *[to render useless]* is. láti ṣe mọdà-rú; láti dabarú (nkan)
saboteur *[one engaged in sabotage]* or. oní-mọdàrú
sac *[a pouch within an animal]* or. àpò ara- ẹranko
saccharide *[sugar]* or. àádùn; **poly~**: amọ-àádùn /*poly*-: many/
saccharose *[sucrose, cane sugar, beet sugar]* or. àádùn-rèké
saccular *[resembling a sac]* ep. aríbí-àpòara
sachet *[small sac of perfumed powder]* or. ṣẹẹrẹ ìyẹfun
sack *[large bag made of coarse material]* or. àpò-dọhọ, àpò idọhọ
sackcloth *[garment worn as a sign of mourning]* or. aṣọ ọfọ̀
sacral *[of the sacrum]* ep. ẹhìn-ìdí; ~ **canal** or. ihò-ẹsọ ẹhìn-ìdí; ~ **nerves** or. ẹsọ-atọ̀páyọ ẹhìn- ìdí; ~ **vertebrae** *[~ bone, sacrum]* or. eegun ẹhìn ìdí
sacralgia *[hieralgia]* or. ẹhìn-ìdí dídùn
sacrament *[formal Christian rite]* or. àmì-imùlẹ̀ pẹlu Krístì
sacred *[holy, religious]* ep. mímọ́
sacrifice *[something offered to a deity]* or. ẹbọ; ~ *[act of offering]* or. ìrúbọ, itubọ; ~ *[to make an offering to a god]* is. láti rúbọ; láti tubọ
sacrilege *[stealing of sacred things]* or. ìjalè nílé ọlọ́run
sacrum *[vertebra magnum]* or. eegun ẹhìn ìdí
sad (to be ~) *[to be unhappy, downcast]* is. láti banújẹ́; láti fajúro
sadden *[to make a person sad]* is. láti ba (ènìyàn) nínú jẹ́
saddle *[to place a burden on someone]* is. láti di ẹrù-wúwo lé (ènìyàn) lórí
sadness *[melancholia, depression]* or. ẹ̀dùn, ìbànújẹ́, inú-bíbàjẹ́ *(endogenous depression: ìbànújẹ́ àìnídǐ)*
safe *[secure from danger]* ep. pípamọ́; ~ *[a receptacle for keeping valuables]* or. àpótí iṣúra
safeguard *[person or thing that protects]* or. ààbò, aláàbò; ~ *[to*

protect] is. láti dáàbò bo (nkan); láti pa (nkan) mọ́
safety *[condition of being safe]* or. ibi-ààbò, ibi-ìpamọ́, ìsádi
sag *[to droop; to loose firmness]* is. láti dẹnukọlẹ̀
saga *[long story of adventure]* or. ìtàn ìrìnkè-rindò
sagacious *[keenly perceptive]* ep. ọlọ́gbọ́n
sage *[man of recognized wisdom]* or. ọlọ́gbọ́n, olóye
Sahara Desert *[a desert in northern Africa]* or. Ìyàngbẹ-ilẹ̀ẹ̀
Sàhárà
sail *[fabric that propels a ship]* or. ìgbòkun-ọkọ̀; ~ *[to spread a ship's sail]* is. láti tàgbòkun; **to set** ~ *[to begin a sea voyage]* is. láti ṣíkọ̀
sailboat *[a boat that is propelled by sails]* or. ọkọ̀ ojú-omi
sailor *[mariner, seaman]* or. atukọ̀; ~ *[naval seaman]* or. ológun orí-omi
saint *[holy person]* or. ẹni-mímọ́, Saint Peter: Pétérù mímọ́
sake *[purpose, benefit]* or. ìtorí, tìtorí, they fought for the sake of salt: wọ́n tìtorí iyọ̀ jagun
salamander *[a lizardlike animal with soft, moist skin]* or. ọlọ̀ọ̀yùnbẹ́rẹ́
salary *[earnings]* or. owó ìgbà, owó oṣù *(wages or. owó iṣẹ́)*
sale *[the exchange of property for money]* or. ọjà títà
saleable *[can be sold, salable]* ep. ṣíṣeétà
salesclerk *[a seller of goods in a store]* or. akọ̀wé-ọjà
salesman *[man employed to sell things]* or. atajà, akiri-ọjà
salient *[noticeable, conspicuous]* ep. pàtàkì, gaan
saline *[salty]* ep. oníyọ̀
saliva *[liquid that keeps the mouth moist]* or. itọ́
salivate *[to secrete saliva]* is. láti da itọ́
salivary *[of secreting saliva]* ep. onítọ́, itọ́; ~ **duct** or. opó itọ́; ~ **gland** or. ẹṣẹ́ itọ́ *(ẹṣẹ́: gland)*
Salk vaccine or. okí Sọ́lkì, ajẹsára Sọ́lkì
saloon *[establishment where alcoholic beverage is served]* or. báà, ilé ọlọ́tí
salpingectomy *[removal of the Fallopian tubes]* or. ìfun-ẹyin gígékúrò, ìfun Falópiò gígékúrò
salpingitis *[inflammation of the Fallopian or Eustachian tube]* or. ìfun-ẹyin àbí ìfun Ùstáṣiò wíwú
salpingo- *[Fallopian, Eustachian]* ir. ìfun-ẹyin-
salpinx *[Fallopian tube or eustachian tube]* or. ìfun ẹyin tàbí ìfun Ùstáṣiò
salt *[product of an acid and a base]* or. iyọ̀; ~ *[common ~; table ~]*

or. ìyọ̀ onję; ~ **mine** *or.* kòtò iyọ̀; ~ **water** *or.* omi iyọ̀, omi oníyọ̀
saltpeter *[niter] or.* òbu-òtóyọ̀
salty *ep.* oníyọ̀; to be ~: láti níyọ̀ jù
salubrious (to be ~) *[healthful] is.* láti gbádùn; láti wa ní àláfíà
salutation *[act of greeting or paying respect] or.* ìkíni; ènìyàn-kíkí, ìjúbà
salute *[to greet with a gesture of respect] is.* láti kí (ènìyàn), láti júbà (ènìyàn); ~ *[gesture of respect] or.* ìjúbà, ìkíni
salvable (to be ~) *[capable of being saved] is.* láti ṣeé gbàlà; ṣíṣeégbàlà
salvation *[rescue from evil or difficulty] or.* ìgbàlà, ìràpadà;
Salvation Army *or.* ẹgbẹ́ ọmọ-ogun ìgbàlà
salve *[medicinal ointment] or.* ìpara, ohun-pípara
Samaritan *[person who comes to the aid of another in distress] or.* aláǎnú aráa Samáríà
same *[the very one or similar] ep.* kan-náà, on the ~ day: ní ọjọ́ kan-náà; we are from the ~town: ìlú kan-náà ni a ti wá; ~ *[the very one] ap.* ìkan-náà, they are the ~: ìkan-náà ni wọ́n
sameness *[the quality of being the same] or.* jíjẹ́ ìkannáà
sample *[part that represents the whole] or.* ìjúwe, àpèjúwe, irú-ẹ̀yà
sampling *[the process of taking samples] or.* ìwárú /wá irú/
sanatorium *[place of treatment for the chronically ill] or.* ilé àwọn olójòjò
sanctification *[the process or act of sanctifying] or.* ìsọdimímọ́, ìyàsímímọ́
sanctify *[to make holy] is.* láti yà (nkan) sí mímọ́; láti sọ (nkan) di mímọ́
sanction *[authoritative approval] or.* ìyọ̀ọ̀da, ìyọ̀-nda; ~ *[a formal decree, law] or.* kàán-nípá, they applied ~s against China: wọ́n fi kàán-nípá mú Ṣáínà
sanctuary *[a holy place] or.* ìbi-yíyàsímímọ́
sand *[granular material of disintegrated rock] or.* yanrìn, iyanrìn
sandal *[kind of shoe] or.* sálúbàtà
sandstone *[a sedimentary rock with color ranging from yellow to red] or.* egunrín, egúrù
sandwich *[two slices of bread with a filling in between] or.* sá-nwíìṣi
sandy *[full of or covered with sand] ep.* oníyanrìn
sane *[of sound mind; reasonable] ep.* olórípípé
sanitary *[hygienic] ep.* mímọ́, aláìléẹ̀ri

sanitation *[hygiene, cleanliness]* or. ìmọ́tótó

sanitize *[to make sanitary]* is. láti sọ di mí-mọ́tótó

sanitarium *[an institution for the caring of invalids]* or. ìbùgbé-aláìsàn

Sao Tomé and Principe *[a country in West Africa]* or. Sao Tómè

sap *[watery fluid in a plant]* or. oje-igi

sapient *[wise]* ep. ọlọ́gbọ́n

sapling *[a young tree]* or. ọ̀jẹ̀lẹ̀

saponify *[to convert oil or fat to soap]* is. láti sọ (nkan) di ọṣẹ

saponification or. sísọdọṣẹ, ìsọdọṣẹ, ìṣọṣẹ

sapphire *[a kind of precious stone]* or. òkúta aláwọ̀-àyìnrín

saprophyte *[organism that lives on decaying matter]* or. ẹ̀dá ajẹ̀gbin

sarcasm *[sneering remark]* or. ọ̀rọ̀ ẹ̀gàn; ẹ̀gàn

sarcastic (to be ~) *[characterized by sarcasm]* is. láti pẹ̀gàn

sarcoma *[myeloma, osteosarcoma, bone cancer]* or. akàn ìṣù-ara *(ìṣù-ara: tissue; akàn: cancer)*

sartorius *[narrow muscle of the thigh]* or. iṣan ẹ̀hìn-itan

sash *[a long band worn over the shoulder or around the waist]* or. ìpọ̀nlérùn

Satan *[devil]* or. Èṣù, Àsètánì

satanic *[suggestive of the devil]* ep. nípa èṣù, ti èṣù

satchel *[small bag]* or. gbìrín, egbìrín

sate *[to satisfy]* is. láti fi nkan tẹ́ (ènìyàn) lọ́rùn

satellite *[small body orbiting a planet]* or. ìsọ̀gbè; **artificial ~**: ìsọ̀gbè àtọwọ́dá *(planets: ìsọ̀gbè ìràwọ̀; solar planets: ìsọ̀gbè oòrùn; minor planets i.e. planetoids, asteroids: ìsọ̀gbè wuuru)*; **communictions ~**: ìsọ̀gbè àfìgbúrò

satiate *[to satisfy fully]* is. láti fi (nkan) tẹ́ (ènìyàn) lọrùn

satire *[use of ridicule to expose folly]* or. àròfọ̀

satirist *[writer of satires]* or. aláròfọ̀

satisfaction *[being satisfied]* or. ìtẹ́lọ́rùn

satisfy *[to gratify, to please]* is. láti tẹ́ (ènìyàn) lọ́rùn

saturate *[to fill to capacity]* is. láti sọdògidì */sọ di ògidì/*

saturated *[undiluted]* ep. ògidì, àìlà; **~ (to become ~)** : láti dògidì; **~ solution** or. àpòpọ̀ ògidì *(unsaturated solution: apopọ àìtó-ògidì)*

Saturday *[seventh day of the week]* or. ọjọ́ Sátidé, ọjọ́kéje ọ̀sẹ̀

sauce *[a liquid served with food to improve its taste]* or. omi-ọbẹ̀

saucer *[small dish for holding a cup]* or. àwo kékeré

saucy *[rude, impudent]* ep. aláfòjúdi, ọ̀yájú

Saudi Arabia *[a kingdom occupying most of Arabia]* or. Orílẹ̀ Sáúdí Arébíà

saunter *[to stroll]* is. láti rìn gbẹ̀rẹ́

saurian *[of or about or resembling a lizard]* ep., or. alá-ngbá

sausage *[finely chopped meat usually stuffed into a casing]* or. sọ́séèjì

savage *[an uncivilized person]* or. ènìyàn-kènìyàn, ẹhànnà, aláìlajú; ~ *[uncivilized]* ep. aláìlajú

save *[to rescue from danger or death]* is. láti gba (ènìyàn) lọ́wọ́ ikú; láti gba (ènìyàn) là; ~ is. láti mú (owó) pamọ́

savings *[money that has been saved]* or. owó-pípamọ́; owó-ìfìpamọ́; ~ **bank** or. ilé-ìfowópamọ́;~ **account** or. ìwé-ìfowópamọ́

savior *[one who saves]* or. olùgbàlà

savoir faire *[French for 'to know how to do', tact]* or. mímọ̀ọ́ṣe

savor *[taste or aroma]* or. ìgbámúṣẹ́

savory *[pleasing to the taste, delicious]* ep. aládùn, olóyinmọmọ

saw *[cutting tool with sharp teeth]* or. ayùn; ~ is. láti yun (nkan)

sawdust *[fine particles of wood made by sawing]* or. ìyẹ̀-igi

saw-toothed *[having teeth similar to those of a saw]* ep. eléhín ayùn; ~ **line** *[serrated line]* or. ìlà eléhín-ayùn

sawyer *[one whose work is sawing wood]* or. agégi, rẹ́girẹ́gi

say *[to utter aloud]* is. láti so (nkan); láti wí (nkan)

saying *[often repeated expression]* or. òwé, ìfìsòròsọ

scab *[crust over a healing sore]* or. eèpo, èépá

scabbard *[sheath for a sword]* or. àkọ̀-idà

scabies *[itch]* or. èékú *(person with ~: eléè ku)*

scaffold *[platform for building workers]* or. àlégùn

scald *[to burn with hot liquid]* is. láti da omi gbígbóná jó (nkan)

scale *[instrument used in measurement]* or. òṣùwọn; ~ *[one of the thin plates that cover reptiles, fish etc.]* or. ẹhá, ìpẹ́; ~ *[to weigh in scales]* is. láti wọn (nkan)

scalene *[triangle with no two sides equal]* or. àdó aláìgún *(àdó: triangle)*

scalp *[the skin covering the top of the head]* or. iwọ orí, awọ orí

scalpel *[surgical knife]* or. abẹ ìkọlà; abẹẹ dókítà

scan *[to look over quickly]* is. láti wòye; láti wo àyíká; láti fojú ré (nkan)

scandal *[public disgrace]* or. ohun àbùkù; àbùkù

scandalize *[to snare]* is. láti ba (ènìyàn) jẹ́; láti tú àṣírí (ènìyàn); láti pẹ̀gàn

Scandinavia *[Norway, Sweden, Denmark and Iceland]* or. Sikadinéfíà

scandium *[a metallic chemical element, Sc]* or. ìṣùu Ská-ndíà

scant *[meager]* ep. rá-npẹ́, kí-nkín, kékeré

scapegoat *[one who bears the blame for the mistakes of others]* or. àpẹrẹ̀-àríkọ́gbọ́n, àríkọ́gbọ́n

scapula *[shoulder blade]* or. eegun èjìká

scapulalgia *[pain in the shoulder blade]* or. eegun-èjìká dídùn

scar *[cicatrix]* or. àpa ojú-egbò; ~ or. àlébù

scarce (to be ~) *[not common]* is. láti wọ́n; ~ ep. ọ̀wọ́n, wíwọ́n; ~ **commodity** *[costly material]* or. ọ̀wọ́n

scarcely *[barely]* as. agbárakáká

scarcity *[condition or quality of being scarce]* or. ọ̀wọ́n, nkan ọ̀wọ́n, ọ̀dá, ìyàn

scare *[to frighten]* is. láti dẹ́rùba (ènìyàn)

scarf *[band of cloth worn around the head or neck]* or. ìgbàjá, ọ̀já, ìborùn

scarlet *[vivid red]* ep. pupayòyò, ~ cloth: aṣọ pupayòyò

scatter *[to disperse]* is. láti túká; ~ *[to separate in different directions]* is. láti da (nkan) rú; láti wa(nkan) dànù; láti tú (nkan) ká

scattering *[occurring at irregular intervals]* ep. títúká, ìtúká; ~ *[something separated in different directions]* or. àwàdànù, àtúká

scavenge *[to salvage things from refuse material]* is. lati ṣalẹ̀, láti ṣa eegun; ~ *[to remove refuse from the streets]* is. láti gbá òde (ìta); láti pàlúmọ́; ~ *[to feed on decaying matter]* is. láti jẹ̀gbin

scavenger *[one who scavenges]* or. aṣalẹ̀; ~ *[animal that feeds on dead flesh]* or. ajẹ̀gbin; ~ *[street cleaner]* or. agbálù, apàlúmọ́

scenario *[outline for proposed action]* or. ète

scene *[view]* or. ìran, àṣehàn

scenery *[landscape]* or. ìwòye

scent *[distinctive odor]* or. òórùn

scepter *[staff held by a king]* or. ọpá oyè

schedule *[timetable of events]* or. ètó, ìṣètó

scheme *[strategy, blueprint, plan]* or. ète, èrò, ìpète; ~ is. láti pète

schism *[division into factions]* or. ìyapa nítorí èdè-àìyédè

schistosomiasis *[bilharziasis, snail fever, passing of blood in the urine]* or. àtọ̀sí-ajá

schizophrenia *[a mental disorder characterized by delusions and hallucinations]* or. orí-àìpé

schizophrenic *[a person having schizophrenia]* or. olóri-àìpé; ~

[pertaining to schizophrenia] ep. olóri-àìpé

scholar *[learned person]* or. ọ̀mọ̀wé, ọ̀jọ̀gbọ́n

scholarly *[about scholars]* ep. ti ọlọ́mọ̀wé; ~ *[studious, devoted to learning]* ep. ọlọ́mọ̀wé, akadá

scholarship *[a gift of money or aid to help a student in his/her studies]* or. owó-ìrànlọ́wọ́ ìwékíkà

school *[institution for learning]* or. ilé-ìwé, ilé-ẹ̀kọ́; ~**children** *[children attending school]* or. àwọn ọmọ ilé-ìwé; ~**teacher** *[a person who teaches in a school]* or. olùkọ́, olùkọ́ni; **primary** ~ *[a school providing elementary instructions]* or. ilé-ẹ̀kọ́ alákọ̀bẹ̀rẹ̀, ilé-ẹ̀kọ́ alábídí; **secondary** ~ *[a high school giving secondary education]* or. ilé-ẹ̀kọ́ sẹ́kọ́ndìrì, ilé-ẹ̀kọ́ girama, kọ́lẹ́ẹ̀jì

sciatic *[relating to the sciatic nerve]* ep. ẹ̀sọ itan

sciatica *[neuritis of the sciatic nerve]* or. látanlátan

science *[orderly presentation of facts and reasoning concerning any subject]* or. ìmọ̀-ìjìnlẹ̀, ìmọ̀-jìnlẹ̀; ~ **and technology** or. ìmọ̀-jìnlẹ̀ òun ìmọ̀-ẹ̀rọ

scientific *[of or pertaining to science]* ep. onímọ̀-jìnlẹ̀, ìmọ̀-jìnlẹ̀; ~ **journal** or. ìwé-ìròhìn onímọ̀-jìnlẹ̀; ~ **method** *[a method based on systematic investigation used by scientists]* or. ìlànàa t'àwọn onímọ̀-jìnlẹ̀

scientist *[a specialist in science]* or. onímọ̀-jìnlẹ̀

scissors *[cutting implement]* or. àlùmọ́gàjí, àmúga

scintillate *[flash, glitter, twinkle]* is. láti ṣánán (ṣá iná)

scler-, sclero- *[hard, hardness]* ir. gígan

sclera *[sclerotica, sclerotic coat]* or. funfun ojú

sclerosis or. ìṣù-ara gígan; **multiple** ~ *[disseminated multiple ~]*: ìwọ̀- ẹ̀sọ gígan (ìwọ̀ ẹ̀sọ: neural membrane); **arterio~**: ìṣọ̀n-àlọ gígan (ìṣọ̀n: blood vessel)

scold *[to reprimand harshly]* is. láti bá (ènìyàn) wí

scoop *[dig, shovel]* or. láti bu (nkan) jáde; láti wọ (nkan) jáde

scope *[range]* or. ìbẹ̀rẹ̀dópin

-scope *[an instrument for seeing]* ir. ẹ̀rọ àyẹ̀wò-, ẹ̀rọ àbẹwò-, endoscope: ẹ̀rọ àyẹ̀wò-ikùn

scorch *[singe, roast]* is. láti fi iná ra (nkan)

scorn *[to treat someone with contempt]* is. láti fi (ènìyàn) ṣẹ̀sǐ n

scorner *[one who scorns]* or. pẹ̀gànpẹ̀gàn; ẹlẹ́sǐ n

scorpion *[arachnida; order: scorpionida]* or. àkéèké; ~ **sting** or. ìta àkéèké

scour *[to search thoroughly]* is. láti wo (ibì kan) féfé; ~ *[to clean* *by scrubbing]* is. láti gbo (aṣọ); láti rin (nkan)

scout *[to explore an area for information]* is. láti ṣe amí; ~ *[one sent to do this]* or. amí

scowl *[frown, grimace]* is. láti fajúro

scrap *[fragment, shred]* is. ìjà-njá, ~ book: ìjà-njá ìwé

scrape *[to shave]* is. láti fá (nkan), láti hó (nkan)

scratch *[scrape, graze]* is. láti họ (nkan), ~ the body *[to relieve itching]* is. láti hún ara

scream *[to cry out loudly]* is. láti kígbe; láti fìgbeta; ~ *[a cry]* or. igbe

screech *[to make a high, shrill noise]* is. láti han; ~ *[a high, shrill noise]* or. híhan, ìhan

screen *[light partition]* or. ìbojú, ìdíjú; ~ *[to shield from observation]* is. láti dí (ènìyàn) lójú; ~ *[a sieve]* or. ajọ̀; ~ *[a smooth surface for showing motion pictures]* or. agbòji sinimá; agbòjìji

screenplay *[script written for a motion picture]* or. erée sinimá

screenwriter *[a writer of screenplays]* or. olùkọ erée-sinimá

screw *[to fasten something]* is. láti de (nkan); ~ or. ìdè

script *[handwriting]* or. ìṣọwọ́kọ̀wé; ~ *[a written document]* or. ìwé àfọwọ́kọ

scripture *[sacred writing]* or. ìwé mímọ́; Bíbélì

scroll *[a roll of parchment usually with writing on it]* or. ìwé-àtijọ́

scrotal *[pertaining to the scrotum]* ep. nípa ẹpọ̀n; ẹpọ̀n; ~ **sac** or. ẹpọ̀n, awọ ẹpọ̀n

scrotum *[scrotal sac, pouch containing the testicles]* or. ẹpọ̀n

scrub *[to clean by rubbing vigorously]* is. láti gbo (aṣọ) mọ́ra

scruff *[back of the neck, nape]* or. èhìn-ọrùn

scruple *[principle which governs one's actions]* or. ẹ̀rí-ọkàn

scrupulous (to be ~) *[careful, upright]* is. láti ṣòótọ́; láti ṣẹ̀tọ́

scrutinize *[probe, investigate]* is. láti wádĩ (nkan) fìnnífínní; láti ṣe ọ̀fìntótó; láti ṣètọsẹ̀; láti wá (nkan) láwẅfìn

scud *[to run or move swiftly]* is. láti sáré-tete

sculptor *[one who makes sculptures]* or. oníṣọnà, agbẹ́re, ọlọ́nà, afìngbá

sculpture *[statue or other three dimensional art]* or. ère, ọnà

scum *[a thin layer of impurities that forms on the surface of a liquid]* or. ìrejú; ìléju; ~ *[a worthless person]* or. aláìnílááří (ènìyàn), ènìyànkénìyàn

scurf *[flaky dry skin, dandruff]* or. èèṣí ara

scurvy *[disease resulting from lack of vitamin C]* or. ekúru

scythe [long, curved blade for mowing; sickle] or. dòjé

sea [the waters covering most of the earth] or. odò, òkun

seabed [the ocean floor] or. ìsàlẹ̀-òkun

sea bird [a bird living on or near the sea] or. ẹyẹ-òkun

seaboard [a region bordering a sea; seacoast] or. etí-òkun

sea-borne (to become ~) [carried on or by the sea] is. láti bá òkun lọ

sea breeze [a breeze blowing inland from the sea] or. afẹ́rẹ́ omi-òkun

seacoast [land bordering the sea] or. etí-òkun

seafarer [a person who travels on the sea; sailor] or. aròkun

seagoing [fit or designed for going to sea] ep. aròkun

seagull [a bird with webbed feet, living and feeding from the water] or. ẹyẹ àkẹ

sea level [the level of the surface of the sea, halfway between high and low tides] or. ojú òkun

seam [joint formed by sewing together two pieces of cloths] or. ojú-èkò aṣọ, ojú ìrán (aṣọ)

seaman [a sailor, mariner] or. àtukọ̀-òkun

seamstress [person who sews] or. télọ̀, aránṣọ

seaport [a port used by ocean ships] or. èbúté, èbúté-ọkọ̀

sear [to burn the surface of something] is. láti fi iná ra (nkan) lára

search [to look in hopes of finding something lost] is. láti wá (nkan) tó sọnù; ~ or. àwárí, ìwádǐ

seashell [the shell of a saltwater mollusk] or. pẹ̀pẹ́ òkun, fòfó-òkun

seashore [land along the sea] or. bèbè-òkun

seasickness [nausea brought about by the motion of a ship] or. inú-ríru

seaside [seashore, seacoast] or. ẹ̀bá-òkun, bébé-òkun, etí-òkun

season [period] or. àsìkò, ìgbà; **cold ~** [winter]: àsìkò otútù; **dry ~**: àsìkò ọ̀gbẹlẹ̀; **fall ~** [autumn]: àsìkò iwọ́wé; **harmattan ~**: àsìkò ọyẹ́; **rain ~**: àsìkò òjò; **spring ~**: àsìkò irúwé; **summer ~**: àsìkò ooru

seat [place for sitting] or. ìjòkó, àga

seaweed [any sea plant] or. ẹ̀gbìn inú-omi

sebaceous [fatty, secreting sebum] ep. ọlọ́ràä ~**gland** or. ẹṣẹ́ epo- ara (ẹṣẹ́: gland)

sebum [a greasy secretion of the sebaceous glands] or. epo-ara

secede [to withdraw from membership in a group] is. láti yapa

seclude [to set apart, isolate] is. láti ya (nkan) sọ́tọ̀; láti mú (nkan) pamó

second *[unit of time equaling 1/60 of a minute]* or. ìṣíṣẹ̀; **one ~:**
ìṣíṣẹ̀ kan *(ìṣẹ́jú: minute)*; ~ *[next after the first]* ep. ìkéjì; ~
class *[next after the first class]* or. igbá kéjì, ipò kéjì; ~ **place**
[next after the first place] or. ibi ìkéjì; ~ **derivative of a**
function or. ìdà-ìfà kéjì *(ìfà: function)*; ~ **trimester** or. ìgbà
ẹ̀dà *(ìdámẹ́ta kéjì ìgbà oyún) (wo: pregnancy)*

secondary *[coming next after the primary level]* ep. àtẹ̀lé; ~
sexual characteristics or. àwọn àmìn ìdàgbà; ~ **school** *[a*
high school giving secondary education] or. ilé-ẹ̀kọ́ sẹ́kọ́ndìrì, ilé-
ẹ̀kọ́ girama, kọ́lẹ́ẹ̀jì

secondhand *[material used previously by another person]* ep.
àlòkù, àtọwọ́dọ́wọ́

secondly *[in the second place]* as. ìkéjì, níkejì

secret *[something kept hidden from others]* or., ep. àṣírí, awo,
ìkọ̀kọ̀; a ~ meeting: ìpàde ìkọ̀kọ̀; **~ly** *[in secret]* as. níkọ̀kọ̀; **to**
keep something ~ or. láti ṣe (nkan) pamọ́, láti ṣe (nkan) bo

secretary *[person who keeps records]* or. akọ̀wé (ẹgbẹ́)

secrete *[flow out]* is. láti sun

secretion *[a flowing out]* or. sísun, ìsun, oro

section *[component, part, side]* or. apá; ~ *[to break up, partition]*
is. láti gé (nkan)

sector *[lobe]* or. awẹ́; ~ *[a subdivision of society]* or. ẹgbẹ́, the
business sector: ẹgbẹ́ oníṣòwò

secular *[not pertaining to religion]* ep. aláìbẹ́-sìnlọ, aláìbẹ́sìnṣe */bá*
ẹ̀sìn ṣe/

secure *[to acquire, get]* is. láti di (nkan) mú; láti rí (nkan) gbà; ~
[to hold firmly in place] is. láti mú ẹsẹ̀ (nkan) dúró; láti
fidímúlẹ̀; ~ **(to be ~)** *[to be confident]* is. láti ní ìgbóyà

securely *[free from danger]* as. làìfòyà, pẹ̀lú ìfọkànbalẹ̀; pẹ̀lú
ìgbóyà

security *[confidence; freedom from danger]* or. ìbọ́lọ́wọ́ ewu; ààbò

sedate (to be ~) *[to be unruffled]* is. láti ní ìfọ-kànbalẹ̀

sedation *[process of reducing excitement]* or. fífọkàn (ènìyàn) balẹ̀
(pẹ̀lú oògùn)

sedative *[drug having a calming effect]* or. oògùn àìfọkànbalè

sediment *[dregs, matter that settles to the bottom of a liquid]* or.
gẹ̀dẹ̀gẹ́dẹ̀, isilẹ̀

sedimentation *[the depositing of sediment, settling]* or. titòrò,
sísilẹ̀

sedimentary *[containing sediment]* ep. titòrò, sísilẹ̀; ~ **rock** *[rock* *formed from the deposit of sediments]* or. apáta

seduce *[to entice to do wrong]* is. láti tan (ènìyàn) lọ; láti tan (ènìyàn) jẹ

see *[to perceive with the eye]* is. láti rí (nkan), láti ríran; Let me ~: Jẹ́ kí nríran; ~ *[to understand]* is. lati yé (ènìyàn), I ~: O yé mi

seed *[fertilized plant ovule]* or. irúgbìn; ~ **coat** *[testa]* or. eèporúgbìn; ~ **leaf** *[cotyledon]* or. ewéerúgbìn; ~ **plant** *[spermatophyta]* or. igi onírúgbìn

seedling *[a young plant]* or. ọ̀jẹ̀lẹ̀

seek *[to search for something]* is. láti wá (nkan) kiri; láti wákiri

seem *[to appear]* is. láti dàbí; láti rí bí; láti ṣebí ẹni pé

seep *[to pass slowly through small openings]* is. láti yọ́sínú (omi)

seer *[visionary]* or. aríran, wòlíì

segment *[section]* or. ẹ̀kún *(lower ~: ẹ̀kún isalẹ̀)*; ~ or. ikele; ~ *[a part of a figure]* or. awẹ́

segmented *[having segments]* ep. oníkele / oní ikele /; ~ **worm** or. aràn oníkele; ~ **body** or. ara oníkele

segmentation *[a dividing into segments]* or. níníkele, ìníkele

segregate *[to isolate from others]* is. láti ya (nkan) sọ́tọ̀

segregation *[act of segregating]* or. iyàsọ́tọ̀

seismograph *[device to detect and measue earthquakes]* or. ọ̀ṣùwọ̀n iji-ilẹ̀, awọn-ji ilẹ̀

seismology *[science of earthquakes]* or. ẹ̀kọ́ nípa iji-ilẹ̀

seize *[to take forcibly]* is. láti fi agbára gba (nkan); láti já (nkan) gbà

seizure *[convulsion]* or. gìrì, àìperi; ~ *[taking, confiscation]* or. ijágbà

seldom *[infrequently]* as. lẹ́ẹ̀kọ̀ọ̀kan; ~ *[infrequent]* ep. ẹ̀ẹ̀kọ̀ọ̀kan

select *[to choose]* is. láti ṣe àṣàyàn; láti yan(nkan); láti ṣa (nkan) yàn

selenium *[a nonmetallic element, Se]* or. iṣùu Sẹ̀lẹ́níà

selenology *[study of the moon]* or. ẹ̀kó nípa ọ̀ṣùpá

self *[one's own being]* or. ara-ẹni, ènìyàn-tìkárarẹ̀; **self-denial** *[sacrifice of one's self]* or. ìṣẹra ẹni; **self control** *[self restraint]* or. ìṣẹra

self-defense *[defence of oneself and one's properties]* or. igbáradì, igbéradì

selfish (to be ~) *[caring chiefly for oneself]* is. láti láwun

sell *[to exchange goods for money]* is. láti ta (nkan)

selling or. títa; **buying and** ~ or. ríra àti títa; *(cost of sales:* inọ́n

ìtà; *expenses incurred in the process of selling an article: iye tí
a nọ́n láti ta nkan)*

semantics *[study of words and their meanings]* or. ẹ̀kọ́ ìtúmọ̀-ọ̀rọ̀

semen *[sperm]* or. àtọ̀ *(ejaculation of sperm: àtọ̀ dídà)*

semi- *[hemi-, half]* ir. ìdájì-, ìlàjì-, edébu-; ~ ir. àdàmọ̀-

semiannual *[happening every half year]* ep. lẹ́ẹ̀méjì-lọ́dún

semicircle *[a half circle]* or. ìlàjì ẹ̀ká *(ẹ̀ká: circle)*

semicolon *[punctuation mark used to indicate a more distinct
break than a comma]* or. àmì ìdẹsẹ̀pẹ́ *(colon: àmì àpẹrẹ)*

semimetal *[metalloid]* or. àdàmọ̀-àlùrọ

seminal ep. àtọ̀; ~ **duct** *[ejaculatory duct]* or. ìfun àtọ̀; ~ **fluid** or.
omi-àtọ̀; ~ **receptacle** *[spermatheca]* or. abọ́ àtọ̀; ~ **vesicle** or.
opò àtọ̀

seminar *[higher level research class]* or. àpèjọ ọlọ́mọ̀wé

seminary *[training institution for priests]* or. ilé-ẹ̀kọ́ àlùfáà

seminoma *[testicular cancer]* or. akàn ìkóró-ẹpọ̀n

send *[to cause to dispatch]* is. láti rán ènìyàn (níṣẹ́), láti fì (nkan)
ránṣẹ́, I sent an e-mail: Mo fì e-mail ránṣẹ́; ~ **for** *[to summon,
to ask for the presence of]* is. láti ránṣẹ́ pe (ènìyàn), láti ránṣẹ́
fún (nkan), they sent for a doctor: Wọ́n ránṣẹ́ lọ pe oníṣẹ̀gùn

Senegal *[a country in West Africa]* or. Orílẹ̀ẹ Sẹ́nẹ́ga; ~ **River** or.
odòo Sẹ́nẹ́ga

senescence *[the process of growing old]* or. dídarúgbó

senile *[old, especially showing loss of mental facuties]* ep. arúgbó;
~ **(to be ~)** is. láti darúgbó

senility *[state of beng senile]* or. dídarúgbó

senior *[the older of the two]* or. ẹ̀gbọ́n, àgbà, the ~ class: kíláàsì
àgbà

sensation *[a reaction to external stimulation]* or. ìyè

sense *[any of the faculties of sight, smell, touch, hearing or taste]*
or. ìyè-ara; ~ **organ** *[sensor]* or. ẹ̀yà ìyè-ara; ~ **of hearing** or.
ìyèègbọrọ̀; ~ **of sight** or. ìyèèriran; ~ **of smell** *[olfaction]* or. ìyè-
òórùn; ~ **of taste** or. ìyèètọ́wo; ~ **of touch** or. ìyèèfarakàn

sensible (to be ~) *[reasonable, wise]* is. láti mọ́gbọ́ndáni

sensitive (to be ~) *[to be easily offended]* is. láti ní ìkanra

sensory *[of the senses]* ep. ìyè, t'ìyè; ~ **nerve** *[nerve responsible
for sensation]* or. ẹ̀sọ ìyè

sentence *[group of words containing a subject and a predicate]*
or. ọ̀rọ̀ *(word: ẹ̀ka-ọ̀rọ̀; phrase: àbọ̀-ọ̀rọ̀; clause: ẹ̀yà-ọ̀rọ̀)*; ~
[judgment in a criminal case] or. ìdájọ́, the day of ~ is coming:
ọjọ́ ìdájọ́ nbọ̀

sepal *[modified leaf of a calyx]* or. àdàmọ̀-ewé òdòdó *(ewé: leaves)*

separate *[to keep apart]* is. láti ya (àwọn nkan) sọ́tọ̀; ~ ep. ọ̀tọ̀ọ̀tọ̀

separation *[the process of separating]* or. ìyàsọ́tọ̀, ìpínyà

September *[9th month of the year]* or. oṣùkẹ́sàn ọdún, ọsùu sẹ̀tẹmbà

septivalent *[heptavalent]* ep. ọníkọ́méjè

sequence *[a number of connected events]* or. ìtẹléra, alátẹléra

sequential (to be ~) *[characterized by a sequence]* is. láti wa ní alátẹléra

serene *[tranquil, calm]* ep. pípalọ́lọ́, dídákẹ́rọ́rọ́

serf *[peasant who is bound to a lord]* or. ẹrú, iwọ̀fà

serial *[arranged in a series]* ep. alátẹléra

series *[group of related things]* or. ọ̀wọ́

serious (to be ~) *[of grave importance]* is. láti jẹ́ pàtàkì; láti ṣe pàtàkì; ~ **(to be ~)** *[grave, causing anxiety]* is. láti nira; láti fa hílàhílo; ~ *[important, weighty]* ep. pàtàkì

sermon *[religious speech by a clergyman]* or. ìwàásù; ọ̀rọ̀ ìyànjú, wáàsí

sero- *[serum]* ir. omi-ẹ̀jẹ̀-

serology *[the science of serums and their effects]* or. ẹ̀kọ́ nípa omi-ẹ̀jẹ̀

serpent *[snake]* or. ejò, afàyàfà

serrated *[having teeth like a saw]* ep. eléhín-ayùn; ~ **(to be ~)** is. láti léhín-ayùn

serum *[blood serum]* or. omi-ẹ̀jẹ̀

servant *[one employed for domestic services]* or. ọmọ-ọ̀dọ̀, ìránṣẹ́

serve is. láti sin (ènìyàn); láti jẹ́ ìránṣẹ́ (ènìyàn)

service *[act of serving]* or. ìsìn, iṣẹ́, ọ̀yà; ~ charge: owó ọ̀yà; ~ *[to provide services to]* is. láti jíṣẹ́

sesame *[a plant with a flat seed that yields an oil used for food]* or. sẹ́sámè; ~ **oil** *[oil from the sesame plant]* or. epo sẹ́sámè

sessile *[stalkless, as in some plants]* ep. àìlọ́rùn /àìní ọrùn: *without a neck /*

session *[meeting]* or. ìpàdé; ~ *[sitting together of a legislative body]* or. ìjòkó àwọn aṣòfin

set *[group, body, collection]* or. ìjọ

settle *[to put in place]* is. láti kalẹ̀; láti gbé (nkan) kalẹ̀; láti fidímúlẹ̀; ~ *[to come to rest]* is. láti simi; láti dáwọ́-dúró; ~ *[to sediment; to sink to the bottom]* is. láti silẹ̀; ~ *[to come to live in a place, to colonize]* is. láti tẹdó; ~ *[to resolve, to arrange]* is. láti pẹ̀tù sí (ọ̀rọ̀), láti pèètù sí (ọ̀rọ̀)

settlement *[place newly settled, village]* or. agọ́, idó; ~*[arrangement, resolution]* or. ìparí, ìṣèpári
seven *[cardinal number, 7]* or. eéje, èje; ~ *ep.* méje
seventh *[preceded by six others in a series]* ep. ìkéje
seventy *[seven times ten]* or. ìdì méjè, àádọ́rin
sever *[to separate, cut]* is. láti gé (nkan); láti pínyà
several *[more than two]* or., ep. ọ̀pọ̀lọ́pọ̀, oní-rúurú
severe (to be ~) *[strict, stern]* is. láti nira; láti gboró
sew *[to fasten with needle and thread]* is. láti rán (aṣọ)
sewage *[solid waste material]* or. pà-ntí
sex *[division according to reproductive functions, male or female]* or. ìrin, ìrin ẹran; ~ *[sexual intercourse, copulation, coitus]* or. ìbásùn, to have ~ with someone: láti bá (ènìyàn) sùn; ~ **chromosome** or. okùn-ìran ìrin; ~ **hormone** or. oje- ìrin; ~ **ratio** or. pínpín ìrin
sex- *[six, having six]* ir. mẹ́fà, mẹ́fà-mẹ́fà
sexivalent *[hexavalent]* ep. oníkọ̀mẹ́fà
sexology *[science of human sexual behavior]* or. ẹ̀kọ́ nípa ìrin-ẹ̀dá
sexual *[of, or involving sex]* ep. ìnrin; **male ~ organ** or. ẹ̀yà ìnrin akọ; **female ~ organ** or. ẹ̀yà ìrin abo; **bi~** *ep.* onínrinméjì, ṣakọṣabo; ~ **organ** *[genitalia]* or. ẹ̀yà ìnrin; ~ **intercourse** *[coitus, copulation]* or. ìbásùn, ìbárasùn, àsùnpo; ~ **reproduction** or. bíbíi ti lákọlábo, bíbí igbakọ
sexually transmitted disease *[venereal disease, STD]* or. àrùn àlòpọ̀; àrùn àsùnpọ̀; àrùn ìrin
shabby *[worn-out, ragged]* ep. alákì̀ sà, játijàti
shack *[small cabin]* or. ahéré
shade *[space sheltered from light]* or. ibojì, ìji; ~ *[to screen (form light)]* is. láti bo (nkan); a lamp ~: ṣéèdì àtùpà
shadow *[an image cast on a surface by a body intercepting light; umbra]* or. òjìji
shaft *[body of an arrow or spear]* or. ọpá
shake *[to move to and fro]* is. láti mì; láti mi (nkan); ~ *[to tremble; to vibrate]* is. láti gbọ̀n; **to ~ (something)** is. láti gbọn (nkan); ~ **hands** *[to clasp hands in greeting]* is. láti gba (ènìyàn) lọ́wọ́; láti gbaralọ́wọ́;
shale *[a stratified rock]* or. ilẹ̀-olódó; ~ **oil**: epo ilẹ̀-olódo
shall *[an auxiliary used to express futurity; plan to or intend to]* is. á, yíòò, I ~ go: Emi yíòò lọ, Emi á lọ, Mà á lọ
shallow *[not deep]* ep. aláìjinnú, aláìjìn; ~ **(to be ~)** is. láti ṣaláìjìn
sham *[deceptive imitation]* or. alumọ, ẹ̀tàn

shambles [place of complete disorder] or. ìdàrúdàpọ̀, rúdurùdu

shame [painful emotion caused by guilt or disgrace] or. ìtìjú, ojútì, àbùkù, it is a ~: oun ìtìjú ni

shameful [bringing shame or disgrace] ep. atinilójú, ìtìjú

shameless [having no shame] ep. aláìnítìjú

shampoo [to wash (the hair) with special soap] is. láti fọ irun; ~ [a soap used for shampooing] or. ọṣẹ ìfọrun

shape [form, figure] or. ìrí, ìrísí; ~ [to give form to] is. láti ya (nkan); ~ **up** [to improve to an acceptable standard] is. láti gbáradì, láti múra

shapelessness [amorphousness] or. àìnírí, àìnírí sí

share [part given to each member] or. ìpín; ~ is. láti ṣàjọpín; láti pín (nkan)

shark [large, voracious fish] or. akurá, ekurá

sharp [having a keen edge] ep. mímú; ~ (to be ~) is. láti múna; láti mú; ~ (to be ~) [astute; keen of perception] is. láti jáfáfá

sharpen [to make sharp] is. láti pọ́n (ọ̀bẹ); láti lọ (àdá), to ~ a pencil; láti gbẹ́ pẹ́nsù

shatter [to break into pieces] is. láti fọ́ (nkan) yányán

shave [to remove hair from the body with a razor] is. láti fá (irun), láti fá (irùngbọ̀n)

she [the female person or animal mentioned] ap. ó

shea [a tropical African tree of the Sapodilla family whose seeds yield a thick white fat] or. ẹmi; ~ **butter** [oil expressed from the seeds of the shea tree] or. òrí

sheaf [bundle of grain stalks] or. ìdìpọ̀, àdìpọ̀

shear [two-bladed cutting instrument] or. àmúga, àlùmọ́gàjí

sheath [a protective covering] or. ìbora; ~ **enclosing a corn cob** [husk] or. fùùfù-àgbàdo

shed [to cast off] is. láti bọ́ (nkan); ~ **blood** is. láti ta ẹ̀jẹ̀ sílẹ̀; ~ **tears** is. láti sokún; ~ [a small low building for storage] or. búkà, abà

sheen [glistening brightness] or. dídán

sheep [cud-chewing mammal related to the goat] or. àgùntàn

sheepherder [one who tends sheep] or. olùṣọ́-àgùntàn

sheer [to swerve] is. láti yà bàrà; ~ [unmitigated, absolute] ep. ògidì, gidi

sheet [large piece of cloth] or. aṣọ ìbora; ~ **of paper** [a rectangular piece of paper] or. ewé-ìwé

shelf [board fixed to a wall for holding objects] or. pẹpẹ

shell [carapace] or. karaun; ~ [to remove the covering from] is. láti pa (ẹpà)

shelter *[something that covers or protects]* or. aabò; ~ *[to provide protection for]* is. láti dáàbò bo (nkan); láti fi (ènìyàn) sábẹ́ àbò; láti ràdò bo (ọmọ adìẹ); láti ràtà bo (ènìyàn)

shelve *[to lay aside]* is. láti pa (nkan) tì; ~ *[to put on a shelf]* is. láti to (nkan) sórii pẹpẹ

shepherd *[one who tends sheep]* or. olùṣọ́-àgùntàn

shield *[insulator, protector]* or. àòbò, àláàbò; ~ is. láti dáàbò bo

shift *[to move something from one place to another]* is. láti ṣí (nkan) nípò; láti papòdà

shimmer *[to shine with a wavering light]* is. láti tàn wẹlẹwẹlẹ

shin *[front part of the leg between knee and ankle]* or. ojúgun /ojù eegun/; ~ **bone** *[tibia]* or.eegun-irè nlá *(eegun-irè kékeré: fibula)*

shine *[to emit or reflect light]* is. láti tàn, láti ràn; the sun is shining: oòrùn nràn; ~ is. láti dán

shingle *[piece of wood for roofing]* or. pátákó òrùlé

ship *[large watercraft]* or. ọkọ̀ ojú-omi; ~ *[to send, especially by ship]* is. láti fi (ọkọ̀ ojú-omi) gbé (nkan) lọ

shipment *[consignment for transportation]* or. ẹrù

shipping *[the business of transporting goods]* or. ìkẹrù

shipyard *[place where ships are built]* or. ọgbà ọlọ́kọ̀

shirt *[men's garment for the upper body]* or. ẹ̀wù àwọ̀lékè; ṣẹ́ẹ̀tì

shiver *[to tremble]* is. láti gbọ̀n; láti gbọ̀nrìrì; láti wárìrì

shock *[the effect of a concussion or violent blow]* or. gbígbò; **electric** ~ *[the effect produced by the passage of an electric current through the body]* or. wíwì

shoddy *[inferior, poor]* ep. ìṣek ŭ ṣe

shoe *[foot covering]* or. bàtà, sálúbàtà

shoelace *[length of cord used for fastening a shoe]* or. okùun bàtà

shoemaker *[one who makes shoes, cobbler]* or. oníbàtà, aránbàtà, aṣebàtà

shoot *[new growth]* or. ọ̀dọ, àṣẹṣẹ̀yọ,(young palm fronds: àṣẹṣẹ̀yọ ọ̀glọ́nmọ̀); ~ *[to discharge a bullet from a gun]* is. láti ta (nkan ní ìbọn), to ~ at someone: láti ta ènìyàn níbọn

shop *[place where goods are sold at retail]* or. ilé ìtajà; ṣọ́ọ̀bù; ~ *[to visit shops in order to buy things]* is. láti nája-kiri

shopkeeper *[one who runs a shop]* or. ọlọ́jà, atajà

shopping *[the act of visiting a shop to look at or buy goods]* or. ṣọ́pìn; ìnájà/ná ọ̀jà/; ~ **center** *[a group of shops within a complex]* or. ṣọ́pìn sẹ-ntà; ọ̀jà

shore *[land along a water's edge]* or. etí-odò, etí-òkun; bèbè-òkun

short *[limited in length, height or distance]* ep. kúkúrú, kíkúrú; ~

[insufficient] ep. àììtó, aláìtó; ~ **(to be ~)** *is.* láti kúrú

shortage *[deficiency] or.* ẹ̀dín, àìpé

shortchange *[to cheat; to swindle] is.* láti rẹ́ (ènìyàn) jẹ; láti yan (ènìyàn) jẹ

shortcoming *[deficiency in character] or.*àbùkù

shortcut *[path shorter than the regular way] or.* èbùrú, àbùjá

shorten *[to make short] is.* láti gé (nkan) kúrú; láti dín (nkan) kù

shortly *[soon, in a short time] as.* laìpẹ́, ní ṣókí

shortsighted *[unable to see clearly at a distance, nearsighted] ep.* aláìrọ̀ọ̀kán

shortsighted *[showing lack of foresight] ep.* aláìrọ̀ọ̀kán, aláìmọméjì

shortsightedness *[myopia, nearsightedness] or.* àìrọ̀ọ̀kán; ~ *[lack of foresight] or.* àìmọ̀la

short-term *[coming due in a short time] ep.* ìgbà-díẹ̀

shot *[bullet] or.* ọta-ìbọn; ~ *[firing of a weapon] or.* iró-ìbọn

shotgun *[a gun used for firing a charge of small shot] or.* ìbọn-ọlọ́tawẹ́wẹ́

should *[auxillary verb used to indicate duty or obligation]:* ó yẹ kí

shoulder *[part of the body between the neck and the arm] or.* èjìká; ~ **bag** *or.* àpò àgbékọ́-èjìká; ~ **blade** *[scapula] or.* eegun èjìká; ~ **joint** *[ball and socket joint of the shoulder] or.* èkò-olódó èjìká

shout *[a loud cry] or.* igbe; ~ *[to make such a cry] is.* láti kígbe

shovel *[digging tool] or.* ọkọ́ ìwalẹ̀

show *[exhibition] or.* àṣehàn, eré orí ìtàgé; eré amóríyá; ~ *[to reveal; to bring into view] is.* láti fi (nkan) hàn; ~ **off** *[to exhibit ostentatiously] is.* láti ṣe fààrí; láti gbéraga; láti ṣàṣehàn; ~ **up** *[to appear, to arrive] is.* láti farahàn; láti jẹ́ ìpè, láti dé, he ~ed up late: ó pẹ́ k'ó tó dé

shower *[sudden fall of rain for a short duration] or.* ọ̀wàarà òjò; ~ *[to take a bath] is.* láti wẹ̀

showroom *[a room where merchandise is displayed] or.* ṣóruùmù

shred *[to tear into little bits] is.* láti ya (nkan) sí wẹ́wẹ́

shredder *[a device used for shredding documents] or.* ẹ̀rọ-ìfàwéya

shrew *[nagging woman] or.* obìnrin adáni-lágara

shrewd *[cleverly discerning] ep.* ọlọ́gbọ́n-ẹ̀wẹ́

shriek *[to utter a high-pitched cry] is.* láti han goro; ~ *[a high-pitched cry] or.* híhan, ìhangoro

shrill *[high-pitched sound] or.* ìhangoro

shrimp *[marine crustacean] or.* edé, idé

shrine *[sacred place]* or. ilé-òrìṣà; ojúbọ-òrìṣà
shrink *[to contract]* is. láti súnkì
shrivel *[to dry up, shrink]* is. láti rọ, láti gbẹ
shroud *[cloth used as wrapping for a corpse]* or. aṣọ òkú; aṣọ igbókù
shrub *[low, several-stemmed woody plant]* or. igi kékeré
shrug *[to move the shoulders up and down as a sign of indifference]* is. láti sọ èjìká
shudder *[to tremble]* is. láti gbọ̀n; láti wárìrì; láti fòyà; ~ *[a tremble, shake]* or. ìwárìrì, ìfòyà
shuffle *[to walk with feet dragging]* is. láti fi ẹsẹ̀ palẹ̀
shun *[to keep away from something]* is. láti yẹra fún(nkan); láti lọ́ra fún (nkan)
shut *[to close]* is. láti pa (ojú) dé; láti ti (ìlẹ̀kùn)
shutter *[movable screen for a door or window]* or. ṣọ́tà
shuttle *[to move to and fro]* is. láti ṣọ́tù, láti l ọ l'álọbọ̀; ~ *[regular transport back and forth]* or. ṣọ́tù, álọbọ̀
shy (to be ~) *[timid, bashful]* is. láti tijú
sialagogue *[agent that produces saliva]* or. ẹ̀là afatọ́ (ẹ̀là: chemical; fa itọ́: brings forth saliva)
sialorrhea *[ptyalism, excessive secretion of saliva]* or. ìdatọ́ (ẹ̀là amúnidatọ́: ptyalogogue)
Siamese twins *[conjoined twins]* or. ìbéjì alẹ̀pọ̀
Siberia *[a region in the Russian Federation]* or. Ìpínlẹ̀ẹ̀ Sàìbérià
sibling *[brother or sister]* or. ọmọ òbí (ẹ̀gbọ́n tàbí àbúrò)
sick *[not well]* ep. aláìsàn; ~ **(to be ~)** is. láti ṣàìsàn (ṣe àìsàn)
sickle *[scythe]* or. dòjé
sickle cell anemia *[a chronic hereditary anemia in which the blood cells assume a crescent shape]* or. àìsàn ẹ́jẹ̀dídàrú
sickness *[illness]* or. àìlera, àìsàn
side *[right or left part of the body]* or. ìhà-ẹ̀gbẹ́; ~ *[direction with respect to the center]* or. apá (ọ̀tún, òsì, òkè, ìsàlẹ̀); ~ *[surface]* or. ojú, ẹ̀gbẹ́, ara; ~ **of one's body** or. ìhà-ara; ìhà-ẹ̀gbẹ́; ~ **issue** *[issue besides the main one]* or. ọ̀rọ̀ ẹ̀gbẹ́; àmọ́; ~ **reaction** or. àsè ẹ̀gbẹ́; ~ **with** *[support]* is. láti ti (ènìyàn) lẹ́hìn
side effect *[a secondary, unfavorable effect]* or. ẹ̀sún ẹ̀gbẹ́; àmọ́
sidewalk *[pedestrian walkway along a street]* or. ọ̀nà ẹba-títì; ọ̀nà ẹlẹ́sẹ̀
siege *[encircling of a place for the purpose of capturing it]* or. ìdótì, ìkóguntì; **to lay ~ to** is. láti kógun ti (ìlú)

Sierra Leone *[a country in West Africa]* or. Orílẹ̀ẹ̀ Sàró

siesta *[brief afternoon nap]* or. oorun ọ̀sán

sieve *[colander]* or. ajere, ajọ̀

sift *[to pass through a sieve]* is. láti jọ (nkan)

sigh *[to let out a deep breath]* is. láti mí kanlẹ̀; láti mí ìmí-ẹ̀dùn; ~ *[deep breath]* or. ìmíkanlẹ̀

sight *[act of seeing]* or. ìran, ìríran; ~ *[something one sees]* or. ìran **out of sight** *[not in sight, remote]* ep. àìrí; *(out of sight, out of mind: àìrìni, àìbérè ẹni; you are a sight for sore eyes i.e. I am happy to see you oju tó rí ẹ tọ́)*

sightseeing *[visiting places and things of interest]* or. ìnọnjú; **to go ~** is. láti nọnjú lọ

sightseer *[a person engaged in sightseeing]* or. anọnjú

sign *[label]* or. àmìn, ~ of the cross: àmì àgbélébǔ; **negative ~:** àmì ẹ̀yọ̀; **positive ~:** àmì èrò; ~ *[to write one's signature on]* is. láti fi ọwọ́ sí (ìwé); ~ **of a number** or. àmìn èekà *(èèkà:number)*

sign *[to write one's name as a signature]* is. láti fọ wọ́tẹ̀wé, láti fọ wọ́síwě; láti sáìnì

sign in *[to record one's arrival]* is. láti sáìnì wọlé

sign off *[to case radio or television broadcasting]* is. láti sáìnì kúrò

sign out *[to record one's departure]* or. láti sáìnì jáde

signal *[sign used to convey a message]* or. àmì, àpẹrẹ, àkíyèsí

signature *[name of a person in his own writing]* or. ìfọwọ́sí

significance *[importance]* or. ìtúmọ̀-pàtàkì; ìdí-pàtàkì

significant (to be ~) *[important, essential]* or. láti ṣe pàtàkì; láti pọ̀ díẹ̀, láti jọjú

significant other *[a spouse]* or. ọkọ tàbí ìyàwó ẹni

signify *[to denote, to mean]* is. láti jẹ́ àpẹrẹ

sign language *[communication by means of manual signs and gestures]* or. èdè àfọwọ́rán

silence *[absence of sound]* or. ìdákẹ́rọ́rọ́, ìdákẹ́, arére

silent (to be ~) *[quiet, still]* is. láti dákẹ́; láti palọ́lọ́

silent partner *[a person who has a financial interest in a business but not in managing it]* or. olóko-òwò; adáni-lókòwò

silhouette *[a dark outline seen against a light]* or. òjìji

silicon *[a nonmetallic element, Si]* or. ìṣùu sílíkà

silk *[thread obtained from the silkworm]* or. sányán, aṣọ ṣẹ́dà

silkworm *[caterpillar of certain moths]* or. ekùkù, kòkòròo ṣẹ́dà

silly *[foolish, senseless]* ep. aláìmọ́gbọ́nwá, ẹ̀gọ̀; ~ **(to be ~)** is. láti gọ̀; láti ya òmùgọ̀

silt *[fine earth]* or. ilẹ̀ eléruku

silver *[metallic element used for jewelry and coinage, Ag]* or. fàdákà, iṣùu fàdákà

silverplate *[tableware made of silver]* or. àwo-kómáadán

silversmith *[a person who makes or repairs silver objects]* or. alágbẹ̀dẹ

simian *[relating to a monkey or an ape]* or. ọ̀bọ

similar (to be ~ to) *[alike but not identical]* is. láti bárajọ

similarity *[quality of being similar]* or. ìjọra, ìbárajọ

simile *[a type of comparison]* or. ọ̀rọ̀ àfiwéra: bi */fi nkan wé ikéjì/(ọ̀rọ̀ àfipera: metaphor)*, he runs like a deer: Ó nsáré bí ìgalà

similitude *[likeness, a thing resembling another]* or. oun-jíjọra

simmer *[to cook at near-boiling point]* is. láti bọ (ẹran); ~ *[to be in a state of barely contained anger]* is. láti runú

simper *[to smile in a silly self-concious way]* is. láti rẹ́r ï n-yọ̀ngï

simple *[easy; not complicated]* ep. rírọ̀; ~ **(to be ~)** is. láti rọ̀; ~ **fracture** *[uncomplicated fracture in which the skin is not broken]* or. eegun dídá, eegun kíkán *(compound fracture: eegun wíwó)*

simple equation *[an equation where the unknown is stated in the first power only e.g. a+b=c]* or. ọ̀mì rírọ̀ */ọ̀mì: equation/*

simple interest *[interest paid only on the principal]* or. èlé */èlé lórí èlé: compound interest/*

simple-minded *[mentally deficient]* ep. ọ̀dẹ̀

simplicity *[state of being simple]* or. dídẹ̀, rírọ̀

simplification *[a simplifying or being simplified]* or. rírọ̀; iṣàlàyé

simplify *[to make simpler]* is. láti ṣàlàyé; láti sọ (nkan) di rírọ̀; láti fi (nkan) yé (ènìyàn)

simplistic *[characterized by excessive simplification]* ep. aláìro-jinlẹ̀

simply *[in a simple manner]* as. ní pẹ̀lẹ́pẹ̀lẹ́; lẹ́rọ̀

simulate *[to pretend; to imitate]* is. láti ṣàfarawé

simulation *[imitation, feigning]* or. àfarawé, iṣàfarawé

simultaneous *[done at the same time]* ep. ìgbàkannáà, ẹ̀ṣẹ̀kannáà; ~ **equations** or. agbo-ọ̀mì *(ọ̀mì: equation)*

sin *[breaking of a religious law]* or. ẹ̀ṣẹ̀, ìrúfìn; ~ *[to break a religious law]* is. láti ṣẹ̀, láti dẹ́ṣẹ̀

since *[from then until now]* as. látìgbà-náà; ~ *[inasmuch as, because]* as. níwọ̀ngbàtí, nítorítí

sincere *[earnest, free of deceit]* ep. oló̀tọ́, olódodo, òótọ́, òdodo

sinecure *[a position that pays well but requires little or no work]* or. iṣẹ́-kékeré-owó-nlá

sinew *[tendon]* or. irìn-ara

sinful *[characterized by sin]* ep. ẹ̀ṣẹ̀, adẹ́ṣẹ̀

sing *[to make melodious sound]* is. láti kọrin, to ~ a song: láti kọrin /kọ orin/

Singapore *[a country in the South China Sea]* or. Orílẹ̀ẹ̀ Sí-ngápọ́ọ̀

singe *[to burn slightly]* is. láti fi iná ra (nkan)

singer *[one who sings]* or. olórin, akọrin

single *[one only, sole]* ep. ẹlẹ́yọkan, ẹyọkan, kan, kanṣoṣo, a ~ room: yàrá kanṣoṣo; ~ **(to be ~)** *[unmarried]* is. láti wà ní àpọ́n

single-minded *[having only one purpose]* ep. àì ṣiyèméjì;

single-mindedly *[with only one purpose]* as. láì ṣiyèméjì

singular *[denoting only one]* or. ìkanṣoṣo; ~ **and plural** or. ìkanṣoṣo at'ọ̀pọ̀lọ́pọ̀

singultus *[hiccup]* or. òsúkè

sinister *[bad, corruptive]* ep. búburú

sinistrality *[left-handedness]* or. ọwọ́-òsì lílò (ọwọ́ ọ̀tún lílò: dextrality)

sink *[to fall beneath the surface of a liquid]* is. láti rì; láti mù; ~ *[to cause to submerge]* is. láti tẹ (nkan) rì; ~ *[fixed water basin with drainage]* or. tọ́ngọrọn ìṣanwọ́

sinus *[an air cavity within a bone]* or. kòròfo inú eegun; ~ **headache** *[pain in the head due to infection of the paranasal sinuses]* or. ẹ̀fọ́rí iwájú-orí

sip *[to drink in small quantities]* is. láti yọ́ (nkan) mu

siphon *[tube for transferring liquids from one container to another]* or. òòfà-téérẹ́ omi

sir *[respectful title for a man]* ap. Sà

siren *[loud-sounding warning device]* or. ekùtù, ìpè

sister *[female sibling]* or. arábìnrin

sister-in-law *[sister of one's spouse]* or. arábìnrin ọkọ (ìyàwó) (a sister or brother of a woman's husband is usually referred to as 'ọkọ mi' (my husband)!; ~ *[wife of one's brother]* or. ìyàwó arákùnrin (an older person may refer to his brother's wife as 'ìyawó mi' (my wife)!

sit *[to rest on one's buttocks]* is. láti jókǒ

site *[place where something is located or planned]* or. ibi-ìṣẹ̀lẹ̀; ~ *[a piece of land slated for some construction]* or. sáìtì, ojú-ilẹ̀

sit up *[to sit erect]* is. láti jókǒ l'áifẹ̀hìntì

sito- *[food]* ir. onjẹ, ìjẹ

sitology *[study of foods, food values, diet, etc.]* or. ẹ̀kọ́ nípa ìjẹ

sitting room *[a living room or parlor]* or. pálọ̀
situate *[to put in a particular site]* is. láti gbé (nkan) kalẹ̀ sí (ibì kan
situation *[state of affairs]* or. ọ̀rọ̀
six *[cardinal number, 6]* or. ẹ̀fà, ẹ́ẹ̀fà
sixth *[preceded by five others in a series]* ep. ìkẹ́fà; ~ *[any of the six equal parts of something]* or. ìdámẹ́fà
sixty *[six times ten]* or. ìdì mẹ́fà, ọgọ́ta, ọgọ̀ọ̀ta
sizable *[sizeable, of a large size]* ep. nlá, títóbi
size *[physical or spatial dimensions]* or. àyè-ara, ìtobi
size *[one of a series of graduated measures for articles]* or. sáìsì; *(kíni sáìsì rẹ; what size are you?; Sáìsì mẹ́ẉ'àni mí: I am size 10)*
size up *[to form an estimate of; judge]* is. láti fojú-inú wo (nkan); láti fojútínrín (ènìyàn)
sizzle *[to make a hissing sound, as in frying]* is. láti dín
skeletal ep. àgbéró-ara, t'àgbéró-ara; ~ **muscle** *[voluntary muscle, striated muscle]* or. iṣán eegun; ~ **system** or. ètò àgbéró-ara
skeleton *[framework of the body, made up of bones]* or. eegun-ara; àgbéró ara *(gbé nkan rọ́: to hold something in place)*
skeptic *[sceptic, one who questions accepted facts]* or. oníyàn
skeptical (to be ~) *[not easily persuaded]* is. láti ṣiyèméjì
skepticism *[scepticism, doubting attitude]* or. iṣiyèméjì
sketch *[rough design]* or. àwòran àfọwọ́yà; ~ *[to make a sketch]* is. láti fọwọ́yàwòran
sketchy *[not detailed; having the form of a sketch]* ep. àìdánilójú, kátakàta *(ìròhìn kátakàta: ~ information)*
skew *[to slant]* is. láti tẹ̀ sí apá kan
skid *[to slip because of loss of traction]* is. láti yọ́ tẹ̀rẹ́; láti yóṣubú
skill *[the ability to do something well]* or. imọ̀, imọṣẹ́, áápọn
skilled *[having skill]* ep. aláápọn, ọ̀mọṣẹ́
skillful *[resourceful, having skill]* ep. aláápọn, ọ̀mọṣẹ́
skim *[to remove floating matter from the surface of a liquid]* or. láti yọ́ ori (nkan), láti yọ́rì; ~ *[to glance through (a book)]* is. lati wo (nkan) gà:àrà; láti bojúwo (nkan); ~ *[to move lightly over the surface]* is. láti yọ́ kẹ́lẹ́kẹ́lẹ́, láti yọ́rin
skimpy *[lacking in fullness; scanty]* or. aláìpé, kátakàta
skin *[membrane, integument]* or. iwọ̀, iwọ̀ ara; ~ **cancer** *[melanoma, acanthoma]* or. akàn iwọ̀-ara; ~ **rash** or. èékú, èéyi, ẹ̀yún; ~ **lotion** or. ìpara

skin *[to remove skin from]* is. láti báwọ /bó awọ/

skink *[a tropical lizard with a thick, shiny body and short legs]* or.
ọlọ̀ọ̀yunbérẹ́

skip *[to jump lightly over]* is. láti forí (nkan) /fo orí: to jump over/;
~ **rope**: láti fokùn; ~ *[to pass over without taking action]* is. láti
fojúfo(nkan);

skipper *[the captain of a ship]* or. ọ̀gá ọlọ́kọ̀

skirmish *[a minor conflict or encounter]* or. ìhàlẹ̀

skirt *[woman's dress that hangs from the waist down]* or. aṣọ
àwọ̀sódò obìnrin

skit *[a short piece of humorous writing]* or. ìwé àròfọ́; àkàr ẹ́r ì n

skittish *[frisky, lively]* ep. àròfọ́, aláròfọ́, yẹ̀yẹ́

skull *[bony skeleton of the head]* or. agbárí; **bones of the** ~:
àwọn eegun agbárí *(wo: bone)*

sky *[the space above the earth; upper atmosphere]* or. sánmà, ojú
ọ̀run, ọ̀run

skyscraper *[a very tall building]* or. ilé-alájàpúpọ̀; ilé-àwọ̀ṣífìlà

slab *[flat, thick piece]* or. báṣí

slack (to be ~) *[sluggish]* is. láti jáfara; láti fì (nkan) falẹ̀

slam *[to shut with a loud noise]* is. láti fì agbára ti (ilẹ̀kùn)

slander *[to tell damaging lies about someone]* is. láti gan (ènìyàn);
láti sọrọ̀ àbùkù

slant *[to incline, to slope]* is. láti dà;láti dàgẹ̀rẹ̀

slap *[blow delivered with the open hand]* or. àbàrá; ~ is. láti gbá
(ènìyàn) lábàrá

slash *[to cut or lash]* is. láti kọ (ènìyàn) lọ́bẹ

slate *[flat slab of rock used as a writing surface]* or. wàláà, ṣíléètì

slaughter *[to kill an animal for food]* is. láti pẹran; ~**house**
[abbatoir] or. ilé àpatà; ~ *[massacre; to kill savagely]* is. láti pa
(àwọn ènìyàn) nípakúpa; láti pa (ìlú) run; ~ *[wanton killing]* or.
iparun, ìpakúpa, ìpàlúrun

slave *[human being owned by another]* or. ẹrú; ~ **owner**: ẹlẹ́rú,
amúnilẹ́rú; ~ **ship**: ọkọ̀ ẹrú; ~ **trade**: òwò ẹrú; ~ **trader**:
oníṣòwò ẹrú; **female** ~: ẹrúbìnrin; **male** ~: ẹrúkùnrin; ~**ry**:
oko ẹrú

sleek (to be ~) *[glossy]* is. láti dán mọ́ná

sleep *[slumber]* or. oorun; ~ is. láti sùn

sleeping pill *[sedative taken to relieve insomnia]* or. ẹ̀là akunni-
lóorun *(ẹ̀là: chemical)*

sleeping sickness *[encephalitis lethargica]* or. ọ̀rẹ̀rẹ̀, sunrun-
sunrun

sleet *[mixture of hail and rain]* or. òjò oníyìnyín

sleeve *[arm of a garment]* or. apá aṣọ; apà ẹ̀wù, **a short ~d shirt**: ẹ̀wù alápá-kúkúrú, **a long ~d shirt**: ẹ̀wù alápá-gbọọrọ

slender *[slim]* ep. ọ̀pẹ́lẹ́-ngẹ́, téérẹ́, lẹ́gẹ́lẹ́gẹ́

slice *[thin, flat piece cut from something]* or. ẹ̀bẹ; ~ *[to cut into slices]* is. láti bẹ (nkan)

slick *[smooth and slippery]* ep. yíyọ́

slide *[to move along in continuous contact with a slippery surface]* is. láti yọ̀ (bẹ̀ẹ̀rẹ́)

sliding *[adjustable, varying in accordance with some conditions]* or. sísún; ~ **door**: ilẹ̀kùn sisun; ~ *[the act of sliding]* or. yíyọ́-bẹ̀ẹ̀rẹ́

slight *[small in amount or degree]* ep. fẹ́ẹ́rẹ́

slim *[slender]* ep. ọ̀pẹ́lẹ́-ngẹ́, téérẹ́, lẹ́gẹ́lẹ́gẹ́

slime *[a soft, moist, slippery liquid substance]* or. ayọ́

slimy *[covered with slime]* ep. yíyọ́, kọ́lọkọ̀lọ

sling *[a band forming a loop by which something is suspended]* or. àsokọ́

slink *[to move in a quiet, furtive manner]* is. láti yọ́ kẹ́lẹ́kẹ́lẹ́

slip *[to slide suddenly and accidentally]* is. láti yọ̀ bẹ̀rẹ́; ~ *[error, lapse]* or. igbàgbé, àṣìṣe

slipper *[a low-cut shoe that may be easily slipped on]* or. sílípáàsì, sálúbàtà

slippery *[tending to slip away]* ep. yíyọ̀; ~ **(to be ~)** is. láti yọ̀ (tẹ̀rẹ́)

sliver *[a slender, often sharp piece]* or. ẹ̀ṣẹ́

slope *[inclination, hypotenuse, gradient]* or. idà, dídà, idàgẹ̀rẹ̀; ~ *[to be inclined]* is. láti dà; láti dàgẹ̀rẹ̀; **a moutain ~**: idàgẹ̀rẹ̀ òkè

sloppy *[careless, sloven]* ep. aláìbìkítà

slot *[long, narrow opening]* or. ojúu lílà

slouch *[lazy person]* or. ọ̀lẹ, ọ̀lẹ́dàrùn; ~ *[to droop in a careless way]* is. láti dẹnun-kọlẹ̀

slough *[molt]* is. láti pọ̀fọ, láti bọ́fọ

slow (to be ~) *[moving at a reduced speed]* is. láti dẹsẹ̀; láti yọ́, this clock is 2 minutes ~: aago y ĭ fì iṣẹ́jú méjì yọ́; ~ *[to delay]* is. láti fì (nkan) falẹ̀; láti fì (nkan) ṣèmélẹ́; ~ **down** *[to bide one's time]* is. láti rọra (ṣe nkan); **~ly** *[characterized by slow movement]* as. ní pẹ̀lẹ́pẹ̀lẹ́

sludge *[a mudlike deposit]* or. àbàtà, ọ̀gọ̀dọ̀

slug *[small mollusk]* or. igbín, ilákọ̀ṣẹ

sluggish *[slow, lethargic]* ep. ọ̀dẹ̀
slumber *[sleep]* or. oorun, òògbé; ~ is. láti sùn; láti tòògbé
slump *[to collapse]* is. láti wólulẹ̀; láti dákú
slur *[to pronounce in a careless manner]* is. láti fa ọ̀rọ̀ lẹ́nu; ~ *[an insult, aspersion]* or. ọ̀rọ̀ àrífín, ọ̀rọ̀ àbùkù
slut *[immoral woman, prostitute]* or. obìnrin alágbèrè; oníṣekúṣe, aṣẹ́wó
sly *[cunning]* ep. ọlọ́gbọ́n-ẹ̀wẹ́; alárekérekè
small *[little, insignificant]* ep. kíkéré, kékeré, wẹ́wẹ́; ~ **(to be ~)** is. láti kéré; láti rí wẹ́wẹ́; ~ **finger** or. ika kékeré, ọmọ́dirín; ~ **intestine** *[longest part of the digestive track, starting from the pylorus to the ileocecal junction]* or. ifun kékeré (ìfun nlá, apọ́ndìnrù: *large intestine);* ~ **pox** *[variola; highly contagious viral disease]* or. ṣọ̀pọ̀ná, ilẹ̀ẹ́gbónà, òde, ṣáṣá
small-minded *[blindly selfish; mean; petty]* or. ìkà; aṣọnú, onínú-níbíni
small talk *[chitchat, light conversation]* or. òfófó (olófò fó:. gossip)
smart *[bright, clever]* ep. ajáfáfá; ~ **(to be ~)** is. láti jáfáfá
smash *[to break something into pieces]* is. láti fọ́ (nkan) túútú; láti wó (nkan)
smear *[to vilify, to slander]* is. láti fì àbùkù kan (ènìyàn); láti perí ènìyàn níbi; láti ṣáátá (ènìyàn)
smell *[to perceive by odor]* is. láti gbọ́ òórùn (nkan); ~ *[odor]* or. òórùn; ~ *[to stink; to have an odor]* is. láti rùn; láti ló òrùn /ní òórùn/
smile *[amused expression of the face]* or. ẹ̀rín- músẹ́; ~ is. láti rẹ́rì n-músẹ́
smirk *[to smile in a silly manner]* or. láti rẹ́rì n-ìyàngì
smite *[to strike hard]* is. láti kọlu (ènìyàn); láti lu (ènìyàn) ní àlùpa
smog *[combination of smoke and fog]* or. èéfín àt' ìkúùkù
smoke *[volatile, gaseous product of burning materials]* or. eéfín; ~ *[to emit smoke]* is. láti rú eéfín; ~ *[to cure or treat with smoke]* is. láti fín (ẹran), **smoked fish** or. ẹja fifín; ~ *[to inhale and exhale smoke of a burning substance]* is. láti mun (ìkòkò, sìgá), no smoking: má mùkòkò
smoke screen *[something intended to deceive]* or. ẹ̀tàn
smoky *[giving off smoke]* or. elé'è fín
smolder *[to burn with no flame]* is láti kẹ iná; lati kẹná; láti kẹ̀
smooth *[not rough]* ep. dídán; ~ **(to be ~)** is. láti dán, láti jọ̀; láti rí mìnijọ̀; ~ **muscle** *[involuntary muscle]* or. iṣan ara
smother *[to suffocate]* is. láti fín (ẹranko) pa

smudge *[to smear, to soil]* is. láti ta èérí sí (aṣọ); láti fàbùkù kan (nkan)

smug (to be ~) *[self-satisfied; complacent]* is. láti ní itẹ́lọ́rùn; láti fọwọ́lérọ́n

smuggle *[to import or export illegally]* is. láti jí (ẹrù) wọlú, láti ṣe fàyàwọ́

smuggler *[one who smuggles]* or. ajẹ́rùwọlú, oní fàyàwọ́, ọlọ́ṣà

smuggling *[the act of importing or exporting illegally]* or. ìjẹ́rùwọlú, fàyàwọ́

snack *[light meal]* or. onjẹ rá-npẹ́; ìpanu

snag *[unforeseen difficulty]* or. ìkọsẹ̀; to hit a ~: láti ní ìkọsẹ̀

snake *[long legless reptile]* or. ejò

snap *[to break suddenly]* is. láti kán (nkan)

snare *[device for catching small animals]* or. ẹ̀bìtì

snarl *[to growl harshly]* is. láti kùn

snatch *[to seize suddenly]* is. láti já (nkan) gbà

sneak *[to move in a secret manner]* is. láti yọ́rìn; láti yọ́ kẹ́lẹ́-kẹ́lẹ́

sneaker *[a person that sneaks; sneak]* or. ayọ́rìn; ~ *[a canvas shoe used for athletics]* or. bàtà eré

sneer *[to show scorn]* is. láti yọ ṣùtì-ètè; láti yinmú sí (ènìyàn)

sneeze *[to expel air from the nose involuntarily]* is. láti sín; ~ *[such an expulsion]* or. sísín, èésín

sniff *[to breath quickly and audibly through the nose]* is. láti fín (nkan) símú

snipe *[to shoot at an enemy from a hidden place]* is. láti dẹ (ọ̀tá) pa; láti dọdẹ (ènìyàn)

sniper *[a person who snipes]* or. adẹnipa, aṣọ́nipa

snob *[one who looks down on those he considers inferior]* or. onígbè̀ raga,

snobbish *[like a snob]* ep. aláìnáání

snoop *[to pry]* is. láti tojúbọ (nkan)

snore *[to breathe noisily while sleeping]* is. láti hanrun

snort *[to force air noisily out of the nostrils]* is. láti fọnmú

snout *[the forward, projecting part of an animal's head]* or. itúlẹ̀ (ẹlẹ́dẹ̀)

snow *[frozen water flakes falling from the sky]* or. yìnyín, omi-dídì

snowstorm *[a storm accompanied by a heavy fall of snow]* or. òjòo yìyín

snub *[to slight, to ignore]* is. láti fojúpa (ènìyàn) rẹ́; láti ṣaláìka (ènìyàn) sí; láti ṣalái-náání

snuff *[to extinguish]* is. láti pa (iná) kú; láti fún (nkan) pa

snug (to be ~) *[cozy, comfortable]* is. láti bá (nkan) mu pẹ́típẹ́tí

soak *[to make wet]* is. láti rẹ (aṣọ)

soap *[saponification product, a cleansing agent]* or. ọṣẹ

soapy *[having the qualities of a soap]* ep. ọlọ́ṣẹ; nípa ọṣẹ

soar *[to rise into the air]* is. láti ràbàbà

sob *[to weep quietly with quick gasps]* is. láti sunkún asuùndábọ̀

sober (to be ~) *[not drunk]* is. láti fi ọti silẹ̀; láti mu ọtí níwọ̀n; láti mutí làìrèkọjá

so-called *[called by a particular term which is really incorrect]* ep. isọ̀lórúkọ

soccer *[football]* or. bọ́ọ̀lù

sociable (to be ~) *[genial, friendly]* is. láti lọ́yàyà; láti nífẹ̀ (ènìyàn)

social *[pertaining to society]* ep. nípa ti àwùjọ-ẹ̀dá; nípa ti àwùjọ-ènìyàn; agbélawùjọ; man is a ~ animal: ènìyàn jẹ́ ẹranko agbélawùjọ

socialism *[public ownership of the means of production]* or. ètò àjùmọ̀ní

society *[community of people]* or. àwùjọ-ènìyàn; àwùjọ-ẹ̀dá

sociology *[science of human societies]* or. ẹ̀kọ́ nípa àwùjọ-ẹ̀dá; ẹ̀kọ́ nípa igbélawùjọ

sociopath *[psychopath]* or. adàlúrú

sock *[short stocking]* or. ìbọ̀sẹ̀ kékeré

socket *[cavity adapted to receive a part]* or. ojú-odó

soda *[a type of beverage]* or. sódà

soda water *[water charged with carbon dioxide gas]* or. sódà wọtà

sodium *[a soft, silver-white metallic element, Na]* or. iṣùu Sódà (sódà)

sodomy *[sexual intercourse regarded as abnormal]* or. iṣekúṣe, dídófùrọ̀

sofa *[long couch]* or. ìjòkó-gbọọrọ; ~ **bed**: ìjòkó-gbọọrọ oníbùsùn

soft *[not hard]* ep. rírọ̀; ~ **(to be ~)** is. láti rọ̀; ~ **water** or. omi àmu *(hard water: omi rírọ̀)*; ~ **drink** *[soda, soda pop]* or. omi-dídùn; **~ness** or. rírọ̀, dídẹ̀

soften *[to make or become soft]* is. láti mú (nkan) dẹ̀, láti mú (nkan) rọ̀

soft-head *[a feeble-minded person]* or. ọ̀dẹ̀

soft-hearted *[full of compassion]* or. alá'ànu

software *[programs used in operating a computer]* or. àwo-ìdaríi kọ̀mpútà

softwood *[wood from a coniferous plant]* or. igi-díd

soggy [*soaked*] is. láti rẹ gbidingbidin

soil is. láti bu ẹ̀tẹ́ lu nkan; ~ [*earth, ground*] or. ìyẹ̀pẹ̀, erùpẹ̀ ilẹ̀;
  clayey ~: ilẹ̀ olódo; **loamy** ~: ilẹ̀ dúdú, ilẹ̀ẹ́dú; **sandy** ~:
  iyanrì, ilẹ̀ oníyanrì; **silty** ~: ilẹ̀ elégúrù

solace [*comfort*] or. ìtùnú, ìfọkànbalẹ̀

solar [*pertaining to the sun*] ep. oòrùn, nípa oòrùn; ~ **eclipse**
  [*eclipse of the sun by the earth*] or. ìdílójú oòrùn; ~ **energy** or.
  agbara oòrùn; ~ **heat** or. ìṣù-iná oòrùn (*ìṣù-iná: heat*); ~
  system [*the sun and it's planets*] or. ètò oòrùn ati ìsọ̀gbèe rẹ̀; ~
  year or. irọ̀dún

solar plexus [*the upper middle part of the abdomen*] or. òkè-ikùn

solder [*alloy used to join metallic parts*] or. òjé; ~ [*to join by
  solder*] is. láti yọ́ nkan pọ̀

soldier [*member of the armed forces*] or. ọmọ-ogun, jagunjagun,
  ológun

sole [*one and only*] ep. nìkanṣoṣo; ~ [*bottom of a shoe*] or. ìdi bàtà

solely [*only, exclusively*] as. nìkanṣoṣo

solemn [*serious, grave*] ep. onírẹ̀lẹ̀, ìrẹ̀lẹ̀, he is a ~ individual:
  onírẹ̀lẹ̀ ènìyàn ni

solicit [*to ask for*] is. láti bẹ̀bẹ̀ fún (nkan)

solid [*something having a definite shape and volume, not fluid*] or.
  adì (*láti dì: to solidify*); ~ **solute** or. gbẹrẹfun; ~ **solution** or.
  àpọ̀pọ̀ dídì (*aṣọ̀n: liquid, òyì: gas*)

solidification [*coagulation*] or. dídì

solidify [*to become solid*] is. láti dì

solitary [*living or being alone*] or. adágbé, aládàgbe; ~ **confine-
  ment** [*separating a prisoner from other prisoners*] or. ìhámọ́

solitude [*loneliness, seclusion*] or. ìdáwà, ìdágbé

solo [*musical composition performed by one person*] or. orin
  adánìkan-kọ

solubility [*ability of a substance to dissolve in a given solvent*] or.
  yíyọ́

soluble [*capable of dissolving*] ep. ṣíṣeéyọ́; ~ (**to be** ~) is. láti ṣeé
  yọ́

solute [*the substance dissolved in a solution*] or. ayọ́

solution [*answer to a problem*] or. àtiṣe, ojútù; find a ~ to a
  problem: wá ojútù ìyọnu; ~ [*a homogeneous mixture of two or
  more substances*] or. àpọ̀pọ̀; ~ **to an equation** or. irìn ọ̀mì
  (*ọ̀mì: equation*)

solvation [*process of dissolving*] or. yíyọ́

solve [*to find an answer to*] is. láti wá àtiṣe; láti rí ojútù (ìyọnu)

solvent *[substance that is capable of dissolving another substance]* or. èpò; ~ **(to be ~)** *[financially healthy]* is. láti là, láti lówólówó

somber (to be ~) *[depressed, gloomy]* ep. láti káríso

some *[a few]* ep. díè, ~ water: omi díè; ~ *[unspecified in number or amount]* ep. (àwon) kan, ~ houses: àwon ilé kan, ~ people: àwon èniyàn kan; ~ *[an unspecified number or amount]* ap. díè (nínún), ~ of them: díè nínúun won

somebody *[unknown or unnamed person]* ap. enikan, èniyàn kan

someday *[at some future time]* as. lójokan

somehow *[in some way]* as. bákan, bákanşá

someone *[somebody, some person]* ap. èniyàn kan, enikan

someplace *[somewhere]* as. níbikan, síbikan

sometime *[at some future time]* as. nígbàkan, láipé; ~**s** *[on various occasions]* as. nígbàkòòkan, léèkòòkan

somewhat *[to some extent]* as. bákan, bákanşá

somewhere *[someplace, at an unknown or uspecified place]* as. níbikan, síbikan

somnambulism *[sleepwalking]* or. àsùnrìn

son *[male offspring]* or. omokùnrin (èniyàn); ~**-in-law** *[daughter's husband]* or. oko omo (èniyàn); àna

song *[music produced by singing]* or. orin

sonic *[pertaining to sound]* ep. nípa iró; ti iró

sonnet *[a 14-line poem]* or. iwì eléşe-mérìnlá

soon *[shortly]* as. làipé, kété, as ~ as we left: ni kété tí a lo, ~er or later: ó pé, ó yá

soot *[carbon deposits inside chimneys, etc.]* or. iyè dúdú

soothe *[to ease the pain of, to calm]* is. láti tu (èniyàn) lara; láti ro (èniyàn)

soothing *[comforting, consoling]* ep. itura, itùnú

sop *[to drench]* is. láti fi omi re (aşo)

sophisticated *[cultured, civilized]* ep. agbáfé, olajú

soporific *[something that causes sleep]* or. akunnilóorun, ~ *[tending to cause sleep]* ep. akunni-lóorun

sorcery *[witchcraft]* or. oşó

sordid *[filthy, dirty]* ep. onídòtí

sore *[wound, lesion, injury]* or. egbò, ogbé

sorrow *[sadness, grief]* or. idùnnú, ibànújé

sorry (to be ~) *[to feel regret]* is. láti káä nú; láti kábàmò

sort *[kind, class]* or. irú; ~ *[to arrange according to class]* is. láti şètò (nkan)

soul *[the spiritual, immortal part of man]* or. èmí
sound *[mechanical energy that stimulates the sense of hearing]* or.
ìdún, ìró; ~ *is*. láti ró; **loudness of a** ~ : ìpọ̀ iró *(ìró-dídùn:
music)*; ~ **(to be ~)** *[healthy; in good condition]* is. lati gbádùn;
~ **energy** or. agbára iró; ~ **wave** or. agbọ̀n ìró *(wave: agbọ̀n)*
soup *[a liquid food]* or. ọbẹ̀
sour *[acidic]* ep. kíkan *(~ soup: ọbẹ̀ kíkan)*; ~ **(to be ~)** is. láti
kan
source *[spring from which a stream proceeds; point of origin]* or.
ibú, orísun
south *[the direction to the right of one facing sunrise]* or. gúúsù
South Africa *[a country in southern Africa]* or. orílẹ̀ẹ̀ South Africa
South America *[a continent in the Western Hemisphere]* or. Ilẹ̀ẹ̀
Gúúsù Amẹ́ríkà
southern *[in or toward the south]* ep. gúúsù, ti gúúsù, ìhàa
gúúsù, t'ìhàa gúúsù; ~ **hemisphere** or. gúúsù ayé, ìhàa gúúsù
ayé
South Korea *[a country in eastern Asia]* or. ilẹ̀ẹ̀ Gúùsùu Kòréà
souvenir *[something kept for remembrance]* or. ohun-ìrántí; ohun-
àfiṣèrántí
sow *[female pig]* or. abo ẹlẹ́dẹ̀; ~ *[to plant]* is. láti fúnrúgbìn; láti
gbin (èso)
soybean *[a plant with brownish pods]* or. sóyà
space *[volume]* or. àyè; ~ *[the expanse within which all bodies
exist]* or. àyè-ayé, òfúrufú
spacecraft *[vehicle designed to operate in outer space]* or. ọkọ̀
arèdùmarè
space station *[a manned satellite that serves as a research base]*
or. ibùdó aròfúrufú
spade *[digging tool with a flat blade]* or. ọkọ́-ìbulẹ̀
Spain *[a country in southwestern Europe]* or. Orílẹ̀ẹ̀ Spéèní
span *[distance between any two extremities]* or. ìhàdéhà,
ẹ̀gbẹ́dẹ́gbẹ̀ ; ~ *[a period of time]* or. ìgbàdégbà /ìgbà dé ìgbà/;
~ *[to extend or pass over]* is. láti gborí /gba orí/ the bridge ~s
River Niger: afárá náa gborí òdò Ọya
Spanish *[the people of Spain]* or. aráa Spéèní; ~ *[the language of
Spain]* ep. èdèe Spéèní
spank *[to slap on the buttocks]* is. láti gbá (ọmọ) ní ìdí
spare *[to relieve someone from something unpleasant]* is. láti dá
(ènìyàn) sí; láti jọ̀wọ́ (ènìyàn); láti foríji (ènìyàn)
spare *[extra]* or. ìyókù, àṣíkù; ~ **time** *[extra time]* or. ọwọ́ dídilẹ̀;

ìgbà ìráyè

spark *[flash of light]* or. èta-iná; ~ *is.* láti ta iná; láti ṣá iná

sparkle *[to glitter; to emit sparks] is.* láti bù yèrìyèrì

sparrow *[kind of bird]* or. ẹyẹ ológoṣẹ́

spasm *[any involuntary convulsive muscular contraction]* or. gìrì

spatula *[any knifelike, flexible blade used for spreading or lifting]* or. ṣíbí pẹlẹbẹ

spawn *[the eggs of fishes, frogs and other amphibians]* or. ẹyin ọpọlọ́; ẹyin ẹja; ~ *[to deposit or produce (eggs)] is.* láti yẹ́yin; ~ *[to be the source of] is.* láti fa (sábàbí)

speak *[to talk] is.* láti sòrò; láti fọhùn, láti sọ, he can ~ Yoruba: Ó le sọ Yorùbá

speaker *[one who speaks]* or. asòrò; **loud~** *[a device that converts electronic signals to sound]* or. (èrọ) gboùngboùn

spear *[long, thin weapon with a sharp point]* or. ọ̀kọ̀

specialist *[one who devotes himself to a special branch of activity]* or. ògbóntarìgì, alámòjá/oni àmọ̀ já/; ògbóntarìgì nínún èdèe Yorùbá ni Abímbọ́la: Abimbola is a specialist in Yoruba language

specialize *[to concentrate on a branch of learning] is.* láti mọ (nkan) lámòjá

species *[category of plants or animals]* or. ìdílé

specific *[per unit measure: mass, time etc.] ep.* (ìwọ̀n) kọ̀ọ̀kan, ìwọ̀nkan; ~ **gravity** *[relative density]* or. ọ̀rìn ìwọ̀nkan; ~ **surface** or. òrò ìwọ̀nkan; ~ **volume** or. àyè ìwọ̀nkan

specification *[requirement for a proposal]* or. ojúùwọ̀n

specimen *[one representative of a class]* or. irú

speck *[spot]* or. àbàwọ́n kékeré; ~ *[a bit]* or. bí-ntín, she doesn't have a ~ of sense: ọpọlọ rè kò ju bí-ntín

speckle *[small spot]* or. àbàwọ́n kékeré

speckled *[marked with speckles] ep.* alábàwọ́n

spectacle *[exhibition for public view]* or. ìran, she made a ~ of herself: ó fi araa rè ṣe ìran wò; ~s *[glasses]* or. dígí-ojú, awòye-ojú

spectacular *[sensational, an impressive spectacle] ep.* àwòyanu, ìyanu

spectro- *[spectrum] ir.* àádi

spectroscope *[an optical instrument used for forming spectra]* or. èrọ àádi

spectroscopist *[a specialist in spectroscopy]* or. akẹ́kọ̀ àádi

spectroscopy *[study of spectra through the use of a spectro-*

scope] or. ẹkọ́ àádi

spectrum *[band of colors formed when a beam of light is passed through a prism]* or. àádi

speculate *[to theorize; to guess]* is. láti dábà; láti gbèrò; láti ṣebí

speculation *[engaging in conjectural thought]* or. àbá, èrò, ìmọ̀ràn

speculator *[a person who speculates]* or. adáb'a

speech *[that which is spoken]* or. ọ̀rọ̀

speed *[rate of motion]* or. eré; ~ **of light** or. eré ìtànná; ~ **of sound** or. eré ìró

spell *[to name the letters of a word]* is. láti sọ (ọrọ) lábídí; ~ *[incantation, charm]* or. ọfọ̀, ògèdè; ~ *[irresistible attraction]* or. ìrániyè

spelling *[the act of forming words by putting letters together]* or. ìsọlábídí, àpèkọ

spend (money) is. láti ná (owó) *(ìnáwó: expenditure)*

sperm *[spermatozoon]* or. àtọ̀; ~ **cell** or. pádi àtọ̀

spermatheca *[seminal receptacle]* or. abọ́ àtọ̀

spermatophyta *[seed plant]* or. agbo-ẹ̀yà igi onírúgbìn

spermatozoon *[sperm cell]* or. pádi àtọ̀

spermicide *[chemical that kills sperm cells]* or. ẹ̀là apapádi-àtọ̀

sphere *[any round body or figure]* or. ọ̀ṣùṣù

sphincter *[any circular band of muscle that closes a bodily orifice]* or. ẹgbà-ara *(ẹgba: ring)*; **cardiac** ~: ẹgbà ẹnu-ikùn; **pyloric** ~ ẹgbà idí-ikun

sphygmomanometer *[an instrument for measuring arterial blood pressure]* or. ọ̀ṣùwọ̀n-ìtì ẹ̀jẹ̀, awọ̀n-ti ẹjẹ

spice *[aromatic substance used to flavor food]* or. èròjà

spicy *[containing spices]* ep. eléròjà

spider *[any of small eight legged animals that spins webs, family Arachnida]* or. alá-ntakùn, kòkòrò ẹlẹsẹ̀méjọ

spieces *[a category of biological classification composed of related individuals capable of breeding among themselves]* or. ìdílé

spill *[to allow to run over]* is. láti kúnya; láti kúnwọ́sílẹ̀; láti dànù; láti dàsílẹ̀

spin *[whirling motion]* or. ìpòyì; ~ *[rotate, gyrate]* is. láti pòyì; ~ **on an axis** is. láti pòyì; ~ **axis** or. ìlà ìpòyì; ~**ning device** or. ẹ̀rọ ìpòyì

spin *[to twist fibers into thread]* is. láti ran (òwú), the spider spun a web: alá-ntakùn ran òwú; ~ **(to put a ~ on)** *[to doctor for one's own benefit]* is. láti wí àwíjàre, láti wí àwáwí

spinach *[a green leafy vegetable]* or. ẹfọ́ọ tẹ̀tẹ̀

spinal [pertaining to the spine] ep. nípa ọpá-ẹ̀hìn; ~ **canal** [canal through which the spinal cord passes] or. ihò ọ̀pá-ẹ̀hìn; ~ **cord** [major part of the central nervous system enclosed by the spinal column] or. ẹ̀sọ ọ̀pá-ẹ̀hìn; ~ **column** [backbone, rachis, vertebral column, spine] or. ọ̀pá ẹ̀hìn; ~ **nerves** [the 31 pairs of nerves connected to the spinal cord] or. ẹ̀sọ atọ̀páyọ, ẹ̀sọ atọ̀pá-ẹ̀hìnyọ

spine [vertebral column] or. ọ̀pá ẹ̀hìn

spineless [having no backbone] ep. aláìlọ́p'ẹ̀hìn; ~ [without courage or will power] or. aláìláyà /àì ní àyà/

spinster [unmarried older woman] or. obìnrin aláìlọkọ

spiral [a spiral curve occuring in a single plane] or. òṣùká; ~ [helix] or. ìba

spirit [ghost] or. ọ̀rọ̀, ẹ̀mí

spiritual [of the spirit or soul] ep. ẹ̀mí, nípa ẹ̀mí

spirochete [spiral-shaped bacterium] or. alámọ̀ olóṣùká

spit [to eject saliva] ep. láti tutọ́ /tu itọ́/

spite [evil feeling toward another] or. ẹ̀gọ̀n, ẹ̀tanú; **in ~ of** [regardless of] or. bótilẹ̀jẹ́pé

splash [to splatter a liquid about] is. láti ta (omi) sí (ènìyàn) lára

spleen [organ located in the left abdominal region] or. àmọ́

splenectomy [removal of the spleen] or. àmọ́ yíyọ; àmọ́ gígékúrò

splenitis [inflammation of the spleen] or. àmọ́ wíwú

splenomegaly [enlarged spleen] or. ọlọnú, òsi inu, àmọ́ nla

splice [to unite in marriage] is. láti di tọkọ-taya; ~ [to unite by interweaving] is. láti ran (okùn) pọ̀

splinter [thin, sharp piece of wood or metal] or. àpólà (igi)

spoil [to damage, to become ruined] is. láti bàjẹ́; láti dí-bàjẹ́

spoke [rod that connects the hub to the rim of a wheel] or. igbo (kẹkẹ́)

sponge [Porifera] or. agbo-ẹ̀yàa kànkàn

spontaneous [not premeditated] ep. àìròtẹ́lẹ̀, ẹsẹ̀kẹsẹ̀; ~ **abortion** [miscarriage] or. oyún bíbàjẹ́

spontaneously [instantaneously] as. làìròtẹ́lẹ̀, lẹ́sẹ̀kẹ́sẹ̀

spool [small cylinder upon which yarn is wound] or. kẹkẹ́ ìkáw ǔ

spoon [an eating utensil consisting of a small shallow bowl and a handle] or. ṣíbí

sporadic [not regular; occurring occasionally] ep. selẹ̀ ní igbàkúgbà; selẹ̀ ní igbẹ̀dá-gbẹ̀dá

spore [reproductive cell of bacteria, fungi etc.] or. ìyẹ̀-ìnrin /sex powders/

sport *[active diversion]* or. ohun àṣenọjú; ~ *[an athletic game]* or. eré-ìdárayá; iré-ìdárayá

spot *[point]* or. ibi, ojú; ~ *[a discolored mark, stain]* or. àbàwọ́n

spotcheck *[to make a random investigation]* is. láti bẹ (nkan) wò, láti ṣe àbẹ̀wò

spotlight *[a strong beam of light]* or. ìtànán adónilójú

spotted (to be ~) *[marked with spots]* is. láti ni àbàwọ́n

spouse *[husband or a wife]* or. ìyàwó tabi ọkọ

spout *[the part of the container through which liquid is poured]* or. ọ̀sọ̀ọ̀rọ̀ (ago, ìgò)

sprain *[injury to ligaments around a joint]* or. ẹ̀rọ́; ~ is. láti fi ibì kan rọ́; **to ~ an ankle** is. láti fi ọrùn-ẹsẹ̀ rọ́

sprawl *[to spread out]* is. láti gbilẹ̀; láti gbalẹ̀

spray *[to disperse liquid in fine particles]* is. láti fún (omi) kiri

spread *[to become dispersed]* is. láti gbà, láti gbilẹ̀ */gba ilẹ̀ /*, láti gbèèru, láti ràn, láti tàn; ~ *[to distribute over an area]* is. láti fún (nkan) kiri

spreadsheet *[a ledger sheet used by accountants]* or. ìwéàkáùntì, lẹ́jà

spree *[a period of indulgence]* or. ìgbà ìṣáko */ṣá oko: follow a bush path/*

spring *[elastic devise]* or. ọ̀ta; ~ is. láti ta; ~ **balance** or. oṣuwọ̀n ọlọ́ta *(scale made from springs)*; ~ *[season between winter and summer]* or. àsìkò ìrúwé, ìgbà ìrúwé *(rú ewé: bring forth leaves)*

sprinkle *[to scatter in small particles]* is. láti bu (omi) wọ́n (ilẹ̀)

sprint *[short race run at full speed]* is. láti tọ ṣẹ́ṣẹ́

sprout *[a young growth on a plant]* or. ẹ̀ta; ~ *[to start to grow]* is. láti ta, láti pẹ̀ta; ~ **of a tree** or. ẹ̀ta-igi; ~ **branches** is. láti pẹ̀ka

spur *[pointed device worn by horsemen used to urge the horse on]* or. kẹ́ṣẹ́, kẹ́ṣẹ́; **on the ~ of the moment** *[without forethought or preparation]* as. láìròtẹ́lẹ̀, lẹ́sẹ̀kẹ́ṣẹ̀

spurious *[not genuine, counterfeit]* ep. àgálámọ̀sà

sputum *[material coughed up from the lungs]* or. kẹ̀lẹ̀bẹ́

spy *[to watch secretly]* is. láti ṣamí; láti jí (ènìyàn) wò; ~ *[one who watches secretly]* or. ajíniwò, amí, ọ̀tẹ̀lẹ̀múyẹ́

squabble *[to quarrel over a little thing]* is. láti ṣàròyé

squad *[a small group engaged in a common task]* or. agbo

squalid *[foul; unclean]* or. aláimọ́, onídọ̀tí, ẹlẹ́gbin

squalor *[wretchedness and uncleanliness]* or. ìdọ̀tí, ẹ̀gbin

squander *[to use wastefully]* is. láti ná ìnákúnǎ; láti lo (nkan) nílòkúlò

square *[rectangle with four equal sides]* or. oníhàmẹ́rin gígún; ~
[product of a number multiplied by itself] or. ẹsún-ìpedi /ìpa
edi: *making squares/* wo: ìṣírò; ~ *[unit of square measure]* or.
ìwọ̀n-ojú; ~ **foot** or. ìwọ̀n-ojú ẹsẹ̀; ~ **inch** or. ìwọ̀n-oju ìka; ~
meter or. ìwọ̀n-ojúu mítà; ~ **yard** or. ìwọ̀n-ojú ọpa; ~ **root**
[number whose squares is equal to a given number] or. irìn kéjì
squat *[to crouch]* is. láti lósọ̀
squeak *[to make a shrill sound]* is. láti han
squeeze *[to apply pressure]* is. láti fún (nkan)
squint *[strabismus, cross-eye, esotropia]* or. ojú dídà
squirrel *[a tree-dwelling rodent with a heavy fur and a bushy
tail]* or. ọ̀kẹ́rẹ́
squirt *[to shoot out, as liquid]* is. láti fún (omi sí ènìyàn lára)
stab *[to wound with a pointed weapon]* is. láti ṣá (ènìyàn) lógbẹ́
stabilize *[to make stable]* is. láti fẹsẹ̀ (nkan) múlẹ̀
stable (**to be** ~) *[to stand firm]* is. láti fẹsẹ̀-múlẹ̀; ~ *[building for
housing domestic animals]* or. ibùsọ-ẹran
stadium *[structure used for athletic events]* or. pápá-ìṣeré
staff *[rod used for support or carried for some special purpose]* or.
ọpá, ọpá-oyè; ọpá-ìtìlẹ̀; ~ *[a specific group of employee]* or.
àwọn ọ̀ṣìṣẹ́ (ọ́fíìsì)
stage *[a platform on which plays, speeches are presented]* or.
ìtàgé; ~ *[to present or exhibit on a stage]* is. láti ṣere lórí ìtàgé,
láti ṣe àgbékalẹ̀
stagger *[to move unsteadily]* is. láti tọ̀gẹ̀gẹ́
stagnant *[not flowing]* ep. dídágún; ~ (**to be** ~) is. láti dágún
stain *[discoloration, blemish]* or. àbàwọ́n; ~ *[dye, pigment]* or. aró;
~ is. láti pa nkan l'áró
stainless *[without mark or stain]* ep. aláìlábàwọ́n
staircase *[flight of steps]* or. àtẹ̀gùn-ilé
stake *[a pointed piece of wood for driving into the ground]* or. edó
stake *[an investment or a share]* or. ìní
stale (**to become** ~) *[to lose freshness]* is. láti kàsì; ~ food: onjẹ
ìkàsì
stalk *[stem of a plant]* or. òpó-igi, ọ̀pá-igi; ~ *[to pursue or
approach (game)]* is. láti tọpa (ẹranko)
stall *[a booth]* or. ibùsọ̀-aláte
stamen *[the pollen-bearing organ in a flower]* or. ẹyà inrin akọ-
òdòdó, ìrùkẹ̀- òdòdó (ẹyà: organ)
stamina *[capacity to endure]* or. ìmí, okun

stammer *[to stutter]* is. láti kólòlò
stammerer *[stutterer]* or. akólòlò
stamp *[to impress with a mark]* or. láti fi òòtẹ̀ tẹ (nkan); ~ *[attachment to a letter as proof of payment, postage ~]* or. òòtẹ̀ẹ̀-lẹ́tà; ~ *[to put the foot down with force]* is. láti kilẹ̀; láti jan ẹsẹ̀ mọ́lẹ̀
stance *[the way a person stands; posture]* or. ìdúró (ènìyàn)
stand *[to take an upright position]* is. láti nọ̀ró; láti dìde; láti dìde-dúró
standard *[an established measure]* or. ìpéwọ̀n; ~ ep. apéwọ̀n *(pé ìwọn: conforms with criterion)*; ~ **form** *[scientific notation]* or. àwọn ìpewọ̀n ìmọ̀-ìjìnlẹ̀; ~ **solution** or. àpòpọ̀ apéwọ̀n
standard of living *[level of subsistence]* or. irú ìgbé-ayé
standby *[a person or thing that can be relied upon]* or. àfẹ̀hìntì, aláfẹ̀hìntì
staphylococcus *[spherical bacteria occurring in clusters]* or. àwọn alámọ̀-oníkóro *(alámọ̀: bacteria)*
staple *[basic food or other commodity]* or. onjẹ-pàtàkì, nkan pàtàkì, cocoa is a ~ export of Nigeria: kòkó jẹ́ èso ìtàsókèèrè pàtàkì fún Nàìjíríà
star *[celestial body, visible from earth as a fixed point of light]* or. ìràwọ̀ *(galaxy: àjọ̀ràwọ̀, àjọ-ìràwọ̀)*; ~ *[to perform brilliantly, excel]* is. láti tayọ, láti jẹ́ki ìràwọ̀ (ènìyàn) yọ
starch *[amylum, carbohydrate found in most plants]* or. amàã dùn-ẹ̀jẹ̀ *(amọ̀ + àádùn: the polymer of sugars)*
stare *[to gaze steadily]* is. láti rọnjú mọ́(nkan)
stark *[entirely]* ep. pátápátá, aláìkẹyọkan
start *[to begin]* is. láti bẹ̀rẹ̀; ~ *[the beginning]* or. ìbẹ̀rẹ̀; the ~ of a race: ìbẹ̀rẹ̀ eré-ìje
start up *[to begin]* is. láti pilẹ̀; ó pilẹ̀ òwò kan: he started up a business
starvation *[suffering from extreme hunger]* or. pípalébi, ìpalébi, ebi
starve *[to suffer from lack of food]* is. láti pebi; láti fi ebi pa (ènìyàn)
state *[condition]* or. ipò, irú-ipò; ~ *[to declare, to assert]* is. láti fiyéni; láti ṣàlàyé; láti sọ; ~ *[a political unit in a country]* or. ìpínlẹ̀; the United ~s of America: orílẹ̀ Amẹ́ríkà, Àpapọ̀ awọn ìpínlẹ̀ Amẹ́ríkà
statement *[sentence]* or. ọ̀rọ̀ *(word: ẹ̀ka-ọ̀rọ̀; phrase: àbọ̀-ọ̀rọ̀; clause: ẹ̀yà-ọ̀rọ̀)*; ~ *[an act of stating, declaration]* or. àlàyé, a

bank ~: ìwé àlàyé ìfowópamọ́
static *[motionless]* ep. àìmì
station *[headquarters]* or. àgọ́, ibùsọ̀, a train ~: ibùsọ̀ ọkọ̀ ojú-irin
stationary *[fixed, not moving]* or. aláìmì, aláì-papòdà
stationery *[office or writing supplies]* or. àwọn ohun-èlòo ọ́fíìsì,
    àwọn ohun-èlò ìkọ̀wé
statistical *[based on statistics]* ep. eléèkadẹ̀rí
statistician *[a specialist in statistics]* or. ẹlẹ̀kọ́ èèkadẹ̀rí,
    eléèkadẹ̀rí
statistics *[numerical data]* or. èèkádẹ̀rí *(èèká di ẹrí: numbers
    become data)*, ẹ̀kọ́ èèkadẹ̀rí
status *[rank, social standing]* or. ipòláwùjọ /ìpò ní àwùjọ/
status quo *[the existing state of affairs]* or. bóṣewà, báyéṣewà
stave *[a stick, rod or pole]* or. opó (igi); ~ **off** *[to ward off]* is. láti lé
    (ìbi) jìnnà
stay *[to remain]* is. láti dúró, to ~ behind: láti dúrosẹ̀hìn
stead *[place of another]* or. ìdípò, ipò
steady *[firm; fixed]* ep. aláìmi; ~ **(to be ~)** is. láti dúró-ṣinṣin; láti
    fẹsẹ̀-múlẹ̀
steal *[to take without permission]* is. láti jí (nkan); láti jalè
steam *[water changed to vapor by boiling]* or. èérú omi, èéhó omi;
    ~ **distillation** or. ifèérusẹ́ (fìfì èéru-omi sẹ́ nkan: to filter
    something with steam); ~ **engine** or. ẹ̀rọ eléẹ̈ru; ~ **point** or.
    ibi eéhó, ibi èéru
steel *[alloy of iron with carbon]* or. ọtarin *(ọta irin: hardened iron)*
steep *[having a relatively sharp rise or slope]* or. dídàgẹ̀rẹ̀
stem *[plant stalk]* or. ọ̀pá igi, ọ̀pó igi; ~ *[to originate or be
    descended]* is. láti ṣẹ̀ wá; ~ *[to make headway against]* is. láti
    jẹ́ àtakò
stencil *[sheet of paper in which a pattern is cut]* or. páálí-òòtẹ̀;
    tákà-nda-òòtẹ̀
stenosis *[stricture]* or. fifún; **pyloric** ~: ìdí-ikùn fifún
step *[one foot movement]* or. àtẹ̀gùn, ipele; ~ *[stage in a process]*
    or. ipele
stepbrother *[stepparent's son]* or. ọmọ ọkọ-ìyá, ọmọkùnrin ìyàwo-
    bàbà
stepdaughter *[a daughter of one's spouse by a previous
    marriage]* or. ọmọbìnrin ọkọ *(referred to euphemistically as
    "ọkọ"),* ọmọbìnrin ìyawó
stepfather *[a male stepparent, mother's husband]* or. ọkọ ìyá:
stepladder *[a ladder with flat steps]* or. àtẹ̀gùn, àkàbà

stepmother [a female stepparent, father's wife] or. ìyàwo bàbà

stepparent [a stepfather or stepmother] or. ìyàwo bàbà, ọkọ ìyá

stepping stone [a means of advancement] or. àfẹ̀hìntì

stepsister [one's stepparent's daughter by a previous marriage] or. ọmọbìnrin ọkọ-ìyá, ọmọbìnrin ìyàwo-bàbà

stepson [the son of one's spouse by a previous marriage] or. ọmọkùnrin ìyàwo, ọmọ ọkọ (referred to euphemistically as "ọkọ")

stereotype [typical example] or. ẹ̀yà (nkan); ~ [a generalized idea about a thing or a people] or. ìpínníyà

sterile [pertaining to inability to reproduce] ep. àgàn; ~ **(to be ~)** is. láti yàgàn; ~ **ground** or. aṣálẹ̀; ~ **person** (woman) [infertile person] or. àgàn ènìyàn

sterility [the condition of being sterile, infertility] or. ìyàgàn, yíya àgàn; ~ [absence of germs] or. àìsí ẹ̀yà-wuuru

sterilization [vasectomy; depriving of reproductive power] or. yíya; ~ [freeing from germs] or. pípa ẹ̀yà-wuuru

stern (to be ~) [severe of nature, demeanor etc.] is. láti lágídí, láti rorò

sternum [breastbone] or. gẹ̀gẹ̀sì-àyà

stethoscope [instrument used to listen to body sounds] or. ẹ̀rọ ìgbóhùn-ara

stew [to boil food slowly] is. láti se (ọbẹ̀); ~ [a mixture of meat and vegetables] or. ọbẹ̀

steward [a person in charge of running a household or estate] or. olùtọ́jú-ilé

steward, stewardess [passenger attendant] or. olùtọ́jú èrò-ọkọ̀

stewardship [the position of a steward] or. ipò olùtọ́jú-ilé

stick [long piece of wood] or. igi, ìkeke; ~ [to be fixed] is. láti lẹ̀; ~ [to kill by piercing, stab] is. láti gun (ẹranko) pa

stick [to fasten] is. láti lẹ (nkan); ~ [to hold fast] is. láti lẹ̀

sticker [a thing that sticks] or. òòlẹ̀

sticky [covered with an adhesive substance] ep. yíyọ́ kọ́lọkọ̀lọ

stiff [not flexible, rigid] ep. líle, gígan; ~-**necked** [stubborn] ep. aláìgbọ́ràn, olóríkunkun

stiff [harsh; strong] ep. gejíà, líle, lílejù

stifle [to surpress, to hold back from] is. láti tẹ (nkan) rì; ~ [to suffocate] is. láti fún (nkan) pa

stigma [upper tip of a pistil that receives the pollen] or. orí ìjẹ̀, oríìjẹ̀-òdòdó (ijẹ̀-òdòdó: style of a flower); ~ [mark of disgrace] or. àmì àbùkù

still (to be ~) *[quiet, silent]* is. láti parọ́rọ́; láti dúró-jẹ́jẹ́; ~ *[apparatus for distilling liquids]* or. ẹ̀rọ ìfẹ́sẹ́ *(láti fẹ́ omi sẹ́: to distill water)*; ~ *[up to this time]* as. síbẹ̀síbẹ̀

stillbirth *[act of giving birth to a dead child]* or. bíbí òkú ọmọ

stimulant *[drug that stimulates]* or. ayùn *(stimulating chemicals: àwọn ẹ̀là aláyùn)*

stimulate *[to excite by application of a stimulus]* is. láti yun (ènìyàn)

stimulation *[exciting]* or. yíyùn

stimulus *[impulse, something that causes a response]* or. ayùn

sting *[to prick with a sharp, often venom-bearing organ]* is. láti ta (ènìyàn); ~ *[the act of stinging]* or. títa; ~ *[a pain caused by stinging]* or. ìta, oró

stink *[to emit a strong foul odor]* is. láti ni òórùn búburú; láti rùnbàjẹ́, láti rùn bíbàjẹ́

stipulate *[to specify as a condition for agreement]* is. láti sọtẹ́lẹ̀

stir *[to mix a liquid using an implement]* is. láti ro (ọbẹ̀); láti ji (ẹ̀kọ)

stitch *[complete loop in sewing]* or. ojú abẹ́rẹ́; ipa abẹ́rẹ́; ~ *[to join with stitches]* is. láti rán (aṣọ) pọ̀, láti fi abẹ́rẹ́ gán pọ̀; it took seven stitches to close the wound: ipa-abẹ́rẹ́ meje l'ó gbà láti pa ojú-ọgbẹ́ náà dé

stock *[total supply of goods kept by a merchant]* or. ọjà, àkójọ-ọjà; ~ *[livestock, farm animals]* or. àwọn ẹran-ọ̀sìn; ~ *[shares of ownership in a business]* or. ìpín (nínú okòwò), okòwò

stockholder *[a person owning shares of stock in a company]* or. onípìn n *(nínú okòwò)/oni ìpín/*

stockmarket *[stock exchange; a place where stocks are bought and sold]* or. ọjà-okòwò

stomach *[abdomen]* or. àpò-ikù, àpòlúkù, ikù, inú; **~ache** *[gastralgia, gastrodynia]* or. inú rírun

stomachoscopy *[gastroscopy]* or. ìbẹ̀wò inú

stomatitis *[inflammation of the mouth]* or. ẹnu wíwú

stone *[small piece of rock]* or. òkúta; ~ *(to ~ someone)* is. láti sọ (ènìyàn) ní òkúta

Stone Age, the *[a period in human culture when stone implements were used]* or. ìgbà-aye òkúta, ìgbà aye ìlòkuta

stonecutter *[a person or machine that cuts stone]* or. ẹ̀rọ ìlàkúta /la òkuta/, alàkúta

stool *[feces, excrement]* or. ìgbẹ́, ìgbọ̀nsẹ̀; ~ *[backless, armless chair]* or. òòtà

stoop *[to bow, to bend forward]* is. láti tẹríba; láti tẹ̀ba

stop *[to halt, to cease]* is. láti dúró; láti simi; láti dẹ́kun

storage *[space for storing goods]* or. ilé-ìpamọ́, yàrá ẹrù

store *[to put aside for future use]* is. láti pa (nkan) mọ́; láti fi (nkan) pamọ́; ~ *[retail establishment, shop]* or. ṣọ́ọ̀bù; **grocery** ~ *[a store where groceries are sold]* or. súpá makẹti

storm *[heavy rain accompanied by high winds]* or. ìjì, èfúùfù

story *[a narrative of a real or fictional event]* or. ìtàn; ~ *[each floor of a building]* or. àjà, a 10-story building: ilé alájà mẹ́wà

stout (to be ~) *[strong and big]* is. láti sígbọnlẹ̀

stove *[apparatus for cooking]* or. ẹro-ìdáná

stow *[to park and store away]* is. láti di (nkan) pamọ́

strabismus *[squint, crossed eye, heterotropia]* or. ojú dídà

straddle *[to sit or stand astride something]* is. láti ya kàtà lórí (ìjókò)

straight *[not bent, crooked or curved]* ep. tító, gígùn, tàràrà, aláìwọ́; ~ **line** or. ìlà títọ́, ìlà tààrà

strain *[race, line of descent]* or. ọ̀wọ́; ~ *[injury to a muscle]* or. iṣelẹ́ṣe iṣan; ~ *[to pass through a strainer]* is. láti sẹ́ nkan; ~ *[to cause difficulty]* is. láti fìtínà (ènìyàn), láti dá (éníyán) lágara, láti dààmu (ènìyàn); ~ *[stress, force]* or. ìdààmú

strand *[one of the threads that makes a rope]* or. ọ̀ran-okùn

strange *[peculiar, unusual]* ep. abàmì, àjèjì

stranger *[unknown person]* or. àjèjì, àrè

strangle *[to kill by choking]* is. láti fún (nkan) pa

strangulation *[the act of choking]* or. fífúnpa, àfúnpa

strategic *[having to do with strategy]* or. gbígbèrò, pàtàkì

strategy *[scheme, plan of action]* or. ète, erò

stratum *[one of many layers]* or. ipele (kan)

straw *[dry stalk of grain]* or. eèsún, koríko gbígbẹ; ~ *[tube for sucking up a liquid]* or. òòfà-omi

stray *[to wander]* is. láti sáko; láti yàlọ́nà

streak *[to move rapidly across]* is. láti sán

stream *[small river]* or. iṣàn-omi kékeré; odò kékeré

street *[public way in a town]* or. ọpópó, àdúgbò, ọ̀gbọ́n

strength *[vigor, power]* or. ipá, okun, agbára

strengthen *[to make strong]* is. láti fún (ènìyàn) lágbára

strenuous (to be ~) *[needing much effort]* is. láti gba agbára; láti ní wàhálà

stress *[to put emphasis on]* is. láti tẹnumọ́ (ọ̀rọ̀); ~ *[physical or emotional strain]* or. aápọn

stretch *[to extend, to expand linearly]* is. láti nọ (nkan), láti nọ̀gà; láti nọ̀; ~ **mark** *[stria; narrow line in the skin]* or. àmìn ìṣíwọ̀ (ṣí ìwọ̀: expand the skin)

striated muscle *[skeletal muscle, voluntary muscle]* or. iṣan ara-eegun

strict (to be ~) *[rigid, exact]* is. láti le

strike *[to hit with a blow]* is. láti lu (agogo), the clock struck six o'clock: agogo náà li mẹ́fà; láti lu (ènìyàn) lẹ́ṣẹ̀ ; ~ *[to stop work in protest]* is. láti da iṣẹ́ sílẹ̀, láti daṣẹ́sílẹ̀

striking *[impressive, noteworthy]* ep. ribiribi; àfiyèsí; ìyàlẹ́nu

string *[a slender cord]* or. okùn, ọṣán; ~ **for a bow** or. ọṣán

stringent *[strict]* ep. líle

stringy (to ~) *[to have tough fibers]* is. láti kó, ilá yĭ kó: this okro is ~; ~ *[consisting of strings]* ep. ọlọ́ṣán

strip *[a narrow piece]* or. àpólà; ~ *[to lay bare]* is. láti wà ní ìhòòhò; láti bọ́ sí ìhòòhò

stripe *[long line or section]* or. ìlà tẹ́rẹ́tẹ́rẹ́

stroke *[to pass the hand over gently]* is. láti fọwọ́pa (ènìyàn) lára; ~ *[cerebrovascular accident; hemorrhaging or blockage of blood vessels to the brain leading to inability to move a body part]* or. àrùn ẹ̀gbà

stroll *[to walk leisurely]* is. láti rìn gbẹ̀fẹ́, to go for a ~: lati gbatẹ́gùn lọ

strong (to be ~) *[powerful]* is. láti gbóra

structural *[characterized by structure]* ep. ètò, elétò

structure *[arrangement, system]* or. ètò, ètò ìgbéláwùjọ: social ~; ~ **and function** or. ètò àti ìlò; ~ *[to put together systematically, to organize]* is. láti fún (nkan) létò, láti to (nkan)

struggle *[to achieve with difficulty]* is. láti sa ipá; láti gbìyànjú, láti tiraka he ~d to get the program right: ó gbìyànjú láti rí i wípé nkan nlọ létòlétò; ~ *[to oppose strenuously]* is. láti tako (ènìyàn), láti ṣe alátakò

struggle *[great effort, violent exertion]* or. ìtiraka

stub *[a short remaining piece after the main part has been removed]* or. kùkùté, àgékù; **ticket** ~ or. àjákù

stubble *[the stumps of grain, corn etc. left in the ground]* or. àgékù

stubborn *[not easily controlled; obstinate]* ep. olóríkunkun, alágídí, ọlọ́kànlíle

student *[one engaged in studying]* or. ọmọ ilé-ìwé, a high school ~: ọmọ ilé-ìwee kọ́lẹ́ẹ̀jì

study *[to seek knowledge by reading etc.]* is. láti kàwé, láti kọ́ ẹ̀kọ́, láti kẹ́kọ̀, láti ṣe àṣàrò, láti kọ́(nkan), he studied mathematics in the university: iṣíro l'ó kọ́ ní ilé-ẹ̀kọ́ gíga; ~ *[the act of studying]* or. ẹ̀kọ́-kíkọ́, àṣàrò, they commissioned a ~ on social problems among youth: wọ́n gbé ìgbékalẹ̀ àṣàrò kan lóri ìgbéláwùjọ awọn ọ̀dọ́

stuff *[a material of which something is made]* or. kiní kan; nnkan
stumble *[to trip]* is. láti kọsẹ̀
stump *[part of a tree left after cutting]* or. kùkùte, agékù-igi; ~ *[part of limb remaining after amputation]* or. agéku-ẹ̀ka-ara, ~ of a leg: agéku-ẹsẹ̀, ~ of an arm: agéku-apá
stun *[to shock]* is. láti rá (ènìyàn) níyè
stupid *[dull, not intelligent]* ep. òmùgọ̀, ọ̀dẹ̀
sturdy (to be ~) *[strong]* is. láti sígbọnlẹ̀
stutter *[stammer]* is. láti kílòlò, láti kólòlò
stutterer *[stammerer]* or. akílòlò, akólòlò
sty *[pen for pigs]* or. ilé-ẹlẹ́dẹ̀
style *[way of doing something]* or. àṣà; **to be in** ~: láti wà l'áṣà; **to be out of** ~: láti kúrò l'áṣà: ~ (flower) *[the slender prolongation of the ovary carrying the stigma]* or. ìjẹ̀-òdòdó
stylist *[a person who designs current styles]* or. aṣẹwà, ọ̀ṣẹwà; **hair** ~: onídìrí
suave *[urbane; smoothly pleasant]* ep. aláfẹ́, ọ̀làjú
sub- *[under, below]* ir. -abẹ́, -ìsàlẹ̀, -odò
subclass *[a subdivision of a class]* or. ọ̀wọ̀ọ̀wọ́
subcommittee *[a secondary committee appointed out of a one]* or. ògbìmọ̀ (committee: àjọ̀gbìmọ̀)
subcontinent *[a very large part of a continent]* or. ẹ̀ka-ilẹ̀ (ilẹ̀: continent)
subcutaneous *[being or introduced beneath the skin]* ep. abẹ́ ìwọ̀-ara
subdivide *[to divide further after an initial division]* is. láti ṣe àtúnpin
subdue *[to bring into subjection; conquer]* is. láti da (ènìyàn tàbí ẹranko) dùbúlẹ̀
subject *[person or thing about which something is said]* or. ọlọ́ṣẹ́; ~ *[topic of discussion]* or. àṣàyọn-ẹkọ́ (ṣa nkan yàn: select); ~ **and predicate** or. ọlọ́ṣẹ́ àt' ọṣẹ́
subjective *[belonging to the thinking person rather than the object of thought]* ep. gẹ́gẹ́bí èrò-ẹni
sublimation *[process of subliming]* or. fífòrònù, ìfòrònù
sublime *[to go directly from the solid to vapor state]* is. láti

fòrònùn; ~ *[lofty, grand] ep.* àgbàyanu,

sublingual *[below the tongue] ep.* abẹ́ ahọ́n; ~ **gland** *or.* ẹṣẹ́-ìtọ́
    abẹ́-ahọ́n *(ẹṣẹ́: gland)*

submandibular gland *[salivary gland located near the lower jaw]*
    or. ẹṣẹ́-ìtọ́ inú-àgbọ̀n *(ẹṣẹ́: gland)*

submarine *[ship that operates below the surface of water] or.* ọkọ̀
    isàlẹ̀-omi; ọkọ̀ ìnú-omi

submerge *[to go under water] is.* láti rì; láti mù

submit *[to present] is.* láti mú (nkan) wá; ~ *[to yield, to give in to]*
    is. láti tẹ̀ba, láti tẹríba

subordinate *[one that is lower in rank] or.* ọmọlẹ́hìn, àtẹ̀lé; ~ **(to
    be ~)** *[to be inferior, lower] is.* láti je igbákejì

subpoena *[to serve with a legal paper to appear in court] is.* láti fi
    ìwé pe (ènìyàn); ~ *[a legal summons] or.* ìwé ẹjọ́, ìwé ìpenilẹ́jọ́

subscribe *[to pledge (money) as a contribution or investment] is.*
    láti lọ́wọ́-nínú(nkan); ~ *[to sign one's name to a document] is.*
    láti fọwọ́ sí (ìwé)

subsequent *[following, coming after] ep.* àtẹ̀lé *(ọmọ àtẹ̀lé: the child
    following the first one)*

subside *[to become calm] is.* láti rọlẹ̀, láti dẹsẹ̀, láti yawọ́, the rain
    ~d: òjò náà yawọ́

subsidiary *[auxiliary] or.* ìsọ̀gbè, igbákejì

subsidize *[to aid with a subsidy] is.* láti ṣe afẹ̀hìntì fun (ènìyàn);
    láti jẹ́ olùgbọ̀wọ́

subsidy *[financial aid; government grant to a private enterprise]*
    or. ìgbọ̀wọ́; ìrànwọ́

subsist *[to exist] is.* láti wà láàyè

subsistence *[minimal levels of food, shelter etc.] or.* ìwàláàyè

subspecies *[subdivision of a species] or.* ọ̀wọ́ *(ìdílé: species)*

substance *[physical matter, essential part of something] or.* ẹ̀dá
    (wo: matter)

substitute *[replacement] or.* ìdípò, àfidípò

subterranean *[underground] ep.* ìsàlẹ̀-ilẹ̀, abẹ́-ilẹ̀, inú-ilẹ̀

subtitle *[subordinate title] or.* àkọlé-kékeré; ~ *[caption that
    translates dialogue in a movie] or.* àkọlé-atúmọ̀

subtle *[difficult to perceive] ep.* aláìnáání, aláifura

subtract *[to take away] is.* láti yọ (nkan) kúrò

subtraction *[act or process of subtracting] or.* ìyọkúrò

subtrahend *[number subtracted] or.* àyọkúrò

subtropical *[relating to regions bordering on the tropical zones] ep.*
    bèbè ìta-oòrùn ayé

suburb *[town at the outskirts of a city]* or. àgbèègbè-ìlú

suburban *[characteristic of the suburbs]* ep. tí àgbèègbè-ìlú

subway *[underground railroad]* or. ọkọ̀-irin alájà-ilẹ̀

succeed *[to come after]* is. láti tẹ̀lé (ènìyàn); láti rọ́pò (ènìyàn); ~ *[to accomplish a set goal]* is. láti yege; láti ṣàṣeborí; láti ṣàṣeyọrí

success *[achievement of something desired]* or. ìyege, ìyọrísírere, àṣeyọrí

succession *[process of succeeding someone]* or. ìrọ́pò; ~ *[coming after another in order, sequence]* or. ṣísẹ̀-ntẹ̀le, àtẹ̀lé-àtẹ̀lé, **in** ~: ní ṣísẹ̀-ntẹ̀le, ní àtẹ̀lé-àtẹ̀lé

successive *[following in sequence]* ep. alátẹ̀léra, three ~ governments: ijọba mẹ́ta tó tẹ̀léraa wọn

succulent *[juicy]* ep. olójenínú; ~ **(to be ~)** *[to be juicy]* is. láti lójenínú

such *[of that kind]* ep. irú, have you ever heard of ~ a thing?: Njẹ́ o gbọ́ irú nkan bẹ́ẹ̀ rí?

suck *[to draw or take in]* is. láti fa (omi) mu

suckle *[to feed at the breast]* is. láti mun omú

suckling *[unweaned animal]* or. ọmọ ọmú

sucrose *[cane sugar, beet sugar, saccharose]* or. àádùn-rèké

suction *[pulling force created by a partial vacuum]* or. láti fi ipáa kòròfo fa (omi) *(ipá: power; kòròfo: vacuum)*

Sudan *[a country in Africa, just south of Egypt]* or. Orílẹ̀ẹ Sùdáànù

sudden *[abrupt]* ep. àìrotẹ́lẹ̀, òjijì; **all of a** ~ *[unexpectedly]* as. láìrotẹ́lẹ̀, lójijì

sudo- *[sweat]* ir. -ooru

sudoriferous gland *[sweat gland, eccrine gland]* or. ẹṣẹ́ òógùn

suds *[foam, lather]* or. èéhó, èéru; **soap** ~: èéhó ọṣẹ, èéru ọṣẹ

sue *[to bring legal action]* is. láti pe (ènìyàn) lẹ́jọ́, láti fẹ̀sùn kan (ènìyàn); láti súù (ènìyàn)

suffer *[to endure pain]* is. láti jiyà /jẹ ìyà/, láti joró (jẹ oró); ~ **an injury** is. láti fi ara pa

sufficient *[enough]* ep. tító; ~ **(to be ~)** is. láti tó

suffix *[syllable added to the end of the word]* or. àfikún ẹ̀ka-ọ̀rọ̀; ~ *[to attach a syllable to the end of a word]* is. láti ṣe àfikún ẹ̀ka-ọ̀rọ̀

suffocate *[death due to lack of oxygen]* is. láti sé (ènìyàn) ní ìmí pa

sugar *[a sweet, usually crystalline substance obtained from* *sugarcane] or.* àádùn, àádùn-rèké

suggest *[to propose] is.* láti dá àba, láti dábẹ̀a

suggestion *[proposition] or.* àbá

suicide *[deliberate taking of one's own life] or.* ìpara-ẹni; **to commit** ~ *is.* láti para(ẹni)

suit *[matching jacket and trousers] or.* aṣọ-kóòtù

sulk *[to be moody] is.* láti fajúro

sullen *[melancholy, morose] ep.* bíbanújẹ́, ìbànújẹ́

sulphur *[sulfur, a yellowish, non-metallic element] or.* imí-ọjọ́

sultan *[a Muslim ruler] or.* sọ̀táànù

sultanate *[the territory or juridistion of a sultan] or.* àgbèègbè ilẹ̀ẹ sọ̀táànù

sum *[addition] or.* àròpọ̀; ~ *is.* láti ṣe àròpọ̀; ~ *[mixture, aggregate] or.* àkópọ̀

summary *[brief report] or.* àkópọ̀

summer *[season between spring and fall] or.* àsìkò ooru, ìgbà ooru

summit *[the highest point] or.* ògógóró, góngó òkè; ~*[the highest state or degree] ep.* àgbà, pàtàkì-jùlọ, a ~ meeting: ìpàdé àgbà

summon *[to order to appear] is.* láti fiwé pe (ènìyàn)

summons *[an order to appear in court] or.* ìwé ìpeniléjọ́

sun *[the brightest object in the sky] or.* oòrùn; ~ *is.* láti sá (nkan) s'oòrùn;

sunbathe *[to expose the body to sunlight] is.* láti yá oòrùn, láti yáàrùn

Sunday *[the first day of the week] or.* ọjọ́ ọ̀sẹ̀; ọjọ́ ìsimi; ọjọ́-kíní ọ̀sẹ̀

sundown *[sunset] or.* aṣálẹ́

sunglasses *[eyeglasses with special lenses that protect the eyes from the sun] or.* agboòrùn-ojú

sunlight *[the light of the sun] or.* ìtànná oòrùn, ìmọ́lẹ̀ oòrùn

sunray *[a ray of sunlight] or.* ìtànṣọ́n oòrùn

sunrise *[the rise of the sun above the horizon] or.* lílà oòrùn; ~ *[the time of sunrise] or.* àárọ̀, òwúrọ̀

sunshade *[a broad hat used for protection against the sun] or.* fìlà-agboòrùn

sunset *[the setting of the sun below the horizon] or.* wíwọ̀ oòrùn; ~ *[the time of sunset] or.* àṣálẹ́, ọjọ́rọ̀

sunshine *[the direct light of the sun] or.* ríràn oòrùn, oòrùn nràn: the sun is shining

super *[outstanding, excellent] ep.* dídára-jùlọ

superb *[of high quality]* ep. dídára-jùlọ, títayọ
superficial *[occurring near the surface]* ep. àìdénú, ojú-ayé, ojúlarí
superintendent *[a person who oversees, supervisor]* or. olùtọ́jú; building ~: olùtọ́jú ilé
superior *[above average]* ep. títayọ, dídara-jùlọ
superlative *[of the highest degree]* ep. àìlá-kàwé
supernatural *[not obeying natural laws]* ep. ìyàlẹ́nu, ìyanilẹ́nu, ìyanu
supersede *[to go beyond]* is. láti borí; láti gborí
supersonic *[moving faster than sound]* ep. àsárékọjá ìró
superstition *[belief based on ignorance]* or. ìgbàgbọ́-asán
supervise *[to oversee]* is. láti ṣe àbójútó; láti ṣe alábọ̀jútó; láti bójútó (òṣìṣẹ́)
supervisor *[boss]* or. ọ̀gá, alábọ̀jútó
supper *[evening meal]* or. onjẹ alẹ́; onjẹ àjẹsùn
supple *[easily bent without breaking]* ep. rirọ́
supplement *[to add to]* is. láti ṣe àfikún
supplementary *[additional]* ep. àfikún
supplier *[one who supplies]* or. olùpèsè
supply *[to provide with]* is. láti pèsè; ~ *[provisions, stores]* or. èsè, ìpèsè, ohun-èlò
support *[to side with]* is. láti gbe (ènìyàn); láti ṣe alátilẹ́hìn fun (ènìyàn); ~ *[to provide for]* is. láti tọ́jú (ènìyàn)
suppose *[to assume to be true]* is. láti ṣebí; láti gbàwípé
suppurate *[to be filled with pus]* is. láti jèétú
suppuration *[purulence, pus]* or. ìjèétú
suprarenal gland *[adrenal gland]* or. ẹṣẹ́ orí-iwe
supreme *[highest in rank or quality]* ep. gíga-jùlọ, pátápátá, pàtàkìjùlọ
surcharge *[extra charge]* or. àbùlé-owó
surd *[irrational number]* or. èekà àìlẹ́ṣẹ (àìní ẹsẹ: without fractions)
sure *[certain]* ep. ìdájú, ìdánilójú
surf *[the breaking of waves on a shore]* or. híhò òkun
surface *[outside or upper face of something]* or. pẹpẹ, ojú, the earth's ~: ojú ayé, a plane ~: pẹpẹ
surge *[to move in a large number]* is. láti dàgìirì
surgeon *[physician specializing in surgery]* or. oníṣẹ́ abẹ
surgery *[operation]* or. iṣẹ́-abẹ
surmise *[to guess]* is. láti lérò; láti ní ìfura; láti ṣebí
surmount *[to overcome]* is. láti borí; láti ṣẹ́gun (ọ̀tá)

surname *[family name]* or. orúkọ ìdílé; orúkọ àpèlé

surpass *[to go beyond]* is. láti kọjá; láti ya (ènìyàn) sílẹ̀

surplus *[quantity in excess of what is needed]* or. èlé, ìṣẹ́kù, ìyókù

surprise *[to amaze]* is. láti ṣe ohun ìyanu; láti bá (ènìyàn) lójijì

surrender *[to give oneself up]* is. láti tẹríba; láti túúbá

surrogate *[a substitute]* or. ìrọ́pò

surround *[to encircle]* is. láti yí (ènìyàn) ka; láti rọ̀gbàyí (nkan) ká; ~ *[to shut in; to enclose]* is. láti ká(ẹranko) mọ́

surroundings *[environment]* or. àgbèègbè, sàkání

surveillance *[close watch]* or. ìṣọ́

survey *[to view or study in a comprehensive way]* is. láti ṣe sọ́féè

surveyor *[a person who surveys land]* or. sọ́féọ̀

survival *[act of surviving]* or. ìyè

survive *[to remain alive]* is. láti yè

suspect *[to distrust]* is. láti fura sí (ènìyàn)

suspend *[to bar]* is. láti pa (nkan) tì; ~ *[to debar temporarily]* is. láti dá (nkan) dúró; ~ *[to hang from a support]* is. láti so (nkan) rọ̀

suspended (to be ~) *[irretrievable]* is. láti há

suspense *[uncertainty]* or. ìṣiyèméjì

suspension *[the act of suspending]* or. ìsorọ̀, ìgbékọ́; ~ *[something suspended]* or. àsorọ̀, àgbékọ́; ~ *[supporting device from which something is suspended]* or. òpó-àsorọ̀, òpó-àgbékọ́; ~ *[a temporary stoppage]* or. ìdádúró

suspicion *[act of suspecting]* or. ìfura

sustain *[to support]* is. láti bọ́ (ènìyàn); láti tọ́jú (aláìsan)

suture *[natural seam]* or. ọ̀na-èkò; ojú-èkò

swaddle *[to wrap a baby with a bandage]* is. láti di (ọmọ); láti fi ọ̀já gba (ọmọ tuntun)

swagger *[to walk with a proud air]* is. láti yan, láti ṣe fáàrí

swallow *[to pass (food, etc.) from the mouth to the stomach]* is. láti mi (nkan); láti gbé (nkan) mì

swallowing *[deglutition]* or. mímì

swap *[to exchange]* is. láti pàà̀rọ̀

swarm *[large mass of insects]* or. agbo kòkòrò

swat *[sharp blow]* or. ẹ̀ṣẹ́

sway *[to swing from side to side]* is. láti mí ségbẹ̀ségbẹ̀

swear *[to make a solemn declaration]* is. láti búra; láti ṣe ìbúra

sweat *[perspiration]* or. ooru, òògùn, ìlààgùn is. láti làágùn; ~ **duct** *[tubule conveying sweat to the skin surface]* or. òpó òógun; ~ **gland** *[eccrine gland; sudorifeous gland]* or. ẹ̀ṣẹ́ òógun

Sweden *[a country in northern Europe]* or. orílèè Swídìnì

sweep *[to clean with a broom]* is. láti gbá ilè; láti gbálè

sweet *[delicious; tasting like sugar]* ep. dídùn, aládùn; ~s *[candy, treats]* or. àádùn, àdídùn,adùn

sweeten *[to make sweet]* is. láti mún (nkan) dùn; láti gbá (nkan) ládùn

swell *[to bulge]* is. láti wú

swelter *[to suffer from intense heat]* is. láti làágùn; láti móoru

swerve *[to make a quick turn aside]* is. láti yà bàrà

swift (to be ~) *[fast]* ep. láti yára (şe nkan); láti şíra

swim *[to move through water]* is. láti lùwè

swimming *[act of moving through water]* or. ìlùwè

swimming pool *[a pool of water used for swimming]* or. odò-adágún ìlùwè

swindle *[to cheat; to defraud]* is. láti rè (ènìyàn) jè; láti lu (ènìyàn) ní jìbìtì

swine *[pig]* or. èlédè

swing *[to suspend so as to hang freely]* is. láti fì

Switzerland *[a country in west central Europe]* or. orílèè Síwítsàlandì

sword *[weapon with a long blade]* or. idà

syllable *[single vocal sound]* or. ohùn-òrò

symbol *[representation of something]* or. àmì, àpèrè

symmetrical *[pertaining to correspondence between opposite halves]* ep. gígún, agún; **bilaterally ~ object** or. èdá agúnrégé; **radially ~ object** or. èdá agúnyíká / agún ní àyíká /; ~ **object** or. èdá agún, agún

symmetry or. gígún; **bilateral ~:** gígúnrégé; **radial ~:** gígún ní àyíká

sympathetic *[having a feeling for others]* ep. aláǎnú, abánidárò

sympathy *[compassion]* or. àánú, ìbáni-kèdùn

symphony *[full orchestra]* or. agbo eléré

symptom *[sign of a disease]* or. àmì àìsàn

synapse *[tiny gap between two neurons]* or. èkóo pádi èsò-ara

syncope *[fainting]* or. dídákú

syndrome *[group of symptoms characterizing a disease]* or. àwọn àmì àìsan

syngamy *[fertilization]* or. gbígbàrin (gba ìrin: receive sex materials; pádi ìrin: sex cell)

synonym *[word meaning the same as another]* or. àwọn èka-òrò onítumòkan

synopsis *[summary]* or. àkópò̩

synthesis *[making compounds from a series of reactions]* or. ìdá

synthesize *[create]* is. láti dá (nkan)

synthetic *[artificial]* ep. àto̩wó̩dá

syphilis *[venereal infection]* or. àtò̩sí-oníbà

Syria *[a country in Asia]* or. Orílè̩è̩ Síríà

syringe *[device for withdrawing and injecting liquids]* or. abé̩rè̩-oògùn; ~ *[needle]* or. abé̩ré̩

syrup *[thick, sweet liquid]* or. adùnbi-oyin

system *[arrangement, structure]* or. è̩tò̩

systematic *[based on a system]* or. elétò̩

systole *[contraction of the heart]* or. ìgbà ìsó̩kì o̩kàn *(diastole: ìgbà ìfe̩ra o̩kàn)*

T

tab [close surveillance] or. ìṣó; ~ [to designate someone] is. láti yan (ènìyàn)

table [flat surface, set on legs] or. tábìlì; ~ [to place on the agenda] is. láti fi (ọ̀rọ̀) sí àṣàrò; ~ **salt** [salt suitable for cooking] or. iyọ̀-onjẹ; ~ **top** [top of a table] or. oríi-tábìlì

tablecloth [cloth placed on a table for decoration] or. aṣọ oríi tábìlì

tableland [plateau] or. òkè-atẹ́rẹrẹ

tablespoon [large spoon for serving food] or. ṣíbí ìbọbẹ̀ /bu ọbẹ̀/

tablet [drug pressed into solid form] or. àgúnmì (láti mi nkan: to swallow); ~ [a thin slab of stone or wood used for writing or drawing] or. ọta ìkọ̀wé; pákó ìkọ̀wé

tableware [utensils for table use] or. àwọn ohun-èlò oríi tábìlì

tabloid [small newspaper] or. ìwé-ìròhìn ké-keré

taboo [tabu, sacred prohibition] or. èèwọ̀

tabulate [to arrange in a list] ep. láti to (nkan) lábídí; láti to (nkan) létèètò; ~ [make a table] is. láti ṣe ìtẹ́ (nkan), láti tẹ́ (nkan)

tachometer [instrument for measuring speed] or. òṣùwọ̀n eré; awọn-ré

tachy- [accelerated, rapid] ir. -eré, -ìsáré, íyára

tachycardia [rapid heart rate] or. àìsàn ìsáré-ọkàn

taciturn [not inclined to speak] ep. adákẹ́

tackle [to set about dealing with] is. láti bẹ̀rẹ̀ síí fi tọkàntọkàn ṣe (nkan); ~ [to seize and take down] is. láti gbé (ènìyàn) ṣubú

tact [keen sense of maintaining good relations with others] or. ọgbọ́n, òye

tactic [method of achieving a goal] or. ìlànà-ìṣẹ

taenia [tapeworm] or. aràn-gbọọrọ

taeniacide [agent that destroys tapeworms] or. ẹ̀là aparàn-gbọọrọ

taeniasis [infestation with tapeworms] or. ìkárùn aràn-gbọọrọ

tag [to identify with a marker] is. láti fi àmì lé (nkan), láti fi àálè lé (nkan)

tail [posterior flexible extremity of the spinal column] or. ìrù; ~ **feathers** or. ìrán-ìdí, ìreré

tailor [one whose profession is making clothes] or. télọ̀, aránṣọ

taint [to touch slightly with something bad] is. láti tapo sí (nkan);

láti fi àbùkù kan (nkan)

take [to get into one's possession] is. láti mú (nkan); ~ **after** [to look like] is. láti rí bíi (baba ẹni); ~ **back** [to regain possession] is. láti gba (nkan) padà; ~ **for** [to regard as] is. láti fi (ènìyàn) pe (ọ̀dẹ̀); ~ **off** [to remove] is. láti mú (nkan) kúrò; láti bọ́ (aṣọ); ~ **on** [to handle] is. láti bẹ̀rẹ̀ síí ṣe (nkan); láti gbà gẹ́gẹ́bí iṣẹ́ (ẹni); ~ **over** [to begin controlling] is. láti gbapò olùdarí (àwọn ènìyàn); ~ **up** [to become interested in something] is. láti ní ìfẹ́ sí ṣíṣe (nkan)

take off [to begin flight] is. láti fò lọ

talcum powder [powder for the body] or. páúdà; iyẹ̀fun ikunra; iyẹ̀fun ìpara

talent [aptitude] or. tálẹ́ntì, ẹ̀bùn

talisman [thing producing apparently magical effects] or. àálè, oògùn iṣọ́ra

talk [to express in speech] is. láti sọ̀rọ̀; ~ [fruitless discussion; verbiage] or. ọ̀rọ̀ lásán; ~ **down** [to overcome by argument] is. láti fi àròyé pa (ènìyàn); ~ **over** [discuss] is. láti ṣàlàyé

talkative [loquacious; given to much talking] ep. aláròyé, onírẽ gbè, onísọkúsọ

tall [greater than average height] ep. gíga, gígùn

tallow [fat rendered from sheep or cattle] or. ọ̀rá àgùntàn; ọ̀ráa màlúù, ọ̀rá ẹran

tally [to cause to correspond] is. láti báramu; ~ [to tabulate] is. láti ṣe ìtẹ́ (nkan)

talon [claw of an animal] or. èékán-nán ẹyẹ, èékán ẹyẹ

talus [astragalus, ankle bone] or. eegun ọrùn-ẹsẹ̀

tame [to make submissive, to subdue] is. láti fi (ẹran ìgbó) mojú ilé; láti sọ dọ̀dẹ̀

tamper [to interfere with in order to make worse] is. láti tọwọ́bọ (nkan); láti fọwọ́kan (nkan)

tan [to convert hide to leather by soaking in tannin] is. láti rún awọ; ~ [yellowish-brown color] or. àwọ̀-awọ; ~ [yellowish-brown] ep. aláwọ̀-awọ; ~**nage** [process of tanning] or. ìrúnwọ

tandem [one after the other] or. lésẹẹsẹ; ní ṣísẹ̀-ntẹ̀le

tang [pungent odor] or. òórùn-líle

tangent [touching] ep. afarakan; ~ [line that meets a curved line at one point but does not intersect it] or. ìlà afarakan-ẹ̀ká; **to go off on a** ~ [to break off from a line of action] is. láti ṣáko

tangerine [small juicy orange] or. ọsàn-òyìbó

tangible [capable of being perceived; palpable] ep. ohun mímúdání

tangle *[to knit together; intertwine]* is. láti kọ́dí

tank *[large container for storing liquids and gases]* or. àgbá-omi; ~ *[armored combat vehicle]* or. ọkọ̀-ogun arọ́-àgbá (rọ́ àgbá: to fire a cannon)

tanker *[cargo boat with tanks for carrying liquids]* or. ọkọ̀-omi alágbă

tanner *[person that tans hides]* or. arúnwọ /arún awọ/

tantalize *[to torment with something desired but out of reach]* is. láti (fi nkan) yán (ènìyàn) lójú

tantalum *[a corrosion-resisting metallic element, Ta]* or. tá-ntálíá; iṣùu tá-ntálíá

tantrum *[fit of bad temper]* or. ìrunú, ìbínú àínídĭ ; to throw a ~ : láti runú

Tanzania *[a country in eastern Africa]* or. Orílẹ̀ẹ̀ Tansánià

tap *[to strike lightly and rapidly]* is. láti kan (lẹ̀kùn); ~ *[faucet, spigot]* or. ọ̀ṣọ̀ọ̀rọ̀, to turn the ~ on: láti sí ọ̀ṣọ̀ọ̀rọ̀-omi, to turn the ~ off: láti ti ọ̀ṣọ̀ọ̀rọ̀-omi; ~ *[to draw from a container]* is. láti fa (omi); ~ **wine** is. láti dẹ́mu /dá ẹmu/

tape *[narrow strip of fabric]* or. okùn-pẹlẹbẹ; ~ **measure** *[a tape used for measuring]* or. okùn-ìwọnṣọ (láti wọn nkan: to take a measurement)

tapestry *[cloth with woven designs]* or. aṣọ aláràbárà

tar *[a thick, sticky, black liquid; pitch]* or. ọ̀dà

tardy *[late, not on time]* ep. apẹ́lẹ́yìn

target *[goal]* or. ibi tí a fẹ́ dé; ibi-afẹ́dé

tariff *[tax placed by governments on exports and imports]* or. owó-orí iṣòwò-lókèèrè

tarnish *[to sully]* is. láti bẹ̀tẹ́l(nkan); láti tapo sí (nkan); láti fi àbùkù kan (nkan)

tarpaulin *[canvas waterproofed with tar used as a protection from rain]* or. aṣọ-ìgbèjò; aṣọ-ìgbòku; taapólì

tarry *[to delay; to linger]* is. láti pẹ́lẹ́hìn; láti fasẹ̀; láti kọsẹ̀

tarsal *[pertaining to the ankle]* ep. ọrùn-ẹsẹ̀, t'ọrùn-ẹsẹ̀; ~ **bones** *[ankle bones, talus, astragalus]* or. eegun ọrùn-ẹsẹ̀

tarsitis *[blepharitis]* or. pénpéjú wíwú

tarsus *[ankle]* or. ọrùn ẹsẹ̀

task *[a piece of work assigned to a person]* or. iṣẹ́ (ènìyàn)

taste *[to test the flavor of something]* or. ìtọ́wò; ~ is. láti tọ́ (nkan) wò; ~ **bud** *[gustatory organ]* or. ẹ̀sọ ìtọ́wò

tasteful *[having a good taste]* ep. aládùn

tasteless *[having or displaying bad taste]* ep. kòbákùngbé *(kò bá ikùn gbé: does not agree with the stomach)*

tattered *[worn, ragged]* ep. aláki̇̀ sà

tattle *[to talk idly; chatter]* or. láti sọ̀rọ̀ òfófó; láti ṣòfófó

tattler *[person who tattles; gossip]* or. olófòfó

tattoo *[to make permanent marks on the skin]* is. láti dá ọnà sí ara (ẹni)

taunt *[to jeer at, to mock]* is. láti dẹ (ajá)

taut *[tightly stretched]* ep. líle dan-indan-in

tauto- *[same]* ir. ìkán-náà

tautology *[needless repetition of an idea]* or. àsọtúnsọ-ọ̀rọ̀

tavern *[place where liquor is sold and drunk]* or. báà; ilé-ọlọ́tí

tawdry *[gaudy]* ep. bálabàla

tax *[payment collected by the government for public services]* or. owó-orí, **income** ~: owó l' orí owó-oṣù; **sales** ~: owó l'orí ọja-rírà; ~ **collector**: agbowó-orí; ~**payer**: asanwó-orí, **to levy a** ~: láti dá iye owó-orí

taxation *[revenue from taxes]* or. owó-orí

taxi *see* taxicab

taxicab *[vehicle that carries passengers for money]* or. ọkọ̀ akérò, takisí

taxonomy *[science of classification]* or. ẹ̀kọ́ ìkàsí ẹ̀da-oníyè

taxonomist or. akẹ̀kọ̀ ìkàsí ẹ̀da-oníyè *(ìkàsí: classification)*

tea *[kind of beverage]* or. àgbo-òyìbó; tíì, **a** ~ **bag**: àpòo tíì

teach *[to give instructions]* is. láti kọ́ (ènìyàn) lẹ́kọ̀ , to ~ the students: láti kọ́ ọmọ-iléèwé lẹ́kọ̀

teacher *[one who teaches]* or. olùkọ́, olùkọ́ni, tíṣà

team *[group of people working or playing together]* or. ẹgbẹ́ àjọṣeré

teammate *[person on the same team]* or. ọmọ-ẹgbẹ́ àjọṣeré

teapot *[a container in which tea is made]* or. ìkòkòo tíì

tear *[the result of a tearing]* or. ojúu yíya; ~ is. láti ya (nkan); ~ *[a teardrop]* or. omije, ẹkún; ~ **ducts** *[duct that transports tears]* or. òpó omije

tease *[to make fun of; to annoy]* is. láti sín (ènìyàn) jẹ; láti yọ (ènìyàn) lẹ́nu

teaspoon *[spoon for stirring coffee, tea etc.]* or. ṣíbí kékeré

technical *[pertaining to applied science]* ep. nípa ìmọ̀n-ẹ̀rọ

technique *[procedure for carrying out an operation]* or. ìlànà-ìṣe

technological *[having to do with technology]* ep. nípa ti ìmọ̀-ẹ̀rọ

technology *[science of industrial arts]* or. ìmọ̀-ẹ̀rọ; **science and** ~: ìmọ̀-jìnlẹ̀ ati ìmọ̀-ẹ̀rọ

tedious *[tiresome, boring]* ep. oníwàhálà, adánilágara

teem *[to abound, to be full of]* is. láti kún fún (nkan)

teenager *[person in his teens, a teen]* or. ọ̀dọ́

teens *[age between 13 and 19 years]* or. àwọn ọ̀dọ́

teething *[dentition, odontiasis]* ep. híhu ehín

telecast *[advertize on television]* is. láti ṣe ikéde lórí ẹ̀rọ òmóhùn-máwòrán

telegram *[message received by telegraph]* or. ìròhìn láti oríi wáyà

telegraph *[apparatus for communicating by signals]* or. ẹ̀rọ ìtẹwáyà

telencephalon *[anterior subdivision of the brain]* or. awẹ́-ọpọlọ iwá-orí

telephone *[instrument for reproducing sound at a distance]* or. ẹ̀rọ ìsọhùn, ẹ̀rọ ìgbohùn, fóònù; ~ **book**: ìwée fóònù; ~ **number**: nọ́mbàa fóònù; I ~ him at home: mo fóònù rẹ̀ n'ílé

telescope *[instrument for viewing distant objects]* or. ẹ̀rọ ìríjìn *(láti rí ìjìn: to see afar)*

television *[instrument for receiving pictures by radio waves]* or. ẹ̀rọ ìmóhùn-máwòrán

tell *[to relate in detail]* is. láti sọ ọ̀rọ̀) fún (ènìyàn); ~ **off** *[reprimand, scold]* is.láti bá(ènìyàn) wí

telling *[revealing]* ep. àfihàn, aṣípayá

telltale *[informer, talebearer]* or. olófòfó, amí

temerity *[audacity, rashness]* or. ìgbóyà, ìláyà

temper *[disposition to become angry]* or. ìrunú; ~ *[to give desired consistency or hardness]* is. láti pọ́n (irin)

temperament *[frame of mind]* or. ìwà-ìrunú

temperamental *[easily upset]* ep. aláìní-sùúrù, arunú, onínúfùùfù

temperate *[moderate in one's actions]* ep. pẹ̀lẹ́pẹ̀lẹ́, aláìṣàṣejù

temperature *[degree of hotness]* or. ìgbóná; ~ **measurement** or. ìwọ̀n ìgbóná, ìgbóná wíwọ̀n; ~ **scales** or. idíwọ̀n ìgbóná; I took the patient's ~: mo wọn ìgboná aláìsan náà

tempest *[violent wind followed by rain]* or. ìjì-líle; èfúùfù

tempestuous *[like a tempest; violent]* ep. oní-wà bi èfúùfù; oníwàhálà

temple *[area between the eye and the ear]* or. ẹ̀bátí; ~ *[a place of worship]* or. ilé Ọlọ́run

temporal *[lasting only a short time]* ep. asán; ~ *[pertaining to the temple of the head]* ep. nípa ẹ̀bátí; ~ **artery** *[artery on the side of the head]* or. ìṣàn-àlọ ẹ̀bátí; ~ **bone** *[one of a pair of compound bones forming the sides of the skull]* or. eegun ẹ̀bátí

temporarily *[for the time being]* as. fún ìgbà díẹ̀

temporary *[lasting a short time]* ep. ìgbà díẹ̀

tempt *[to encourage to do wrong]* is. láti dẹ (ènìyàn) wò, láti dán (ènìyàn) wò

temptation *[an enticement, something that tempts]* or. àdẹwò, ẹ̀tàn, àdánwò

tempter *[one who tempts]* or. adánniwò, adẹniwò, ẹlẹ́tàn

temptress *[woman who tempts sexually]* or. obìnrin alágbèrè; obìnrin ẹlẹ́tàn

ten *[the cardinal number 10]* or. ìdì, mẹ́wǎ, ẹ́wǎ

tenable (to be ~) *[can be defended or maintained]* is. láti mógbọ́nwá; láti fagbọ́nyọ

tenacious (to be ~) *[persistent; holding firmly]* is. láti rọ́jú; láti ní àforítì

tenacity *[perseverance]* or. ìrọ́jú, àforítì

tenant *[person who pays rent to use another's property]* or. ayálégbé

Ten Commandments *[the ten rules of living in the Bible]* or. òfì mẹ́wǎ (ti àwọn onígbàgbọ́)

tend *[to be inclined]* is. láti fẹ́ (ṣe nkan); láti nífẹ̀ sí (nkan), láti sábà máa (ṣe nkan), he tends to lose his temper: ó sába ma nbínú; ~ *[to take care of]* is. láti tọ́jú(agbo àgùntàn); láti ṣètọ́jú

tendency *[disposition to act in a way]* or. àṣà, ìwà, ìkúndùn

tender (to be ~) *[not tough]* is. láti rò; ~ *[to offer as a payment]* is. láti yọwó sí (ọjà), **to ~ a bid**: láti kọ ìwé-ìyọwó wá *(ìwé-iyọwó: bid)*

tendinitis *[inflammation of a tendon]* or. irìn-ara wíwú

tendon *[fibrous tissue connecting a muscle to a bone]* or. irìn ara; **Achilles ~**: iríin gìgísẹ̀

tense (to be ~) *[stretched tightly]* is. láti fa (nkan) le; ~ *[an inflected form of a verb indication time of action]* or. ọtẹ̀ (ọtẹ̀ ẹ̀hìn: past tense, ọtẹ̀ẹ̀ lọ́wọ́lọ́wọ́: present tense, ọtẹ̀ iwá: future tense)

tensile *[pertaining to tension]* ep. fífàle; ~ **strain** *[linear strain]* or. ifàle; ~ **strength** *[degree of resistance of a substance to a pulling force before breaking]* or. ipá ìfàle

tension *[mental or nervous strain]* or. ara kíkan, àìfọkànbalẹ̀, ifòyà; ~ *[state of being stretched]* or. nínà

tent *[portable canvas structure]* or. àgọ́

tentacle *[slender appendage around the heads of some animals]* or. mọ̀gálà

tentative *[experimental; not definite]* ep. aláì-dánilójú, aláìdájú, àìdájú

tenth or. ìdámẹ́wạ̀ ìdá-ìdì, ìdáàdì; ~ **root** or. irìn kẹ́wǎ

tenuous [flimsy, shaky] ep. aláìfidímúlẹ̀; ~ [thin and slender] ep.
tínrín, tẹ́ẹ́rẹ́

tenure [length of time something is held] or. sáà, ìgbà

tepid [lukewarm] ep. lọ́, lọ́ wọ́ọ́rọ́

tercentenary [period of 300 years] or. ọ́dúnrún-ọdún; àpòmẹ́ta-
ọdún; alápòmẹ́ta ọdún; ~ [a 300th anniversary] or. àjọ̀dún
ọ́dúnrún-ọdún, àjọ̀dún àpòmẹ́ta-ọdún

term [period of time having definite limits] or. ìgbà, àsìkò, a 4-
year ~: àsìkò ọdun mẹ́rin

terminal [final] ep. olópin; ~ [the ending part of something] ep.
opin, ìparí

terminate [to bring to a conclusion] is. láti pin; láti parí, láti fòpin
sí (nkan), his position was ~d: a fòpin sí àyèe rẹ̀

termination [end of something in space or time] or. òpin, ìfòpinsí
(nkan)

termite [a kind of destructive insect] or. ikán

ternary [made up of three parts] ep. alápámẹ́ta, ọlọ́nàmẹ́ta,
ẹlẹ́ẹ́ta

terrace [open balcony] or. ọ̀dẹ̀dẹ̀, ọ̀ọ̀dẹ̀

terra cotta [baked clay used in pottery] or. odo-sísun; àsun-odo

terrain [surface of a land] or. ojú-ilẹ̀

terrestrial [of this world, earthly] ep. orí-ilẹ̀ ti ilẹ̀; ~ animals:
àwọn ẹranko orí-ilẹ̀

terrible [causing fear or terror] ep. bíbanilẹ́rù, abanilẹ́rù, (ohun)
ìyanu

terrific [causing great fear] ep. abanilẹ́rù; ~ [extraordinary] ep.
awúnilórí, iwúrí, àtàtà

terrify [to frighten; to menace] is. láti dẹ́rùba (ènìyàn); láti pá
(ènìyàn) láyà

territory [area or region] or. àgbèègbè, ẹ̀kún

terror [intense fear] or. ẹ̀rù, ẹ̀rùjẹ̀jẹ̀, ìpáyà

terrorism [use of terror to intimidate] or. ìdá-niníjì, ìpánìláyà

tertiary [of the third order] ep. ẹlẹ́ẹ́ta, ónímẹ́ta

tervalent [trivalent] ep. oníkọ̀mẹ́ta

test [examination to determine one's knowledge or ability] or.
ìdánwò; ~ is. láti dán (ènìyàn) wò; ~ **tube** or. ṣẹ́ẹ́rẹ́-ẹ̀là (ṣẹ́ẹ́rẹ́:
tube; ẹ̀là: chemical)

testa [seed coat] or. eèpo-rúgbìn

testament [either of the two parts of the bible; covenant] or.

majèmú, iléri

testicle *[testes, orchis]* or. ikóró ẹpọ̀n, kórópọ̀n

testicular *[pertaining to the testicles]* ep. ikóró ẹpọ̀n, kórópọ̀n, t'ikóró ẹpọ̀n, ti kórópọ̀n; ~ **cancer** *[malignant cancer of the testis]* or. akàn ikóró-ẹpọ̀n

testify *[to give evidence while under oath]* is. láti jẹ́rǐ ní ìbúra

testimonial *[written statement testifying as to a persons qualifications]* or. ìwé-ẹ̀rí, ìwé-ìjẹ́rí

testimony *[affirmation made under oath]* or. ẹ̀rí, ìjẹ́rǐ, ìjẹ́rǐ sí

testis *[testicle, male gonad]* or. ikóró ẹpọ̀n, kórópọ̀n

testitis *[orchitis]* or. ikóró ẹpọ̀n wíwú

testy *[irritable, peevish]* ep. aṣónú, alárakíkan

tetanus *[infection of the central nervous system]* or. àrùn-ipá

tether *[chain which fastens an animal to something]* or. okùn-ọrùn (ẹran); ọkùn-ẹsẹ̀(adìẹ)

tetra- *[four]* ir. mẹ́rin

tetrad *[set of four]* ep. onímẹ́rin, onímẹ́rin-mẹ́rin

tetragon *[rectangle; plane figure with four sides and four angles]* or. oníhàmẹ́rin

tetrahedron *[solid figure of four-sided triangular surfaces]* or. ẹlẹ́gbẹ̀mẹ́rin

tetrapod *[four footed animal]* or. ẹlẹ́sẹ̀mẹ́rin

text *[main body of a book]* or. ọ̀rọ̀ inú-ìwé

textbook *[a book used for teaching a subject]* or. ìwé-ìkọ́ni, ìwé-ẹ̀kọ́, ìwé-akọ́ni; Yoruba language ~: ìwé-akọ́nilédèe Yorùbá

textile *[cloth made by weaving]* or. aṣọ-híhun

Thailand *[a country in southeastern Asia]* or. Orílẹ̀ẹ Táílándì

than *[beyond]* ak. ju, ju...lọ

thanato- *[death]* ir. - ikú

thanatology *[study of death and dying]* or. ẹ̀kọ́ nípa ikú-kíkú

thanatophobia *[necrophobia, fear of death]* or. ìbẹ̀rùbojo ikú kíkú

thank *[to express gratitude]* is. láti dúpẹ́ lọ́wọ́ (ènìyàn), I thank God: Mo dúpẹ́ lọ́wọ́ Ọlọ́run; thank you: ẹ ṣe, mo dúpẹ́; thank you very much: ẹ ṣe púpọ̀, mo dúpẹ́ lọ́pọ́lọ́pọ́

thanks *[expression of gratitude]* or. ọpẹ́, ìdúpẹ́; to give ~ to: láti fi ọpẹ́ fún (Ọlọ́run)

that *[the person, thing or idea indicated]* ap. èyítí, èyí, ìyẹn, yẹn, náà, I remember ~ day: Mo rántí ọjọ náà,

thatch *[plant material used to cover a building]* or. koríko-ìbolé, ewé-ìbolé

thaw *[change from frozen state to soft or liquid state]* is. láti yọ́;

láti dẹ̀ láti daṣòn / di aṣòn / (láti ṣòn: *to flow*)

theater *[building used for dramas and plays]* or. ilé iṣeré orí-ìtàgé

theft *[unlawful taking of property]* or. olè-jíjà, ìjalè

their *[possessive form of they]* ap. tiwọn, wọn, ~ house: ilée wọn, it is ~s: tiwọn ni

theism *[belief in existence of God]* or. ìgbọlọ́rungbọ́

them *[objective case of they]* ap. wọ́n, did you see ~?: njẹ́ o rí wọ́n?

theme *[topic or subject]* or. ìpilè-ọ̀rọ̀, kókó-ọ̀rọ̀, ìtúmọ̀ (*title:* àkọlé)

themselves *[intensive form of they]* ap. àwọn-tìkárawọn, àwọn-fúnrawọn; they will let us attend, but they won't go ~s: wọ́n á fún wa láyè láti lọ, sugbón àwọn-fúnrawọn kò níí lọ; ~ *[reflexive form of they]* ap. wọn, they recognized ~ in the photogragh: wọ́n mọ ara wọn nínú àwòrán náà

then *[at that time]* as. nigbànáà; ~ *[in that case]* torí ìdì èyí, toríirẹ̀, tìtoríirẹ̀

theocracy *[government of a place by people regarded as God's representatives]* or. ìjọba àwọn òjíṣẹ́-Ọlọ́run

theocratic *[concerning a theocracy]* ep. t' ìjọba àwọn òjíṣẹ́-Ọlọ́run

theology *[study of the nature of God]* or. ìfẹ́ nínú ẹ̀kọ́ nípa Ọlọ́run

theorem *[idea accepted as a demonstrable truth, proposition]* or. ìdámọ̀ràn, ìmọ̀ràn

theorize *[to form a theory]* is. láti dámọ̀ràn

theory *[explanation that covers known facts]* or. àlàyé

therapeutic *[curative, serving to cure or maintain health]* ep. afúnnilókun, amárale

therapeutics *[medicine dealing with application of remedies for diseases]* or. iṣègùn

therapist *[one skilled in a particular branch of therapeutics]* or. dóògùn

therapy *[treatment of certain diseases]* or. oògùn

there *[at that place]* as. níbẹ̀, síbẹ̀; **over** ~: níbẹ̀ yẹn; ~ **and then**: lẹ́sẹ̀kẹsẹ̀, lójúkan náà

therefore *[for that reason]* as., ak. nítorínáà

thermal *[pertaining to heat production]* ep. nípa igbóná; ~ **capacity** *[heat capacity, specific heat capacity]* or. iṣù-iná ìwọ̀nkan

thermometer *[an instrument for measuring temperature]* or. awọ̀ngbóná, òṣùwọ̀n ìgbóná

thermometry *[measurement of temperature]* or. ìgbóná-wíwọ̀n

thesaurus *[book containing a list of synonyms and antonyms]* or. ìwé awo-ọ̀rọ̀

these *[plural of this]* *ap., ep.* àwọn eléyĭ ; ìwọ̀n-yĭ ; àwọn-wọ̀nyĭ

thesis *[formal proposition advanced and maintained by argument]* or. àlàyé ijìnlẹ̀

they *[third person plural pronoun]* *ap.* wọ́n

thick *[having a relatively large depth]* *ep.* onípọn; ~ **(to be ~)** *is.* láti ní ipọn, láti nípọn

thickness *[the condition of being thick]* or. ipọn

thief *[one who steals]* or. olè, ọlọ́ṣà, jàgùdà

thieve *[to take by theft]* *is.* láti jalè; láti jí (nkan)

thigh *[part of the leg between the hip and the knee]* or. itan; ~ **bone** *[femur]* or. eegun itan

thin *[slender]* *ep.* tínrín, tẹ́ẹ́rẹ́, ọ̀pẹ́lẹ́ngẹ́; ~ **(to be ~)** *is.* láti rí tínrín; láti rí tẹ́ẹ́rẹ́

thing *[an object or entity]* or. ohun, ẹ̀dá, nnkan, nkan; **living** ~ *[creature]*: ẹ̀dá oníyè

think *[to use the mind]* *is.* láti ronú; láti ṣe àṣàrò

third *ep.* ikẹ́ta, kẹ́ta; ~ **person general plural** or. àwọn ọlọ́rọ̀ *(o ní ọ̀rọ̀: the person about whom we speak; asọ̀rọ̀: the one who speaks)*; ~ **trimester of pregnancy** or. ìgbà ọmọ-'nú(ìdámẹta kẹ́ta ìgbà oyún) *(wo: pregnancy)*

thirst *[dry feeling in mouth and throat]* or. ọ̀hàhà, òngbẹ, òùngbẹ

thirsty (to be ~) *[pertaining to a feeling of dryness in the throat]* *is.* láti kóngbẹ

thirty *[the cardinal number 30]* or. ìdìmẹ́ta, ọgbọ̀n *(ìdì: ten)*

this *ap.* èyí, eléyĭ , èyíìyí / èyí ìyí/; ~ *[used to indicate person or thing mentioned]* *ep.* yĭ , ~ book: ìwé yĭ , ~ *[to this extent]* *as.* báyĭ ,it is ~ big: ó tóbi tó báyĭ

thoracic *[pertaining to the thorax]* *ep.* àyà; ~ **aorta** *[upper part of the aorta, supplying the heart, chest muscles, and the stomach]* or. ọpó ìṣàn-àlọ t'òkè; ~ **duct** *[one of the two major trunks of the lymphatic system]* or. ọpó ìṣọ̀n omi-ara t'òkè; ~ **vertebrae** *[spine]* or. eegun ẹ̀hìn

thorax *[portion of the body between the neck and the abdomen; chest]* or. àyà

thorn *[sharp point on plant stem]* or. ẹ̀gún

thorough *[complete]* *ep.* àṣepé, àṣeyọrí

those *[plural of that]* *ap.* àwọn, àwọn... yẹn, ìwọ̀n-yẹn, yẹn, in ~ days: ní àwọn ọjọ́ yẹn

though *[even if]* *ak.* bótilẹ̀jẹ́pé

thought *[idea]* or. ìmọ̀ràn, èrò

thousand *[ten hundred, 1,000]* or. ọ̀kẹ́, ẹgbẹ̀rún

thousandth [reciprocal of 1000, 1/1000] or. idá-ọ̀kẹ́; ~ [following 999th in a series] ep. ìkó-ọ̀kẹ́, ìkẹ́gbẹ̀rún

thrash [to beat someone with a whip] is. láti nan (ènìyàn) lẹ́gba

threat [warning of pain or harm] or. ìkìlọ̀, ìlọ̀, ìhalẹ̀

threaten is. láti halẹ̀ mọ́ (ènìyàn); láti kìlọ̀ fún (ènìyàn)

threnodist [singer of threnody] or. eléré ègè, elérégè

threnody [song of lamentation; elegy, dirge] or. ègè

thresh [to separate grain from straw by beating] is. láti pakà /pa ọkà/

thrice [three times] as. lẹ́ẹ̀mẹ́ta, lẹ́rẹ̀mẹ́ta

thrift [careful use of money and other resources] ìsọ́wóná, ìtọ́jú-ìṣúra

thrill [great excitement] or. ohun-ìmóríyá; ohun-ìwúrí, ohun-ìdùnnú, the children were ~ed: orí awọn ọmọ náà wú

thrill [to excite] is. láti ṣe oun ìwúrí, láti pa (ènìyàn) lẹ́r ̈ n

thrive [to prosper; to be healthy] is. láti gbilẹ̀, láti gbèèrú; láti rú

throat [pharynx] or. ọ̀fun

throb [to beat violently] is. láti sọ

thrombocyte [blood platelet] or. adèépá ẹ̀jẹ̀ (di èépá: to clot, to coagulate)

throng [multitude] or. ọ̀gọ̀ọ̀rọ̀, àpéjọ-ènìyàn; ọ̀pọ̀-ènìyàn

through [from the beginning to the end] ak. jákèjádò

throughout [in every part] as. jákèjádò

throw [to propel through the air] is. láti sọ (nkan), láti ju (nkan), throw the ball: ju bọ́ọ̀lù náà

thrush [infection of the mouth caused by the fungus Candida albicans] or. ẹ̀fù, ọwọ́ ẹnu

thrust [to shove with sudden force] is. láti bì (ènìyàn); láti ti (ènìyàn) síwájú; láti sọ̀gọ́ (ènìyàn)

thug [hoodlum] or. jà-ndúkú

thumb [short first finger of the hand, pollex] or. àtà-npàkò

thump [blow with a heavy object] or. àjálù, lílù (ní òógbó); ~ [to hit with a heavy object] is. láti lu (ènìyàn ní òógbó)

thunder [the sound that accompanies lightning] or. àrá. aruwo-àrá

thus [consequently] ak. nitorinaa; ~ [in this or that way] as. nitoribẹ́ẹ̀

thwart [to prevent from happening] is. láti sọ(imọ) dofo; láti dáwọ́ (nkan) dúró

tiara [crownlike headdress worn by women] or. gèlè

Tibet [a country in south central Asia] or. Orílẹ̀ẹ̀ Tìbẹ́ẹ̀tì

tibia [shin bone] or. eegun-irè nlá

tibiofibula *[the tibia and the fibula]* or. eegun irè kékeré àti nlá

tick *[bloodsucking arachnid]* or. egbọn, irù

ticket *[paper slip allowing it's holder to enjoy a privilege]* or. ìwé-ìwọlé; ìwé-ìjókò; ìwé-àmì

tickle *[to touch the body lightly so as to produce laughter]* is. láti rin (èniyàn) ní ìgàkè

tide *[rise and fall of the water level of the ocean]* or. ìyọ at' ìṣa omi *(ìyọ: flood-tide; ìṣa: ebb-tide)*

tidings *[news, information]* or. ìhìn, ìròhìn, good ~: ìhìnrere

tidy *[neat, orderly]* ep. mímọ́tótó; ~ **(to be ~)** is. láti ṣèmọ́tótó

tie *[to bind with a rope]* is. láti fi okùn di (nkan); ~ *[a cord, string, etc., used for tying]* or. okùn; ~ *[a necktie]* or. tái

tier *[row placed one above the other]* or. ipele, pele

tiger *[large carnivorous cat having black stripes]* or. àmòtẹ́kùn

tight *[narrow]* ep. fífún; ~ **(to be ~)** is. láti fún

till *[to prepare the soil for planting]* is. láti ro ilẹ̀; láti wa ilẹ̀; láti ro oko; ~ *[until]* as. títí di (ìgbà kan)

tiller *[one who tills]* or. aroko, awalẹ̀

tilt *[to cause to incline]* is. láti tì sí (apá kan), láti ti (nkan) sí (apá kan),

timber *[wood prepared for building]* or. igi-gẹdú

timbre *[quality of sound]* or. ohùn

time *[precise instance]* or. àkókò, ìgbà; ~ *[a period of duration]* or. ẹ̀rẹ̀; one ~: ẹ̀rẹ̀ kan; ~**piece** *[clock]* or. òṣùwọ̀n àkókò, agogo, aago, aago mél'ò ni?: what time is it?; aago mẹ́rin ni: it is 4 o'clock; láti aago mẹ́ta títí di aago méje: from 3 o'clock to 7 o'clock; **on** ~ *[at appointed time]* as. lásìkò, sásìkò/sí àsìkò/; ~ *[to measure the duration of]* is. láti wọ̀ngbà /wọn ìgbà/; **from** ~ **to** ~ *[now and then, at intervals]* as. nígbàkọ̀ọ̀kan

timid (to be ~) *[shy]* is. láti tijú; láti lójo

tin *[a soft, silver-white metallic element, Sn]* or. stáníà; ìṣùu stáníà; ~ *[a container made of tin plate]* or. àgbá-kékeré

tincture *[solution of medicine in alcohol]* or. àgbo

tinder *[readily combustible substance]* or. àjẹ̀

tinge *[faint trace of color]* or. àwọ̀ (irú àwọ̀) fẹ́ẹ́rẹ̀; *f.a.* àwọ̀ pupa fẹ́ẹ́rẹ̀: a tinge of red

tingle *[to feel a prickling sensation]* is. láti kéètì

tinkle *[to produce a series of light metallic sounds]* is. láti dún wanran-wanran (bí agogo); ~ or. woroworo-agogo

tint *[slight coloration]* or. àwọ̀-fẹ́ẹ́rẹ̀; ~ *[to color slightly]* is. láti fun (nkan) ni àwọ̀-fẹ́ẹ́rẹ̀

tiny *[very small, minute]* ep. pí-npín,kékeré, ṣí-nṣín, tí-ntín; ~
amount or. ìba *(very tiny amount, quantum:* ìbìba)
tip *[the end of something tapered]* or. orí, ibi-ṣó-nṣó; ~ *[to slant or
tilt]* is. láti yẹ̀ (lulẹ̀)
tirade *[long, angry speech]* or. ọ̀rọ̀-ìbínún, ọ̀rọ̀ ìbáwí
tire *[rubber covering for a wheel]* or. táyà
tired (to be ~) *[to become weary]* is. láti rẹ (ènìyàn)
tiredness *[fatigue]* or. àárẹ̀, rírẹ̀, agara
tissue *[collection of cells specialized for the performance of a
particular function]* or. ìṣù, ìṣù ara; **adipose** ~*[fat]*: ìṣù ọ̀rá,
ọ̀rá; **bony** ~: *[osseous ~]*: ìṣù eegun, eegun; **connective** ~: ìṣù
aparapọ̀; **erectile** ~: ìṣù ale; **fibrous** ~; ìṣù ọran; **muscular**
~: ìṣù-ìṣan, ìṣan; **subcutaneous** ~: ìṣù abẹ-ìwọ̀
tissue paper *[a very thin paper used for wrapping or for toilet
use]* or. tíṣù
titanium *[a dark-grey metallic element, Ti]* or. tìtánìà, ìṣùu tìtánìà
tithe *[tenth part of a yearly income]* or. ìdá-mẹ́wà-̀ is. láti dá
idámẹ́wã
titillate *[to stimulate in a pleasurable way]* is. láti yun (ènìyàn);
láti ṣe (ènìyàn) yùùn
title *[appellation of honor, rank, office etc.]* or. oyè, orúkọ-oyè; ~
[name of a book, picture, play etc.] or. orúkọ-ìwé; àkọlé-ìwé
toad *[tailless amphibian resembling a frog]* or. ọpọlọ́ (àkèré: frog)
tobacco *[plant whose leaves are used for smoking]* or. tábà; ~
mosaic *[viral plant disease]* or. àruùn tábà; ~ **mosaicvirus**
[virus that causes the disease] or. ọlọjẹ̀ afàruùn tábà
today or. òni; ~ is Sunday: òní ni ọjọ́ ọ̀sẹ̀; ~ as. ní òní, lóní ̈; I will
go ~: maa lọ lóní ̆
toddle *[to walk unsteadily]* is. láti tọ̀-gẹ̀gẹ́
toddler *[small child]* or. ìkókó
toe *[digit of the foot, phalanges]* or. ìka ẹsẹ̀; ~**nail** *[the nail of a
toe]* or. èékán ìka-ẹsẹ̀
together *[as one group]* as. jìjọ, lápapọ̀, lákòjọ, let us go ~: ẹ jẹ́ kí
a lọ lápapọ̀, ẹ jẹ́ kí a jìjọ lọ
Togo *[a country in West Africa]* or. Orílẹ̀ẹ Togo
Togolese *[a citizen of Togo]* or. aráa Togo; ~ *[pertaining to Togo]*
ep. nípa Tógò
toil *[to labor hard]* is. láti ṣe wàhálà; láti ṣíṣ̀ẹ̀ / ṣẹ́ ìṣẹ́/; láti ṣe
àṣekú iṣẹ́
toilet *[bathroom]* or. ilé-ìtọ̀, ilé-ìgbọns ẹ̀, ṣálá-ngá
Tokyo *[capital of Japan]* or. ìlu Tókìò

tolerate *[to put up with; to endure]* is. láti gbòjẹ́gẹ̀; láti farada (nkan)

toll *[charge for crossing a bridge or using a highway]* or. owó irìnnà

Tom, Dick and Harry *[everyone, anyone]* or. Tajá-tẹrọn; Lágbájá, Tàmẹ̀dò àti Làkáṣẹ̀gbè

tomato *[a red or yellowish fruit with juicy pulp]* or. tòmátò, tòmáti

tomb *[grave; vault for burying dead people]* or. ibojì, sàréè

tombstone *[stone used to mark a grave]* or. òkúta orí-ibojì, àpẹrẹ ibojì

tomorrow or. ọla *(see today)*; ~ as. ní ọ̀la, lọ́la; **the day after ~**: ọ̀túnla

ton *[unit of weight equaling 2,240 pounds]* or. tọ́ọ̀nù

tone *[quality of sound]* or. ohùn-ọ̀rọ̀; ~ *[a manner of speaking]* or. ohùn, he adopted a hostile ~ toward us: ó fi ohùn líle bá wa sọ̀rọ̀; ~ *[quality of color]* or. irú awọ̀

tongs *[device with two long arms used for grasping]* or. èmú-alágbẹ̀dẹ

tongue *[lingua, glossa]* or. ahọ́n; ~ *[language]* or. èdè, the English ~: èdè Òyìbó; **coated ~**: èfù

tongue-lashing *[severe reprimand]* or. ìbáwí

tongue-tied *[unable to speak clearly]* ep. àìleèsọ̀rọ̀-geere; ~ *[speechless from amazement]* ep. àìleèfọhùn

tonic *[substance taken to increase one's vigor]* or. oògùn-afúnnilókun

tonight *[this night]* as. lálẹ́-òní; lóru-òní

tonsil *[one of the paired mass of lymphoid tissues at the back of the mouth]* or. ẹṣẹ́-ọ̀nà ọ̀fun

tonsillectomy *[surgical removal of the tonsils]* or. ẹṣẹ́-ọ̀na ọ̀fun gígékúrò

tonsillitis *[inflammation of the tonsils]* or. ẹṣẹ́-wíwu

too *[also, besides]* as. náà, paápaá; ~ *[more than enough]* as. (pọ̀) jù, the clothes are ~ small: aṣọ náà ti kéré jù

tool *[implement used to perform a task]* or. irinṣẹ́

tooth *[any of the bonelike structures in the mouth used for biting and grinding]* or. ehín

toothache *[odontalgia, odontodynia]* or. ehín dídùn

toothbrush *[a small brush for cleaning the teeth]* or. búrọ́ọ̀ṣì ehín

toothpaste *[a paste for brushing the teeth]* or. ọṣẹ ifọhín

toothpick *[instrument for removing food particles from between the teeth]* or. itayín, itahín

top *[highest point]* or. òkè, orí, ògógóró, ṣ́ọnṣ́ọ, from ~ to bottom: láti òkè dé ilẹ̀

topic *[subject discussed in an essay]* or. àṣàyàn, àkọlé

topography *[surface features of a region]* or. ojú-ilẹ̀, ìtẹ́jú-ilẹ̀

topple *[to overturn]* is. láti dojú (nkan) bolẹ̀; láti dojúdé

torch *[burning stick used for light]* or. ògùsọ̀, ògùṣọ̀, ògùnsọ̀; ~ *[to set fire to]* or. láti dáná sun (nkan), láti fi iná sí (nkan)

torment *[to afflict; to harass]* is. láti fòòrò(ẹmí ènìyàn); láti dá(ènìyàn) lágara; láti fiyà jẹ(ènìyàn)

tornado *[violent whirling funnel-shaped windstorm]* or. àjà

torsion *[deformation of a body by twisting along its length]* or. ẹlọ́

torsional strain *[torsion]* or. lílọ́

torso *[trunk of the human body]* or. òkùtù-ara

torticollis *[wryneck]* or. ọrùn wíwọ́

tortoise *[land turtle]* or. awun, alábawun, ìjàpá; ~ **shell** *[the shell of a tortoise]* or. karaun

torture *[the infliction of severe pain]* or. oró, ìdálóró, ìdánilóró; ~ *[to subject to severe pain]* is. láti dá (ènìyàn) lóró

toss *[to throw lightly]* is. láti sọ (nkan) sókè

toss-up *[even chance]* or. èyíjẹ-èyíòjẹ

tot *[toddler, a small child]* or. ìkókó, ọmọ-ọmú

total *[the whole amount]* or., ep. àpapọ̀

totalitarian *[pertaining to a government controlled exclusively by one party]* or. (ìjọba) tipátipá; (ìjọba) àfìpáṣe

tote *[to carry]* is. láti gbé (nkan)

touch *[to come in contact with; to feel]* is. láti farakan(nkan), láti farakanra; láti fọwọ́kan (nkan)

touch *[contact, feeling]* or. àfarakàn, àfọwọ́kàn

tough *[rigid, difficult]* ep. lílé; ~ **(to be ~)** is. láti le

tour *[journey with visits to different places]* or. ìrìn-àjò

tournament *[a contest involving a number of competitors and a series of games]* or. eré-ìje

tout *[to peddle a product]* is. láti kiri (ọjà)

tow *[to pull by a chain or rope]* is. láti fi (okùn) fa (nkan)

toward *[in the direction of]* ip. sápá, lápá

towel *[paper or cloth used for drying]* or. aṣọ inura, aṣọ inulẹ̀, inura, inulẹ̀

tower *[very tall structure]* or. ilé gíga; **watch~**: ilé-ìṣọ́

town *[population center larger than a village but smaller than a city]* or. ìlú

toxemia *[blood poisoning]* or. oró inú-ẹ̀jẹ̀

toxic *[poisonous]* ep. olóró

toxicity *[degree to which something is poisonous]* or. ìwọ̀n oró

toxicology *[study of poisons and their effects]* or. ẹ̀kọ́ nípa ẹ̀làolóró

toxin *[poisonous substance produced by a plant or animal]* or. oró

toy *[plaything]* or. ọmọlá-ngidi, ohun-ìṣeré ọmọdé

trace *[minute quantity]* or. ìba-díẹ̀; ~ *[mark left by some past event or agent and used as a clue]* or. ìtọsẹ̀, ìtọpa; ~ *is.* láti tọsẹ̀ (ènìyàn); láti tọpa (ènìyàn)

trachea *[wind pipe]* or. irìn ọ̀fun

tracheitis *[inflammation of the trachea]* or. irìn-ọ̀fun wíwú

tracheotomy *[incision of the trachea]* or. irìn-ọ̀fun lílu

track *[mark left by the passage of something]* or. ojú-ipa, ipa; **railroad** ~: ojúu irin, ojúu irin-rélùwée; **sports** ~: ọ̀pópónà eléré-ìje; ~ *[to trace by means of evidence]* is. láti tọpa(ẹranko)

trade or. *[commerce]* òwò, ajé; ~ *is.* láti ṣòwò; ~ *[occupation, business]* or. iṣẹ́-owó, iṣẹ́ òòjọ́; ~ **name** *[the name by which an article is known in trade]* or. orúkọ ìfiṣòwò

trade-in *[something used as a payment or part payment]* or. àà̀rọ̀

trademark *[exclusive name used by a manufacturer for a product]* or. orúkọ àdápè

trader *[one who trades]* or. oníṣòwò *(iṣòwò: trading)*

tradesman *[retailer, a shopkeeper]* or. oníṣòwò

trading capital or. okò-òwò, owó-òwò

tradition *[custom passed down from one generation to another]* or. àṣà, àṣà-ilẹ̀ (ènìyàn)

traduce *[to defame, to slander]* is. láti ṣáátá; láti ba (ènìyàn) jẹ́

tragedy *[play with a sad ending]* or. eré-arò *(comedy: eré-ayọ̀)*; ~ *[disastrous event]* or. àbámọ̀

tragic *[fatal, disastrous]* ep. eléwu

trail *[to follow the track of]* is. láti topasẹ̀; láti tọpa (ènìyàn)

train *[to instruct]* is. láti kọ́ ènìyàn; ~ *[a line of coupled railway cars]* or. ọkọ̀ ojú-irin

trainee *[one who undergoes training]* or. akẹ́kọ̀

trainer *[one who is involved in training]* or. olùkọ́, olùkọ́ni

training *[instruction]* or. ẹ̀kọ́

trait *[property, feature, attribute]* or. àmì- ìdáyàtọ̀

traitor *[person who betrays his country]* or. ọlọ̀tẹ̀, adìtẹ̀

trajectory *[path of an object moving in space]* or. ipa lójú-ọrun

tramp *[wanderer, vagabond]* or. alárìnkiri

trample *[to crush underfoot]* is. láti tẹ (nkan) mọ́lẹ̀; láti tẹ (nkan) pa

trance *[state of dreamlike withdrawal]* or. ìran

tranquil *[peaceful, calm]* ep. dídákẹ́rọ́rọ́, adákẹ́rọ́rọ́, títòrò

transact *[to perform, to conduct]* is. láti mu (nkan) ṣẹ̀

transcend *[to exceed, to surpass]* is. láti tayọ; láti borí; láti kọjá (nkan)

transcribe *[to copy]* is. láti ṣe ẹ̀dà (ìwé tàbi nkan míran)

transcript *[typewritten copy]* or. ẹ̀dà

transcription *[the act of transcribing]* or. ṣíṣe ẹ̀dà nkan; **gene ~**: ìṣẹ̀dà ẹyọ-ìran *(ẹyọ iran: hereditary unit, gene)*

transdermal *[through the skin]* ep. kọjá iwọ̀-ara

transfer *[to move from one position to another]* is. láti repòmíràn, láti fi (nkan) sípòmíràn

transfigure *[to transform]* is. láti pàrídà; láti pa ìrísí dà

transfix *[to make motionless]* is. láti dúró ṣanṣan; láti dúró ṣìì; **~** *[to fix in place by impaling]* is. láti gún (ẹranko) mọ́lẹ̀; **~** *[to hold motionless with fear]* is. láti múlẹ̀ró */mú ilẹ̀ dúró/*

transform *[to alter completely in nature or function]* is. láti yí (nkan) padà

transformation *[conversion, alteration]* or. àyípadà

transfuse *[to transfer a liquid by pouring from one vessel to another]* is. láti da (omi)

transfusion *[injection of blood into the bloodstream]* or. gbígba ẹ̀jẹ̀

transgress *[to break the law]* is. láti rúfin

translate *[explain, interpret]* is. láti tú; láti túmọ̀ *(tú ìmọ̀: expose a knowledge)*

translation *[act of translating]* or. ìtúmọ̀

translucent (to be ~) *[admitting light but not allowing a clear view]* is. láti rí bàrìbàrì

transmission *[act of transmitting]* or. ìtànjáde; **~** *[assembly of gears for changing speed]* or. àtòpọ̀ọ̀-jíà *(jíà: gears)*

transmit *[spread, convey]* is. láti tan nkan, láti tan (nkan) káàkiri; **~** *[to send from one place or person to another]* is. láti fi (nkan) ránṣẹ́

transmute *[to transform, to change in nature or form]* is. láti pẹ̀yàdà *(pa ẹ̀yà dà: to change from original form)*

transmutation *[transformation]* or. ìpẹ̀yàdà / pa ẹ̀yà dà /; **~** *[metamorphosis; successive change of form]* or. ipẹ̀gbẹ́dà; **~** *[change of shape]* or. ìpìrídà / pa bí ó ṣe rí dà /

transparent *[clear, can be seen through]* ep. afin; **~ (to be ~)** is. láti fín; to be ~ to red light: látifín sí itanná pupa; **~ material** *[allowing the passage of light]* or. afin

transplacental *[passing through the placenta]* ep. kíkọjá olóbi

transplant *[to uproot and plant in another place]* is. láti lọ́ (nkan), láti lẹ́ (nkan); ~ *[to transfer tissue or organ from one part to another]* is. lati lẹ́ (ìṣù-ara); ~**ed material** *[something transplanted]* or. ẹ̀lọ́

transport *[to carry from one place to another]* is láti gbé nkan kọjá; ~ or. ìgbèkọ́já; ~ *[vehicle used to transport]* or. ọkọ̀; ~ *[the act of transporting]* or. ìwọkọ̀

transportation *[the act of transporting]* or. gbigbèkọ́já, gbígbé nkan kọjá, igbékọjá; ~ *[the means of transporting]* or.ọkọ̀

transsexual *[one whose external sex has been altered by surgery]* or. apàrindà /a pa ìnrin dà/

transversal *[line intersecting a system of lines]* or. ìlà èlu (wo: àwọn ìlà àti ìlà-ìfà)

trap *[device for catching animals]* or. pa-npẹ́, tàkúté, pàkúté, ẹ̀bìtì

trapezium *[bone of the wrist]* or. eegun ọrùn-ọwọ́; ~ *[four sided figure of which no two sides are parallel]* or. oníhàmẹ́rin àìgún

trapezoid *[four-sided figure of which two sides are parallel]* or. oníhàmẹ́rin adápọgbà *(láti pọgbà: to be parallel)*

trauma *[injury, contusion]* or. èṣe, ọgbẹ́

travail *[strenuous mental or physical exertion]* or. iṣẹ́-àṣekára, làálàá; ~ *[childbirth, labor]* or. ìrọbí, rírọbí

travel *[to go from one place to another]* is. láti ràjò, láti rin ìrìn-àjò; láti lọ àjò; ~ *[the trip taken by a person]* or. ìrìn àjò

travel *[act of traveling]* is. láti rìnrìn-àjò, láti ràjò

traveler *[one who travels]* or. arìnrìn-àjò, aràjò

traverse *[to cross]* is. láti lu (nkan) já

travesty *[grotesque imitation]* or. ayédèrú, èké

tray *[flat container with a low rim]* or. ọpọ́n

treacherous *[deceptive; disloyal]* ep. ọ̀dàlẹ̀, ọlọ̀tẹ̀

tread *[to step on, walk on]* is. láti tẹ(ibì kan)

treason *[betrayal of one's country]* or. ọ̀tẹ̀, ìdalẹ̀, ìdìtẹ̀

treasure *[wealth]* or. ìṣúra

treat *[to give medical assistance to]* is. láti fún (ènìyàn) ní ìtọ́jú; láti tọ́jú (aláìsàn)

treatment *[care of an illness]* or. ìtọ́jú (fún aláisàn)

treaty *[a formal agreement between nations]* or. májẹ̀mún, àdéhùn

tree *[woody plant with a single main trunk]* or. igi

Trematoda *[flukes]* or. ẹ̀yà aràn oníkọ̀ /ìkọ́/

trematode *[fluke]* or. aràn oníkọ̀

tremble *[to quiver; to shake involuntarily]* is. láti gbọ̀n-rìrì
tremendous *[great, enormous]* ep. ọ̀pọ̀lọ́pọ̀,
tremor *[shiver, vibration]* or. ara gbígbọ̀n
trench *[long narrow excavation, a ditch]* or. yàrà
trend *[general inclination or direction]* or. àṣà
tri- *[three]* ir. -mẹ́ta
trial *[attempt]* or. igbìyanjú *(gbìyànjú: try)*; ~ *[hearing and examination of a case in a law court]* or. ìjẹ́jọ́, ìpèlẹ́jọ́, ìdánwò; ~ **and error** *[experimentation, heuristic technique]* or. dánkunwò
triangle *[three-sided figure]* or. onígunmẹ́ta, àádó
triangular *[pertaining to a triangle]* ep. aláàdó, aríbí-ààdo *(rí bí aàdo: shaped like a triangle)*
tribe *[a group of persons descended from a common ancestor]* or. agbo-ìran
tribulation *[great affliction or suffering]* or. wàhálà, ìpọ̀njú, aápọn
tribunal *[decision-making body]* or. ibi ìdájọ́
tribute *[acknowledgment of respect]* or. ìjúbà; **to pay ~ to** is. láti jubà
tricep *[muscle with three heads;]* or. iṣan olórímẹ́ta; ~ **branchii** *[large muscle at the back of the upper arm]* or. iṣan ẹ̀hìn òkè-apá
trichomoniasis *[infection of the vagina by the protozoan Trichomonas vaginalis]* or. àràn aranni l'óbò (àràn tàbí àrun)
trick *[deception, something done to cheat]* or. ẹ̀tàn, ọgbọ́n alúpàyídà, idán, ọgbọ́n àlùmọ̀-kọ́rọ́yí, àgàlàmànṣà; ~ *[to deceive]* is. láti tan (enìyàn), don't let them ~ you: máṣe jẹ́ kí wọ́n tàn ẹ́
trickle *[to flow in droplets]* is. láti kán; láti ṣan tẹ́rẹ́tẹ́rẹ́
tricuspid ep. olórí-ṣọnṣo mẹ́ta; ~ **tooth** or. ehín olórí-ṣọnṣo mẹ́ta; erìkì; ~ **valve** *[right atrioventricular valve]* or. ẹ̀kù aláwẹ́mẹ́ta *(ẹ̀kù: valve)*
triennial *[occurring every third year; lasting three years]* ep. ọlọ́dúnmẹ́ta
trigger (of a gun) or. okó-ìbọn, okóòbọn, apátí; ~ *[to initiate; precipitate]* is. láti ṣàkóso
trigonometric function *[functions derived from triangles]* or. ifà àádó *(ifà: function; aàdó: triangle)*
trigonometry *[science of measuring the sides and angles of triangles]* or. iṣírò igun-wíwọ̀n
trillion *[one thousand billions]* or. ọ̀kẹ́-èèrú, ọ̀kẹ́-èrú *(wo: ètò àwọn èèkà)*
trillionth *[reciprocal of a trillion, $1 \backslash 10^9$]* or. ìdá ọ̀kẹ́èru

trilogy *[a group of three related plays, novels etc.]* or. eré-mẹ́ta

trim *[to cut off small amounts in order to make neat]* is. láti gé etí (aṣọ); láti gé ẹsẹ̀ (aṣọ)

trimester *[one of three periods into which a pregnancy is divided]* or. ìdámẹta kan ìgbà oyún; **first ~** *[first day of last menstrual period to 12th week of gestation]*: ìgbà ọlẹ̀; **second ~** *[13th to 27th week of gestation]*: ìgbà ẹ̀dà; **third ~** *[28th week of gestation until delivery]*: ìgbà ọmọnú

trio *[group of three]* or. àwọn (ọ̀rẹ́) mẹ́ta

trip *[a journey]* or. ìrìn-àjò; **~** *[to stumble]* is. láti kọsẹ̀; **~** *[to cause to stumble]* is. láti k ọ́ (ènìyàn) lẹ́sẹ̀, láti fi ẹsẹ̀ kọ́ (ènìyàn)

tripe *[stomach lining of cows]* or. ṣàkì ifun-ẹran

triple *[to make three times as great, threefold]* ep. ẹléẹ́ta,onímẹ́ta, ẹléyọmẹ́ta; **~ bond** or. ilẹ̀ ẹléẹ́ta

triplet *[any of three children born from one pregnancy]* or. ibẹ́ta; **~** *[occurring in groups of three]* ep. oní mẹ́tamẹ́ta

tripod *[three-legged stool]* or. (ìjókòö) ẹlẹ́sẹ̀mẹ́ta

Tripoli *[the capital of Libya]* or. ìlu Trípólì

triumph *[to be victorious]* or. ìṣẹ́gun, ìborí

trivalent *[having a valence of three]* ep. oníkọ̀ mẹ́ta

trivial *[unimportant]* ep. àìtó-nkan; (ọ̀rọ̀) eré, (ọ̀rọ̀) àwàdà

trophy *[something used as a symbol for victory or success]* or. ife-ẹ̀yẹ, pákó-ẹ̀yẹ, páálí-ẹ̀yẹ

tropic *[region lying between the Tropics of Cancer and Capricorn]* or. ìta- oòrùn aye *(where the sun shines directly overhead: ibi tí oòrùn ti nta)*; **~ of Cancer** *[the northern parallel]* or. òkè ìta-oòrùn; **~ of Capricorn** *[the southern parallel]* or. odò ìta-oòrun

tropical *[pertaining to the tropics]* ep. ilẹ̀ ìta-oòrùn; **~ fruit** *[fruits available in the tropical regions of the earth]* or. eso ilẹ̀ ìta-oòrùn

tropics or. ibi ìta-oòrùn, ilẹ̀ ìta-oòrun

tropism *[reflex reaction of an organism to an external stimulus]* or. ìdarí; **geo~** *[response to gravity]* or. ìdarísílẹ̀; **helio~** *[response to sun]* or. ìdarísóòrùn; **photo~** *[response to light]* or. ìdarisi-ìtànna

trouble *[distress, perplexity, affliction]* or. aápọn, wàhálà

trounce *[beat, flog]* is. láti nan(ènìyàn); láti lu (ènìyàn) bolẹ̀

trousers *[garment covering the body from the waist to the ankles]* or. sòkòtò gbọọrọ

truant *[one who is absent from school without permission]* or. isá-nsá, asálé-ìwé

truce *[mutual agreement to suspend hostilities]* or. ìdáwọ́ ìjà dúró

truck *[large motor vehicle used for carrying loads]* or. ọkọ̀-akẹ́rù; ~ *[to transport by truck]* is. láti fọkọ̀kẹ́rù; ~ *[to drive a truck]* is. láti wakọ̀-akẹ́rù

true *[not false; consistent with fact]* ep. òótọ́, òtítọ́, òdodo

trunk *[the human body except for the head and limbs]* or. òpó-igi, ìtì-igi, òkùtù-ara (làìsí apá, orí, tàbi ẹsẹ̀); ~ *[the main stem of a tree]* or. òpó-igi; ~ *[large case for travelling]* or. àpótí-àjò

trust *[belief in the honesty and reliability of another person]* or. igbẹ́kẹ̀lé, igbọ́nkànlé; ~ *[to believe in, to have confidence in]* is. láti ní ìgbẹ́kẹ̀lé, láti gba (ènìyàn) gbọ́

truth *[established fact]* or. òótọ́, òtítọ́

try *[to make an attempt]* is. láti gbìyànjú; ~ *[to put to a test]* is. láti dán (ènìyàn) wò; ~ *[to put on a trial]* is. láti bá (ènìyàn) ṣẹjọ́

tsetse fly *[order Hymenoptera]* or. agbọ́n

tub *[bathtub]* or. ọpọ́n-ìwẹ̀, adagba-omi

tube *[pipe for fluids]* or. ìfun

tuberculosis *[TB, a wasting disease of the lungs]* or. jẹ̀dọ̀jẹ̀dọ̀

Tuesday *[the third day of the week]* or. ọjọ́ túsìdeè, ọjọ ìṣẹ́gun, ọjọkẹ́ta ọ̀sẹ̀

tuft *[bunch of hair, grass, feathers etc.]* or. òṣùṣù-irun, òṣùṣùu-koríko

tuition *[a payment for instruction]* or. owó-ẹ̀kọ́ (ní ilé-ìwé); owó-ìkọ́ni

tumid *[swollen, inflated]* ep. níni, oníkókó

tumor *[neoplasm, a swelling or enlargement]* or. ìṣù èèmọ̀; **a malignant** ~ or. akàn; **a benign** ~ or. lẹ́ẹ́rẹ́

tune *[to adjust]* is. láti mú (nkan) péjú; ~ *[a simple melody]* or. orin

tunic *[loose outer garment reaching to the knees]* or. aṣọ àwọ̀sókè; bùbá-okùnrin

Tunisia *[a country in North Africa]* or. Orílẹ̀ẹ̀ Tunísíà

tunnel *[underground passageway]* or. ọ̀nà àjà-ilẹ̀

turban *[Muslim headdress]* or. láwàní

turbid (to be ~) *[muddy, cloudy]* is. láti wò

turbidity *[level of cloudiness]* or. wíwò

turbulent *[disorderly; violently agitated]* ep. onírògbòdìyàn; onímọ̀dàrú

Turkey *[a country in western Asia and southeast Europe]* or. Orílẹ̀ẹ̀ Tọ́kì

turkey *[a large bird with brownish plumage and a bare head and neck] or. tòlótòló

Turkish [of or about Turkey] ep. Tọ̀kì, nípa Tọ̀kì

turmoil [disturbance; utter confusion] or. ìrúkè-rúdò, wàhálà

turn [to move around a center point] is. láti pòyì; láti yí (nkan) káàkiri; ~ [to bend, curve or twist] is. láti darí; láti wọ́; ~ [to change direction] is. láti yípadà; láti yí kurò (lọ́nà); ~ **against** [to betray] is. láti da (ọ̀rẹ́); ~ **down** [to reject] is. láti kọ (nkan); ~ **back** is. láti yípadà, láti padà; ~ **off** [to shut off] is. láti pa(rédíò, tẹlifíṣọ̀nù, abbl.); ~ **up the volume)** [to increase the volume] is. láti yí (ohùn) sókè; ~ **up** [to appear] is. láti jáde; ~ **out the light** [to put out] is. láti paná /pa iná/

turning point [the point at which there is a change in the direction of motion] or. ìbi ìdarí; ìbi àyípadà

turnover [the act of turning something over] or. ìyípadà

turn over [to place upside down] is. láti sorí (nkan) kọdò, láti yí padà

tusk [the long, curved tooth of the elephant] or. ehín-ẹrin

tutor [a teaching assistant in a university] or. olùkọ́, olùkọ́ni

tweezers [small pincers for handling little objects] or. èmú

twenty [the cardinal number 20] or. ìdìméjì, ogún

twice [two times] as. lẹ́ẹ̀méji, nígbàméji

twig [branchlet of a tree] or. ẹka-igi kékeré

twin [either of two children produced at the same birth] or. ìbéjì, èjìrẹ́

twine [strong cord made of twisted threads] or. okùn-ríran; ìrankùn

twinkle [to sparkle] is. láti ṣẹ́jú-tàn (lati ṣẹ́jú: to blink)

twitch [to move with a sudden jerk] is. láti sọ

two [the cardinal number 2] or. èjì, eéjì; ~ ep. méjì; ~ children or. ọmọ méjì

tympanic [pertaining to the tympanum] ep. awọ ilù-etí; ~ **cavity** [middle ear] or. àárín etí; ~ **membrane** [tympanum, myringa, eardrum] or. awọ ilù-etí

tympanum [eardrum] or. awọ ilù-etí

type [species] or. irú; different ~s: onírúurú, onírú irú; ~ [to typewrite] is. láti fèrọkọ̀wé

typhoid [typhoid fever, infection with the bacterium Salmonella typhi] or. ibàa jẹ̀funjẹ̀fun

typhus [typhus fever, infection caused by ricketssia] or. ibàa wórawóra

typical [characteristic, conforming to usual pattern] ep. àfiṣàpẹrẹ

(àpẹrẹ: *example*)

typify [*to serve as a typical example of*] is. láti jẹ́ àpẹrẹ

tyranny [*absolute power unjustly administered; despotism*] or. ìjọba onípá; ìjọba tipá-tipá

tyrant [*despot; cruel, unjust ruler*] or. afìpá-ṣẹ̀jọba

tyro [*novice, beginner*] or. aṣẹ̀ṣẹ̀bẹ̀rẹ̀, ọ̀gbèrì

U

ubiquitous *[being everywhere at the same time]* ep. arínú-róde, agbénú-gbóde

udder *[the milk-secreting organs of cows, goats etc.]* or. ọmú ẹranko

udometer *[rain gauge]* or. awọn-òjò, òsùwọn-òjò

udometry *[measurement of rainfall with a udometer]* or. òjò wíwọn

Uganda *[a country in East Africa]* or. Orílẹ̀ẹ̀ Yùgá-ndà

uglify *[to make ugly]* is. láti fàbùkù kan(nkan)

ugly *[offensive, repulsive]* ep. òbùr ẹ́wà; ~ **woman** or. òbùrẹ́wà obìnrin

ugliness *[the state of being ugly]* ep. ìbùrẹ́wà

ulcer *[any inflamed lesion]* or. ọgbẹ́, egbò; **stomach** ~: ọgbẹ́ inú

ulcerate *[to become an ulcer]* is. láti degbò

ulceration *[the process or state of being ulcerated]* or. ìsọdegbò

ulcerative *[pertaining to ulceration]* ep. elégbò

ulna *[the larger of the two lower arm bones]* or. eegun isalẹ̀-apá nlá; ~ **artery** or. ìṣàn-àlọ apá

ulterior *[lying beyond]* ep. lápá ẹ̀hìn

ultimate *[last]* ep. igbẹ̀hìn, ìkẹ́hìn

ultimately as. nígbẹ̀hìn, igbẹ̀hìn-gbẹ́hín, ní- kẹ́hìn

ultra- *[beyond; excess]* ir. kọjá-, rékọjá-; ~**violet** *[beyond the visible spectrum at its violet end]* or. àwọ arékọjá-osùn

ultracentrifuge *[capable of producing centrifugal force more than 100,000 times gravity]* or. ẹ̀rọ -ìfi alágbára

ultra vires *[beyond authority]* as. íkọjá àṣẹ

ululate *[to lament loudly]* is. láti pohùnréré ẹkún

umbilical *[like a navel]* ep. aríbí-olóbi; ~ **cord** *[connection between the fetus and the placenta]* or. olóbi, iwọ́

umbilicus *[navel, omphalus]* or. idodo

umbra *[shade, shadow]* or. òjìji

umbrage *[offense, resentment]* or. ìbínún, ìrínilára

umbrella *[a screen for protecting against the sun or rain]* or. agboòrùn; agbòjò, agbèji

umpire *[someone chosen to render a decision]* or. onígbéjó, adájó

unabashed *[being without shame]* ep. aláìnítìjú, aláìlójúti

unanimity *[being unanimous]* or. àpapọ̀

unanimous *[agreeing completely]* ep. olóhùnkan, alápapọ̀

unarmed (to be ~) *[having no weapons]* is. láti ṣaláiléwu

uncircumcised *[not circumcised]* ep. aláìkọlà, aláìdábẹ́; ~ **penis** *[penis with the foreskin present]* or. atọtọ

unconscious (to be ~) *[to be deprived of consciousness]* is. láti dákú

unction *[ointment]* or. òrí

unctuous *[greasy, oily]* ep. aṣepo, elépo; ~ *[ingratiating in a phony way]* ep. ẹlẹ́tan

underdeveloped *[premature]* ep. àìgbó, àìpọ́jọ́, àìpásìkò

undernutrition *[inadequate nutrition]* or. ìjẹ̀ẹ̀mu àìtó/ìjẹ àti ìmu àìtó/

underside *[underpart, bottom]* or. abẹ́

understand *[to perceive the meaning of]* is. láti lóye (nkan); I ~: ó yé mi

underweight *[weighing less than normal]* or. aláìlórìntó, aláìwúwotó

undescended testis *[cryptochidism]* or. àìrò ẹpọ̀n

undiluted *[not diluted]* ep. ògìdì; ~ **palm wine** or. ògìdì ẹmu

unearned *[not earned by work or service]* ep, aláìṣiṣẹ́fún, aláìjìyàfún; ~ **profit** or. ìfà

unfertile *[not fertile]* ep. òbu; ~ **egg** or. òbu-ẹyin

unguis *[nail, claw]* or. èékan

uni- *[one]* ir. -kan

unicellular *[consisting of only one cell]* ep. onípádi kan *(pádi: cell)*; ~ **organism** or. èyà onípádikan, oníyè onípádikan

unilateral *[of or affecting one side only]* ep. apákan; ~ **paralysis** or. rírọ l' apá-ara kan

union *[the state of being united]* or. ìgbìmọ̀; ~: ìparapọ̀, a labor ~: ìgbìmọ̀ àwọn oníṣẹ́ọwọ́

uniparous ep. abímọkọ̀ọ̀kan *(bi ọmọ kọ̀ọ̀kan: bring forth offspring one at a time)*

unisexual *[having only one sex, not hermaphroditic]* ep. onírinkan /oní ìrin kan/

unit *[one of anything]* or. ẹyọ, ẹyọ kan; ~ *[the smallest whole number, one]* or. ìkan, oókan; ~ **of measurement** or. ìdíwọ̀n *(ìdá ìwọ̀n: divisions of measurement)*

unitarian *[composed of a single unit]* ep. ẹlẹ́yọkan

United Kingdom, the *[Great Britain and Northern Ireland]* or. Àparapọ̀ àwọn ìjọba ti Gẹ̀ẹ́sì

United Nations, the (UNO) or. ìgbìmọ̀ gbogbogbòo orílẹ̀-èdè àgbáyé

United States (of America), the *[a country in North America]* or. Amẹ́ríkà, Àparapọ̀ àwọn ìpínlẹ̀ l' Ámẹ́ríkà, Orílẹ̀ Amẹ́ríkà

univalent *[monovalent]* ep. oníkǫkan *(oní-ìkǫ́ kan: possessing a single hook)*

universal *[present or occurring everywhere]* ep. akáríayé; ~ **(to be ~)** is. láti káríayé *(ká orí ayé: encompassing the universe)*

universe *[cosmos]* or. èdùmarè, òdùmarè *(Olódùmarè: owner of the universe, God)*

university *[an educational institution of the highest level]* or. ilé-ẹ̀kọ̀ gíga, yunifásitì

unknown *[not known]* ep. àjèjì, tuntun; ~ **phenomenon** *[strange phenomenon]* or. àjèjì, àrè

unless *[except that, except when]* ak. àfi, àyàfi

unpolluted *[untainted, not polluted]* ep. àìlábàwǫ́n *(àbàwǫ́n: stain)*

unsaturated ep. àìtógìdì /àìto ògidì/; ~ **solution** or. àpòpọ̀ àìtógìdì

unsex *[to castrate, deprive of sexual character]* is. láti ya (ẹranko)

untainted *[unpolluted]* ep. àìlábàwǫ́n, àlà; ~ **materials** or. àwọn aláìlábàwǫ́n

unwedded lover *[mistress]* or. àlè

unwell (to be ~) *[sick, ill, indisposed]* is. láti ṣàmǫ́di; láti ṣàìsàn

up *[top; to a higher position]* as. òkè, lókè; ~ **(to be ~)** *[in a higher position]* is. láti wà lókè; ~ **(to be ~)** *[to be awake]* is. láti wà ní àìsùn, láti jí tẹ́lẹ̀; ~ **against** *[to be confronted with]* is. láti kan wàhálà; láti wọ ìjǫngbọ̀n; ~ **and doing** *[busy, active]* is. láti gbádùn; láti ṣaláíráyè; ~ **for** *[to be considered for]* is. láti ní ìrètí fún (ipò kan); ~ **to** *[occupied with]* is. láti kún fún (iṣẹ); ~ **to** *[as much or as many as]* is. láti tóye, láti tó (iye kan), they were up to six people: wǫ́n tó àwọn mẹ́fà

upbraid *[to scold for wrongdoing]* is. láti bá (ènìyàn) wí

upbringing *[rearing, bringing up]* or. ìtǫ́dàgbà

update *[conform to recent facts]* is. láti mú (nkan) tékò /tó èkò/

upgrade *[to raise to a higher grade]* is. láti mú (nkan) jǫjú; láti gbé (nkan) ga

upgrowth *[development]* or. ìdàgbàsókè

upheaval *[violent change in affairs]* or. rògbòdìyàn, hílàhílo

uphill *[passing to a higher level]* ep. apá-òkè; ~ as. lápá-òkè

uphold *[to support; to keep from falling]* is. láti di (nkan) mú; láti mú (nkan) dúró; ~ *[to give moral or spiritual support to]* is. láti jẹ́ alátìlẹ́hìn fún (ènìyàn)

upkeep *[maintenance]* or. ìtǫ́jú

uplift *[elevate, raise to a higher level]* is. láti gbé (nkan) ga; láti gbé (nkan) lárugẹ

upper *[higher in place]* ep. apá-òkè; ~**case capital letters** or. ábídí nlá; ~ **jawbone** *[maxilla]* or. eegun ẹ̀rẹ̀kẹ́

upper class *[social class above the middle class]* or. àwọn ènìyàn pàtàkì; àwọn onílè *(middle class: àwọn oníṣẹ́-ọwọ́; àwọn ayálégbé; lower class: àwọn mèkúnnù)*

upright *[in a vertical position]* ep. òòró; ~ *[honest, just, honorable]* ep, olódodo, olótìẹ́ tọ́

uprise *[to get up]* is. láti tají; láti dìde

uprising *[a revolt]* or. rògbòdìyàn, ìdàrú, ìrúlũ /rú ìlú/

uproar *[commotion; violent disturbance]* or. aruwo, òkìkí,ìrúkèrúdò

uproot *[to pull up by the roots]* is. láti fa(ìgi) tu (ti gbòngbò-ti gbòngbò); ~ *[to eradicate, to destroy completely]* is. láti pa (nkan) rẹ́ pátápátá, láti fòpin sí (nkan)

ups and downs *[changes in fortune]* or. ìgbòkègbodò

upset *[to disturb the course of]* is. láti mú ki inú bí (ènìyàn); láti da (ènìyàn) láàmú

upside-down (to be ~) *[in confusion]* is. láti soríkodò

upstanding *[upright, honest]* ep. olótìẹ́ tọ́, olódodo

upward *[towards a higher position]* as. sokè, sápá-òkè

uragogue *[diuretic]* or. ẹ̀là amúnitọ̀

urban *[comprising of a city or a town]* ep. ti ọ̀làjú

urbane *[polished in manner]* ep. agbáfẹ́, onífáàrí

urbanize *[to change a place into a city]* is. láti sọ́ (abúlé) dìlú

ureter *[tube that carries urine from the kidney to the bladder]* or. ìfun-ìtọ̀

ureteritis *[inflammation of the ureter]* or. ìfun-ìtọ̀ wíwú

urethra *[canal through which urine is discharged]* or. ọnà-ìtọ̀

urethritis *[inflammation of the urethra]* or. ọnà-ìtọ̀ wíwú

urgency *[need for haste]* or. ìkánjú, kánjú-kánjú

urgent *[calling for haste]* ep. kánjúkánjú, àyá-raṣe, imúraṣé, kíákíá

urinal *[container into which one urinates]* or. ilé-ìtọ̀, póò

urinalysis *[analyses of urine samples]* or. ìyanjú ẹ̀là inú-ìtọ̀

urinary *[pertaining to urine]* ep. nípa ìtọ̀; ti ìtọ̀; ~ **bladder** or. àpò-ìtọ̀; ~ **tract** or. èyàa títọ̀ ara; ~ **tract infection** or. ìkarùn èyàa titọ̀-ara

urinate *[to discharge urine from the body, micturate]* is. láti tọ̀

urination *[micturition]* or. títọ̀

urine *[the yellowish liquid excreted from the kidneys]* or. ìtọ̀

urogenital *[pertaining to the urinary and genital organs]* ep. èyàa tìtọ̀ àt'inrin ara

urology [science of urinogenital diseases] or. èkọ́ nípa ẹ̀yàa títọ̀-ara

urometer [instrument for measuring the specific gravity of urine] or. òṣùwọ̀n ọ̀rìn-ìtọ̀; awọ̀n-rìn ìtọ̀ (ọ̀rìn: density)

urticaria [nettle rash, hives] or. ẹ̀gbẹ̀sì

us [the objective case of we] ap. wa, he gave ~ some money: ó fún wa l'ówó

usage [way of using something] or. èlò, lílò

use [to put into action] is. láti lo (nkan); ~ [benefit] or. à-nfàní, láárí; ~ [function] or. ìlò

useful [has an advantage or benefit] ep. alá-nfàní, elérè, oníláárí

useless [having no use] ep. aláìníláárí, aláìlà-nfàní, lásán

usual [habitual, common] ep. aláìyàtọ̀, ṣá; èníyàn kan ṣá

usually [normally, generally] as. nígbàgbogbo, nígbàkígbà, nígbàkúgbà

usurp [to hold in possession by force] is. láti fipá gba (nkan)

usurpation [unlawful seizure of a throne] or. ìjọba àfipágbà

utensil [instrument, tool, implement] or. irin-ṣẹ́, irin iṣẹ́, ohun-èlò

uteralgia [uterine pain] or. ilé-ọmọnú dídùn

uterine [pertaining to the uterus] ep. ilé-ọmọnú

uterus [womb] or. ilé-ọmọnún; ~ **wall** or. ẹ̀gbẹ̀ẹ̀gbẹ ilé-ọmọnú

utmost [farthest] ep. ìpẹ̀kun, ìparí, òpin, pàtàkì

utopia [imaginary place with perfect system of living] or. kése

utter [to express] is. láti ṣàlàyé, láti wí (tẹni); ~ [absolute] ep. pátápáta, gbáà, gidi, an ~ fool: ọ̀bọ pátápáta

uvula [cion, staphyle] of. ẹṣẹ́ ọ̀nà-ọ̀fun

uvulitis [inflammation of the uvula] or. ẹṣẹ́ ọ̀nà-ọ̀fun wíwú

uvulotomy [amputation of the uvula] or. ẹṣẹ́ ọ̀nà-ọ̀fun gígékúrò

uxorial [pertaining to a wife] ep. nípa aya; t'aya, t'ìyàwó

uxoricide [murder of a wife by the husband] or. ìpaya-ẹni

V

vacancy *[empty space, void]* or. àfo, kòròfo, àyè

vacant (to be ~) *[not occupied; empty]* is. láti ṣófo, láti láye

vacate *[to make vacant]* is. láti fi àyè (ibì kan) sílẹ̀; láti ṣí kúrò

vacation *[period of rest from work]* or. igbà ìsimi (lẹ́nu iṣẹ́); fakéṣàn

vaccinate *[to inoculate]* is. láti gba òkí, láti gba àjẹsára(òkí: immunity)

vaccinated (to get ~) is. láti gba abẹ́rẹ́ àjẹsára, láti gba abẹ́rẹ́ òkí, láti bupá

vaccination *[immunization]* or. gbígba abẹ́rẹ́ àjẹsára, gbígba abẹ́rẹ́ òkí, ìbupá

vaccine *[a preparation of dead microorganisms introduced into the body to produce immunity]* or. àjẹsára, òkí

vacuity *[empty space]* or. òfúrufú

vacuous *[dull, inane]* ep. aláìlópọlọ

vacuum *[space with little or no air content]* or. kòròfo; **~ cleaner** *[appliance used for cleaning]* or. irinṣẹ́ igbálẹ̀

vagabond *[wandering, homeless]* or. aláìnílé, alárìnkiri

vagina *[the canal leading from the uterus to the vulva in female mammals]* or. òbò; **~l cancer** or. akàn òbò

vaginitis *[inflammation of the vagina; colpitis]* or. òbò wíwú

vagrant *[jobless person, wandering from place to place]* or. alárìnkiri

vague *[not clear, not definite]* ep. aláìdánilójú, aláìdájú, arúnilójú

vain *[of no real value; worthless]* ep. asán, aláìwúlò; in ~: lásán

vainglorious *[boastful]* ep. onífáàrí, aṣègbé-raga

valentine *[sweetheart]* or. olólùfẹ́

valet *[male servant]* or. ìránṣẹ́kùnrin

valiant *[brave, heroic]* ep. akínkanjú, akọni

valid *[having legal force]* ep. afẹsẹ̀múlẹ̀, afidímúlẹ̀, amúnádóko, aláṣẹ

validate *[to make legally valid]* is. láti fàṣẹ sí (nkan)

valley *[long depression between two mountains or hills]* or. àfo, àfonífòjì

valor *[heroism, prowess]* or. ìwà-akọni, ìwà akíkanjú

value *[amount of a substance]* or. iye, oye; ~ or. iyì, iyì-ara

valuable *[having money value]* ep. oníyelórí, olówólórí

valuate *[appraise]* is. láti díyelé (ọjà)

valve *[a gate that regulates the flow of a liquid in a channel]* or. ẹ̀kù, ẹ̀kù-ara

valvular *[having the function or form of a valve]* ep. ẹ̀lẹ́kù *(oní ẹ̀kù; ẹ̀kù: valve)*

valvulitis *[inflammation of a valve]* or. ẹ̀kù-ara wíwú

van *[enclosed wagon for moving goods]* or. ọkọ̀ akẹ̀rù-ọjà

vandal *[one who willfully destroys property]* or. àpà

vandalism *[malicious destruction of property]* or. iwà àpà

vane *[device for showing the direction of wind]* or. ẹ̀rọ ìwọ̀n-pa afẹ́fẹ́ *(wọn ipa: measure the direction of the wind)*

vanguard *[forefront of a movement]* or. àwọn akọgun

vanish *[disappear completely]* is. láti parẹ́

vanity *[something that is vain]* or. asán lórí asán

vanquish *[to gain mastery over]* is. láti ṣẹ́gun (ọ̀tá); láti borí (eléniní)

vapor *[gaseous state of a substance]* or. afẹ́, èéru *(nkan tó nru: thing that brings forth vapor)*; **water** ~: ikúùkù; ~ **density** or. ọ̀rìn afẹ́; ~ **pressure** or. ìtì afẹ́

vaporize *[to turn into vapor]* is. láti fẹ́ nkan

variable *[quantity that assumes a succession of values]* or. ìfà, oníyepúpọ̀

varicolored *[variegated; having various colors]* ep. aláwọ̀-àràbarà; oníruúrú-àwọ̀

varicose *[abnormally swollen]* ep. (iṣu-ara) wíwú; ~ **vein** or. iṣọ̀n-ara wíwú

varied *[having many types]* ep. oníruúrú, oríṣiríṣi

variety *[absence of monotony; diversity]* or. oníruúrú, oríṣiríṣi; ~ *[type]* or. oríṣi, irú

variola *[smallpox]* or. ṣọpọ̀ná, ṣáṣá

various *[of differing kinds]* ep. oríṣiríṣi, oníruúrú

varnish *[oil-based liquid used to produce a shining coat on a surface]* or. òróró ìpara-igi

vary *[alter, change]* is. láti yí (nkan) padà, láti pa (nkan) dà

vascular *[composed of vessels]* ep. onísàn; *(vaso-: ìṣàn-)*; ~ **(to be)** ~ is. láti nìṣàn; ~ **plant** or. igi onìṣàn *(ìṣọ̀n: vessels)*; ~ **bundle** or. idì ìṣàn-igi; ~ **system** *[venation]* or. ètò ìṣàn-igi; ~ **tissue** or. iṣù ìṣàn

vas deferens *[duct that conveys sperm from the testicles to the ejaculatory duct of the penis]* or. ifun àtọ̀

vasectomy *[surgical removal of part of or all of the vas deferens]* or. ifun-àtọ̀ gígékúrò

vasodilation [dilation of blood vessels] or. ìṣàn ṣíṣọ̀, ìṣọ̀ṣàn
vasoconstriction [vessel constriction] or. ìṣàn fífún, ìfúnṣàn
vasoconstrictor [nerve or drug that causes constriction of the vessels] or. afúnṣàn (afún ìṣàn)
vasoconstricting ep. afúnṣọ̀n, t'afúnṣọ̀n; ~ **drug** or. oògùn afúnṣọ̀n; ~ **nerve** or. ẹ̀sọ afúnṣàn (nerve responsible for blood vessel constriction)
vasodilator [nerve or drug that causes dilation of the vessels] or. aṣọ̀ṣàn (ṣọ̀ ìṣàn: dilate the vessel)
vasodilating ep. aṣọ̀ṣàn, t' aṣọ̀ṣàn; ~ **drug** or. oògùn aṣọ̀ṣàn; ~ **nerve** or. ẹ̀sọ aṣọ̀ṣàn (nerve responsible for blood vessel dilation)
Vatican, the [the papal palace] or. ààfin Póòpù, Fátíkànù
vault [to leap vigorously] is. láti fo (nkan) kọjá; ~ [a burial chamber] or. isà-òkú; ~ [an arched structure] or. ìsálú
vault [a room for the safekeeping of valuable items] or. ilé ìṣúra
vaunt [to brag] is. láti ṣègbéraga; láti gbéraga
veal [meat of a calf] or. ẹran ọmọ-màlúù
vector [quantity specified by magnitude and direction] or. iye onípa (ipa: direction)
vegetable [herbaceous plant] or. ewéko, ewébẹ̀, ẹ̀fọ́
vegetal [pertaining to plants] ep. nípa ewéko
vegetarian [a person who eats no animal products] or. aláìjẹran, ajẹpápá; ~ [of vegetarians] ep. aláìjẹran; t' aláìjẹran
vegetate [to live a passive existence] is. láti yọ̀lẹ kalẹ̀/ya ọ̀lẹ/; ~ [to grow as a plant] is. láti hù
vegetation [plant life in general] or. ìgbésí ayé àwọn ẹ̀gbìn
vegetative [having the power to grow] ep. ti híhù (àwọn ẹ̀gbìn)
vehicle [agent for carrying something] or. ọkọ̀, motor ~: ọkọ̀ọ̀ mọ́tò, mọ́tò (ọkọ̀ ayọ́kẹ́lẹ́: motor car, sedan; ọkọ̀ akérò: passenger bus)
veil [material used to cover the head or face] or. ìbojú, ìborí; ~ [to cover with a veil, to conceal] is. láti bojú, láti borí /bo orí/, láti bo (nkan)
vein [vessel carrying blood to the heart] or. ìṣàn àbọ̀
velocity [rate of change in position] or. eré tààrà; ìyásí ìpapòdà; dídà ipò
venation [vascular system of plants or insect wings] or. ètò-ìṣàn igi, ètò-ìṣàn ara ìyẹ́
vend [to sell as a hawker] is. láti kiri ọjà
vendor [one who vends] or. akiri-ọjà, atajà
venerable [deserving to be respected] ep. ọlọ́wọ̀, oníyì; ~ or. ẹni-

ọ̀wọ̀; ẹni-iyì

venereal [having to do with sexual intercourse] ep. ìbánisùn,
ìbálòpọ̀; ~ **disease** [sexually transmitted disease] or. àrùn ìrin
(ìrin: sexual organ)

Venezuela [a country in northern South America] or. Orílẹ̀ẹ̀
Fẹnẹsuẹ́là

vengeance [retribution] or. ẹ̀san

venial [excusable] ep. ṣíṣeédáríjì

venom [poison, toxin] or. oró

venomous [toxic, poisonous] ep. olóró; ~ **(to be ~)** is. láti lóró, láti
jẹ́ olóró, ~ snake: ejò olóró

venous ep. oníṣọ̀n (oní ìṣọ̀n: having numerous veins); ~ **blood** or.
ẹ̀jẹ̀ àbọ̀; ~ **pressure** or. ìtì ẹ̀jẹ̀-àbọ̀ (ìtì: pressure)

vent [expel, discharge] is. láti tu sóde, láti ru, to ~ anger: láti
bínú, láti runú/ru inú/

ventral [pertaining to the belly] ep. nípa ikùn, abẹ́nú; ~
[abdominal] ep. ikù, ikùn, abẹ́nú /abẹ́ inú/; ~ **fin** or. àjẹ̀
abẹ́nú

ventricle or. ìyẹ̀wù-odò ọkàn (ìyẹ̀wù: cavity); **right** ~: ìyẹ̀wù-odò
ọ̀tún; **left** ~: ìyẹ̀wù-odò òsì (atrium: ìyẹ̀wù-òkè ọkàn)

ventrosity [corpulence; having an enlarged belly] or. íkùn-nlá

venture [undertaking involving risk] is. láti dáb'à, láti dá (nkan)
láṣà

venule [tiny vein] or. ìṣàn-kékeré

Venus [the second planet from the sun] or. Àgùàlà, ajá òṣùpá

veracious [truthful, honest] ep. olótì tọ́,olódodo

veracity [truthfulness, accuracy] or. òtítọ́, òdodo

veranda [porch] or. ọ̀dẹ̀dẹ̀

verb or. ẹ̀ka-ọ̀rọ̀ iṣe (ẹ̀kà-ọ̀rọ̀: part of a sentence; ọ̀rọ̀: sentence)

verbal [oral, not written] ep. aláìlákọsílẹ̀; ~ **noun** [noun derived
from a verb or from some activity] or. ẹ̀ka-ọ̀rọ̀ orúkọ àtiṣewá

verbatim [in exact words] as. gẹ́gẹ́bí a ṣe sọ́

verbose (to be ~) [wordy, prolix] is. láti sọ̀rọ̀ àsọjù

verdict [decision, judgment] or. ìdájọ́

verge [edge, brink] or. bèbè, bẹ̀rẹ́bẹ̀rẹ́, ògùn

verify [to establish the accuracy of] is. láti mọ̀dájú; láti mòótọ́
(ọ̀rọ̀)

veritable [genuine, actual] ep. olóòtọ́, gaan

vermicide [agent that kills intestinal worms] or. ẹ̀là aparàn;
oògùn aràn (ẹ̀là: chemical)

vermifuge [anthelmintic, vermicide] or. oògùn aràn, ẹ̀là aparàn

vermiphobia *[abnormal fear of being infested with worms]* or. ìbẹ̀rùbojo aràn

vermin *[worm; small destructive animal]* or. aràn; kòkòrò arínilára

vernacular *[normal spoken form of a language]* or. èdè-àbínimọ́; èdè-ẹni

versatile *[having many aptitudes]* ep. ẹlẹ́bùn-púpọ̀; ~ *[having many uses]* ep. onílò-púpọ̀

verse *[a divisions of a chapter]* or. ẹsẹ, ẹsẹ-ìwé, Bible; chapter 4, ~ 3: orí ìkẹ́rin, ese ìkẹ́ta; ~ *[a line or stanza in a poem]* or. ìla ìwì

version *[translation]* or. ìtúmọ̀ sí (èdè) kan; ìkọlédèe (Yorùbá); ~ *[an account from a particular point of view]* or. ojú-ìwòye (tẹni)

versus *[against]* ip. fìgagbága pẹ̀lú, ìdíje; Nigeria ~ Gánà; ìdíje Nàìjíríà oun Gánà

vertebra *[one of the bones of the spinal column]* or. eegun ẹ̀hìn

vertebral ep. eegun ẹ̀hìn, t'eegun ẹ̀hìn; ~ **column** *[backbone, rachis, spinal column]* or. ọpá ẹ̀hìn; ~ **ribs** *[floating ribs; the lower two ribs]* or. ẹ̀fọn-ìhà ìsàlẹ̀ méjì

Vertebrata *[Craniata, Chordata]* or. agbo-ẹ̀yà ọlọ́pǎ-ẹ̀hìn

vertebrate *[any of a group of animals having a backbone]* or. ẹranko ọlọ́pǎ-ẹ̀hìn f.a. ẹyẹ, ewúrẹ́, ẹja abb.; ~ *[of or belonging to the vertebrates]* ep. nípa (ẹranko) ọlọ́pǎ-ẹ̀hìn

vertex *[highest point; top; summit]* or. ògógóró, ìbi-ṣọ́nṣó

vertical *[perpendicular, upright]* ep. òòró, idúró; ~ **axis** or. ọ̀nà òòró, ìlà idúró; ~ **line** or. ìlà òòró; ~ **matrix** *[column matrix]* or. ètò òòró

vertigo *[dizziness, lightheadedness]* or. òyì-ojú

very *[truly, in actual fact]* ep. gidi, gaan, that is the ~ book that I want: ìwé gaan tí mo fẹ́ nìyẹn; ~ *[extremely]* as. púpọ̀, lọ́pọ̀lọ́pọ̀, rárá, it is ~ good: ó dára púpọ̀; it is ~ bad: kò dára rárá

vesica *[bladder]* or. àpò-ara

vesicle *[small sac or bladder containing fluid]* or. àpò-ara kékeré

vesicocele *[cystocele; hernia of the bladder into the vagina]* or. kúnú obìnrin

vesiculitis *[inflammation of a vesicle]* or. àpò-ara gbígbiníkún

vessel *[vas, duct, canal]* or. ìṣàn; ìṣàn-ara; ~ *[receptacle]* or. abọ́; ~ *[ship]* or. ọkọ̀ ojú-omi

vest *[to place in discretion of somebody]* is. láti fun (ènìyàn) láṣẹ (láti ṣe nkan)

vestal *[chaste woman]* or. obìnrin aláìmọ-kùnrin

veteran *[person of long experience]* or. ọ̀gbó, ọ̀gbólógbõ

veterinarian *[one trained to practice veterinary medicine, a vet]* or. oníṣẹ̀gùn ẹranko

veto *[power vested in a person to forbid another from proceeding with a project]* or. àṣẹ, ìgbàṣẹ; ~ *[to forbid, to prohibit]* is. láti fàṣẹ gbé (nkan); láti fàṣẹ dá (nkan) dúró

vex *[to irritate, to annoy]* is. láti bi (ènìyàn) nínú; láti mú kí inú bí (ènìyàn)

vexation *[act of vexing, irritation]* or. ìrínilára, ìbani-nínújẹ́

via *[by way of]* ip. láti ipa

viability *[ability to live]* or. yíyè; ~ *[feasibility]* or. ìṣeéṣe

viable (to be ~) *[capable of living]* is. láti leè yè; ~ *[feasible]* ep. ṣíṣeéṣe

vial *[small glass bottle for liquid]* or. ìgò kékeré; ajenje

vibrant (to be ~) *[pulsating with vigor]* is. láti lẹ̀mí; láti lókunlára

vibrate *[resonate, quiver, oscillate]* is. láti gbọ̀n

vibration *[oscillation]* or. ẹ̀gbọ̀n, gbígbọ̀n

vibrator *[vibrating object]* or. agbọ̀n

vibrio *[a comma shaped bacterium]* or. alámọ̀ kíká *(alámọ: bacteria)*

vice *[moral fault; blemish]* or. ìbi, àbùkù; ~ *[in the place of, deputy]* ep. adelé, aṣojú, ~ president: aṣojú alákõso; ~ **versa** *[conversely]* as. bẹ́ẹ̀lórí ládàkéjì

vicinity *[neighborhood]* or. àgbèègbè, sàkání, in the ~ of: ní sàkání, ní àgbèègbè

vicious *[wicked, depraved]* ep. ọ̀ṣìkà, ìkà, oníwà-búburú

victim *[person injured or killed by an outside force]* or. afarapa, afaraṣẹ̀ṣe; a ~ of cancer

victimize *[to make a victim of]* is. láti fìyà jẹ (ènìyàn), láti jẹ (ènìyàn) níyà

victor *[winner]* or. aṣẹ́gun, ajagun-ṣẹ́gun

victorious *[having won a victory]* ep. aṣẹ́gun

victory *[achievement of mastery]* or. ìṣẹ́gun, ìborí

vie *[contend, struggle for superiority]* is. láti du (oyè); láti fìgagbága

Vienna *[the capital of Austria]* or. Orílẹ̀ẹ̀ Fíẹ̀nà

Vietnam *[a country in southeastern Asia]* or. Orílẹ̀ẹ̀ Fíẹ́tínààmù

view *[picture of a scene]* or. ìwòye; ~ *[to examine mentally]* is. láti wòye; ~ *[opinion]* or. oju-iwoye, èrò, ọkàn, in my ~: l'ọ́kan tèmi; we have different ~s: èròo wa ò papọ̀

viewpoint *[position from which something is considered]* or. ojú ìwòye

vigil *[wakefulness]* or. àìsùn, to keep ~: láti ṣe àìsùn

vigor *[strength of body and mind]* or. okun-ara; agbára, ìlera
vigorous (to be ~) *[having vigor]* is. láti lókunlára; láti lágbára
vile *[morally despicable]* ep. arínilára, búburú-jayìn
vilify *[slander, calumniate]* is. láti ṣáátá; láti ba(ènìyàn) lórúkojẹ́
village *[settlement that is smaller than a town]* or. abúlé, ìletò
villager *[inhabitant of a village]* or. ará abúlé; ará ìletò
villain *[scoundrel, wicked person, criminal]* or. ènìyàn búburú;
  ọ̀dáràn, arúfin
villus *[hairlike vascular process of the small intestine]* or. ṣàkì ìfun
vindicate *[to clear from an accusation, to exonerate]* is. láti da
  (ènìyàn) láre
vindicated (to be ~) *[exonerated]* is. láti gba ìdaláre
vindictive (to be ~) *[disposed to revenge]* ep. láti lẹ́mǐ àìforíjìn;
  láti lẹ́mǐ ìgbẹ̀san
vinegar *[sour liquid obtained by fermentation]* or. ẹkan-ìdíbà
vineyard *[field of grapevines]* or. ọgbà àjàrà
violate *[disregard a rule or law]* is. láti rúfin, láti kọ ẹ̀hìn sí òfin
violation *[transgression, breach]* or. ìlùfin, èèwọ̀
violence *[use of force to abuse or damage]* or. ìwà-ipá, ìwàa-
  jàgídíjàgan
violet *[a bluish-purple color]* or. àwọ̀ aro
VIP *[very important person]* or. awọn ènìyàn jà-nkànjà-nkàn;
  ènìyàn pàtàkì; ẹni-ọ̀wọ̀
viper *[venomous snake]* or. paramọ́lẹ̀, paamọ́lẹ̀
viral *[pertaining to a virus]* ep. ọlójẹ̀; ~ **disease** or. àrùn ọlójẹ; ~
  illness or. àrùn ọlójẹ̀; ~ **infection** or. ìkárùn ọlójẹ̀; ~
  pneumonia or. àrùn ọlójẹ̀ ẹdọ̀fóró
virgin *[person who has not had sexual intercourse]* or. wúndíá; ~
  [free from stain] ep. àtun, àìlábàwọ́n
virginal *[pertaining to a virgin]* ep. nípa àwọn wúndíá
virginity *[the state of being a virgin; chastity]* or. wúndíá, ipòo
  wúndíá
virile *[having the qualities of a man]* ep. ṣíṣọ-kùnrin
virologist *[a specialist in virology]* or. akẹ́kọ̀ ọlójẹ̀
virology *[science dealing with viruses]* or. ẹ̀kọ́ ọlójẹ̀, ẹ̀kọ́ àìsàn
  ọlójẹ̀
virtue *[moral excellence]* or. ẹ̀tọ́
virtuous *[having moral virtue]* ep. ẹlẹ́tọ̀
virus *[submicroscopic agents having a coat of protein around a
  core of DNA or RNA]* or. ọlójẹ̀ (ọ̀jẹ̀: protein)
visage *[appearance, look]* or. ìrínisí, ìwò, ìhàn

viscid *[viscous]* ep. kíki

viscometer *[instrument used for measuring viscosity]* or. òṣùwọ̀n-ìki, awọ̀n-ki

viscosity *[the state or quality of being viscous; viscidity]* or. ìki

viscous *[thick and sticky in constituency]* ep. kíki; ~ **(to be ~)** is. láti ki

visibility *[quality of being visible]* ep. híhàn

visible (to be ~) *[capable of being seen]* is. láti han si (ènìyàn)

vision *[sight, sense of seeing]* or. ìríran; ~ *[divine revelation, apparition]* or. ìfihàn, ìṣípayá

visit *[to call upon]* is. láti bẹ (ènìyàn) wò; láti wá kí (ènìyàn); ~ *[a short stay]* or. ìbẹ̀wò, ìkíni

visitor *[one that visits]* or. àlejò, abẹniwò

visual *[pertaining to vision]* ep. nipa ìríran

vita *[brief autobiography]* or. ìtàn ìrírí ẹni

vital *[pertaining to life]* ep. ti ìyè; nípa ìwàláàyè; ~ **signs** *[respiration, pulse and temperature]* ep. àwọn àmìn-ìwàláàyè; ~ **statistics** *[statistics relating to birth, death, marriage etc.]* or. àwọn èèkádẹ̀rí ènìyàn (èèkádẹ̀rí = èèkà di ẹ̀rí: statistics)

vitality *[strength; state of being alive]* or. okun-ara; agbára

vitamin *[any of a group of organic substances essential to metabolism]* or. ajíra (jí ara: resuscitate bodily functions) e.g. ~ A: ajira A

vitiate *[contaminate, pollute]* is. láti fàbùkù kan (nkan); láti tapo sí (nkan)

vitreous *[having the nature of glass]* ep. aríbí-ògì; ~ **humor** *[transparent jelly behind the lens in the eyeball]* or. ògì-ojú

vituperate *[to abuse; scold; upbraid]* is. láti bá (ènìyàn) wí; láti sọ̀rọ̀ ibínún sí (ènìyàn)

viva *[long live]!*: wà á pẹ́ láyé; wà á gbó; wà á tọ́

vivacious (to be ~) *[animated, sprightly]* is. láti ṣe ṣámúṣámú; láti já fáfá

vivi- *[alive]* ir. - ìyè; onfìyè -

vivid *[brilliant, intense]* ep. yékéyéké

viviparity *[quality or state of being viviparous]* or. bíbí ọmọ

viviparous *[developing young within the body]* ep. abímọ; ~ **animal** or. ẹranko abímọ

vocabulary *[lexicon]* or. ìwé ìtúmọ̀-ọ̀rọ̀; ìwé awo-ọ̀rọ̀

vocal *[pertaining to the voice]* ep. nípa ohùn; ~ **cords** or. irìn ohùn; ~ **(to be ~)** *[vociferous]* is. láti sọ (nkan) lásọyé

vocalist *[singer]* or. olórin, akọrin

vocation *[occupation, profession]* or. iṣẹ́-orí; iṣẹ́-òòjọ́; iṣẹ́-àṣelà
vociferate *[clamor, shout]* is. láti kígbe tata; láti yagbe
vogue *[fashion]* or. àṣà-tuntun
voice *[sound uttered by human beings]* or. ohùn; ~ **box** *[larynx]*
or. apótí ohùn; ~ *[to express (an opinion)]* is. láti dá si (ọ̀rọ̀)
void *[to urinate]* is. láti tọ̀; ~ **(to be ~)** *[unoccupied, vacant]* is. láti
ṣófo (ṣí òfo: empty when observed); ~ *[vacuum, an empty
space]* or. òfo, òfífo
volatile *[readily vaporizable]* ep. adòyì (a da òyì: that that
becomes gas); ~ **(to be ~)** is. láti dòyì (da òyì: becomes a gas);
~ **material** or. ohun adòyì
volatility *[quality of being volatile]* or. ìdòyì
volatilization *[process of making volatile]* or. ìsọdòyì
volatilize *[to convert solid or liquid to vapor]* is. láti sọ (nkan) dòyì
volcano *[a vent in the earth crust through which lava and ashes
are expelled]* or. ifẹ̀-ilẹ̀ (ilẹ̀ fẹ̀: the earth vented)
volcanology *[the science dealing with volcanic phenomena]* or.
ẹ̀kọ́ nípa ifẹ̀-ilẹ̀
volition *[will]* or. ìfẹ́-inún, on our own ~: nípa ìfẹ́-inúun wa
volt *[electrical unit of pressure]* or. fóltì
voltage *[emf.; difference in potentials expressed in volts]* or. fóltì
Volta River *[a river in Ghana]* or. odòo Fóltà
voluble *[garrulous, glib]* ep. alásọjù
volume *[size; space occupied by a substance]* or. àyè; ~ **expan-
sion** or. ìpàyèdàsíwá (pa àyè dà sí iwá: change volume in a
forward direction)
volumetric *[pertaining to measurement of volume]* ep. nípa àyè-
pípadà; nípa ìpàyèdà
voluminous (to be ~) *[large, bulky]* is. láti pọ̀; láti gbàyè; láti tóbi
púpọ̀
voluntarily as. pẹlú ìtẹ́lọ́rùn
voluntary *[under control of the will]* ep. aláìní-kàánnípá, tìfẹ́tìfẹ́,
àtinúwá; ~ **muscle** *[skeletal muscle, striped muscle, striated
muscle]* or. iṣan eegun
volunteer *[to offer willingly]* or. ìyọ̀ọ̀da(nkan); ayọ̀ọ̀da (ara-ẹni);
olùyọ̀ọ̀da
voluptuous *[given to enjoyment of luxury]* ep. agbáfẹ́; oníṣekúṣe
vomit *[material ejected from the stomach through the mouth]* or.
èébì; ~ *[to eject stomach contents]* is. láti bì
voracious *[insatiable, ravenous]* ep. laìní-ìwọ̀ntúnwọ̀nsìn
vortex *[whirlpool]* or. ààjà-omi

vote *[ballot, elect]* is. láti dìbò; ~ *[ballot, franchise]* or. ìbò; to ~ for (someone); láti dìbò fún (ẹnì kan); **~r** *[a person that vote]* or. adìbò

vouch *[to give a guarantee]* is. láti ṣèlérí; láti dúró fún (ènìyàn)

voucher *[record of a business transaction]* or. ìwé àṣàrò-owó

vow *[solemn promise]* or. ìbúra, èjẹ́, ìlérí; ~ *[to promise, to swear]* is. láti búra, láti jẹ́jẹ̀ /jẹ́ èjẹ́/

vowel *[a speech sound; letters a,e,i,o,u]* or. ábídí alámì *(consonant: ábídí àìlámì)*

vox *[voice]* or. ohùn; ~ **populi** *[voice of the people, will of the people]* or. ohùn ènìyàn

voyage *[journey from one place to another]* or. ìrìn-àjò

vulgar *[offensive to good taste]* ep. (ọ̀rọ̀ọ̀) kòbá-kùngbé; (ìwà) arínilára

vulnerable *[open to attack]* ep. aláìmọ-báyéṣerí; aláìmọméjì

vulture *[a large bird of prey related to eagles and hawks]* or. igún, gúnnugún

vulva *[introitus of vagina, external female genital organs]* or. ojú òbò

vulvectomy *[surgical removal of the vulva]* or. ojú-òbò gígékúro

vulvitis *[inflammation of the vulva]* or. ojú-òbò wíwú

vulvovaginal *[vaginolabial; pertaining to vulva and vagina]* ep. nípa òbò ati ojúu rẹ̀

W

wacky *[crazy, eccentric]* ep. oníwàkiwà, olórí-àìpé

wad *[little bundle]* or. egbìrín, gbìrín, ìdì kékeré

wade *[to walk through (water)]* is. láti la (omi) já

waft *[slight breeze]* or. afẹ́rẹ́

wag *[to swing shortly from side to side]* is. ji (ìrù ajá) ségbẹ̀ségbẹ̀

wage *[to engage in]* is. láti torí bọ (nkan) /ti orí/; to ~ war; láti kógun; ~ *[payment for labor or services]* or. owó iṣẹ́ *(salary:* owó àkókò, owó igba)

wager *[to bet]* is. láti fowólé (iyàn)

waggery *[joke, jest, trick]* or. yẹ̀yẹ́

waggle *[to move from side to side]* is. láti mì síwásẹ́yìn tàbí ségbẹ̀ségbẹ̀

wagon *[four-wheeled vehicle used for freight]* or. ọkọ̀ akẹ́rù; kẹ̀kẹ́ ẹrù

waif *[homeless child]* or. ọmọ aláìnílé; ọmọ ìta

wail *[lament, weep]* is. láti sọkún kíkorò; láti pohùnréré ẹkún; ~ *[prolonged sound of lamentation]* or. iró ẹkún; ẹkún kíkorò

waist *[the part of the body between the ribs and the hips]* or. ẹ̀gbẹ́-ikùn

waistband *[band encircling the waist]* or. igbàdí, igbàjá, igbanú

wait *[to stop in expectation]* is. láti dúró; láti dáwọ́dúró; láti dúró de (ènìyàn)

waiter *[one who serves food in a restaurant]* or. agbáwo

waive *[to give up a claim to something]* is. láti mójúkúrò ní (nkan); láti yọ̀ọ̀da (nkan)

wake *[to rouse from sleep]* is. láti jí; láti ji dìde; to ~ someone up: láti jí (ènìyàn); láti jí (ènìyàn) dìde; ~ *[an all-night vigil over a corpse before burial]* or. àìsùn

wakeful *[not able to sleep]* ep. aláìsùn, alái- tòògbé

waken *[to rouse from sleep]* is. láti jí (ènìyàn)

Wales *[a division of Great Britain]* or. Orílẹ̀ẹ̀ Wéèlisì

walk *[to go on foot]* is. láti rìn; láti rinsẹ̀; láti fi ẹsẹ̀ rìn; ~ **off** *[to depart without warning]* is. láti lọ láìdágbére; ~ **over** *[to defeat easily]* is. láti ṣẹ́gun (ọ̀tá); láti bi (ọ̀tá) ṣubú

walker *[one who walks]* or. afẹsẹ̀rìn; ~ *[device used to assist a person in walking]* or. kẹ̀kẹ́ akọ́mọnírìn, akọ́mọnítẹ̀ẹ̀tẹ́

walking *[act of moving on foot]* or. ìrìn; ~ **stick** *[a staff or crane]* or. ọ̀pá-ìtẹ̀lẹ̀

wall *[surrounding material]* or. ègbè̟ è̟gbé̟; ~ *[a structure forming the side of a building]* or. ògìrì, ògìri-ilé, ìgànnán

wallet *[small flat case for holding money]* or. wó̟lé̟è̟tì, àpò-owó

wallop *[to thrash; to beat soundly]* is. láti na (è̟nìyàn) púpò̟púpò̟; láti lu (è̟nìyàn) bolè̟

wallow *[to roll about]* is. láti pàfò̟ (e̟lé̟dè̟); ~ *[a place where animals wallow]* or. à fò̟, ifò̟

walnut *[an edible nut with a hard shell]* or. awùsá, àsálà

wan *[pale as from sickness]* ep. jíjòró, fífò̟n

wand *[magician's rod]* or. ò̟pá àwo̟n onídán

wander *[to travel about without destination]* is. láti rin àrìnkiri; láti s̟áko

wanderer *[one who wanders]* or. alárìnkiri, as̟áko

wandering *[moving about]* or. àrìnkiri

wanderlust *[restlessness, an urge to travel]* or. ìfé̟ ìrìnrìn-àjò

wane *[to diminish in size]* is. láti dín; láti dínkù; láti súnmó̟ òpin

wangle *[to obtain by irregular methods]* or. láti wá (nkan) láw'àri

want *[to wish for]* is. láti fé̟ (nkan); láti ní ìfé̟ sí (nkan); ~ *[to be deficient in]* is. láti s̟e àìní; láti s̟e aláìní; ~ *[deficiency, lack]* or. àìní, ò̟s̟ì

want ad *[advertisement for something wanted]* or. ìkéde fún (nkan)

wanting *[not coming up to expectation]* ep. aláìpójúwò̟n, alábùkù; aláìní

wanton *[lustful, licentious]* ep. onífè̟kúfè̟, alágbèrè

war *[armed conflict between nations]* or. ogun, ìjagun, to declare ~ on: láti kógun ti (ìlí kan)

warble *[to sing with trills, like a bird]* is. láti ko̟rin bí e̟ye̟

war cry *[rallying cry used in a war]* or. ìpè ogun

ward *[large room in a hospital]* or. ilé-ìbùsùn ní ilé aláìsàn; ~ *[an electoral division in a town]* or. ìhà ìdìbò kan; ~ *[someone in charge of a guardian]* or. o̟mo̟ abé̟-àbò; o̟mo̟ abé̟-ìs̟ó̟; ~ **(off)** *[to fend off, to turn aside]* is. láti lé (nkan) jìnnà, láti lé (nkan) lo̟

warden *[chief officer of a prison]* or. ò̟gá ilé-è̟wò̟n; ~ *[head of a college]* or. olùtó̟jú ilé-è̟kó̟ gíga

warder *[watchman, sentinel]* or. akó̟dà, olùtó̟jú

wardrobe *[all garments belonging to a person]* or. gbogbo as̟o̟

ware *[article for sale]* or. o̟jà orí-àte̟

warehouse *[storehouse for goods]* or. ilé-ìpamó̟ o̟jà

warfare *[armed conflict]* or. ogun

warlike (to be ~) *[disposed to engage in war, belligerent]* is. láti fè̟ràan rògbòdìyàn

warm (to be ~) *[moderately hot]* is. láti lọ́ wọ́ọ́rọ́; láti lọ́ wọ́ọ́wọ́; ~
bloodedness *[homeothermy]* or. ara lílọ́; ~ **blooded animal**
[homeotherm] or. ẹran aláralílọ́, ẹran ẹléjèlílọ́
warmhearted *[kind, affectionate]* ep. onínúunre
warmonger *[one who spreads warlike ideas]* or. adógunsílẹ̀,
adísìsílẹ̀
warmth *[state of being warm]* or. lilọ́wọ́ọ́rọ́
warn *[to caution]* is. láti kìlọ̀
warning *[notice of danger]* or. ìlọ̀, ìkìlọ̀
warp *[to twist out of shape]* or. láti wọ́
warplane *[airplane equipped for fighting]* or. ọkọ̀-ìjà òfúrufú
warrant *[an order authorizing arrest, search or seizure]* or. ìwé-àṣẹ
(ìfìpámúni, ìwálé, abb.); ~ *[to guarantee the quality of some-
thing]* is. láti ṣe ìdúró fún (nkan)
warrior *[one engaged in warfare]* or. ológun, ajagun, jagunjagun
Warsaw *[the capital of Poland]* or. ìlùu Wọ́sọ̀
Washington D.C. *[the capital of the United States]* or. ìlùu
Wọ́ṣìntìn
warship *[ship armed for warfare]* or. ọkọ̀-ogun ojú-omi
wart *[small lump rooted in the skin]* or. wọ́n-wọ́n
warthog *[wild hog]* or. ẹlẹ́dẹ̀-igbó, ìmàdò
wartime *[time of war]* or. ìgbà ogun
wary (to be ~) *[cautious, watchful]* is. láti ṣóra
wash *[to cleanse by applying water and rubbing]* is. láti fọ (nkan);
~ **cloth** *[cloth used for washing the body]* or. aṣọ ìfọra; ~ **down**
[to drink liquid to facilitate swallowing] is. láti fì (omi) gbé
(nkan) mì
washbowl *[basin used for washing the hands]* or. abọ́ ìṣanwọ́; abọ́
ìfọwọ́
washed-out *[faded]* ep. ṣíṣá
washer *[washing machine]* or. ẹ̀rọ ìfọṣọ; ~ *[ring or plate used to
tighten joints]* or. wọ́sà
washerman *[launderer]* or. alágbàfọ̀
washroom *[lavatory]* or. ilé-ìwé
wasp *[kind of stinging insect]* or. agbọ́n
waste *[to squander; to use thoughtlessly]* is. láti lo (nkan) nílòkulò;
láti nọ́n(owó) nín'àkún'à; láti fì (nkan) ṣe àwàdànùn; **waste (to
lay ~)** *[to turn to ruins]* is. láti pa (ìlú) run; láti sọ (ìlú) dahoro;
~ *[to shrink in bulk; cachexia]* is. láti rù; láti joro; ~ **products**
[material resulting from a process and of no further use] or.
ẹ̀gbin

wastebasket *[container for paper scraps]* or. agbọ̀ọn pà-ntí
wasteful (to be ~) *[extravagant]* is. láti jẹ́ onínäkúnä; láti jẹ́ àpà
wasteland *[desolate land]* or. ahoro ilẹ̀
wasting palsy *[muscular atrophy; paralysis]* or. àrùn ẹ̀gbà
wastrel *[spendthrift, waster]* or. onínäkúnä
watch *[to observe carefully]* is. láti ṣọ́ (nkan); ~ *[a careful observation]* or. ìṣọ́; ~ *[a portable time-piece]* or. agogo, aago-ọwọ́
watchdog *[dog that guards a property]* or. ajá ìṣọ́lé
watchful (to be ~) *[vigilant]* is. láti fojúsónà; láti ṣọ́ra; láti ṣọ́nà; láti fojúsílẹ̀
watchmaker *[maker or repairer of watches]* or. aláago, alágogo
watchman *[someone who keeps watch over a property]* or. olùṣọ́, alóre
watch night *[religious service held on New Year's eve]* or. isìn àìsùn ìparí-ọdún
watchtower *[tower for a lookout]* or. ilé-ìṣọ́
water or. omi; ~ is. láti fun (nkan) lómi; **distilled** ~: omi afẹ́sẹ́; **hard** ~: omi rírọ́; **pipe-borne** ~: omi ẹ̀rọ; **purified** ~: omi àsọdàmu */sọ di àmu/*; **salt** ~ *[brine]* : omi oníyọ̀, omi iyọ̀; **seawater**: omi òkun; **soft** ~: omi àmu, omi mímu; **to be above** ~ *[out of danger]* is. láti niìgbádùn; **to hold** ~ *[valid, effective]* is. láti jẹ́ òótọ́; **sour** ~ *[water from fermentation of corn]* or. omi kíkan, omíkan; **to make** ~ *[urinate]* is. láti tọ̀; ~ **borne illness** or. àrùn ẹ̀gbin-omi, àrùn iwọ̀sí; ~ **cooler** *[vessel for cooling and dispensing water]* or. ìṣà-omi, àmù-omi, òrú; ~ **closet** *[bathroom; room for defecation and urination]* or. ilé igbọ̀nsẹ̀; ~ **glass** *[a drinking glass]* or. abọ́ ìmomi; ~ **lettuce** or. ojú-oró; ~ **of crystallization** *[water occurring as a constituent of crystalline substances]* or. omi ẹwẹlẹ; ~ **on brain** *[hydrocephalus]* or. ògùdùgbẹ̀; ~ **vapor** *[the vapor of water]* or. ìku-ùkù omi; òyì-omi; ~ *[to give water (soil, crops) by sprinkling]* is. láti bomirin(ilẹ̀); ~ *[to fill with tears]* is. láti domi */da omi/*, láti ṣomi, his eyes are ~ing: ojúu rẹ̀ nṣomi
watercraft *[craft for water transport; sailing vessels]* or. ọkọ̀ ojú-omi
waterfall *[cascade; a steep fall of water over a precipice]* or. ìdà-omi
water lily *[kind of aquatic plant]* or. òṣíbàtà
watery *[containing or full of water]* ep. olómi
watt *[unit of power]* or. ìdíwọ̀n ipá
wave *[moving ridge on the surface of a liquid]* or. ìjì-omi; ~ *[to*

move back and forth] is. láti mì; ~ *[to signal by moving the hand back and forth]* is. láti juwọ́ sí (ènìyàn); ~ *[a periodic vibrating impulse propagated through a medium]* or. agbọ̀n; ~ **length** *[distance between two corresponding points in a wave]* or. ìgbọ̀n agbọ̀n; **amplitude of a ~** *[the absolute value of the maximum displacement in an oscillation]* or. ìjì agbọ̀n

wax or. ìda; **ear ~** *[cerumen]* or. epo-etí, òrí-etí

way *[method of doing something]* or. ìlànà; ~ *[a path or course]* or. ọ̀nà; ~ *[one's manner of acting]* or. ìwà, ìṣesí, I don't like his ~: èmi kò fẹ́ràn ìwàa rẹ̀

waybill *[list of goods or passengers carried by a train]* or. ìwé-àlàyé ẹrù-ọkọ̀

wayfarer *[one making a journey]* or. arìnrìn-àjò, èrò-ọkọ̀

waylay *[to lie in ambush]* is. láti dènà de (ènìyàn)

wayside *[side of the road]* or. ẹ̀bá-ònà

wayward *[disobedient, capricious]* ep. aláìgbọ́ràn

we *[first pers. pl. pron. nom.]* ap. àwa, a

weak (to be ~) *[lack vigor]* is. láti ṣàárẹ̀, láti ṣaláìlágbára

weaken *[to make weak]* is. láti sọ di aláìlera

weak-kneed *[spineless; having no resolution]* ep. ọ̀dẹ̀, aláìláyà

weak-minded *[indecisive]* ep. kòṣeku-kòṣẹyẹ,

weakness *[state of being weak]* or. àìlera

weal *[welfare, prosperity]* or. ọlá, ọlà, aláfìà, ìrọrùn

wealth *[riches]* or. ọrọ̀

wealthy *[rich, affluent]* ep. ọlọ́rọ̀; ~ **person** or. ọlọ́rọ̀, ọlọ́rọ̀ ènìyàn

wean *[to get used to taking food other than by nursing]* is. láti gba ọmú lẹ́nu ọmọ; láti jáyàn /já ọyàn/; ~ *[to free from dependence]* is. láti dòmìnira

weapon *[implement for fighting]* or. ohun-ìjà

wear *[to be clothed in]* is. láti wọ aṣọ; láti wọṣọ; láti wọ ẹ̀wù; ~ *[to impair by constant use]* is. láti lo (nkan) gbó; ~ *[to fatigue]* is. láti dá (ènìyàn) lágara

weariness *[misery, distress, affliction]* or. ìpọ́njú

weather *[atmospheric conditions]* or. ojú-ọjọ́

weave *[to form by interlacing strands of threads into cloths]* is. láti hun (nkan); láti wun (aṣọ)

web *[woven fabric]* or. ìhunṣọ, ìwunṣọ; **spider's ~:** òwú alántakùn

webbed (to be ~) *[to have digits united by a membrane]* is. láti wunpọ̀

wed *[to marry; to untie in matrimony]* is. láti ṣe ìgbéyàwó; láti gbéyàwó; láti soyìgì

wedding [ceremony of marriage] or. ìgbéyàwó, ìsoyìgì
wedge (V-shaped piece of wood or metal used for splitting wood
etc.) or. òòlà
wedlock [state of being married] or. ìgbéyàwó, ìdarapọ̀
Wednesday [fourth day of the week] or. ọjọ́kẹ́rin ọ̀sẹ̀; ọjọ́
wẹ́sìdeè, ọjọ́ rírú, ọjọ́ọ́rú
wee hours [hours after midnight] or. òrugànjọ́
weed [troublesome plant] or. èpò; ~ [to remove unwanted plants]
is. láti pako, láti pa èpò
weedy (to be ~) [abound in weeds] is. láti kún fún èpò
week [period of seven days] or. ọ̀sẹ̀ kan; ọjọ́ méje
weekday [a day of the week except Saturday or Sunday] or. ọjọ́
àárín-ọ̀sẹ̀
weekend [end of the week: period between Friday evening and
Monday morning] or. ẹ̀hìn ọ̀sẹ̀, ìgbà ìsimi nínú ọ̀sẹ̀
weeklong [lasting all week] as. fún ọ̀sẹ̀ kan gbáko
weekly [once a week] as. lọ́sọ̀ọ̀sẹ̀, lẹ́ẹ̀kanlọ́sẹ̀
weep [to shed tears] is. láti sọkún
weevil [kind of small beetle] or. ìràwọ̀, kòkòrò ẹ̀wà
weigh [to determine the weight of something] is. láti wọn ìwúwo
weight [measure of heaviness] or. ìwúwo, ìwọ̀n ìwúwo; **atomic** ~
[at.wt.]: ìwọ̀n ọta; **molecular** ~ [mol. wt.] or. ìwọ̀n Àfógádrò
kan; ~ **measurement** or. ìwọ̀n ìwúwo; ~ **scale** or. awọn-
wúwo, ọ̀ṣùwọ̀n ìwúwo
weightlessness [having no weight] or. àìní-ìwúwo (àìlọ́rìn: that
which has no density)
weird [strange, bizarre] ep. èèmọ̀
welcome [friendly reception]!: ìkíni 'kú àbọ̀' ; ~ [to accept with
pleasure] is. láti gba nkan tọwọ́tẹsẹ̀; láti fi ayọ̀ gba nkan
weld [to unite two pieces of metal by heat] is. láti yọ́ irin pọ̀
welder [one who welds] or. ayọ́rinpọ̀
welfare [the condition of being happy and healthy] or. ayọ̀ àti
àláfià
well [hole sunk in earth to obtain water or some other deposit] or.
odò, kàn-nga, kọ̀-nga; ~ **(to be ~)** [to have good health] is. láti
gbádùn; láti wà ní àláfià
well-balanced [sane, sound, sensible] ep. olórí-pípé
well-being [welfare, condition of health and happiness] or. ayọ̀ àti
àláfià
wellborn [of good ancestry] ep. (ẹni) abíire
well-bred [polite; of good breeding] ep. ọmọlúwàbí, oníwàrere

welldoer *[one who performs good deeds]* or. ṣooreṣá, aṣore-máṣìkà, oníṣ́ẹere

well-done *[satisfactorily done]* is. láti kú-iṣ́ẹ; ~ *[thoroughly cooked]* is. láti jinnádénún

wellhead *[fountainhead]* or. orísun omi

well-heeled (to be ~) *[abundantly rich]* is. láti lówo bíi ŕẹ̀ẹ̀ri

well-mannered *[polite, having a good upbringing]* ep. ọmọlúwàbí; oníwàrere

wellspring *[fountainhead]* or. orísun omi

well-to-do *[affluent, prosperous]* ep. ọlọ́lá, olówó, ọlọ́rọ̀

west *[the direction of sunset]* or. ìwọ̀ oòrùn

West Africa *[the western part of Africa]* or. Ìwọ̀-oòrùun Áfíríkà

West Indies, the *[a group of islands between North and South America]* or. Àwọn erékùṣùu Wẹ̀stí Indìsì

westerly *[pertaining to the west]* ep. t'apá ìwọ̀-oòrùn

western *[about the west]* ep. apá ìwọ̀-oòrùn

westward *[toward the west]* as. sápá ìwọ̀-oòrùn

wet *[soaked with moisture]* ep. rírẹ; ~ cloth: aṣọ rírẹ; ~ **(to be ~)** láti rẹ; ~ **weather** or. ògìnìtì, òkùkú

whale *[large marine mammal]* or. àbùùbùtan

wharf *[place where vessels are loaded and unloaded]* or. èbúté ọkọ̀-omi

what as. kíni; ~ **happened?**: kílódé?; ~ **is that?**: kíni ìyẹn?, kíniyẹn?; ~ **is this?**: kíni èyí?, kínìyí?

wheel *[large disk that turns around a smaller axle]* or. kẹ̀kẹ́

wheelchair *[chair for transporting patients]* or. kẹ̀kẹ́ abirùn

wheeze *[to breathe with a whistling sound]* is. láti mí gílegíle

whelp *[offspring of a dog]* or. ọmọ ajá

when *[at what time?]* as. nígbàwo?, ní ìgbà wo?

whence *[from where?]* as. látibo?, láti ibo?

where *[which place?]* as. níbo?, ní ibo?

whereas *[in as much as; even though]* ak. bótilẹ̀jẹ́pé

whet *[to make sharp]* is. láti pọ́n [ọ̀bẹ]

whetstone *[stone used for sharpening knives, scissors etc.]* or. ọta ipọ́nbẹ

whether *[if; in case; either]* ak. bọ́yá, yálà

whey *[liquid left after curd and cream is separated from milk]* or. omii wàrà

which *[the particular one]* ap. èyí tí; ~ *[what one?]* ep. èwo

whichever *[no matter which one]* ap., ak. èyíkéyí

whiff *[slight puff or gust]* or. òórùn f́ẹ́ẹ́ŕẹ́; eéfí kékeré

while *[length of time]* or. ìgbà pípẹ́ diẹ̀; ~ *[during the time that]* ak. nígbàtí, ní àkókò tí

whip *[to flog; to strike with a lash]* is. láti na (ènìyàn) lọ́rẹ́; ~ *[a flexible rod for whipping]* or. ọrẹ́, ẹgba, pàṣán

whirl *[to revolve rapidly]* is. láti pòyì; ~ *[a rapidly rotating movement]* or. ìpòyì

whirlwind *[tornado; a whirling windstorm]* or. ìjì-nlá

whisk *[to move quickly and lightly]* is. láti rìn kánmọ́-kánmọ́

whisker *[hair that grows on the sides of a man's face]* or. irun ẹ̀rẹ̀kẹ́

whisper *[to speak in a low tone]* is. láti sọ̀rọ̀ kẹ́lẹ́kẹ́lẹ́

whistle *[to make a high-pitched sound by blowing air through the teeth]* is. láti súfẹ̀ *[a whistling sound]* or. ìfé

white *[having the color of cotton]* ep. funfun; ~ **blood cells** *[leucocytes, white copuscles]* or. pádi-ẹ̀jẹ̀ funfun; ~ **color** or. àwọ̀ funfun

whitlow *[inflammation at the end of a finger]* or. àkàndùn

who *[which person?, what individual?]* as. tani?; ~ **is that**?: tani ìyẹn?, taniyẹn?; ~ **is this**?: tani èyí?, taniyì?

whole ep. odidi; ~ **number** *[integer]* or. èèkà odidi; **on the** ~ *[all things considered]* as. lákòtán

wholesale *[sale of goods in a large quantity]* or. àtàpọ̀, títà ní àtàpọ̀

wholesome *[promoting well-being and good health]* ep. alá-nfàní

whom *[the objective case of who]* ap. tani, it belongs to ~: ó jẹ́ ti tani

whooping cough *[pertusis]* or. ikọ́ líle ọmọndé

why *[for what reason?]* as. kíni ìdíi rẹ̀ tí?, kílódé tí? kílóṣe tí? èéṣe tí?

wife *[female marriage partner]* or. aya, ìyàwó

wifeless *[having no wife]* ep. àpọ́n; ~ **man** *[bachelor]* or. àpọ́n

wind *[movement of air]* or. afẹ́fẹ́, atẹ́gù; ~ **energy** *[energy derived from the wind]* or. agbára afẹ́fẹ́; ~ **force** *[the force with which air is moving]* or. ipá afẹ́fẹ́; ~ **power** or. ìgbóra afẹ́fẹ́; **to break** ~ *[to expel gas from the bowels]* is. lati só

window *[a wall opening for admitting air and light]* or. fèrèsé

windpipe *[trachea]* or. irìn ọ̀fun

wine *[fermented juice of any fruit]* or. ẹmu

wing *[instrument of flight]* or. ìyẹ́ apá (ẹyẹ); apá ọkọ̀-òfúrufú

wink *[to close and open the eyes quickly]* is. láti ṣẹ́jú

winter *[the coldest season of the year]* or. ìgbà òtútù, àsìkò òtútù

wisdom *[knowledge and good judgment]* or. ọgbọ́n, òye, ìmọ̀; ~
tooth or. ehín àgbà

witch *[sorceress]* or. oṣó, àjẹ́; **~craft** *[the practices of a witch]* or.
oṣó, àjẹ́

with *[in the company of]* ip. pẹ̀lú

withdraw *[to take back]* is. láti mú (nkan) padà; láti yọ (nkan)
kúrò

withhold *[to hold back]* is. láti dí (nkan) mú; ~ **breathing** is. lati
sé ìmí

within *[in the inner part]* ip., as. lá'àrin, sá'àrin

without *[lacking, not with]* as. láìsí; ~ *[on the outside, externally]*
as., ip. níta, síta

wolf *[carnivorous mammal that resembles a dog]* or. ajá igbó

woman *[female person]* or. obìnrin, abo ènìyàn

womb *[uterus]* or. ilé-ọmọ

wonderful *[marvelous, amazing]* ep. dídárapúpọ̀, awúnilórí, ìdùnnú

wood *[hard part of a tree]* or. pákó; ~ **alcohol** *[methanol, methyl
alcohol]* or. ọtí igi; ~ **shavings** or. ẹ̀fá-igi

woodpecker *[a bird with a chisellike bill]* or. àkókó

wool *[thick hair of sheep]* or. ìwù ẹran

word *[combination of sounds that means something]* or. ẹ̀ka-ọ̀rọ̀
(ọ̀rọ̀: sentence)

word *[trade, business, employment]* or. iṣẹ́; ~ is. láti ṣe iṣẹ́, láti ṣiṣẹ́

world *[earth]* or. ayé

World Court *[Permanent Court of International Justice]* or. Kóòtù
agbáyé

World Health Organization *[WHO]* or. ìgbìmọ̀ gbogbogbòò
amúniláradá àgbáyé

worldly *[of the world]* ep. t'ayé; ~ **experience** or. ìrírí ayé

worldwide *[throughout the world]* as. káríayé, jákèjádò ayé

worm *[a long-bodied segmented animal; helminth]* or. aràn

worm-eaten (to be ~) is. láti ju

would *[past tense of will]* óò, yóò, mo sọ pé emi yóò lọ: I said I ~
go

wound *[sore, lesion, injury]* or. egbò, ọgbẹ́

wrist *[carpus; joint between the hand and the forearm]* or. ọrùn-
ọwọ́

wryneck *[a condition in which the neck is twisted by a muscle
spasm; torticollis]* or. ọrùn wíwọ́

x-axis *or.* ìlà-ìbú *(y-axis:* ìlà-ìríwa, ìlàríwa; *Z-axis:* ìlà òòró)

X-chromosome *[chromosome that determines female sex] or.*
okùn-iran ayabo *(ya abo: to become a female)*

xanthous *[yellow] adj.* alàwọ̀-èsè

xen-, xeno- *[foreign] ir.* àjèjì

xenogamy *[cross fertilization] or.* ìgbàrin *(gba ìnrin: receive sex materials)*

xenogenesis *[abiogenesis; spontaneous generation] or.* afàìyèdá *(fi àìyè dá: created through non-living processes)*

xenogenic *[having to do with xenogenesis] ep.* ti afàìyèdá

xenogenous *[caused by a foreign body] ep.* àtòdepilẹ̀, àtòdebẹ̀rẹ̀

xenology *[study of parasites and their inter-relationships] or.* ẹ̀kọ́ nípa àwọn kòkòrò ajọ̀fẹ́ àti ìbáralòo wọn

xenophobia *[fear of strangers or foreigners] or.* ìbẹ̀rù àjèjì

xenophobic *[having to do with xenophobia] ep.* ìbẹ̀rù-àjèjì, nípa ìbẹ̀rù-àjèjì

xero- *[dry] ir.* -gbígbẹ

xerocheilia *[dryness of the lips] or.* ètè gbígbẹ

xeroderma pigmentosum *[dryness of the skin] or.* ìwọ̀-ara gbígbẹ

xeroma *[xerophthalmia] or.* ìwọ̀-ẹyinjú gbígbẹ

xerophylous *[capable of living in a dry climate] or.* ohun alààyè agbé-aṣálẹ̀ *(gbé aṣálẹ̀: living on dry land)*

xerophyte *[xerophilous plant] or.* ẹ̀gbìn aṣálẹ̀

xerosis *[abnormal dryness of skin and eyeball] or.* àrùn ẹyinjú-gbígbẹ

xerostomia *or.* ẹnu gbígbẹ

xifoid *[xyphoid, shaped like a sword] ep.* aríbí-idà; ~ **bone of the chest** *or.* ookan àyà

X-ray *or.* ìtàn-àrè *(àrè: unknown phenomenon);* ~ *[a photograph obtained by X-rays] or.* àwòrán ìtàn-àrè; ~ **machine** *[equipment used to obtain such photographs] or.* ẹrọ iyàwòrán ìtàn-àrè;

xyl-, xylo- *[wood] ir.* igi

xylem *[plant tissue that transports water and dissolved materials up a tree] or.* ìṣọ̀n-imun igi

xylo- *[wood] ir.* igi-; -igi

xylograph *[wood engraving] or.* ère àfigigbẹ́

xyloid *[like wood] ep.* aríbí-igi

Y

yacht *[vessel used for pleasure]* or. ọkọ̀-ìgbafẹ́fẹ́ ojú-omi
yam *[the edible root of any of several African climbing plants]* or.
  iṣu; **coco~** *[Colocasia Esculentum]* or. iṣu kókò; **fried ~:**
  dùndú; **water~** *[Dioscurea Alata]* or. iṣu ewùrà; **~ flour** *[flour
  made from yam]* or. èlùbọ́ iṣu; **Guinea ~** *[Dioscurea Cayensis]*
  or. iṣu àlọ̀; **pounded ~:** iyán
yammer *[to whine or complain]* is. láti kùn
yank *[to pull suddenly; to jerk]* is. láti wi (nkan) gbà
Yankee *[Yank, a native of northern United States]* or. ará
  Amẹ́ríkà, Ya-nkí
Yaoundé *[the capital of Cameroon]* or. ìlúu Yàoùndé
yap *[to talk noisily]* is. láti paruwo, láti sọ̀sọkúsọ; **~** *[to bark
  shrilly]* is. láti gbó kirakira; **~** *[noisy, stupid talk]* or. isọkúsọ; **~**
  [a shrill bark] or. gbígbó kirakira
yard *[measure of length equal to 3 feet or 36 inches]* or. ọ̀pá,
  igbọnwó, ẹsẹ̀-mẹ́ta; **~** *[an enclosed area adjacent to a building]*
  or. àgbàla; **back~** *[a space behind a building]* or. ẹ̀hìnkùlé;
  front~ *[the grounds in front of a building]* or. iwájú ilé
yardage *[the number of yards]* or. iye ọ̀pá
yardstick *[standard, unit of measurement]* or. idíwọ̀n
yarn *[long strand of thread]* or. ìran òwú
yawn *[gape; to open the mouth to take in oxygen]* is. láti yán
yaws *[pian, frambesia]* or. gbòdògì, ògòdò
y-axis or. ìlà-ìríwá, ìlàríwá *(x-axis:* ìlà ìbú; *z-axis:* ìlà òòró)
Y-chromosome *[chromosome that determines the male sex]* or.
  okùn-ìran iyakọ /ya akọ/
y-coordinate or. ìlà ìríwá
yea *[yes]* as. bẹ́ẹ̀ni
year *[period of 365 days]* or. ọdún; **leap ~** *[year containing 366
  days]* or. ọdún-le
yearbook *[a book that is published annually]* or. iwe-iranti
  ọdọọdún
yearling *[a one year-old animal]* or. ẹranko ọlọ́dúnkan
yearlong *[lasting through the year]* ep. akárí-ọdún
yearly *[annual]* ep. ọdọọdún, a ~ meeting: ìpàdé ọdọọdún; **~**
  [annually] as. lọ́dọọdún
yearn *[to have a strong desire for]* is. láti sàárò

yearning *[longing]* or. àárò

year-round *[lasting through the full year]* ep. àṣekádún

yeast *[fungus used in fermentation]* or. osun-ìdíbà

yell *[to shout]* is. láti kígbe fatafata

yellow ep. èṣè; ~ **color** or. àwọ̀ èṣè; ~ **paint** or. ọ̀dà aláwọ̀ èṣè; ~ **fever** *[virus disease transmitted by the Aedes mosquito, yellow jack]* or. ibà apọ́njú

yelp *[to utter a sharp cry]* is. láti kígbe bí ẹran

yen *[strong desire, a yearning]* or. àárò

yes *[an affirmative reply]* as. bẹ́ẹ̀ni

yes-man *[one who always agrees with the opinions of a superior]* or. oníyẹsà, akápò

yesterday *[the day before today]* or. aná; ~ as. lanǎ (ní àná)

yesteryear *[the year before this year]* or. èṣín

yet *[nevertheless; however]* as. síbẹ̀síbẹ̀; ~ *[up to now]* as. títí dá ìgbà yǐ

yield *[to produce]* is. láti bí; láti sèso; láti pamọ; ~ *[product, amount produced]* or. èrè (oko)

yoke *[bar used to join two animals together for work]* or. àjàgà, àjàgà-ọrùn

yokel *[unsophisticated country person]* or. ará oko

yolk *[the yellow part of an egg]* or. ìjẹ-ẹyin, pupa ẹyin

yolk sac *[thin membrane encasing the yolk]* or. ìwọ̀ pupa-ẹyin

yonder *[over there]* as. lápá ọ̀hún; lọ́hǔn, lọ́ọ̀kan

you *[second person sing.]* ap. ìwọ; ~ *[second person pl.]* ap. ẹ̀yin

young *[being in the early stage of life]* ep. ọ̀dọ́, kékeré; ~ **lady** *[adolescent woman]* or. ọmọge, omidan; **the** ~ *[~ people]* or. àwọn ọ̀dọ́; ~**er sibling** or. àbúrò

youngster *[young person]* or. ọ̀dọ́, èwe, ọmọdé

your *[possessive form of you]* ap. rẹ, yín

yours *[belonging to you]* ap. tìrẹ (sing.), tiyín (pl.), it is ~: tìrẹ ni, tiyín ni; ~ **truly:** tiyín nítòótọ́

yourself *[intensive form of you]* ap. ìwọ fúnraàrẹ; ìwọ tìkáraàrẹ

yourselves *[pl. of yourself]* ap. ẹ̀yin fúnrayín; ẹ̀yin tìkárayín

youth *[youthfulness, juvenility]* or. èwe, ọ̀dọ́, during his ~: ní ìgbà èwee rẹ̀

youthful *[relating to youth]* ep. ti èwe; ti ọmọdé

yowl *[to wail]* is. láti sọkún bí ajá

yule *[Christmas]* or. kérésìmesì

yuletide *[Christmas season]* or. àsìkòò kérésìmesì

yummy *[tasteful]* ep. aládùn, olóyinmọmọ

Z

Zambia *[a country in southern Africa]* or. Orílèệ Sámbíà
zany *[clownish, crazy]* ep. apanilệrǐ n
z-axis or. ìlà òòró, ila ìdúró *(x-axis: ìlà-ìbú; y-axis: ìlà-ìrìwá)*
zeal *[enthusiasm, passion]* or. ìtara
zealot *[fanatic, enthusiast]* or. onítara
zealous (to be ~) *[enthusiastic]* is. lati ní ìtara; **~ly** as. tìtara-
titara; tìkanra-tìkanra
zenith *[climax, apex]* or. góngó
zephyr *[breeze]* or. afệrệ
zero *['0'; nothing]* or. òdo
zest *[keen enjoyment]* or. ìgbádùn, ọyàyà
zestful (to be ~) *[full of zest]* is. lati ní ọyàyà
zigzag *[line that turns sharply in alternating directions]* or. ìlà
aláyùn
zillion *[an extremely large number]* or. àìnìye
Zimbabwe *[a country in southeastern Africa]* or. Orílèệ
Sìmbábùwè
zip *[sharp hissing sound]* or. ìfé
zipper *[fastener having two rows of interlocking teeth]* or. ìdè-aṣọ
eléhín
zone *[a section or district in a city, area]* or. ìhà
zoo *[a park in which wild animals are kept for exhibition]* or.
ibùgbé-ẹranko
zoo- *[animal]* ir. - ẹranko
zoogeography *[study of the geographical distribution of animals]*
or. ẹkọ́ nípa ibùgbé ẹranko
zoology *[study of animals and the animal kingdom]* or. ẹkọ́ nípa
ẹranko, ẹkọ́ ẹranko
zoophilism *[inordinate affection for animals]* or. ìfẹ-àfẹ́jù ẹranko
zoophobia *[fear of animals]* or. ìbẹrù ẹranko
zoophyte *[animal resembling a plant]* or. àwọn ẹranko aríbí-ệgbìn
zygo- *[like a yoke]* ep. aríbí-ẹyin
zygomatic bone *[malar bone, bone on either side of the face
below the eye]* or. eegun ìsàlệ-ojú
zygote *[zygocyte, fertilized ovum, cell formed by the union of two
gametes]* or. ọlẹ̀
zymo- *[pertaining to fermentation]* ir. ìdíbà
zymology *[study of fermentation]* or. ẹkọ́ nípa ìdíbà

PART B

YORUBA - ENGLISH

A

a *n.* a, first letter of the Yorùbá alphabet

a *[awa] pr.* first person plural (*see* ìṣòwó ẹ̀ka ọ̀rọ̀)

àábá-òwú *n.* ginned cotton

ààbò *[aláàbò, àbò] n.* shield, insulator, protector, protection (*àbòo wáyà: insulation for wire*)

àdó *[oníhàmẹ́ta] n.* triangle; ~ **ọ̀tún** *n.* right-angle triangle; ~ **ayakàtà** *n.* isosceles triangle (*ya ikatà: stands with legs apart*); ~ **àaro** *n.* equilateral triangle (*àaro = àdìrò*); ~ **onigun-mímú** *n.* acute angle triangle (*igunmú /igun tó mú/: sharp edges*); ~ **onígunfìfẹ̀** *n.* obtuse-angle triangle (*fẹ̀ v. to be wide*)

àádóje *[àpò kan àt'ìdì mẹ́ta] n.* one hundred and thirty (*àá~: ten; àádín: less ten; ọje: ogún méje*)

àádọ́fà *[àpò kan àt'ìdì kan] n.* one hundred and ten (*àá~: ten; àádín: less ten; ọ́fà: ogún mẹ́fà*)

àádọ́rin *[ìdì méje] n.* seventy, eighty less ten) (*àá~: ten; àádín: less ten; ọrin: ogún mẹ́rin*)

àádọ́rŭn *[ìdì mẹ́sằn] n.* ninety, a hundred less ten (*àá~: ten; àádín: less ten; ọ́rún: ogún márŭn*)

àádọ́ta *[ìdì márŭn] n.* fifty, sixty less ten (*àá~: ten; àádín: less ten; òta = ogún mẹ́ta: sixty*)

àádùn *n.* sugar, saccharide (*dùn v. to be sweet*); ~ **bọ̀tì**: maltose, malt sugar (*bọ̀tì: malt*); ~ **ẹ̀jẹ̀**: glucose, dextrose, blood sugar, grape sugar; ~ **ẹso** *n.* fructose, levulose, laevulose, fruit sugar; ~ **igi**:. mannose; ~ **òdòdó** *n.* nectar; ~ **ori**: galactose; ~ **ìrèké**: sucrose, cane sugar, beet sugar, saccharose; ~ **wàrà**: milk sugar, lactose,

ààfin *n.* king's palace

aago *[agogo] n.* timepiece; bell; on the hour, o'clock; ~ **mẹ́ta**: three o'clock

àjà *n.* tornado, whirlwind, hurricane; ~ **ilẹ̀**: volcano; volcanic eruption

aaka *n.* hedgehog

àáké *[àkéké] n.* axe; ~ **ìtúlẹ̀**: pickaxe

àlà *[àgbè, agbede] n.* boundary, demarcation (*pàlà v. to demarcate*)

àánú *[àánú] n.* compassion, pity

aápọn *[wàhálà] n.* zeal

àárẹ̀ *n.* fatigue, tiredness; mild illness (*ṣàárẹ̀, ṣàmọ́di: to be ill*)

àárín /àárín: inter-, mid, median, meddle / n. center, middle; (láárín/ní ~] adv. in the middle); **iye t'~**: median value; **èèkàa t'~**: median number; **~ etí** n. middle ear, tympanic cavity; **~ ìgbà**: interval (time elapsed between two occurrences); **~ ọpọlọ**: midbrain, mesencephalon; **~ oṣù-kan ọmọ-titun** n. neonatal period

ààrò [àdìrò] n. furnace; **~ alágbẹ̀dẹ**: blast furnace

àárọ̀ n. early morning, daybreak

aárǔn [àrún] n. five

ààtàn [àkìtàn] n. dung hill

ààtò n. structure

àáwọ̀ n. quarrel, misunderstanding

à`àyè [òmìnira] n. favorable time; consent, permission; ó fún mi l'~: he gave me permission

aáyán n. cockroach, roach (family: blattidae)

àáyò n. beloved wife, favorite wife

àbá n. suggestion, attempt, endeavor; **dá ~** v. to make suggestion

àba n. incubation (láti sàba: to brood eggs)

àbà n. a type of tree

abà n. farm building, barn

àbábọ̀ n. the result

abahun [ahun] n. tortoise

àbàjà n. a type of facial mark

abájọ n. exclamation: no wonder! Alas!

àbámẹ́ta [ọjọ́ ~, ọjọ́ sátidé] n. Friday

abàmì adj. strange, unusual (~ ẹda: strange person)

àbámọ̀ n. regret, remorse (láti ké ~: to express regret)

abánidámọ̀ràn [abánipèrò] n. adviser, counselor

abánidárò n. sympathizer, one who sympathizes with another

abánidíje n. competitor, challenger

abánigbèrò n. adviser, counselor

abánijẹ [~ ènìyàn] n. slanderer

abánijíròrò [abánigbèrò] n. adviser, counselor

abánikẹ́dùn n. sympathizer, consoler, comforter

abanilẹ́rù adj. scary, fearful, frightening

abániwí n. rebuker, enforcer

abápàdé n. lucky encounter, chance

àbàrá n. slap with the palm

abáradọ́gba adj. congruent (láti báradọ́gba/bá ara dọ́gba/: to be congruent)

abárajọ adj. identical (láti bárajọ/bá ara jọ/: to be identical)

abárakú *adj.* habitual, chronic

abarapá *n.* health, wholesomeness

abárèbábò *[ábábò] n.* the result, after all is said and done

àbàrá *n.* a slap, ó gbá mi ní ~: he gave me a slap

àbàrí *n.* hard pudding made from maize

àbárò *n.* advice, counsel *(aláb ̀a rò: an adviser)*

àbáṣe *n.* help, support, assistance

àbáṣepò *n.* interaction; *(aláb ̀a ṣepò: one who interacts with another)*

àbàtà *[ẹrọ̀fọ̀] n.* marshland, swamp

àbàtì *n.* an unfinished task

àbàwọ́n *[àbààawọ́n] n.* adulterant, defect, stain blemish; ~ **àbí-nibí**: birth defect, congenital anomaly, congenital defect

abẹ *n. [abẹféléé]* blade, razor, sharp object

abẹ́ /**abẹ́**: *sub*/ *[ìsàlẹ̀, odò] n.* underside, bottom, underpart; ~ **èékán**: nail bed; ~ **ìwọ̀-ara** *adj.* subcutaneous *(ìwọ̀: skin, membrane, awọ: leather)*; ~ **ahọ́n** *n.* underside of tongue; ~ *adj.* sublingual; **ẹṣẹ́** ~ *n.* sublingual gland; ~: genital organs

abẹbẹ *n.* fin; fan; ~ **àyà**: pectoral fin of fish; ~ **ẹhìn**: dorsal fin of fish; ~ **ẹja**: fish's fin; ~ **ìbàdí**: pelvic fin of fish; ~ **inún**: ventral fin; ~ **ìrù**: caudal fin

abẹféléé *[abẹ] n.* razor, blade

àbẹ́là *n.* candle; **ìwọ̀n** ~: unit of incandescence

abẹ́le *adj.* domestic; **ohun-èlò** ~: domestic utensils

abẹ́lẹ̀ /**abẹ́ ilẹ̀**/ *n.* underground

abẹ́nú /**abẹ inu**/ *n.* groin, inguen, underside; *adj.* inguinal; **ibi** ~: inguinal area

Abẹ́òkúta *n.* a Yoruba city, Abeokuta

abẹ́rẹ́ *n.* syringe, needle

abẹ́rẹ́ *n.* injection; **láti gba** ~ *v.* to get an injection; ~ **àjẹsára** *[abẹ́rẹ́ òkí] n.* vaccination, immunization; ~ **gbigbà** *[ìgbabẹ́rẹ́] n.* process of getting an injection; ~ **òkí** *[abẹ́rẹ́ àjẹsára] n.* vaccination, immunization; **láti gba** ~ *v.* to become immunized *(òkí: immunity)*

àbẹtẹ́lẹ̀ *[owó ~, owó ẹhìn, ribá] n.* bribe; **láti gba owó** ~ *v.* to take bribes

abẹwẹ̀ *n.* person who is looking for help, suppliant

àbẹwò /**àbẹwò**: -scopy/ *[àyẹwò] n.* examination; exploration; ~ **ilé-ọmọ**: hysteroscopy *(ilé-ọmọ: uterus)*; ~ **ibú àt'ìfun-ẹyin**: laparoscopy; ~ **ìríran-ojú**: optometry

àbí *[tàbí] conj.* or

abi- *prefix* possessor of

ábídí *n.* alphabets; ~ **àìlámì**: consonants; ~ **alámì**: vowels; ~
Gẹ̀ẹ́sì: English alphabet; ~ **ìránmú**: nasalized alphabets *(rán
ìmún: to nasalize a sound)*; ~ **Yorùbá** *n.* the Yorùbá
alphabet, letters

àbíkẹ́hìn *n.* the last child in a family

àbíìkọ́ *n.* one who lacks proper parental upbringing *(àkọ́ọ̀gbà: an
incorrigible child)*

àbíkú *n.* child believed destined to die so it can come back to life
again and again

àbílé *n.* an immediate junior sibling

abilékọ /abi: *possessor of, one who has/ [adé- lébọ́] n.* married
woman, woman making a home with a husband

abímọ/bí: *produce offsprings/ adj.* viviparous, giving birth to live
offspring; **ẹranko** ~ *n.* viviparous animal

abímọ́ *[àbínibí] adj.* inborn, genetic, inherited

àbínibí *adj.* inborn, inherent, innate, congenital; **àìsàn** ~ *n.*
congenital illness

abínú-ẹni *n.* sworn enemy

abirùn /abi: *possessor of, one who has/ [abi àrùn] n.* handi-
capped person; **ọkọ̀** ~: ambulance

àbísọ *[orúkọ ~] n.* name given at birth

abíyá *n.* armpit

abiyamọ *[abiamọ] n.* woman with a child

àbò *[ààbò, aláàbò] n.* shield, protector; ~: insulator

abo *[obí] n.* female, female animal; ~ **adìẹ**: hen; ~ **ènìyàn**:
woman, girl; ~ **ẹlẹ́dẹ̀**: sow; ~ **irin**: female sex *(ìnrin: sex; ẹ̀yà-
irin abo: female reproductive organs)*

àbo *n.* surprise; **ó bá a ní ~**: it met him by surprise

àbójútó *n.* supervision, overseeing

àbòsí *n.* deception, fraud *(alábòsí: fraudulent person)*

aboyún /abi: *possessor of/ [aláboyún] n.* pregnant woman *(abi
oyún: one who has a pregnancy)*

àbọ̀ *[bíbò] adj.* afferent, venous; **ẹ̀jẹ̀** ~ *n.* venous blood; ~ *[edébù,
idajì, ìlàjì] adj.* incomplete; ~: half; **ikan** ~: one and a half

abọ́ *[ago] n.* receptacle, cup; ~ **àtọ̀**: seminal receptacle,
spermatheca (of insects)

àbọ̀ábá *[àbọ̀wábá] n.* something reserved for a rainy day

abọ́-ìdí /abọ́-ìdí~: *recto~/[abọ́ọ̀dí] n.* rectum; ~ **wíwú** *n.*
inflammation of the rectum, proctitis

àbọ̀dé *[àpadàbọ̀, àbọ̀] n.* arrival, return *(~ Jésù: the return of
Jesus)*

àbọ̀dè *n.* an evil plot

abǫmǫlè̩ *n.* animist, worshiper of spirits

àbò̩-ò̩rò̩ /*àbò̩: incomplete*/ *n.* phrase (*ò̩rò̩: sentence è̩ka-ò̩rò̩: word*)

àbò̩n *n.* an unripe palm fruit

abò̩rìṣà *n.* an idol worshiper (said by Christians of traditional religion adherents)

àbùùbùtán *n.* wellspring (*e̩ja ~: whale*)

àbùjá *n.* short cut

Àbújà *[the capital city of Nigeria]* *n.* Àbuja

abuké *[asuké, asoké]* *n.* hunchback (*abi: possessor of*)

àbùkù *n.* defect, blemish, deformity

àbùkún *n.* an addition, increment; ~ **Elédùmarè**: blessing from God (as in a new child)

àbùlà *n.* diluted material (*dàbùlà/di àbùlà/ v. to become diluted; alábùlà adj. dilute*); ~ *n.* adulteration

abúlé *n.* village, farmhouse

àbùmǫ́ *n.* an addition, an exaggeration

àbùpín *see* ìbùpín

abúra-èké *n.* perjurer, someone who lies under oath

àbúrò̩ *n.* younger sibling (brother or sister)

àbùsí *n.* an addition; ~ **Elédùmarè**: blessing from God

àbùtà *n.* something sold by retail

àdá *n.* cutlass, machete

àdàbà *n.* the turtle dove

adábá *n.* trouble, incrimination

àdábǫwó̩ *n.* glove

adágún odò *n.* lake, pond

adágba *n.* an eel-like fish

adáhunṣe *[babaláwo, oníṣègùn]* *n.* traditional African doctor, herbalist

adájó̩ *[oníd àjó̩]* *n.* judge (*ìdájó̩: judgment*)

àdàkéjì *[ìdàkéjì]* *n.* opposite, inverse

àdàlù *n.* mixture, amalgamation

adàlúrú *n.* psychopath, sociopath

àdámǫ́ *[àbínibí, ayébáyé]* *adj.* natural (*ikú àdámǫ́: natural death; dá: create*)

Adámò̩ *[Adámò̩]* *n.* Adam, first human, primitive human (users of palm fronds); ǫmǫ ~: human beings (children of Adam)

àdàmǫ́ *n.* additive, something added for a specific purpose

àdàmò̩ *adj.* pseudo, semi-, imperfect; ~ **àlùrò̩** *n.* semimetal, metalloid; ~ **ewé-òdòdó** *n.* sepal (*ewé: leaf*); ~ **e̩wà-òdòdó**: calyx of a flower (*e̩wà òdòdó: corolla*); ~ **osun-wuuru** *[àdàmò̩* *osun-ara]*: imperfect fungus; ~ **òyì** *n.* imperfect gas; ~ **pádi-ẹ̀jẹ̀ pupa**: erythroblast *(pádi- ẹ̀jẹ̀ pupa: red blood cells)*

adàmọ-lóko *[agẹmọ, alágẹmọ] n.* praying mantis

àdàmọ̀ *[àdàmọ̀bí] conj.* unless, except

àdàmọ̀di *prefix* tending to become

àdàmọ̀-èso *n.* ovule

àdán *n.* bat, chiroptera

àdánidá *[àbínibí] adj.* natural, inborn

adánilágara *n.* one who wearies others, pest

adánilára *n.* one who disappoints

adánilẹ́kun *n.* one who prohibits another, enforcer

adánilóró *n.* one who oppresses, tormentor

adánrí *n.* bald person

adánrin *n.* furbisher, polisher of metals

àdánùn *[àìpé ojúwọ̀n] n.* loss, deficit *(pàdánù v. to lose something, to run a business at a loss)*

àdápè (orúkọ) *[ínagìjẹ́] n.* nickname, alias

àdàpọ̀ *n.* mixture *(àpòpọ̀: solution)*

adárà *[alárà] n.* inventor *(àrà: invention)*

adáràn *[ọ̀dáràn] n.* criminal

adaran *[daran-daran] n.* herder

adárihurun *n.* human being

adárípọ́n *n.* male lizard

adá-rugúdù *n.* trouble maker, rabble-rouser

àdàrọ *n.* nonmetal *(alùro: metal)*

àdásan (igbèsè ~) *n.* debt paid by installments

àdáyébá *adj.* acquired *(dé ayé bá: found on earth)*; **ìwà ~** *n.* acquired characteristic

adé *n.* crown

adébá *n.* accident, mishap, misfortune

adeèpá ẹ̀jẹ̀ *n.* platelet, thrombocyte *(a di èépá: thing that becomes a clot)*

àdéhun *n.* agreement, promise, treaty

adelé *[aṣojú] n.* deputy, delegate

adélébọ̀ *[abilékọ] n.* married woman

adẹ́dàá *n.* creator

adẹ́mu *n.* palm wine tapper

adẹ́tẹ̀ *n.* leper *(ẹ̀tẹ̀: leprosy, Hansen's disease)*

adì *n.* solid *(dì v. to become solidified)*

adìẹ *[àkùkọ] n.* chicken, hen, rooster

adífá *n.* an Ifa priest

adìgbàró *n.* one who refuses to take a seat

àdìmọ́ *n.* embrace *(láti dì mọ́ ènìyàn: to embrace someone)*

àdín (~ **agbọn**) *n.* fried palm-kernel oil

àdìrẹ *n.* cloth steeped in dye

àdìrò *[àrò, ààrò]* *n.* furnace; ~ **alágbẹ̀dẹ**: blast furnace

adìtẹ̀ *n.* an intriguer, conspirator

adití *n.* deaf person *adj.* deaf *(~ ènìyàn: deaf person)*

àdììtú *n.* mystery, riddle, unknown quantity *(a dì i, kò ṣeé tú: cannot be untied)*

adódó *n.* conical structure (house)

àdòdó *[òdòdó]* *n.* flower

Adó-Èkìtì *n.* Yoruba town, Ado Ekiti

àdògọ́n *n.* small metal kiln

adọ̀dọ́ *[ẹ̀fá-okó]* *n.* foreskin, prepuce

àdúgbò *[ọ̀gbọ́n]* *n.* street, quarter of town *(aládùgbò: neighbor)*

adúláwọ̀ *[ọmọ ~]* *n.* black-skinned man, an African

adùn *n.* sweetness

àdúrà *n.* prayer, supplication; ~ **Olúwa**: the Lord's prayer

àfáà *n.* Muslim cleric

afági *[fági-fági]* *n.* carpenter

afakú *n.* lethal *(a fa ikú: that which causes death)*

afalákàn *n.* carcinogen *(fa alákàn: cancer-causing; alákàn: cancer)*

afárá *[àsọdá]* *n.* bridge

àfara *n.* delay, sluggishness *(láti jáfara: to delay unnecessarily)*

àfaradà *n.* endurance, patience

afárá-oyin *n.* honeycomb

àfarawé *n.* mimicry, imitation

afàwọn *n.* pulley *(fa ìwọ̀n: to pull a weight)*

afàyàfà *n.* a class of reptiles, Reptilia *(fì àyà fà: to crawl on ones belly)*

àfe *n.* float of a fishing line

afẹ́ *n.* air *(afẹ́: something that is capable of blowing)*

afẹ́ ayé *n.* vanity

afẹ́fẹ́ *n.* wind, breeze; *(~ nfẹ́: the wind is blowing)* / *afẹ́ tó nfẹ́: air that blows/*

àfẹ́jù *n.* intense affection for something

àfẹ̀mọ́jú *[àfẹ̀rẹ̀mọ́jú]* *n.* twilight, dawn

afẹ́rẹ́ *n.* breeze, zephyr

àfẹ́sẹ́ *n.* distilled material, distillate

àfẹ́sọ́nà *adj.* betrothed; **iyàwó** ~ *n.* woman engaged to be married)

aféwó *n.* pilferer

àfi *conj.* except, unless

àfijogún *adj.* hereditary, inherited; **ohun** ~ *n.* inherited material

àfikún *adj.*, *n.* adjunct

afin *adj.* transparent; ~ *n.* transparent material *(fín: transparently clear)*

afin *n.* albino; ~ **yíyà**: albinism

afingbá *n.* gourd carver

Afinihàn *n.* traitor, betrayer

Áfíríkà *n.* Africa *(Ìlà oòrùun ~: East Africa; Ìwò oòrùun ~: West Africa; Gúúsùu ~: South Africa; Àríwáa ~: North Africa)*

àfiwé *n.* control, comparison; *adj.* comparative

àfiwéra *[ìfìwéra] n.* comparison

afiyèdá *n.* biosynthesis *(fi iyè dá: created through life processes)*

àfiyèsí *[àkíyèsí] n.* something to be noticed

àfo *[àfonífojì] n.* valley; *[àlàfo]* vacant spot, empty place

àfojúba *n.* visit; observation

àfojúdi *n.* disobedience, insolence; underestimation; **láti şe** ~ *v.i.* to be disobedient

afómi *n.* hydrophile; *adj.* hydrophilic *(fé omi: attracted to water)*

àfòmó *n.* African mistletoe

àfonífòjì *[àfo] n.* valley

àfòpiná *n.* moth

àforíjì *[gáfárà] n.* excuse, forgiveness, pardon

àforítì *n.* perseverance, patience, endurance

àfò *n.* mire in which a pig wallows

afójú *adj.* blind, okùnrin ~: blind man *(òfójú: blind person)*

àfóta *n.* cataract of the eye

àfòn *[igi ~] n.* baobab tree

afónjà *n.* bomb

afoşo *[òfoşo] n.* washerman, launderer

àfowópè *n.* beckoning

àfowóhun *adj.* handwoven; **aşo** ~ *n.* handwoven fabric

afunfèrè *n.* bugler, piper

àfúnká *[ìfúnká] n.* dispersion *(láti fún nkan ká: to disperse something)*

afúnniléjè *n.* blood donor

afunpè *n.* trumpeter

afúnrúngbìn *n.* sower

afura *n.* suspicious person *(ìfura: suspicion)*

agà *[àkàbà] n.* ladder

àga *n.* chair, stool

àgàbàgebè *n.* hypocrisy, fraud

agada *n.* short, curved sword, scimitar

àgádágidì *[ọtí-ọ̀gẹ̀dẹ̀]* *n.* alcoholic beverage derived from fermented plantains

àgádágodo *n.* padlock

àgàlàmọ̀ṣá *n.* deception, fraud

àgàn *n.* sterile woman; *adj.* infertile, sterile; ~ **obìnrin** *n.* infertile woman; ~ **yíyà:** infertility, sterility *(láti yàgàn: to be barren)*

àgan ehín *[ọ̀gọ́n ehín]* *n.* canine tooth

agara *n.* weariness, fatigue

agarọ *[àgùnrọ]* *n.* afterpain

agélápá *[agépá]* *n.* amputee (arm)

àgéré *n.* stilts *(alágère: dancer on stilts)*

àgẹ́ *n.* watercooler

agélẹ́sẹ̀ *[aṣẹ́sẹ̀]* *n.* amputee (leg)

agẹdẹ -ngbẹ *n.* large sword

agẹmọ *[adámọ-lóko]* *n.* praying mantis; *[alágẹmọ, ọ̀gà]* chameleon

àgì *[àrìnká, làkúrègbé]* *n.* arthritis, osteoarthritis

agídí *n.* obstinacy, stubbornness *(alágídí: an obstinate person)*

agìnjù *n.* wilderness; ~**igbó** *n.* thick forest

agírá *n.* snuff

àgò *n.* fowl coop

ago *[abọ́]* *n.* receptacle, cup

àgò *n.* fowl-coop; move aside, make way

àgò *v.* move aside, make way *(Mo kágò: I ask permision of a householder to enter)*

agogo *n.* bell; time clock, watch, wristwatch; *[aago, wákàti]* hour

agolo *n.* cylinder, cylindrical container *(alágolo adj. cylindrical: owner of a cylinder)*

agọ̀ *n.* masquerader's costume

àgọ́ *n.* nucleus, controlling center; ~ **pádi:** cell nucleus, karyon; ~: innermost part; ~ **ara:** center of the body; ~: encampment, tent; ~ **iwòsàn:** clinic, rural health center

Àgùàlà *[ajá òṣùpá]* *n.* the planet Venus

àgùdà *n.* Catholic

agún *adj.* symmetrical; ~ *n.* *[ẹ̀dá agún]* symmetrical object *(láti gún: to be symmetrical)*

àgùnbánirọ̀ *n.* young adult

àgúnjẹ *n.* medicine in powdered form

àgúnmì *n.* pill, tablet, capsule; ~ **magboyún:** oral contraceptive, the pill

àgúnmu *n.* medicine in powder form *(may be solid dissolved in a* *liquid)*

agúnrégé (ẹ̀dá ~) *[agún ní ọ̀tún ní òsì]* n. bilaterally symmetrical object

àgùntàn *[àgùtàn]* n. sheep

agúnyíká (ẹ̀dá ~) n. radially symmetrical object *(agún ní àyíká: symmetrical around)*

àgbà *[àgbàlágbà]* n. mature person or animal, adult, old person

àgbá n. cylindrical container, barrel; cannon

àgbààgbà *[àwọn ~]* n. elders, the older generation

àgbàbó *[ọmọ ~]* n. foster child

agbádá n. formal Yoruba dressing garment

àgbàdo *[ọkà, ìgbàdo]* n. maize, corn

àgbagbà *[ọ̀gẹ̀dẹ̀ ~]* n. plantain *(ọ̀gẹ̀dẹ̀ wẹ́wẹ́: banana)*

àgbájọ n. congregation, group of people, gathering

àgbákò n. accident, ill-luck, misfortune; **láti ko ~** v. to meet with an accident

àgbàlá n. backyard, compound

àgbàlágbà *[àgbà]* n. adult, old person

àgbálù n. misfortune

agbami n. sea, ocean

agbanisíṣẹ́ n. employer

àgbá-nréré n. type of antelope

agbára n. energy, capacity; ~ **afẹ́fẹ́**: wind energy; ~ **ìtànná**: luminous energy; ~ **òòfà**: magnetic energy; ~ **oòrùn**: solar energy; ~ **ọta**: atomic energy *(ọta: atom)*

àgbàrá n. flood; ~ **òjò**: flood of water, torrent

agbárí */agbárí-: cranio-/* n. skull, cranium; ~ **ṣiṣi**: craniotomy

agbasà n. solid rock

àgbàtà n. retailing

àgbàtọ́ n. guardianship *(alágbàtọ́: guardian)*

àgbàwí n. solicitation on behalf of another person *(alágbàwí: solicitor, advocate)*

agbáwo n. steward

àgbáyé n. the whole world

agbè *[akèrègbè]* n. gourd, device for collecting dripping fluid

agbe n. asking for alms; type of bird with blue-black plumage

àgbè *[agbede, agbedeméjì, ààlà]* n. boundary, interphase

àgbébọ *[adìẹ ~]* n. an adult hen

àgbédá n. failure to settle debt owed, default

agbede n. interphase, equilibrium

agbede méjì n. interval, mid-point

àgbèègbè *[àyíká]* n. environment, territory, perimeter; *adj.* ambient, local, peripheral

agbèji *[agbèjò]* n. umbrella, parasol

àgbékọ́ n. hinge, brace

àgbélébù n. cross

agbeni n. defender, one who sides with another

agbéraga *[onígbèraga]* n. arrogant or boastful person

àgbèrè n. adultery, fornication *(alágbèrè: adulterer)*

àgbéró ara n. skeleton *(àgbéró-ara: that which upholds the body)*

àgbẹ̀ n. farmer, agriculturist

agbẹ̀bí n. midwife

àgbẹ̀dẹ n. smith's workplace *(alágbẹ̀dẹ: smith)*

agbẹ̀du *[ìfun nlá]* n. large intestine

agbẹ́gi n. woodcarver

agbẹjọ́rò *[lọyà]* n. solicitor, advocate, lawyer, attorney

àgbo n. medicine brewed from leaves and barks of trees

agbo n. collection; ~: congregation, multitude; ~: herd, flock (of sheep)

àgbò n. ram

agbo ẹ̀yà (in taxonomy) n. division or phylum; ~ **alápòara**: Cnidaria; ~ **aràn-palaba** n. Platyhelmintes, flatworms; ~ **aràn-rubutu**: Nematoda, roundworms; ~ **ẹlésọlẹ́hìn** *[àgbo-ẹ̀yà ọlọpáẹ̀hìn]*: Chordata, Craniata *(ẹsọ: nerves)*; ~ **ẹranko**: phylum; ~ **igi**: division; ~ **igi onírúgbìn**: Spermatophyta, seed plant; ~ **kànkàn**: Porifera, sponges; ~ **ọlọ́pẹ̀hìn** *[àgbo-ẹ̀yà ẹlẹsọlẹ́hìn]*: Craniata, Chordata, Vertebrata; ~ **oníkarau**: Mollusca, mollusks

agbo-ìran (in taxonomy) n. tribe

agbòji *[agbòjìjí, agbòji-ojú]* */gba òjìji: receive an image/* n. retina of the eye; **akàn** ~: retinoblastoma: ~ **ojú wíwú**: retinitis

agboolé n. compound, household

agboolé (in taxonomy) *[agbo ilé]* n. order; ~ **aáyán** n. Dictyoptera e.g.cockroaches; ~ **àdán**: Chiroptera e.g. bats; ~ **afàyàfà**: Squamata e.g. snakes; ~ **agbọ́n**: Hymenoptera e.g. tsetse fly; ~ **ajẹkòkòrò**: Insectivora; ~ **eku**: Rodentia; ~ **eléẹpoẹ̀hìn**: Coleoptera; ~ **ẹlẹsẹ̀mẹ́wa**: Decapoda; ~ **erin-omi**: Cetacea; ~ **kòkòrò-amẹ̀jẹ̀**: Siphonaptera; ~ **iná-ara**: Siphunculata, Anoplura; ~ **labalábá**: Lepidoptera e.g butterflies; ~ **lámilámi**: Odonata

agboòrùn *[agbòjò]* n. umbrella

agbo ọ̀mì n. collection of equations, simultaneous equations *(ọ̀mì: equations)*

agbowó-òde *n.* tax collector

àgbọ̀n *n.* chin; **eegun** ~: jawbone *(ìjàgbọ̀n: flesh under the chin)*; ~ **ìsàlẹ̀**: lower jaw

agbọ̀n *n.* vibrating object, vibrator, wave; ~ *adj.* vibrating; **ẹ̀dá** ~: vibrating object; **igbọ́n** ~: wavelength; **ìjì** ~: amplitude of a wave; ~ *[apèrè]* *n.* basket

àgbọn *n.* coconut fruit; **ẹkan** ~: lauric acid; **ọtí** ~: lauryl alcohol

agbọ́n *n.* Hymenoptera, hornet, wasp

àgbọ̀nrín *[ìgalà]* *n.* a type of antelope

agbòròdùn *n.* sympathizer

ahéré *n.* farmhut

àhesọ *n.* gossip, chatter

Àhórì *n.* Yoruba subtribe

ahoro *n.* deserted house

ahọ́n *n.* tongue, glossa, lingua; ~ **dídùn**: glossalgia; ~ **nlá**: macro-glossia; ~ **wíwú**: glossitis

ahọ́n iná *(àṣẹ́ iná)* *n.* flame

ahun *n.* allergen *(ẹ̀hun: allergy)*; *[ìjàpá]* tortoise; miserly person

àhúsọ *[~ ìtan]* *n.* fable, fiction

ài- *prefix* lacking, without, un-, a-, an-, ana-

àìbáramun *n.* incompatibility, incongruence

àìbẹ̀rù *[àìfọ̀yà, àìnífọ̀yà]* *n.* fearlessness, heedlessness *(aláìbẹ̀rù: fearless; aláìbẹ̀rù ènìyàn: fearless person)*

àìbí *n.* childlessness

àìbìkítà *n.* indifference *(aláìbìkítà: carefree; a carefree individual)*

àìbójúmu *[àì~]* *adj.* deviant, aberrant, anomalous; **ìwà** ~ *n.* deviant behavior

àìbójútó *n.* carelessness, inattention

àìbù *n.* whole

àìdá *adj.* incessant, continuous

àìdájú *adj.* indefinite, undetermined, inexact

àìdà-onjẹ *n.* indigestion

àìdára *adj.* improper, unfavorable; ~ **ìjẹ ẹ̀mun** *n.* malnutrition *(ìjẹẹ̀mun [ìjẹ àtì ìmun]: nutrition onjẹ: food)*

àìdẹ̀ *adj.* hard, unripe

àìdọ́gba *n.* inequality

àìdùn *adj.* not tasty, insipid; *n.* lack of sweetness; **inun** ~: unhappiness

àìfarabalẹ̀ *n.* inattention, restlessness

àìfetísílẹ̀ *n.* inattention, inability to listen

àìfiyèsí *n.* inattention

àifòyà *n.* boldness; being unafraid

àifọkànbalẹ̀ *[àníyàn] n.* anxiety, worry, distress, uneasiness

àigún *[aláìgún] adj.* asymmetrical; *n.* asymmetry

àigbádùn *[àìsàn] n.* disability, sickness

àigbàgbé *n.* not forgetting

àigbó *[àìpọ́jọ́, aláìpọ́jọ́, àìpásìkò] n.* immaturity

àigbóògùn *adj.* intractable, refractory; **àìsàn ~** *n.* intractable
   illness:

àigbóòrún *n.* loss of ability to smell, anosmia *[òórùn: odor]*

àigbóyà *n.* cowardice, lack of courage

àigbọ́n *n.* lack of wisdom, foolishness

àigbọ́ràn *n.* disobedience; **aláìgbọ́ràn** *adj.* disobedient; *n.*
   disobedient child

àijásè (in science) *adj.* unreactive, not reactive, inert *(àìjẹ́ àsè: not
   responsive to reaction)*; **òyì ~** *n.* inert gas

àijẹun *n.* fasting, dieting

àijìnnà *n.* nearness *(aláìjìnnà: not far)*

àijinnú *n.* lack of depth *(aláìjìnnún: shallow)*

àijìyà *n.* impunity

àikàsí *n.* contempt, disdain

àikọlà *[àìdábẹ́, àìdákọ́] n.* lack of circumcision; **aláìkọlà** *n.*
   uncircumcised person

àìlà *[ògidì] n.* concentrated form; *adj.* concentrated, not diluted

àìlábàwọ́n *n.* purity, faultlessness, perfection, untaintedness

àìlámì *[al~] adj.* without sign; *n.* asymptomatic *(àì + ní + àmìn:
   without a sign)*

àìlánfàní *n.* uselessness, ineffectiveness; **aláìlánfàní:** useless
   material

àìlátúnse *n.* inability to be corrected; irredeemable

àìláyè *n.* impermeability

àìlẹ́ẹ̀ dú *n.* inorganic existence *(ẹ̀là aláìlééédú: inorganic
   compounds)*

àileèsùn *n.* insomnia

àileètọ̀ *n.* inability to urinate, ischury

àileègbọ́ran *n.* inability to obey

àilera *[àìsàn, ara àìle, òjòjò] n.* sickness, illness; **aláìlera:** sick
   person

àiléwu *n.* inertness, impotence; **aláìléwu** *adj.* innocuous, benign,
   inert *(ewu: hazard, danger)*

àilómi *n.* lack of water; **aláìlómi** *adj.* anhydrous, without water

àilópin *n.* infinity; **~** *adj.* infinite; **aláìlópin** *n.* (something) infinite

àilọrìn *[àìníwọ̀n] n.* weightlessness

àìlọ́rùn *n.* absence of a neck; **aláìlọ́rùn** *adj.* sessile, stalkless

àìmí *n.* lack of breath *(mí: to breathe)*

àìmì *[àìpapòdà] n.* lack of motion; **aláìpapòdà** *adj.* static, motionless *(mì v. to move)*

àìmọra *n.* incontinence, heedlessness

àìmọ́ra *n.* incompatibility, incongruity

àìnídí̃ *adj.* without reason or cause

àìníhò *adj.* imperforate

àìníkóró-ẹpọ̀n *n.* anorchia, anorchidism, anorchism

àìnímí̃ *n.* lack of vitality, enervation *(ìmí: vitality, energy)*

ainípẹkun *adj.* without end, endless, eternal

àìnipádi *adj.* acellular *(pádi: cell)*

àìnírí̃ sí *n.* shapelessness *(ìrísi: shape)*

ainísàlẹ̀ *adj.* bottomless

àìníṣ̀ọn *adj.* avascular *(ìṣọ̀n: vessel)*

àìníye *[al~, àùlóòkà, àìlonkà] adj.* infinite, uncountable, immeasurable; *n.* infinite amount

àìníyè *n.* analgesis, analgesia *(ìyè: aliveness)*

àìpásìkò *[àìpọ́jọ́, àìgbó] adj.* premature

àìpé *[àìparì] adj.* incomplete *(àìpé: oligo, infra, hypo)*

àìpé-ojúwọ̀n *[àdánù] n.* deficit, shortage

àìpéri *[ìpá, gìrì] n.* convulsion

àìpẹ́ *adj.* recent; **ìgbà** ~ *n.* recent time; **ní** ~ *adv.* recently; **ní** ~ **y ì** : not long ago

àìpọ́jọ́ *[àìpásìkò, àìgbó, àìpọ̀ṣù] adj.* premature, early, untimely

àìrí *adj.* invisible; **èèkà** ~ *n.* imaginary number

àìrítòsí *n.* farsightedness, longsightedness, hypermetropia, hyperopia

àìròtẹ́lẹ̀ *n.* sudden happening; ~ *adj.* unpremeditated *(láìròtẹ́lẹ̀ adv. suddenly, unexpectedly)*

àìrò̀-ẹpọ̀n *[àìrọ-kórópọ̀n] n.* undescended testis, cryptorchidism *(rọ̀: to descend)*

àìrò̀ ẹyin *n.* lack of ovulation, anovulation *(rọ̀: to descend)*

àìrọ́ọ́kán *(àìrí ọ́ọ́kán) n.* nearsightedness, short sightedness, myopia

àìrígbẹ́yà *n.* constipation

àìsàn */àìsàn: -pathy, patho-, sickness/ [àìlera, òjòjò, òkùnrùn, àrùn] n.* disease, illness, sickness *(aláìsàn: sick person)*; ~ **ẹ̀ṣẹ́-ojeara**: adenopathy *(ẹ̀ṣẹ́ oje- ara: hormonal glands)*; ~ **àfijogún** *[àrùn àfijogún]*: inherited disorder, genetic disease; ~ **alámọ̀ inú-ẹ̀jẹ̀**: bacteremia *(alámọ̀: bacterium)*; ~ **aràn**: helminthiasis *(aràn: helminth, worm)*; ~ **imú**: rhinopathy; ~

àìṣe nkan-oṣù: lack of menstruation, amenorrhea; ~ **àìgbẹ́ṣẹ́ òkí-ara:** acquired immune deficiency syndrome (AIDS)

àìṣedéédé *n.* incompetence, inadequacy; *adj.* incompetent, incapable

àìṣeéṣe *[al~]* **(láti jẹ́ ~)** *v.* to be impossible

àìsí *[àìwá, alaìwá]* *n.* absence; **láti ṣe ~** *v.* to be absent; **láti ṣe aláìsí:** to be dead

àìsùn *n.* keeping of a vigil

àìtéjú *n.* unevenness

àìtó */àìtó-: infra-, hypo-/ adj.* inadequate; ~ *[alàìtó]* *n.* inadequacy

àìtó-ògìdì *adj.* unsaturated

àìyege *n.* failure, delinquent, derelict

àìwá *[àìsí, al-]* *n.* absence, nonattendance, nonappearance

àì-yè *adj.* constant, unchanging, invariable

àjà *n.* attic; ceiling

ajá *n.* dog; ~ **igbó** *n.* wolf

àjàbọ́ *n.* narrow escape *(láti ja ~: to escape by the skin of one's teeth)*

àjàgà *n.* cocoon; yoke

ajagun *[jagunjagun]* *n.* soldier, warrior

àjàkálẹ̀ àrùn *n.* influenza, plague, epidemic, flu, grippe

ajáko *n.* jackal

àjànànkú *[erin]* *n.* elephant

àjàpá *[ijàpá, alájàpá]* *n.* tortoise

àjàrà *[ọgbà ~]* *n.* vineyard

ajásè *[ajẹ́ àsè]* *adj.* reactive *(láti jẹ́ àsè: to be reactive)*

ajáwálẹ̀ *n.* free falling object *(láti já wálẹ̀: to fall freely)*

ajé *[òwò]* *n.* commerce, trade, business

àjèjì */àjèjì: xeno-/ [àrè]* *n.* stranger, newcomer, foreigner; unknown phenomenon

ajènìyàn *n.* cannibal, maneater

ajere *[ajọ]* *n.* sieve, colander

àjẹ́ *n.* witch, sorceress

àjẹ̀ *n.* paddle, oar, propeller

àjẹ̀ *n.* tinder for use in a gun

ajẹgijẹran *n.* omnivore; *adj.* omnivorous *(ẹranko ~: omnivorous animal)*

ajẹfọ́ *[aláìjẹran]* *n.* vegetarian

ajẹ́lẹ̀ *n.* administrative officer, consul

àjẹjù *n.* bulimia, compulsive overeating

ajẹkòkòrò *n.* insectivore; **agboolé** ~: order of insectivorous mammals, Insectivora

ajẹran *n.* carnivorous animal, meat eater

àjẹsára *[abẹ́rẹ́ ~] n.* vaccine

àjẹsẹ́ *n.* ungratefulness *(alájẹsẹ: an ingrate)*

àjẹsùn *[onjẹ ~] n.* dinner *(onjẹ àárọ̀: breakfast; onjẹ ọsán: lunch)*

àjídèwe *n.* rejuvenating medicine, tonic

ajigbèsè *[ajẹgbèsè] n.* debtor

ajíhìnrere *n.* evangelist *(ìhìnrere: good news)*

ajílẹ̀ *n.* fertilizer, chemical that fertilizes the soil

àjìn *[ọ̀gànjọ́-òru] n.* middle of the night

àjí-nde *n.* resurrection of Christ

ajíra *n.* vitamin *(jí ara: invigorate the body)*; ~ **àìtó**: hypovitaminosis, vitamin deficiency

àjò *n.* distant place, long journey

ajogún *n.* heir *(ogún: inheritance)*

ajò *[ajere] n.* colander, sieve

àjọ *[àkójọ, àkójọpọ̀] n.* collection of people or things, assembly, meeting

àjọbí *n.* consanguinity, blood relationship

àjọdún *n.* anniversary, feast, banquet

ajọfẹ́ *n.* parasite, bloodsucker, leech; **aràn** ~: parasitic worm; ~ **inún-ara** *n.* endoparasite; ~ **òde-ara**: ectoparasite

àjọ-ìgbìmọ̀ *[àjọ̀gbìmọ̀] n.* council, committee

àjọ-ìrékọjá *n.* feast of the Passover

àjọrìn *n.* companionship

àjọsọ *[ọ̀rọ̀ ~] n.* consultation, conversation

àjọṣe (iṣẹ́ ~) *n.* cooperation

àjọṣepọ̀ *n.* association, combination; *adj.* associative; **òfi** ~ *n.* associative law; **òfi** ~ **ti àròpọ̀**: associative law of addition

àjọyọ̀ *n.* jubilation

àjùle (ọ̀run) *n.* vault (of heaven)

àjùlọ *n.* superiority

àjùmọ̀gbé *n.* state of living together, cohabitation

àká *n.* granary for maize

àkàbà *[àgà] n.* ladder, staircase

àkàkà *n.* sitting with legs crossed

akàn *n.* crab; ~ *[alakàn] n.* cancer; ~ **aṣẹ́ ifun**: colon cancer; ~ **eegun** *n.* myeloma, sarcoma, osteosarcoma, bone cancer; ~ **ẹ̀dọ̀**: liver cancer, hepatoma; ~ **ẹ̀dọ̀fóró**: lung cancer; ~ **ẹ̀jẹ̀**:.

leukemia; ~ **ęnu**: oral cancer; ~ **ęsǫ-ojú**: retinoblastoma *(ęsǫ ojú: optical nerve)*; ~ **ìbú-ęyin**: ovarian cancer; ~ **ęsę́ oje-ara**: adenocarcinoma *(oje-ara: hormone; ęsę́: gland)*; ~ **isan-ara**: myoma, myosarcoma *(isan: muscle)*; ~ **ikóró-ępòn**:seminoma, testicular cancer; ~ **imùdùnmúdùn ęję̀** : multiple myeloma *(imùdùnmúdùn: bone marrow)*; ~ **ìwò̩-ara**: skin cancer, acanthoma, melanoma; ~ **ìwò̩-ǫpǫlǫ**: meningioma *(ìwò̩ ǫpǫlǫ: meninges)*; ~ **òbò**: vaginal cancer; ~ **omi-ara**: lymphoma, lymph cancer *(omi-ara: lymph)*; ~ **ǫmún**: breast cancer; ~ **ǫpǫlǫ**: brain tumor; ~ **ò̩rá**: lipoma, adipose tumor

àkàndùn *n.* inflammation of the finger or toe, whitlow

akápò *n.* treasurer

àkàrà *n.* bean cake

àkárábá *n.* charm used for protection

ákàrágbá *n.* broken pieces of a gourd vessel

akáríayé *[káríayé] adj.* general, universal, common (láti káríayé: to become universal)

àkàsò̩ *n.* ladder

àkàs̩ù *n.* large loaf

akátá *[ajáko] n.* jackal

àkàtànpó *n.* catapult

àkàwé *[àfiwé] n.* similitude, comparison, analogy

akáw̆ *n.* cotton spinner

akéde *n.* public crier *(ikéde: announcement)*

àkeèké *n.* scorpion *(order Scorpionida)*

àkèré *[kò̩-nkò̩] n.* frog

akèrègbè *[agbè] n.* gourd, calabash

àkéte *[ibùsùn, bę̀dì] n.* bed

akéwì *n.* poet, bard

àkę̀ *n.* seagull

àkę́bàję́ *[àkę́jù] n.* over-indulgence

akę́kǫ */akę́kǫ̀-: -ologist/ n.* student or professional in a particular field *(kó̩ ę̀kó̩: involved in learning)*; ~ **ààdi**: spectroscopist *(ààdi: spectrum)*; ~ **àìsàn àra**: pathologist; ~**atàn**: radiologist *(atàn: radiator)*; ~ **ę̀là** *[ę́lę́là]*: chemist *(ę̀là: chemical)*; ~ **ìwà**: psychologist; ~ **ètò-ara**: morphologist; ~ **igbà àtijó̩** *[akę́kó̩ igbàa láíláí]*: archaeologist; ~ **ìlò ę̀yà-ara**: physiologist *(ìlò ę̀yà-ara: physiology)*; ~ **ipín ę̀da-oniyè**: taxonomist *(ę̀dá oniyè: living beings)*; ~ **ìsǫ̀n ara**: angiologist *(ìsǫ̀n-ara: vessel)*; ~- **ìwòsàn ara**: pathologist; ~ **ę̀da-oniyè**: biologist; ~ **kòkòrò**: entomologist; ~ **oje-àìlópǒ** endocrinologist *(oje àìní òpó: juice flowing without a pathway)*; ~ **òkì-ara**: immunologist *(òkí ara: immune system)*; ~**ọlọ́jẹ̀**: virologist *(ọlọ́jẹ̀: virus)*; ~ **orí-àìpé**: psychiatrist; ~ **pádi**: cytologist *(pádi: cell)*

akẹ̀rù (ọkọ̀ ~) *n.* truck, lorry, vehicle used for carrying loads

àkẹtẹ̀ *n.* wide-brimmed straw hat

akílòlò *[akólòlò] n.* stutterer, stammerer

akin *n.* bravery

akiri-ọjà *[akirità] n.* peddler

àkísà *n.* rags *(alákísà: a ragged person)*

akítí *n.* monkey

akitiyan *n.* effort *(ṣe ~: to make an effort)*

àkíyèsí *[afiyesi] n.* observation, notice, comment, remark

àko *n.* branch of a palm tree

àkóbá *n.* unforeseen evil, misfortune; being implicated or framed

àkòdì *n.* rectangular building with open space in center; ~: rectangle (geometry)

àkójọ *n.* collection

àkójọpọ̀ *n.* gathering, congregation, assemblage

àkókó *n.* woodpecker

Àkókó *n.* Yoruba subtribe

àkókò *[igbà, àsìkò] n.* time, period, season; ~ **èèrùn** *[igbà ọ̀gbẹlẹ̀]*: dry season; ~ **ìrúwé** *[igbà ìrúwé]*: spring; ~ **ìwọ́wé** *[igbà ìwọ́wé]*: fall, autumn ~ **òjò** *[igbà òjò]*: rainy season; ~ **òtútù** *[igbà òtútù]*: cold season, winter; ~ **ọ̀yẹ́** *[igbà ọ̀yẹ́]*: harmattan season

akokoro *[ikokoro] n.* cavity (in a tooth), caries

akólé *[olè] n.* robber, burglar

akolòlò *see akilòlò*

àkópọ̀ *[àpapọ̀] n.* combination; summation; **amin** ~: summation sign (Σ)

àkórí *[àkótán] n.* conclusion, summary

àkóso *n.* government, control

akoto *n.* calabash or gourd cut open on the top

akoto-orí *n.* cavity of the skull

akọ */akọ: andr-, andro-./ n.* male animal; ~ **ènìyàn**: male person, man, boy

àkọ́ *[àkọ́kọ́] adv.* initially, originally; *adj.* original, primordial, initial

àkọ̀ *n.* scabbard

àkọ́bẹ̀rẹ̀ *[al~] adj.* basic, elementary, fundamental

àkọ́bí *n.* firstborn

àkọ́dá *[àkọ́kọ́dá] n.* original creation

akọ́dí *[kíkọ́dí] adj.* complex, intricate, complicated *(láti kọ́dí : to be complex)*; **èèkà ~:** complex number

akọgun *n.* champion

akọ ìbà *n.* jaundice, icterus

àkọ́kọ́ *[àkọ́, ìbẹ̀rẹ̀] adj.* initial, beginning; **ìgbà ~:** beginning, first time, primordial time; **ìbi ~:**origin, initial spot

akọ́lé *n.* builder

àkọlé *n.* title

akọni *n.* brave person, hero

akọ ọ́nú *n.* content

akọrin *n.* singer *(ẹgbẹ́ ~: chorus)*

akọrọsẹ́ *n.* diagonal of a quadrilateral

àkọ́sórí *n.* that which is committed to memory

àkọ̀tun *[àtun] n.* brand new thing

akọ̀wé *n.* secretary, scribe

àkùkọ *[àkùkọdìẹ] n.* cock *(adìẹ: hen)*

àkún *n.* bead; segment

akunnilóorun *[èlà ~] n.* narcotic, soporific

akúra *[òkóbó] n.* impotent man; eunuch

Àkúrẹ́ *n.* a Yoruba city, Akure

àkùrọ̀ *n.* marshy farmland, meadow

àkúrun *n.* annihilation, total destruction

akúùsé *n.* pauper *(ìṣẹ́: poverty)*

àlá *n.* dream, fantasy, illusion

àlà *adj.* untainted, unpolluted; **aṣọ ~** *n.* undyed, white cloth; **~:** demarcation *(pa àlà: to demarcate)*

aláàbò *[àbò, àà bò] n.* insulator; defender

aláàfin *n.* king *(oní àà fin: owner of a palace)*

alaalẹ́ *adv.* every evening *(alẹ́: evening time)*

aláàmù *[alá-ngbá] n.* lizard

aláǎnú *n.* merciful person, merciful being; **~ ni Ọlọ́run:** God is a merciful being

aláàyè *n.* live person, living being; *adj.* alive, living *(wà láàyè: to be alive)*

aláb à pàdé *n.* lucky encounter, chance

aláb à rò *n.* sympathizer

alábò jútó *[ọ̀gá] n.* supervisor, boss, guardian

alábòsí *n.* fraudulent person, dishonest person *(àbòsí:dishonesty)*

aláboyún *[aboyún] n.* pregnant woman

alábùkù *n.* one who has a defect

alábùkún *[alabùkùnfún]* n. blessed person
alábùsí n. one who provides, God
alábùlá adj. dilute, diluted
aládé *[oba ~]* n. king, one entitled to wear a crown
aládïgbò n. neighbor
aládùn adj. delicious *(onje ~: delicious meal)*
àláfíà *[ilera]* n. good health, absence of physical and mental anguish
àlàfo n. blank space
aláfojúdi n. insolent person
aláfowórá n. pilferer
alága n. chairman
alágemo *[agemo]* n. praying mantis; chameleon
alàgbà n. elderly person, elder
alágbàbó *[alágbàtó]* n. foster parent
alágbàfò n. washerman, laundryman
alágbàkó n. builder
alágbára n. powerful individual, an able-bodied person
alágbàro n. person hired to work on a farm, laborer
alágbàtà n. retailer *(gba nkan tà: to retail something)*
alágbàtó n. foster parent
alágbàwí *[lóyà]* n. solicitor, advocate
alágbàwò *[onísègùn]* n. doctor, physician
alágbe n. beggar
alágbede adj. equilibrium *[oní àgbede: a thing that is in a position of equilibrium]*
alágbèrè n. adulterer *(àgbèrè: adultery)*
alágbède n. smith, engineer; ~ **èlà**: chemical engineer; ~ **èro** *[asèró]*: mechanical engineer
alágbòràndùn n. sympathizer
aláìkọlà *[aláidábé]* n. uncircumcised person
aláiláyè adj. impermeable; **ìwò** ~ n. impermeable membrane
aláìléèdú adj. inorganic; **èlà** ~: inorganic compound
aláìlómi n. anhydride; **èlà** ~: anhydrous compound
aláìgún n. asymmetrical object *(láti gún: to be symmetrical)*
aláìjeran n. vegetarian *(àìjeran: vegetarianism)*
aláìlábàwón n. untainted or unpolluted material; adj. *[aìlábàwón]* without stain
aláìléwu *[aìléwu]* adj innocuous, harmless, benign
aláìníhò adj. imperforate
aláìnípádi n. acellular organism *(pádi: cell)*; ~ adj. acellular

aláìsàn *[olójòjò, alárùn]* n. sick person, invalid; *adj.* sick, ill

aláìṣeéṣe *[àìṣeéṣe]* (**láti jẹ́ ~**) v. to be impossible

àlàjá n. diameter of a circle

alájàpá *[ìjàpá]* n. tortoise

àlákálã n. nightmare, bad dream

alákàn *[akàn]* n. cancer; crab

alákòso n. controller, nucleus

alákọ̀ bẹ̀rẹ̀ *[akọ́bẹ̀rẹ̀]* adj. fundamental, basic, elementary; primary school pupil

alákǔn adj. segmented; **aràn ~**: segmented worm

alámọ̀ n. bacterium *(oní amọ̀: that which has cell walls)*; adj. bacterial; **~ àtọ́sí**: gonococcus (bacteria that causes gonorrhea); **~ gidi**: eubacterium; **~ gbọọrọ**: bacillus *(gbọọrọ: long)*; **~ kíká**: spirochete *(order Spirochaetales)*; **~ oníkoro** n. coccus, round bacterium; **~ pípa**: lysis *(alámọ̀: bacterium)*; **~ rubutu**: vibrio, comma-shaped bacterium

alá-ntakùn n. spiders, Arachnida (kòkòrò ẹlẹ́ṣẹ̀méjọ)

alápǎ-ndẹ̀dẹ̀ n. Ethiopian swallow

alápǎrá n. jester, joker *(àpárá: jokes)*

alápatà n. butcher

alápòara n. radially symmetrical invertebrate animals, Coelenterata

alárà *[adárà]* n. inventor, creator, originator *(àrà: invention)*

aláràbárà adj. multicolored; **aṣọ ~** n. multicolored cloth

aláralílọ́ (ẹranko) *[ẹlẹ́jẹ̀lílọ́]* adj. warm-blooded (animal)

aláratútu (ẹranko) *[ẹlẹ́jẹ̀tútù]* n. cold-blooded (animal), poikilothermic (animal)

aláròbọ̀ n. middleman (in business), broker, intermediary

alárùn *[olójòjò, aláìsàn]* n. sick person

aláṣẹ n. one with authority

alátakò n. opponent, antagonist

alátìlẹ́hìn n. supporter, helper

aláwàdà n. joker, humorist

aláwẹ́ n. something that can be separated into sections *(awẹ́: sections)*

aláwẹ́méjì n. something possessing two sections

aláwọ̀n adj. reticular *(àwọ̀n n. network)*

aláyè adj. permeable; **ìwọ̀ ~** n. permeable membrane

àlàyé n. theory; **~ (láti ṣe ~)** v. to give an account, to explain oneself; account, explanation, reason, rationale

àlè n. mistress, concubine

àlébù *n.* defect, blemish, imperfection, flaw, fault

àlégba *n.* alligator

àlejò *n.* visitor, guest *(oníle: host)*

alé *n.* nightfall, dusk, evening time

àl-Kùránì *n.* the Koran

àlòkù *n.* used or secondhand materiel (cloth)

àló *n.* riddle, folktale

alo *adj.* outgoing, efferent

àlùbáríkà *n.* blessing

àlùbósà *n.* onion

àlùmogàjí *n.* scissors

aludùrù *n.* organ player

àlùfáà *n.* priest, clergyman, minister

àlùkò *[eye ~] n.* woodcock

alumo *(ìṣù alumo) n.* aluminum *(ìṣù: element)*

àlùmónì *n.* mineral, natural resource; ~ **inún-odo** *n.* clay mineral

alùpùpù *n.* motorcycle

àlúro *n.* metal *(lu ú láti ró: beaten to shape; àdàro: nonmetal);* ~ **ìsoṣè:** alkali metal; ~ **ìṣowó:** coinage metal

àmàlà *n.* yam flour that turns brown in hot water

amì *n.* oscillator

amí *n.* spy

àmìlégbè *n.* harmonic oscillator, simple harmonic oscillator (SHO) /mì ní ègbé/

amí *n.* spy, espionage agent

àmì[1] *n. [àpere]* sign, signal, symptom; ~ **àìsàn** *[àpere àìsàn]:* symptom, sign *(of an illness);*~ **ìdàgbà:** secondary sexual characteristic; ~ **òdó:** adolescent characteristic

àmì[2]~ *[àpe] n.* label, sign, symbol; ~ **ìròpò** *[+, ~ èrò] n.* positive sign, plus sign; ~ **ìyokúrò** *[-, àmì èyo]:* negative sign, minus sign; ~ **èèkà:** sign of a number *(àmì èrò tàbí àmì èyo);* ~ **èrò** *[+, àmì ìròpò]:* positive sign, plus sign; ~ **èyo** *[-, àmì ìyokúrò]:* negative sign, minus sign; ~ **ìbárajo:** identity sign; ~ **ìbéèrè** *[?, àmì ìbérè]:* question mark;~ **ìdesè** *[,]:* comma; ~ **ìdúró** *[.]:* period, full stop; ~ **ìràwò** *[* , àmì àkíyèsí]:* asterisk, star; ~ **ìṣíró:** mathematical signs; ~ **iyanun** *[!]:* exclamation mark; ~ **iyesíye** *[∞]:* proportionality sign *(iye sí iye: one value in relationship to another);* ~ **oṣé ìṣíró** *n.* sign of a mathematical operator sign *(oṣé: mathematical operator)*

àmì òrìṣà *n.* birthmark, nevus

àmì-ipò *n.* coordinate

àmín *[àṣẹ] n.* amen

amòfi *n.* legal scholar, one who is versed in the legal system

amòye *n.* learned individual, wise person; ~ **ìṣírò** *[oníṣ ì rò] n.* mathematician *(onimọ̀n-ìjìnlẹ̀: scientist)*

amọ̀ *n.* clay; polymer *(ìsèdamọ̀: polymerization)*

àmọ́ *[àmọ́ọ, ṣùgbọ́n] conj.* but

amọ̀ pádi *n.* cell wall

àmọ̀bí *conj.* except

àmọ́di *[àìsàn] n.* illness, sickness, disease

àmọ́dún *n.* next year

àmọ̀ọ́mọ̀dá *[ẹ̀ṣẹ̀ ~] n.* offense committed with a full awareness of the punishment

amọ̀nà *n.* guide, leader

àmọ̀ràn *n.* advice, suggestion

àmọ̀tẹ́kùn *n.* panther

àmọ̀tẹ́lẹ̀ *n.* foreknowledge

ampù *[ìdíwọ̀n ìsán-àrá] n.* amp *(ìsán-àrá: current; sán: to move extremely fast)*

amúkùn *n.* knock-kneed person

àmúlò *[oun àmúlò] n.* something useful

àmù *n.* water pot *(omi àmu: soft water, suitable for drinking)*

àmupara *[ọtí ~, ọtí àmuyó] n.* drunkenness, inebriation

àmùrè *n.* armor, defensive arms

amùṣùà *[onínàkúnà] n.* spendthrift

àmúyá *n.* possession seized in place of unpaid debt

àná *n.* yesterday *(lánà adv. yesterday)*

àna *n.* relative by marriage; in-law

Ànàgó *n.* Yoruba subtribe

ànàmọ́ *[kúkú-ndùkú] n.* sweet potato

ànfàní *n.* benefit, advantage, gain, usefulness

angẹẹli *[màlékà] n.* angel

àníyàn *[àìfọkànbalẹ̀] n.* anxiety, uneasiness, distress

ànjọ́nú *n.* genie, demon

àntẹ̀tẹ *n.* cricket

àpa *n.* scar, cicatrix, keloid

apá *n.* part, side, section, component, arm; ~ **dídùn**: arm pain, brachialgia

apaàgùn *n.* antidote

àpadàbọ̀ *[àbọ́dé, àbọ̀] n.* arrival, advent, coming; ~ *adj.* afferent, venous

àpàjá *n.* meteor, falling star, shooting star; **ọta** ~: meteorite

apákan *n.* one side only; *adj.* unilateral *(l'ápákan: at one side)*

apànìyàn *n.* murderer, assassin

apanijẹ *[ajènìyàn] n.* cannibal, man-eater

apalámọ̀ */apa: -cide, anti-/ n.* antibacterial, antibiotic *(oní amọ̀: one possessing a cell wall, bacteria)*

apapòdà (**ẹ̀ dá** ~) *n.* moving object *(láti papòdà = pa ipò dà: to change position; ìpapòdà adj. kinetic)*; **agbára** ~ *[agbára ìpapòdà]*: kinetic energy; **ọ̀mì** ~ *[ọ̀mì ìpapòdà]*: kinematic equation

àpapọ̀ *[àkópọ̀] n.* mixture, sum, combination, unification

àpárá *n.* jest, joke

apárí *n.* bald-headed person

àparò *[àpaàrò] n.* partridge

apásá *n.* loom

àpáta *n.* rock; ~ **ẹfun**: limestone

àpèjẹ *[àsè] n.* banquet, feast

àpèjọ *n.* assembly

àpèkọ *n.* dictation

àpèlé *[ẹ̀ka-ọ̀rọ̀ ~] n.* pronoun

àpèwò *n.* exhibition

apéwọ̀n *adj.* standard *(pé ìwọ̀n: conforms with criterion)*; **àpòpọ̀** ~ : standard solution; **igbóná àt'ìfúnpò** ~ *[iia]*: standard temperature and pressure

àpẹ *[àmì] n.* label, signal *(láti sàpẹ sí nkan:v. to put a label on something)*

apẹja *[ọ̀pẹja] n.* fisherman

apẹ̀rẹ *n.* basket

àpẹrẹ *n.* sample, example; **fún** ~: for example; ~ **àìsàn** *[àmì àìsàn]*: symptoms

apẹ́ta *[aporó, oògùn aporó] n.* analgesic, antivenin, antidote, antitoxin

apipa *n.* flea

apó *n.* quiver

àpò[1] *n.* sac; ~ **àtọ̀**: seminal vessicle; ~ **igbọnsẹ̀**: cloaca (in fish); ~ **ìtọ̀** *[àpòòtọ̀]*: urethra, bladder, urinary bladder; ~ **ìtọ̀ wíwú**: urethritis; ~ **iyẹ̀ ẹ̀rin** *[àpò iyẹ̀-ìnrin]*: pollen sac *(iyẹ̀ ìnrin: sex powder)*; ~ **iwé**: envelope; ~ **omije**: lacrimal sac; ~ **ọkàn**: pericardium

àpò[2] *.[ogọ́ọ̀rún, ọrún] n.* hundred; ~ **kan** */àpò: hecto-/ [ogóòrún]*: one hundred

àpògrámù */àpò: hecto/ n.* hectogram, one hundred grams

àpòlítà *n.* hectoliter, one hundred liters

Àpòlúkù *[ikù, ikùn] n.* stomach

àpòmítà *n.* hectometer, one hundred meters

àpòpò *n.* (liquid) solution *(àpapò: mixture)*

aporó *[oògùn ~] n.* analgesic, antivenin, antidote, antitoxin

àpótí *n.* box; ~ **ohùn**: voice box, larynx; ~ **ohùn gígékúrò**: laryngectomy

apòyìdà */pa òyì dà: exchange gases/ adj.* respiratory; ~ *[èyà ipòyìdà] n.* respiratory organs

àpón *n.* bachelor, wifeless man; encapsulated material *(pón: to encapsulate)*

àpónlé *n.* praise; ~ *[èka òrò ~]*: adjective

àrá *[apaàrà] n.* thunder and lightning; ~ */àrá: electro-/*: electricity; ~ **eléròd** *[~ alámì-èrò]*: positive electricity; ~ **elèyo** *[~ alámìn-èyo]*: negative electricity

àrà *n.* invention; **láti dá** ~ *v.* to create an invention, to invent

ará *n.* people, inhabitants

ara *n.* body; ~ **àìle**: (*see* àrùn); ~ **alákùn**: segmented body; ~ **líle** *[ilera]*: healthy body, well-being, soundness of body and mind; ~ **òkòtó** *n.* conic; ~ **wíwú**: dermatitis; ~ **yíyá**: recuperation; soundness of body and mind, sanity; ~ **yíyì** *[èyì]*: hardening of the skin; ~: flesh; ~ **irúgbìn** *[ararúgbìn]*: fruit wall, pericarp; ~: shape; **iwòn-àyè**; ~: volume measurement

ará-abúlé *n.* villager

arábìnrin *n.* sister *(arákùnrin: brother)*

ara-fífu *[ifura] n.* premonition, extrasensory perception

ará-ilé *n.* relative, neighbor, inhabitant of the same house or compound

ará-ìlú *n.* citizen

ara-kíkan *n.* tension

arákùnrin *n.* brother *(arábìnrin: sister)*

aralíló *[èjèlíló] n.* warm-bloodedness, homeothermy

aràn[1]*[atàn] n.* malignancy; *adj.* malignant; **ìsù-èèmò** ~ *n.* malignant tumor

aràn[2] *n.* worm, nematode; ~ **ajòfé**: helminth; ~ **alákún**/oní àkún/: Annelida, segmented worms *(àkún: segment)*; ~ **aranni l'óbò**: trichomoniasis; ~ **gboòrò**: tapeworm; ~ **oníkò**: fluke, trematode *(class Trematoda)*; ~ **palaba**: flatworm *(phylum Platyhelmintes)*; ~ **rubutu**: round worm, nematode

àrán *n.* velvet

aranni *[àrànmó] adj.* infectious

arayíyi *[anaphylaxis]* n. inability to respond to a particular medication because of overuse

àrè n. unknown phenomenon; **ìtàn-~**: X-ray *(ìtàn: radiation)*; stranger, unknown person

àrèmọ n. eldest child of a family

arẹwà *[ẹlẹ́wà]* n. beautiful woman; *adj.* beautiful; ~ **obìnrin** n. beautiful lady

àrífín n. disregard, disrespect

àrìnká *[làkúrègbé]* n. rheumatoid arthritis, rheumatism

àrìnkiri n. wandering *(alárìnkiri: wanderer)*

àrìnkò *[àtòdewá, àrìnnàkò]* adj. adventitious; *see* àrùn àràn-mọ́

àrìnnàkò *see* àrùn àràn-mọ́

aríran n. seer, prophet

àríwá *[ìhà ~]* n. north; ~ *adj.* northern; ~ **ayé** *[edébù-òkè ayé]*: northern hemisphere

ariwo *[aruwo]* n. noise *(ìro: sound)*

àríyànjiyàn n. dispute, argument

àrò *[àdìrò]* n. furnace, hearth; ~ **alágbẹ̀dẹ**: blast furnace

aró n. dye, pigment, stain; ~ **àsè-alòtànná**: photosynthetic pigment *(àsè-alòtànná: reactions using light, photosynthesis)*; ~ **lítmọ́sì**: litmus dye

arò n. lamentation, sadness *(láti dárò: to lament)*

àró n. storehouse for beans

àróbọ̀ n. doing business as a middleman

àròká n. gossiping *(aláròká: busybody)*

àrólé n. heir

àròpin n. cynicism

àròpín n. average, average value, mean; wa ~ àwọn èèkà yí: find the average of these numbers /rò + pín: add and then divide/; ~ **èèkà** n. average number; ~ **ọjọ́-orí**: average age; ~ **àkókò**: average time *(ìròpín: process of averaging)*

àròpọ̀ n. sum, result of addition; ~ A àti B jẹ́ D: the sum of A and B is D *(ìropọ: process of addition)*

àròsọ n. hypothesis

àròyé n. complaint *(láti ṣàròyé: to complain incessantly)*

àrọ n. cone, funnel

arọ́ (ilé-arọ́) n. smith's workshop, smithy

arọ n. lame person, cripple *(láti yarọ: to be lame)*

arúfín n. lawbreaker, criminal

arúgbó n. aged person *(arí ogbó: one who experiences old age)*

àrún *[aárǔ n]* n. five, 5

àrùn *[ara àìle, àìlera, àìsàn, òjòjò, òkùnrùn]* *n.* sickness, disease, illness; ~ **àbínibí**: congenital disease; ~ **àfìjogún** *[àrùn irandíran, àrùn ìdílé]*: genetic disease, inherited disease; ~ **àìdára ìjẹ ẹ̀mu** */ìjẹ àti ìmu/*: deficiency disease *(ìjẹẹ̀mu: nutrition)*; ~ **àjàkálẹ̀** *see* àjàkálẹ̀ àrùn; ~ **àràn-mọ́**, *see* àrùn aran-ni; ~ **aranni** *[àrùn àràn-mọ́]*: infectious disease, contagious disease, communicable disease; ~ **àyíká-ehín**: periodontal disease; ~ **èékán**: nail disease, onychosis; ~ **ẹ̀dọ̀**: cirrhosis; ~ **ẹ̀sọ ọ̀pá-ẹ̀hìn**: myelatelia *(ẹ̀sọ: nerves)*; ~ **àsùnpọ̀**: venereal disease, sexually transmitted disease; ~ **ìdílé** *[àrùn irandíran, àrùn àfìjogún]*: genetic disease; ~ **iṣan** *[àrùuun-ṣan]*: muscular dystrophy; ~ **irandíran** *[àrùn ìdílé, àrùn àfìjogún]*: genetic disease, inherited disease; ~ **ìfúnṣòn**: hypertension, high blood pressure *(iṣọ̀n: vessels)*; ~ **iwe**: kidney disease, nephrosis; ~ **ẹ̀gbin-omi**: waterborne disease, waterborne illness; ~ **iwọ̀sí**: illness due to lack of hygiene; ~ **kíkó**: infection with a disease; ~ **ọkàn**: myocardiopathy; ~ **ọlọ́jẹ̀**: viral disease; ~ **ẹ̀dòfóró**: viral pneumonia; ~ **onígbáméjì**: cholera; ~ **osun-ara**: fungal infection, mycosis *(osun-ara: fungus)*; ~ **osun iwọ̀-ara**: fungal infection of the skin, dermatomycosis

àrúndínlógún *[ẹ̀ẹ́dógún, ìdì kan l'ár̀ùn]* *n.* fifteen, 15 *(ìdì kan: ten)*

àrúndínlọ́gbọ̀n *[ẹ̀ẹ́dọ́gbọ̀n, ìdì méjì l'ár̀ùn]* *n.* twenty-five, 25

àrunṣu *n.* diarrhea accompanied by stomachache

aruwo *[ariwo]* *n.* noise

asáfómi *n.* hydrophobe */sá fún omi/* *(afómi: hydrophile)*

àsálà. *n.* escape from imminent danger; ~: fruit resembling walnut

asán *n.* vanity *(sán: to move fleetingly)*

asanwó *n.* payer, paymaster

àsé *n.* deviance *(láti tàsé: to miss one's aim)*

àsè[1] *n.* feast, celebration

àsè[2] *n.* reaction; **èsè** ~ *[èsè]*: reactant; **ohun** ~: reagent; **ẹ̀sún** ~: product of a reaction; ~ **afaná**: exothemic reaction; ~ **alágbede**: reversible reaction, equilibrium reaction, incomplete reaction; ~ **aloná**: endothermic reaction

àsè-àrá *n.* electrolysis, electrolytic reaction

àsèdamọ̀ *n.* polymerization *(amọ̀: polymer)*

asẹ́ *n.* filter

asẹ́-ìfun *n.* colon; ~ **wíwú**: colitis

asẹ́-iwe *n.* nephron; ~ **wíwú**: nephritis

asẹ́ omi-ara *n.* lymph node; ~ **wíwú** *n.* adenitis, lymphadenitis

àsìkò *[ìgbà]* n. period, season; ~ **ìrúwé**: spring; ~ **ìwówé**: fall, autumn; ~ **òjò**: rain season; ~ **ooru**: summer; ~ **òtútù**: winter, cold season; ~ **ògbèlè** : dry season; ~ **oyé**: harmattan season

asínwín *[wèrè]* n. madman, insane person

àsokó *[àsorò]* n. pendulum

àsopò n. link *(láti so nkan pò: to link)*

àsodá *[afárá]* n. bridge; ~ *[~ èká]*: chord (of a circle); a straight line connecting two points on the circumference of a circle

asotèlè n. prophesy *(láti so ~: to prophesy)*

àsà n. habit, culture, trait, tradition, heritage

àsá n. falcon, hawk, kite

asáájú *[asíwájú]* n. ancestor, forefather; predecessor

àsálé n. evening, dusk

asálè n. sterile land, land not good for farming

àsán adj. bland, without major ingredient

àsàrò ìnánwó n. budget

asebíabo *[òkùnrin ~]* n. gay man, male homosexual

asebíako *[obìnrin ~]* n. lesbian, female homosexual

asèdánwò n. examiner

àsèlé *[ìjuwe-isé, èka-òrò ~]* n. adverb

asèlú *[òsèlú]* n. politician *(ìsèlú: politics)*; **egbé** ~ *[egbé òsèlú]*: political party

àserò *[àsewò]* n. experiment

asèro *[alágbèdè èro]* n. mechanical engineer, manufacturer of machines

àsewò *[àserò]* n. experiment

àsetò n. organizer

àsé *[nkan osù]* n. menstruation, menses, menstrual flow, period

àse n. command, rule, directive, mandate

àsé iná *[ahón iná]* n. flame

àsè s èyo n. bud; ~ adj. newly sprouted

asésè *[agélésè]* n. person with broken leg; amputee

aséwó *[agélápá]* n. person with broken arm

àsígbè *[ìwàkùn]* n. hinge of door or window

àsírí *[awo]* n. secret

asírò-orò *[asírò owó]* n. accountant

àsìse n. error, mistake

asíwájú: *see* asáájú

asìwèrè *[wèrè]* n. insane person, mad person *(láti se wèrè: to be insane)*

aṣòfin *n.* lawmaker
aṣòfófó *[olófòfó] n.* busybody
aṣoore *n.* benefactor, kind person
aṣòwò *[oníṣòwò] n.* trader, merchant
aṣọ *n.* piece of cloth, apparel
aṣòfò *n.* mourner
aṣàn *n.* liquid, fluid
aṣọṣẹ *n.* maker of soap; ~ *[ẹ̀là iṣọṣẹ]* alkali, base that is soluble in water
ata *n.* pepper
àtakò *n.* resistance, opposition
Àtàkpámè *n.* Yoruba subtribe
atàn */atàn-: radio-/ n.* radiator; **agbára** ~: radioactive energy; **akẹ́kọ̀** ~: radiologist; **ẹ̀kọ́** ~: radiology *(níní agbára itànká: radioactive)*
àtà-npàkò *n.* thumb; ~ **ẹsẹ̀**: big toe
atare *[ataare] n.* alligator pepper
àtàrí *n.* fulcrum (of a lever); temple, crown of the head
àtẹ *n.* display of goods for sale *(láti patẹ: to display goods for sale)*
atẹdùrù *[aludùrù] n.* organist
atẹ́gùn *[afẹ́fẹ́] n.* wind, breeze
àtẹ̀gùn *[àkàsọ̀, àkàbà] n.* step
àtẹ̀lé *n.* deputy
àtẹ́lẹsẹ̀ *n.* sole of the foot, metatarsus; **eegun** ~: metatarsals
àtẹ́lẹwọ́ *[àtẹ́wọ́] n.* palm, metacarpus; **eegun** ~: metacarpals; ~ **dídun** *n.* chiralgia
atẹ̀wé *n.* person who prints books, printer; publisher *(ẹ̀rọ itẹ̀wé: a printing machine)*
àtẹ́wọ́ *[àtẹ́lẹwọ́] n.* palm of the hand *(láti pàtẹ́wọ́: to clap)*
àtẹ́wọ́gbà *n.* acceptable offering
àti *conj.* both, and
àtíbàbà *n.* booth, pavilion
àtijọ́ *[ìgbà ~] n.* ancient times, prehistoric times; ~ *adj.* ancient, prehistoric
àtíkè *n.* cosmetic powder used by women
àtilẹ̀bá *adj.* original
àtìlẹ́hìn *n.* support, someone depended on
àtilẹ̀wá *n., adj.* from the beginning, original
atinábọlé *n.* someone found guilty of arson
àtinúwá *adj.* voluntary, endogenous
atiro *n.* someone with a limp *(láti tiro: to limp)*

àtiṣe *n.* solution (to problem); ~ **ìyọnun:** solution to a problem

àtisìnyílọ *adv.* henceforth, from now on

àtìtabẹ̀rẹ̀ *[àtòdebẹ̀rẹ̀] adj.* exogenous

àtòdewá *[àrìnkò, àrìnnàkò] adj.* adventitious, accidental, extrinsic

àtòpọ̀-ẹ̀là *n.* anabolism *(láti* to *nkan pọ̀:* to *aggregate something;* ẹ̀là: *chemical)*

àtòrì *n.* long whip (carried by a masquerader as at a festival)

àtọ̀ *n.* semen, sperm; ~ **dídà** *n.* ejaculation of sperm during sexual intercourse

atọ́ka *n.* index, indicator, sign; ẹ̀là ~: chemical indicator; ~ ọ̀nà: compass; ~ ẹ̀kan àt'ẹ̀gbo: acid-base indicator

àtọ̀runwá *adj.* divine, emanating from heaven

àtọ̀sí *n.* gonorrhea; **alámọ̀** ~: gonococcus *(alámọ̀:* bacterium); ~ ajá: schistosomiasis

atọtọ *[adọ̀dọ́] n.* an uncircumcised penis

àtọwọ́dá *adj.* artificial, synthetic, man-made; *n.* synthetic material, imitation; ẹ̀jẹ̀ ~: artificial blood, blood substitute; ẹ̀yà-ara ~: artificial organ; ọkàn ~: artificial heart; ìgbàtọ̀ ~: artificial insemination; **iwe** ~ *[iwo ~]:* artificial kidney; **isọ̀gbè** ~: artificial satellite

àtọwọ́dọ́wọ́ *adj.* hereditary

atúmọ̀ *n.* commentator, one who explains *(ìtúmọ̀: explanation)*

atúmọ̀-ọ̀rọ̀ *n.* dictionary

àtun *[tuntun, titun] adj.* nascent, new, novel

àtúnbí *n.* rebirth, regeneration

àtúndá *v.* recreation

àtúnṣe *n.* correction

àtúntò *n.* rearrangement

àtùpà *n.* lamp

áùnsì *n.* ounce

àwa *1st. pers. gen. pr. plu.* us, we; àwa ọ̀rẹ́ mẹ́ta: we three friends

àwààdá *n.* menorrhagia, incessant menstruation

àwàdà *n.* joke, joking, banter

àwáfin *n.* scrutiny

àwámáridï *adj.* incomprehensible, cannot be figured out

àwáwí *n.* excuse

àwé *n.* my friend (in direct address)

awẹ́ *[aláwẹ́, àpólà] n.* lobe, sector, fragment, bit

awẹdẹ *n.* cleaning chemical for brass

àwìn *n.* credit

awó *n.* guinea fowl, keet

àwo *n.* plate

awo *n.* occult science; ~: secret *(awó ya: the secret is out)*

àwòdì *n.* hawk

awogba àrùn *n.* panacea

àwòjẹ̀ *[àwùjẹ̀] n.* fontanel

awòji *[awòjìjì] n.* mirror; ~ **oníkùn**: convex mirror; ~ **onínún**: concave mirror

àwòjúwe *n.* diagram, illustration

awoko *n.* mockingbird

àwòkọ *n.* copying

àwòrán *n.* drawing, picture; ~ **ayé**: map; **ìwe** ~ **ayé**: atlas; ~ **ikùn**: gastroscopy

àwòrán yíyà *n. [fọ́tò yíyà]* photography; drawing *(ya àwòrán: draw a picture)*

Àwórì *n.* Yoruba subtribe

àwóròko *n.* spleen

àwòṣe *n.* pattern

awòye *n.* lens; ~ **oníkùn**: convex len; ~ **oníkùn-kan**: plano-convex lens; ~ **onínú**: concave lens; ~ **onínú-kan**: plano-concave lens; ~ **onínu-níkùn**: concavoconvex lens;~ **inú-ojú**: intraocular lens

awọ *n.* leather *(ìwọ̀: membrane, skin)*

àwọ̀ *n.* color; ~ **àrá**: brown color; ~ **àyìnrín**: light blue color; ~ **aró**: purple color; ~ **dúdú**: black color; ~ **eérú**: gray color; ~ **ẹ̀lú**: indigo color; ~ **ewé**: green color; ~ **èsè**: yellow color; ~ **funfun**: white; ~ **ọsàn**: orange color; ~ **osùn**: violet color; ~ **pupa**: red color; ~ **pupayòyò**: scarlet color; ~ **sánmà**: blue color

Àwọ́jọ *n.* assembly, gathering

àwọ̀n *n.* network, reticulum

àwọn *3rd. pers. gen. plu. adj.* those; àwọn ilé: houses

awọ̀n-gbóná *[awọn ìgbóná, òṣùwọ̀n ìgbóná] n.* thermometer

awọ̀n-ki *[awọ̀n ìki, òṣùwọ̀n ìki] n.* instrument for measuring the viscosity of a liquid, viscometer *(ìki n. viscosity)*

awọ̀n-là *[òṣùwọ̀n ìlà] n.* tape measure

awọ̀n-pẹ̀ kan *n.* instrument for measuring the acidity of a solution, pH meter *(ìpẹ̀kan: acidity)*

awọ̀n-rá *[awọn àrá, òṣùwọ̀n àrá] n.* instrument for measuring the quantity of an electric current, coulometer

awọ̀n-ré *[awọn eré, òṣùwọ̀n eré] n.* speedometer

awọ̀n-rìn *[awọn ọ̀rìn, òṣùwọ̀n ọ̀rìn] n.* instrument for determining the specific gravity of liquids, densitometer; hydrometer

awọ́nrínwọ́n *n.* iguana

awọ̀n-sán *[awọn ìsán, òṣùwọ̀n ìsán]* *n.* ammeter instrument used for measuring electric current

awọ orí *[ìwọ́ orí]* *n.* scalp

àwọ̀sùn (aṣọ ~) *n.* pajamas, pyjamas

àwọ̀tẹ́lẹ̀ (aṣọ ~) *n.* undergarment

awọ̀n-tì *[òṣùwọ̀n ìtì]* *n.* manometer

awọ̀n-tì ẹ̀jẹ̀ *[òṣùwọ̀n ìtì-ẹ̀jẹ̀]* *n.* instrument for measuring blood pressure, sphygmomanometer

awọ̀n-wúwo *[awọn ìwúwo, òṣùwọ̀n ìwúwo]* *n.* weighing scale

àwọ̀sánmà *[sánmà]* *n.* sky

àwùjẹ̀ *n.* fontanel of the head

àwùjọ *[ìgbìmọ̀]* *n.* assembly

àyà *n.* chest, thorax, pectus; *adj.* pectoral

aya *[ìyàwó]* *n.* wife

ayaba *[olorì ọba]* *n.* queen, king's wife

àyàfì *prep.* except *(~ bi: except if)*

àyájọ́ *n.* anniversary

ayásè *[ayá àsè]* *n.* catalyst *(yá àsè: to quicken a reaction process)*; ~ **ara**: enzyme; ~ **ẹ̀lọ̀-onjẹ**: digestive enzyme

àyè *n.* volume, space in a container; ~ **afẹ́**: air volume; volume (cubic) measure; ~ **ẹsẹ̀**: cubic foot; ~ **gbígbà**: volume expansion; ~ **ìka**: cubic inch; ~ **iwọ̀nkan**: specific volume; ~ **òyì**: gas volume; ~ **ọ̀pá**: cubic yard

àyè-ayé *[òfúrufú ayé]* *n.* space

ayé *n.* life, world, earth, planet

àyè-ara *n.* size

ayédèrú *n.* fraud, swindle; something that is not genuine, counterfeit

àyẹ́sí *n.* respect

àyẹ̀wò *[àbẹ̀wò]* *n.* examination, exploration; ~ **ẹ̀jẹ̀**: blood test; ~ **ikùn**: examination of the stomach, gastroscopy; ~ **òkú**: autopsy, necropsy; ~ **inú-ojú**: examination of the interior of the eye, ophthalmoscopy; ~ **ọmún**: breast examination, mammography

àyîká */àyíká: peri/* *n.* circumference, perimeter; ~ **ehín** *adj.* periodontal; **àìsàn ~**: periodontal disease

àyìnrín (àwọ̀ ~) *n.* light blue color

àyípadà *n.* change, transformation, commutation

ayọ̀ *n.* happiness, joy, merriment

ayọ́ *n.* solute

àyọkúrò *n.* minuend, subtrahend *(ìyọkúrò:process of subtraction)*

ayọ́rin *n.* smelter of iron *(láti yọ́: to melt)*

àyọrisí *[iyọrisí] n.* consequence, result

ayùn *n.* saw *(láti yun nkan: to saw something; ìlà aláyùn: saw toothed line)*

ayùn-ara *[ibi àwọn ~] n.* erogenous zone of the body

B

bà *v.i.* to land, to perch; ~ *[díbà] v.i., v.t.* to ferment; Mo ba bàbà náà: I fermented the guinea-corn *(bíbà: fermentation)*;

bá *v.t.* to encounter, to meet with; ~: to overtake; ~ *v.t.* to join hands in, to accompany in, to help with; Mo ~ Dele ṣe iṣẹ́ẹ rẹ̀: I helped Dele with his work

ba *[bo] n.* to hide *(ibùba n. hiding place)*

baàfin *[akúra, òkóbó] n.* eunuch

baálé *n.* (honorific) euphemism for husband; *[onílé, baálé-ilé]* landlord

baálẹ̀ *n.* head of a village or other community

báárà *n.* alms *(oníbáárà: a beggar)*

bàbá *[baba] n.* father

bàbà *[ọkàa bàbà] n.* guinea corn

baba-baba *n.* father's father, paternal grandfather

baba-ìyá *n.* mother's father, maternal grandfather

babaláwo *[adáhunṣe] n.* Yoruba scientist, doctor *(awo: secret)*

baba-nlá *[aṣáájú, aṣiwájú] n.* male ancestor, male progenitor

bá (ènìyàn) **dálè** *v.t.* to commit adultery with someone

bá (ènìyàn) **dána** *v.t.* to enter into marriage contract with someone

bá (ènìyàn) **gbé** *v.t.* to live with someone

bá (ènìyàn) **gbèrò** *v.t.* to deliberate with someone

bá (ènìyàn) **jà** *v.t.* to quarrel with someone

bàjẹ́ *v.i.* to become spoiled, to rot

bà jẹ́ *v.i.* to become damaged, to go bad

ba (ènìyàn) **jẹ́** *v.t.* to damage another's reputation, to speak ill of someone

ba (nkan) **jẹ́** *v.t.* to damage, to harm *(ibàjẹ́: damage, spoilage)*

bá (nkan) **jọ** *v.t.* to be identical (to something); A bá B jọ: A is identical to B

bákànnáà *adv.* similarly

bá (ènìyàn) **kẹ́dùn** *v.* to sympathize with someone

bá (ènìyàn) **kẹ́gbẹ́** *v.t.* to associate with someone

ba (nkan) **kù** *v.t.* to fail, to be unsuccessful in a venture

bàlágà *v.i.* to mature, to come of age *(ibàlágà n. coming of age)*

balẹ̀ *v.i.* to alight

ba (ènìyàn) **lẹ́rù** *v.t.* to scare, to frighten

balógun *n.* general

ba (èniyàn) **lórúkọjẹ́** *[láti ṣáátá]* *v.t.* to slander, to defame, to calumniate

balùwẹ̀ *[ibalùwẹ̀]* *n.* bathroom

bá (nkan) **mu** *v.t.* to fit, to be complementary (to something); A bá B mun: A is complementary to B

bá (èniyàn) **mu** *v.t.* to drink with somebody *(ó bá mi jẹ, bá mi mun: he was very friendly with me)*

bá (obìnrin) **nílé** *v.t.* to deflower (a girl or woman)

banújẹ́ *v.i.* to become despondent, to become dejected, to be sad

bá (èniyàn) **pàdé** *[ṣe aláb àpàdé (èniyàn)]* *v.t.* to encounter(someone), to meet (someone)

bàrà *n.* watermelon

báradógba *v.i.* to be congruent; A àti B ~: A and B are congruent *(ààdó méjì ~: two congruent triangles)*

barajẹ́ *v.i.* to break down and cry

bárajéjẹ̀ *v.i.* to make a solemn promise

bárajọ *v.i.* to be identical, to look alike, to be similar; A àti B ~: A and B are identical; *(ibárajọ n. similarity)*

bàràkàtà *adj.* big and fat

bárakú (láti di ~) *v.i.* to become a habit

báramu *v.i.* to be complementary, to fit into each other; A àti B báramun: A and B are complementary; ~ *v.* to be compatible

báratan (láti ~) *v.i.* to be interrelated; A àti B ~: A and B are interrelated

baria (iṣùu Bárià) *n.* barium

báríkà *v.* congratulations

bá (èniyàn) **rojọ́** *v.* to engage in an argument, to argue with someone

bá (èniyàn) **sọ̀rọ̀** *v.t.* to engage in a conversation with someone

bá (èniyàn) **ṣe** (nkan) *v.t.* to render help (to someone) in doing (something)

bá (èniyàn) **ṣe ẹjọ́** *v.i.* to engage in litigation

bá (èniyàn) **ṣe ọ̀rẹ́** *v.t.* to befriend someone

bá (èniyàn) **ṣe ọ̀tá** *v.t.* to hate, detest, loathe

bàtà *or.* pair of shoes

bàtá *n.* kind of drum; music produced by this drum

bá (èniyàn) **tan** *v.t.* to be related to somebody A bá B tan: A is related to B

ba (nkan) **tì** *v.t.* to be unable to complete a project

bá (èniyàn) **wíjọ́** *v.* to admonish someone

báwo *adv.* how *(bí + èwo: like which one?)*

báyì *adv.* in this way, thus

bá (ènìyàn) **yọ̀** *v.t.* to rejoice with someone

bèbè *n.* edge, brink; ~ **ìdí** *[ibàdí] n.* hip; ~ **odò** *[etí-odò] n.* river-bank; ~ **ojú** *[pénpéjú] n.* eyelid; ~ **òkun** *n.* seashore

béèrè *[bèrè, láti bi, láti ṣe ìwádí] v.t.* to ask, to investigate, to interrogate *(ìbéèrè: a question, an investigation)*

bésé *n.* saddlecloth

bẹ́ *v.t.* to puncture, to perforate, to break through, to prick; *[~ orí, gé orí] v.t.* to decapitate; ~ *[tọ] v.i.* to leap

bẹ *[hó] v.t.* to peel; ó nbẹ iṣu: he is peeling yams; to slice *(èbẹ iṣu: yam slices)*; *[lati wà] v.i.* to exist; Ọlọ́run nbẹ: God exists; *v.t.* to make a request; Mò nbẹ Ọlọ́run: I am making a request of God *(èbẹ̀: a request.)*; *v.i.* to be impudent

bẹ̀ *[tọrọ ìdáríjì] v.i.* to ask for forgiveness, to apologize

bẹ̀bẹ̀ *[tọrọ àforíjì]/bẹ ẹ̀bẹ̀/ v.i* to beg, to ask for pardon

bẹbẹ *n.* extraordinary feat

bẹ́ẹ̀ *adv.* thus; ó rí ~: and so it is

bẹ́ẹ̀ bẹ́ẹ̀ lọ *[bbl.] n.* et cetera, etc., and so forth

bẹ́ẹ̀gẹ́gẹ́ *adv.* in the same manner

bẹ́ẹ̀kọ́ *adv.* not as (has been) stated, no

bẹ́ẹ̀lórí *adv.* exactly as was perceived

bẹ (ènìyàn) **lọ́wẹ̀** *v.t.* to hire someone

bẹ́ẹ̀ni *adv.* and so it is as you said, yes

bẹẹrẹ *adv.* extensively, expansively

bẹ́ (ènìyàn) **lórí** *v.t.* to behead someone, to decapitate someone

bẹ̀rẹ̀ *[láti fa (nkan)] v.t.* to start, to induce; *v.i.* to begin *(ìbẹ̀rẹ̀ n. beginning)*; *[bẹ̀rẹ̀mọ́lẹ̀] v.i.* to stoop

bẹ́rí *v.i.* to give a military salute

bẹríbẹrí (àrùun ~) *n.* beriberi

bẹ̀rílíà (ìṣùu Bẹ̀rílíà) *n.* Be, beryllium

bẹ̀rù *v.i.* to be afraid; Títí nbẹrù: Títí is afraid; ~ *v.t.* to fear something or someone

bẹ̀tẹ́lu *v.t.* to disgrace, to degrade, to dishonor

bẹ (ènìyàn) **wò** *v.t.* to pay a visit (to someone)

bí *[bímọ] v.t* to give birth to (a child), to reproduce, to deliver a child; ~ *conditional particle* if

bì *v.i., v.t.* to vomit, to throw up *(èébì: vomit; bíbì: emesis, vomiting)*

bi *[láti béèrè, láti ṣe ìwád í] v.t .* to ask, to question, to interrogate *(ìbéèrè: question)*; to push, to jostle

bíbẹ́ *n.* perforation; ~ *[bíbu] n.* eruption, explosion

bíbí (ọmọ) *[isọ̀kalẹ̀] n.* reproduction, birth, delivery, parturition; ~

òkú-ọmọ: stillbirth; ~ **àìgbakọ** [bíbí ògbo]: asexual reproduction; ~ **àwọn alára-ẹran**: animal reproduction; ~ **ìgbakọ** [bíbí ígbàrin]: sexual reproduction; ~ **ìgbàrin** [bíbí igbakọ]: sexual reproduction /gba + ìrin: to accept sexual matter/; ~ **ti alábẹ**: abdominal delivery, Cesarean section, C-section; ~ **ti takọ -tabo**: sexual reproduction

bíbímọ n. viviparity (ẹranko abímọ: viviparous animal)

bíbì n. vomiting, emesis (èébì: vomit)

bíbo n. hibernation, hiding

bíbọ́ n. alimentation, feeding

bíbọ́fọ [pípọ́fọ] n. molting, ecdysis

bíbu n. process of becoming moldy; (èbu: molds; òbu: moldy material)

bíbùlà[lílà] n. dilution; (àbùlà: diluted material)

bí ẹnipé adv. as if, as though

bìkítà v.i. to be concerned about; to have regard for

bíkòṣepé conj. if not for

bìlà v.i. to give way

bi (èniyàn) **léèrè** v. to ask a question of someone, to interrogate

bìlísì n. evil one, devil, demon

bímọ [bí] v.i. to give birth

bínú /bí inú/ v. to be angry

binújẹ́ [banújẹ́] v.i. to be dejected or sad

bírí adv. all of a sudden

bíríkì n. brick (bíríkìlà n. bricklayer)

bìrìkìtì adj. circular, round (like a hill)

bo [láti dé nkan] v.t. to cover something; to protect; v.i. to hide (ibo: hiding place); v.t. to insulate (ibòo wáyà: insulation for wire)

bó v.t. to remove the skin or hair of an animal, to peel (a fruit)

bóbáṣepé conj. if

bodè (ibodè) n. town gate

bojì [ibojì] n. grave; cemetery

bòji [ibòji] n. shade (of a tree)

bojú v.i. to cover one's face

bojújẹ́ v.i. to frown, to grimace

bójútó v.t. to supervise, to oversee (alábò jútó n. supervisor)

bojúwo v.t. to look at (something) quickly

bojúwẹ̀hìn v.i. to look back quickly

bolẹ̀ v.i. to cover the ground

bomi /bu omi/ v.i. to take water from a well or vessel

bomirin *v.t.* to irrigate

bomiwọ́n *v.t.* to sprinkle with water

bora *v.i.* to cover the body

borí *v.i.* to cover the head *(íborí: woman's headtie)*; *(ọ̀tá) v.t.* to overcome, to conquer

bótilẹ̀jẹ́pé *conj.* even though

bótiwùkórí *conj.* however it may be

bọ́ *v.t.* to feed (a baby); to be responsible for another person's livelihood; ~ (bàtà, ẹ̀wù) to remove (shoes, clothing etc.); *v.i.* to fall freely *(ẹ̀dá abọ́: free falling object)*

bọ *v.t.* to worship (a deity); to boil something; to wear or put on (clothing or shoes)

bọ̀ *v.i.* to come back, to return *(àbọ̀: a return)*

bọ́hùn *v.i.* to despair, to lose hope

bójú *v.* to wash one's face

bọ̀lọ̀jọ̀ *adj.* lovely; àgùtàn ~: lovely sheep

bọ (ènìyàn) **lọ́wọ́** *v.t.* to shake someone's hand

bọ́lugi (ọtíi ~) *n.* alcohol derived from palm wine

bọ̀ọ̀lì *n.* roasted plantain

bọ́ọ̀lù *n.* ball

bọ́ra *v.i.* to undress

bọ̀rọ̀ *adv.* easily; timely

bọrọgidi *adj.* shapeless (solid)

bọ̀rọ̀kìnní *[bọ́ọ̀kìnní, gbajúmọ̀] n.* respected man; wealthy man

bọ̀tí *n.* malt; **àádùn** ~: maltose; **ayasèe** ~: maltase; **láti díbàa** ~: to ferment malt

bọ̀wọ̀ */bu ọ̀wọ̀/ v.i.* to respect, to pay respect to

bọ́yá *[bóyá] conj.* perhaps

bú *v.i.* to explode; to roar; ~ *v.t.* to insult (a person)

bu *[láti gé (nkan)] v.t.* to cut, to section; *v.i.* to become moldy, to become stale *(èbu: mold)*

bù *v.i.* to fracture

bùáyà *v.i.* to be extraordinary

bùbá *n.* garment worn by men and women

búburú *[burúkú] adj.* evil, bad

bu (ènìyàn) **jẹ** *v.t.* to bite someone

búkà *n.* stall for selling cooked food

bùkátà *n.* family responsibilities or obligations

bu (nkan) **kù** *v.t.* to reduce (something) in importance or size *(àbùkù: humiliation)*

bùkún *v.t.* to increase (something) in importance or size *(ìbùkún: blessing)*

bu (ìkan) la (ìkéjì) *v.t.* to dilute; bu omi la ẹmun: to dilute wine
   with water

bùlé (nkan) *v.t.* to add to something

bu (aṣọ) **lẹ** (ẹ̀wù) *v.t.* to patch a garment with a piece of cloth
   (àbùlẹ̀: patched garment)

bùmọ́n (nkan) *v.t.* to add to (something)

bun (ènìyàn) **ní** (nkan) *v.t.* to give (something) away to (somebody)
   (ẹ̀bùn: gift)

Búnú *n.* Yoruba subtribe

bupá *v.i.* to get vaccinated

bu (nkan) **pín** *v.t.* to distribute *(ibùpín: ratios)*

búra *v.* to swear an oath

búrẹ̀dì *n.* bread

burẹ́wà /burú ẹwà/ *v.i.* to be ugly *(iburẹ́wa: ugliness; òburẹ́wà:
   ugly; òburẹ́wá obìnrin: ugly woman)*

burú *v.i.* to be bad, to be evil

burúkú *adj.* bad, evil

bu (ènìyàn) **ṣán** *v.t.* to bite (as a snake)

búsẹ́kún *v.i.* to burst into tears

búsẹ̀rǐ n *[takú ẹ̀rín]* *v.i.* to burst into laughter

bùṣe *v.* to be completed, to complete a task

D

da *v.t.* to pour *(da omi: to pour water; da àtọ̀: to ejaculate)*; ~ (ènìyàn) to betray (someone) *(ọ̀dàlẹ̀ n. betrayer)*; to turn to, to become; Mo ~ olówó; I became a rich man

dà (onjẹ) *v.i.* to be digested (food); onjẹẹ̀ mí ti ~: I digested my food; *(ẹ̀dà onjẹ: digested food; ìdà onjẹ: digestion of food)*; to slope, to be inclined; pẹpẹ yìi ~: this plane is inclined; to pour out

dá *v.t.* to create; Ọlọ́run ~ ọ̀run òun ayé: God created heaven and earth; to synthesize; ~ àwọn ẹ̀là yìi: synthesize the following chemicals *(ìdá: creation, ẹ̀dá: a created piece, a being)*; ~ *v.* to fracture (a bone) *(eegun dídá: simple fracture)*; *[pín]* *v.t.* to divide, to split *(ìdámẹ́jì, ìdájì: halves; ìdásíwẹ́wẹ́: process of division)*; *v.i.* to cease, to stop; òjó ti dá: the rain has stopped; *v.t.* to throw(someone while wrestling); ~ (odò) to cross (a river)

dá àbá *[dábǎ pèrò]* *v.i.* to suggest *(àbá: suggestion)*

dá àabò bo *[fi àabò bo]* *v.t.* to protect (from danger)

dá àrà *[darà]* *v.i.* to invent *(àrà: an invention)*

dàámún *v.i.* to become worried, to worry

da àtọ̀ *[dàtọ̀]* *v.t.* to ejaculate sperm

dábǎ */dá àbá/* *v.i.* to consider, to plan

dábẹ *[dákó, kọlà]* *v.i.* to be circumcised; mo dábé: I am circumcised; *(ìdábẹ́: circumcision)* see: aláìkọlà, aláìdábẹ

dàbí *v.t.* to resemble, to look like

dá bírà *v.i.* to perform an extraordinary feat

dábọ̀ *v.i.* to cease; *[jọ̀wọ́, dákun] imperative* please

dábǔ */dá ìbú/* *v.t.* to lay across (a road)

dàbùlà */di àbùlà/* *v.i.* to become diluted *(àbùlà: diluted material)*

da (nkan) **dé** *v.t.* to turn upside down

dádó *v.i.* to be isolated

dá (nkan) dúró *v.t.* to delay, to suspend, to postpone *(ìdádúró: postponement)*

dádúro *v.i.* to be alone, to exist alone; ~ *v.i.* to be self-supporting

dáfá (dífá) *v.i.* to consult the Ifá deity

dágún *v.i.* to form a lake *(adágún-odò: lake)*

dágunlá *v.i.* to be indifferent to another's plight

dàgbà *v.i.* to grow *(àgbà, àgbàlágbà: a grown-up; ìdàgbà [idarúgbó]: aging, getting old)*

dàgbàsókè *v.i.* to grow, to mature, to develop *(ìdàgbàsókè:*

development)
dágbé *v.i.* to live alone
dágbére *v.i.* to say goodbye
dágbèsè *v.i.* to enter into debt
dahoro *v.i.* to become desolate or abandoned
dáhùn *v.i.* to respond to a call or stimulus
dáhùn *[fèsì] v.t.* to answer a question
dá ibòn *[díbòn] v.i.* to malinger, to make believe, to pretend
da itó *[datò] v.i.* to salivate
dájí *v.i.* to wake up early
dájo *v.i.* to participate in the daily or weekly savings scheme
   'esusu'
dájó */dá ojó/v.i.* to fix a date; */dá ejó/ v.i.* to judge, to arbitrate
   (onídàjó: judge; ìdájó: judgment)
dájú *v.i.* to be certain, to be definite, to be sure; to be
   compassionless
dájú-dájú *adv.* definitely, surely, certainly, for sure
dáké *v.i.* to keep quiet, to be silent
dákéróró *v.i.* to be completely quiet
dákó *[kolà, dábé] v.i.* to be circumcised
dáko *v.i.* to prepare land for farming
da (ìwé) **ko** *v.t.* to copy
dá (nkan) **kojá** *v.t.* to pass over something; to go across
dákú *v.i.* to faint, to be unconscious *(dídákú: blackout, fainting,
   syncope)*
dákun *[jòwó] v.i. imperative* to please
da (ènìyàn) **láàmú** *v.t.* to worry someone, to cause anxiety
dá (ènìyàn) **lágara** *v.t.* to exhaust someone's patience
dálápá *[kánlápá] v.* to break an arm
dá (ènìyàn) **láre** *v.t.* to declare someone innocent
dálè *v.i.* to commit adultery
dalè *v.i.* to renege on a promise; to betray an oath; to betray
   someone
dá (ènìyàn) **lébi** *v.t.* to find someone guilty, to find someone
   culpable
dá (ènìyàn) **léjó** *v.t.* to sit in judgment of someone
dá (ènìyàn) **lékun** *v.t.* to restrain someone
dálésè *[kánlésè] v.* to break a leg
dá (ènìyàn) **lóhùn** *v.t.* to respond to a call, to answer someone; to
   heed another's supplications
dá (ènìyàn) **lójú** *v.t.* to be certain of something; to be sure
   (ìdánilójú, ìdájú: certainty)

dá (ènìyàn) **lóró** *v.t.* to torment someone; to disappoint someone

dá (ènìyàn) **lólá** *v.t.* to honor someone

dálọ́rùn *v.i.* to break the neck

dàlúrú *v.i.* to be a rabble-rouser; to be a demagogue *(adàlúrú: a rabble-rouser)*

dá *(omi)* **mì** *v.i.* to swallow (a liquid)

dámọ̀ràn *v.i.* to make a suggestion; to suggest

dàmùrè /di àmùrè/ *v.i.* to be prepared, to be ready

dan (ènìyàn) *v.t.* to tempt a person with one's charms, to beguile

dán *[jọ̀, jọ̀lọ̀]* *v.i.* to be smooth *(didan: smooth; ọta didán: marble)*, to glitter; ~ *v.t.* to polish (something); láti ~ bàtà: to polish ones shoes

dáná *v.i.* to make a fire *(iná: fire)*

dánà *v.i.* to engage in highway robbery

dána *v.i.* to pay a dowry

dánásun *v.t.* to set fire to something

dan-dan *adv.* compulsorily; **láti di** ~ *v.i.* to become compulsory or imperative

dà-ndógó *n.* type of gown with ample sleeves for men

dá (nkan) **ní** *v.t.* to hold on to (something)

dá (ènìyàn) **nîìdè** *v.t.* to free (someone) from slavery

dá (ènìyàn) **nígbèsè** *u.t.* to cause (someone) to go into debt (possibly through negligence)

dá (ènìyàn) **nîìjì** *v.t.* to alarm (someone)

dàníyàn *v.* to desire

dánkunwò *n.* heuristic, trial and error; ó nṣe ~: she is learning by trial and error

dà-nsîkí *n.* type of gown that reaches down to the knees

da (nkan) **nù** *v.t.* to pour (something) out, to spill (something) *(láti dànùn: to spill)*

dán (nkan) **wò** *v.i.* to try (something); to attempt (something) *(idánwò: examination)*

dápǎrá *v.i.* to make a jest *(alápǎrá: jester)*

dára *v.i.* to be good; to be beautiful; ó ~: It is beautiful

dárà *v.i.* to perform wonderful feats, to bring forth new ideas

dárale *[mọ́kànle]* *v.i.* to be cheerful

dáràn *v.i.* to commit a crime *(ọ́dáràn: criminal)*

daran *v.i.* to herd cattle *(darandaran: a shepherd)*

dárayá *v.i.* to perform an exercise *(eré idárayá: an exercise)*

darí *v.t.* to control, to manage (an organization); *(olùdarí n. the manager)*; ~ *[daríwálé, daríbọ̀]*: to come back (from a journey)

dáríji *[forìjì]* *v.t.* to forgive *(idáríjì: forgiveness)*

dárìn *v.i.* to walk alone

dárin /*dá orin*/ *v.i.* to start up a song

dáró *v.i.* to stand alone, to live in seclusion

daró *v.i.* to prepare a dye

dárò *v.i.* to lament *(idárò: lamentation)*

da (nkan) rò *v.t.* to deliberate alone, to consider carefully

da (nkan) rú *v.t.* to disorganize, to disrupt, to confuse

darúgbó *v.i.* to become aged

Dassa *n.* Yoruba subtribe

dáwà *[dádúró]* (láti ~) *v.i.* to be alone, to be unique, to be without equal; Ọlọ́run ~ : God is unique

dáwó /*dá owó*/ *v.i.* to contribute money; ~ *[wólulẹ̀]*: to crash to the ground

dawó /*da owó*/ *v.i.* to produce money by magic

dáwólé (ọjà) /*dá owó lé*/ *v.t.* to offer a price for a commodity

dáwọ̀ *[dá ìwọ́]* *v.i.* to cut the umbilical cord *(ìwọ́: umbilical cord)*

dáwọ́bo (iṣẹ́) /*dá ọwọ́ bo*/ *v.t.* to join hands (to complete a task)

dáwọ́dúró *v.i.* to stop doing what one was doing, to cease

dáwọ́lé (iṣẹ́) /*dá ọwọ́ lé*/ *v.t.* to begin an enterprise, to embark on

dáyé *v.i.* to be born, to come into this world

de *v.t.* to fasten (as in a belt) *(ìdè ẹwù: a button)*; ~: to screw

dé *v.i.* to arrive, to reach a destination; ~ *[bo, bo orí]* *v.t.* to cover, to put a lid on something: Tópé ~ àmùn-omi: Tope covered the water pot; *(ìdérí: a cover)*

dédé (láti ṣe ~) *[déédéé, géérẹ́]* *v.* to be exact; *n.* exactness

délé /*dé ilé*/ *v.t.* to arrive at home, to come to (another's) home

delé de /*de ilé*/ *v.i.* to act as a deputy n the absence of (an official)

délẹ̀ *v.i.* to come to light, to materialize

dènà *v.i.* to lie in ambush

dépò *v.t.* to reach a position, to reach a station in life

dèrò /*da èrò*/ *v.i.* to become a matter for contemplation

dẹ *[rọ̀]* *v.i.* to become flaccid or floppy; to become ripe (pod); *[rọ̀]* to be simple, to be easy; ìsirò náà~: the mathematical problem is easy; *[yọ̀dẹ̀]* to be stupid

dẹ́bi *[dájọ́ ẹbi]* *v.i.* to fault someone, to condemn

dẹdò *[dẹja]* *v.i.* to fish

dẹ̀ gbẹ́ /*dẹ ìgbẹ́*/ *v.i.* to hunt in the forest; ~ **sí** /*da ẹgbẹ́*/ *v.t.* to turn one's side towards (a thing)

dẹgbó *[dẹ̀gbẹ́]* *v.i.* to hunt in the forest

dẹ̀ hìn *[padà, padàsẹ́hìn]* *v.i.* to turn back

dẹhò *v.* to hunt for a rodent or a cricket by digging out its hole

dẹhùn *v.i.* to lower pitch

dẹ (ènìyàn) **lẹ́kẹ** *v.t.* to set a trap for (someone), to wait for (someone) to make a mistake

dẹ̀rọ̀ *v.i.* to become less difficult, to become placated

dẹ́rùba (ènìyàn) *v.t.* to frighten (someone)

dí *v.i.* to become opaque *(dídí adj. opaque)*; ~ *v.t.* to occlude, to obstruct; ó ~ mi l'ójú: he obstructed my view; ~ *v.t.* to block, to clog, to plug

di *[da] v.t.* to change (to something else); to become *(ọ́ládiméjì: wealth replicates)*; to bind, to fasten, to tie up; to pack, to bundle; ó ~ ẹrùu rẹ̀: he packed his belongings; ~ **ọ̀tá** *v.t.* to defeat (an enemy), to conquer, to vanquish

dì *v.i.* to coagulate, to solidify *(adì: a solid)*; ~ *v.i.* to win (a game)

díbà *v.t.* to ferment something *(ìdíbà: fermenting; omi ìdíbà: fermentation medium)*

díbàjẹ́ *v.i.* to go bad, to become rotten, to spoil

dìbò /di ìbò/ *v.i.* to vote

dìbò fún *[láti yan] v.t.* to elect, to vote for *(ìdìbò: election)*

díbọ́n /dá ibọ́n/ *v.i.* to pretend

dídà *[ìdà] n.* slope, inclination *(dà: to slope, to be inclined)*

dídán *adj.* shining, polished, bright

dídáwà *[dídádúró] n.* the condition of being in isolated existence

dìde *[dìdedúró] v.i.* to stand up, to arise, to rise

dídẹ *adj.* soft, ripe

dídì *n.* coagulation, binding, solidification, clotting

dídí *n.* opacity, occlusion; ~ *adj.* opaque

dídín *adj.* fried

dídò (láti ~) *v.* to damn (a river) *(ìdídò: dam)*

dídófùrọ̀ *n.* sodomy, anal intercourse

dídún *n.* sounding, reverberation *(ìdún [ìró]: sound)*

díẹ *adj.* a little, a few; ó fún mi l'ówó ~: he gave me a little amount of money

díẹdíẹ *adv.* slowly, little by little

dígí *n.* glass; ọ̀ran ~: glass fiber

dìfá /dá Ifá/ *v.i.* to consult the Ifá deity

dìgbàró *v.i.* to remain standing

dìgbére *v.i.* adieu (to one who dies)

dìjà *v.i.* to become an altercation, to resort to argument, to become a quarrel

dìjàsílẹ̀ *v.i.* to foment trouble

dìje *v.i.* to compete *(ìdíje: competition)*

dìjọ *adv.* together, collectively

dijú *v.i.* to shut the eyes

díjú *v.i.* to be complicated, insoluble (a problem)

dìkàsì *[kàsì]* *v.i.* to become stale

dìmọ́n (èniyàn) *v.t.* to embrace (someone)

di (nkan) mún *v.t.* to hold something tight, to grasp

dín *[pẹ̀dín]* *v.i.* to be reduced, to be less; ~ *v.t.* to be reduced by a certain amount *(àrúndínlógún: twenty is reduced by five is fifteen)*; ~: to fry

dín (nkan) kù *v.* to reduce, to lessen *(ẹ̀dín: decrease, reduction; complement)*

dínà *v.* to block the way, to obstruct

dinú *v.i.* to become tight-lipped, to become uncommunicative

dípẹtà *[dógùn]* *v.i.* to become rusty

dira *v.i.* to train oneself, to arm oneself

dirí *v.* to plait hair

dìtẹ̀ *v.i.* to engage in a conspiracy; **láti ~ mọ́** *v.t.* to conspire against

dití *v.i.* to be deaf *(adití: deaf person)*

díwọ̀n *v.t.* to measure (something) *(ìdíwọ̀n: measuring standard)*

díyelé *v.* to appraise something

dó *v.t.* to pierce, to perforate; ~ *v.t.* to have sexual penetration, to have sex with (a female)

dòbu *v.i.* to become useless

dòdò *n.* fried ripe plantain

dòfìfo *[dòfo]* *v.i.* to become empty; ~ to become fruitless *(òfo: emptiness)*

dòfo *see* dòfìfo

dógò *v.i.* to use as a pawn

dógùn *[jẹ̀patà]* *v.i.* to rust; to become corroded *(ògún: Yoruba god of iron)*

dó ìtànná(láti ~) *v.i.* to project a beam a light *(èdó ìtànná: a beam of light)*

dòjé *n.* sickle, scythe

dójú *v.i.* to spot a hole; to become injured

dókità (dókìtò) *n.* doctor, medical practitioner

doríkọ *v.t.* to go in the direction of

dòbálẹ̀ *v.i.* to prostrate oneself (as a sign of respect)

dòdẹ *v.i.* to become stupid

dodẹ *v.i.* to set a trap (for an animal)

dọ́gba *v.* to be equal

dọ́gbadọ́gba *adv.* equally

dọmọ *v.* to develop into a child, to become a fetus

dòràn *v.i.* to become a conflagration, to become a palaver

dòtí *v.i.* to be dirty or untidy

dówĕkè *v.i.* to flirt

dọwọ́ *v.* to be in one's jurisdiction; ~ *(in mathematics)* to be a function of.... A ~ ìfàa B: A is a function of B *(ìfà: function)*

dòwọ́n *v.* to become expensive

dú *[dúdú]* *v.i.* to be black

du (nkan) *v.t.* to scramble for (something)

dùbúlè àìsàn *v.i.* to be bedridden with sickness

dúdú *adj.* black; **àwò** ~ *n.* black color; **ènìyàn** ~: black person, an African; **láti** ~ *v.i.* to be black; aṣọ yí ~: this cloth is black *(èédú n. charcoal)*

dúkìá *n.* belongings, paraphernalia

dùn *v.* to be delicious; ~ *v.* to be harmonious

dun *v.t.* to be painful

dún *[ró]* *v.* to sound *(ìdún, ìró, ohùn: a sound)*

dùndú *n.* fried yam

dúpé /dá ọpé/ *v.i.* to be thankful, to be grateful *(ọpé: gratitude)*

dura *v.i.* to try to keep from falling

dúró (láti ~) *v.i.* to wait, to stop; ~ **(de nkan)** *v.t.* to wait for something; **dìde** ~ *v.i.* to stand up; **dá** ~ *v.i.* to exist alone; **dá (nkan)** ~ *v.t.* to stop the movement or motion of something; **mu (nkan)** ~ *v.t.* to sustain something, to keep something from collapsing; ~ **ti** *v.t.* to stand by (someone); ~ **fun** *v.t.* to act as one's guarantor; ~ **sí** (ibì kan) *v.i.* to wait at a particular place

dùrù *n.* organ; piano

E

ebè *n.* heap (for planting); **kọ ~** *v.t.* to make heaps

èbì *[oyin]* *n.* bee (*order Hymenoptera*)

ebi *n.* hunger

ebòlò *n.* type of potherb

èbù (~ ẹ̀ká) *n.* segment of a circle; a part cut from a circle by a line *(ẹká: circle)*

èbu *n.* mold *(láti bu: to become moldy, òbu: moldy material)*

èbùrú *n.* shortcut

èbúté *n.* harbor, port

èdè *n.* language; èdèe Yorùbá: Yorùbá language; èdèe Gẹ̀ẹ́sì: English language; **~ Haúsá**: Hausa language

edé *n.* lobster; shrimp; crayfish

edè *n.* melon seed

edébù *[àbọ̀, ilàjì, idájì]* *n.* half, incomplete *(ó di ~: it becomes incomplete)*; **~ ọpọlọ-àárín**: cerebral hemisphere

edébù *[idájì-, apakan-]* *prefix.* hemi-

edébù-ayé *n.* hemisphere

edébù-odò ayé *[gúúsù ayé]* *n.* Southern hemisphere

edébù-òkè ayé *[àríwá ayé]* *n.* Northern hemisphere

edi *n.* coral; *(in mathematics)* logarithm (of a number)

edi-ojú *n.* cataract

èdó *n.* beam, ray, shaft; **~ itànná**: ray or shaft of light

èdùmárè *[òdùmárè]* *n.* universe *(Elédùmárè, Olódùmárè: God, owner of the universe)*

èébì *[èbíbì]* *n.* vomit *(bì [pọ̀] v. to vomit)*

èèbó *[òyìnbó, òìbó, òyìbó]* *n.* person of Caucasian race

èébú *n.* an insult *(láti bú ènìyàn: to insult someone)*

èèbù *n.* piece of anything *(èèbù-iṣu: slice of yam)*

èédú *n.* carbon; **~ igi**: charcoal, coal; **~ ilẹ̀** *[èédú-lẹ̀]*: coke; **~ dídẹ̀**: graphite

èédú-dídán *n.* diamond

èéfín *[ẹ̀ẹ́fín]* *n.* smoke

eegun /~: *ir. os-, osteo-*/ *n.* bone, skeleton; **~ àárín-etí**: ossicle; **~ àgbọ̀n**: jaw, mandible; **~ apá kékeré**: radius; **~ apá nlá**: elbow bone, ulna; **~ ara**: bones of the body *(àgbéró ara: skeleton)*; **~ àtẹ́lẹsẹ̀**: metatarsals; **~ àtẹ́lẹwọ́**: metacarpals; **~ àyà**:breastbone, sternum; **~ àwòjẹ̀**: frontal bone; **~ dídá** *[~ kíkán]*: simple fracture; **~ ẹ̀bátí**: temporal bone; **~ ehín**:

dentine; ~ ẹ̀hìn-ìdí: sacral vertebrae, sacrum; ~ òkè ìdí: lumbar vertebrae; ~ èjìká: scapula, shoulder blade; ~ ẹ̀rẹ̀kẹ́: upper jawbone, maxilla;~ ẹsẹ̀ n. any of the bones of the foot; ~ ìhà *[ẹ̀fọn ìhà]*: rib *(igbá àyà: rib cage)*; ~ ìka (ọwọ́ tabí ẹsẹ̀): phalanx *(pl: phalanges)*; ~ ìrán: coccyx, caudal vertebra; ~ ìrù: tailbone; ~ itan: femur, thigh bone; ~ kíkán *[~ dídá]*: simple fracture; ~ òkè-apá: humerus; ~ òkè-àyà: clavicle, collarbone; ~ orókún *[~ orúnkún]*: kneecap, patella; ~ ọ̀pá-ẹ̀hìn: thoracic vertebrae, spine *(ọ̀pá ẹ̀hìn: vertebral column)*; ~ ọ̀pá-ẹ̀hìn kéjì: axis; ~ ọ̀pá-ẹ̀hìn kíní: atlas; ~ ọrùn: cervical vertebrae, neck bone; ~ ọrùn-apá: carpal bones, trapezium; ~ ọrùn-ẹsẹ̀: tarsal bones, ankle bone, talus, astragalus; ~ párá: parietal bones; ~ wẹ́wẹ́: ossicle; ~ wíwó: compound fracture; ~ wíwú: ostitis, osteitis *(àgbéró-ara: body skeleton)*

eegun-irẹ̀ *[eeguun-rẹ̀]* n. any of the bones of the leg; n. ~ (kékeré àti nlá): tibio-fíbula; ~ nlá: shinbone, tibia

eegbọn *[ìrù]* n. hard tick, flea

èéhó n. vapor; ~ omi èéhó n. vapor; ~ omi n. steam *(láti hó v. to vaporize)*

èèkà n. numbers *(ka nkan: to count something)* *(òòkà [onka]: numerals: 0, 1, 2, 3, 4, 5 ... 9)*; ~ agbàárín: median number; ~ àìlẹ́sẹ: irrational number *(~ àì + ní + ẹsẹ: a number with no fractions, ẹsẹ: fractions)*; ~ àìlópin *(àwọn ~ àìlonkà, àwọn ~ àìlóòkà)*: infinite number; ~ àìnídajì: odd number *(~ àì + nì + idajì: a number with no halves)*; ~ àìnifípín: prime number *(~ àì + ní + ìfípín: a number without a divisor)*; ~àìrí:imaginary number *(~ àì + rí: an unseen number)*; ~ àì-yẹ̀: constant number *(àì + yẹ̀: that which does not change)*; ~ akọ́dí: complex number *(kọ́dí: to become complex or complicated)*; ~ elérò: positive number *(èrò: positive value; àmìn èrò: positive sign)*; ~ elérò odidi: positive whole number, integer; ~ ẹléyọ: negative number *(ẹyọ: negative value; àmìn ẹyọ: negative sign)*; ~ ẹléyọ odidi: negative whole number, integer; ~ ẹlésẹ: rational number *(oní ẹsẹ: one that has fractions; ẹsẹ: fraction)*; ~ gidi: real number; ~ kíkà: counting of numbers; ~ odidi: whole number, integer; ~ odidi alátẹ̀léra: consecutive integer *(tẹ̀lé ara: follow one another)*; ~ olóòkà *[~ olónkà]*: finite number; ~ onídajì: even number *(oní + idajì: possessing halves)* èèkádẹ̀rí; n. statistics *(ẹ̀rí: data; eléèkàdẹ̀rí: statistician)*

èékán *[ìga]* *n.* nail, unguis, claw

èékàn *n.* peg

èèkù *n.* handle; ~ **òbẹ**: handle of a knife; ~ **idà**: handle of a sword

èékú *n.* scabies *(eléé kú: person with scabies)*

èélá *n.* eczema

èémì *[èmímí]* *n.* vibration, oscillation

èémí *n.* breath *(mímí: breathing; láti mí: to breath)*

èèmọ̀ *n.* abnormality; ~ *adj.* abnormal *(orí ~ : abnormal head)*

eeni *[ìrì]* *n.* early morning dew

èépá *n.* clot, blood clot, scab; dehydrated plantain

eèpo *n.* coat, sheathe; ~ **igi** *n.* bark of tree *(generally used for medicinal purposes)*; ~ **irúgbìn** *(eèpo-rúgbìn)*: seed coat, testa

eèrà *n.* small black ant

eérí *n.* dirt, filth *(eléérí-ara: a dirty person)*

èèrí *n.* bran from ground maize used as food for cattle

eérú *n.* ash

èéru *n.* foam, lather, froth, suds; ~ **omi**: water vapor

èèrú */èèrú- prefix. giga-/ n.* billion; *(láti gbèèrú: to increase abundantly, to become enormously large)* ~ **náírà kan**: one billion naira

èérún *n.* crumbs, crushed remains, fragments *(láti rún: to become fragmented)*

èẹ́ṣẹ́ *n.* gleanings remaining after a harvest of grains

èétirí */èyí ti rí/ [èétiṣẹ]* *adv.* how come? how is it that...?, why

èétú *[ètútú]* *n.* pus *(láti jèétú: to be purulent)*

èètù *[ètùtù]* *n.* an atonement

eéwo *n.* boils, furuncle

èèwọ̀ *n.* taboo, forbidden behavior

èèyí *n.* craw-craw, measles

èfó *n.* corn chaff

èfù *[kọ́lọ̀bọ̀]* *n.* coated tongue

efun *n.* chalk

ègàkè *[ìkàké]* *n.* tickling

ègè *[ìkì]* *n.* dirge, threnody, elegy *(rárà: eulogy, panegyric)*

ègèdè *[ògèdè]* *n.* incantation

ègún *n.* curse *(gégùn v. to put a curse on someone)*

Ègùn *n.* Yoruba subtribe

egúngún *[eégún]* *n.* masquerader

egurè *n.* small settlement, village

egbé *n.* lever; magic charm with power to levitate

ègbè *n.* chorus *(gbe orin v. sing in a chorus)*

ègbé *n.* damnation, woe

egbè *n.* distant place, farm that is far from home

egbèje *[igba méje, ọ̀kẹ́ kan àt'ìdì mẹ́rin] n.* one thousand, four
hundred

egbére *n.* evil spirit, elf

egbin *n.* antelope, kind of deer

egbò *[ọgbẹ́] n.* wound, lesion, sore, injury; ~ **iná**: burn; ~ **inún**:
stomach ulcer; ~ *[gbòngbò, ẹ̀kàn]*: root

ègbo *n.* base; ẹ̀ **kan àt'~**: acid and base

ègbodò *n.* new yam

egbò igi *(egbòogi) n.* medicinal root or herb, medicine *(ilé egbòogi:
dispensary)*

ehín *[eyín]/ehín-:* dent-, denti-, dento-, odont-/ *n.* tooth; **ọ̀gọ́n ~**:
canine; **ẹwà ~**: incisor, front tooth *(erigi: molar)*; ~ **àgbà**:
permanent tooth; ~ **àtọwọ́dá**: denture; ~ **ayùn**: sawtooth; ~
didùn: toothache, odontalgia; ~ **erin**: ivory; ~ **híhù**: teething,
odontiasis; ~ **kíkẹ̀**: dental caries; ~ **ọ̀dọ́**: milk tooth, deciduous
tooth, primary tooth

èhónú *n.* frustration

ehoro *[ehoro-igbó] n.* rabbit, hare

ehoro-ilé *[ẹmọ́] n.* guinea-pig

èje *n.* seven, 7

èjì *[eéjì] n.* two, 2

èjí *n.* gap between the incisor teeth *(láti pèjí: to have gap between
the incisor teeth)*

eji *[òjò] n.* rain

èjìdínlógún *[ìdì kan l'éjọ] n.* eighteen,18

èjìká *n.* shoulder; **èkò ~**: shoulder joint

èjìlélógún *[ìdì méjì l'éjì] n.* twenty two, 22

èjìrẹ́ */èjì ọ̀rẹ́/ [ìbéjì] n.* twins

ejò *[afàyàfà] n.* snake, serpent

ékà *[43,560 ojú-ẹ̀sẹ̀] n.* acre *(ìwọ̀n-ojú ẹsẹ̀: square feet)*

èké *n.* deception, falsehood *(eléké: deceitful person)*

èkéje *[ìkéje] adj.* seventh

èkéjì *[ìkéjì] n.* friend, partner; ~ *pr.* the other, another; ~ *adj.*
second, next

èkérègbè *[ìkérègbè, ewúrẹ́] n.* small goat

èkínín *[kínín] adj.* first

èkìtì *[òkìtì] n.* hillock, round elevation

Èkìtì *n.* subtribe of the Yoruba people

èkítípí *n.* type of skin rash

Èkó *n.* Yoruba name for Lagos

èkò *n.* joint, junction; ~ **ara** *[oríkè ara]*: body joint; ~ **èjìká**: shoulder joint; ~ **ìbàdí**: hip joint; ~ **ìgopá** *[èkò ìgunpá]*: elbow joint; ~**orókún**: knee joint; ~ **pádi è̩sọ ara**: synapse *(pádi è̩sọ: nerve cell, neuron)*

ekòló *n.* earthworm

eku *n.* rodentia, rodent

èkùlù *[etu]* *n.* deer, crowned duiker

ekurá *n.* shark

èkùró̩ *n.* palm kernel *(epo ~ : palm-kernel oil)*

èkuru *n.* food made from ground beans and boiled in leaves

èkùsá *[làpálàpá, kúrùpá]* *n.* ringworm

èkúté *[eku-ilé]* *n.* rat, mouse

elé- *[oní-]* *prefix* possessor of, owner of; Elédùmarè: owner of the universe, God

èlé *n.* interest; san ~ ìdáàpò̩ mé̩fà: pay an interest of six percent; *see:* elélé

Elédùmárè *[Olódùmárè]* *n.* Owner of the universe, God *(èdùmárè [òdùmárè]: the universe)*

eléèdú */eléè dú: organo/ adj.* organic; **àwọn è̩là** ~ *n.* organic compounds *(èlà àìléè dú: inorganic compound)*

elégédé *n.* pumpkin

elénìnì *[ò̩tá]* *n.* bitter enemy *(ènìnì: enmity)*

elégbò-igi *[elégbòogi]* *n.* African medicine man, herbalist, one trained in herbalism

elélè *[owó ~]* *n.* principle, borrowed money on which interest is to be paid *(èlé: interest)*

elépo *adj.* sebaceous, oily

elérò̩ *adj.* positive *(àmì ~: +, positive sign)*

eléwéerúgbin-kan *n.* monocotyledon; è̩yà ~: monocotyledoneae

eléwéerúgbin-méjì *n.* dicotyledon; è̩yà ~: dicotyledoneae

eléwu *adj.* perilous, dangerous *(ewu n. danger)*

èlò *n.* ingredients; **ohun** ~: utensils; ~ *[ìlò, ìwúlò]*: usefulness; ~: dosage; ~ igbàkan: single dose

eló? *[eeló?]* *adv.* how much?; (mélò̩: how many?; eléélò̩?: how much of each? mélò -mélò̩: how many per unit of dimension - price, time, space etc.)*

èlùbó̩ *[ìyè̩fun]* *n.* flour; ~ **iṣu**: yam flour; ~ **ò̩gè̩dè̩**: plantain flour

èmi *[Mo]* 1st. pers.sing. sub. I; ~ *[mi]* 1st. pers. sing. obj. pr.: me

ení *[ò̩kan]* *n.* one, 1

ènì *n.* extra

ènìyàn *[ènìà, aráyé, ọmọ aráyé, è̩da aráyé]* *n.* human being, human,homo sapiens */ẹni tí a yàn: a selected species/*; ~ **kíkà** *[ìkàniyàn]*: census

èniyàn-dúdú *n.* African, black person

èniyàn-funfun *n.* white person, Caucasian

enini *[èèni]* *n.* early morning dew

èpè *n.* curse *(láti ṣẹ́pè v. to curse)*

èpín *n.* amount to be divided *(ìfipín: divisor; ìpín: dividend)*

èpò *n.* solvent *(ayọ́: solute; àpòpọ̀: solution)*; ~: weeds

epo *n.* oil; ~ **lárà**: castor oil; ~ **àgbàdo**: corn oil; ~ **àgbọn**: coconut oil; ~ **ara**: sebum; ~ **ègúṣí**: melon seed oil; ~ **èkùrọ́**: palm kernel oil; ~ **etí** *[òrí etí]*: earwax, cerumen; ~ **ẹja-àbùùbùtán**: whale oil; ~ **ẹ̀pà**: peanut oil; ~ **ilẹ̀**: petroleum; ~ **ìdáná**: oil fuel *[ìdáná, ohun ìdáná: fuel]*; ~ **kóròwú**: cottonseed oil; ~ **láàrà**: castor oil; ~ **ólífì**: olive oil; ~ **ọ̀pẹ**: palm oil; ~ **sóyà**: soybean oil

èrè *n.* profit *(láti jèrè: to make a profit)*; ~ **àt'àdánù**: profit and loss

eré[1] *n.* speed; ~ **ìró** *[~ ìdún]*: speed of sound; ~ **ìtànná**: speed of light; ~ **l'ayï ká**: circular motion *[circle: ẹ̀ká]*; ~ **tàárà** *[ìyásí ìpapòdà]*: velocity *(ìperédà: change of velocity, acceleration or deceleration)*

eré[2] *[ìre]* *n.* play; **ṣe** ~ *[ṣeré]* *v.i.* to play; ~ **ìdárayá** *[~ ìdárale]* *n.* exercise; ~ **ipá** *[erepa]*: horseplay, wild play; ~ **oge** *[eré alẹ́, wíwẹ́]*: foreplay

ère *n.* image; ~ **gidi**: real image; ~ **òjìji**: virtual image; ~: carving

erè *[òjòlá]* *n.* royal python

erèé *n.* bean

erékéré *n.* unsuitable kind of play *(euphemism for an indecent sexual encounter)*

eréko *[ìgbèríko]* *n.* rural area bordering a town

erékùṣù *n.* island

èrìgí *[èrìkí]* *n.* molar; ~ **àgbà**: molar; ~ **ọ̀dọ́**: premolar

erin *[àjànàkú]* *n.* elephant; ~ **omi** *[erinmi]*: hippopotamus

èrò *n.* addend; ~ *n.* passenger; **àmì** ~: positive sign, plus sign; ~ **alámì** ~: positive number; **àrá alámì-**~: positive electricity; ~ *[~ ọkàn]* idea, thought; ~ *[ìpinnu]* decision *(pèrò, pinnu: to make a decision; lati gbèrò: to merit consideration)*

èròjà *n.* nutrient *(ajíra: vitamin)*

èrò-ọ̀nà *n.* passerby

èrú *n.* fraud, swindle *(ọ̀ṣẹ̀rú: fraudulent person)*; **ṣe** ~ *v.i.* to be fraudulent

eruku *[erukutu] n.* dust

erùpẹ̀-ilẹ̀ *[iyẹ̀pẹ̀, yẹ̀pẹ̀] n.* soil

èsè *n.* type of yellow dye; **àwọ̀** ~: yellow color; ~: reactant *(èsè-wíwọ̀n: stoichiometry; àsè: reaction)*; provisions, daily bread *(láti pèsè: to provide one's daily bread)*

èsì *[ìdáhùn] n.* answer to a question or reply to a call *(láti fèsì: to reply)*

eṣiṣi *[eṣinṣin] n.* fly, housefly

èso *n.* fruit; **so** ~ *[sèso] v.i.* to bear fruit

èṣe *[ọgbẹ́, ìfarapa] n.* injury, contusion, harm, trauma; **ṣe** ~ *[ṣèṣe] v.i.* to be injured

eṣín *n.* previous year

eṣú *n.* locust

Èṣù *n.* devil; bad influence

ètè *n.* lip, labium; ~ **gbígbẹ**: dry lips, xerocheilia; ~ **wíwú**: inflammation of the lip, cheilitis; ~ **kékeré**: inner folds of skin of the vulva, labium minora; ~ **nlá**: outer folds of skin of the vulva, labium majora

ète *[èrò, èrò-ọkàn] n.* plan, plot

etí *n.* ear, pinna, auricle, outer ear; ~ **àt'ihò-etí**: external ear; ~ **dídùn**: earache, otalgia; ~ **títú**: otorrhea; ~ **wíwú**: otitis

etídò *n.* waterside

etílé *adv.* nearby, in the neighborhood

etí ọfà *n.* barb of an arrow

ètìpásẹ̀ *[páti] n.* Achilles tendon

ètò[1] *n.* arrangement, structure *(to nkan v.t. to arrange something; létòlétò adv. in an orderly fashion)*; **ṣe** ~ *[ṣètò] v.* to make an arrangement

ètò[2] *n.* system; ~ **ọrọ̀** *[ètò ajé]*: commerce, trade, business; ~ **àmì-ipò**: coordinate system *(àmìn - ipò: coordinates)*; ~ **àti ilò**: structure and function; ~ **bíbí alára-ẹran**: animal reproductive system *(ẹ̀yàa bíbí ẹ̀dá-oníyè)*; ~ **ẹ̀dà onjẹ**: digestive system *(ẹ̀yà ẹ̀dà onjẹ: the digestive organs)*; ~ **èèkà**: number system *(1, 2, 3 ...)*; ~ **ehín**: dentition; ~ **ẹṣẹ** *[ètò ìdá-ìdì, ètò ìdámẹ́wá*: decimal system; ~ **ẹ̀sọ agbàárín**: central nervous system *(ẹ̀yà ẹ̀sọ- agbàárín: ọpọlọ àti ẹ̀sọ ọ̀pá-ẹ̀hìn)*; ~ **ẹ̀sọ àgbèègbè**: peripheral nervous system *(ẹ̀yà ẹ̀sọ ọ̀pá-ẹ̀hìn: àwọn ẹ̀sọ tó pẹ̀ka lára ẹ̀sọ ọ̀pá-ẹ̀hìn)*; ~ **ìdá-ìdì** see ètò ẹṣẹ; ~ **ìdámẹ́wä**: decimal system; ~ **iṣan àt'eegun ara**: musculoskeletal system; ~ **ijẹ-ara** *[ètò bí ará ṣe nlo onjẹ tí a jẹ]*:

nutrition (*ètò ỳję alára-ęran: animal nutrition, ètò ỳję ̀ogbìn: plant nutrition*); ~ **ìkę́gbìn-ara** (*ètò bí ará ṣe nkó ̀ęgbìn*): excretory system; ~ **ìṣ ę́-abę**: surgical procedure; ~ **magboyún**: contraception (*̀ęlàa magboyún: contraceptive*); ~ **ìpòyìdà ̀ę dá**: respiratory system (*̀eyà ìpòyìdà: respiratory organ*) /*pa ̀oyì dà*/; ~ **̀odòdó** (l'ára igi):inflorescence; ~ **oje-̀àilópò**: endocrine system (*ètò oje olópò exocrene system*) /`ài ní ̀opó: without a pathway`/; ~ **̀okí-ara**: immune system; ~ **oòrùn àti ìsògbee rè̀**: solar system; ~ **oríṣi ̀ejè̀ ní ̀onà A, B, àti O**: system of classification of human blood, ABO system; ~**owó** [*ètò ajé, ètò ̀orò̀*]: account, business account (*aṣírò ̀orò̀: accountant*); ~**̀okàn àti ìṣ ̀on ̀ejè̀ ara**:cardio-vascular system

ètò-ètò *n.* matrix; **àwọn ~**: matrices; ~ **kan** singular matrix; ~ **ìbú**: row matrix, horizontal matrix; ~ **ìdúró**: column matrix, vertical matrix; ~ **oní mę́ta-mę́rin**: 3 x 4 matrix

ètù-ìbọn (*ètùbọn*) *n.* explosive material, gunpowder

ètùtù *n.* atonement

ewé [*ewéko*] *n.* leaf (*rúwé: to produce leaves*)

èwe *n.* youth, adolescent, youngster

ewébè̀ *n.* any potherb

ewédú [*̀oóyò́*] *n.* kind of potherb, Chorchorus Olitorius

ewéko *n. see* ewé

ewé irúgbìn [*ewéerúgbìn*] *n.* cotyledon, seed leaf

ewé ̀odòdó *n.* petals (*̀ewà ̀odòdó: corolla*)

ewìrì *n.* bellows

èwo *pr.* which one?

ewú *n.* gray hair; **hu ~** (hewú) *v.i.* to have gray hair

ewu [*ìjàmbá*] *n.* accident, danger, hazard; **ní ~** *v.i.* to be risky, to be dangerous

ewùrà *n.* water yam

ewúrę́ [*̀ekérègbè*] *n.* goat

èyíinì [*ìyẹn*] *pr.* that one (emphatic)

èyíkéyï *pr.* anyone, anything, whichever (refers to objects)

èyítí *pr.* the one which, that

èyíiyí *pr.* this one (emphatic)

ẹ *pr.-sec. pers. sing. obj.* you; mo fún ẹ l'ọ́mọ: I gave you child

ẹ *pr. sec. pers. pl. subj.* you: ẹ fún mi l'ówó: you gave me some money

ẹ̀bá *n.* neighborhood, border

ẹ̀bà *n.* dish made from cassava

ẹ̀bátí *n.* temple (of the head); eegun ~: temporal bone

ẹ̀bẹ *n.* slice (of yam); ~ *[àṣáró]*: food made from sliced yam

ẹ̀bẹ̀ *n.* request; mo bẹ̀ẹ́ l'~: I made a request from him; ~: begging, plea; **lati bẹ ~ (nítorí ẹ̀ṣẹ̀)** *v.* to ask for pardon; **láti bẹ ~ (fún nkan)** *v.i.* to request

ẹ̀bi *[ìjẹ̀bi]* *n.* guilt, fault, culpability *(jẹ̀bi v. to be guilty)*

ẹbí *[ìtan, ìbátan, iyekan, ọbàkan, ará-ilé]* *n.* blood relation, relative

ẹ̀bí *n.* midwifery *(láti gbẹ̀bí: to act as a midwife in a birthing process)*

ẹ̀bìtì *n.* trap for animals

ẹbọ *n.* sacrifice, an offering to the gods

ẹbọra *n.* fairy

ẹbu *n.* place where palm oil is made

ẹ̀bùn *n.* gift *(láti bun ènìyàn ní nkan: to present a gift to someone)*

ẹ̀bùrú *n.* shortcut

ẹ̀dà *n.* leukorrhea, leukorrhagia, vaginal discharge; ~ *[èdà-ìwé]*: reproduction, replication

ẹdá *[eku ~]* *n.* brown bush rat

ẹ̀dá *n.* substance, matter *(ohunkóhun tí a lè nááni: yálà, a lè rí i, a lè gbọ́ ọ, tàbí a lè fi ara kàn án: something that can be perceived, either by sight, sound or touch)*; creature; ~ **àìníyè** /àì + ní + ìyè/: nonliving thing *(ìyè: life)*; ~ **ajẹ̀gbin**: saprophyte *(ẹ̀gbin: waste matter)*; ~ **aláàyè** *[ẹ̀dá oníyè, ohun aláàyè]*: living thing, living being; ~ **agún** *[agún]*: symmetrical object; ~ **agúnrégé** *[ẹ̀dá agúnlọ́túnlósì]*: bilaterally symmetrical object; ~ **agúnyíká**: radially symmetrical object *(gún ní àyíká)*; ~ **apapòdà**: moving object *(pa ipò dà: constantly changing position)*; ~ **oníyè**: living thing, living being;~ **ọmọ-aráyé**: human creature; ~ **tó njábọ̀**: falling object

ẹ̀dà-ọ̀rọ̀ *n.* an irony

Ẹdẹ *n.* Yoruba city, Ede

è̩**din** *[ídín]* *n.* larva; ~ **ee̩s̩in**: maggot

è̩**dín** *n.* missing part; **láti pa** ~ *[pè̩dín]* *v.* to be less than an
   original amount; to lose money (in a business transaction)

è̩**dò̩** *[è̩do̩kí]* *n.* liver; ~ **wíwú**: inflammation of the liver, hepatitis

è̩**dò̩-nlá** *n.* enlargement of the liver, hepatomegaly

è̩**dò̩fúyé̩** *n.* see è̩dò̩fó̩ró

è̩**dò̩fó̩ró** *[è̩dò̩fúyé̩]* *n.* lung; *adj.* pulmonary; **àrùn** ~: pulmonary
   disease; ~ **gígékúrò̩**: surgical removal of part or whole of the
   lung, pneumonectomy; ~ **wíwú**: inflammation of the lung,
   pneumonitis; ~ **dídùn**: acute infection of the lung, pneumonia

e̩**dó̩n** *n.* brass figure

è̩**dùn** *n.* pain; ~ *[ìbànúnjé̩]* sadness, sorrow

e̩**dun** *n.* monkey

e̩**dùn** *[àáké, àkéké]* *n.* axe

è̩ **é̩dé̩gbè̩rin** *[àpò̩ méje]* *n.* seven hundred; *see* è̩tò̩ àwo̩n è̩èkà

è̩ **é̩dé̩gbè̩rìnlá** *[ò̩ké̩ méji àt'àpò̩ meje]* *n.* two thousand, seven
   hundred

è̩ **é̩dé̩gbè̩rún** *[àpò̩ mé̩s̩ 'a n̩]* *n.* nine hundred (one thousand less
   one hundred)

è̩ **é̩fó̩** *n.* broken piece of a pot, calabash, glass etc.

è̩ **é̩fún** *n.* pressure; ~ **è̩jè̩**: blood pressure; ~ **è̩jè̩-àbò̩**: venous
   pressure; ~ **è̩jè̩-àlo̩**: arterial pressure; ~ **l'ápapò̩**: total
   pressure, Pt; ~ **t'ikálùkù**: partial pressure

è̩**fà** *[e̩é̩fà]* *n.* six, 6

è̩**fá** *[~ okó]* *n.* foreskin, prepuce; ~ **okó wíwú**: inflammation of
   the prepuce, posthitis; ~ **igi**: wood shaving

è̩**fè̩** *[àwàdà, àpárá]* *n.* joke, banter

è̩**fé̩** *[è̩fé̩-òwú]* *n.* finely ginned cotton

è̩**fó̩** *n.* vegetable, plant leaves used for culinary purposes, potherb

è̩**fó̩jú** *[ìfó̩jú, ojú fífó̩]* *n.* blindness *(láti fó̩jú: to be blind)*

è̩**fo̩n** *[yànmù-yánmú]* *n.* mosquito

e̩**fò̩n** *n.* bush cow

è̩**fo̩n-ìhà** *[eegun ihà]* *n.* rib *(igbá àyà: rib cage)*

è̩**fó̩rí** *[orí fífó̩]* *n.* headache, cephalgia *(tùùlu: migraine headache)*

e̩**fun** *n.* lime, chalk

è̩**gà** *n.* weaverbird

e̩**gàn** *n.* thick forest, virgin land

è̩**gàn** *n.* cynicism, contempt, derision

è̩**gé̩** *n.* cassava

è̩**gùn** *n.* hunting platform

è̩**gún** *n.* thorn

è gúsí *[ọbè ~]* *n.* melon stew

ẹgba *n.* whip

Ẹgbá *n.* Yoruba subtribe

è gbà *n.* ring, annulus, circle; ~ palsy, paralysis *(elégbà, alárùn ~: paralytic person)*; ~ **ara**: sphincter; ~ **ẹnun-ikùn**: cardiac sphincter; ~ **ìdí-ikùn**: pyloric sphincter, pyloric valve; ~ **ọdọọdún**: annual ring, growth ring (in trees)

ẹgbàá *[ẹgbèwá, igba méwǎ]* *n.*two thousand

Ẹgbádò *n.* Yoruba subtribe

ẹgbàáje *[ẹgbèwá méje; ọkẹ́ mérìnláa; ìdì kan l'ẹrin ọkẹ́]* *n.* fourteen thousand

ẹgbàáwǎ *[ẹgbèwá méwǎ]* *n.*twenty thousand

ẹgbé *n.* equivalents, equals; *[àjọṣepọ̀]* association; ~ **aṣèlú** *[~ òṣèlú]*: political party

è gbẹ́ *n.* surface of a body; *[èbá]* side, border; ~ **inú**: inner surface; ~ **ìta** *[~ òde]* *n.* outer surface; ~ **ọ̀tún**: right side; ~ **òsì**: left side; ~ **òkè**: upper side; ~ **isàlè**: lower side

è gbẹ́ inún ìwọ̀-ara *n.* layer of skin beneath the epidermis, corium, cutis, dermis

è gbẹ *n.* dried material, material relieved of available water; ~: food cooked without water

è gbè-è gbé *n.* wall; ~ **ilé-ọmọ**: uterus wall

è gbèrì *[ọgbèrì]* *n.* neophyte, novice

ẹgbèrìnlá */igba mérìnlá/ [ọkẹ́ méjì, àt'àpò méjọ]* *n.* two thousand, eight hundred

ẹgbèrún *[ọkẹ́ kan]* *n.* thousand *(igba már ǔn: five times two hundred)*

è gbèsì *n.* urticaria (skin disease)

ẹgbèta *[àpò méfà]* *n.* six hundred *(igba mẹ́ta: three times two hundred)*

è gbin *[ìdòtí]* *n.* dirt, waste matter *(ètò ikẹ́gbin-ara: excretion)*

è gbìn *[ohun ọgbìn]* *n.* plant *(láti gbin nkan: to plant something)*; **ìjọ** ~: plantae, plant kingdom; **pádi** ~: plant cell

è gbọ́n *n.* older sibling *(àbúrò: younger sibling)*

è gbọ̀n *n.* vibration *(láti gbọ̀n: to vibrate; agbọ̀n: vibrating material)*; **agbára** ~: vibrational energy; **è kọ́** ~: vibrational studies

è gbọ̀n-òwú *[ègbọ̀n-wú]* *n.* cotton wool

ẹgbọ̀rọ̀ *n.* calf, young of a cow; ~ **abo màlúù**: heifer; ~ **akọ màlúu**: young bull, bullock

ẹhá *n.* confinement

è hìn *n.* back, hinder part of the body; posterior part of an object; **lọ ~** *[rẹ̀hìn]* *v.i.* to move back; to deteriorate, to retrogress; **~ ẹsẹ̀** *n.* heel; **~ ìdí:** lumbar; **~ ilé** *[ẹ̀hìnkulé]:* backyard; **~ orí** *[ìpàkọ́]:* occiput: **~ ọrùn:** nape; **~ ríro:** backache

ẹ̀hìnkùlé *[ẹ̀hìn ilé]* *n.* backyard

ẹ̀hìn-odi *[ajò]* *n.* foreign land

ẹ̀hìn-ọ̀la *n.* future

ẹ̀hun *n.* allergy; **~ onjẹ:** food allergy

ẹ̀hún *n.* athlete's foot

ẹja *n.* fish; **~ àrọ̀:** mudfish; **~ eléjò;** eel; **apẹja:** fisherman

ẹ̀jẹ́ *[ìlérí]* *n.* promise; **jẹ́ ~** *[jẹ́jẹ́ ṣe ìlérí]* *v.* to make a promise

ẹ̀jẹ̀ / **ẹ̀jẹ̀-:** *hem-, hema-, hemato-/* *n.* blood; **àádùn ~:** blood sugar, glucose, dextrose, grape sugar; **afúnnilẹ́jẹ̀:** blood donor; **àyẹ̀wò ~ :** blood test; **ètò iṣọn-~:** blood circulatory system, blood vascular system; **ẹyà ~:** blood group; **ilé ifẹ̀jẹ̀pamọ́:** blood bank; **iṣọn ~:** blood vessel; **ìtì ~:** blood pressure; **láti ṣe ~** *[ṣẹ̀jẹ̀]* *v.* to bleed; **oje ~:** blood plasma; **òpó ~:** blood capillary, blood vessel; **oríṣi ~:** blood type; **pádi ~:** blood cell, blood corpuscle; **~ àbọ̀:** venous blood, afferent blood; **~ àlọ:** arterial blood; **~ àtọwọ́dá:** artificial blood, blood substitute; **~ bíbì:** vomiting of blood, hematemesis; **~ dídì:** blood clotting, blood coagulation; **~ gbígbà:** blood transfusion; **~ lílọ́** *[aralílọ́]:* warmbloodedness, homeothermy; **~ wíwọ́:** hemorrhage

ẹjọ *[ẹ́ẹ́jọ, 8]* *n.* eight

ẹjọ́ *n.* lawsuit *(ilé ~ n. court)*

ẹ̀ká *n.* circle; **àlàjá ~:** diameter of a circle; **àsọdá ~:** chord of a circle; **awẹ́ ~:** sector of a circle; **èbù ~:** segment of a circle; **igbo ~:** radius of a circle; **odi ~:** circumference of a circle; **ojú ~:** center of a circle

ẹ̀ka *n.* degree, part, section, branch; **~ ara:** body part; **~ igi** *[ìpẹ̀ka, etún]:* branch of a tree

ẹ̀ka ẹ̀sọ *n.* dendrite of a neuron; **~ ọ̀pá-ẹ̀hìn:** spinal nerve

ẹ̀ka-iwá ọpọlọ *n.* forebrain

ẹ̀kàn *[gbò-ngbò]* *n.* root

ẹ̀kán *n.* drop of liquid; **~ omi:** drop of water

ẹ̀ká-ọlọ́gbun *[ọ̀gbun]* *n.* ellipse

ẹ̀ka-ọ̀rọ *n.* part of a speech; **~ àkópọ̀:** conjunction e.g. àti, pẹlú; **~ àpèlé:** pronoun e.g. èmi, iwọ, òun; **~ àṣelé:** adverb e.g. dìẹ̀dìẹ̀, gaan; **~ ẹ̀pọ́n** *[ep.]:* adjective e.g. dáradára, títóbi, dìẹ̀; **~ ipò:** preposition e.g. l'órí, l'ápá, n'ínú; **~ iṣẹ́:** verb e.g. wá, múra, dúró, dára, tóbi; **~ orúkọ:** noun e.g. Dàda, Èkó, ata, arúgbó;

ẹ̀kan *n.* acid, hydrogen ion, H⁺; **ìtọ̀mì ~ àt' ẹgbo**: acid-base balance *(láti ta ọ̀mì: to display equality)*; **atọ́ka ~ àt'ẹgbo**: acid-base indicator; **ìpínyà ~**: acid dissociation, dissociation of acid; *(pín-yà: divide and separate)*; **ẹ̀ẹka-aìyẹ̀ ìpínyà-~**: acid dissociation constant; **~ àgbọn**: lauric acid, dodecanoic acid; **~ àìléẹ dú**: inorganic acid, mineral acid; **~ epo**: oleic acid; **~ gbígbẹ**: acid anhydride; **~ ọ̀pẹ**: palmitic acid; **~ ọ̀rá**: fatty acid; **~ wàrà**: lactic acid

ẹkẹ *[ijàkadì] n.* wrestling

ẹ̀kẹ́fà *[ikẹ́fà] adj.* sixth *(ibi ~: sixth place)*

ẹ̀kẹ́jọ *[ikẹ́jọ] adj.* eighth

ẹ̀kẹ́sẵn *[ikẹ́sẵn] adj.* ninth

ẹ̀kẹ́ta *[ikẹ́ta] adj.* third

ẹ̀kẹ́wằ *[ikẹ́wằ] adj.* tenth

ẹ̀kìrì *n.* wild goat

ẹ̀kọ *n.* solid food made from maize *(ògì-~: liquid version of this)*

ẹ̀kọ́ */ẹ̀kọ́ - ir study of -, -logy, -ology/ n.* study, learning; **~ àádi**: spectroscopic study of the interaction of matter with electromagnetic radiation; **~ adágún-odò**: science of fresh lakes and ponds, limnology; **~ àgbà dídà** *[ẹ̀kọ́ idàgbà]*: gerontology; **~ àìsàn-ara**: pathology; **~ àìsàn ẹ̀jẹ̀ àt'omi ara**: science of blood vessels and lymphatics, angiology; **~ àìsàn ikùn àti ifun**: gastroenterology; **~ àìsàn obìnrin**: gynecology; **~ alámọ̀**: bacteriology; **~ àlùrọ**: metallurgy; **~ àrùn-alákàn**: oncology; **~ àwọn òkun**: oceanography; **~ ẹdùmarẹ**: astronomy; **~ ẹ̀gbìn**: botany, study of plants; **~ ẹ̀ẹkà**: numerology; **~ ẹ̀gbọn**: vibrational studies; **~ ẹhìn**: odontology; **~ ẹ̀dá**: physics; **~ ẹ̀hun**: science of allergies, allergology; **~ ẹja**: science of fishes, ichthyology; **~ ẹ̀jẹ̀**: hematology; **~ ẹ̀là**: chemistry; **~ ẹ̀là àìléẹ dú**: inorganic chemistry; **~ ẹ̀là-ilẹ̀**: geochemistry; **~ ẹ̀là-ìyè**: biochemistry; **~ ẹ̀là olóró**: toxicology; **~ ẹranko**: zoology; **~ ẹ̀sọ**: neurology; **~ ètò-ara**: morphology; **~ ètò-ọrọ̀**: economics, study of the management of money and wealth; **~ ẹsẹ́-ara**: study of the endocrine glands i.e. glands that secrete hormones, endocrinology; **~ ẹ̀yà-ara**: anatomy; **~ ẹ̀yàa títọ̀-ara**: urology; **~ ẹ̀yà-wuuru**: microbiology; **~ ìgbà-àtijọ́**: archaeology; **~ ifun-nlá**: proctology; **~ ìjì-ilẹ̀**: seismology; **~ ìkàsí ẹ̀da-oníyè**: taxonomy, study of the principles of classification of living things; **~ ikú-kíkú**: thanatology; **~ ilẹ̀**: geology; **~ ilẹ̀-ayé**: geography; **~**

ẹ̀kọ́ *n.* ~ilẹ̀-wiwọ̀n: geometry; ~ ilẹ̀-wíwọ̀n ti Úklidí: Euclidean geometry; ~ ilò ẹ̀yà-ara: physiology; ~ ipò-wíwọ̀n: coordinate geometry, analytical geometry; ~ ìró: acoustics *(ìró: sound)*; ~ ìṣègùn: medicine *(oníṣègùn: medical doctor, physician)*; ~ ìṣ ẹ̀dá-ayé */ìṣe tí a ṣe dá ayé/*: geology; ~ ìṣ ẹ̀dá èdùmárè: cosmology *(èdùmarè: universe) see* Elédùmárè; ~ ìṣíró: arithmetic, science of computation; ~ ìṣíró - alámì: algebra *(àmì: signs)*; ~ ìtàn-àkọ́lẹ̀: history, study of past events *(àkọ́lẹ̀: àkọsílẹ̀)*; ~ ìyè: biology, science of living things; ~ iran: genetics *(akẹ́kọ̀ ìran: geneticist)*; ~ ìró: acoustics; ~ ìṣ ẹ́-àgbẹ̀: agriculture; ~ ìṣù-ara: histology ~ ìtànná: optics; ~ ìwà: psychology *(akẹ́kọ́ ìwà: psychologist)* ~ iwe: nephrology *(akẹ́kọ̀ iwe, oníṣègùn àìsàn iwe: nephrologist)*; ~ ìwọ̀-ara: dermatology *(akẹ́kọ̀ ìwọ̀-ara, oníṣègùn ìwọ̀-ara: dermatologist)* ~ iyẹ̀pẹ̀-ilẹ̀: soil science, pedology; ~ ojú: ophthalmology *(akẹ́kọ̀ ojú, oníṣègùn àìsàn ojú: ophthalmologist)*; ~ òkí-ara: immuno-logy *(akẹ́kọ̀ òkí-ara, oníṣègùn àìsàn okíara: immunologist)*; ~ òkú: necrology; ~ okun: mass spectrometry; ~ omi-ayé: hydrography; ~ omi-ẹ̀jẹ̀: serology *(akẹ́kọ̀ omi-ẹ̀jẹ̀, oníṣègùn àìsàn omi-ẹ̀jẹ̀: serologist)*; ~ omi-ilẹ̀: hydrology; ~ oògùn: science of drugs, pharmacology; ~ orí-àìpé: psychiatry; ~ osun-wuuru: mycology; ~ ọkàn: cardiology; ~ ọlọ́jẹ̀: virology; ~ ọmọ-inún: embryology, fetology; ~ ọmọ-ọwọ́: neonatology; ~ oníyè: biology, study of living things; ~ ọjọ̀ *[ẹ̀kọ́ gjọ̀ ẹda-oníyè]*: ecology; ~ pádi: cytology *(akẹ́kọ̀ pádi: cytologist)*

ẹ̀kù *[~ ara] n.* valve; ~ aláwẹ́méjì *[ẹ̀kù - ọkàn òsì] n.* bicuspid valve, mitral valve, left atrioventricular valve; ~ alawẹ́méta *[ẹ̀kù-ọkàn ọ̀tún] n.* right atrioventricular valve, tricuspid valve; ~ ara wíwú: valvulitis; ~ ipè-ọ̀fun: epiglottis; ~ ipè-ọ̀fun wíwú: epiglottitis; ~ iyèwù-ìfun: ileocecal valve; ~ omi: baffles; ~ ọkàn: heart valve

ẹkún *[omije] n.* teardrops; láti sun ~ *[sọkún] v.* to shed tears

ẹ̀ kún *n.* full container

ẹkùn *n.* leopard; neighborhood, district

Ẹlà *n.* another name for Ifá

ẹ̀là */èlà- ir. chemo-/ n.* chemical; ~ fragment of a thing, splinter; akẹ́kọ̀ ~: chemist; ~ agbẹ̀ mí: anesthetic; ~ afàìrọ̀ ẹyin: anovulatory drug; ~ afa-oorun *[~ afoorun]*: narcotic; ~ afúnni ní ìmi: analeptic *(ìmí: vitality)*; ~ agbiyè: analgesic; ~ àìléèdú: inorganic compound *(chemicals)*; ~ amúnibì: emetic; ~ amúnikà: hallucinogen; ~ amúnitọ̀: diuretic; ~ amúniyà-

gbẹ́: cathartic, laxative, purgative; ~ **apapádi àtọ̀**: spermatocide; ~ **apapádi ìrin**: gametocide; ~ **ara**: body chemicals; ~ **eléè dú**: organic compound (chemical); ~ **epo-ilẹ̀**: petrochemical; ~ **ikùn**: gastric juice; ~ **iṣ ẹyún** [~ *oyún ṣíṣẹ́*] *n.* abortifacient; ~ **iṣ ọ́mọbí**: birth control pill; ~ **itọ́ka**: indicator; ~ **iyè**: biochemical; ~ **mágboyún**: contraceptive; ~ **apẹ̀gbìn**: herbicide

ẹlẹ́bọ́tọ *n.* cow dung

ẹlẹ́bu *n.* owner of a dye pit, dyer

ẹlẹ́dã [*Ọlọ́run, Ọlọ́run-ẹlẹ́dã*] *n.* the Creator, God

ẹlẹ́dẹ̀ *n.* pig, swine

ẹlẹgẹ́ *adj.* fragile, delicate

ẹlẹ́gungùn *n.* alligator (*ọ̀nì: crocodile*)

ẹlẹ́gbà *n.* paralytic person (*àrùn ẹ̀gbà: paralysis*)

ẹlẹgbẹ́ *n.* friend, compatriot, associate

Ẹlẹ́gbẹ́ra [*ẹ́ṣú*] *n.* devil

ẹléjẹ̀ lílọ́ (ẹranko ~) see ẹranko aláralílọ́

ẹléjẹ̀ tútù [*àláratútù*] *adj.* poikilothermy, cold-bloodedness

ẹlẹ́là [*akẹ́kọ́ ẹ̀là*] *n.* chemist

ẹlẹ́ran *n.* butcher, meat seller

ẹlẹ́rïˉ *n.* witness, an eyewitness

ẹlẹ́sẹ̀ mẹ́rin [*kòkòrò ~*] *n.* tetrapod; **ẹ̀yàa kòkòrò ~**: Tetrapoda

ẹlẹsẹ̀ mẹ́wá [*kòkòrò ~*] *n.* Decapoda

ẹlẹ́ ṣẹ̀ *n.* sinner

ẹlẹsọlẹ́hìn [*ẹranko ~, eranko ọlọ́pá-ẹ̀hìn*] *n.* Chordata, Craniata

ẹlẹ́wà see arẹwà (*láti lẹ́wà /ní ewà/:. to be beautiful, to have beauty*)

ẹlẹ́yà [*ẹ̀sín*] *n.* mockery, derision

ẹ̀lírí [*òló*] *n.* type of mouse

ẹ̀lọ̀ *n.* degradation, digestion; ~ **ẹ̀là-ara**: catabolism

ẹ̀lọ́ *n.* torsion, torsional strain (*láti lọ́ nkan: to twist something*)

ẹ̀lú *n.* indigo; **aró ~**: indigo dye; **àwọ̀ ~**: indigo color

ẹ̀lùjù *n.* wilderness

ẹmẹsẹ̀ [*ìranṣẹ́ ọba*] *n.* messenger of a king, king's emissary

ẹmi *n.* shea butter tree (*òrí: shea butter*)

ẹ̀mín [*ẹ̀mí*] *n.* life (*láti lẹ́mí: to be alive; àilẹ́mí: not alive*); spirit; ~ **mímọ́**: holy spirit, holy ghost

ẹmọ́ [*eku ~*] *n.* kind of rat

ẹmú [*emú*] *n.* pincers

ẹmu *n.* wine; ~ **ọ̀pẹ**: palm wine; ~ **ọ̀gọ̀rọ̀**: raffia palm wine

ẹnà *n.* professional jargon

ẹní *n.* mat

ẹni *[ènìyàn, ènìyàn] n.* person *(ẹnìkan: one person, somebody)*; ~
àìjẹran *n.* vegetarian *(àì + jẹ + ẹran: not eating meat)*

ẹnikẹ́ni *n.* anybody, whoever

ẹnìkọ̀ọ̀kan *n.* individual, each person

ẹni-ọ̀wọ̀ *n.* venerable person; ~ Babalolá: Honorable Babalola

ẹnití *pr.* person who

ẹnu */ẹnu-: oro-/ n.* mouth; ~ **gbígbẹ**: dryness of the mouth,
xerostomia; ~ **wíwú**: stomatitis, inflammation of the mouth

ẹnu-ọ̀nà *n.* gate, entrance to a house

ẹ̀pa *[aporó, apẹ̀ta] n.* antidote, antivenin, antitoxin; ~ **ẹ̀yà-
wuuru**: disinfectant *(láti pa ẹ̀yàwuuru: to disinfect)*

ẹ̀pà *n.* groundnut *(òróró = epo ~: groundnut oil)*

ẹpọ̀n *n.* scrotum, scrotal sac *(kórópọ̀n: testicle)*

ẹ̀pọ́n *n.* flattery *(apọ́nni: flatterer, sycophant)*; ~ *[ẹ̀ka ọ̀rọ̀ ~, ep.]
n.* adjective

ẹran *n.* meat; ~ *[ẹranko]*: animal; **ètòo bíbí alára-~**: animal
reproduction; **ètòo-ìjẹ ẹ̀mun alára-~**: animal nutrition; ~
àgùntàn: mutton; **~-ara**: flesh; ~ **ẹlẹ́dẹ̀**: pork; ~ **ilé** *[ẹran
ọ̀sìn]*: domestic animal; ~ **màlúù**: beef; **~-nlá** *[ẹinlá, ẹrọnlá]*:
short-horned cows: **ijọ alára ~**: animal kingdom, animalia
(ijọ: kingdom); **pádi ~**: animal cell *(pádi: cell)*

ẹranko *n.* animal; **ìwà ~**: animal behavior; ~ **ajẹpápá** *[~ ajẹgi]*:
herbivore; ~ **akọ́kọ́dá**: protozoa; ~ **aláralílọ́**: warm-blooded
animal; ~ **aláratútù**: cold-blooded animal; ~ **alaìnípádi**:
acellular animal *(pádi: cell)*; ~ **apẹranjẹ** *[ẹranko ajẹran]*:
carnivore, carnivorous animal; ~ **gbómigbélẹ̀** *[ẹranko
jomijòkè]*: amphibian: *(frogs)*; ~ **oníwàrà** *n.* mammal; ~
ṣakọṣabo: bisexual animal, hermaphrodite

ẹ̀rẹ̀ *[ẹ̀ẹ̀] n.* instance, number of times; ~ **kan**: one time; ~ **méjì**:
two times

ẹrẹ̀ *[ẹrọ̀fọ̀] n.* marsh

ẹ̀rẹ̀kẹ́ *n.* cheek

ẹ̀rí *n.* data *(èèkàdẹ̀rí: statistics)*; **láti kó ~ jọ** *v.i.* to collect data;
~ *n.* evidence; **láti jẹ́ ~** *[jẹ́r í] v.i.* to give evidence; ~ **èké** *n.*
perjury; **ìwé ~**: certificate; **ẹ̀rí-ọkàn**: conscience

ẹ̀rin *n.* four

ẹ̀rọ́ *n.* sprain

ẹ̀rọ̀ *[ẹ̀là ~] n.* palliative, liniment

ẹ̀rọ *n.* device, machine, engine *(rọ: to forge)*; ~ **asọ̀rọ̀magbèsì**
[rédíò]: radio; ~ **àyẹ̀wò-imún**: rhinoscope; ~ **elẹ́è ru**: steam

engine; ~ **ìbẹ̀wọ̀ àpótí-ohùn**: laryngoscope; ~ **ìbẹ̀wò-etí**: otoscope; ~ **ìbẹ̀wò-ojú**: opthalmoscope; ~ **ìbẹ̀wò òòfà-ọ̀fun**: esophagoscope; ~ **ìdàkọ** *[ẹ̀rọ ẹ̀dà-ìwé]*: copying machine; ~ **ìdáná**: cooker; ~ **ìfàmì** *[ẹ̀rọ ìfẹ̀mì]*: amplifier /fẹ+ àmì: to expand a signal/; ~ **ìfẹ -ohùn**: microphone; ~ **ìfẹ̀ran**: microscope; ~ **ìfì**: centrifuge; ~ **ìgbohùn** *[ẹrọ ìsọ-ohùn]*: telephone; ~ **ìpòyì**: spinning device; ~ **ìṣírò** *[kọ̀npútà]*: computer; ~ **ìríjìn**: telescope; ~ **ìyàwòrán** *[kámẹ́rà]*: camera; ~ **ìgbọ́rọ̀**: hearing aid; ~ **ìránṣọ**: sewing machine; ~ **ìsàba**: incubator; ~ **ìsọùn** *[ẹ̀rọ ìgboùn, ẹ̀rọ gbohùngbohùn, tẹlifóònù]*: telephone; ~ **ìperéda**: accelerator; ~ **òmóhùnmáwòrán** *[tẹlifiṣọ̀nù]*: television

ẹ̀rọ̀-ẹ̀là *n.* chemotherapy

ẹrọ̀fọ̀ *[erè]* *n.* marsh

ẹrù *n.* load

ẹrú *n.* slave; **oko ~**: slavery

ẹ̀rù /*ẹrù-: -phobia*/ *[ìbẹ̀rù, ìfòyà]* *n.* fear

ẹrúbìnrin *n.* female slave

ẹrúkùnrin *n.* male slave

ẹ̀rù-ẹranko *n.* zoophobia

ẹ̀rùn *[ìgbà ẹ̀rùn, ìgbà ọ̀gbẹlẹ̀]* *n.* dry season

ẹrún *[ẹ́ẹ́rún]* *n.* crumb

ẹ̀sán *n.* nine

ẹ̀san *n.* revenge, retaliation

ẹsẹ *[ìdámẹ́wà ìdá ìdì]* *n.* decimal, decimal point, fraction; ~ *[~ìwé]* *n.* verse, paragraph *(orí-ewé, ìwé: page of a book)*; ~ :row; ~ **àìtọ́**: improper fraction *(numerator larger than the denominator)*; ~ **gidi** *[~ tító]*: proper fraction *(lẹ́sẹlẹ́sẹ =lẹ́sẹẹsẹ: fractional)*

ẹsẹ̀ *n.* foot; ~ **rírọ**: paraplegia; ~ **dídùn**: podalgia; ~ *[ìwọ̀n ẹsẹ̀]*: one foot, third of a yard; **ojú** ~ *[ìwọ̀n-ojú ẹsẹ̀]*: square foot; **àyè** ~ *[ìwòn - àyè ẹsẹ̀]*: cubic foot

ẹ̀sẹ́ *n.* filtrate; **omi-~**: water filtrate

ẹ̀sín *n.* ridicule, mockery; wọ́n fi mí ṣè ~: they ridiculed me

ẹ̀sìn *[ìsìn]* *n.* religion; ~ **ìbílẹ̀**: traditional African religion; ~ **ìgbàgbọ́**: Christian religion; ~ **Mùsùlùmí**: Islam, Muslim religion

ẹ̀sọ̀ *[ẹ̀sọpẹlẹ́]* *n.* caution, carefulness

ẹ̀sọ *n.* nerve; **irìn ~**: nerve root; **ìṣù ~**: nerve chord; **ọ̀ran ~**: nerve fiber; **pádi** ~ *[pádi ~ara]*: nerve cell, neuron; ~ **ẹṣẹ́ ara**: secretory nerve; ~ **agbárí**: cranial nerve; ~ **apa**: radial nerve; ~ **aṣọ̀-ṣọ̀n**: vasodilator nerve *(ṣọ ìṣọ̀n: dilate a vessel)*;

~ **afúns̩ò̩n**: vasoconstrictor nerve *(fún ìs̩ò̩n: constrict a vessel)*;
~ **àgbèègbè**: peripheral nerve; ~ **àtò̩páyo̩**: spinal nerve / ti
o̩pá yo̩: emerge from the cord / ; ~ **atoríyo**: cranial nerve; ~
dídùn: neuralgia; ~ **e̩yinjú**: nerve cell of the retina *(retina:
agbòji ojú)*; ~ **gigékúrò̩**: neurectomy; ~ **ìgbó̩rò̩**: acoustic
nerve, auditory nerve, 8th cranial nerve; ~ **itan**: femoral
nerve; ~ **itó̩wò**: gustatory organ, taste bud; ~ **iwá-ojú**: facial
nerve; ~ **iyè**: sensory nerves; ~ **iyè-iriran**: optic nerve; ~
iyè-ò̩órùn: olfactory nerve; ~ **o̩pá-è̩hìn**: spinal cord; ~ **o̩pá-
è̩hìn dídùn**: myelalgia; ~ **o̩pá-è̩hìn wíwú**: myelitis; ~ **wíwú**:
neuritis, polyneuritis
è̩so̩-ìmira *n.* motor nerve, efferent nerve; ~ **ojú** *n.* oculomotor
nerve; ~ **ìs̩ò̩n**: vasomotor nerve (vasoconstrictor or vasodilator)
è̩sùn *n.* charge, accusation
è̩súm *n.* product; ~ **kékeré** *n.* least common multiple L.C.M.; ~
ayó̩: *(chem)* solubility product
e̩s̩é̩ *[o̩s̩é̩] n.* tonsilitis
e̩s̩é̩ *[~ara] n.* gland *(s̩é̩ v. to leak out)*; ~ **àìlópò̩**: ductless gland,
endocrine gland *(òpó: duct)*; ~ **epo-ara**: sebaceous gland; ~
oje-ara *[es̩é̩, es̩é̩ ara]*: glands *(oje: juice; oje-ara: hormone)*; ~
olópò̩ : gland with a duct, duct gland *(òpó: duct)*; ~ **omije**
[esé omi-ojú]: lacrimal gland *(omije: tears)*; ~ **ò̩ógùn**: sudorife-
rous gland, sweat gland, eccrine gland; ~ **ori-iwe**: adrenal
gland, suprarenal gland *(iwe: kidney)*; ~ **wàrà** *n.* mammary
gland, mamma *(òpóo wàrà: lactiferous duct)*
è̩s̩è̩ *n.* sin; **iwà ~**: sinful behavior; **láti se ~**: to sin
è̩s̩é̩ *n.* fist; punch *(láti s̩u ~: to make a fist)*
e̩s̩é̩ -itó̩ *n.* salivary gland; ~ **wíwú**: sialadenitis; ~ **abé̩-ahó̩n**:
sublingual gland; ~ **inú-àgbò̩n**: submandibular gland; ~
è̩bátí: parotid gland; ~ **è̩bátí wíwú**: parititis;
e̩s̩é̩ omi-àtò̩ *n.* prostate gland *(omi àtò̩: seminal fluid; àtò̩:semen,
sperm)*; ~ **wíwú**: prostatitis; ~ **yíyo̩**: prostatectomy
e̩s̩in *n.* horse
è̩s̩ó̩ *n.* adornment
è̩ta *[é̩é̩ta] n.* three; ~ *[è̩ta-igi]*: sprout of a tree *(pè̩ta: to sprout;
ìpè̩ta: sprouting)*
e̩tà *[ajáko, akátá] n.* civet cat
è̩tàn *n.* deceit, enticement
è̩tè̩ *n.* leprosy, Hansen's disease *(adé̩tè̩: leper)*
e̩tì *n.* difficulty *(ó deti: it becomes a difficult proposition)*
è̩tó̩ *n.* right *(è̩tó̩ò̩ mi ni: it is my right)*

ẹ̀tù *n.* explosive material; ~ ìbọn: gunpowder

ẹtù *[awó] n.* guinea fowl; ~ *[ẹ̀wù ~]*: type of garment

ẹtu *n.* deer; antelope, duiker

ẹtún *n.* sticks for holding up yam shoots

ẹ̀wá *[ẹ́ẹ́wǎ ìdì, 10] n.* ten

ẹ̀wà *[erèé] n.* pea, bean

ẹwà *n.* beauty; *(ẹlẹ́wà, arẹwà adj. beautiful; elẹ́wà obìnrin: beautiful woman);* **láti ní** ~ *[lẹ́wà]*: to be beautiful; ~ **ehín** *[ẹwà ehín]*: incisors, each of the four lower and four upper front teeth in humans; ~ **òdòdó**: corolla *(ewé òdòdó: petal)*

ẹwà ojú *n.* iris; ~ **gígékúrò**: iridectomy; ~ **wíwú**: iritis

ẹ̀wẹ́ *n.* small particles *(wẹ́wẹ́ adj., adv. small, little);* ọgbọ́n ~ *[ọgbọ́n àrekérekè]*: deceitfulness

ẹwẹlẹ *n.* crystal; ~ **gìdi**: ideal crystal

ẹwìrì *n.* bellows

ẹ̀wọ̀n *n.* chain; *[ilé ~]* prison, jail *(ó lọ ~: he went to jail)*

ẹ̀wù *[aṣọ] n.* clothes, garment, dress

ẹ̀yà *n.* group, category, rank

ẹ̀yà *n.* class *(taxonomy);* ~ **abo-òdòdó**: pistil, organ of the flower that bears seeds; ~ **afàyàfà**: Reptilia; ~ **akọ-òdòdó**: stamen, male structure of the plant; ~ **ara-òkòtó**: conic figures; ~ **aràn olókùn**: Cestoda; ~ **aràn oníkọ̌** *(oní ìkọ́)*: Trematoda, flukes; ~ **eléwéerúgbìn-kan**: Monocotyledonae; ~ **eléwéerúgbìn-méjì**: Dicotyledonae; ~ **ẹja eléegun**: Osteichthyes; ~ **ẹ̀jẹ̀**: blood group; ~ **ẹranko olólóbi**: Eutheria, Placentalia; ~ **ẹranko onírunlára** *[ẹ̀yà ẹranko oníwàrà]*: Mammalia; ~ **ẹranko oníwàrà**: Mammalia; ~ **ẹyẹ**: Aves, birds; ~ **ìgbín**: Gastropoda; ~ **kòkòrò ẹlẹsẹ̀ méfà**: Hexapoda, Insecta

ẹ̀yàwuuru *n.* microorganism, microbe, germ; ~ **afàìsàn**: pathogen

ẹyẹ *n.* Aves, birds; ilé ~ *[itẹ́]*: nest; ~: àṣá: kite; aṣ ẹ́rẹ́ *[Aṣẹ́]*: standard winged nightjar; **àdàbà**: turtle dove; **agọ́nrọ́n**: scarlet-billed Senegal parrot; **àkọ̀**: grey heron; **àkókó**: grey woodpecker; **aláapándẹ̀dẹ̀**: Ethiopianswallow; **àparò**: bushfowl; **àpọ́n**: greyheaded kingfisher; **àrònì**: scarlet-breast sunbird; **àtíálá**: allied hornbill; **atọ́ọ̀ka**: Abyssinian spotted eagle; **awó** *[ẹtù]*; Guineafowl; **àwòdì**: African black kite; **ẹ̀gà**: weaverbird; **ẹ̀luùlú**: Senegal cuckoo; **ẹyẹlé**: pigeon; **gòlòmìṣ ọ** *[ògbùgbú]*: spurwinged goose; **ìbaka**: Senegal canary; **idì**: eagle; **ìròsùn**: cardinal bird; **lekẽ lekẽ**: cattle egret; **òdèréekókò**: Senegal dove; **ògé** *[ológě ṣá]*: Egyptian plover; **ológe**:

peacock; **ológo̩s̩é̩**: African pied wagtail; **olongo**: orange-cheeked waxbill; **olóòféeré**: little African swift; **oriri**; red-billed wood dove; **òrofó**: green fruit pigeon; **ò̩sìn**: vulturine fish-eagle; **òtété**: purple glossy starling; **òwìwí**: African barn owl; **ò̩pe̩ è̩ré̩**: bulbul; **yanja-yanja**; snake bird

è̩ye̩ *n.* fitness, suitableness

è̩yin *2nd pers. pl. pr.* you; ~ **ò̩jò̩gbó̩n**: you wise people

e̩yìn *n.* palm fruit

e̩yin *n.* egg, female gamete; **láti yé** ~ *v.i.* to lay an egg *(ìyé̩yin n. oviparity)*

e̩yin ojú (e̩yinjú) *n.* eyeball, oculus; ~ **osi**: left eyeball, oculus sinister; ~ **ò̩tún**: right eyeball, oculus dexter

e̩yo̩ *n.* unit, digit; ~ **kan**: one piece

è̩yo̩ *[eléyo̩] adj.* negative

è̩yún *[è̩hun] n.* kind of skin disease, craw-craw

F

fa *v.t.* to draw, to pull; to induce, to cause *(ìfà: function)*

fá *v.t.* to scrape, to shave

fàájì *[fáji]* *n.* pleasure, fun enjoyment; **láti ṣe ~** *v.i.* to have fun

fáàrí *n.* ostentation, vain show; **láti ṣe ~** *v.i.* to be ostentatious

fàdáкà *n.* silver

fagagbága *v.i.* to engage in a competition, to compete

fa (nkan) **gùn** *v.t.* to lengthen something, to prolong something

fahùn *v.i.* to speak with a drawl

fa (nkan) **jáde** *v.t.* to pull something out

fágì */fá igi/* *v.* to plane wood *(fágifági [afági] n. carpenter)*

fajúro *v.i.* to look unhappy, to frown

fa (ènìyàn) **létí** *v.t.* to warn somebody; to give somebody a last chance

fa (nkan) **mọ́ra** *v.t.* to attract, to pull to oneself

fa (nkan) **mu** *v.t.* to absorb or suck up liquid

fa omi mu *v.t.* to imbibe water; aṣọ náa ~: the cloth absorbed water *(ìfamimun: imbibition)*

fa (nkan) **yọ** *v.t.* to extract *(ìfàmu n. absorption)*

farabá *v.t.* to be smeared with (paint), to rub against (a wet surface)

farabalẹ̀ *v.i.* to be patient, to be calm

farada *v.t.* to suffer without complaining, to endure, to bear

farafún *v.t.* to surrender oneself to another, to love another until death

faragba *v.t.* to expose oneself to (a situation)

faragbá *v.i.* to suffer a contusion, to be bruised

farahàn *[hàn]* *v.i.* to appear *(ìfarahàn n. appearance)*

farajọ *v.t.* to resemble, to look like

farakan *v.t.* to touch with the body

fá (ènìyàn) **lóri** *v.t.* to hoodwink (someone), to defraud

faramọ́ *v.t.* to be cozy with, to spend time with; **~ (ìyà)** *[fararán]*: to get used to indignities

farapa *v.i.* to suffer an injury

farapamọ́ *v.i.* to hide oneself

farati (igi) *v.t.* to lean against (a tree) for support; to depend on someone

fa (igi) **tu** *v.t.* to uproot (a tree)

farawé *v.t.* imitate *(àfarawé n. imitation)*

fárí /fá orí/v.i. to shave one's head

Fárín-háìtì n. Fahrenheit

fàsẹ́hìn v.i. to slow down; to retrogress; ~ (fún ènìyàn): to give (someone) a wide berth

fa (ìwé) **ya** v.t. to tear up (a piece of paper)

fàyàrán v.t. to endure with fortitude; ~ **ìṣòro**: to endure sufferings

fa (nkan) **yọ** v.t. to dislodge something; to prove a point

fa (ọgbọ́n) **yọ** v.t. to teach a moral lesson (from a story)

fèrè n. flute, trumpet (afunfèrè: trumpeter)

fèrèsé n. window

fèsì [dáhùn ibéèrè] v.i. to answer, to reply, to respond (èsì, ifèsì: response)

fetísílẹ̀ v.i. to listen, to be attentive (ifetísílẹ̀: paying attention)

fẹ́ v.i. to blow, to vaporize; ~ **nkan** v.t. to want something; ~: to be married to; ~ adv. about to; mo ~ bẹ̀rẹ̀: I am about to begin

fẹ̀ v.i. [ṣò, gbòòrò] to expand, to be dilated; ~: to ripen; ~ [gùnfẹ̀]: to belch; ~: to sit resplendently

fẹ̀ (nkan) v.t. to expand, to dilate; ~ **ìran** v. to magnify an image (dígí ifẹ̀ran: magnifying glass); ~ **ohùn** v.i. to magnify a sound (ẹ̀rọ ifẹohùn: loudspeaker); ~ **àmì** v. to magnify a signal (ẹ̀rọ ifàmì, ẹ̀rọ ifẹ̀mì: amplifier)

fẹ̀ ẹ̀rẹ̀ n. dawn (ní ~: at dawn)

fẹ́ẹ́rẹ́ adv. lightly, thinly; ~ adj. light, thin (layer); ó pupa ~: she is light-skinned

fẹ̀hìntì [gbẹ́kẹ̀lé] v.t. to rely on; to be dependent on someone; ~ v.i. to rest the back against (a tree); to recline; ~ (lẹ́nun iṣẹ́): to retire (from an employment)

fẹjú v.i. to open the eyes wide; ~ (mọ́n ènìyàn) v. to stare at (someone)

fẹ́lẹ́ v.i. to be flimsy, to be paper thin

fẹ́lẹ́fẹ́lẹ́ adj. flimsy, paper thin; ó rí ~: it looks flimsy (fifẹ́lẹ́: thin, flimsy)

fẹ́nù v.i. to evaporate; ó ~: it evaporated

fẹ́(nkan) **nù** v.t to vaporize

fẹnuba (ọ̀rọ̀) v.t. to make mention of

fẹnuko (ènìyàn) **lẹ́nu** v.t. to kiss

fẹ́ràn (ènìyàn) v.t. to love; Mo ~ Àdùkẹ́: I love Aduke; ~: to like something; Mo ~ onjẹ: I like to eat

fẹ́rẹ̀ [fúyẹ́] v. to be light; ó ~ bí iyẹ́: it is as light as a feather (fifẹ́rẹ̀ adj. light; ifẹrẹ [ifúyẹ́] n. lightness)

fẹ́rẹ̀ ẹ adv. almost, approximately, nearly; ó ~ tó àsìkò: it is almost time

fẹ̀rì *[mótútù]* v.i. to be cool, to be less hot than before; to lose steam

fẹ́(nkan) **sẹ́** v.t. to distill *(fẹ́ + sẹ́: evaporate to filter)*

fẹsẹ̀ba (ibì kan) v.t. to pay a quick visit (to a place)

fẹsẹ̀kan */fi ẹsẹ̀ kan/* adv. quickly; mo ~ dé ibẹ̀: I quickly stopped by the place

fẹsẹ̀múlẹ̀ *[fidímúlẹ̀]* v.i. to be well established

fẹ́wọ́ v.i. to pilfer, to steal

fi v.t. to swing, to swirl, to centrifuge

fi (~ **lògbòlògbò**) v.i. to sway, to swing

fidímúlẹ̀ v.i. to be well grounded, to be firmly rooted

fi (nkan) **dógò** v.t. to pawn something, to mortgage

fi epo sí (nkan) *[tọ́ epo sì nkan]* v. to oil, to lubricate

fifa (omi-ara) n. centesis

fi (nkan) **falẹ̀** v.t. to treat with levity

fifá (ilé ọmọ) n. curettage

fifa omi-ọmọ n. amniocentesis

fifẹ̀ (ojú, ọrùn ilé-ọmọ) n. dilation, dilatation; ~ *[títóbi, gbígbò-òrò]*: surface expansion; ~: ripening; ~ *[gígùnfẹ̀]*: eructation, belching; ~ **òun fifá**: D & C; dilatation and curettage

fi ẹ̀là fọ (nkan) *[pa ẹ̀yàwuuru]* v.t. to disinfect *(ẹ̀là: chemical; ìfẹ̀làfọ̀: disinfection)*

fifọ́ (èso) n. dehiscence, discharge of seed

fi (nkan) **hàn** v.t. to show, to reveal, to expose

fi (nkan) **kọ́** *[so nkan kọ́]* v.t. to hang something

fi (nkan) **kógbọ́n** v.t. to learn (from a mistake)

fi iná ra (nkan) v.t. to scorch, to burn the surface

fi iná sí (nkan) *[jó nkan, fi jó iná]* v.t. to inflame, to burn, to set fire to something

filà n. cap

fi (nkan) **yá ina** v.t. to expose to heat (without actually burning it)

fi iná yan (ẹran) v. to brown something with fire

filẹ̀bora (bí aṣọ) *[ku]* v. to die

fimọ̀ṣọ̀kan v.i. to come to an agreement,

fin v.t. to carve, to engrave *(afingbá: a calabash carver)*; ~: to be clean; ~ v.i. to be clear, to be transparent *(fífin: transparent, clear; fin sí ìtànná pupa: to be transparent to red light*; ~ (iná) v.t. to blow on a fire to make it burn

finúhan v. to reveal a secret (to a trusted person)

fi ojú-inú wo (nkan) v. to imagine, to visualize

fi òòfà fa *v.* to pull with a magnet *(òòfà: magnet)*

fi òpin sí (nkan) */fòpin/v.t.* to end, to abort

fi ọwọ́ kan (nkan) *[fi ara kan nkan) v.* to feel, to perceive, to sense

fi (nkan) **ṣàpẹrẹ** *v.t.* to make an example of something

fi (ènìyàn) **sílẹ̀** *v.t.* to leave (someone) alone; to stop bothering (a person)

fi (ènìyàn) **ṣe** (nkan) *v.t.* to make someone do something

fitílà *[àtùpà] n.* lamp

fitínà *v.t.* to harass

fi (ikan) **wé** (ìkejì) *v.t.* to compare to; liken one to the other

fiyèdénú *v.i.* to exercise patience in the face of provocation

fiyèsí (nkan) *[fojúsí] v.t.* to pay attention to

fó *[léfò] v.i.* to float, to be buoyant *(iléfò: buoyancy)*

fò *[tọ, fòsóke] v.i.* to jump; ~ *[fòlọ]*: to fly, to be airborne

fòò *adv.* brightly; ó pupa ~: it is bright red

fòfó òkun *[pẹ̀pẹ́-òkun] n.* seashell

fohùnsí (nkan) *v.i.* to consent to, to comply with, to agree to

fohùnṣọ̀kan *v.i.* to be in accord, to agree

fojúba *[fojúrí] v.t.* to be a witness to; ~: to pay a visit to (a relative)

fojúdá *v.t.* to estimate (the extent of something); ~: to be certain of

fojúdi (ènìyàn) *v.t.* to underestimate the value or ability of (someone) *(àfojúdi: insolence)*

fojú-inú wo (nkan) *v.* to imagine something

fojúpa (ènìyàn) **rẹ́** *v.t.* to disregard, to ignore, to overlook

fojúsí (nkan) *v.t.* to pay close attention to

fojúsílẹ̀ *v.i.* to pay attention

fómi */fẹ́ omi/ v.i.* to be hydrophilic

fomisè *v.t.* to hydrolyze *(ifomisè: hydrolysis)*

foríbalẹ̀ *v.i.* to worship

foríjin (ènìyàn) *v.t.* to forgive (a person), to pardon *(àforíjin: forgiveness)*

foríti *v.t.* to persevere (in an endeavor) *(àforíti: perseverance)*

fòrònù *v.i.* to sublimate; change directly from solid to gas *(ifòrònù: sublimation)*

fòyà *[bẹ̀rù] v.i.* to fear, to be apprehensive, to be anxious *(ifòyà: fear, anxiety)*

fọ (nkan) *v.t.* to wash something, to bathe something

fọ̀ *[fọhùn] v.i.* to talk, to speak *(ọfọ̀: incantation)*

fọ́ (nkan) *v.t.* to shatter, to break, to rupture

fọ́jú *v.i.* to be blind *(ifọ́jú, ifọ́lójú n. blindness)*

fọ́lé *[kólé]* *v.i.* to burgle (a home), to break into a house *(fọ́léfọ́lé = kólékólé: burglar)*

fọn *v.i.* to become thin, to become emaciated; ~ *[fun]* (nkan) *v.t.* to inflate, to blow air (gas) into something

fọn fèrè *v.i.* to blow a whistle, to play a wind instrument

fọ́tò *n.* photograph; **ya** ~ *v.i.* to take a photograph

fọwọ́fa (nkan) *v.t.* to involve oneself in (trouble), to bring problems upon oneself

fọwọ́kan (nkan) *v.t.* to touch with the hand

fọwọ́lé (ènìyàn) **lórí** *v.t.* to ordain (a person into the priesthood)

fọwọ́sí (ìwé) *v.t.* to sign (a document)

fọwọ́sọ̀yà *v.i.* to attest, to certify, to be certain that

fùfù-àgbàdo *n.* sheath enclosing a corncob

fún (nkan) *[~ káàkiri]* *v.t.* to scatter (something) about

fún *v.t.* to give; ó ~ mi lọ́wọ́: he gave me some money; ~ *v.i.* to be tight, to be narrow *(ọ̀nà fífún: narrow road)*

fún (obìnrin) **lóyún** *v.t.* to impregnate

fún (nkan) *v.t.* to squeeze, to apply pressure to something *(èéfún n. pressure)*

fún (nkan) **jáde** *v.t.* to express something

fún (nkan) **pa** *v.t.* to strangle *(ìfúnpa, àfúnpa: strangulation)*

fún (nkan) **pọ̀** *v.t.* to squeeze, to compress, to press together

fún àpẹrẹ *[f.a.]* *n.* for example

funfun *[àwọ̀ ~]* *n.* white

funfun ehín *n.* enamel of the tooth

funfun ojú *n.* sclera; ~ **wíwú**: episcleritis

funpè *v.i.* to blow a trumpet

fúnrúngbìn */fún irúgbìn/* *v.i.* to spread seeds, to sow

fúnwàrà *v.i.* to milk

fura *v.i.* to have a premonition, to have extrasensory perception *(ìfura: premonition)*

fùrò *[ẹnuun fùrọ̀]* *n.* anus

fúyẹ́ *[fẹ́rẹ̀]* *v.i.* to be light

G

ga *v.i.* to be tall; ~ *v.* to be superior to; ọmọ aráyé ~ ju ẹranko lọ: man is superior to animals; ~ (agbòjò) *v.t.* to open (umbrella) wide

gàá *n.* cow pen

gááni *[fojúrí] v.* to see, to perceive by sight; ẹ̀dá jẹ́ oun tí a lè ~: matter is perceivable by sight

gaàrí *n.* grated dry cassava

gàba lé (ènìyàn) **lórí** *v.t.* to domineer; to rule tyrannically

gáfárà *[àforíji] n.* excuse, pardon; Mo tọrọ ~: I ask for pardon

gàgàgúgú *adj.* big and clumsy

gagara *[ganganra] adj.* tall and unwieldy

gálọ̀nù *n.* gallon

gan (ènìyàn) *v.t.* to disparage, to derogate, to dishonor, to despise (ẹ̀gàn: disparagement); ~ **(láti ~)** *v.* to become rigid (gígan: rigid; gigan òkú: rigor mortis)

gán (nkan) *v.t.* to catch

garawa *n.* bucket; ~ omi: bucket of water

gárì *n.* saddle

gé *[bu] v.* to cross, to cut, to section

gé apá àbi ẹsẹ̀ (ènìyàn) *v.t.* to amputate an arm or a leg

gedegbe *adv.* uniquely, by itself

gé ẹ̀ka-ọ̀rọ̀ kúrú *v.t.* to abbreviate (ẹ̀ka-ọ̀rọ̀: word; ìgékúrú: abbreviation)

gééré (láti ṣe ~) *v.i.* to be exact; ~ *adv.* exactly (ọ̀mì aṣegééré: exact equations)

gègé *n.* pen

gegele *n.* maxima; ~ *n.* high ground, hillock; ~ **àti pẹ̀tẹ́lẹ̀**: maxima and minima

gégùn fún (ènìyàn) *v.* to curse someone

gé (ènìyàn) **jẹ** *v.t.* to bite

gé (nkan) **kúrú** *v.t.* to cut something short

gèlè *n.* woman's head kerchief: Ó wé ~: She put on her head kerchief

gèlètè *adj.* big and heavy

géndé *n.* strong, healthy person

gè *[~ kalẹ̀] v.* to sit comfortably

gẹ *v.* to pet (ìgẹ̀: petting, fondling, caressing)

gẹ̀dẹ̀gẹ́dẹ̀ *[ìsilẹ̀] n.* plaque; dregs, sediment

gędú *[igi ~]* *n.* large log of wood; timber

Gę ęsì *n.* an Englishman *(èdèe ~: the English language)*

gęgę *[gbęgbę]* *n.* swelling of the lymph glands, goiter, struma

gęgęsì àyà *n.* sternum, breastbone

gęrę *adv.* just before or after

gęręgęrę *n.* slope, precipice *(láti șe gęrę: to be steep)*

gidi *adj.* real; àpòpò ~: real solution; ère ~: real image; òyì ~: real gas

gidigidi *adj.* extraordinary; *adv.* truly, extraordinarily

gídígbò *[ękę]* *n.* wrestling; láti ja ~; to wrestle

giga *adj.* lofty, high

gígan *n.* rigidity, rigor; *adj.* rigid, stiff ; ~ **òkú** *n.* rigor mortis *(láti gan: to become rigid)*

gìgísę *[ęhìn-ęsę]* *n.* heel

gígún ní àyíká *n.* radial symmetry *(agúnyíká: radially symmetrical object)*

gígún ní tòtúntòsì *[gígúnrégé]* *n.* bilateral symmetry *(agúnrégé: bilaterally symmetrical object)*

gígùnfę *[fífę]* *n.* eructation, belching *(gùnfę: to belch)*

gìrì *[àìperí]* *n.* convulsion, ictus, seizure

gòdòbí *[ògòdò]* *n.* yaws, frambesia *(onigòdòbí: one afflicted with yaws)*

gògòngò *[ikòkò ǫfun]* *n.* Adam's apple

góngó *n.* apex, summit, acme; *adj.* apical

góòlù *[ișùu góòlù, wúrà]* *n.* gold

gò *v.i.* to be stupid, to be foolish

gǫ *[bo, lúgǫ]* *v.i.* to hide

gǫbǫi *adj.* plenty, uncountable

gǫ-ngǫ *n.* something extraordinary *(~ sǫ: the unexpected happened)*

gramu *n.* gram

gúgúrú *n.* roasted, dry maize

gúlúsǫ *[kúlúsǫ]* *n.* ant lion

gun (nkan) *v.* to climb, to ascend, to mount *(igòkè: climbing, ascension)*

gùn *v.* to copulate (animals), to mate; ~ *v.i.* to be long *(gígùn: long, tall;* ìgùn *[gígùn]: length)*

gún *v.* to be symmetrical; gígún *n.* symmetry; ~ (nkan) *v.* to pound something; Àlàkę ngún ișu: Àlàkę is pounding yams; ~ *v.* to prick something

gùnfę *v.* to belch

gún (ènìyàn) **lábęrę** *v.* to inject with a syringe

gún (èniyàn) **lọbẹ** *v.* to stab someone

gún (ẹṣin) **ní kẹ́ṣẹ́** *v.* to spur

gúnnugún *[igún] n.* vulture

gúnrégé (láti ~) *[gún lọ̀túnlósì] v.* to be bilaterally symmetrical
(*ẹ̀dá agúnrégé: bilaterally symmetrical object*)

gúnwà *v.* to sit royally

gúnyíká *v.i.* to be radially symmetrical (*ẹ̀dá agúnyíká: radially symmetrical object*)

gùnfẹ̀ *[fe] v.* to belch

gúúsù *n.* south

gúúsù-ayé *[edébù-odò ayé] n.* southern hemisphere

GB

gbà *v.i.* to spread (as in a fire); to agree to, to admit to

gba (nkan) *v.t.* to receive something, to accept; Tìtí ~ ọrẹ̀ẹ̀ mi: Tìtí accepted my gift; ~ (ibì kan) *v.t.* to envelope, to take over (a place); omí ~ ilé: water took over the house; ~: to require (time for completion); iṣẹ́ yĭ á gba ọdún kan: this job will require one year to complete;

gbá (nkan) *v.t.* to hit; ~ *v.i.* to become obese, to become inflated; ~ **ilẹ̀** *[gbálẹ̀] v.i.* to sweep the floor; ~ (ènìyàn l'étí) *v.t.* to slap

gbáà *[pátápátá] adv.* completely, entirely

gba abẹ́rẹ́ àjẹsára *[gba òkí, gba abẹ́rẹ́ òkí] v.* to be immunized

gbàbọ̀dè *v.* to get involved in a plot, to conspire

gbáàgúdá *[ègé, pákí] n.* cassava

gbádùn *v.i.* to be salubrious, to be in a state of well being; *v.t.* to enjoy

gbàdúrà *v.i.* to pray, to make supplications to God *(àdúrà: prayer)*

gba (Ọlọ́run, ènìyàn) **gbọ́** *v.t.* to believe; Mo gba Ọlọ́run gbọ́: I believe in God *(igbàgbọ́: belief)*

gba ẹ̀mí *[gba iyẹ́] v.* to anesthetize; Oníṣẹ̀gùn gba ẹ̀míì mi: the doctor put me under an anesthetic

gbáfẹ́ *v.i.* to be stylish, to be a bon vivant

gbafẹ́fẹ́ *[gbatẹ́gùn] v.i.* to enjoy the breeze

gbàgbé *v.* to forget

gbàgbéra *v.* to be absentminded

gbàgbọ́ *v.i.* to believe *(igbàgbọ́: a belief; onígbàgbọ́: a Christian)*

gbá (àwọn nkan) **jọ** *v.t.* to gather (things) together

gbajámọ̀ *n.* razor *(onígbajámọ̀: barber)*

gbajúmọ̀ *n.* famous individual, celebrity

gbáko *[gééré] adj.* exactly *(ọdún mẹ́rin ~: exactly four years)*

gbako *[láti lóyún] v.i.* to become pregnant *(igbako: gestation, pregnancy)*

gba (ènìyàn) **là** *v.t.* to rescue somebody from (a problem); to save someone *(igbàlà: salvation)*

gbalẹ̀ *[gbilẹ̀] v.i.* to spread out

gbálẹ̀ */gbá ilẹ̀/ v.i.* to sweep the ground

gba (ènìyàn) **lọ́wọ́** *[bọ (ènìyàn) lọ́wọ́] v.t.* to shake hands with someone

gba (ènìyàn) **lọ́wọ́** (nkan) *v.t.* to deliver (one) from (something);

Ọlọ́run gbà mí lọ́ wọ́ ikú: God saved me from death

gbá (ènìyàn) **mọ́ra** *v.t.* to embrace

gbá (nkan) **mún** *v.t.* to hold firmly

gbaná *[gbiná]* *v.* to be ignited; *(ibi igbaná: ignition point, ignition temperature)*

gba-ngba *[gbàgede]* *n.* open space

gbà-nja *[obì ~]* *n.* type of cola

gbà-njo *n.* auction *(láti fi nkan lu ~: to sell at auction; onígbà-njo: auctioneer)*

gba òkí *[gba abẹ́rẹ́ àjẹsára]* *v.* to be immunized

gbàrà *adv.* immediately, as soon as

gbáradá *v.i.* to flaunt (oneself), to show off

gbáradì *v.i.* to prepare, to get ready

gbárajọ *v.i.* to congregate, to assemble

gbáralé (nkan) *[gbọ́kànlé]* *v.t.* to depend on

gbàrin (gba irin) *v.i.* to become fertilized, to receive sex materials *(igbàrin: fertilization; irin: sex materials; idàpọ̀ọ̀ pádi irin akọ àti ti abo: union of male and female sex cells)*

gba (ọjà) **tà** *v.t.* to be involved in retail business *(alágbàtà n. a retailer)*

gbatẹ́gùn *v.i.* to receive fresh air

gbàù *adv.* descriptive of the sound of a gun; ó dún ~: the crack of a gun was heard

gbàwẹ̀ *v.i.* to fast

gbàwìn *v.i.* to buy something on credit

gbàyè */gba àyè/* *v.i.* to occupy space *(àyè: volume)*; ~: to get permission (to do something)

gbé (nkan) *v.t.* to lift; to carry, to pick up; ~ (ibi kan): to live (in a place); mò ngbé Èkó: I live in Lagos: ~ *[ṣègbé]* *v.i.* to perish

gbe (nkan) *v.t.* to support, to side with, to defend; ~: to collect dripping fluid; ~ **omi** *v.* collect rainwater

gbé (nkan) **dé** *v.t.* to introduce (something), to bring (something) forth

gbé (nkan) **dè** *v.t.* to bind (someone); to tie (someone) up

gbédè */gbọ́ èdè/* *v.* to understand (a language)

gbèèrú *[pèlé]/gba èèrú/* *v.i.* to increase (in size or number) *(èèrú: a billion)*

gbé (ènìyàn) **ga** *v.t.* to promote (a person), to make (a person) feel proud

gbé (nkan) **gbìn** *v.t.* to implant *(igbégbìn n. implantation, nidation)*

gbé (nkan) **gbóná** *v.t.* to heat up, to warm

gbèjà *v.t.* to side with someone in an altercation

gbé (nkan) **kalè** v.t. to found (an institution); ~: to put down

gbé (ènìyàn) **léjú** v.t. to be proud of someone

gbé (ọmọ) **lésè** v.t. to put (a baby) on one's knees

gbé (nkan) **mì** [mi] v.t. to swallow something

gbé (omi) **mu** v.t. to swallow a liquid

gbéra v.i. to leap, to get up

gbére adj. chronic, everlasting; **àisan** ~: chronic illness

gbèrò /gba èrò/ v.i. to merit consideration (èrò: decision)

gbé (nkan) **ró** v.t. to help in coming to an erect position; to support with a stick

gbé (nkan) **rù** v.t. to carry (a load)

gbẹ v.i. to be dry, to be dehydrated

gbẹ́ (nkan) v.t. to carve, to sharpen; ~ **ihò**: to dig (a hole)

gbẹ́ v.i. to chatter; to cluck; to cackle

gbẹbí v.i. to assist in childbearing

gbẹ̀gbẹ̀ [gẹ̀gẹ̀] n. goiter, struma, enlargement of the thyroid gland

gbẹ̀hìn [kẹ́hìn] v.i. to come last, to occupy the last position (igbẹ̀hìn: the finale)

gbẹ̀mí v.t. to render unconscious; to put under an anesthetic; ~ v. to kill someone

gbẹ̀mí (ènìyàn) là v.t. to save (from sin or damnation)

gbẹ́rẹ́ [igbẹ́rẹ́] n. indentation; **sín** ~ v. to indent the human body

gbẹrẹfun n. powdered material; solid solute, without solvent (without water)

gbẹ̀rẹ̀gẹ̀dẹ̀ adj. flat and wide

gbẹ̀san [yaró] v. to take vengeance, to retaliate, to avenge (ẹsan: retaliation, payment for a good or bad deed)

gbẹ̀ṣẹ̀ v.i. to sin (èṣè: sin)

gbígba òkí [gbigba abẹ́rẹ́ àjẹsára] n. immunization (òkí ara: immunity)

gbin (nkan) v.t to plant; ~ v.i. to groan (gbígbin: groaning)

gbiná [gbaná] v.i. to be inflamed; to catch fire

gbiníkún v.i. to fester, to be inflamed, to suppurate (igbiníkún: inflammation)

gbiyànjú [gbàyànjú] v.i. to endeavor, to try, to strive, to attempt

gbó v.i. to be old (gbígbó adj. old); ~: to mature; ~ [láti tọ́]: to last long; ~: to become worn; ~ : to bark

gbo (ewé) v.t. to crush herbs for the purpose of squeezing out the juice

gbò v.i. to shake (particularly a long pole)

gbòdògì [ògòdò] n. yaws, frambesia (onígbòdògì: one suffering *from yaws)*

gbogbo *adj.* every; ~ **ayé** *n.* everybody; ~ **igbà**: every time

gbógun ti (íbi kan) *v.t.* to wage war against a (town)

gbójú *[gboyà]* *v.* to be fearless, to be undaunted

gbójúlé (ènìyàn) *v.t.* to rely on (someone)

gbólóhùn *[gbólóhùn òrò]* *n.* statement

gbóná *v.i.* to be hot *(igbóná: hotness, temperature; ìsù-iná: heat; awòngbóná: thermometer)*

gbò-ngbò igi *n.* taproot (of a tree) see irìn igi

gbòòrò */gba òrò/[sò]* *v.i.* to be dilated; ~ *[fè]*: to occupy a large area *(gbígbòòrò adj. broad, extensive; òrò: base area)*

gbóra *v.i.* to be powerful *(igbóra: power; ògbóra, gbigbóra: powerful; agbára: energy)*

gbórín *v.i.* to be large

gboùngboùn *[èrò ifè-ohún]* *n.* loudspeaker

gbóyà *v.i.* to be bold, to be brave *(igbóyà: boldness)*

gboyún *[gbolè]* *v.i.* to be impregnated *(láti lóyún: to be pregnant; aboyún: pregnant woman)*

gbó (nkan) *v.t.* to hear, to perceive by hearing *(igbórò: hearing)*; ~ *v.* to understand

gbo *v.t.* to be favorable to (a plant); ilè yĭ ~ ilá: this land is suitable for okra

gbòjégè *v.* to be indulgent

gbókanlé (ènìyàn) *v.* to depend on (someone); to trust (someone)

gbolè see gboyún *(olè: fertilized egg, zygote)*

gbòn *v.i.* to vibrate *(ègbòn n. vibration, agbòn: vibrating object; ara gbígbòn: tremor)*

gbón *v.i.* to be intelligent *(ogbón: intelligence, wisdom; ológbón n. wise person; adj. wise; ológbón ènìyàn: wise person)*

gbónjú *v.* to enter adolescence

gbónmi */gbón omi/* *v.* to irrigate; ~ **sí ilè** *v.* to irrigate a land

gbo òórùn *v.* to smell something; to have a keen sense of smell

gbonsè *v.i.* to defecate, to empty the bowels *(igbònsè: feces)*

gbo oro *adj.* long and thin

gbóràn *v.i.* to be obedient *(igbóràn: obedience)*

gbórò *[gbó]* *v.i.* to hear, to have the ability to hear

gbòrò (ènìyàn) **dùn** *v.t.* to be sympathetic to a person's predicament

gbun *v.i.* to be bent, to be crooked

gbúre *n.* potherb

gbúrò (ènìyàn) *v.t.* to hear from someone

H

ha *v.t.* to abrade, to scratch *(híha: abrasion)*

há *v.i.* to be suspended, to be irretrievable

há (nkan) *v.t.* to distribute something, to divide out

há (nkan) **mọ́** *[wà nínú ihámọ́] v.t.* to confine, to restrict

hágún */há ogún/ [pin ogún] v.i.* to share property of the deceased *(ìwé ìhágún: a will)*

hááhá *[háríhá] n.* sheath enclosing a cob of maize

halẹ̀ *v.i.* to make empty boasts

hàn *v.i.* to appear

hàn gedegbe *[dánilójú] v.i.* to be apparent, to be obvious, to be clear

han *v.i.* to screech, to scream

hán *v.t.* to catch something while still airborne

hanrun *v.i.* to snore

háwọ́ *v.i.* to be stingy, to be tightfisted

he (ènìyàn) *v.t.* to capture, to pick up (someone)

hewú *v.i.* to become gray, to have gray hair

hẹn *adv.* yes

hẹ́n-hẹ̀n *[hún-hùn] adv.* no

hó *[ru] v.i.* to boil, to reflux, to foam *(híhó [riru]: reflux, boiling)*; ~ *v.* to exalt loudly; ~ (nkan) *[fá] v.t.* to scrape, to peel

Holli *n.* Yoruba subtribe

hónú *v.* to be easily enraged *(ìhónú: rage)*

hóró *[wóró]* **kan** *n.* a single piece

họ *v.i.* to run away, to flee

họra *v.i.* to scratch one's body

híhùpadà *n.* regeneration

hú (nkan) *v.t.* to dig out of the ground

hù *v.* to germinate, to grow *(híhù n. germination)*

hù ehín *v.* to teeth *(híhu ehín: teething, odontiasis)*

húkọ́ *[wúkọ́] v.i.* to cough

hún *v.* to be itchy *(ìhúnra: itchiness, irritation of the skin)*

hùn *v.i.* to hum; to grunt

hun *[hunṣọ] v.* to knit, to weave cloth *(ahunṣọ: a weaver)*

hùwà *v.* to behave *(ìwà: behavior)*

hùyẹ́ *v.i.* to bear feathers; to fledge *(ìyẹ́: feathers)*

I

ìbà *n.* fever, ague; **akọ ~**: icterus, jaundice; **~ gbónán**: malarial fever; **~ inún-eegun**: dengue, breakbone fever; **~ jẹ̀funjẹ̀fun**: typhoid fever; **~ orí** *[ìwọ̀-ọpọ́lọ wíwú]*: meningitis, brain fever; **~ pupa** *[pọ́njú-pọ́njú]*: yellow fever; **~ wórawóra**: typhus fever

ìbá *prefix* should have; **èmi ìbá ti lọ**: I should have gone

iba *n.* helix; *(bíba adj. helical; ba nkan v. to make into helical form)*; **~ ìrọ̀tún**: right-handed helix; **~ ìròsì**: left-handed helix; **~** *[ìwọ̀n-ba]*: tiny amount *(ìbìba: quantum, infinitesimal amount)*

ìbà *n.* due respect *(láti júbà /jẹ́ ìbà/: to accord due respect to)*

iba *[baba]* *n.* father of

ibaaka *[ìbakasíẹ]* *n.* camel

ìbábá *[ìkọ̀kọ̀]* *n.* secrecy, privacy

Ìbàdàn *n.* Yoruba city in Oyo state, Ibadan

ìbádàpọ̀ *n.* cohabitation

ìbàdí *[bèbè ìdí]* *n.* hip, haunch; **èkò ~**: hip joint

ìbágbé *n.* cohabitation, state or process of living together

ìbàjẹ́ *n.* act or process of spoiling or decay

ibakasíẹ *[ìbaka, ràkúnmí]* *n.* camel

ìbákẹ́dùn *n.* act or process of commiseration, sympathy

ìbáláramu *n.* acclimation, acclimatization */bá + ara + mun: agrees with the body/*

ìbálé *n.* hymen, virginity; **láti gba ~**: to rupture the hymen; to deflower a virgin

ìbálò *[ìbálọpọ̀]* *n.* interaction, intercourse

ìbanijẹ́ *n.* slandering, defaming, the making of malicious utterances

ìbanújẹ́ *[ìbinújẹ́, inú-bíbàjẹ́]* *n.* sadness depression, melancholia; **~ àìnìdí** *[bíbanújẹ́ àtinúwá]*: endogenous depression

iba-ọ̀ran méjì *n.* double helix, helix made of two strands *(ọ̀ran: fibers)*

ìbáradọ́gba *n.* congruency *(ọgba: equality)*

ìbárajọ *n.* identity *(ba ara jọ: resemble each other)*

ìbáramu *[ìmora]* *n.* habituation, adaptation; **~**: complementarity: *(wọ́n bá ara wọn mu: they complement each other)*

ìbárẹ́ *n.* act or process of befriending, friendliness

ìbárũn *n.* quintuplet

ìbásùn *[ìbánisùn]* *n.* copulation, coitus, sexual intercourse, sex

ìbáṣepé *conj.* had it been that; if

ìbátan *[ọbàkan, iyekan, ẹbí]* n. relation, consanguinity, blood relation

ìbáwí *n.* scolding, rebuke, reprimand

ìbèèrè *[ìbérè]* n. question, interrogation, inquiry

ìbéjì *n.* twins; ~ **alèpọ̀**: Siamese twins, conjoined twins; ~ **ẹléyin kan**: monozygotic twins, maternal twins, identical twins; ~ **ẹléyinméjì**: dizygotic twins, fraternal twins

ìbẹ̀ *adv.* there, yonder

ìbẹ́ *n.* stomatitis, canker

ìbépẹ *n.* papaya, pawpaw

ìbẹ̀rẹ̀ *[ìṣẹ̀dá]* n. origin, beginning, genesis, inception; ~ **èdùmárè** *see* ìṣẹ̀dá èdùmárè; ~ **ilé ayé** *see* ìṣẹ̀dá ayé; ~ **oyún** *[ìgboyún, lilóyún]*: conception; period immediately after fertilization

ìbẹ́rin *n.* quadruplet

ìbẹ̀rù *[ìfòyà]* n. fear, apprehension

ìbẹ̀rùbojo *n.* irrational persistent fear, phobia; *(ìbẹ̀rù + bí + ojo: phobia)*; ~ **àjèjì** *[ìbẹ̀rù àjèjì]*: fear of strangers, xenophobia; ~ **àìsàn**: inordinate fear of falling ill, pathophobia, ~ **èjẹ̀**: *fear of blood,* hematophobia; ~ **ejò**: fear of snakes, ophidiophobia; ~ **ìbánisùn**: fear of sexual intercourse, coitophobia; ~ **kòkòrò**: fear of crawling creatures, acarophobia, entomophobia; ~ **òkùnkùn**: inordinate fear of darkness, nyctophobia

ìbẹ́ta *n.* one of a triplet

ìbẹ̀tẹ̀ *n.* kind of porridge

ìbẹ̀wò *n.* visit

ibi[1] *n.* spot, point; ~ **àábò**: place of refuge, hiding place; ~ **agbede**: equilibrium position, equilibrium point; ~ **ìhó**: boiling point; ~ **ìparadà**: phase equilibrium; ~ **ìdì**:. freezing point; ~ **idákojá** *[orìta, èkò, ibi ìbẹ̀rẹ̀]*: point of intersection, junction; ~ **idarí**: turning point; ~ **igbaná**: ignition temperature, ignition point; ~ **ìrì**: dew point; ~ **ojú-ẹ̀ká**: focal point; ~ **yíya** *(ojúu yíya)*: tear; ~ **yìyín**: ice point; ~ **yíyọ́**: melting point

ibi[2] *[bìlísì]* n. evil, misfortune

ibí *n.* this spot, this place; here; *(níbí: here; at this point)*

ibí *n.* childbearing *(ọjọ ibí: birthday)*

ibìkan *n.* someplace, somewhere

ibìkannáà *n.* same place

ibìkanṣá *n.* anyplace, anywhere

ibikíbi *adv.* wherever

ìbínún *n.* anger, annoyance, irritation

ìbílẹ̀ *adj.* native, local; *n.* homeland

ibigbogbo *n., adv.* everywhere

ibi ìhó *n.* boiling point; **iwọ̀ngbóná** ~ : boiling point temperature; **iwọ̀n** ~ : boiling point measurement

ibo *[níbo] adv.* (inter.) where?

ìbò *n.* vote, ballot *(láti dìbò: to vote; ìdìbò: voting*

ibodè *[bodè] n.* towngate *(oníbodè: gatekeeper of a town)*

iboji *[boji] n.* cemetery, graveyard

ibòji *[bòji] n.* shade

ibòmíràn *n.* another place, somewhere else

ibora *[aṣọ ~] n.* sleeping cloth

iborí *[aṣọ ~] n.* cloth for covering the head; victory *(borí: to be victorious)*

iborùn *[aṣọ ~, ìpèlé] n.* cloth used by women to cover around the neck

ibosí *n.* cry for help; **ké** ~ *v.* to cry for help

ibọ́n *n.* pretense, malingering; ~ **dídá**: malingering

ìbọn *n.* gun, rifle

ibòsẹ *n.* sock, stocking

ibòwọ́ *n.* glove

ibú *n.* breadth; **ìlà** ~: x-axis

ibú *[orísun] n.* source; ~ **ẹyin**: ovary, ovarium; *adj.* ovarian; **akàn** ~ : ovarian cancer; ~ **yíyọ**: ovariectomy, oophorectomy; ~ **at'ilé ọmo yíyọ**: ovariohysterectomy; ~ **wíwú**: ovaritis, oophoritis; ~: fall *(láti ṣubú: to fall)*

ibùdó *n.* camp

ibùgbé *[ilé] n.* abode, home, habitat

ibùjẹ-ẹran *n.* feeding place for domestic animals

ibùkún *n.* blessing

ibupá *n.* vaccination *(bupá v. to get vaccinated)*

ibùpín *n.* ratio *(bu nkan pín: to cut something for the purpose of division)*

ibúu pádi-ìrin *n.* gonad (ovary or testes) *(pádi ìrin: sex cell)*; ~ **akọ**: testes; ~ **abo**: ovaries

ibúra *n.* an oath; ~-**èké**: perjury *(búra: to swear an oath)*

iburẹ́wà *n.* ugliness *(òbùr ẹ́wà: ugly; òburẹ́wà obìnrin: ugly woman)*

ibùsò *[maili] n.* mile

ibùsùn *[bẹ́ẹ̀dì, àkéte] n.* bed, sleeping place

ibùṣe *[àbùṣe] n.* end of a task *(bùṣe: to finish with a given task)*

ibùrwọ̀ *[~ adìẹ] n.* roosting place for chickens

ida *n.* wax

ìdà *n.* sword

ìdá *n.* [*ìdásíwẹ́wẹ́, pínpín*] division; ~: reciprocal

ìdáàgunlá *n.* indifference, apathy

ìdàámú *n.* confusion, perplexity

ìdá àpò- [*ìdápò*] *prefix* centi- (*àpò: hundred*)

ìdá àpò *n.* percent, %; ~ **mítà**: centimeter; ~ **lítà**: centiliter; ~ **gramù**: centigram; ~ **mẹ́wà**: ten percent

ìdábẹ́ *n. see* ìkọlà

ìdàbùlà [*lílà*] *n.* dilution process

ìdádúró *n.* delay, postponement, adjournment; ~: stoppage; ~: termination

ìdá-èèrú- [*ìdèèrú*] *prefix.* nano-, reciprocal of a billion (*èerú: billion*); ~ **kan** *n.* one billionth; ~ **mítà kan**: one nanometer, billionth of a meter; ~ **gramù kan**: one nanogram (*ìdì èèrú: ten billion; èèrú: billion*)

ìdà-eré (*dídà eré*) *n.* derivative of velocity (*ìperédà: change of velocity*)

Ìdàgẹ̀rẹ̀ *n.* hypotenuse (of a right-angle triangle)

ìdágìrì *n.* an alarm

ìdàgbàsókè *n.* growth, development

ìdàgbàsókèe pàdi-ẹyin *n.* oogenesis, ovigenesis

ìdágbere *n.* goodbye (*dágbere v. to say goodbye*)

ìdáhùn [*èsì, ìfèsì*] *n.* answer, response (*láti dáhùn: to answer, to respond*)

ìdá-ìdì- [*ìdáàdì kan*] *n.* one tenth, deci-; ~ **lítà**: deciliter; ~ **mítà**: decimeter; ~ **gramù**: decigram

ìdá ìdì-èèrúu mítà [*ánsrọ́ọ̀mù, Å*] *n.* one ten-billionth of a meter, 1 Angstrom

ìdà-ìfà *n.* derivative of a function; ~ **kéjì**: second derivative of a function; ~ **kíní**: first derivative of a function

ìdà-ìpò *n.* derivative of position (*ìpapòdà: change of position, velocity*)

ìdájí *n.* early morning, period between 5 and 7 A.M.

ìdájì [*ìlàjì, edébù, àbọ̀*] *n.* half

ìdájì- [*ìlàjì-*] *prefix* hemi-, semi-; ~ **ẹ̀ká** [*ìlàjì ẹ̀ká*]: semicircle; ~ **òsùsù** [*ìlàjì òsùsù*]: hemisphere

ìdájọ́ *n.* judgment; **ọjọ́** ~: judgment day

ìdájú *adj.* definite, certain, sure (*dájú: to be certain; dájúdájú adv. certainly*)

ìdákẹ́ *n.* silence, quietude (*dákẹ́ v. to keep quiet*)

ìdákó *n. see* ìkọlà

ìdákú *n.* fainting (*dákú: to faint*)

ìdálὲ *n.* somewhere away from home

ìdálóró *n.* oppression, tyranny

ìdá méjì *n.* reciprocal of two, half

ìdámẹ́ta *n.* a third, one third of a thing; ~ **kíní ìgbà-oyún** *[igbà ọlὲ]*: first trimester of a pregnancy; ~ **kéjì ìgbà oyún** *[igbà ẹ̀dà] *: second trimester of a pregnancy; ~ **kẹ́ta ìgbà oyún** *[igbà ọmọ'núm]*: third trimester of a pregnancy

ìdámẹ́wă *[idá-idì, idáàdì, ẹsẹ]* *n.* decimal, one-tenth

ìdáná *[nkan idáná]* *n.* fuel; **ẹ̀là** ~: chemical fuel; **igi** ~: firewood; **epo** ~: oil fuel; **òyì** ~ : gas fuel

ìdánwò *n.* an examination, an attempt *(láti dán nkan wò: to attempt to do something)*

ìdà onjẹ *n.* digestion of food *(ẹ̀dà onjẹ: digested food)*

ìdá-òdù- *prefix.* micro-, -millionth *(òdù: million)*; ~ **kan** *n.* one millionth; ~ **mítà** *[máíkrọ̀nù]*: micrometer, micron; ~ **gramù**: one microgram

ìdá òdù-èèrú- *prefix.* femto- *(òdù-èèrú: one million billion)*

ìdá-òkẹ- *[idọ́ké kan]* *prefix.* milli-, - thousandth; ~ **mítà** *n.* one millimeter; ~ **gráàmù**: one milligram

ìdá òkẹ-èèrú- *[idá òkẹ́erú-]* *prefix* pico- *(òkẹ-èèrú: one thousand billion, one trillion)*; ~ **gráàmù** *n.* one picogram; ~ **mítà**: one picometer

ìdàpọ̀ *n.* mixing, mingling; ~ **mímọ́**: Holy Communion

ìdárale *n.* convalescence

ìdárayá *[eré idárayá]* *n.* exercise

ìdáríjì *n.* forgiveness, pardon

ìdàrú *n.* confusion, chaos; ~: entropy

ìdásílὲ *n.* release (as in a prisoner); ~: origination *(láti dá nkan sílὲ: to originate a thing)*

ìdásíwẹ́wẹ́ *[ipínsíwẹ́wẹ́, pínpín]* *n.* division

ìdáyàtọ̀ */dá + ya + ọtọ̀/* *n.* aberration *(ọ̀tọ̀: separate place)*

ìdè *n.* bracket, screw

ìdènà *n.* hindrance; resistance, obstruction

ìdérí *[ọmọrí]* *n.* lid, cover

ìdẹ *n.* brass *(ẹdọ́n: brass image)*

ìdí *n.* buttocks; ~: lower part; ~ **ewéerúgbìn**: hypocotyl *(ewéerúgbìn: cotyledon)*; ~: reason; ~ **àìsàn**: diagnosis; ~: section, part

ìdì- *prefix* deca-

ìdì *n.* package, bundle *(láti di nkan: to package something)*; ~ *[idì kan]*: ten; ~ **márŭn** *[àádọta]*: fifty; ~ **méjì** *[ogún]*: twenty; ~ **méjọ** *[ogọ́ọ̀rin, ogọ́rin]*: eighty; ~ **mẹ́rin** *[ogóòjì, ogójì]*: forty; ~

mẹ́fà *[ọgọ́ọta, ọgọ́ta]*: sixty; ~ **méje** *[àádọ́rin]*: seventy; ~ **mẹ́sẵn** *[àádọ́rún]*: ninety; ~ **mẹ́ta** *[ọgbọ̀n]*: thirty

idíbà *n.* fermentation, fermenting *(láti dibà: to engage in the process of fermentation; láti bà: to be fermented)*; **ẹ̀yà** ~: yeast, fermentum

idìbò *n.* election, electoral process *(láti dìbò: to vote)*

idídò *n.* dam (on a river)

idigramù kan *n.* one decagram

idí ikùn *n.* pylorus; *adj.* pyloric; **ẹ̀gbà** ~: pyloric sphincter, pyloric valve; **ẹṣẹ́** ~: pyloric gland; **ojú-ihò** ~: pyloric orifice; **ọ̀nà** ~: pyloric canal; ~ **fífún** *n.* pyloric stenosis

idì ìṣọ̀n-igi *n.* vascular bundle

idíje *n.* competition, contest, rivalry, race

idíjú *[ìkọsẹ̀]* *n.* complication; ~ *adj.* complicated, complex, intricate, insoluble

idì kan *n.* ten; ~ **l'árǔn** *[àrúndínlógún]*: fifteen; ~ **l'ẹ́sẵn** *[ọ̀kàndínlógún]*: nineteen *see*: ètò àwọn èèkà

idilítà kan *n.* one decaliter

idílé *n.* family, series, homolog, species; ~ *adj* familial; ~ **èèkà** *n.* arithmetical series

idílójú *n.* visual obstruction

idílójú *n.* eclipse; ~ **oòrùn**: solar eclipse, eclipse of the sun by the moon; ~ **òṣùpá**: lunar eclipse, eclipse of the moon by Earth

idílọ́wọ́ *[ìfàsẹhìn]* *n.* inhibition, interference

idimítà kan *n.* one decameter

idínà *n.* hindrance, barricade

idíwọ̀n *n.* unit of measurement, measuring yardstick *see* àwọn ìpilẹ̀ṣẹ̀ idiwọn

idó *[ìbùdó]* *n.* temporary resting place

idodo *n.* navel, umbilicus, omphalos

idọ *n.* clitoris; ~ **wíwú**: clitoritis, clitoriditis

ìdòbálẹ̀ *n.* prostration (sign of respect)

idun *n.* bedbug

idún *[ìró]* *n.* a sound *(láti dún v. to sound)*

idúró *n.* length; general physical build, habitus; personality

ifà *n.* function; ~ **edi-èèkà**: exponential function *(edi èèkà: the exponent of a number)*; ~ **Gáùsì**: Gausian function; ~ **iji**: wave function; ~ **ìṣírò**: mathematical function; ~ **onirìnkan**: first-order polynomial, linear function *(oni irin kan: possessing one root)*; ~ **onírìnméjì**: quadratic function, second order polynomial; ~: unearned profit

Ifá *n.* Yoruba God of divination

ifarabalè *n.* calmness, carefulness

ifarapa *[ìṣèṣe]* *n.* injury

ifarawé *n.* imitation, emulation

ifàsẹ́hìn *[ìdílọ́wọ́]* *n.* inhibition, drawback

ifé *n.* whistling

ife *n.* small cup

ifèsì *[ìdáhùn]* *n.* answer, response to a call

ifetísílè *n.* attentiveness, obedience

ifètòsọ̀mọbíbí *n.* family planning, birth control

ifẹ́ *n.* love, affection; ~ **àfẹ́jù ẹranko**: zoophilism

ìfẹ̀ *n.* belching

ifẹ-inúrere *n.* goodwill

ifẹ́sẹ́ *n.* distillation *(omi afẹ́sẹ́: distilled water)*; ~ **lẹ́sẹẹsẹ**: fractional distillation

ifẹ́ (nkan) sẹ́ *n.* distillation of something *(fífẹ́ omi sẹ́: distillation of water)*

ifi *n.* centrifugation, process of centrifuging; **èrọ** ~: centrifuge; **ipá** ~: centrifugal force

ifihàn *n.* revelation; ~ *[àmì ~]*: characteristic, revealing characteristic

ifijogún *n.* heredity *(àfijogún adj. hereditary, inherited)*

ifikọ́ *n.* hanger *(àfikọ́: something hanged)*

ifilópo *n.* multiplier; ~ **àì-yè**: universal constant

ifipin *n.* divisor *(ìpín: dividend; èpín: amount to be divided)*; ~ **nlá**: H.C.F., G.C.D., highest common factor, greatest common denominator

ifiyéni *n.* explanation

ifiyèsí *[àkíyèsí]* *n.* attention

ifo *n.* eczema, skin disease

ifomisè *n.* hydrolysis

iforítì *[àforítì]* *n.* perseverance

ifòrònù *n.* sublimation *(áti fòrònù: to sublime, pass directly from the solid state to gaseous state)*

ifòn *[kúrúnà, ìṣáká, èéyí]* *n.* craw-craw, kind of skin disease

ifòyà *[ìbèrù]* *n.* nervousness

ifójú *[ìfọ́lójú]* *n.* blindness

ìfọwọ́sí *n.* signature

ifun */ifun-: ente-, entero-, intestinal/* *n.* canal, tube; ~ **àtò**: vas deferens; ~ **ẹyin**: Fallopian tube, oviduct; ~ **ẹyin wíwú**: salpingitis; ~ **ẹyin gigékúrò**: salpingectomy; ~ **kékeré**: small intestine; ~ **nlá** *[agbèdu]*: large intestine; ~ **onjẹ** : alimentary canal, gastrointestinal tract, gut, intestine, digestive tube, bowel, ~ **wíwú**: enteritis

ifun-ìtọ̀ *n.* ureter; ~ **wíwú**: ureteritis

ifún(nkan) **jáde** *n.* expression, extrusion

ifun-òronro *n.* bile duct; ~ **gigékúrò**: cholesystectomy; ~ **wíwú**: cholangitis

ifúnpa *n.* strangulation *(láti fún ẹranko pa: to strangle an animal)*

ifúnpọ̀ *n.* compression, constriction

ifúnrúgbìn *n.* insemination, seeding, planting *(afúnrúgbìn: planter of seeds)*

ifúnṣọ̀n *n.* vasoconstrictor *(àrùn ~: hypertension, high blood pressure)*

ifura *[ara fífú]* *n.* premonition, extrasensory perception

ifúyẹ́ *[fífẹ́rẹ̀]* *n.* lightness

ìga *[gíga]* *n.* height, amplitude

ìgà *n.* claws; ~ **akàn**: crab's claw

igékúrú *n.* abbreviation *(gé nkan kúrú: to cut something short)*

ìgẹ̀ *n.* petting, fondling, caressing *(gẹ: to pet)*

ìgẹ̀ *n.* chest

igi *n.* woody plant, tree; ~ **afọn**: African breadfruit tree; ~ **agbọn**: coconut tree; ~ **agbọn-olódu**: African fan palm; ~ **ajẹkòkòrò** *[ajẹran]*: insectivorous plant; ~ **ajẹran**: carnivorous plant; ~ **akọ-ejirin**: African cucumber; ~ **apá**: African mahogany; ~ **àràbà**: kapok tree; ~ **arère**: African maple tree; ~ **arúwékádún**: evergreen tree; ~ **awọ́wé**: deciduous tree; ~ **àyàn**: African satinwood; ~ **ẹ̀gbẹ̀sì**: African fig tree; ~ **ẹkì**: African oak; ~ **eléso**: seed plant; ~ **ìdáná**: wood fuel; ~ **ìgbá**: African locust-bean tree; ~ **ikan**: African greenheart; ~ **ìrókò** *[igi apá, ọ̀ganwó]*: African teak; ~ **ìtilẹ̀** *[ọ̀pá ìtilẹ̀]*: crutch; ~ **iya**: African balsam tree; ~ **okúkùn**: date palm; ~ **olódòdó**: angiosperm, flowering tree; ~ **onírúgbìn**: seed plant, spermatophyte; ~ **oníṣọ̀n**: vascular plant; ~ **òrúrù**: African tulip tree; ~ **osùn**: camwood tree; ~ **ọ̀gẹ̀dẹ̀**: banana tree, plantain tree; ~ **ọ̀gbọ̀**: hemp, flax; ~ **ọpẹ**: palm tree; ~ **ọpọ̀tọ́**: fig tree

igi-imú *n.* bone of the nose

igi-ìṣáná *n.* matchstick

igi-ìbọn *n.* barrel of a gun

ìgò *n.* bottle

ìgopá *[ìgunpá]* *n.* elbow; **èkò** ~: elbow joint *(èkò: joint)*

ìgọ̀-igi *n.* large cavity between roots of a tree

igun *n.* angle, corner; ~ **fífẹ̀**: obtuse angle; ~ **ìdà**: angle of inclination; ~ **ìṣ ẹ́ ìtànná**: angle of refraction *(ṣẹ́: to break)*; ~ **ìtànjáde**: angle of reflection; ~ **ìtànwọlé**: angle of incidence; ~ **mímú**: acute angle; ~ **òjìjì**: angle of reflection; ~ **ọ̀tún**: right angle

igún *[igunnungun]* n. vulture

ìgúnbẹ́rẹ́ n. inoculation, receiving of an injection

ìgunpá *[igopá]* n. elbow

igbá n. calabash, gourd

igba *[àpò méjì]* n. two hundred

igbá n. bitter tomato

igbà n. climbing rope used by palm wine tappers

ìgbà n. age, period; ~ **èwe**: childhood, adolescence period; ~ **ẹ̀rẹ dà**: second trimester of pregnancy *see* ìgbà oyún; ~ **ẹ̀rẹ̀ kan** *(ìgbà ìṣẹ̀lẹ̀ kan)*: period, reciprocal frequency; ~ **ẹ̀rùn** *(àsìkò ẹ̀rùn)*: dry season; ~ **igbakọ** *(ìgbà oyún)*: gestation period, pregnancy period; ~ **irọyin**: fertile period; ~ **irúwé** *[àsìkò irúwé]*: spring season; ~ **ìsàba**: incubation period; ~ **iwájú**: future period; ~ **iwọ́wé** *[àsìkò iwọ́wé]*: fall season, autumn; ~ **ìyàngbẹ-ilẹ̀** *[ìgbà ẹ̀rùn, àsìkò ọ̀gbẹlẹ̀]*: drought, dry season; ~ **òjò** *[àsìkò òjò]*: rainy season; ~ **ooru** *[àsìkò ooru]*: summer season; ~ **òtútù** *[àsìkò otútù]*: winter season; ~ **oyún** *[ìgbà igbakọ]*: antenatal period, gestation period, pregnancy period; ~ **ọlẹ̀**: first trimester of pregnancy; ~ **ẹ̀ dà**: second trimester of pregnancy; ~ **ọmọ'nún**: third trimester of pregnancy; ~ **ọ̀gbẹlẹ̀**: dry season; ~ **ọmọtuntun**: neonatal period; ~ **ọmún**: lactation period

ìgbà- *prefix* time; ~ **àkọ́kọ̀** n. first time; primordial time; ~ **àsè**: reaction time ~ **àtijọ́**: ancient or prehistoric time

igbá-àyà *[igbáyà]* n. sternum, chest bone

ìgbàdí *[ondè]* n. leather worn around the waist containing magic charms

igbádùn n. euphoria, feeling of well-being

igbàgbé n. amnesia, forgetfulness; ~ nṣe é: he suffers from amnesia

igbàgbogbo *adv.* every time, at all times

igbàgbọ́ *[igbẹkẹlé, ìrètí]* n. belief, faith, credence

ìgbàkígbà *[igbàkúgbà]* *adv.* anytime, often

igbakọ *[lílóyún]* n. gestation (in animals)

ìgbàkọ̀ọ̀kan *adv.* periodically

ìgbàlà n. salvation

ìgbálẹ̀ n. broom

ìgbàmíràn n., adv. at other times
ìgbànáà [nígbànáà] adv. then, at that time
igbá òìbó n. eggplant, aubergine
igbàrin [gbígbàrin] n. fertilization (gba ìnrin: to accept sex materials)
igbàtí [nígbàtí] adv. when
ìgbàtọ̀ [gbígba àtọ̀] n. insemination
ìgbàwo [nígbàwo] adv. when?; at what time?
ìgbàyẹn [nígbàyẹn] adv. then, it was then that
ìgbàyí adv. at this time; at the present time, currently
igbe n. crying, vociferation, shouting, clamor
igbèsè n. debt (láti jẹ gbèsè: to owe someone something; onígbèsè: debtor)
igbégbìn n. implantation, nidation
igbésí ayé n. lifestyle; mode of living
igbéyàwó n. marriage, matrimony, wedding; ~ **mímọ́**: holy matrimony
igbẹ́ [igbọnsẹ̀] n. feces, excrement, stool; ~ **gbígbọn** (ènìyàn): defecation reflex, rectal reflex; ~ **gbuuru** [ìṣunú]: diarrhea; ~ **líle**: fecal impaction; ~ **òrìn**: dysentery; ~ **yíyà**: defecation, egestion, bowel movement; ~: bush, forest
igbẹ̀tì n. jetty
ìgbìmọ̀ [ìparapọ̀] n. union, council, committee
igbo n. radius; ~ **ẹ̀ká**: radius of a circle (ẹ̀ká: circle); ~ **ọ̀gbun**: radius of an ellipse
igbó [agijù] n. forest; ~: marijuana, pot
Ìgbómìnà n. Yoruba subtribe
igbóná n. temperature, hotness (láti gbóná: to be hot); ~ **oòrùn**: solar hotness; ~ **wíwọ̀n**: temperature measurement (awọ̀ngbóná: thermometer)
igbóra n. potency; ~: power; ~ **àgọ́-ọta**: nuclear power; ~ **ìfẹ̀ran**: magnifying power (fẹ ìran: to magnify)
igboro n. downtown
igbòrò n. extensiveness (òrò: area; gbígbòrò: area occupied)
igbóyà n. boldness, temerity, rashness
igboyún [igbọlẹ̀] n. impregnation (oyún: pregnancy)
igbọlẹ̀ [igboyún] n. impregnation see oyún
Ìgbọ̀lọ̀ n. Yoruba subtribe
igbọ́ran n. obedience (àìgbọ́ran: disobedience)
igbọ́rọ̀ n. ability to hear (ìyèègbọ́rọ̀: sense of hearing)
igbọnsẹ̀ [igbẹ́] n. feces, animal waste, fecal matter
ìgbọnwọ́ [ọpá, ìwọ̀n-ẹsẹ̀ mẹ́ta] n. yard

ihà *n.* loin, side *(oníhàmẹ́rin: four-sided figure)*; **eegun** ~, **ẹ̀fọn** ~: rib; ~ **ẹ̀gbẹ́**: loin, side of the body; ~ **ọ̀tún**: right side

ihámọ́ *n.* confinement

ihìn *[ìròhìn] n.* news

ihìnrere *n.* good news

ihò *n.* hole, foramen, pit, ditch; ~ **abíyá** *[abíyá]*: armpit; ~ **àti abọ́ ìdí**: anorectum; *adj.*anorectal *(abọ́: receptacle)*; ~ **etí**: external auditory meatus, auditory canal; ~ **ẹnu**: buccal cavity; ~ **ìdí** *[fùrọ̀, ọ̀nà ìṣu]*: anus, anal canal; *adj.* anal; ~ **imún**: nostril, nares, nasal cavity; ~ **ojú**: pupil; ~ **ọ̀pá-ẹ̀hìn**: spinal canal, vertebral canal

ihó *n.* loud noise; clamor, outcry; ~: process of boiling

ihúnra *n.* itchiness, irritation of the body

ihúùhú-ẹyẹ *n.* down feather, plumule

ijà *n.* fight, quarrel, war

ìjáàyà *[àyà jíjá, ìbẹ̀rù, ìbẹ̀rùbojo] n.* phobia, morbid fear

ìjàmbá *[ewu] n.* accident /*ìjà+ mo+ bá: coincidental with trouble/*

ìjáfara *[àfara] n.* indolence, slackness

ìjàgbọ̀n *n.* flesh under the skin

ìjàkádì *n.* wrestling *(láti ja ~ v. to wrestle)*

ìjàngbọ̀n *n.* trouble

ìjarìn *n.* four days ago; **ní** ~ *adv.* four days ago

ìjásè *[ìjẹ́-àsè] n.* reactivity *(láti jẹ́ àsè: respond to a reaction process, to be reactive)*

ìjáwálẹ̀ *n.* free fall *(jáwálẹ̀ v. to fall freely, ajáwálẹ̀ n. free falling object)*

ìjáyà *n.* fear, trepidation

ìje *n.* period of seven days; six days from today

ìjeje *n.* six days ago; **ní** ~ *adv.* six days ago

Ìjèshà *n.* Yoruba subtribe

ìjẹ *n.* nutrition; **okùn** ~: food chain *see* onjẹ

Ìjẹbú *n.* Yoruba subtribe; ~-**òde**: Ijebu-ode, Yoruba city

ìjẹ ẹmu *[ìjẹ àti ìmu, ìjeìmu] n.* diet; **ẹ̀kọ́** ~: dietetics; ~ **pípé**: balanced diet

ìjẹfà *n.* five days ago; **ní** ~ *adv.* five days ago

ìjẹjọ *n.* seven days ago; **ní** ~ *adv.* seven days ago

ìjẹ̀-òdòdó *n.* style *(connects the stigma and ovary of a flower)*

ìjẹrà *n. see* ìràdànù

ìjẹrin *n.* three days ago; **ní** ~ *adv.* three days ago

ìjẹta *n.* two days ago; **ní** ~ *adv.* two days ago

ìji *n.* wind, storm, hurricane

ìji *[òjìji] n.* shadow, shade

ijì *n.* intense fear
ìjì-ilẹ̀ *n.* earthquake
ìjìn *n.* distance
ijinlẹ̀ *n.* depth
ìjìn-nà *n.* linear distance; **ìwọ̀n** ~*[igun]*: linear measure
ìjin-nún *n.* depth
ìjìyà *n.* suffering, agony, punishment; ~ **Jésù**: passion of Jesus Christ
ìjiyàn *n.* act or process of arguing, debate
ijó *n.* dance *(láti jó: to dance)*
ìjogún *n.* process of inheriting heritage
ìjókòó *n.* stool, chair
ìjóná *n.* act of burning
ìjoró *n.* writhing with pain
ìjowú *n.* jealousy, rivalry
ìjọ *n.* kingdom *(taxonomy)*; ~ **alára-ẹran** *[~ ẹran]*: animal kingdom, Animalia; ~ **alára-è̩gbìn**: plant kingdom, Plantae; ~ **alára-osun** *[~ osun]*: fungi; ~: congregation, set, assembly; **ìjọba**: government; ~ **aláde**: monarchy; ~ **alágbádá**: civilian government; ~ **ológun**: military government; ~ **olóyè** *[ọlọ́lá]*: aristocracy; ~ **oníbò**: democratic government, democracy; ~ **onípá**: dictatorship *(ipá: force)*
ìjọra ẹni lójú *n.* narcissism, egomania
ìjọ́sí *adv.* some days ago, some time ago
ìjù *n.* wilderness, uninhabited area
ìjúwe *n.* description
ìka *n.* /ìka-: -dactyl /: digit; **eegun** ~: phalanx *(pl.: phalanges)*; ~ **ẹsẹ̀**: toe; ~ **ọwọ́**: finger; ~ **àárín**: middle finger; ~ **ìtọ́ka** *[ìfábẹ̀lá]*: index finger; first finger; forefinger; ~ **kékeré** *[ọmọ́dinrín]*: small finger *(ọmọ́-dinrín ẹsẹ̀: little toe)*; ~ **òrùka**: ring finger *(àtà-npàkò: thumb, àtànpàkò ẹsẹ̀: big toe)*; ~ **wíwú**: phalangitis; ~ **ìyẹ̀wù-ìfun**: appendix; ~ **ìyẹ̀wù-ìfun gígékúrò**: appendectomy; ~ **ìyẹ̀wù-ìfun wíwú**: appendicitis; ~ *[ìwọ̀n ~]*: inch *(ìwọ̀n-ìka kan: one inch)*
ìkà *n.* wickedness, cruelty
ìkálára *[è̩dùn]* *n.* emotion
Ìkálẹ̀ *n.* Yoruba subtribe
ìkámọ́ *n.* encircling, encirclement *(encircle: láti ká nkan mọ́)*
ìkan *[ọ̀kan, ẹyọ kan]* *n.* one, unit
ìkàniyàn *[ènìyàn kíkà]* *n.* census, counting of people
ìkànṣó *[ọmọ ọwú]* *n.* hammer

ikanṣoṣo *n.* singular; ~ **àt'ọ̀pọ̀lọ́pọ̀**: singular and plural

Ìkàrẹ́ *n.* Ikare, Yoruba city

ikárũn *n.* fifth /ìkó + àrún/

ikárùn *n.* infection; ~ **ajọ̀fẹ́-ara**: parasitic infection; ~ **alámọ̀**: bacterial infection *(alámọ̀: bacteria)*; ~ **iná-ara**: infection with body lice, pediculosis; ~ **ọlọ́jẹ̀**: viral infection *(ọlọ́jẹ̀: virus)*; ~ **onípádikan**: protozoan infection; ~ **osunwuuru**: fungal infection

ìkàwé *n.* reading

ikẹ́ *n.* kyphosis, hump *(abuké: humpback)*

ike *n.* plastic

ikele *n.* partition

Ìkẹ́ *n.* act of petting

ikẹ́dùn *[ìbánikẹ́dùn] n.* sympathy *(láti báni-kẹ́dùn: to sympathize with someone)*

ikẹ́gbin *n.* excretion; **ẹ̀yà** ~ (ara): excretory organ (of the body)

ikẹtan *n.* bandy-leggedness

iki *n.* viscosity *(láti ki: to be viscous; awọn-ki: viscometer)*

ikiri *[ìpolówó gjà] n.* advertisement

Ìkìrun *n.* Ikirun, Yoruba town

ikó *n.* proboscis, beak

ikóbó *[ìkúra] n.* impotence *(láti kóbó: to be impotent)*

ikòkò *n.* pot; ~ **ìdí**: pelvis, hip girdle, pelvic girdle; ~ **ọ̀fun** *[gògò-ngò]*: Adam's apple

ikókó *[ọmọ ọwọ́] n.* infant, baby

ikokò *[ikoòkò, ikàrikò] n.* hyena

ikòkòo tábà *n.* pipe (for smoking)

ikópọ̀ *n.* integral, complete unit

ikórè *n.* harvest

ikórí-ọmú *[ìkórí-ọyọ̀n, orí-omú] n.* nipple, mammilla, papilla; ~ **wíwú**: inflammation of the nipple, mammillitis

ikórí ra *[ìríra] n.* aversion, hatred *(kó ìríra: have an aversion for)*; ~ **ìjẹ ẹ̀mun** /ìjẹ ati ìmun/: anorexia

ikóró ẹpọ̀n *[kórópọ̀n] n.* testis, testicle, orchis; ~ **dídùn**: pain in the testis, orchidalgia; ~ **wíwú**: inflammation of the testis, orchitis; ~ **yíyọ**: surgical removal of a testis, orchiectomy

ikọ́ *n.* hook; ~: valence *(oníkọ́mẹ́ta adj. trivalent)*

ikọ́ *n.* cough; **ẹ̀gbẹ**~: hacking cough; ~ **àyà**: pulmonary cough; ~ **efée**: asthma; ~ **gbígbẹ**: dry cough; ~ **dídẹ̀**: moist cough; ~ **fífẹ̀**: productive cough, effective cough; ~ **lile**: whooping cough, pertussis *(láti wúkọ́: to cough)*

ìkọlà *[idábẹ́, ìdákó]* n. circumcision

Ìkọ̀lé n. Ikole, Yoruba town

ikọlù n. attack, assault

ikọlura n. collision

ikọsẹ̀ *[idíjú]* n. complication, hindrance

ikọ̀sílẹ̀ n. renunciation, divorce

ikú /*ikú-* : *prefix: necro-*/ n. death; **ìyásí ~**: death rate, mortality rate; **~ àdámọ́**: natural death *(kíkú: dying)*; **~ ọmọ-ọwọ́***(ọmọ-tuntun)*: neonatal death, infant death; **~ pádi-ara**: necrosis *(pádi: cell)*

ikùn /*ikùn-*: *prefix: gastr(o)-*/ n. stomach, belly, abdomen; **~ gbígbì**: indigestion, flatulence, dyspepsia, congestion; **~ fífọ̀**: gastric lavage; **~ gígékúrò**: gastrectomy

ikun n. mucus

ikùn àt'ìfun n. stomach and intestine; *adj.* gastrointestinal; **~ wíwú**: gastroenteritis

ikun-imú *[ikunmú]* n. nose mucus *(iwọ̀ aṣekun: mucous membrane, mucosa)*

ikùnà *[àìyege]* n. failure

ikúná n. process of pulverizing; fine grinding

ikúnlẹ̀ n. kneeling

ikun-nilóorun n. narcosis, narcotism *(ẹlà akunnilóorun: narcotic)*

ikún-omi n. deluge, flood

ikúùkù n. mist, fog, haze, humidity

ilá *[iròkò]* n. okra

ìlà *[ikọlà, ìdákó, ~ kíkọ]* n. circumcision; mark on the face *(láti bulà: to have marks on the face*

ìlà *[ọ̀nà]* n. line, axis; **~ aláyùn** *[ilà eléhín-ayùn]*: saw-toothed line; **~ ẹ̀gbẹ́**: adjacent line; **~ ẹ̀gbẹ́ àadó-ọ̀tún**: adjacent side of a right angle triangle *(àadó: triangle)*; **~ ìbú** *[ilàbú]*: horizontal axis, x-axis; **~ ìdúró** *[ilà ìró]*: vertical axis, z-axis; **~ iríwá** *[ilàríwá]*: y-axis; **~ iró** *[ilàró, ilà ìdúró]*: vertical axis, z-axis; **~ iwájú** *[~ ọ́kán]*: opposite line; **~ kíká**: curved line; **~kíkán**: broken line; **~ lílọ̀**: crooked line; **~ ọgbà**: parallel lines; ilàa A pọgbà pẹ̀lú ilàa B: line A is parallel to line B *(láti pọgbà: to be parallel)*; **~ ọgbà méjì**: two parallel lines; **~ ọgbà méta ní ibú**: three horizontal, parallel lines; **~ ọ̀rún**: parabolic line *(ọ̀rún: a bow)*; **~ ṣíṣẹ́**: refracted line; **~ títọ̀, ~ tàaràa**: straight line; **~ wíwọ́**: bent line

ilàágùn n. see ooru

ìlà-ìbú ayé n. latitude

ilà-ifà *[ilààfà]* n. graph, line describing a function *(ifà: function)*

ilà-ìró ayé n. longitude

ilà-ìró àti ilà-ìbú ayé n. longitude and latitude

ilàjà n. mediation, peace-making, arbitration

ilàjì *[idáji, edébù, àbọ̀]* n. half

ilàjú n. civilization

ilákọ̀ṣẹ n. a kind of small snail

ilànà n. procedure, method, algorithm

ilà ògìdo n. perpendicular lines *(ilàméjì ògìdo: two perpendicular lines; ilàmẹ́ta ògìdo: three mutually perpendicular lines)*

ilà oòrùn n. east; the orient

ilà òṣùká n. spiraling line *(láti ṣu òṣùká: to make spirals)*; ~**ìròsì**: left-handed spirals; ~ **ìrọ̀tún**: right-handed spirals

ilà-ọ̀ran n. twisted line *(láti ran: to be twisted)*; ~ **ìròsì**: left-handed twisted line *(re òsì: left turning)*; ~ **ìrọ̀tún**: right-handed twisted line *(re ọ̀tún: right turning)*

ilara n. envy, resentment

ilàrin gálónù n. quart

iláyà n. boldness, courage

ilé[1] n. subspecies (in taxonomy)

ilé[2] *[ibùgbé]* n. abode; ~ **àgbàsùn** *[ilé èrò]*: lodging house; ~ **alájà-méjì**: two-story house; ~ **alárùn**: hospital; ~ **àpatà**: slaughterhouse, abattoir; ~ **àpéjọ-ìlú**: town hall; ~ **arọ́**: forge, smithy; ~ **egbòogi**: dispensary *(egbòogi [egbò igi]: medicinal roots and herbs)*; ~ **èrò**: inn, rest house, hotel; ~ **ẹjọ́** *[kóòtù, kọ́ọ̀tù]*: court, tribunal; ~ **ẹ̀kọ́** *[ilé ìwé]*: school; ~ **ẹ ṣin**: stable; ~ **ẹ̀wọ̀n**: prison, jail; ~ **ẹyẹ**: nest; ~ **ìfẹ̀jẹ̀pamọ́**: blood bank; ~ **ìfowópamọ́**: bank; ~ **igbẹ̀bí**: birthing room; ~ **ikàwé**: library; ~ **ilẹ̀** *[iléelẹ̀]*: bungalow, single-story house; ~ **imòye** *[iléèmòye]*: laboratory *(òye, òye-ayé: understanding)*; ~ **iṣẹ́-abẹ**: operating room; ~ **iṣoògùn**: pharmaceutical company; ~ **itọ̀**: urinal; ~ **ìwé** *[ile ẹkọ́]* :school; ~ **olódi**: castle, fortress; ~ **oyin**: beehive; ~ **ọba** *[ààfin ọba]*: king's palace, king's residence; ~ **Ọlọ́run**: church, mosque, house of worship

Ilé-Ifẹ̀ n. Yoruba city, considered the parent city of the Yoruba

ilé ìwòsàn *[ilé alarùn]* n. hospital; ~ **elégbò-iná**: burn center

ilé-ọ̀jẹ n. ribosome, site of protein synthesis in the cell *(ọ̀jẹ̀: protein)*

ilé-ayé n. world

iléètọ̀ *[àpò itọ̀]* n. bladder, urinary bladder

ilé-ọmọ */ilé-ọmọ- prefix: hystero-/* n. uterus, womb; ~ **dídùn**:

pain in the uterus, hysteralgia; ~ **gígékúrò**: surgical removal of the uterus, hysterectomy; ~ **wíwú**: inflammation of the uterus, metritis

ilé-ọmọnu *n.* uterus, womb

iléèmòye /ilé ìmòye/ *n.* laboratory; ~ **ìmọ̀-ìjìnlẹ̀**: science laboratory *(ìmọ̀n-ìjìnlẹ̀: science)*

ilera *[ara líle] n.* health, haleness, well-being

iléri *[majẹ̀mún, ìpi-nun, ìpin-nun] n.* pact, contract, promise

iléròró *n.* blister

Iléṣà *n.* Yoruba city, Ilesha

iletò *n.* colony, small village; ~ **alámọ̀**: bacterial colony

ilẹ̀ *n.* bond, graft (in chemistry)

ilẹ̀ *n.* soil, ground, land; ~ **ayé**: earth; ~ **dúdú** *[ilẹ̀ẹ́dú, ilẹ̀dú]*: loam, dark soil; ~ **egúrù**: silt; ~ **ọlọ́rà**: fertile land; ~ **pupa**: laterite

ilẹ̀ égbóná *[sọ̀pọ̀ná, òde, ṣáṣá] n.* small pox, variola

ilẹ̀kẹ̀ *n.* beads

ilẹ̀kùn *n.* door

ilẹ̀-tútù *n.* lockjaw (caused by tetanus)

ilò *n.* function, use

ilòdì *n.* deviation; ~ **sí àṣà**: deviation from the norm; ~ **sí òfì**: breaking of the law

ilòkúlò *[ilòkilò] n.* abuse, misuse

ilò oògùn *n.* dosage

ilòsí *n.* treatment, usage

ilóyún *n.* pregnancy, conception

ilọ *[àlọ] n.* act and process of departing, going

ilọ̀ *[ikilọ̀] n.* warning *(láti kilọ̀: to warn)*

ilọ́lù *n.* confused mass, jumble

ilọ́po *n.* multiplicand *(ìfilọ́po: multiplier, ẹ̀sún: product of multiplication)*

Ìlọrin *n.* Yoruba city, Ilorin

ilọsíwájú *n.* progress, improvement, advancement

ilú *n.* town

ilù *n.* drum

ilú etí *n.* eardrum, tympanum, tympanic membrane, myringa; ~ **gígékúrò**: surgical removal of the tympanum, myringectomy; ~ **lílu**: perforated eardrum; ~ **wíwú**: inflammation of the eardrum, myringitis

ilú-nlá *n.* city, metropolis

ilùwẹ̀ *n.* swimming

ìmàdò *[ìmǫ̀dò, ẹ́lẹ́dẹ̀-igbó]* n. warthog

ìmàle *[ìmǫ̀le]* n. Muslim; ẹ̀ **sìn** ~: the Islamic religion

ìmẹ́lẹ́ n. indolence, laziness, idleness

imí *[igbẹ́, igbǫ̀nsẹ̀]* n. excrement, feces

ìmì *[ìmira]* n. movement, instability

imi n. breathing; strength

imíkanlẹ̀ n. deep breathing

ìmìlẹ́gbẹ̀ n. simple harmonic motion, simple harmonic oscillation /mì ní ẹ̀gbẹ́: move from side to side/ (amìlẹ́gbẹ̀ : simple harmonic oscillator)

imí-ọjọ́ *[ìmí oòrùn]* n. sulfur, brimstone

ìmira n. movement; ẹsọ ~: motor nerve (nerve responsible for some motion)

ìmíràn *[òmíràn]* n. another one; adj. *[míràn]* another (ènìyàn míràn: another person)

imísínú n. inhalation, inspiration, afflation

ìmísísé *[ìsémí]* n. sleep apnea

ìmísíta *[ìmíjáde]* n. exhalation, expiration

ìmójúkúrò n. pardon, forgiveness; abandonment, neglect

ìmoore n. gratefulness, gratitude

ìmótútù n. refrigeration

ìmòye n. wisdom

ìmǫ̀ *[ìmǫ̀-ǫ̀pẹ]* n. palm frond

ìmǫ́lẹ̀ n. brightness, luminous intensity

ìmǫ́lẹ̀-oòrùn n. sunlight

ìmǫ̀ n. knowledge; ~ **òun òye**: knowledge and understanding

ìmǫhungbogbo n. omniscience, universal knowledge

ìmǫ̀-ìjìnlẹ̀ *[ìmǫ̀-jìnlẹ̀]* n. science; ~ **àti ìmǫ̀-ẹ̀rǫ́**: science and technology (onímǫ̀-jìnlẹ̀: scientist)

ìmǫ̀nàmǫ́ná n. lightning

ìmǫra n. adaptation, habituation see ìbáramu

ìmǫ̀ràn n. advice; *[èrò]* idea (ǫ̀mǫ̀ràn: knowledgeable person, expert)

ìmǫ́tótó n. hygiene

ìmǫ̀wé n. erudition

imú /imu-: prefix: naso-, rhino-/ *[nasus]* n. nose; **igi-~**: nosebone; **ihò-~** *[ihòomú]*: nostril; ẹ̀ **kǫ́ nípa** ~: nasology; ẹ̀ro àbẹ̀wò ~: nasoscope; ~ **àt'ǫ̀fun**: nasopharynx; ~ **dídí**: rhinitis; ~ **dídùn**: rhinalgia, rhinodynia; ~ **ṣíṣe ẹ̀jẹ̀**: nosebleed, epistaxis

ìmùdùnmúdùn ẹ̀jẹ̀ *[orísun ẹ̀jẹ̀]* n. bone marrow

ìmúkŭn n. condition of being knock-kneed (láti múkŭn: to be knock-kneed)

ìmúláradá n. healing
ìmúra n. readiness
ìmúrasílè n. state of preparedness
iná n. fire; **ìṣ ù ~**: heat; **ìtànká ~**: heat radiation *(ìgbónà; hotness; láti gbónà: to be hot)*; *(ìgbónà: heat convection; ìmúná [iná mí- mù]: heat conduction)*
ìná n. cost, expense, outlay, investment; **iye ~** *[iyewó ~]*: cost price; **~ ìṣelópò**: cost of manufacturing, expenses incurred in the process of manufacturing an article; **~ ìtà**: cost of sales, expenses incurred in the process of selling an article
inádà-nu *[inákun̂à]* n. wasteful expenditure
iná-orí n. louse, crab louse
inára *[inón agbára]* n. expenses in terms of energy
inárun n. nettle rash
ináwó n. monetary expenses; ó nón mi ní owó, àkókò àti agbára: it cost me money, time and energy
ìní *[ohun-ìní]* n. possession, property
inira n. complication
ìnò *[ìpàgùndà-síwá]* n. linear expansion, stretching
ìnòró *[òòró, ìgùn, ìga, ìdúró]* n. height
inú /inú- *prefix: celio-/[ikùn]* n. stomach, abdomen; **~ ríru**: nausea, indigestion, dyspepsia; **~ rírun**: stomachache; **~**: internal volume
inú n. /inú- *prefix: endo-/* adj. inner, internal; **~ agbárí** adj. intracranial *(agbárí: cranium)* ; **~ etí**: inner ear; **~ ìṣan** adj. intramuscular *(ìṣan: muscle)*; **~ ìṣòn-àbò** adj. intravenous *(ìṣòn-àbò: vein)*; **~ ìwò-ara**: cutis, corium; **~** adj. intracutaneous, intradermal; **~ ojú** adj. intraocular; **~ ọpọlọ** adj. intracerebral; **~ pàdi** adj. intracellular
inú-bíbàjẹ *[bíbanúnjẹ́]* n. depression, melancholia
inúbíbí n. anger
inú-búburú n. wickedness
inú- dídùn n. happiness, gladness
inú-fùfù n. quick temper
inú-funfun n. honesty
inúrere *[inúunre]* n. kindness, benevolence
ìpá n. force, effort *(agbára: energy; ìgbóra: power)*; **ìwòn ~**: force measurement; **ìdíwòn ~**: unit of measurement of force *(1 níútìnì: 1 newton)*; **~ fìfà**: centripetal force; **~ fìfì**: centrifugal force
ìpá n. elephantiasis, hydrocele

ipa *[òpó] n.* pathway, channel, track

ìpààrídà */ìpa ìrí dà = pa bí ó ṣe rí dà: change of form/ n.* metamorphosis, change of form; ~ **àìpé** : incomplete metamorphosis; ~ **pípé** (àwọn kòkòrò): complete metamorphosis of an insects *(ẹyin, ẹ̀din, itùn, ọdọ́; egg, larva, pupa, adult)*

ìpààrọ̀ *[pàṣípààrọ̀] n.* barter

ipá afẹ́fẹ́ *n.* wind force

ìpààrà *n.* restlessness, coming and going

ipá àrá *n.* electric charge *(àrá: electricity)*

ipadà *[ipadàbọ̀, ipadàwá] n.* return

ipadàsẹ́hìn àìsàn *n.* relapse

ìpàdé *n.* meeting

ipadò *n.* watercourse

ìpákè *[ipá òkè, kunú] n.* hernia, rupture

ìpàkọ́ *[ẹ̀hìn orí, ẹ̀hin-rí] n.* occiput, back of the head

ipalára *[ewu] n.* danger, hazard, jeopardy

ìpalẹ̀mọ́ *n.* preparation (for a journey)

ìpamọ́ *n.* preservation

ìpamọ́ra *n.* absorption

ìpanilébi *n.* starvation

ìpanu *n.* snack

ìpanumọ́ *n.* silence

ipá òòfà *n.* magnetic force

ìpapòdà *[íjí, ìmìra] n.* motion, movement; *adj.* kinetic; *(láti papòdà: to move; pa ipò dà: to make a change in position)*; **àlàyé** ~ **òyì**: kinetic theory of gases; **àrùn** ~: motion sickness, kinetosis

ìpara *(epo, òrí) n.* lotion, demulcent

ìparadà *n.* change of state, commutation, transformation; **ìṣùiná** ~ **iwọ̀nkan**: (specific) latent heat; ~ **agbára**: energy transformation

ìpara-ẹni *n.* suicide

ìparẹ́ *n.* disappearance; erasing, act of rubbing out of something written

ìparí *n.* end, conclusion

ìpárí *[ipálórí] n.* baldness

ìparun *n.* complete destruction, annihilation

ìpatà *[ipẹtà] n.* rust, corrosion

ìpàtẹ́wọ́ *n.* handclapping, applause

ìpè *n.* pronunciation *(láti pe ẹ̀ka-ọ̀rọ̀: to pronounce a word)*; invitation

ìpèjẹ *[àpèjẹ́]* *n.* invitation to a banquet
ìpéjọpọ̀ *n.* convocation, meeting
ìpèlé *[ìborùn]* *n.* outer cloth worn by women
ìpele *n.* layer
ìpè-ọ̀fun *n.* glottis
ìpénpéjú *[penpéjú]* *n.* eyelid
ìpére *n.* kind of small snail
ìperédà *n.* change of velocity
ìperédàsíwájú */pa eré dà sí iwájú/* *n.* acceleration
ìperédàsẹ́hìn *n.* deceleration
ìpèsè *n.* act of provision; blessing
ìpète *n.* planning, plotting
ìpéwọ̀n *n.* standard *(pé ìwọ̀n: conforms to a criterion)*
ìpẹ́ *n.* scales (of fish, snakes and some mammals)
ìpẹ̀ *n.* consolation *(láti ṣìpẹ̀ fun ènìyàn: to console someone)*
ìpẹ̀ ka *[ẹ̀ka igi, ẹtún]* *n.* branch of a tree *(láti pẹ̀ka: to branch)*
ìpẹ̀ kan *n.* acidity *(láti pẹ̀kan, láti kan: to be acidic, to be sour)*
ìpẹ̀ kun *n.* end, terminating point, limit
ìpẹ̀ ta *n.* sprouting *(pẹ̀ta: to sprout; ta: to sprout)*
ìpín *n.* quotient, dividend, result of a division; factor
ìpín *n.* seed in the eye (on waking up)
ìpilẹ̀ ṣ ẹ̀ *[ìbẹ̀rẹ̀]* *n.* foundation, basis, origin; ~ **ìdíwọ̀n**: elementary unit of measurement
ìpínkárí *adj.* distributive *(òfì ìpínkárí: distributive law)*
ìpínlẹ̀ *n.* province, state *(orílẹ̀: country; orílẹ̀-èdè: nation)*; demarcation
ìpinnu *[ìlérí, majẹ̀mú]* *n.* pact, contract
ìpínyà *n.* separation
ìpiwàdà *n.* change of behavior
ìpiyẹ́ *n.* plundering, pillaging
ìpò *n.* position, rank, category; ~ **gbígbà**: displacement
ìpolówó ọjà *[ìkiri]* *n.* advertisement
ìpòyì */pa òyì/* *n.* spinning, rotation, gyration, spinning on an axis; **ìlà** ~: spin axis
ìpòyìdà */ipa òyì dà: exchange of gases/*: respiration; **ẹ̀yà** ~ **ara** *[ẹ̀yà apòyìdà]*: respiratory organ; **ìkarùn ẹ̀yà** ~ **-ara**: respiratory tract infarction; **ìyásí** ~: respiratory rate; ~ **àwọn pádi-ara**: internal respiration *(mími: external respiration, breathing)*
ìpọn *n.* thickness; **láti ní** ~ *v.* to be thick
ìpọn *n.* ladle, wooden spoon

ìpónjú *[wàhálà] n.* weariness, misery, distress, affliction

ìpònjú *n.* forehead

irà *n.* marshy place, swamp

iráàre *n.* misery, existing in a pitiful condition

ìràdànùn *[ìjẹrà] n.* putrefaction

iran *n.* exhibition, show, theatrical performance; vision, clairvoyance

iran *n.* genus, generation; ~ **ajòfé-ara**: plasmodium; ~ **ẹ̀hìn**: past generations, ancestors; ~ **iwájú**: future generations, descendants

ìrandíran *adv.* from generation to generation; from one generation to another

iran-fífẹ̀ *[ìfẹ̀-ìran] n.* magnification

irán-ìdí *n.* coccyx

ìrànlówó *[ìrànwó] n.* aid, help; ~ **látòkèèrè**: foreign aid; ~ **owó**: financial aid; **ìrànlówóọ wàràwéré**: first aid

ìràn-nrán *n.* delirium, nightmare

ìránṣẹ́ *n.* servant, messenger, apostle

ìránṣẹ́bìnrin *n.* female servant; female apostle

ìránṣẹ́kùnrin *n.* male servant; male apostle

ìránṣẹ́-Ọlọ́run *[òjíṣẹ́ Ọlọ́run] n.* apostle

irántí *n.* memory, remembrance *(láti ṣèránti: to remember)*

ìrànwó *see* ìrànlówó

ìràpadà *n.* redemption *(Olùràpadà: Jesus, the redeemer)*

ìràrá *[ràrá] n.* dwarf, nanus, homunculus

iráwé *n.* dead leaves

ìràwò *n.* stars; ~ *n.* beetle *(order Hymenoptera)*; ~ **onírù**: comet

iré *[eré] n.* play, sport, theatrical exhibition; ~ **orí ìtàgé** *[eré orí ìtàgé]*: staged play

ire *n.* good fortune, good luck, blessing *(olóríire: a habitually lucky person)*

irè *n.* leg

irégbè *n.* nonsensical talk, rubbish

iré-ìdí *(ìreré) n.* tail of a bird

iré ipá *[erépá, eré ipá] n.* wild play

ìréjúu-wàrà *n.* cream

irèké *n.* sugarcane

irékíré *[erékéré] n.* unsuitable kind of play

ìrékọjá *[àsè ìrékọjá] n.* Passover

Ìréra *n.* impudence, haughtiness

iretí *[ìgbẹ́kẹ̀lé] n.* hope, expectation

irewájú àsè *n.* forward reaction *(àsè: reaction)*

ìrẹ̀ *n.* cricket (insect)
ìrẹ́ *[ìrẹ́pọ̀] n.* friendliness
ìrẹ̀hìn àsè *n.* back reaction (in chemistry)
ìréjẹ *n.* cheating, unfairness
ìrẹ̀lẹ̀ *n.* humility, modesty
ìrẹ́pọ̀ *[ìrẹ́] n.* friendliness, camaraderie
ìrẹ̀sílẹ̀ *n.* humiliation
ìrẹ̀wẹ̀sì *n.* dejection, discouragement
ìrí *n.* appearance, shape
ìrì (eeni) *n.* dew, precipitation
ìrídĭ *n.* understanding or discovery of the cause of something
　　(láti rídĭ : to prove)
ìrin *(ìṣù ìrin) n.* iron
ìrìn[1] *[egbò, ẹ̀kọ̀n, gbòngbò] n.* root; **ọ̀sọ́** ~: root cap, calyptra;
　　ìrun ~: root hair; ~ **ẹ́ẹ́kán**: nail root; ~ **ìrúgbìn**: radicle, small
　　root, rootlet; ~ **àtòdewá**: adventitious root *(aerial root: ìtàkùn;*
　　tap root: gbòngbò);
ìrìn[2] *n.* tendons, sinew; ~ **ẹ̀hìn-ẹsẹ̀**: hamstring tendon; ~ **ohùn**:
　　vocal cords; ~ **wíwú**: tendinitis
ìrin *n.* sex, gender; **ẹ̀kọ́ nípa** ~ **ẹ̀dá**: sexology; **ẹ̀yà** ~: sexual
　　organ; **okùn-ìran** ~: sex chromosome *(okùn ìran: chromosome)*
　　ìrin abo */~ abo- prefix: gymn(o)-/[ẹ̀yà ìrin abo] n.* female
　　sexual organ; ~ **òdòdó** *[ẹ̀yà ìrin-abo òdòdó, bí-òdòdó]*: female
　　part of a flower; carpel,singly or collectively called a pistil;
　　gynoecium
ìrin akọ */ìrin akọ - prefix: andr(o)-/ [ẹ̀yà ìrin akọ]*: male sexual
　　organ; ~ **òdòdó** *[ìrùkẹ̀ òdòdó, ẹ̀yà　　ìrin akọ òdòdó]*: stamen
　　of a flower composed of the anther and the filament,
　　androecium
ìrìn-àjò *n.* journey
ìrìndọ̀ *n.* nausea, an upset stomach with an urge to vomit
ìrìn ẹ̀ẹ̀kà *[ìrìn] n.* root of a number, radical; ~ **kéjì**: square root;
　　~ **kẹ́ta**: cube root; ~ **kẹ́wǎ** : tenth root; ~ **ẹ̀ẹ̀kà-akọ́dí**: root of
　　a complex number; ~ **ẹ̀ẹ̀kà-gidi**: root of a real number
ìrìn-ẹsẹ̀ *n.* gait
ìrìn ẹ̀ sọ *n.* nerve root; ~ **wíwú**: radiculitis
ìrínisí *n.* perception of a person
ìrìnkiri *n.* wandering *(alárìnkiri: wanderer)*
ìrìn ọ̀fun *n.* trachea, windpipe; ~ **wíwú**: tracheitis
ìrìn ọ̀mì *[àtiṣe ọ̀mì] n.* root of an equation
ìrìn ọ̀mì-akọ́dí *n.* complex root of an equation

irinṣẹ́ *[irin-iṣẹ́]* n. tools, work equipment

irínwó *[àpò mẹ́rin]* n. four hundred

iríra n. irritability, aversion

irírí *[irírí-aye]* n. (worldly) experience

irísi *[irí]* n. shape, appearance, looks

iró /-iró *prefix: phono-/[idún]* n. sound; **agbára** ~: sound energy; **ijì** ~: loudness of a sound; **agbọ̀n** ~: sound wave *(láti ró: to sound, to make a sound)*; ~ *[aṣọ-iró]*: cloth worn by women as a wrapper

iròbó *[òròbó]* n. piles, hemorrhoids

irogún n. gradual, continuous deposit of something; instillation

iròhìn *[iròyìn]* n. news, information

irojú n. lack of zest

irójú n. good luck, abundance of opportunity (to pursue a goal)

iroko *[iṣẹ́ àgbẹ̀]* n. agriculture, farming

irókò *[igi irókò]* n. iroko tree, African teak, Chlorophora Excelsa (Moraceae)

iròkò n. species of okra

iròpin /rò + pín/ n. average, process of finding an average; *(àròpín: the average, arithmetical mean)*

iròpọ̀ n. addition *(àròpọ̀: sum; ríro àwọn èkà pọ̀: the process of adding numbers)*; ~ **àti iyọkúrò** : addition and subtraction; ~ **èèkà olópin**: finite number of additions

irora n. ache, body ache

irorẹ́ n. acne, pimple

irọ́ n. falsehood, lie

irọ́ *[rírọ́]* n. elasticity *(láti rọ́: to be elastic, àwọn arọ́: elastic things)*; **láti dé òpin** ~ v.i. to reach an elastic limit

irọbí *[rírọbí]* n. labor, parturition, confinement; ~ **àìpọ́jọ́** *[~ àìpọ́ṣù]*: premature labor

irọ́jú n. perseverance, endurance

irọ̀lẹ́ n. nightfall, dusk, evening

irọ́-nú n. long fast, abstaining from food

irọ́pò n. displacement, substitution

irọrí n. pillow; **àpò** ~ n. pillowcase

irọrùn *[ẹ̀sọ́]* n. ease, convenience

iròyìn *[rírọ̀ ẹyìn]* n. fertility *(rọ́: to descend)*; **igbà** ~: ovulation period

irú n. type, species; ~ ẹranko wo ni èyí? what type of animal is this?; ~ *(irúgbú)*: fermented locust seeds

irù n. tail

irúbọ n. sacrifice

irúdì n. blossoming

irúfìn n. lawbreaking, crime, transgression

irúgbìn n. seeds (for planting)

irújú *[irúnilójú, kàyéfì]* n. confusion, disorientation

ìrùkẹ̀rẹ̀ àgbàdo n. beard of maize

irúlǔ *[idàlúrú]* n. insurrection, revolution

irun n. hair, pilus; ~ **abẹ́** *[irun idi, irunmu]*: pubes; ~ **abíyá**: hair of the armpit; ~ **ara**: pelage; ~ **ètè** *[irun imú]*: moustache; ~ **àgbọ̀n** *[irùngbòn]*: beard; ~ **ojú** *[irun-ìgbẹ̀gbèrejú]*: eyebrow; ~ **pénpéjú**: cilia, eyelash; ~ **irìn**: hair root

irúwé n. bloom

isà n. burrow, hole, lair

isá n. famine, dearth

ìsàba *(ìgbà ~)* n. incubation period, latent period; **ẹ̀rọ** ~: incubator *(sísàba: incubation)*

ìsájú *[ojú-ìsájú]* n. favoritism

isà irun n. follicle; ~ **wíwú**: folliculitis

ìsàlẹ̀ /ìsàlẹ̀: sub-/ n. base, bottom, underpart; adj. *[odò]* inferior; ~ **àgbọ̀n**: jaw; ~ **apá**: forearm

isálu-ọ̀run *(àjùlé ọ̀run)* n. vault of heaven

ìsàmì n. baptism *(láti sàmì: to be baptized)*

isán n. period of nine days; ní ~ òní: eight days from today *(along with today, makes nine days)*

isán n. current; ~ **àrá**: electric current *(àrá: electricity; láti sán: to move fleetingly)*

isà òkú n. grave

ìsédò n. dam

ìsẹ́ra n. self-restraint, continence

ìsilẹ̀ *[sísilẹ̀]* n. precipitate

isó n. emission of gas from the intestine, fart *(láti só; to fart)*

isoríkodò n. inversion

isorọ̀ n. suspension

isọ n. beat, pulse; ~ **ìṣọ̀n-ara**: pulse; ~ **ọkàn**: heart beat

isọdasán *[isọdòfo]* n. annihilation

isọdọ̀tun *[isọdàtun]* n. renovation

isọ́ n. propeller *(láti sọ́ nkan: to propel forward)*

isọdipúpọ̀ n. multiplication *(ìlọ́po: multiplicand; ìfìlọ́po: multiplier; ẹ̀sún: product)*

isọdọsẹ *[isọsẹ]* n saponification, soapmaking

ìsọ̀gbè n. satellite; ~ **àtọwọ́dá**: artificial satellite; ~ **ìràwọ̀**:planet; ~ **oòrùn**: solar planet; ~ **wuuru**: asteroid, minor planet, planetoid

ìsǫjí *n.* revival

ìsòkalè *[bíbí (ọmọ)] n.* delivery, parturition, childbearing; descent

ìsǫkúsọ *n.* nonsense, idle talk

ìsun *[ẹṣẹ́, orísun] n.* secretion, source of secretion; ~ **ojera** *[ẹṣẹ́ oje-ara]:* gland *(ojera: hormone)*

ìṣà *n.* earthen water pot

ìṣá *n.* ebb tide; ~ *[ìyàn, ìsá]:* famine

ìṣáfè *n.* inanition; exhaustion

ìṣáká *[kúrúnà, ìfọ̀n] n.* craw-craw

ìṣà ojú *n.* aqueous humor; fluid between the cornea and the lens of the eye

ìṣan/ìṣan- *prefix:* my-, myo-/ *n.* muscle; ~ **akára:** flexor /*ká ara: to flex a body-part*/; ~ **ara:** involuntary muscle, smooth muscle, striped muscle; ~ **dídùn:** myalgia; ~ **eegun:** skeletal muscle, voluntary muscle, striated muscle; ~ **è hìn-ẹsè** : hamstring muscle; ~ **è hìn-itan:** sartorius; ~ **è hìn òkè-apá:** triceps branchii; ~ **inún-ìhà:** intercostal muscle; ~ **olórímẹ́jì:** biceps; ~ **olórímẹ́ta:** triceps; ~ **wíwú:** muscle soreness, myositis

ìṣàn *n.* vessel; **ìṣù ~:** vascular tissue; ~ **ara** *[ìṣàn]:* vessel; ~ **wíwú:** angitis; ~ **è jè** : blood vessel

ìṣàn àbò *[ìṣàn-è jè àbò] n.* vein; ~ **è dòfóró:** pulmonary vein; ~ **gígékúrò:** phlebectomy; ~ **ọrùn:** jugular vein; ~ **wíwú:** phlebitis

ìṣàn àlọ *[ìṣàn-è jè àlọ] n.* artery; ~ **apá:** ulnar artery; ~ **dídì:** arteriosclerosis, hardening of the arteries; ~ **èbátí:** temporal artery; ~ **è dòfóró:** pulmonary artery; ~ **itan:** femoral artery; ~ **iwe:** renal artery; ~ **nlá:** aorta; ~ **wíwú:** arteritis

ìṣàn fífún *n.* vasoconstriction, constricted vessel; **àrùn ~** *[àrùn ìfunṣàn]:* hypertension; high blood pressure

ìṣàn-ìmu *(ògbìn) n.* xylem, tissue that transports water and dissolved minerals up a tree

ìṣàn-omi *n.* river

ìṣàn omiara *n.* lymph vessel; ~ **wíwú:** lymphangitis, adenitis, lymphadenitis

ìṣàn ònjẹ *(ògbìn) n.* bast(fiber), phloem, tissue that carries dissolved food downward in a tree

ìṣàn ògbìn *n.* fascicle; **ètò ~:** vascular system, venation; **ìdì ~:** vascular bundle

ìṣàn ọkàn *n.* coronary vessels

ìṣan ọkàn *n.* cardiac muscle, myocardium; ~ **wíwú:** myocarditis

ìṣàn ṣísò *n.* vasodilation, dilated vessel

iṣànyíká *n.* circulation

iṣe *[ęka-ọrọ iṣe] n.* verb; action, deed

iṣegééré *[iṣegbáko] n.* exactness *(ọ̀mì aṣegééré: exact equation; láti ṣe gééré: to be exact)*

iṣègùn *n.* art and science of medicine; ~ **aboyún**: obstetrics, OB; ~ **arúgbó**: geriatrics; ~ **eegun-títò**: orthopedics; ~ **ẹsẹ̀**: podiatry, chiropody; ~ **ehín-títò**: orthodontics; ~ **iṣù àyíká-ehín**: periodontics; ~ **ọmọ wẹ́wẹ́**: pediatrics; ~ **wàràwéré**: first aid

iṣelógán *n.* reflex action *(ọgán ara: reflex arc)*

iṣelópọ̀ *n.* manufacture *(láti ṣe nkan lọ́pọ̀: to manufacture something)*; **ilé-iṣẹ́** ~: factory; **oníṣelópọ**: manufacturer

iṣèlú *n.* politics *(ọ̀ṣèlú, aṣèlú: politician)*

iṣesí *n.* property, behavior, characteristic; ~ **ẹ̀dá**: properties of matter *(ẹ̀dá ní àyè, ó sì ní okun: matter has volume and mass)*

iṣẹ́ *n.* work; ~ **àgbẹ̀** *[iroko] n.* agriculture, farming

iṣẹ́ abẹ *n.* surgery, operation; ~ **kékeré**: minor surgery; ~ **ọkàn**: heart surgery; ~ **pàtàkì** : major surgery

iṣ èdá */iṣe ti a ṣe dá/ [ibẹ̀rẹ̀, ipilẹ̀ṣẹ̀] n.* creation, genesis, origin; ~ **èdùmarè**: origin of the universe; ~ **oníyè** *[iṣẹ̀dá ohun oníyè]*: origin of life; ~ **pádi-àtọ̀**: spermatogenesis

iṣ èdálẹ̀ *n.* custom

iṣ èdá ayé *[iṣẹ̀dáyé] n.* origin of the world; **ilànà ~ti onígbàgbọ́**: biblical theory of creation; **ilànà ~ ti onímọ̀-jìnlẹ̀** : scientific theory of creation, evolution

iṣ ẹjú */ṣẹ́ ojú/ n.* minute *(iṣisẹ̀: second; wákàtí: hour)*

iṣ ẹkù *n.* remainder

iṣ èlẹ̀ *n.* event, incidence, occurrence, phenomenon; ~ **kan**: one occurrence

Ìṣa *n.* Yoruba subtribe, Isha

iṣírò *[ẹ̀kọ́ iṣirò] n.* mathematics *(aṣirò: mathematician)*; **ifà** ~: mathematical function; **osé** ~: mathematical operator; ~ **idà**: differential calculus, differentiation, mathematics of slopes *(idà: slope)*; ~ **òrò**: integral calculus, integration mathematics of finding areas *(òrò: area)*

iṣisẹ *n.* second; ~ **kan**: one second *(iṣẹjú: minute)*

iṣ ọ̀mọbí *[ifètòsọ́mọbíbí]* birth control; **ẹ̀là** ~: birth control medicine

iṣ òwò *n.* trading, commerce; **owó** ~ *[owó-òwò, oko-òwò]*: trading capital *(oníṣòwò: trader)*

iṣ ọ́ra *[àmùrè] n.* defense, protection

iṣu *n.* yam

ìṣù *n.* aggregation, mass; ~ **ale**: erectile tissue; ~ **ìṣòn**: vascular tissue; ~ **lítíà** *(lítíà)*: lithium; ~ **òrá** *[ìṣù ọlọ́rá]*: adipose tissue, fatty tissue, lipid; ~ **ọta**: elements, an aggregation of atoms *(ọta: atom)*; ~ **èṣọ**: nerve chord

ìṣù ara *n.* tissue; ~ **gìgan**: sclerosis; ~ **wíwú**: cellulitis

ìṣubú *n.* fall

ìṣù èèmò *[lẹẹrẹ]* *n.* neoplasm, tumor; ~ **aràn**: malignant neoplasm, malignant tumor

ìṣù-iná *[ìṣùuná]* *n.* heat; **agbára** ~: heat energy; **ìtànká** ~: heat radiation, radiant heat

ìṣumú *[ìgbẹ́ gbuuru]* *n.* diarrhea *(aṣunún: person with diarrhea)*

ìṣúra *n.* treasure

ìta *[ìta gba-ngba, òde]* *n.* open air, outside, outdoors

ìtagìrì *n.* arousal *(tagìrì: to be aroused)*

ìtàkùn *n.* aerial root of a plant, adventitious root

ìtan *n.* relation

ìtan *n.* thigh; ~ **kíkè**: bowleggedness

ìtàn *n.* story; ~ **àkọọ́lẹ̀** *[ìtàn àkọsílẹ̀]*: history, chronicles; ~ **ìdílé**: family history; ~ **ìgbésí-ayé**:biography; ~: ray *(atàn: source of radiation, material that radiates)*

ìtàn àrè *n.* X-ray *(àrè: unknown phenomenon)*

ìtanjáde *n.* transmission

ìtànká *n.* radiation; ~ **àìtó àwọ̀-pupa**: infrared radiation, IR; ~ **ìṣù-iná**: heat radiation, radiant heat

ìtànná/*ìtànná*-: *photo-/ n.* light; ~ **àrá**: electric lightning

ìtàn òjìji *n.* reflection

ìta-oòrùn *[~ ayé] n.* tropics *(ibi tí oòrùn ti nta: where the sun shines directly overhead)*; **òkè** ~: Tropic of Cancer; **odò** ~: Tropic of Capricorn; **ilẹ̀** ~: tropical lands, tropics; *adj.* tropical; **ará ilẹ̀** ~: the people of tropical lands; **èso ilẹ̀** ~: tropical fruit

ìtanra ẹni *n.* delusion

ìtẹ́ *n.* table *(ṣe ìtẹ́: to tabulate)*; *[ilè ẹyẹ]* nest; *[igúnwà]* king's throne

ìtẹ́ òòfà *n.* magnetic field

ìtẹ́jú *n.* surface area

ìtì *n.* pressure; ~ **afẹ́**: atmospheric pressure; ~ **ìrì**: vapor pressure; ~ **ẹ̀jẹ̀**: blood pressure; ~ **ẹ̀jẹ̀-àbò**: venous pressure

ìtì-igi *n.* log (wood)

ìtìlẹ̀ *[ọ̀pá ~, igi ~] n.* crutch

ìtóbi *n.* bigness, largeness (size); ~ *[àyè]* volume occupied

ìtọ́ *n.* saliva; creek of a lagoon

ìtọ̀ *n.* urine; **àpò** ~: urinary bladder, bladder; **ìfun** ~: ureter;
ìfun ~ wíwú: ureteritis; **ìyanjú èlà inú-~**: urinalysis; **ọ̀nà** ~:
urethra; **ọ̀nà ~- wíwú**: urethritis

ìtọ̀ gbígbọn (ènìyàn) *n.* micturition reflex *(èyàa títọ̀ ara: urinary tract)*

ìtọ́jú *n.* care, nourishment; ~ **arúgbó**: pediatric care; ~ **ìgbà-oyún**: antenatal care

ìtọ́ka *n.* identification; ~ **ìyọnu**: identification of a problem

ìtọ́wò *n.* taste

itú *n.* wonderful feat

ìtúlẹ̀ *n.* snout

ìtúmọ̀ *n.* translation *(láti túmọ̀: to translate)*; definition

itùn (kòkòrò) *n.* pupa *(ẹ̀din: larva)*

iwá *n.* front, facade

iwà *n.* behavior, character; ~ **àbínibí**: innate behavior, instinct;
~ **àdáyébá**: acquired characteristic; ~ **àìbójúmu** see ìwàkúwà; ~ **àìmọ́** *[ìwà ọ̀bùn]*: uncleanliness; ~ **búburú**: meanness,
wickedness; ~ **ẹ̀dá**: human behavior; ~ **ẹranko**: animal
behavior; ~ **ìkà**: cruelty,wickedness; ~ **oótọ́**: truthfulness

ìwààsùn *n.* preaching

iwádĩ́ *n.* investigation; ~ **baba-ọmọ**: paternity test

iwájú *n.* front; *adv.* forward *(láti lọ iwájú: to move forward)*; *adj.*
frontal, anterior

Ìwàkùn *n.* hinge; door hinge

ìwàkúwà *[ìwà òdì, ìwà àìbójúmu]* *n.* deviant behavior

iwá-ojú *n.* face

iwàpẹ̀lẹ́ *n.* gentle behavior

iwàrere *n.* good behavior

iwe /*iwe- prefix: nephr(o)-*/ *n.* kidney; ~ *adj.* renal; ~ **àìgbéṣẹ́**:
renal failure, kidney failure; ~ **àtọwọ́dá**: artificial kidney; ~
dídùn: nephralgia; ~ **gígékúrò** *[iwe yíyọ]*: nephrectomy; ~
wíwú: nephritis;

iwé *n.* book, paper; ~ **àkọpamọ́**: records, record book; ~ **àwò-ran-ayé**: atlas *(àwòran ayé: map of the world)*; ~ **ètò-owó**:
account, ledger; ~ **ẹ̀rí**: receipt; ~ **ìhágún**: will, testament; ~
ìròhìn: journal; ~ **ìròhìn ìmọ̀-jìnlẹ̀**: scientific journal; ~ **ìṣírò-owó** *[iwé ìṣírò-ọrọ̀]*: ledger, account book; ~ **ìtàn**: storybook; ~
ìtàn-àkọọ́lẹ̀ *[ìtàn àkọsílẹ̀]*: history, chronicle; ~ **ìtàn-ìdilé**:
family history; ~ **ìtàn ìgbésí-ayé**: biography; ~ **oògùn**:
pharmacopoeia

ìwékíkà *n.* reading *(láti kàwé: to read)*

ìwékîkǫ́ *n.* learning *(láti kǫ̀wé: to learn from books)*

ìwékîkọ *n.* writing *(láti kǫ̀wé: to write a book; to author a book)*

ìwì *n.* bard *(kéèwì: to sing bardic verse; akéèwì: bardic singer)*

iwin *[ọrọ]* *n.* imaginary being in human form, fairy

ìwín *n.* insanity, madness *(asíwín: insane person)*

ìwo *n.* horn

Ìwó *n.* Yoruba city, Iwo

ìwòsàn *n.* cure

ìwòye *n.* thinking ahead, planning

ìwòyí *n.* this time; ~ ọdún tó kọjá: this time last year

ìwǫ́ *n.* curvature, inflection; *[olóbi]* umbilical cord, navel

ìwọ *2nd pers. sing. pr.* you

ìwǫ̀[1] *n.* hook, fish hook

ìwǫ̀[2] *n.* membrane, integument; ~ **àárín**: mesoderm *(ìwǫ̀ inún: endoderm; ìwǫ̀ ìta: ectoderm)*; ~ **adáláyè** /dá ní àyè/: semipermeable membrane; ~ **àgǫ́-pádi**: nuclear membrane; ~ **agbári** *[awọ agbári]*: epicranium; ~ **àìláyè**: impermeable membrane; ~ **aláyè**: permeable membrane; ~ **aṣekun**: mucous membrane *(ikun: mucus)*; ~ **eyin**: egg membrane; ~ **pádi**: cell membrane, plasma membrane

ìwǫ̀-ara *[iwǫ̀]* /iwǫ̀-ara- prefix: derm-/ *n.* skin; ~ **àtọwǫ́dá**: artificial skin; ~ **gbìgbẹ**: xeroderma, dry skin; ~ **wíwú**: inflammation of the skin, dermatitis

ìwǫ́-ẹ̀ká *n.* arc of a circle

ìwǫ̀ ẹyinjú *n.* conjunctiva *(ẹyinjú, ẹyin ojú: eyeball)*; ~ **gbìgbẹ**: xerophthalmia, dryness of the eyeball, ; ~ **wíwú**: conjunctivitis, pinkeye

ìwǫ̀ ilé-ọmọ *n.* endometrium; ~ **ọmọ wíwú**: endometriosis

ìwǫ̀-inú *n.* endoderm, hypoblast

ìwǫ̀-ìta *n.* ectoderm, epiblast

Ìwǫ́jọ *[iwǫ́jọpọ̀]* *n.* gathering, an assemblage

ìwǫ̀-òde *n.* epidermis

ìwǫ̀ oòrùn *n.* west, occident *(ìlà oòrùn: east)*

ìwǫ̀-orí *[awọ orí]* *n.* scalp

ìwǫ̀ ọpọlọ *n.* meninges; ~ **wíwú**: meningitis

ìwǫ̀n *n.* measurement; ~ **ara**: size; ~ **àyè**: volume measurement; ~ **ẹ̀ká**: circular measure *(ẹ̀ká: circle)*; ~ **ẹsẹ̀** *[ìwǫ̀n ẹsẹ̀-bàtà, ẹsẹ̀]*: foot *(ìwǫ̀n ẹsẹ̀ [ẹsẹ̀-bàtà] kan: one foot)*; ~ **ibi-afẹ́**: boiling point measurement ~ **ìgùn**: linear measure; ~ **ìgbàyè**: volume expansivity; ~ **ìgbóná**: temperature measurement *(awǫn-gbóná: thermometer)*; ~ **ìgbóná ara**: body temperature; ~

ìgbóná ibi-afẹ́: boiling point temperature; ~ **ìka** *[ìka]*: inch *(~ ìka mẹta: three inches)*; ~ **ìpá**: force measurement; ~ **ìpàgùndà**: linear expansivity; ~ **ìpapòdà**: velocity; ~ **ìpòròdà**; area expansivity, superficial expansivity; ~ **ìpẹ̀kan**: pH, acidity, acidity measurement; ~ **ìṣẹ́-ìtànná**: refractive index; ~ **ìṣù-iná**: measurement of the quantity of heat; ~ **ìtànná**: light measurement, illumination, illuminance; ~ **ìtì-ẹ̀jẹ̀**: blood pressure measurement; ~ **ìwúwo**: weight measurement; ~ **ìwúwo ọmọtuntun**: birth weight; ~ **iyè-ìgbọràn**: audiometry; ~ **iye àra**: measurement of quantity of electricity; ~ **ògidì**: concentration; ~ **okun**: mass measurement; ~ **oró**: toxicity; ~ **òrò**: area measurement; ~ **ọpá** *[ọ̀pá]*: yard *(~ ọ̀pá mẹ́rin: four yards)* ~ **ọta**: atomic weight, relative atomic mass

ìwọ̀nkan *[ìwọ̀n kọ̀ọ̀kan]* adj. specific, per unit measure (mass, length, time etc.); **àyè** ~: specific volume; **ìkúùkù** ~: specific humidity; **ìṣù-iná** *[ìṣùuná]* ~: specific heat capacity, heat capacity; **ìṣù-iná ìpàradà** ~: latent heat, specific latent heat; **ìṣù-iná ìdafẹ́** ~: latent heat of vaporization; **ìṣù-iná ìdaṣòn** ~: latent heat of melting; **òrò** ~: specific surface *(òrò ìwọ̀n-okun kan)*; **ọ̀rìn** ~: specific gravity, relative density *(ọ̀rìn ìwọ̀n-àyè kan)*

ìwọ̀ntunwọ̀nsìn n. moderation

ìwọ̀nyí pr. these ones, these

ìwọ̀nyẹn pr. those ones, those

ìwópọ̀ n. abundance *(láti wópọ̀: to be abundant)*

ìwórókù *[ìfun]* n. intestine

ìwọ̀sí n. insult; **àrùn** ~: illness resulting from unhygienic behavior e.g. water-borne diseases

ìwúwo n. weight *(okun: mass)*

ìyá n. mother *(ìyá-ìyá: grandmother)*

ìyà n. suffering, distress *(láti jìyà: to suffer)*

ìyálẹ̀ta n. period between 10 am and 12 noon

ìyaméjì n. replication *(láti ya mejì: to become replicated)*

ìyàn *[ìsá, ọ̀dá]* n. famine

iyán n. pounded yam

ìyàn n. argument *(jiyàn, jayàn: to argue)*

ìyàngbẹ ilẹ̀ n. dessert

ìyanjú n. analysis, breakdown, resolution; ~ **ìtọ̀**: urinalysis; ~ **afẹ́**: gas analysis

ìya-nun n. wonder, amazement; **ìṣẹ́** ~: miracle

ìyapa n. fission; ~ **sí méjì**: binary fission; ~ **sí púpọ̀**: multiple fission

ìyapọ̀ *n.* fusion, melting, coalescence, amalgamation

ìyásè *n.* catalysis *(yá àsè: to quicken a reaction process; ayasè: catalyst)*

ìyásí *n.* rate; ~ **eré**: rate of speed; ~ **ikú-ọmọọwọ́**: infant mortality rate; ~ **ìpapòdà**: velocity; ~ **ìperédà**: rate of acceleration; ~ **ìsọ-ọkàn**: heart rate; ~ **ìṣ ẹ̀lẹ̀**: frequency; ~ **ìrẹ̀hìn àsè**: rate of backward reaction; ~ **irewájú àsè**: rate of forward reaction; ~ **mímí**: respiration speed; ~ **ọmọbíbí**: birthrate

ìyásí àsè *n.* rate of reaction; **ìyásí àsèe-pádi**: metabolic rate

ìyàsímímọ́ *n.* sanctification, consecration

ìyàtọ̀ *n.* difference, distinction

ìyè *[yíyè] /ìyè- prefix: bio-/ n.* aliveness, survival

iyè *n.* sense, sensation

iye *[oye] n.* value, answer, quantity, amount; ~ **àrá**: charge, coulombic charge *(iye + ará: amount of electricity)*; ~ **èèkà**: numerical value; ~ **gìdi**: absolute value; ~ **ikọ́**: valency; ~ **nípa ipò**: positional value; ~ **ìṣù-iná**: quantity of heat *(ìṣù-iná: heat)*; ~ **oṣù ọmọnín**: fetal age, fertilization age

iyèèfarakàn *n.* sense of touch, sensation of touch *(iye + ifarakan)*

iyèègbọ́rọ *n.* sense of hearing *(iyè + ìgbọrọ)*

iyèèríran *n.* sense of sight *(iyè + ìriran)*

iyèètọ́wò *n.* sense of taste *(iyè + ìtọ́wò)*

iyè-òórùn *n.* sense of smell, olfaction

iye èsè *n.* stoichiometric coefficient *(èsè-wíwọ̀n: stoichiometry)*

iye ẹ̀rẹ *[yíyá ìṣẹ́lẹ̀, iye ìgbà] n.* frequency, number of events per unit of time

iyekan *(jẹ́ ~ pẹ̀lú ...) v.i.* to be equal to

iye edi-èèkà *n.* logarithm, common logarithm, exponent

iyesíye *n.* proportionality *(iye sí iye: one value in relation to another)*

ìyẹ́ *n.* feather; ~ **ìdí** *[ìreré]*: tail feather

ìyẹ̀ *[ìyẹ̀rẹ̀] n.* wood dust

ìyẹ̀ fun *[èlùbọ́] n.* flour

ìyẹ̀ èrin *[ìyẹ̀ ìrin] n.* pollen grain *(ìyẹ̀ + ìnrin: sex particles)*; **àpò** ~: pollen sac

ìyẹ̀wù-ìfun *n.* cecum

ìyẹ̀pẹ̀ *[erùpẹ̀-ilẹ̀] n.* soil

ìyíká *n.* revolution (as the earth is around the sun) *(pòyì: to spin on one's axis)*

ìyìn *n.* praise, glorification

ìyìnrìn *n.* erosion *(yìnrìn: to be eroded)*

ìyípo *n.* cycle; ~ kan: one cycle *(ìpòyì: spinning, rotation)*; ~ **ayé**: life cycle

ìyókù *n.* remainder, remains

iyọ̀ *n.* salt *(ẹ̀sún àsè ẹ̀kan àti ègbo: product of a reaction of an acid and a base)*

Ìyọ *n.* flood tide

iyọ̀-onjẹ *n.* common salt, table salt, sodium chloride

ìyọkúrò *n.* subtraction; **ìròpọ̀ àt'~**: addition and subtraction *(àyọkúrò: minuend)*

ìyọnu *n.* problem

iyọ̀rò *n.* neutralization *(yọ nkan rò: to neutralize something)*

iyùn *n.* coral

J

já *v.t.* to snap off

jà *v.i* to fight, to engage in an altercation; ~ **àjàkú**: to fight to death; ~ **gídígbò** *v.t.* to wrestle

ja àjàbọ́ *v.i.* to narrowly escape; to escape with the skin of one's teeth

ja àjàkú /jàjàkú/ *v.i.* to fight violently, to fight to the death

jábọ́ *v.i.* to fall to the ground (from atop a table or from one's hands)

jàbùtẹ̀ *[òkè]* *n.* elephantiasis; **oni~**: man with elephantiasis

jáde *v.i.* to come out, to exit, to protrude

jádï *v.i.* to become exposed, to expose, to find out (a secret)

jàdù *[fjàdù]* *v.t.* to struggle to achieve something

jadùn *v.t.* to enjoy a situation or facility; ó njadùn owóo babaa rẹ̀: he is living off his father's wealth; ~ *[jẹ̀gbádùn]* *v.i.* to live in luxury

jáfáfá *v.i.* to be smart, to be clever

jáfara *v.i.* to be lazy, to be indolent

jáfọ́ *v.i.* to fall and shatter

já gaara *v.i.* to go smoothly; to achieve something effortlessly

jàgídí-jàgan *n.* trouble; *adj.* troublesome; **oní~**: troublesome person

jàgùdà *[ọlọ́ṣà]* *n.* thief, robber

jagun *v.* to wage war *(ajagun = jagunjagun: a warrior)*

jagun-jagun *[ológun, ajagun, ṣójà]* *n.* soldier, warrior

já (nkan) gbà *v.t.* to snatch

jàgbàyà (àrùun ~) *n.* hookworm disease; **kòkòròo ~**: hookworm; parasitic nematode

jágbemọ́ *v.t.* to yell at someone

jágbọ́n *v.t.* to understand the nature of something; to blow another's cover

jàjà /jà+jà/ *adv.* barely, just about

jàkálẹ̀ *v.i.* to become an epidemic, to be highly contagious *(àrùn àjàkálẹ̀: an epidemic)*

jákèjádò *adv.* all over, universally

já (ènìyàn) jẹ *v.t.* to bite (someone)

jákú *v.i.* to fall to one's death

jalè /ja olè/ *v.* to steal, to rob

jálù *v.t.* to come upon accidentally

jàmbá *[ìjà-mbá, ewu]* *n.* danger, hazard; **oní~:** a dangerous person

jámọ́ *v.t.* to be worth; kíl'ó ~? what is he worth? he is of no consequence

jà-ndúkú *n.* thug, vagabond

ja (ènìyàn) **níyàn** *v.t.* to contradict someone, to argue with somebody

jànmọ́ *[àdá ~]* *n.* machete

ja-npata *v.i.* to put up a defense, to argue

jàre *v.i.* to be innocent; to be found not guilty in a dispute; ~ *[jọwọ́, dakun]:* to please

járọ́ *v.t.* to expose a lie

jarunpá *v.i.* to toss and turn in one's sleep

jásè */jẹ́ àsè/* *v.i.* to be reactive *(àsè: a chemical reaction)*

jásí *v.i.* to amount to, to lead to

jáwálẹ̀ *v.i.* to fall freely

jáwẹ̀ fún (ènìyàn) *v.t.* to serve someone a summons; to serve with a notice to appear in court

jáwó *v.i.* to fall and break to pieces

jáyà *v.i.* to be afraid, to be apprehensive *(ìjáyà: apprehension)*

jayé *[jẹ̀gbádùn]* *v.i.* to live it up, to have a good time, to enjoy life *(jayé jayé: one enjoying life)*

jayùn *v.i.* to benefit from an action

jewé-jewé (kòkòròo ~) *n.* caterpillar

jèétú *v.i.* to suppurate *(jìjèétú [eléẹ̀ tu]: purulent; èétú [ètútú]: pus)*

jègbó *v.i.* to take the lion's share of something

jèrè *v.i.* to profit, to make a gain *(èrè: profit; àdánùn: loss)*

Jesù *n.* Jesus

jẹ̀ *v.i.* to graze (of animals)

jẹ *v.t.* to eat; ~ *v.i.* to win (raffle, lottery); ~: to become corroded

jẹ́ *v.t.* to be called (a name); to be; ~ (ènìyàn) *[dáhùn]*; ~: to respond to a call; ~ (oògùn) *v.i.* to be efficacious (medicine or charm)

jẹ́ àìṣeéṣe *[jé aláìṣeéṣe]* *v.i.* to be impossible

jẹ́ àsè *[jásè]* *v.i.* to be reactive *(jẹ́: to respond to)*

jẹ̀bi *v.i.* to be found guilty; to be culpable

jẹ̀díjẹ̀dí *[òròbó]* *n.* piles, hemorrhoids

jẹ̀dọ̀-jẹ̀dọ̀ *n.* tuberculosis, phthisis, consumption

jẹ èétú *v.i.* to be purulent, to suppurate, to bring forth pus *(èétú: pus, purulence)*

jẹ́ èjẹ́ *[jẹ́jẹ̀]* *v.i.* to make a promise

jèfunjèfun *[àìsàan ~]* *n.* typhoid fever

jẹgba *v.i.* to get flogged, to be whipped

jẹ (nkan) **gbé** *v.* to escape with

jẹgbèsè *v.i.* to be in debt

jẹ́ ìtọ́ *[jẹ́tọ̀]* *v.i.* to respond to an external stimulus, to react *(ìtọ́: external stimulus)*

jẹ iyekan pẹ̀lú *v.i.* to be equal to; A jẹ́ iyekan pẹ̀lu B: A is equal to B

jẹ́jẹ́ *adj.* peaceful, gentle; *adv.* peacefully, quietly

jẹ́jẹ̀ *[jẹ́ èjẹ́]* *v.i.* to make a promise of

jẹ̀ka *[~ àbámọ́]* *v.i.* to express regret, to be sorrowful

jẹkẹ *[ja gídígbò, ja ìjàkadì]* *v.* to wrestle

jẹ́kí *v.i.* to let, to permit, to allow

jẹ(ènìyàn) **ní gbèsè** *v.t.* to owe, to be indebted to

jẹ(ènìyàn) **ní ìyà** *v.t.* to inflict punishment on

jẹ òkí *v.i.* to be immunized, to be vaccinated, to be inoculated *(òkí: immunity)*

jẹ́ òkí *v.i.* to respond to immunity

jẹ òfé *[jíjọfẹ́]* *v.* to freeload, to take advantage of others *(ajòfé-ara: parasite)*

jẹ́ pàtàkì *v.i.* to be important *(pàtàkì: important)*

jẹrà *[rà, ràdànù]* *v.i.* to become putrid, to rot *(jìjẹrà: putrefaction)*

jẹ́rì *v.* to bear witness to *(ajẹrì: witness)*

jẹ̀rora *v.i.* to writhe in pain; to suffer greatly with pain

jẹ(ènìyàn) **run** *v.t.* to ruin (someone) by pilferage or extravagance

jẹ(ènìyàn) **sẹ́** *v.t.* to show ingratitude in a benefactor *(alájẹsẹ́: an ingrate)*

jẹun *v.i.* to eat *(onjẹ: food)*

jẹ́wọ́ *v.* to confess *(ìjẹ́wọ́ èsẹ̀: confession of sins)*

ji *v.* to wake up, to wake someone up *(jíji: wakefulness)*; ~ *v.t.* to steal something

ji *v.t.* to move something gently

jì *v.i.* to move gently

jíà *[~ mọ́tò]* *n.* gear

jìbìtì *n.* fraud, deception *(onijìbìtì: fraudulent person, trickster)*

jìfà */jẹ ìfà/* *v.* to claim an unearned profit

jìgá *n.* jigger (*U.S.* chigger), sand flea

jí (nkan) **gbé** *v.t.* to steal, to rob

jìgbèsè *[jẹgbèsè]* *v.i.* to be in debt, to owe a debt

jíhìn *v.* to spread news *(ìhìn = ìròhìn: news)*

jìjàkádì *v.i.* to wrestle

Jímọ́ọ̀ *[ọjọ́ ~]* *n.* Friday

jíjìn *adj.* distant, far *(ọ̀nà jíjìn, ìbi jíjìn, àjò: distant place, journey)*

jìn *v.i.* to be distant, laterally extensive; to be deep

jìnlẹ̀ *[jìnnún] v.i.* to be deep

jìná *v.i.* to be healed (as a wound); ~: to be fully cooked or roasted

jí-nde *v.i.* to be resurrected *(àji-nde: resurrection of Christ)*

jìnnà */jin ọ̀nà/ v.i.* to be far

jìnnú */jin inú/ [jìndò] v.i.* to be deep

jíròrò *v.i.* to advise; to give advice; to put heads together, to confer

jíṣ ẹ́ *v.i.* to deliver a message

jí (ènìyàn) **wò** *v.t.* to look at (someone) covertly

jìyà *v.i.* to suffer *(ìjìyà: suffering)*

jiyàn *v.i.* to argue *(ìyàn: argument)*

jó *[jóná] v.i.* to burn; *v.t.* to burn something; *v.i.* to dance

jo (ènìyàn) *v.* to force-feed (with liquid food)

jò *v.i.* to leak; to become emaciated; ~ (iná): to be lit or alight: àtùpà njò: the lantern is alight

jogún *v.t.* to inherit *(ogún: inheritance)*

jókò *v.i.* to sit down *(ìjókò :stool, seat)*

jomi-jòkè *[gbómi-gbélè̩] n.,* *adj.* amphibian; **ẹranko** ~ *n.* amphibious animal

joró *v.* to writhe in pain, to be in agony

jowó *[jigbèsè] v.* to be in debt

jowú *v.* to be jealous

joyè *v.* to be bestowed with a chieftaincy title

jọ *v.t.* to resemble *(àfarajọ-: resembling)*; to sieve, to sift; ó ~ iyẹ̀fun: he sifts the flour; ~ *[kórajọ] v.i.* to assemble *(àjọ: assembly)*

jọ̀ *[jọ́lọ̀] v.i.* to be finely powdered, to be very fine in texture *(ajọ̀: sieve)*

jọba *v.i.* to be crowned as king; to reign or rule *(ìjọba: government)*

jọ̀jọ̀ *n.* dewlap of a ram or goat

jọjọ *adv.* immensely, vastly: ó pọ̀ ~: it is very big

jọjú *v.i.* to be adequate; to be up to expectation

jọlá *v.t.* to enjoy a privilege

jọ̀lọ̀ *v.i.* to be smooth

jọra *v.* to resemble, to look alike

jọ́sìn *v.i.* to worship

jọsọ̀rọ̀ *v.i.* to converse

jọ̀wọ́ *[dákun, jọ̀ọ́] v.i.* (imperative) please; *v.t.* to let go of

jọyọ̀ *v.i.* to jubilate, to celebrate, to rejoice together *(àjọyọ̀: a celebration)*

ju *v.t.* to throw; ~: to be bigger than, to be older than, to exceed; to be more than (comparative);*v.i.* to be worm-eaten

jù *v.i.* to be the most (superlative)

jù (nkan) **lọ** *v.t.* to be more than; A ju B lọ: A is more than B

júbà */jẹ́ ibà/ v.* to acknowledge the superiority of; to pay respect to

jùmọ̀ *[pawọ́pọ̀] v.* to unite (to achieve an objective)

júláì *[oṣùkéje ọdún] n.* July

júu-jùu *adj.* disorderly, confused

júùnù *[oṣùkẹ́fà ọdún] n.* June

júwe *v.* to describe something; to point something out

K

kà *v.i.* to talk incoherently *(kíkà: logorrhea)*

ka (nkan) *v.* to count *(ònkà: device used for counting; èèkà: numeral; èèkà kíkà: counting with numbers)*; ~ (ìwé) *v.* to read

ká *v.i.* to cycle, to fold up, to coil up *(èká: circle)*; *v.t.* to fold, to pleat, to flex (as a muscle); ~ (èso) to pick (fruit)

kàákà (sun ~) *v.i,* sleep on one's back

káalẹ́/*kú alẹ́*/: good evening (said after sunset)

káǎnún (ènìyàn) *[ṣàánún] v.* to have pity for someone, to be sorry for a person

káǎrọ̀ /*kú àárọ̀*/: good morning

káàsán/*kú ọsán*/ *v.* good afternoon

Kàbbà *n.* Yoruba subtribe, Kabba

kábǎmọ̀ /*kó àbámọ̀*/ *v.t.* to regret, to be sorry for (past deeds)

kábíyèsí *n.* Your Majesty (name used in addressing, calling or greeting a king)

kábọ̀ /*kú àbọ̀*/ *[káàbọ̀]*: welcome back (greeting)

kádàrá *[àyànmọ́] n.* destiny, fate

kádún *v.i.* to last a whole year

kágò *[káàgò]*: hello (greeting from an outsider on entering a home); Mo ~ : hello to all in this house (the reply is àgó yà o: you are welcome)

kájọ *v.i.* to coil up (as a snake)

káká *adj.* bare, scanty

kàkà kí *adv.* instead of, rather than

kàkàkí *n.* a trumpet

kákò *v.i.* to coil up and form a circle *(ká nkan kò: to coil something as to form a circle)*

kálámù *n.* pen (for writing)

ká (ènìyàn) lára *v.t.* to become apprehensive; to be concerned

kalẹ̀ *v.i.* to be situated

kalẹ́ *v.i.* to last or endure to the end

kalorí *[ídíwọn ìṣù-iná] n.* calorie; ọkẹ-~: kilocalories

kámẹ́rà *[ẹ̀rọ ìyàwòrán] n.* camera

ká (ènìyàn) mọ́n *v.t.* to encircle, to surround (as in a battle)

ka (ènìyàn) kún *[kàkún] v.t.* to regard as, to classify as

kan *[pẹ̀kan] v.i.* to be acidic, to be sour *(kíkan: sour, acidic; ẹ̀kan: acid)*; ~: one, single; ẹyọ kan: a single one; ~: to nail something (with a hammer); ~ (lẹ̀kùn): to knock (at the door); ~(ènìyàn):

to reach someone's turn; to concern one

kán *v.i.* to fracture, to snap, to break; ~ **eegun** (~ *ni eegun)*: to fracture a bone *(eegun kíkán: simple fracture; eegun wíwó: compound fracture)*

kánjú *v.i.* to be in a hurry

kan (èníyàn) **lára** *[farakan]* *v.* to touch one's body

kanlé *v.i.* to roof a house

kanlẹ̀ *v.i.* to reach the ground; to touch bottom *(fọwọ́kanlẹ̀: to touch the ground with a finger)*

kàn-nga *[kọ̀-nga]* *n.* well

kàn-nkàn *n.* Porifera, sponge

kápá *v.t.* to have power over (someone)

kanra *v.i.* to be peevish; to be petulant; to be irritable

kànṣó *v.i.* to drive a nail (into the wall)

kanṣoṣo *adj.* one and only one

kán-ún *[kánwún, ìṣùu ~]* *n.* potassium

karaun *n.* carapace, shell

káre *v.i.* congratulations; you have done well

kárí *v.i.* to be sufficient, to be enough for all

káríayé *v.i.* to become pandemic, to be universal, to be universally accepted

kárùn */kó àrùn/* *v.i.* to contract a disease; to have an infection

kárŭn *adj.* fifth *(ìkárŭn: the fifth one)*

kásẹ̀ *v.i.* to come to an end; to be discontinued

ka (nkan) **sí** *v.t.* to regard something (as important); to have concern for something; ~: to classify something *(ìkàsí: classification)*

kàsì *v.i.* to become stale *(wàrà-kàsì: cheese; ìkàsì: stale [material])*

kàwé *v.i.* to read a book; to study

kàyéfì *n.* confusion; láti ṣe èníyàn ni ~: to confuse someone

ké *[kígbe]* *v.i.* to scream, to shout

ké *[gé]* *v.t.* to sever, to cut *(àkéké: axe)*

kéde *v.* to announce to the public *(ìkéde: a public announcement)*

kedere *[gba-ngba]* *adv.* clearly, visibly

kéètì *[kétì]* *v.i.* to be numb

kéèwì */ké ìwì/* *v.i.* to recite a poem; to sing (someone's) lay *(akéèwì: a minstrel)*

kèfèrí *[kèmfèrí]* *n.* unbeliever, pagan

kégbe *[kígbe]* *v.i.* to scream, to shout

kéje *adj.* seventh *(ìkéje: seventh)*

kéjì *adj.* second *(ibi kéjì: second place)*

kékèké *adj.* small and numerous

kékeré *adj.* small, little *(kíkéré: smallness)*

-kékeré *[-wuuru] pref.* micro-

ké-nké *adj.* smallish, puny

képe(ènìyàn) *v.* to call out loudly for someone

kéré *v.i.* to be small

kèrègbè *[akèrègbè] n.* gourd used for carrying palm wine

kéré ju *v.t.* to be less than A ~ B: A is less than B *(<: àmìn ìkéréjù)*

kéréjù *[kéréjùlọ] v.i.* to be the smallest

kéréju tàbí jẹ́ iyekan pẹ̀lú *[tóbidé] v.* to be less than or equal to (≤ : àmìn ìtóbidé) *(see àmìn-ọṣẹ́ ìṣírò)*

kérétán *n.* minimum; *v.i.* to be at a minimum

kérèwú *[kóròwú] n.* cottonseed *(epo ~: cottonseed oil)*

késí *v.t.* to beckon; to shout to someone

kété *adv.* as soon as, immediately, with promptness

Kétu *n.* Yoruba subtribe, Ketu

kéú *n.* Arabic script

kẹ̀ *v.i.* to spread destructively, to fester, to decay; to be incandescent

kẹ́ *v.t.* to pet (a child) *(ìkẹ́: petting)*

kẹ (ìbọn) *v.t.* to cock (a gun)

kẹ́dùn (ba ènìyàn ~) *v.i.* to express sympathy with a bereaved person

kẹ́fà *adj.* sixth *(ibi kẹ́fa: the sixth place)*

kẹ́hìn *v.i.* to come last; to be the most recent

Kẹ́hìndé *n.* name for the second of a pair of twins *(Táyé, Táiwò, Tái: names for the first of a pair of twins)*

kẹ́kẹ́ *n.* borer (beetle)

kẹ̀kẹ́ *n.* bicycle, cart

kẹ́kọ̀ *v.i.* to learn something

kẹ̀lẹ̀bẹ́ *n.* throat phlegm, sputum, mucus

kẹ́lẹ́kẹ́lẹ́ *adj.* stealthy, quiet *(ọ̀rọ̀ ~: whisper)*; ~ *adv.* stealthily, quietly; **láti sọ̀rọ̀** ~: to talk quietly

kẹ̀rẹ̀-kẹ̀rẹ̀ *adv.* gradually, little by little

kẹ́sàn *adj.* ninth

kẹ́ta *adj.* third

kẹtan *v.i.* to be bandy-legged *(ìkẹtan: bandy-leggedness)*

kẹ́wà *adj.* tenth

kí *v.t.* to greet, to say hello; to visit

kì *v.t.* to deliver a eulogy for someone; to sing the praises of someone; to load; to compress (powdered material) into a container; ~ **ìbọn:** to load a gun with gunpowder; *v.i.* to be viscous *(ikí: viscosity; kíki: viscous; ọ̀dà kíki: viscous paint; awọ̀n-ki, òṣùwọ̀n-ìki: viscosimeter)*

kíákíá *adv.* quickly, in a hurry

kíbòsí *[kébòsí] v.* to cry out for help

kidà-npapa (láti ~) *[jẹ̀patà] v.i.* to become rusty

kígbe *v.i.* to scream, to shout, to cry

kíkálára *n.* obsession

kíkànlára *n.* stimulation

kíkíní *[kékeré] adj.* small, little; *n.* little amount, tiny quantity

kílódé */kíni dé?/* what happened? why?

kílòlò *v.i.* to stutter *(akílòlò: stutterer)*

kìlọ̀ *v.i.* to warn *(ìkìlọ̀: warning)*

kíní *adj.* first *(ìkíní, èkíní: the first one)*

kiní *n.* thing *(~ kan: a thing)*

kíni what?

kíniyí */kíni èyí?/* what is this?

kíniyẹn */kíni ìyẹn?/* what is that?

kìnìún *[kìn-nìún] n.* lion

kiri *[káàkiri] v.i.* to roam about; *adv.* about, from pillar to post; ó nsá ~: he is running helter-skelter; ~ (ọjà) *v.i.* to go about peddling something

kiribiti *adj.* circular, round

kitipi *n.* measles; ~ mú u: he has the measles

kíyèsi *[ṣe àkíyèsí] v.* to be circumspect, to be careful, to pay attention to something

kó *v.* to take (more than one thing); ~ (bi ilá) *v.i.* to become stringy (as in okra); ~ (àrùn) *v.* to be infected with *(see* ikárùn); ~ **arun ran** (ènìyàn): to infect someone

ko (ènìyàn) *v.t.* to meet *(kíkò: a meeting process)*

kóbó *v.i.* to be impotent *(òkóbó, akúra: sexually impotent man)*

kó ẹ̀rí jọ *v.* to collect data *(kíkó ẹ̀rí jọ, ìkẹ́rí jọ: collection of data)*

kó (nkan) **jọ** *[kó nkan pọ̀] v.t.* to collect, to gather

kókó *n.* protuberance

kòkó *n.* cocoa; **igi** ~ : cacao tree

kókò *[ikókò] n.* cocoyam, Colocasia Esculentum

kókó-ọmu *[ikórí ọyàn, ori ọmú] n.* nipple, mammilla *(see* ìkórí ọmú)

kòkòrò *n.* insect, arthropod; ~ **ẹlẹ́sẹ̀ mẹ́fà**: insect, hexapod; ~ **ẹlẹ́sẹ̀ mẹ́jọ**: arachnid, spiders; ~ **ẹlẹ́sẹ̀ wuuru**: myriapod, centipedes, millipede; ~ **onígbálẹ́hìn**: crustacean

kólé *v.i.* to rob a house *(kólékólé: a burglar)*

kóndó (ọlọ́pa) *n.* large stick, billy club

kórè *v.i.* to harvest *(ìkórè: harvesting, harvest)*

koríko *[koóko] n.* grass

kòrikò *[ikòokò, kòokò] n.* hyena

kóró *[wóró] n.* seed

korò *v.i.* to be bitter *(kíkorò: bitter; obì kíkorò: bitter cola)*

korobá *[garawa] n.* bucket

kòròfo *n.* empty shell (of an egg); vacuum; vacuole; ~ **inúun-pádi**: cell vacuole

kórópọ̀n *[ikóró ẹpòn] n.* testicles, testes, orchis; **akàn** ~: testicular cancer; ~ **dídùn**: orchialgia, orchiodynia; ~ **wíwú**: orchitis; ~ **yíyọ**: orchiectomy

kòtò *[ikòtò] n.* hole, ditch, pit

kòtò-àyà *n.* pit below the sternum

kọ́ *v.t.* to learn *(ẹ̀kọ́: learning)*; to teach someone *(olùkọ́: teacher)*; ~ (ilé) *v.* to build (a house); ~ (nkan) *v.t.* to become entangled; ~ *[kọ́kọ́] adv.* first, initially

kọ *v.t.* to reject; ~ (ọkọ tàbí ìyàwó) ~: to divorce *(kíkọ̀: rejection)*; *v.i.* to crow *(àkùkọ ~: the cock crows)*

kọbe /kọ ebè/ *v.* to heap earth (for planting)

kọ́bọ *n.* penny; *[ìṣùu ~, ìṣùu kọ́pa]* copper, Cu

kọ́dí *v.i.* to be complex, to be intertwined *(kíkọ́dí = akọ́di: complex)*

kọ́ (nkan) **dí** *v.t.* to complicate

kọ́fẹ *v.i.* to recuperate, to feel better

kọjá *v.* to pass by, to cross; ~ **ìwọ̀ ara**: to become transdermal; ~ **olóbi**: to be transplacental; ~ **òpó-ẹ̀jẹ̀**: to be transcapillary

kọjúsí *v.t.* to face, to turn toward; to pay attention to

kọ́kọ́rọ́ *n.* key *(àgádágodo: padlock)*

kọlà *[dábẹ́, dákó] v.i.* to be circumcised; ~ (fún ènìyàn) *v.t.* to perform circumcision on someone *(ìkọlà, ìdábẹ́, ìdákó: circumcision)*

kọ̀lọ̀bọ́ *[èfù] n.* thrush (disease of the mouth)

kọ́lọ́fin *[iyẹwù, kọ̀rọ̀] n.* dark recess, secret place

kọ̀lọ̀kọ̀lọ̀ *n.* fox

kọ́lọkọ̀lọ *adj.* winding

kọlù (nkan) *v.t.* to collide with *(ìkọlù: collision)*

kọlura *v.i.* to clash with

kọminún *[ṣe àníyàn] v.i.* to be anxious *(ominún: anxiety)*

kọ̀-nkọ̀ *(àkèré) n.* bullfrog

kọ̀ọ̀kan *adj.* each; **ẹnì** ~ *n.* each person

kọ́pà *(ìṣùu kọ́pà) n.* copper

korin / kọ orin/ v.i. to sing a song

kòrò [kọ́lọ́fín] n. corner where two walls meet; [~ pẹpẹ-méjì] intersection of two planes; [àbùjá, èbùrú]: short cut

kọsè v.i. to stumble, to trip

kòwé / kọ ìwé/ v.i. to write a book

kú v.i. to die, to be dead (kíkú: dying, expiration); (see ikú); [kújú] to become blunt, to be dull-edged

ku v.t. to remain something; ó ~ díè: a little bit remains; ~ [jọ] (ìyèfun): to sift (flour)

kù v.i. to remain; to become imminent; òjó nkù: it is about to rain

kúlómbù n. coulomb

kùmò n. cudgel

kun v.t. to paint; ~ (ẹran): to butcher (a cow)

kùn v.i. to murmur, to hum (kíkùn: murmuring)

kún v.i. to be filled up, to be full

kùnà v.i. to be unsuccessful

kúra [kóbó] v.i. to be sexually impotent

kúrú v.i. to be short (kúkúrú: short)

kúrúnà [ìfòn, ìṣáká] n. craw-craw, pian, yaws

kúrùpá [làpálàpá, èkùsá] n. ringworm

kùtùkùtù-òwúrò n. early morning (around 6 am)

kùnmú [ìpákè, kúnú] n. hernia, rupture

kwasiókò n. kwashiorkor (severe malnutrition in infants and children)

L

là *v.i.* to open up (as in some dry fruits); *[lọ́rọ̀] v.* to become affluent

la *v.t.* to split open; to dilute; fi omi ~ ẹmun: to use water to dilute wine *(lílà: dilution process)*; *[gba ènìyàn ~]* to save (someone)

lá (nkan) *v.t.* to lick; ~ (àlá): to dream, to fantasize *(àlá: dream)*

làágùn *v.i.* to perspire, to sweat

láájò *v.* to have sympathy (for people); to be kind

làákàyè *n.* commonsense

làálàá *n.* exertion

láálí *v.t.* to insult; to subject someone to ridicule

láànú *v.i.* to be kind *(aláànú: kind; aláànú ènìyàn: kind person)*

láápọn *v.* to be industrious; to be diligent

láàrà *n.* castor oil plant; **epo** ~: castor oil

láárí *n.* high value, worth, importance *(aláìníláárí ènìyàn: worthless individual)*

láàrin- *[àárín-] pref.* inter-, in the middle of; in the midst of

láàrín-pádi *adj.* intercellular (*see* àárín)

láàyè *[wà ~] v.i* to be alive *(ààyè: aliveness)*

labalábá *n.* butterfly

làbárè *[làbárì, ìhìn] n.* news

lábẹ́- *[nísàlẹ̀-, ìsàlẹ̀-, lódò-, abẹ́-] pref.* hypo-, infra-

lábẹ́ *prep.* under, beneath

ládùn *[dùn] v.i* to be sweet

ládúúrú *adj.* vast amount of

láfún *[ìláfún] n.* flour made from cassava

lagi *v.* to split wood

lagogo *v.* to ring a bell

lágbájá *n.* avoidance word for the name of a person *(~,Tàmàdùn àti Làkáṣègbè: Tom, Dick and Harry)*

lágbára *v.i* to be strong *(alágbára: a strong person)*

lágbedeméjì *prep.* in between (two phases)

lágbèègbè */ní àgbèègbè/ adv.* in the vicinity

láhun *v.i* to be stingy, to be miserly

láílái *[tìtí ~] adv.* forever, indefinitely

láìpẹ́ *adv.* recently

láìròtẹ́lẹ̀ *adv.* unexpectedly, without warning

la (ibì kan) já *v.t.* to traverse a place

làjà *v.i* to mediate; to make peace

lájé *v.i* to make money

lajú *v.i* to be civilized *(ìlàjú: civilization)*

làkàkà *v.* to make great efforts, to strive

lákọ̀tán *adv.* finally, in conclusion

làkúrègbé *[àrìnká]* *n.* rheumatoid arthritis, rheumatism

lámilámi *n.* dragonfly, Odonata

làpálàpá *[èkùsá, kúrùpá]* *n.* ringworm

lara *(ṣe ilara)* *v.i* to be envious of

lárúbáwá *(ara ilẹ̀ẹ̀ ~)* *n.* Arab

lásán /*ní asán*/ *adv.* in vain, fruitlessly

látanlátan *n.* sciatica; severe pain in the leg along the ciatic nerve

látètèkọ́ṣe /*ní àtètèkọ́ṣe*/ *adv.* in the beginning

láti *prep.* from (~ ilé: from the house); *pref.* to (equivalent of the word "to" *e.g. láti lọ: to go*); ~ *adv.* in order to, for the purpose of, so that

láti ... de ... *adv.* from ... to ... : láti ìbẹ̀rẹ̀ de òpin: from beginning to end

látìgbànáa lọ *adv.* thenceforth, from then on, from that time on

látìgbànáà wá *adv.* from then until now

látìgbàyí lọ *[látìsìnsìnyì lọ]* *adv.* from this period on, from now on, henceforth

látijọ́ *[ní ìgbà àtijọ́]* *adv.* in the olden days, a long time ago

làwá *v.i* to start from

lawọ́ *v.i* to be generous

lè *aux. v.* to be able to; can; to be permitted to; to have the capability of; to know how to

le *v.i* to be in good health; araà mi ~: I am in good health; to be difficult; to be tough; ìṣírò náà ~: the mathematical problem is difficult to solve *(líle adj. difficult)*; to be rigid, to be erect *(líle: erect, rigid; okó líle: erect penis)*

lé *v.i* to remain; to be in excess of; to yield an interest of *(èlé owó: interest paid on borrowed money)*; ~ *[léfò]*: to surface, to appear on the surface (of water); to swell, to become bruised; *[lépa]* *v.t* to pursue

lé (ènìyàn) **bá** *v.t.* to overtake someone

lefò *[fó]* *v.* to float *(ìléfò buoyancy)*

lé (ènìyàn) **lọ** *v.t.* to drive somebody away

lé (ènìyàn) **mú** *v.t.* to pursue someone and arrest him

lékẹ̈lékẹ̈ *n.* cattle egret

lemọ́lemọ́ *adv.* incessantly, repeatedly, frequently

lé (ènìyàn) **padà** *v.t.* to drive someone back

léraléra *adv.* repeatedly, one after another

lérí *[ṣe ìléri, jé èjé]* *v.* to make a promise *(ìléri: a promise)*

létí *prep.* near

létòlétò *adv.* in an orderly fashion

léwu *v.i.* to be lethal, to be dangerous *(eléwu: lethal, dangerous)*

lé *[lọ́]* *v.t.* to transplant *(èlọ́, àṣílọ́, àṣílẹ́: material for transplanting)*; *v.i.* to be flexible, to be elastic

lẹ *[yọlẹ]* *v.i.* to be lazy, to be indolent

lẹ́bǎ *prep.* in the vicinity of, near, by the side of

lẹ́bẹ́ *[lẹ́bẹ́ ẹja]* *n.* fin

lẹ́bú-lẹ́bú *n.* very fine dust

lẹ́ èkan */ní èrè kan/* *[lẹ́èkanṣoṣo]* *adv.* once; previously, before

lẹ́ èkanrí *adv.* once before

lẹ́ èkéjì */ní èrè kéjì/* *adv.* the second time; secondly

lẹ́ èkíní *adv.* the first time

lẹ́ èkòòkan *adv.* once in a while

lẹ (nkan) **mọ́** *v.t.* to glue something

lẹ́ èméjì */ní èrè méjì/* *adv.* twice

lẹ́ẹ́rẹ́ *n.* tumor

lẹ́gẹ́lẹ́gẹ́ *adj.* slender, slim, tall and slim

lẹ́gbẹ̀ *prep.* beside, by the side of

lẹ́hìn *prep.* at the back of, behind; ~ (ènìyàn) *adv.* in one's absence; after one's death

lè mọ́ra *v.i.* to become stuck or glued to each other

lẹ́nu *adv.* during, at the time of; *v.i.* to have the audacity to; ó ~ láti pè mí l'órúkọ: he had the audacity to call me by my name

lè pò *v.i.* to close up

lẹ (nkan méjì) **pò** *v.t.* to glue, to graft (two things) together

lẹ́rẹ *adv.* in multiples of (see ètò àwọn èèkà)

lẹ́sẹ̀ kẹsẹ̀ *[lójúkannáà]* *adv.* instantly, at once; ó ṣẹlẹ̀ ~: it happened instantly

lẹ́tà *n.* letter

lità *n.* liter

lítíà *(ìṣùu ~)* *n.* lithium

lò *v.i.* crooked, bent in many places, undulated *(líló adj: crooked)*

lo *v.t.* to use *(ìlò = èlò: use, function; èlò oògùn: dosage of a medicine)*

lóbòtujè *[bòtujè, làpálàpá]* *n.* fig-nut tree

lóde *adv.* outside

lòdì sí *v.t.* to be contrary to, to contradict

lódìlódì *adv.* awkwardly, clumsily

-lódò *[lábẹ́-, abẹ́-, -nisàlẹ̀]* pref. hypo-

lódò *[nisàlẹ̀]* adv. at the bottom of

lójijì adv. suddenly, all of a sudden

lójú adv. in the presence of

lójúkannáà adv. instantly

lókè prep. on top of

lókèèrè adv. from a distance

lónĭ adv. today *(òní: today)*

lópin v.i. to be finite; *(olópin: finite; èèkà olópin: finite number)*

lórí- *[-lókè]* pref. ep(i)-, hyper-

lóru adv. at night

lóṣ̌ o v.i. to squat, to crouch

lóṣooṣù adv. every month, monthly

lóye v.i. to be intelligent

lóyún v.i. to be pregnant *(aboyún: pregnant; obìnrin aboyún, aláboyún: pregnant woman)*

lọ́ *[~ wọ́ọ́rọ́]* v.i. to be warm, to be tepid *(lílọ́: warm, tepid: omi lílọ́: warm water)*; v.t. to twist; v.i. to become twisted *(ẹlọ́: torsional strain)*; *[lẹ́]* v.t. to transplant *(ẹlọ́: transplanted plant)*

lọ v.i. to go away, to depart; ~ *[relé, lọ sọ́run]*: to die; v.t. to grind something; ~ **ata** v. to grind peppers; ~ **(aṣọ)** v.t. to iron clothes; *[~ nkan mọ́lẹ̀]* v. to press something down; ~ **(ounjẹ)** v. to digest food; ounjẹẹ̀ mí ti ~: my food is digested *(ílọ̀ [ounjẹ]: digestion)*

lọ *(ìṣẹ̀lẹ̀)* **kiri** *[fi nkan lọ̀]* v. to announce, to spread the news about some event

lọbá v.t. to go and meet with somebody

lódò prep. with, the presence of

lódọọdún adv. every year, yearly

lófẹ̀ adv. without payment; without penalty; gratuitously, freely

lógán adv. instantly, immediately

lójórò̀ adv. at dusk, just before darkness

lójú v.i. to be twisted

lókàn v.i. to be brave, to be courageous

lọ́lá v.i. to be an honorable person *(ọlọ́lá: an honored person; ọlọ́lá [ẹni ọ̀wọ̀] Ògún-ndé: the respected Mr. Ògún-ndé)*

lọ́là v.i. to be wealthy *(ọlọ́là: a wealthy person)*

lọ́la adv. tomorrow *(ọ̀la: tomorrow)*

lọ́mọ́ (igi) v.t to wrap around (a tree)

lọ́nà v.i. multiplied by *(see ètò àwọn èèkà)*

lọ́po v.i. to multiply a number by itself a specified number of times *(see:* ètò àwọn èèkà)

lópọ̀ *[lọ́jú] v.i.* to be intertwined; to be entangled

lópọ̀lópọ̀ *[púpọ̀púpọ̀] adv.* copiously, abundantly, extensively

lótǔnlósì *[tọ̀túntòsì] adv.* bilaterally *(gún ~: bilaterally symmetrical)*

lówọ́lówọ́ *[báyǐ, báyǐ báyǐ] adv.* presently, at this moment; currently

lówọ́ọ́rọ́ *v.i.* to be lukewarm

lu (nkan) *v.t.* to beat, to hit, to strike; ~ (ihò) *v.* to pierce, to perforate, to break through

lúgọ *v.i.* to crouch in hiding

lùkú-lùkú *n.* ague

lùwẹ̀ *v.i.* to swim

M

m *[èmi] pr.* I (used with the auxiliary verb *bá*); ~ bá lọ: I should have gone

mà *[èmi] pr.* I (used in the future tense); ~ á lọ: I will go; *adv.* indeed, mo ~ ti lọ: I have indeed gone

má *[mọ́]* do not (particle used for forming negative-imperative; the subject *ìwọ [you, singular]* - is often omitted), (iwọ) ~ lọ: do not go

ma *[mọ]* response to an older woman calling

Máàṣì *[oṣù ~, oṣùkẹ́ta ọdún] n.* March

màdàrú *[mọ̀dànú] n.* dishonesty, fraud *(onímàdàrú: a dishonest individual)*

Máhìn *n.* Yoruba subtribe

máìlì *[ìbùsọ̀] n.* mile

májèlé *n.* potent food poison

májẹ̀ mú *[ìlérí] n.* pact, promise

màlékà *[angẹ́ẹ̀lì] n.* angel

màlúù *n.* cow, ox, bull

màmá *[mọ̀mọ́, ìyá] n.* mother

Mànígrì *n.* Yoruba subtribe

màrààrún *n.* all five; àwọn ~: five of them; *adj.* five; àwọn ọmọ ~: five children

màrìwò-ọ̀pẹ *[mọ̀nrìwò, ọ̀gọ́mọ̀] n.* young palm fronds

márŭn *adj.* five; **márŭn-márŭn** *n.* in fives; *adv.* in fives, by fives, five at a time

máṣàì *[máṣalái; máṣelái] v.i.* do not hesitate to (do something); It is imperative that you (do something)

méje *adj.* seven; ọjọ́ ~: seven days; **méje-méje** *n.* in sevens; *adv.* in sevens, seven at a time

méjèèje *n.* all seven; awọn ~: seven of them; *adj.* seven; àwọn ọjọ́ ~: seven days

méjèèjì *n.* the two; àwọn ~: the two of them; *adj.* two; àwọn ọmọ ~: the two children

méjì */méjì-: bi-, di-/ adj.* two *(èjì, eéjì: two)*; **méjì-méjì** *n.* grouping of two; *adv.* in twos

mélòò *adv.* how many; **mélòòmélòò** : how many of each *(èló, eéló: how much)*

mèrò *[gbọ́n] n.* to be sensible

mẹ́fà *adj.* six; **mẹ́fà-mẹ́fà** *n.* groupings of six; six at a time

mẹ́fẹ̀ ẹ̀fà *n.* all six; *adj.* six; àwọn ọmọ ~: all six children

méjẹ̀ ẹ̀jọ *n.* all eight; *adj.* eight; àwọn ìlú ~: the eight towns

méjọ *adj.* eight; **méjọ-méjọ** *n.* eight; group of eight; *adv.* in eights, eight at a time

mẹ̀kún-nù *n.* poor people; common people; plebeians

mẹ́nukan *v.t.* to mention, to speak briefly about

mẹ́rẹ̀ ẹ̀rin *n.* all four; *adj.* four; àwọn ìwé ~: all four books

mérin/*mẹ́rin- prefix:* quad-, quadri-, quadru-/ *adj.* four *(ẹ̀rin, ẹ́ẹ́rin: four)*; **mẹ́rin-mẹ́rin** *n.* four, group of four; *adv.* in fours, four at a time

mẹ́sǎn *adj.* nine; **mẹ́sǎn-mẹ́sǎn** *n.* nine; group of nine

mẹ́sẹ̀ ẹ̀sán *n.* all nine; ~ *adj.* nine; àwọn ọ̀sẹ̀ ~: all nine weeks

mẹ́sẹ̀ ri *v.* to become rancid

mẹ́ta *(mẹ́ta-:* tri-) *adj.* three *(ẹ̀ta = ẹ́ẹ́ta:* three)*; **mẹ́ta-mẹ́ta** *n.* groupings of three; three at a time

mẹ́tẹ̀ ẹ̀ta *adj.* three; àwọn ilé ~: all three houses; ~ *n.* all three; three of them

mẹ́wǎ *adj.* ten; **mẹ́wǎ -mẹ́wǎ** *n.* ten, group of ten; *adv.* in tens

mẹ́wẹ̀ ẹ̀wá *n.* all ten; ten of them; *adj.* ten; àwọn ilé ~: all ten houses

mì *[papòdà]* *v.i.* to move; to oscillate *(ìmì, ìmìlẹ́gbẹ́ n. oscillation)*

mi *v.t.* to shake; ~ *[gbé nkan mì]*: to swallow *(mímì: swallowing, deglutition)*; ~ (contraction of èmi) *pr.* me, I; ó fún ~ l'owó: he gave me some money; ~ ò tìì lọ: I have not left

mi *v.i.* to breath *(ìmí: breath, mímí: breathing)*

mìlẹ́gbẹ̀ *v.i.* to oscillate *(ìmìlẹ́gbẹ̀ oscillation)*

mìlẹ̀ gbẹ̀ *v.i.* to sway to soft music

mìlíkì *v.* to enjoy the good life

mímọ̀ *n.* process of knowing *(ìmọ̀: knowledge)*

mímọ́ *adj.* holy, sacred *(láti mọ́n: to be clean)*

mìnrìn-gìndìn *[lárìnrìn]* *v.i.* to be enjoyable, to be pleasurable

mira *v.i.* to tremble, to shake the body

míràn *[ìmíràn, òmíràn]* *adj.* another

mirí *v.i.* to nod, to shake the head *(~ sókè-sódo: to agree; ~ sẹ́gbẹ̀ :to disagree)*

mìrù *[fìrù]* *v.* to wag the tail

mítà *n.* meter *(ọ̀kẹmítà: kilometer; ìdá-àpò mítà: centimeter)*

mo *[contraction of èmi]* *pr.,* 1st pers. sing. subj. I; ~ lọ: I went

mògún *n.* grove where Ògun (god of iron) is worshipped

mojú *v.i.* to be capable of taking a hint; *v.t.* (of animals) to be familiar with a person; ajá yì ti ~ ilé: the dog is now familiar with members of the family

mójúkúrò *v.* to overlook, to pay no attention to; to forgive a transgression

mójútó *[bójútó] v.t.* to oversee, to take care of

mókè *v.i.* to be successful

mólú *v.i.* to be victorious, to conquer

mòòkùn *v.i.* to hide oneself

moore *v.i.* to be capable of showing gratitude; to appreciate good deeds *(ìmoore: gratitude)*

móoru *v.i.* to become warm; to become sweaty

mótútù *v.i.* to become chilly; to cool down *(ìmótútù: cooling)*

mòye *v.i.* to be intelligent *(amòye: intelligent person, learned individual, intellectual)*

mò *v.i.* to have knowledge of, to be familiar with

mọ *v.t.* to know something *(ìmọ̀: knowledge)*

mọ́ *v.i.* to be clean; to be holy; to shine: ilẹ̀ ti ~: it is daybreak

mòdàrú *n.* confusion *(onímọ̀ndàrú: one who causes confusion)*

mógàjí *n.* title given to the head of a district

mògálà *n.* antenna of an insect

mọ́-ínmọ́-ín *[ọ̀lẹ̀] n.* pudding made from ground beans

mọ ìwé *[mòwé] v.i.* to be brilliant *(ọ̀mọ̀wé: an erudite individual)*

mójú *v.i.* to last until dawn

mọlé */mọ ilé/ [mọlé] v.* to build a house (as in bricklaying);

mọlémọlé *[ọ̀mọlé, bíríkìlà] n.* bricklayer)

mọ́lẹ̀ */ mọ́ ilẹ̀ /* (láti ~) *v.* to be bright *(ìmọ́lẹ̀ n.* brightness; *mímọ́lẹ̀ adj.* bright; *ìràwọ̀ mímọ́lẹ̀: bright star)*

mọ́ (ènìyàn) **lójú** *v.* to look with scorn at someone

mòmọ́ *[màmá, ìyá] n.* mother

mọn *v.t.* to mold something *(amọ̀n: clay); v.i.* to be limited, to be restricted

Mọ́-ndè *n.* Monday

mòómò *adv.* deliberately, knowingly

mósálásí *n.* mosque

mọ́ra *[mọ́lára] v.i.* to be of light complexion

mọra *v.i.* to be discerning

mọ́tò *[ọkọ̀] n.* motorcar; ~ akẹrù: lorry; ~ ayọ́kẹ́lẹ́: sedan

mòyì *v.t.* to know the value of

mú *v.t.* to take; *v.i.* to be razor-sharp

mu *v.t.* to soak

mu *v.t.* to drink; ~ ọmú *v.i.* to suckle

mù *v.i.* to be immersed in, to soak

mù aró *v.i.* to treat with a dye *(ìmù: absorption)*

múkùn *v.i.* to be knock-kneed

múlẹ̀ *v.i.* to be well established; ~:. to have friction *(ìmúlẹ̀: friction; ẹ̀rọ aláìnímúlẹ̀: frictionless machine)*

mulẹ̀ *v.i.* to enter into a secret covenant with somebody

múra *v.i.* to be prepared; to get ready; to make an effort

músùúrù *v.i.* to have patience *(sùúrù: patience)*

mutí *v.i.* to drink alcohol *(ọ̀mùtí: an alcoholic)*

N

n *[èmi]*: *pron.* I (prefix for 1st. person. sing. in the negative); ~ ko
mọ̀ wipe Ojo ti lọ: I did not know that Ojo had left

na *v.t.* to flagellate, to whip

ná *v.t.* to haggle (over prices); ~ (èniyàn): to cost someone (a price);
ó ~ mi ní owó, àkókò àti agbára: it cost me money, time and
energy; *(iná, iye ìná: cost; ìnáwó n. expenditure)*; ~ **ìnákúnà**
v.i. to spend money wastefully (*see* ìná)

náà *adj.* (person, place or thing) previously mentioned, ìle ~ tóbi:
the house we talked about is big

nááni *v.t.* to view with contempt; to perceive; ẹ̀dá jẹ́ oun tí a lè ~:
matter is something that can be perceived

Nàgó *n.* Yoruba subtribe

Nàìjíríà *n.* Nigeria

nára */ná ara/ v.i.* to spend energy, to put in a lot of effort

náwó */ná owó/ v.i.* to spend money *(ìnáwó: expenditure)*

ni *v.i.* to be tumid, to be bloated *(níni: tumid, bloated)*

ní *[sọ wípé, sọ pé] v.i.* to say, to declare; Ó ~ èmi ni: he said I was
the one; ~ (nkan) *v.* to have something, to possess; mo ~ owó: I
have money; ~ *pref.* common adverbial prefix

ní àná *adv.* yesterday

ní àsìkò yǐ *adv.* at this time

ní àtètèkọ́ṣe *adv.* in the beginning

ní àtijọ́ *adv.* in the old days

ní ẹ̀hìn *[lẹ́hìn] adv.* in the back

ní ìbẹ̀ *[nbẹ̀, níbẹ̀] adv.* there

ní ìbí *[níbí, níbíyǐ] adv.* here

ní ìbigbogbo *adv.* everywhere

ní ìbi tí *[níbìtí] adv.* at the place where; where

ní ìbo *[níbo?] adv.* where?

ní ìgbàgbogbo *[nigbàgbogbo] adv.* every time

ní ìgbànáà *[nigbànáà] adv.* then, at that time

ní ìgbà tí *[nigbàtí] adv.* when

ní ìgbà oyún *adv.* during pregnancy, antenatally, prenatally

ní ìgbàwo *[nigbàwo?] adv.* what time? when?

ní ìgbà yǐ *[nigbàyǐ, lásìkòyǐ] adv.* at this time

ní ìpòo rẹ̀ *adv.* in situ, in position

ní ìsàlẹ̀ *[nísàlẹ̀] adv.* at the base of, downstairs, below

nìisìnyǐ *adv.* now, nowadays

nîisinsìnyï *[nígbàyï]* *adv.* now, just now; ~ **lọ**: from now on

ní ìtòsí *[nítòsí]* *adv.* nearby

nìkan *[nìkanṣoṣo]* *adj.* alone, by himself

níláárí *v.i.* to be valuable

ní kété *adv.* immediately

ní òkè *[lókè]* *adv.* up, at the top, above

ní òní *[lóní]* *adv.* today

ní òla *[lọ́la]* *adv.* tomorrow

ní ọ̀ọ́ kán *[lọ́ọ̀ kan]* *adv.* over there

nínú- *pref.* intra-, inside of

nínú-ara *adv.* in vivo, in the living body of (plant or animal)

nínú ìgò *[l'óde ara]* *adv.* in vitro

nínú ilé-ọmọ *adv.* in utero

nípa *prep* about: À nsọ̀rọ̀ ~ Ojo: we are talking about Ojo

nípọn *v.i.* to be thick *(onípọn: thick; igi onípọn: thick stick)*

nira *v.i.* to be acute (as in an illness)

nítorí *conj.* so that; in order that; because

nítorípé *conj.* because

nítorínáà *conj.* therefore

njẹ́ *[ṣẹ́]*: used to turn a statement into a question; ~ òun ni: is it him?

nkan *[ohun, n-nkan]* *n.* something, matter

nkan èlò *n.* apparatus

nkan oṣù *[àṣẹ́]* *n.* menstruation, catamenia

nkọ́ where is, how is; bàbáà rẹ ~?: How is your father?

-nlá *pref.* macro-

nọ̀ *v.i.* to stretch *(inọ̀: elongation, linear expansion)*

nọ *v.t.* to elongate, to expand linearly

nọ̀gà *v.i.* to stretch the neck to view something; to aspire

nọpá *v.i.* to stretch the arm

nọ̀run *v.i.* to stretch the neck to view something

nọsẹ̀ *v.i.* to stretch the legs

nṣe *pref.* alas, it is true that, ~ ni mo sùn: it is true that I slept

nu (ọmọ ọwọ́) *v.t.* to feed someone by putting food in his mouth

nu *v.t.* to wipe something clean; *[sọnù]* *v.i.* to get lost

nú (ihò) *v.t.* to fill (a hole)

O

o *2nd. person. pr. sing., subj.* you; o fún mi l'owó: you gave me some money

ó *3rd. pers. pr. sing., subj.* he, she, it; ó fún mi l'owó: he gave me some money

obí *[abo] n.* female viviparous animal; the female sex *(láti bí ọmọ: to give birth to a child)*

òbí *n.* parent; progenitor

obi *n.* kolanut

obi-òdòdó *[ẹya inrin-abo òdòdó] n.* carpel, the ovule-bearing structure in a flowering plant consisting of the ovary [ibú ẹyin], style [ìjẹ̀-òdòdó] and the stigma [orí ijẹ̀]

obìnrin */obìnrin- prefix: gyn-, gyne-, gyneco-, gyno-/ n.* female (person), girl, woman *(arábìnrin: sister; ọmọbìnrin: daughter, girl)*; ẹ̀kọ́ àìsàn ~: gynecology; onísẹ̀gùn àìsàn ~: gynecologist; ìbẹ̀rùbojo ~: gynecophobia; ~ aṣebíakọ: homosexual female, lesbian

òbìrìpé *n.* somersault

òbò */òbò- prefix: colp-, colpo-/ n.* vagina; ~ dídùn: colpalgia; ~ wíwú: colpitis, vaginitis; ~ àti ilé ìtọ̀ wíwú: colpocystitis

òbu *adj.* worthless; *n.* worthless person

òbu-ẹyin *n.* unfertilized egg

obúkọ *[orúkọ, akọ ewúrẹ́] n.* he-goat, billy goat

òbu-òtóyọ̀ *n.* saltpeter, potassium nitrate

òburẹ́wà */burú ẹwà/ n.* ugly person; *adj.* ugly *(~ obìnrin: an ugly woman)*

òde *n.* external part; ìwọ̀-~ : ectoderm, epiblast (in biology); smallpox *(see sọ̀pọ̀ná)*

òdèrée-kokò *[òdèré] n.* dove

òdì *[àìbójúmu] adj.* deviant, aberrant, anomalous; ìwà ~ *n.* aberrant behavior

odi *n.* deaf-mute, dumb person; *[~ ìlú]* walled fortification of a town

odì *n.* enmity, malice; *[olódì]* enemy

odidẹrẹ́ *[oódẹ, odídẹ] n.* parrot

òdídí *n.* obstruction

odidi *[odindi] n.* whole; ~ kan: an entire piece; *adj.* whole; èèkà ~: whole number

òdo *n.* zero

odò /odò- prefix: infra-, hypo-/ [ìsàlè] adj. in an inferior position; n. well; river, stream

odo n. clay (ilè olódo: clayey soil)

odó n. mortar; ~ àt'omo odó n. mortar and pestle

òdòdó [àdòdó] n. flower

òdodo [òtító] n. truthfulness, sincerity

òdù n. big pot, cauldron; ~ /òdù- prefix: mega-/ [egbeegbèrún] million (~ kan: one million)

òdú n. Solanum Nodiflorum, plant used as a potherb

Odùduwà n. mythical Yoruba patriarch (omo ~ : the Yoruba people)

òdùkún [kúkú-ndùkú] n. sweet potato

òdùmarè [èdùmarè] n. universe (Olodùmarè, Elédùmarè: God, owner of universe)

òfé n. kind of parrot

òfefé [àwò ~] n. light-blue color

òfi n. loom (aso ~: thick Yoruba cloth made on native loom)

òfifo [òfo] adj. empty; àgbá ~: empty drum; empty thing, emptiness (láti dòfìfo = láti dòfo: to become empty; láti sófo: to be empty; kòròfo: vacuum)

òfin [òfi] n. law, rule; ~ àtowódówó: convention, tradition; ~ àyònmón: laws of nature; ~ méwà : the Ten Commandments

òfin èdè n. grammar; ~ èdèe Yorùbá: Yoruba grammar; ~ èdè òyìnbó: English grammar

òfo n. see òfifo

òfò n. see òfùn

òfófó n. talebearing (olófó fó, asòfófó: tale-bearer)

òfòrò [òkéré] n. squirrel

òfùn [òfù, òfò] n. waste, loss

òfúrufú adj. aerial; n. sky; okò ~: aircraft, airplane

oge n. pomp, ostentation

ògé n. Egyptian plover, Pluvianus Aegyptus Aegyptus

ògèdè [ofo] n. mystical language, magical incantations, occult language

ògédé [ògidì] adj. absolute, complete; ~ oti n. absolute alcohol

ògégéré [bèbè odò, bèbè òkè] n. precipice

ògì n. starch made from maize; gel

ògìdán [ekùn] n. leopard

ogì-ojú n. vitreous humor of the eye

ògìdì [àìlà] n. saturated form; saturated solution; adj. saturated, undiluted; ~ emun [emun ògidì]: undiluted palm wine

ògìdo n. perpendicularity (ìlàa A so ìlàa B l'ógìdo: line A is *perpendicular to line B)*

ògìrì *n.* fermented paste melon seeds

ògìri *n.* wall

ògo *n.* glory

ògò *n.* debt collector *(láti dógò ti onígbèsè: to stick with a debtor until payment is made)*

ògòdò *[gòdòbí] n.* yaws, impetigo

ogógóró *n.* acme, summit, the highest point, apex

ogógóró-ara *n.* sexual climax; **láti dé ~**: to reach sexual climax

ogógóró è̩hìn *[ò̩pá è̩hìn, ogóró è̩hìn] n.* spinal cord

ogóje *[ogóòje, à̩pò̩ kan àt'ìdì mé̩rin] n., adj.* one hundred and forty

ogójì *[ogóòjì, òjì, ìdì mé̩rin] n., adj.* forty

ògò-ngò *n.* ostrich

ògowé̩e̩rè̩ *n.* crowd of small children

ògùdùgbè̩ *n.* dropsy, excessive collection of fluid in the body

ògúlùtu *n.* part of an old wall

ogún *[ìdì-méjì] n., adj.* twenty; **~**: inheritance *(láti jogún: to inherit something)*; **ìwé̩ ~**: will

ògùn *n.* end (position), furthest point from origin; edge

Ògùn *n.* Ogun River

ogun *n.* war *(~ àjàkáyé: world war)*

Ògún *n.* Yoruba national god of iron, smiths, war and hunters

ogunló̩gò̩ *[ò̩pò̩ló̩pò̩] adj.* innumerable, very many, countless

ògùrò̩ *[ò̩gò̩rò̩] n.* raffia palm *(e̩mu ~: wine obtained from raffia)*

ogbe *[~ àkùko̩] n.* cock's comb

ògbìgbò *[àgbìgbò] n.* kind of bird with a big head

ògbo *n.* neuter; *adj.* asexual; **bíbí ~** *[bíbí àìgbàrin]*: asexual reproduction

ogbó *[arúgbó] n.* aged person *(ì̩s̩è̩gùn arúgbó: geriatrics, gerontology)*

ògbójú *adj.* bold, daring, impudent; *n.* daring individual

Ògbómò̩s̩ó̩ *n.* Yoruba city

ògbóni *n.* Yoruba secret society, Ogbomoso

ògboyà *n.* courageous person *(láti gbóyà: to be brave)*

ògbùró *[ológbùró] n.* type of pigeon

ohùn *[oùn] n.* quality of sound, timbre, voice, tone; **~ ìsàlè̩**: low tone, bass voice; **~ òkè**: high tone

ohun *[è̩dá] n.* thing *(living or nonliving)*; substance, material; **~ aláàyè**: living thing; **~ àlùmó̩nì**: mineral, natural resources; **~ às̩è**: chemical reagents *(às̩è: reaction)*; **~ è̩gbìn** *[~ ò̩gbìn]*: plant; **~ èlò**: utensils, apparatus, implement; **~**

oníyè *[~ aláàayè] n.* living thing; ~ **ọ̀sìn** *[ẹran ọ̀sìn]:* domestic animal; livestock; ~ **gbogbo:** everything, all things *(ohunkóhun: anything)*

ohunkóhun *[ounkóun] n.* no matter what, whatever, anything

oje *n.* juice, sap; ~ *[oje-ara, ojera]:* hormone

òjé *n.* alloy, solder

ojera *[oje-ara, oje] n.* hormone; ~ **ẹ̀jẹ̀** : blood plasma, plasma; ~ **ẹ̀sọ:** neurohormone; ~ **ìbàlágà:** estrogenic hormone; ~ **ifun** *[oje ìfun-onjẹ]:* intestinal juice; ~ **igi:** sap, latex; ~ **ikùn:** gastric juice, gastrin; ~ **irin:** sex hormone; ~ **orónro:** bile; ~ **orí-iwe:** adrenaline, epinephrine *(ẹṣẹ́: gland; ẹṣẹ́ aìlópò : ductless gland)*

òjì *[ogójì, ìdì mẹ́rin, òòji] n.* forty

òjìji *[ìji] n.* shadow, shade, umbra

òjìjì *n.* suddenness *(lójìjì: suddenly, all of a sudden)*

òjíjí *[ẹja ~] n.* electric eel

òjíṣẹ́ *n.* messenger *(~ Ọlọ́run: a prophet)*

òjò *[ẹji] n.* rain, precipitation, rainfall *(ìgbà ~: rainy season)*; ~ **alárà** : thunderstorm; ~ **dídì:** hail; **ẹ̀wu** ~:. raincoat

ojo *n.* coward; cowardice

ojogan *[àkèeké] n.* scorpion

òjòjò *[àrùn] n.* chronic illness

ojojúlé *n.* every household

ojojúmọ́ *[ojoojúmọ́, gjọ́ gbogbo] adj.* diurnal, daily; ~ *n.* every day, all day

òjòlá *[erè] n.* python

òjóóró *n.* cheating, deceit *(olójóóró: a cheat)*

òjowú *n.* envious person; jealous person*(owú: envy, jealousy)*

ojú */ojú-, ẹyinjú prefix: opthalm(o)-, oculo-/ [ẹyin ojú, ẹyin-jú] n.* eye, eyeball; **ẹ̀kọ́ nípa** ~: ophthalmology; **ẹ̀rọ-ìbẹ̀wò** ~: opthalmoscope; **ẹ̀sọ-ìmira** ~: ophthalmic nerve, fifth cranial nerve *(ẹ̀sọ ìmira: motor nerve);* **oníṣẹ̀gùn** ~ : ophthalmologist; ~ **dídà:** strabismus, squint, crossed eyes; ~ **dídùn:** ophthalgia, ophthalmodynia; ~ **fífọ́** *[ìfọ́jú, ìfọ́lójú]:* blindness; ~ **wíwú:** ophthalmia, ophthalmitis; ~ **yíyọ** *[ẹyinjú yíyọ]:* ophthalmectomy; center; ~ **ẹ̀ká:** center of a circle *(ẹ̀ká: circle);* ~ **iwọ́:** center of curvature; ~ **okun:** center of mass; center of gravity; ~ *[iwá ojú]:* face; ~ *[~ ihò]:* opening, introitus; place; *[iwòn-ojú]* area (used to depict the square of a unit measure); ~ **ẹsẹ̀** : square foot; ~ **ika:** square inch; ~ **mítà:** square meter; ~ **ọ̀pá** *[iwọ̀n ~]:* square yard

ojú àgbàrá *n.* gutter, path made by a flow of water after a rain

ojú-agbo *n.* center of a crowd

ojú àlá *n.* period in which a dream takes place

ojú àlà *n.* line of demarcation

ojú alẹ́ *n.* dusk, evening time

ojú-ayé *n.* weather; pretense; eye-service

ojúbọ̀rọ̀ *n.* ease, without effort

ojúde /*ojú òde*/ *n.* outside of a house

ojú èéfín *n.* chimney

ojúu-fèrèsé *n.* window

ojúgun /*ojú igun*/ *n.* shin

ojúgbà [~ *ẹni, ẹgbẹ́*] *n.* one's contemporary

ojú ìbẹ́ [*ojú-ìlu*] *n.* perforation

ojú ìgbá *n.* bruise

ojú ìran [*ojúùran*] *n.* trance, vision

ojú irin *n.* railroad

ojú ìta *n.* sting *(láti ta: to sting)*

ojú ìwọ̀n [*ojúùwọ̀n*] *n.* capacity; **láti pé** ~ *v.i.* to reach capacity

ojuju [*ẹgbò, ooju*] *n.* sore, ulcer

ojúkan *adv.* in one place without moving

ojúkòkòrò *n.* avarice, covetousness, envy

ojúlówó *adj.* genuine, unadulterated, valuable

ojúlùmọ̀ *n.* acquaintance

ojúmọ́ *n.* daybreak, dawn

ojú mọmọ *n.* daybreak, morning, daylight

ojúmọná [*ojú-iná*] *n.* fireplace

ojú òbò *n.* vaginal opening, introitus of vagina; opening of vagina; vulva; external female genital organs; ~ **gígékúrò**: vulvectomy; ~ **wíwú**: vulvilitis

ojú-oòrùn *n.* disc of the sun

ojú-oorun *n.* sleepy state, sleepiness

ojú oró *n.* bite; water lettuce

ojú-orórì *n.* grave site

ojú-owó *n.* exact amount that is lent out, principal; an exact amount agreed upon

ojú ọgbẹ́ *n.* cut, gash, slash

ojú-ọjọ́ *n.* weather

ojú ọ̀run [*sánmà, ojúu sánmà*] *n.* sky

ojúrere *n.* favor, kindness

ojúsàájú *n.* favoritism, partiality

ojútáyé *adv.* publicly, in public

ojúulé *n.* doorway of a house

ojúùsun *[ojú ìsun, orísun]* *n.* fountain (of water)

ojúùṣe *n.* duty, responsibility; one's share of a total burden

ojúùtì *[ojú-títì]* *n.* shame

ojúu yíya *n.* tear

òkè */òkè- prefix: ep-, epi-/* *n.* up, top; hill *(ìlú-~: interior of a country)*; god of the hills

òkèara (láti dé ~) *[láti da àtọ̀ (in males)]* *v.i.* to reach sexual climax, to have an orgasm, to ejaculate *(in males)*

òkèèrè *n.* distant land

òkègíga *n.* mountain

òkèlè *n.* morsel, bolus

òkè-odò *n.* a distance from the bank of a river

okèrekèré *(ẹran)* *n.* cartilage, gristle

òketè *[ọ̀kẹ́]* *n.* large bundle

òkété *[ewú]* *n.* a kind of rat, Cricetomys Gambianus

òkí *[àjẹsára]* *n.* vaccine, immunity; ~ **àbínibí** *[òkí àdámọ́]*: natural immunity, inherited immunity; ~ **ara àìtó**: immunodeficiency; ~ **àfijogún** *[òkí àbínibí, òkí àdámọ́]*: inherited immunity, natural immunity; ~ **gbígbà** *[abẹ́rẹ́ àjẹsára gbígbà]*: immunization; ~ **jíjẹ́**: immune response; ~ **jíjẹ** *[abẹ́rẹ́ àjẹsára gbígbà, òkí gbígbà]*: immunization, inoculation

okiki *n.* fame, reputation, rumor *(~ kàn: the rumor spread)*

òkìtì *n.* heap, small hill; somersault *(láti gbókìtì: to somersault)*

òkìtì-ọ̀gán *n.* anthill

Òkìtìpupa *n.* Yoruba town, Okitipupa

okó *n.* penis, phallus, copulatory organ of male animals; ~ **dídùn**: phallalgia, phallodynia; ~ **líle**: penile erection, penile rigidity, erect penis; ~ **wíwú**: phallitis

òkò *n.* projectile, missile

oko *n.* farm, rural settlement

òkóbó *n.* sexually impotent man *(àgàn: infertile woman)*

oko-ẹrú *n.* bondage, captivity

okó ìbọn *n.* trigger of a gun

oko-òwò *[owó-òwò]* *n.* trading capital

òkòtó *n.* cone, funnel; **alára ~** *adj.* conic, relating to a cone; **ẹ̀yà ara ~** *n.* conic sections

òkú *n.* cadaver, dead body, corpse; *adj.* dead, deceased, lifeless *(ìsìnkú: funeral arrangements)*; ~ **ẹranko** *n.* dead animal

òkúlẹ̀ *[aṣálẹ̀]* *n.* barren land

okun *n.* mass; **ìwọ̀n ~**: mass measurement

okùn *n.* rope, cable, cord, chain

òkun *n.* sea, ocean

okun *[okunra] n.* stamina, energy, vigor

okùn bàtà *n.* lace, shoelace

okùn-ìję *n.* food chain (in biology)

okùn-ìran *n.* chromosome, threadlike structure in the nucleus of every cell that is responsible for inheritance; ~ **ìrin**: sex chromosome

òkùnkùn *[òòkùn] n.* darkness

òkùnrùn *n.* chronic illness *(olókùnrùn: person with a chronic illness)*

okùn t'ǫmǫ t'ìyá *n.* maternal-infant bonding

òkúta *n.* stone; ~ **akǫ** *[akǫ-òkúta]*: granite; ~ **ayǫrunbǫ̀**: sandstone; ~ **eléérú**: limestone; ~ **ìbǫn** *[ǫta-ìbǫn]*: bullet; ~ **ìpǫ́nrin**: whetstone, grindstone; ~ **iyebíye** *[òkúta olówó-iyebíye]*: precious stone; gem; ~ **tààrá**: gravel; ~ **wę́wę́**:. pebbles

òkúyè *n.* deaf-mute

ol- *pref.* possessor of

olè *n.* thief, burglar *(láti jale: to steal)*

olèjíjà *n.* stealing, burglary, theft

òló *n.* tiny mouse; sweetheart

olóbi *[iwǫ́] n.* placenta, afterbirth, extraembryonic membrane, fetal membrane; **ìpilè** ~: placentation *(ęyà ęranko olólóbi: placentalia, eutheria)*; ~ **wíwú**: placentitis

olóde *[ṣǫ̀pǫ̀nná] n.* smallpox

olódì *[odì, ǫtá] n.* enemy

olódodo *[aṣòtítǫ́] n.* truthful person

Olódùmarè *[Olǫ́run, Elédùmare] n.* owner of the universe, God *(òdùmarè, èdùmarè: universe)*

olófo fo *n.* tale-bearer *(òfófó: gossip)*

ológìn-ní *[ológbò] n.* cat

ológòdò *n.* person with yaws *(ògòdò: yaws)*

ológoṣ ę́ *n.* African pied wagtail (bird)

ológbò *[ológìn-ní] n.* cat

ológbùró *[ògbùró] n.* type of pigeon

olóje *adj.* sappy, juicy

olójúkòkòrò *n.* covetous person

olókiki *n.* famous person *(òkikí: fame)*; *adj.* famous, renowned

òlòlò *[ikóòlòlò] n.* stammering, stuttering

olómi *adj.* aqueous *(láti lómi: to be aqueous)*

olómìnira *adj.* independent; *n.* independent people *(òmìnira:*

independence)

olo-ngo *n.* orange-cheeked waxbill

olóògùn *n.* pharmacist *(ẹ̀kọ́ nípa ìṣoògùn: pharmacy)*, medicine man *(see* oògùn*)*

olóògbé *n.* deceased *(~ Àjàyí: the late Àjàyí)*

olóòkà *[olónkà, olópin]* adj. countable, finite, numerable, representable by a number *(òòkà:numerals;* àìlóòkà: *innumerable)*

olóòlà *n.* cutter of facial marks; circumciser

olóore *[~ ọfẹ̀]* *n.* benefactor

olóorun *n.* sleeping person

olóòrùn *n.* person who stinks; *adj.* odoriferous

olóòrùn-dídun *adj.* odoriferous, scented

olóòtọ́ *n.* truthful person; reliable person

olórí *n.* head (of an organization), leader

olorì *n.* wife of an important person, ~ ọba: a queen

olóríburúkú *[olorìbúburú]* *n.* unlucky person

olórí-kunkun *n.* obstinate individual

olórin *[akọrin]* *n.* singer *(ẹgbẹ́ olórin: group of singers)*

olórìṣà *n.* worshiper of native gods

olóró *adj.* toxic, venomous, poisonous; **ejo** ~ *n.* poisonous snake *(oró: toxin)*

olósè *n.* type of mouse

olòṣì *n.* destitute person, impoverished person

olótù *[ọ̀gá]* *n.* director, head

olówó *n.* rich person

olóye *n.* intellectual *(òye: intelligence; see* ìmọ̀n-jìnlẹ̀*)*

olóyè *n.* chief, titled person

olú *n.* high chief, head of a town, village or settlement; ~ *[osun]* mushroom, fungus

Olú awo *[olórí awo] see* Olúwo

olùbéèrè *n.* questioner

olùbùkún *n.* one who provides, one who gives blessings (euphemism for God)

olùbùsí *n.* one who adds more, one who increases, God

olùdá-ndè *n.* one who frees, one who forgives, God

olùfẹ́ *[olólùfẹ́]* *n.* lover, beloved

olùfisùn *n.* complainant, plaintiff, accuser

olùgbàlà *n.* savior, deliverer

olùgbé *n.* inhabitant

olú-ìlú *n.* capital city

olùkọ́ *[olùkọ́ni]* *n.* teacher

olúkúlùkù *[oníkálùkú]* *n.* each and every one

olùmọ̀nrọ̀n *n.* one who understands people's problems, God

olùpilẹ̀ṣè *n.* originator, beginner

olùrànlọ́wọ́ *n.* helper, assistant

olùṣọ́ *[ọ̀gá] n.* guardian, boss, supervisor

olùṣọ́-àgùntàn *n.* shepherd

olùtọ́jú *[olùtọ́jú aláìsàn] n.* nurse

Olúwa *n.* master, the Lord

olúwarẹ̀ *n.* that same person

Olúwo *[Olú-awo, olóri awo] n.* chief priest of the diviners, babalawo *(olóri: head)*

omi *n.* water; **àrùn ẹ̀gbin** ~ *[àrùn iwọ̀sí]:* water-borne illness ~ *[aṣàn]:* fluid; ~ **àfẹ́sẹ́:** distilledwater *(fẹ́ + sẹ́: vaporize to filter i.e. distill);* ~ **àgọ́-pádi:** karyolymph, nuclear sap *(àgọ́ pádi: nucleus of the cell);* ~ **àmun:** soft water; ~ **àtọ̀:** semen, seminal fluid; ~ **dídì:** ice, snow; ~ **ẹ̀rọ:** pipe-borne water; ~ **ẹ̀sẹ́** *[ẹ̀sẹ́]:* filtrate, mother liquor; ~ **ẹran** *[omitoro-ọbẹ̀]:* broth; **~gbigbóná:**hot water; ~ **kikan** *[omikan, ẹ̀kan omi]:* acidic water, sour water; ~ **lílọ́:** warm water; ~ **ojú** *[omije]:* tear drop; ~ **òkun:** sea water; ~ **pádi:** cytoplasm *(omi inúun pádi: liquid inside the cell);* ~ **rírọ́:** hard water; ~ **tútù:** cold water

omi-ara *[omira] n.* body fluid; lymph

omidan *[ọmọge] n.* young lady, adolescent woman

omi-ẹ̀jẹ̀ */omi ẹ̀jẹ̀-: sero-/ n.* (blood) serum

omi-iyọ̀ *n.* saltwater, brine

òmìnira *n.* freedom, liberty, independence, láti di ~: to become independent; láti wà ní ~: to be independent

omi-nú *n.* anxiety, láti kọminú; to be anxious; ~ nkọ mí: I am anxious

omi-ọmọ *n.* amniotic fluid *(àpò omi-ọmọ: amnion)*

òmíràn *[ìmíràn] n.* another one, alternative *(ẹni ~: another person; míràn: another)*

òmìrán *n.* giant

omije *[ekún] n.* tear, teardrop

òmùgọ̀ *adj.* foolish *(~ ènìyàn: a foolish person); n.* fool

òmú *n.* fern

òmùwẹ̀ *[ọ̀mọ̀wẹ̀] n.* swimmer

ondè *n.* leather belt containing magic charms

Ondó *n.* Yoruba city, Ondo

òngbẹ *[òrùngbẹ] n.* thirst

oni- *pref.* possessor of

òní *n., adj.* today *(lón í : today)*

oníbáárà *[alágbe] n.* beggar

oníbǎra *n.* customer, patron

oníbodè *n.* gatekeeper

oníbọ̀tí *n.* owner of malt, malt seller *(bọ̀tí: malt)*

oníbú-ọrẹ *n.* source of all gifts, God

onídäjọ́ *[adájọ́] n.* judge

onídìrí *n.* hairdresser

onífá *n.* worshiper of Ifá

onífáàrí *n.* ostentatious person

onígẹ̀gẹ̀ *[onígbẹ̀gbẹ̀] n.* person with goiter

onígba-ẹsẹ̀ *n.* centipede

onígbàgbọ́ *n.* believer; Christian

onígbàjámọ̀ *n.* barber *(gbàjámọ̀: razor)*

onígbajúmọ̀ *[gbajúmọ̀, bọ̀ọ̀kìní] n.* famous person

onígbálẹ́hìn *(kòkòrò) n.* crustacean *(oní igbá ní ẹ̀hìn: that with a crust at the back)*

onígbáméjì *[àrùn ~] n.* cholera, Asiatic cholera

onígbèsè *n.* debtor

onígbẹ̀jọ́ *n.* jury; **adájọ́ àti ~**: judge and jury

onígbòdògì *n.* person afflicted with yaws

onígbòwọ́ *n.* guarantor, bail *(igbọ̀wọ́: surety, bail)*

oníhàmẹrin *n.* tetragon, four-sided figure; **~ ọ̀tún**: rectangle

oníhàmẹ́ta *[àǎdó] n.* triangle see **àǎdó**

oníhàpúpọ̀ *n.* polygon; **~ gígún**: regular polygon; **~ àìgún**: irregular polygon; **~ oníkùn**: convex polygon; **~ onínú**: concave polygon

oní-ìyè *[aláàayè] n.* organism, living organism

oníjàbùtẹ̀ *n.* person afflicted with elephantiasis *(jàbùtẹ̀: elephantiasis)*

oníjàmbá *n.* criminal, evil person, miscreant *(jàmbá: danger)*

oníjìbìtì *n.* swindler, fraud, cheat *(jìbìtì: fraud)*

oníkálukú *[kálukú] n.* separate entity *(ẹnìkòòkan): individual, each person)*

oníkanra *n.* peevish person

oníkaraun *n.* mollusk

oníkọ́ *n.* person afflicted with cough *(ikọ́: cough)*

oníkọ̀ *n.* possessor of hooks *(ikọ̀: hook)*; **aràn ~**: fluke, parasitic nematode; **~**: possessor of valence

oníkùn *adj.* convex; **awòji ~** *n.* convex mirror; **rawòye ~**: convex lens *(awòye onínún-níkù: concavo-convex lens)*

onílàákàyè *n.* someone who has common sense

onílàjà *n.* mediator

onílara *n.* envious person *(ìlara: jealousy)*

onílé *n.* host *(àlejò: guest)*

onílẹ̀ *n.* native, indigene; ~ *adj.* indigenous *(ọmọ ~: indigenous person)*

onímọ̀-ìjìnlẹ̀ *[onímọ̀-jìnlẹ̀] n.* scientist; *adj.* scientific *(ìwé-ìròhìn ~: scientific journal)*

onínọ̀kúnọ̀ *n.* spendthrift, prodigal

onínú *adj.* concave; **awòjì** ~ *n.* concave mirror; **awòye** ~: concave lens *(awòye onínún-níkùn: concavo-convex lens)*

onínú-búburú *n.* evil person

onínú-fúfù *n.* quick-tempered person

onínú-méjì *adj.* biconcave; **awòye** ~ *n.* biconcave lens

onínúunre *n.* kind person

onípádikan *n.* unicellular organism; *adj.* unicellular

onípádi-púpọ̀ *n.* multicellular organism

onírárà *[asunrárà] n.* bard, panegyrist *(rárà: eulogy)*

onírẹ̀lẹ̀ *n.* humble person; *[ìrẹ̀lẹ̀] adj.* humble *(ìwà ~: humble behavior)*

onírin *(oní ìnrin) adj.* sexual *(ìnrin: sex)*

onírin-méjì *[ṣakọṣabo] n.* hermaphrodite, bisexual organism; *adj.* bisexual

onírúgúdù *n.* one who causes confusion, troublemaker

onírunlára *[oníwàrà] n.* mammal; ~ *adj.* mammalian; **ẹ̀yà ẹranko** ~ *[ẹ̀yà ẹranko oníwàrà]*:Mammalia

onírúurú */onírú irú/ adj.* various, diverse

onísọkúsọ *n.* one who talks nonsense; one who tells offensive jokes

onísùúrù *n.* patient person

onísàn *adj.* vascular *(ìṣàn: vessels)*; **igi** ~: vascular plant; **ìṣù** ~: vascular tissue

onísàngó *n.* worshiper of Shangó (god of thunder and lightning)

onísègùn *[adáhunṣe, babaláwo] n.* physician, medical doctor, herbalist, African medicine man, herb doctor; ~ **aboyún**: obstetrician; ~ **àìsàn ikùn àt'ìfun**: gastroenterologist; ~ **àìsàn ìwọ̀-ara**: dermatologist; ~ **àìsàn obìnrin**: gynecologist; ~ **àrùn-alákàn**: oncologist; ~ **eegun títò**: orthopedist; ~ **èhìn**: dentist; ~ **ẹ̀hun**: allergist; ~ **ẹranko**: veterinarian; ~ **ẹ̀sọ-ara**: neurologist *(ẹ̀sọ: nerve)*; ~ **ìwọ̀-ara**: dermatologist; ~ **ojú**: ophthalmologist, oculist; ~ **ọkàn**: cardiologist; ~**ọmọwéwé**: pediatrician

onísekúṣe *[alágbèrè, aṣẹ́wó] n.* immoral person

onísẹlópọ̀ *[aṣọ̀pọ̀, aṣelọ́pọ̀] n.* manufacturer *(ṣe ní ọ̀pọ̀: to make in large quantities)*

oníṣ ẹ́-abẹ *n.* surgeon *(iṣẹ́ abẹ: surgery)*

oníṣ ẹ̀kẹ̀tẹ́ *n.* brewer of sẹ̀kẹ̀tẹ́ (beer made from maize)

oníṣ ẹ́-ọwọ́ *n.* craftsman

oníṣírò *[onímọ̀n iṣírò]* *n.* mathematician *(see* iṣírò*)*

oníṣòwò *n.* trader *(iṣòwò: trading)*

oníwààsùn *n.* Christian preacher

oníwàkúwà *[oníwàkíwà]* *n.* ruffian, person of evil character

oníwàpẹ̀lẹ́ *n.* mild-mannered individual

oníwàrà *n.* Mammalia *(see* onírunlára*)*

oníwàrere *[onírúunre]* *n.* kind person

oniwàyó *n.* trickster, joker

oniyàwó *[ọkọ-iyàwó]* *n.* bridegroom

oníyè- *pref.* bio-

oníyè *n.* organism; *adj.* living, ẹ̀dá ~: living thing; ẹ̀dá alainiyè: nonliving thing

oníyebíye *adj.* precious, priceless, invaluable

oníyègidi *n.* eukaryotic organism

oníyelórí *adj.* precious, valuable

oníyè-onípádikan *n.* unicellular organism

oníyè-onípádipúpọ̀ *n.* multicellular organism

oníyẹ̀méjì *n.* diptera (e.g. flies)

oníyọ̀ *adj.* saline, salty *(ẹran oníyọ̀: salty meat)*; ~ *n.* salt merchant *(oni + íyọ̀)*

onjẹ *[ìjẹ]* *n.* food, foodstuffs; ẹ̀hun ~: food allergy; ~ àárọ̀: breakfast; ~ alẹ́ *[~ àjẹsùn]*: dinner; ~ olóró *[onjẹ onímájèlé]*: poisoned food; ~ ọsán: lunch

ònkà *[òòkà]* */ohun ìkà: ohun tí a fi nka nkan/* *n.* numerals *(èèkà: numbers)*; ~ **Lárúbáwá**: Arabic numeral:1, 2 etc.; ~ **Rómanù**:Roman numeral I, V, X, L, C, D, M

òòbẹ̀ *[àdán]* *n.* type of bat

oobọ *n.* instrument for carding cotton

oódẹ *[odídẹ, odidẹrẹ́]* *n.* kind of parrot

òòfà *n.* magnet *(láti fi ~ fa nkan: to magnetize something)*

òòfà-ilẹ̀ *n.* gravity

òòfà-ìfun *n.* jejunum; ~ **wíwú**: jejunitis

òòfà ọ̀fun */òòfà-òfun-: esophag-/* *n.* esophagus, gullet; ẹ̀rọ-ìbẹ̀wò ~: esophagoscope; ~ **dídùn**: esophagodynia; ~ **gígékúrò**: esophagectomy; ~ **wíwú**: esophagitis

oógùn *[ooru, illàágùn, àágùn, òógùn]* *n.* perspiration, sweat

oògùn */oògùn-: anti-/* *n.* pharmaceutical, drug, medicine, medication; ~ **àìfọkànbalẹ̀**: anxiolytic, relaxant, antianxiety agent; ~ **alákàn** *[oògùn lẹ́ẹ́rẹ́]*: anticancer drug, antineoplastic, agent that inhibits the growth of malignant cells *(akàn,alákàn: cancer)*; ~ **àirígbẹ́yà**: laxative, purgative, cathartic, agent that prevents or treats constipation; ~ **alámọ̀** *[apalámọ̀]*: antibiotic, bactericidal, agent that destroys or stops the growth of bacteria *(alámọ̀: bacterium)*; ~ **oró** *[ẹlà aporó]*: analgesic *(oró: poison, toxin)*; ~ **ọlọ́jẹ̀** *[apọlọ́jẹ̀]*: antiviral, agent that opposes the action of a virus *(ọ̀jẹ̀: protein; ọlọ́jẹ̀: virus)*; ~ **aragbígbóná**: antipyretic, antifebrile, antithermic, agent that reduces fever; ~ **ara-híhún**: antipruritic, agent that prevents or reduces itching; ~ **ara wíwú**: anti-inflammatory, agent that counteracts inflammation; ~ **aràn**: antihelminthic, drug that kills intestinal worms; ~ **àrùn-ìtì** *[oògùn àrùn ìfunṣọ̀n]*: antihypertensive, drug that reduces hypertension (high blood pressure); ~ **àtọ̀jù**: antidiuretic, agent that decreases urine secretion; ~ **àtọsí**: antigonorrheic, agent that cures gonorrhea; ~ **èébì**: antiemetic, agent that prevents or relieves nausea or vomiting; ~ **èélá**: antipsoriatic, agent that prevents or relieves psoriasis *(èélá: psoriasis)*; ~ **ehín-kíkẹ̀** : anticarious, preventing decay of teeth; ~ **ehín-dídùn**: antidontalgic, agent that relieves toothache; ~ **ẹjẹ̀ dídà**: antihemorrhagic, agent that prevents or arrests hemorrhage; ~ **ẹjẹ̀ dídì**: anticoagulant,decoagulant, agent that prevents or delays blood coagulation; ~ **ẹ yàwuuru**: antimicrobial, antibiotic, bactericide, substance that inhibits the growth of microorganisms; ~ **igbẹ́gbuuru**: antidysenteric, agent that prevents or relieves dysentery; ~ **gìrì** *[oògùun wárápá, oògùn ipá]*: anticonvulsant, antiepileptic, agent that prevents convulsion; ~ **ibà**: antimalarial, agent that prevents or relieves malaria; ~ **ibà-apọ́njú** *[oògùn akọ-ibà]*: anti-icteric, agent that prevents or relieves jaundice *(akọ-ibà: jaundice)*; ~ **ikọ́**: antitussive, expectorant, agent that promotes expectoration; ~ **ikùngbígbi**: antiflatulent, agent that reduces intestinal gas; ~ **ilààgùn** *[oògùn ooru]*: antiperspirant, antisudorific, antihidrotic, agent that prevents or diminishes sweating; ~ **imúdídí** *[oògùn osi]*: decongestant, drug that reduces congestion; ~ **iná-orí**: pediculicide, agent that kills lice *(iná orí: louse)*; ~ **làkúrègbé** *[oògùn àrìnká]*: antiarthritic, antirheumatic, agent that relieves arthritis or rheumatism; ~ **ọmún-gbigbẹ**: lactogen, drug or other substance that enhances milk production; ~ **ọmún-sísẹ̀**: antigalactogogue, lactifugal agent that prevents or diminishes the secretion of milk; ~ **osi** *[oògùn imúndídí]*: antihistamine, decongestant, drug that reduces congestion; ~ **osun-ara**: antifungal, anti-mycotic, agent that destroys or inhibits the growth of fungi *(osun: fungus)*; ~ **òyì-ojú**: agent that prevents or relieves vertigo; ~ **wárápá** *[oògùun gìrì]*: antiepileptic, anticonvulsant, medicine that combats epilepsy

òògbé *n.* drowsiness

òòjó *adj.* daily, iṣẹ́ ~: daily work; onjẹ ~ wa: our daily bread

òòkà *n.* numerals *(see* ònkà)

òòka *[òrùka] n.* ring

oókan *[ọ̀kan] n.* one

oókan àyà *n.* xiphoid bone of the chest

òòlà *n.* wedge for splitting wood; savior

òòlọ̀ *n.* digesting device, grinding device; ~ **ìfun** *[ọlọ ìfun]*: digestive organ

òòlù *n.* mallet *(~ agogo: striker for sounding a gong)*; ~ **etí**: malleus *(owú-eti: incus)*

òòlu *n.* gimlet *(láti lu nkan: to punch a hole)*

oore *n.* kindness *[olóore, aṣoore: kind person)*

òòrẹ̀ *[ojigọn] n.* porcupine

òòró *adj.* vertical; **ọ̀nà** ~: vertical axis; **ìlà** ~: vertical line; **ètò** ~: vertical matrix, column matrix

ooru/*ooru- prefix: sudo~/ [òógùn, ìlààgùn, àágùn] n.* perspiration, sweat *(láti làágùn: to perspire)*

oórùn *n.* odor *(láti rùn: to be odorous, to smell)*

oòrùn *n.* sun; **ìlà** ~: east; **ìwọ̀** ~: west; **ìta** ~ *[ìta oòrùn ayé]*: the tropics

oorun *n.* sleep; ~ **ikú** *n.* narcosis

òótọ́ *[òtítọ́] n.* truth, fact; *adv.* in fact

òòyà *[ìyarun] n.* comb

òpè *n.* amateur; ignorant person

òpin *[ìkẹ́hìn] n.* end, termination, last portion

òpìpì *[adìẹ ~] n.* featherless fowl

òpó *n.* post; ~: pathway, channel, duct; ~ **àtọ̀**: vas deferens, the tube that transports the sperm from the testes to the urethra *(urethra: ọ̀nà ìtọ̀)*; ~ **ẹ̀jẹ̀**: blood capillary, blood vessel; ~ **ẹyin**: oviduct, Fallopian tube, tube that transports the ovum from the ovary to the uterus after ovulation; ~ **igi**: stem; ~ **itọ́**: salivary duct; ~ **iyẹ̀ ẹrin** *(ìyẹ̀ ìrin)*: pollen tube *(ìyẹ̀: powder; ìrin: sex)*; ~ **omije**: tear duct; ~ **oógùn**: sweat duct *(òpó: duct)*; ~ **òrónro**: bile duct

opó *n.* widow

òpò *n.* exertion *(láti ṣòpò: to exert oneself to the limit)*

òpó òrónro *n.* bile duct; ~ **wíwú**: cholecystitis, inflammation of the gallbladder

opópó *n.* any broad street, avenue

òréré *n.* long view, horizon; ~: furlong *(~ kan: 1 furlong)*

òrí *n.* ointment, unction

òrí *[òrí-àmọ́] n.* shea butter; ~ **etí** *[epo-etí]*: cerumen, earwax

ori *[ẹ̀kọ] n.* hardened ogi *(ògì: paste made from starch)*

orí *n.* chapter in a book *(orí ìkẹ́ta: chapter three; orí-ewé: page; ẹsẹ; paragraph)*

orí */orí- prefix: cephalo-/ n.* head; ~ **àì-pé** *[orí dídàrú]*: mental disorder; mental illness; ~ **dídàrú**: psychosis; ~ **fífọ́** *[ẹ̀fọ́rí]*: headache, cephalgia; ~ **pípá**: baldness, alopecia

orí-búburú *[orí burúkú] n.* ill-luck, bad luck

orí-ewé *n.* page *(ẹ̀kọ́: lesson)*

orígun *n.* corner, ~ **mẹ́rẹ̀ẹ̀rin** ayé: four corners of the earth

orí-ìjẹ̀ *n.* stigma *(ìjẹ̀-òdòdó: style connecting the stigma and the ovary of a flower)*

orí-ìka *[ọmọrí-ìka] n.* fingertip

oríìre *[orírere] n.* good luck, good fortune

oríké *[èkò-ara] n.* joint, body joint

oríkì *n.* attributive name for a person derived from prior heroism displayed by his descendants

orikunkun *n.* obstinacy, strong headedness

orílẹ̀ *n.* nation, country *(orílẹ̀ẹ̀ Nàìjíríà: the country of Nigeria; ìpínlẹ̀: region or state)*

orílẹ̀-èdè *n.* nation composed of a linguistic group *(orílẹ̀-èdèe Yorùbá: the Yoruba nation)*

orin *n.* song *(láti kọrin: to sing)*

orín *[pákò] n.* chew stick

orí okó *n.* head of penis; glans penis; ~ **wíwú**: inflammation of the glans penis, balanitis

orí ọmú *[ìkórí omú, ìkórí ọyàn] n.* nipple, mammilla

Òrìṣà *n.* any Yoruba deity

orísun *[ìbú] n.* source; ~ **ẹ̀jẹ̀** *[ìmùdùnmúdùn ẹ̀jẹ̀]*: bone marrow

oríṣi *n.* type, kind *(~ kan: one type)*

oríṣiríṣi *adj.* different types of, all kinds of

oríṣi ẹ̀jẹ̀ *n.* blood type

oríta *[ìkórita] n.* point of intersection, junction, crossroads

orò *n.* habit, custom; festival

òro *n.* wild mango

oró *n.* toxin, poison, venom *(aporó: antitoxin)*; ~ **ẹ̀jẹ̀**: toxemia; ~ **ẹ̀sọ**: neurotoxin

òrò *n.* base area *(ìgbòrò: area occupied)*; **àmì-~**: integral (∫); **ìṣírò-~**: integral calculus; **~ gbígbà** *[ìpòròdàsíwá, ìgbòòrò]*: area expansion */gbòòrò = gba òrò: take up an area/*; **ọ̀mì-~**: integral equation *(ọ̀mì: equation)*

orobó *[ìẹ̀díjẹ̀dí] n.* piles, hemorrhoids

òrofó *n.* kind of pigeon

orógùn *[ọmọrógùn] n.* wooden stick for stirring food

orogún *n.* husband's other wife, cowife

orógbó *n.* false kola

oró-iwe *n.* nephrotoxin *(iwe: kidney)*

òrombó *[ọsàn] n.* orange; **~ wẹ́wẹ́**: lime

òròmọdìẹ *[ọmọ adìẹ] n.* chick of a fowl

òrónro *[òróòro] n.* gall bladder; **oje ~**: bile, gall; **òpó ~**: bile duct, biliary duct

oró osun *n.* mushroom poisoning

orórì *n.* grave

oróró *n.* oil *(see* epo)

òru *[ọ̀gọ̀njọ́ ~] n.* nighttime

orú *n.* water pot

òrùka *n.* ring, annulus *(see* ẹ̀gbà; *ìka ~: ring finger)*

orúkọ *n.* name; **ẹ̀ka-ọ̀rọ̀ ~**: noun, name of person, place, thing or action *(ẹ̀ká ọ̀rọ̀: part of speech)*; **~ àbísọ**: name given at birth; **~ àdápè**: avoidance name, used in place of the real name; **~ agboolé**: family name; **~ àmútọ̀runwá**: name given to child by virtue of the circumstances of birth; **~ bàbá**: father's name; **~ ìdílé**: surname; **~ ìnàgìjẹ́**: nickname; **~ isàmì**: baptismal name; **~ iyá**: mother's name

òrùlé *n.* roof

orúnkún *[eékún] n.* knee; **eegun ~**: kneecap, patella; **èkò ~**: knee joint

òsì *n., adj.* left *(ìròsì: left turning)*; **apá ~**: left side; **ẹ̀kù-ọkàn ~**: left atrioventricular valve, mitral valve, bicuspid valve; **ọwọ́ ~ lílò**: left-handedness

osi *n.* common cold, catarrh, rhinorrhea *(oògùn ~: decongestant)*

òsúkè *n.* hiccup, hiccough, singultus

osùn *[àwọ̀ ~] n.* violet color; **~ dúdú** *[apépe]*: African Rosewood

osun *[olú] n.* mushroom; fungus *(see* osunwuuru*)*; **ìjọ alára ~**: fungus family; **~ ẹmun**: yeast

osun wuuru */osun-wuuru- prefix: myc-, mycet-, myco-/ [osun-ara] n.* fungus; **àrùn ~**: fungal infection, mycosis

òṣé *n.* hissing sound made to express regret or unhappiness

(pòṣé: to make such a sound)

oṣè *[igi ~]* *n.* baobab tree

òṣì *n.* poverty, wretchedness *(òtòṣì: a poor person; olòṣì)*

òṣíbàtà *n.* water lily

òṣìkà *n.* wicked person

oṣó *n.* wizard, sorcerer *(láti ṣéṣó: to become initiated into wizardry)*

òṣó *n.* squat *(lóṣă to squat)*

Òṣogbo *n.* Yoruba city, Oshogbo

oṣù *n.* month *(lóṣooṣù: monthly)*; ~ **abo**: menstrual cycle *(ṣe nkan oṣù: to menstruate; àṣé: menstruation)*

òṣùká *n.* pad of cloth placed on head for carrying a load; coil; ~ **ìròsì**: left-handed coil; ~ **ìròtún**: right-handed coil

oṣùkárùn ọdún *[oṣùu Méè, oṣù agà]* *n.* May

oṣùkéje ọdún *[oṣùu Júláì]* *n.* July

oṣùkéjì ọdún *[oṣùu Fébúárì]* *n.* February

oṣùkéjìlá ọdún *[oṣùu Dìsémbà]* *n.* December

oṣùkéfà ọdún *[oṣùu Júùnù]* *n.* June

oṣùkéjọ ọdún *[oṣùu Ogoostì]* *n.* August

oṣùkérin ọdún *[oṣù Eéprílì]* *n.* April

oṣùkéṣàn ọdún *[oṣùu Sẹ̀tẹ́mbà]* *n.* September

oṣùkéwa ọdún *[oṣù Òktòóbà]* *n.* October

oṣùkíní ọdún *[oṣùu Jánúárì]* *n.* January

oṣùkọ́kànlá ọdún *[oṣù Nòfẹ́mbà]* *n.* November

òṣùmarè *[àádi omi]* *n.* rainbow, spectrum of water *(àádi: spectrum)*

òṣùpá *n.* moon

òṣùsù *n.* sphere, spherical material *(ìwọ̀n-ipò olóṣùṣù: spherical polar coordinate)*

òṣùwọ̀n *n.* scale, measuring device, gauge; ~ **àkókò**: timepiece; ~ **igbóná** *[awọ̀ngbóná]*: temperature scale, thermometer; ~ **ìrì** *[awọ̀n- rì]*: hygrometer; ~ **ìṣẹ́-ìtànná**: refractometer; ~ **ìtì** *[awọ̀n-tì]*: manometer; ~ **ìtì-ayé** *[awọ̀ntì-ayé]*: barometer; ~ **ìtì-èjè** *[awọ̀ntì-èjè]*: sphygmomanometer; ~**ìkí** *[awọ̀n-kì]*: viscometer; ~ **ọ̀rin** *[awọ̀n-rìn]*: hydrometer

òtííli *n.* pigeon pea

òtítọ́ *[òótọ́]* *n.* truth, fact

òtòlò *n.* waterbuck

òtòṣì *[olósì]* *n.* person that does not have money, wretch

otútù *[osi]* *n.* chill, cold, common cold *(láti tutù: to be cold)*

òwe *n.* proverb, parable

Òwè *n.* Yoruba subtribe

òwìwí *n.* owl

owó *n.* money; ~ èhìn *[~ àbẹ̀tẹ́lẹ̀]*: bribery; ~ èlé *[elél̃ẽ* : money lent at interest; ~ ẹyọ: coin; ~ ilé: rent; ~ iṣẹ́: wage; ~ kíkà: money counting; ~ orí: tax, income tax; ~-òwò *[oko-òwò]*: business capital; ~ oṣù *[owó àkókò iṣẹ́]*: salary *(ìnáwó: monetary expenses)*; ~ òde: tax; ~ ọ̀yà: fee paid for job done

òwò *[ètò ajé] n.* trade, commerce

òwú *[ẹ̀gbọ̀n òwú] n.* cotton wool; ~ **alá-ntakùn**: cobweb; ~ **ìtànná**: wick of a lamp

owú *n.* anvil; ~ **etí**: incus *(òòlù etí: malleus)* (in biology); jealousy

òwúrọ̀ *[àárọ̀, òórọ̀] n.* morning

oyè *n.* chieftaincy, title *(láti joye: to become a chief)*

oye *[iye] n.* value, quantity, amount

òye *[ọgbọ́n] n.* intelligence, erudition *(olóye: intelligent person)*

òyì *n.* gas; ~ **àìjásè**: noble gas, inert gas, rare gas */àì jẹ́ àsè: does not respond to reactions/*; ~ **àrá**: ozone; ~ **gidi**: real gas; ~ **ìdáná**: gas fuel *(dá iná: to make a fire)*; ~ **ilẹ̀** *[òyilẹ̀]*: nitrogen, N; ~ **iná** *[òyiná]*: oxygen; ~ **iyọ̀** *[òyì iyọ̀]*: chlorine, Cl; ~ **omi** *[óyimi]*: hydrogen, H; ~ **pípé**: perfect gas, ideal gas

òyìbó *[òyìnbó] n.* white person, European

òyì ojú *n.* dizziness, vertigo

òyì ojú-ayé *n.* earth's atmosphere

oyún *n.* pregnancy, gestation; **igbà** ~ *[ìgbà ìgbakọ́]*: pregnancy period, gestation period *(láti gíọ́ igbàrin tìtì dè gíọ̀ ìbímọ)* ; ~ **bíbàjẹ́**: miscarriage, spontaneous abortion; ~ **ṣíṣẹ́**: abortion, termination of pregnancy *(aboyún: pregnant woman; láti lóyún: to be pregnant)*

Ọ

ọ *pr. sing. obj.* you; mo fún ~ l'ówó: I gave you some money

ọba *n.* king; ~-nlá: emperor

ọbàkan *n.* half brother; half sister (two persons with same father but different mothers)

òbanijé *[abanijẹ́] n.* slanderer, defamer

Ọbàtálá *n.* Yoruba god of creation

òbẹ *n.* knife

ọbẹ̀ *n.* soup, sauce

òbọ *n.* monkey, ape; stupid person, ignoramus

òbọ̀rò *[ọ̀bọ̀rọ̀ aṣọ] n.* plain, unadorned cloth

òbùn *n.* dirty or filthy person

òdà *n.* pitch, paint; ~ èédú: coal tar; ~ èsè: yellow paint

òdá *[isá, ìyàn] n.* famine, drought; act of gelding an animal

òdájú *n.* callous person, one without feeling for others

òdàlẹ̀ *n.* treacherous person, traitor, one who breaks a trust

òdàn *n.* grassland, savannah

òdáràn *n.* one who commits a crime, criminal; offender

ọdẹ *n.* hunter

òdẹ̀ *n.* dumb person, acataleptic person *(láti yòdẹ̀: to be dumb)*

òdẹ̀dẹ̀ *[ọ̀ọ̀dẹ̀] n.* balcony, verandah

òdò *n.* one's location, one's vicinity

òdó *n.* adolescent; àmì ~: adolescent characteristics; ìgbà ~: period of adolescence

òdo *n.* shoot (of a plant), new growth

òdó àgùntàn *n.* lamb; ~ Ọlọ́run: lamb of God (i.e. Jesus)

ọdọdún *[ọdọọdún] n.* every year *(lọ́dọdun adv. yearly, annually; ọlọdọdun adj. annual, yearly)*; ègbà ~: annual ring

òdò-kòkòrò *n.* imago

òdọ́kọ *n.* oversexed woman, nymphomaniac

òdọ́mọbìnrin *n.* girl

òdọ́mọdé *[ọ̀dọ́mọdé] n.* youth

òdọ́mọkùnrin *n.* boy

òdò-rúgbìn *n.* plumule, seed bud

ọdún *n.* year; festival *(láti ṣọdún: to celebrate a festival)*

òdunkún *[kúkú-ndùkú] n.* sweet potato

ọdún-lé *n.* leap year

ọfà *n.* arrow *(apó-ọfà: quiver; ìlà ọ́lọ́fà: arrowed line)*; pawn *(láti fi nkan ṣọfa: to pawn something)* òfàfà *[ọ̀wàwà]* n. tree bear

òfẹ́ n. gratis, something obtained without payment; *adj.* free

òfin n. pit that serves as a trap for animals

òfinkin n. hay fever, pollinosis

òfọ̀ n. intense sadness, bereavement, mourning

ọfọ̀ *[ògèdè]* n. incantation, spell

òfọ *[ọ̀họ̀]* n. cuticle, sloughed off skin *(láti pọ́fọ̀: to molt; to shed the cuticle)*

òfun *[ọ̀nà ọ̀fun]* n. pharynx, throat; **irin** ~: trachea, windpipe; **irin** ~ **wíwú**: tracheitis; **òòfà** ~: esophagus, gullet; ~ **dídùn**: pharyngitis, sore throat

ọ̀gá *[olùṣọ́, alábò jútó]* n. supervisor, guardian, boss

ọ̀gà *[agẹmọn]* n. chameleon

ọgán n. immediacy, quality of being immediate *(lógán: immediately, by reflex)*

ọ̀gan *[òkìtì ~]* n. anthill

ọ̀gàn *[ọ̀gàn-ẹsẹ̀]* n. cock's spur

ọ̀gàn-ehín *[àgàn-ehín]* n. canine tooth

ọ̀gànjọ́-òru *[òrugànjọ́]* n. midnight

ọgán-ara n. reflex arc (in biology), the nervous circuit that is involved in a reflexive action

ọ̀gẹ̀dẹ̀ *[ọ̀gẹ̀dẹ̀- àgbágbà]* n. plantain; ~ **wẹ́wẹ́** *[~ wẹẹrẹ]*: banana

ọ̀ginìtì *[òkùkú]* n. wet weather

ọ̀gọ n. rod

ọ̀gọ̀dọ̀ *[àbàtà]* n. swamp, marsh

ọgọ́fà /ogún mẹ́fà/ *[àpò kan àt'ìdì méjì]* n. 120, one hundred and twenty

ọgọ́jọ /ogún mẹ́jọ/ *[àpò kan àt'ìdì méfà]* n. 160, one hundred and sixty

ọ̀gọ́mọ̀ *[mọ̀nriwo]* n. young palm frond

ọgọ́òrin *[ìdìmẹ́jo, ọgọ́rin, 80]* n. eighty

ọ̀gọ̀òrọ̀ *adj.* a large number or innumerable

ọ̀gọ̀rọ̀ *[òguròd]* n. raffia palm; **ẹmun-**~: raffia wine

ọgọ́òrún *[ọgọ́rǔn, ọ̀rún, àpò, 100]* n. one hundred

ọgọ́òsán *[ọgọ́sán, àpò kan at'ìdì méjọ]* n. 180, one hundred and eighty

ọgọ́òta *[ọgọ́ta, ìdì-mẹ́fà, 60]* n. sixty

ọgbà n. garden; **ìlà** ~: parallel lines; ~ **àjàrà**: vineyard, orchard

ọgba n. equality *(láti dọ́gba: to be equal; láti pín nkan dọ́gba: to divide something equally)*

ọ̀gbà *[egbẹ́]* n. one's contemporary

ọgbẹ́ *[egbò]* n. sore, injury, lesion, wound; ~ **ikùn**: gastric ulcer;

~ ọlọ-ìfun: duodenal ulcer

ọ̀gbẹ́dán n. maker of brass images *(ẹdán: brass image)*

ọ̀gbẹ́gi n. woodcarver

ọ̀gbẹ́kọ̀ n. canoe maker, shipbuilder

ọ̀gbẹlẹ̀ *[igbà ~, ẹ́rùn]* n. dry season

ọ̀gbẹ́nàn *[gbẹ́nà-gbẹ́nà]* n. carpenter

ọ̀gbẹ́ni n. Mister, Mr.

ọ̀gbẹ̀rì *[ẹ̀gbẹ̀rì]* n. ignorant person, beginner, novice

ọ̀gbin *[ohun ọ̀gbin; ẹ̀gbin]* n. plant; ẹ̀kọ́ ~: agriculture *(see ẹ̀gbìn)*

ọ̀gbọ̀ n. flax

ọ̀gbọ̀gbọ̀ adj. adolescent *(~ ọkùnrin: adolescent male)*

ọ̀gbọ́n n. ward of a town

ọgbọ́n n. wisdom, logic; ~ ẹ̀wẹ́ *[ọgbọ́n àrékérekè]*: cunning, craftiness; ~ **inún**: inductive logic *(láti gbọ́n: to be wise)*

ọgbọ̀n *[ìdì-mẹ́ta]* n. thirty

ọ̀gbun *[kòtò]* n. pit, ditch

ọ̀gbún *[ọlọ́gbún]* adj. oval-shaped *(láti pọ̀-gbún: to be oval shaped)*

ọ̀hún *[ibẹ̀]* n. that place, over there *(lọ́hún: there, yonder)*

ọjà n. market, merchandise *(láti tajà: to trade)*

ọ̀já *[gèlè]* n. women's head tie; *[igbàjá]* long cloth used by a woman to suspend a baby on her back

ọ̀já-àgbá n. iron hoop

ọ̀jẹ̀ n. protein; ~ inú-ẹ̀jẹ̀: plasma protein

ọ̀jẹlẹ̀ n. tender young plant

ọjọ̀ n. habitat, abode, natural locality *(ẹ̀kọ́ nípa ọjọ̀: ecology)*; ~ ẹ̀dá-oníìyè: ecosystem; living organisms and plants and their environment in a defined area

ọjọ́ *[ijọ́]* n. day *(ojú-ọjọ́: weather)*; ~ **ìbí**: birthday; ~ **ìdájọ́**: judgment day; ~ **orí**: age

ọjọ́gbogbo *[ojoojúmọ́]* n. every day

ọ̀jọ̀jọ̀ *[ọ̀jọ̀]* n. cake made from water yam

ọjọ́kanrí n. midday

ọjọ́kárùn ọ̀sẹ̀ *[ọjọ́ Tọ́sidè, ọjọ́ àlàmísì, ọjọ́ àṣẹ̀sèdáyé]* n. Thursday

ọjọ́kéje ọ̀sẹ̀ *[ọjọ́ Sátidé, ọjọ́ àbámẹ́ta]* n. Saturday

ọjọ́kéjì ọ̀sẹ̀ *[ọjóo Mọ́-ndè, ọjọ́ ajé]* n. Monday

ọjọ́kẹfà ọ̀sẹ̀ *[ọjọ́ Jimọ̀ọ̀, ọjọ́ Fúráidèe, ọjọ́ ẹti]* n. Friday

ọjọ́kẹrin ọ̀sẹ̀ *[ọjọ́ Wẹ́sìdée, ọjọ́ rírú]* n. Wednesday

ọjọ́kẹta ọ̀sẹ̀ *[ọjọ́ Túsìdée, ọjọ́ ìṣẹ́gun]* n. Tuesday

ọjọ́kójọ́ n. any day

ọjọ́ ọ̀sẹ̀ *[ọjọ́ ìsimi, ọjọ́o Sọ́-ndè, ọjọ́ àìkú]* n. Sunday

ọjọ́rọ̀ n. afternoon

ọkà *[àmàlà]* n. food made from yam flour

ọká n. Gabon viper

ọkàa bàbà n. guinea corn

òkan *[ìkan, ẹyọ kan, 1]* n. one, unit

ọkàn /ọ̀kàn-: cardio-/ n. heart; ẹ̀kù ~: heart valve; ẹ̀rí-~: conscience; ìsọ ~: heartbeat; ìṣan ~: cardiac muscle; ìṣẹ́-abẹ ~: heart surgery; ìyásí ìsọ ~: heart rate; ~ àìgbéṣẹ́: heart failure ~ àtọwọ́dá: artificial heart; ~ gbígbókìtì: heart attack, myocardial infarction; ~ kíkùn: heart murmur, cardiac murmur; ~ lílù: palpitation of the heart; ~ wíwà ní àìlera: heart disease; ~ wíwú: carditis

òkàndínlógún *[ìdì kan l'ẹ́sǎn, 19]* n. nineteen

ọkánjúà n. avaricious person; ~ adj. greedy

òkánkán *[ọ̀ọ́kán]* n. point directly in front of someone *(lọ́ọ̀ kan: straightforwardly)*

òkànlá *[ìdìkan lé 'kan, 11]* n., adj. eleven

òkanṣoṣo *[ìkanṣoṣo]* n. a single one, one and only one

òkẹ́ n. large bag; ~ /ọ̀kẹ́-: kilo/ *[ẹgbẹ̀rún]* n., adj. thousand

òkẹ́-èèrú kan n. one trillion, a thousand billion *(èèrú: billion)*

òkẹ́ kan n. one thousand *(see ètò àwọn èèkà)*

òkẹ́-gramu n. kilogram

òkẹ́-kálórì n. kilocalorie

òkẹ́lítà n. kiloliter

òkẹ́mítà n. kilometer

òkẹ́rẹ́ n. squirrel

ọkọ́ n. hoe

ọkọ n. husband; ~ afẹ́sọ́nà: fiancé, man engaged to be married; ~ ìyàwó: bridegroom

òkọ̀ n. spear, javelin

ọkọ̀ n. vehicle, ìwé ~: a ticket, owó ~: a fare; ~ abirùn: ambulance; ~ akérò: motor vehicle; ~ arèdùmarè: rocket ship *(èdùmarè: universe)*; ~ ayọ́kẹ́lẹ́: car, sedan; ~ eléèfin: steamship; ~ ojú-irin *[ọkọ-ilẹ̀]*: train; ~ ojú-omi: ship, boat; ~ òfúrufú: airplane, aircraft

ọkọ́-ìtúlẹ̀ n. a plow, plough

ọkọ-ìyàwó n. a bridegroom

òkọ̀òkan adv. one by one, one at a time

òkọ̀tọ̀ *[ọṣẹ ~]* n. an inferior type of soap

òkùn n. centipedes or millipedes, Myriapoda

ọkùnrin n. male person (boy, man); ~ aṣebí-abo: male homosexual, gay man, homophile

ọ̀la *n.* tomorrow; *(lọ́la: tomorrow)*; **àárọ̀** ~: tomorrow morning; **ìròlẹ́** ~: tomorrow evening; **ọ̀sán** ~: tomorrow afternoon

ọlà *[ọ̀rọ̀] n.* wealth, riches *(láti lọ́lá: to be wealthy)*

ọlá *n.* honor, respect, regard *(láti bọlá fun ènìyàn: to show respect for others; Ọlọ́lá: a honorable person)*

ọ̀làjà *[alàjà] n.* mediator

ọ̀lajú *n.* civilized person *(ìlajú: civilization)*

ọlá-nlá *n.* majesty, great honor

ọ̀lẹ *n.* indolent person; ~ *adj.* indolent, lazy *(~ ọmọ: lazy person; láti yọ̀lẹ: to be lazy)*

ọlẹ̀ *n.* fertilized egg, zygote *(gbọlẹ̀: to be pregnant)*; **ìgbà** ~: first trimester of a pregnancy

ọ̀lẹ̀lẹ̀ *[ọ̀ọ̀lẹ̀, mọ́ín-mọ́ín] n.* kind of cake made from ground beans

ọlọ *n.* grinding device, digesting device *(see ọ̀ọ̀lọ̀)*

ọlọ́dẹ *[ọdẹ] n.* hunter *(láti ṣọdẹ: to go hunting)*

ọlọ́dúnkan *adj.* one-year-old (animal), yearling

ọlọ́dúnkọ̀ọ̀kan *adj.* yearly

ọlọ́dúnméjì *adj.* two-year-old

ọlọ́dúnméjìméjì *adj.* biennial

ọlọ́fà *n.* archer

ọlọ́gbà *n.* owner of a garden; gardener

ọlọ́gbọ́n *[ọ̀jọ̀gbọ́n] n.* wise person, sensible person

ọlọ́gbọ́n-èwé *[ọlọ́gbọ́n arékérekè] n.* crafty person, deceitful individual

ọlọ́gbún *n.* something that is oval; **ẹ̀ká** ~: ellipse

ọlọ-ìfun *n.* duodenum; ~ **wíwú**: duodenitis, inflammation of the duodenum

ọlọ́jà *n.* chief of a market settlement

ọlọ́jà *[oníṣòwò] n.* trader, seller of commodities

ọlọ́jẹ̀ *n.* virus, virion; *adj.* viral; ~ **ara-tábà** *n.* tobacco mosaic virus

ọlọ́jẹ̀-alámọ̀ *n.* bacteriophage, phage, bacterial virus *(ọlọ́jẹ̀: virus; alámọ̀: bacteria)*

ọlọ́jọ́ *n.* the owner of time (God)

ọlọ́kàn-líle *n.* strong-willed person

ọlọ́lá *n.* honorable man, ~ Awólọ́wọ̀: Honorable Awólọ́wọ́

ọlọ́là *[olówó, ọlọ́rọ̀] n.* rich person

ọlọmú *n.* spleen

ọlọmú wíwú *[ọsì-inú] n.* enlarged spleen, splenomegaly

ọlọ́pă *n.* policeman

ọlọ́pă-inú *n.* nonuniformed policeman; criminal investigator

ǫlópẹ́ *[aṣǫpẹ́]* n. one who gives thanks to God; *[agbǫpẹ́]* one to whom thanks is due (God)

ǫlórǎ /oní òrá/ *adj.* adipose, fatty; ìṣ ù ~: adipose tissue; ilẹ̀ ~: fertile land

ǫlórǫ̀ n. wealthy person; *adj.* wealthy, ~ ǫkùnrin: wealthy man

Ǫlórun n. owner of the heaven, God *(see* Olódùmarè*)*

ǫlóṣà *[kólékólé, òle]* n. burglar, robber

ǫlóṣẹ n. maker of soap; soap seller

ǫlóṣẹ́ n. operator, subject; ~ àt' ǫṣẹ́: subject and predicate *(see* òfi èdèe Yorùbá*)*

ǫlòtẹ̀ *[adìtẹ̀]* n. rebel, mutineer

ǫlótí *[ǫ̀mùti]* n. seller of alcohol, liquor dealer; alcoholic *(ǫtí: alcohol)*

ǫ̀mì n. equation; ~ afẹ́: gas equation; ~ èlà: chemical equation *(èlà: chemical)*; ~ ìdà: differential equation, equation of slopes *(ìṣírò ìdà: differential calculus)*; ~ ìjì: wave equation; ~ ìlà *[ǫ̀mì onírìnkan]*: equation of a line, line equation, linear equation; ~ onírìnkan: linear equation *(ìrìn: root)*; ~ onírìnmẹ́jì: quadratic equation; ~ onírìmẹ́rin: quartic equation; ~ onírìnmẹ́ta: cubic equation; ~ òrò: integral equation, equation of areas *(ìṣírò òrò: integral calculus)*; ~ òyì: gas equation *(òyì: gas)*; ~ ǫṣẹ́: operator equation

ǫ̀mìmẹ́jì: simultaneous equation *(see* agbo ǫ̀mì*)*

ǫmǫ *[ǫmǫn]* n. offspring, progeny, baby; ~ adìẹ *[òròmǫndìẹ]*: chicken; ~ adúláwǫ̀: an African; ~ àgádágodo: key to a padlock; ~ àgùntàn: lamb; ~ àgbàbǫ́ *[~ àgbàtǫ́]*: foster child; ~ àìpójó *[ǫmǫ àìgbó]*: premature infant, preterm infant; ~ ajá: puppy; ~ aládé: prince, princess; ~ aláìlóbí: orphan; ~ àlè: bastard; child born out of wedlock; ~ aráyé *[ǫmǫ adámǫ̀, ǫmǫ ènìyàn, ènìyàn]*: human, human being, homo sapiens; ~ iléèwé: schoolchild; ~ ǫba: prince or princess; ~ ǫmú: suckling; ~ ǫwǫ́ *[ìkókó, ǫmǫtuntun]*: newborn, neonate, baby

ǫmǫbíbí n. childbirth; person's child

ǫmǫbìnrin n. daughter *(~ Dàda: Dàda's daughter)*

ǫmǫdé n. youth *(ǫmǫdébìnrin: girl; ǫmǫdékùnrin: boy)*

ǫmǫ́dìnrin ẹsẹ̀ n. little toe

ǫmǫ́dìnrin ìka n. little finger

ǫmǫ-èkùrǫ́ n. kernel of palm nut *(èkùrǫ́: palm nut)*

ǫmǫ-ènìyàn *[ǫmǫ adámǫ̀, ǫmǫ aráyé]* n. human being

ǫmǫ ẹni-ǫ̀run *[ǫmǫ òkú-ǫ̀run]* n. posthumous baby

ǫmǫge *[omidan]* n. young lady, adolescent woman

ọmọkùnrin *n.* son

ọmọlá-ngìdi *n.* wooden doll

ọmọla-nke *n.* cart; ~ **akéro** *n.* riksha

òmọlé *[mọlé-mọlé] n.* bricklayer, builder

ọmọ-nlé *n.* gecko

ọmọnú *[ọmọ inú] n.* fetus, embryo *(ìgbà ~: third trimester of pregnancy)*

ọmọ-odó *n.* pestle *(odó: mortar)*

ọmọ-ogun *n.* foot soldier

ọmọ-òkú *n.* orphan

ọmọ orógùn *[orógùn] n.* wooden stirring rod

ọmọ owú *n.* hammer; ~ **etí** *n.* malleus

ọmọ òdò *n.* servant, apprentice

ọmọ-ọmọ *n.* grandchild

ọmọ'rí *[ọmọ orí] n.* lid, cover; ~ **ìka** *[orí-ìka]:* fingertip

ọmọọṣẹ́ *n.* apprentice

ọmọtuntun *n.* newborn, neonate; *adj.* neonatal

òmòwé *n.* learned person

ọmún *[ọyọ̀n] n.* breast; **akàn** ~: breast cancer; **àyèwò** ~: breast examination; ~ **dídùn**: mastalgia; ~ **gígékúrò**: mastectomy; ~ **sísẹ̀**: galactorrhea, lactation; ~ **wíwú**: mastitis *(láti fún ọmọ l'~: to breastfeed a baby)*

òmùtí *[ọlọ́tí] n.* alcoholic

ọnà[1] *n.* axis, line; direction ~ **àtò**: ejaculatory duct, seminal duct ~ **èkò** *[ojú-èkò]:* suture, natural seam; ~ **ìbí**: birth canal, vagina *(see:* òbò); ~ **ìbú**: horizontal axis; ~ **ìṣu** *[fùrò]:* anal canal; **ojú-~**: a road; ~ **òòró**: vertical axis

ọnà[2] *n.* method *(ìlànà: procedure, algorithm);* ~ **àbùjá**: shortcut; ~ **àsè**: mechanism

ọnà *n.* art, embroidery *(ọlọ́nà: artist)*

ọnà-ìtò *n.* urethra; *(àpò àt'~ wíwú: urethrocystitis);* ~ **dídí**: urethratresia; ~ **dídùn**: urethralgia; ~ **gígékúrò**: urethrectomy; ~ **wíwú**: urethritis

ọnàkọ́nà *n.* anyway, any method

ọnà-ọfun *[ọ̀fun] n.* pharynx; ~ **dídùn**: sore throat, pharyngitis

ọnì *n.* crocodile

ọ̀ọ́dúnrun *[àpò mẹ́ta] n.* 300, three hundred

ọ́ọ́yọ́ *[ewédú] n.* a type of plant used as a potherb

ọpa *[ọparun] n.* bamboo pole

òpá *n.* a stick, a pole; ~ *[igbònwọ́, ìwọ̀n ~]:* yard; **ìwòn-ojú** ~: square yard; **ìwòn-àyè** ~: cubic yard); ~ *[ọ̀páa-pádí]:* flagellum

ọ̀pá ẹ̀hìn /ọ̀pá-ẹ̀hìn- prefix: rachi(o)-/ [ọgóró-ẹ̀hín] n. vertebral
  column, rachis, spinal column, backbone; ẹ̀sọ ~: spinal
  chord; ẹ̀sọ atọ̀pá-ẹ̀hìn yọ (ẹ̀sọ atọ̀páyọ̀): spinal nerve; ẹ̀sọ ~
  wíwú: funiculitis; ihò ~: spinal canal; ~ dídùn: rachialgia,
  rachiodynia; ~ wíwú: rachitis, rickets, osteomalachia
ọ̀págun n. king's war-staff
ọ̀pá-ìtilẹ̀ n. walking stick
ọparun [ọpa] n. bamboo pole
ọpẹ́ n. thankfulness, gratitude (láti ṣọpẹ́: to be thankful)
ọ̀pẹ [igi ~] n. palm tree; epo ~: palm oil; ẹmu ~: palm wine;
  ẹ̀kan ~: palmitic acid ; imọ̀ ~ [ọ̀gọ́mọ̀]: palm frond
ọ̀pẹ̀lẹ̀ n. Ifa's divining chain (Ifá: Yoruba god of divination)
ọpẹ́lẹ́-ngẹ́ n. a slender woman
ọ̀pẹ̀rẹ̀kẹ́tẹ̀ n. a short palmtree
ọ̀pẹ̀yìnbó [ọ̀gbùn-òìbó] n. pineapple
ọ̀pọ̀ n. plentiful commodity, cheap material; adj. many (~
  ènìyàn: many people)
ọ̀pọ̀lọ́ n. toad
ọpọlọ /ọpọlọ- prefix: encephal-/ n. brain (akàn ~: brain cancer,
  encephaloma; ~ dídàrú: encephalopathy; ~ wíwú: encepha-
  litis; ~ nlá: macrocephaly
ọ̀pọ̀lọ́pọ̀ n. plural; adj. many, a lot of; ìkanṣoṣo àt'~: singular
  and plural
ọpọ́n n. bowl; tray, tub
ọpọ́n-ìwẹ̀ n. bathtub
ọpọ̀tọ́ [igi ~] n. fig tree
ọ̀rá n. fat, lard, grease; ẹ̀kan ~: fatty acid
ọ̀rá ilẹ̀ n. humus
ọ̀ràn n. problem, case, matter, trouble
ọ̀ran n. fiber, filament (ríran, aran:fibrous; láti ran: to be fibrous;
  láti ran okùn: to turn into fibers; to make rope); ~ ẹ̀sọ: nerve
  fiber (ẹ̀sọ: nerve)
ọ̀ràn-iyàn n. unavoidable matter or situation
ọ̀rẹ́ n. friend; ~ òtítọ́: true friend
ọrẹ́ [pàṣán] n. whip
ọrẹ n. gift, present (láti tọrẹ: to make a gift)
ọrẹ-àànún [sàráà] n. alms, charity
ọ̀rẹ̀rẹ̀ n. sleeping sickness
ọ̀rìn [igbẹ́ ~] n. dysentery; density (ọlọ́rìn: dense; láti lọ́rìn: to be
  dense); ~ ìkùúkù: vapor density; ~ ìwọ̀nkan: specific gravity,
  relative density

ọ̀rọ̀ *n.* sentence, statement *(láti sọ̀rọ̀: to make a statement)*; ~ *[iwin]*: fairy; **àbọ̀-~**: phrase; **ẹ̀ka-~**: word; **ẹ̀yà-~**: clause; **ohùn ~**: phoneme; ~ **àjọsọ** *[àjọsọ-ọ̀rọ̀]*: conversation; ~ **àṣírí** *[ọ̀rọ̀ ikọ̀kọ̀]*: secret conversation; ~ **kẹ́lẹ́kẹ́lẹ́**: whisper; ~ **òdì** : blasphemy; ~ **pàtàkì**: advice, consultation

ọrọ̀ *n.* wealth, riches, treasure *(ọlọ́rọ̀: wealthy person)*

ọrọ́ *[igi ~]* *n.* a collective name for all kinds of cactuses

ọ̀rọ̀kọ́rọ̀ *[ọ̀rọ̀ asán]* *n.* nonsense

ọ̀run *[ọ̀run-rere]* *n.* heaven *(Ọlọ́run: the owner of the heavens, God)*; **àjùlé** ~ *[ìsálú ~]*: the vault of heaven; ~ **àpáàdì**: hell; ~ *[ojú ~, ojúu sánma, òde ~]*: the sky

ọ̀rún *n.* bow *(ọṣán: arrow)*; **ìlà ~**: parabola

ọrún *n.* period of five days

ọ̀rún */òrún- prefix: centi-/* *[ọgọ́rún, àpò]* *n.* hundred

ọrùn *n.* neck, cervix, jugular; ~ **ewé**: petiole; ~ **ẹsẹ̀**: ankle, tarsus; ~ **dídùn**: torticollis; ~ **ilé-ọmọ**: cervix; ~ **ọwọ́**: wrist, carpus; ~ **wíwọ́**: wryneck, torticollis

ọ̀rún-dún */ọ̀rún ọdún/* *n.* century

ọ̀rún-lá *n.* dried okra

Ọ̀rúnmìlà *n.* another name for Ifá, Yoruba god of divination

ọ̀sà *n.* lagoon

ọsán *n.* leather string for bow

ọ̀sán *[ìgbà ~]* *n.* daylight, afternoon

ọsàn *[òronbó]* *n.* orange; **igi ~**: orange tree

ọsàn-wẹ́wẹ́ *n.* lime, lemon

ọ̀sẹ̀ *n.* week *(~ kan: one week; ọjọ́-ọ̀sẹ̀: Sunday)*

ọ̀sìn *[ohun-~, ẹran ~]* *n.* domestic animal

ọ̀sọ̀ọ̀sẹ̀ *adv.* every week, weekly

ọṣẹ *n.* soap, saponification product *(láti sọdọṣẹ́: to saponify; ìsọdọṣẹ́: saponification)*

ọṣẹ́ *n.* harm, hurt; ~ (in mathematics): operator; ~ **ìṣírò**: mathematical operator; **láti ṣe ~ lórí ...**: to perform a given operation on...; ~ **agún**: symmetry operator *(agún: symmetrical objects)*; ~ (in English grammar, part of speech): predicate, **ọlọ́ṣẹ́ àt'~**: subject and predicate, *(ọlọ́ṣẹ́: subject)*

ọ̀ṣìngín *[tútù, tuntun]* *n.* fresh, new

ọ̀ṣọ́ *[ẹwà]* *n.* adornment, decoration, finery *(láti ṣe ènìyàn l'~: to adorn someone)*

ọ̀ṣọ́ irìn *n.* rootcap, calyptra

ọ̀ṣọ́ọ́rọ́ *adj.* adolescent

ọ̀ṣọ̀ọ̀rọ̀ (ilé) *n.* a spout attached to a house to collect rain water

ọ̀tá /ọ̀tá- prefix: anti-/ n. enemy, antagonist

ọta n. atom; [ọta-ìbọn]: bullet; [òkúta] stone; ~ àpàjá: meteorite

ọ̀ta n. marksman

ọ̀tá-ara n. antigen

ọtadídán n. marble

ọtarin /ọta irin/ n. steel

ọ̀táwuuru n. antigen

ọ̀tẹ̀ n. conspiracy (láti dìtẹ̀: to conspire); period, an epoch (~ yí: this period)

ọtí n. alcohol, any intoxicating beverage; (ọ̀mùti = ọlọ́tí: alcoholic; láti pọnti: to brew liquor); ~ àgbàdo [ṣẹ̀kẹ̀tẹ́]: alcohol brewed from corn; ~ àmujù [ọtí àmupara]: alcoholism, dipsomania; ~ bọ́lugi: alcohol derived from fermented palm wine; ~ pípani [ọtí àmupara]: drunkenness, inebriation, intoxication; ~ ẹmu: ethanol, ethyl alcohol; ~ igi: methanol, wood alcohol, methyl alcohol; ~ iṣà [ẹmun iṣà]: stale liquor; ~ ọ̀gẹ̀dẹ̀ [àgádágìdì]: alcohol made from overripe plantains

ọ̀tọ̀ n. separate place, different place from others; [mìràn, òmíràn] adj. different

ọ̀tọ̀ọ̀tọ̀ adv. separately

ọ̀tún n. right; igun ~: right angle; ààdó onígun ~: right angle triangle (àràdó: triangle); ẹ̀kù-ọkàn ~: right atrioventricular valve; ọwọ́ ~ lílò: right-handedness, dextrality

ọ̀tun [nkan tuntun] n. newness, new thing, novelty

ọ̀túnba n. crown prince

ọ̀túnla n. day after tomorrow

ọ̀wààrà (òjò) n. rain shower

ọ̀wẹ̀ n. help

ọ̀wọ̀ n. respect, honor (Ẹni-ọ̀wọ̀ Adéṣidà: Honorable Adeṣida)

ọ̀wọ́ n. subspecies, race; group; ~ ẹran: herd of animals; ~ ẹyẹ: flock of birds; ~:series; ~ èèkà: number series; ~ èèkà-olóòkà: finite series

ọwọ̀ [òṣùṣù-ọwọ̀, ìgbálẹ̀] n. broom

ọwọ́ n. hand (àtẹ́lẹwọ́: palm of the hand; ọrùn-ọwọ́: wrist); ~ ọ̀tún: right hand; ~ ọ̀tún lílò: dextrality, right-handedness; ~ òsì [ọwọ́ àlàáfíà]: left hand; ~ òsì lílò: sinistrality, left-handedness; ~ rírọ: withered hand

ọwọ̀n n. pillar (~ ilé: house pillar)

ọ̀wọ́n n. costly material, scarce commodity; adj. costly, expensive (ohun ~: expensive material; láti wọ́n: to be expensive; Bàbaa mi ~: My dear father)

Ọ̀wọ̀ n. Yoruba town, Owo

ọ̀wọ̀-ọ̀wọ́ *n.* groupings *(lọ́wọ̀ọ̀wọ́: in groups)*
ọ̀yà *[owó iṣẹ́] n.* fee paid for a task; *[ewújù]* cane rat
Ọya *[Odò Ọya] n.* the Niger River
ọ̀ya *n.* castrated animal, eunuch
ọ̀yájú *n.* insolent or impertinent child; precocious child
ọ̀yàlà *n.* type of long robe
ọ̀yàyà *n.* cheerfulness *(ọlọ́yàyà: a cheerful person)*
ọyẹ́ *[igbà ~] n.* harmattan (seasonal winds)
Ọ̀yọ́ *n.* major Yoruba city, Oyo
ọyàn *[ọmú] n.* breast *(see ọmú)*
ọ̀yùn *n.* pus

P

pa (ẹranko) *v.* to kill; ~ (iná) *[paná] v.t.* to extinguish (a flame)

páàdì *n.* Catholic priest, padre

pa àlà *[paàlà] v.* to demarcate, to delimit, to form a boundary (*àlà: demarcation*)

páálí *n.* cardboard

paápàá *adv.* especially, particularly

pàárà *(ìbì kan) v.i.* to frequent a place

pàáràká *n.* type of masquerade

pàárídà /*pa bí ó ṣe rí dà*/ *v.i.* to metamorphose, a transformation involving biological change; *(ìparadà: physical transformation; see* ìpààrídà*)*

pàárò̩ *v.t.* to exchange (*ṣe pàṣí-pàárò̩: to trade by barter*)

padà *v.i.* to turn back; to return

pa (nkan) **dà** *[yí nkan padà] v.t.* to turn something around; to change

pàdánù *[sọ (nkan) nùn] v.t.* to lose (*àdánù: loss*)

padà-sẹ́hìn (àìsàn) *v.i.* to relapse, to retrograde

padàsí *v.i.* to come back to (a place), to return to

padàwá *[padàbò̩, daríwá, padàdé] v.i.* to come back (to an original place)

pa (nkan) **dé** *v.t.* to close

padé *v.i.* to be shut; ilẹ̀kun yǐ ~: this door is shut

pàdé *[ṣe alábà pàdé] v.t.* to meet with; to encounter

pádi[1] *n.* bunch (~ ò̩gẹ̀dẹ̀: bunch of bananas)

pádi[2] /*pádi*- prefix: cyt(o)-/ *n.* cell; ~ **àtò̩**: spermatozoon, sperm cell; ~ **eegun**: osteocyte; ~ **ẹ̀gbìn**: plant cell; ~ **ẹ̀jẹ̀**: blood cell, blood corpuscle; ~ **ẹ̀jẹ̀ funfun**: white blood cell; leukocyte; ~ **ẹ̀jẹ̀ pupa**: red blood cell, erythrocyte; ~ **ẹran**: animal cell; ~ **ẹyin**: egg cell, ovum, oosphere; ~ **ẹ̀sọ** *[~ ara]*: nerve cell, neuron; ~ **ẹ̀sọ ìmira**: motor neuron; ~ **ẹ̀sọ iriran**: cone (of the eye); ~ **irin**: gamete, germ cell; ~ **irin ò̩tò̩ò̩tò̩**: heterogamete

pàdí (ìkòkò) *v.i.* to be cracked at the bottom; *[fa] v.t.* to cause to happen

pa ẹ̀yà wuuru *[fì ẹ̀là fọ (nkan)] v.t.* to disinfect (*ẹ̀yàwuuru: microscopic organisms; ẹ̀là: chemical*)

pàgó̩ *v.* to put up a tent

pàgbẹ́ *v.* to clear a forest (for cultivation)

pagbo *v.i.* to form a crowd in a circle

pahùndà *[pohùndà]* *v.* to go back on one's word; to change the pitch of one's voice

pahùnpò *v.i.* to be in verbal agreement

páì *[ípín odi ̀ká pèlú àlàjáa rẹ, 3.141]* *n.* pi, ratio of the circumference of a circle and its diameter; 3.141 *(ẹ̀ká: circle; odi ẹ̀ka: circumference; àlàjá ẹ̀ká: diameter)*

pa ìpò dà *see* papòdà

pa ìrí dà *see* ìpààrídà

pajá-pajá *n.* numbness, cramp

pàkálà *[àwújẹ]* *n.* lima bean

páki *[gbáàgúdá]* *n.* cassava

pákó *[pátákó]* *n.* plank

pákò *[orín]* *n.* chewing stick

pako *v.i.* to clear a forest; to cut grass

pákó-ìkòwé *[pátákó-ìkòwé]* *n.* blackboard

pa (nkan) **kú** *v.t.* to kill, to extinguish

pakún *v.t.* to exacerbate, to aggravate *(àpakún: exacerbation)*

pàkúta *v.i.* to contain grains of sand; ~ **si** (òrò) *v.t.* to interrupt rudely

palaba *adj.* flat

palaba-etí *n.* part between one's ear and temple

pàlàkà *[~-igi]* *n.* axil, place where a branch emerges from a tree

pàlàpolo *n.* interstice, crevice

pa (èniyàn) **lára** *v.t.* to cause harm to a person

pa (aṣọ) **láró** *v.t.* to dye

pá (èniyàn) **layà** *v.t.* to intimidate

palé *v.i.* to rub the walls of a house with waterproofing material

palè *v.* to rub the floor of a house for the purpose of hardening it

palèmón *v.i.* to prepare (for a journey); to tidy up

pa (èniyàn) **lẹ́rì̈ n** *v.* to make a person laugh

pálórí *[párí]* *v.i.* to be bald; to be hairless

pàló *v.* to tell a riddle

pa (nkan) **món** *v.t.* to protect

pànìyàn *v.i.* to kill; to commit murder *(ìpànìyàn: murder)*

pa-nla *n.* type of dried fish

pa-npẹ́ *[pàkúté]* *n.* trap for animals; *[pawọ́pẹ́]* handcuffs

pa-nṣáàgà *[àgbèrè]* *n.* adultery, prostitution; *[alágbèrè]* adulterer; prostitute

pà-ntí *n.* rubbish, refuse, debris, garbage

panumó *v.i.* to keep quiet, to maintain (one's) silence

pápá *n.* open country; grass field

pa ojú dà *see* pojúdà

papòdà */pa ipò dà/ [jì, mira]* *v.* to move, to change position; to vibrate *(láti papòdà = pa ipò dà: make a change of position)*

papò *[parapò]* *v.* to assemble, to congregate

para *v.i.* to rub oneself (with an ointment)

párá *n.* inside part of a roof

paradà/*pa ara dà*/*v.* to transform in shape and size (like ice to water) *(ìpààrídà: metamorphosis)*

paramó *v.* to take heed; *n.* condom

paramólè *[paṃólè]* *n.* night adder

parapò *[papò]* *v.i.* to congregate, to come together

paré *v.i.* to be extinct; to become obliterated

pa (nkan) **ré** *v.t.* to erase something

parí *v.i* to be finished, to come to an end; *v.t.* to finish something

párí */pálórí, pá orí/v.i.* to be bald *(apárí: bald person)*

parì-èrèké *n.* jaw

pariwo *[paruwo]* *v.* to make noise

pàrokò *v.i.* to send a gift to somebody

pàrowà fún *[şìpè]* *v.t.* to console

pa (eran) **rúbo** *v.i.* to kill (an animal) as a sacrifice

pa (nkan) **run** *v.t.* to destroy, to annihilate *(ìparun: destruction, annihilation)*

pàşán *[egba, patiye]* *n.* whip

pàşe *v.* to rule, to command *(aláşè: commander, monarch)*

pàşí-pààrò *n.* trade by barter

pa (eran) **tà** *v.t.* to slaughter or butcher an animal for sale *(alápatà: butcher)*

pátá *n.* underwear

pàtàkì *adj.* important, crucial, critical; **láti şe** ~ *[láti jé ~]*: to be important

pátákó *[pákó]* *n.* plank

pátákó-ìkòwé *[pákó-ìkòwé]* *n.* blackboard

pátápátá *adv.* completely, entirely

pátápirá *n.* maximum, limit, climax

pàte *v.i.* to exhibit wares for sale

pàtewó *v.i.* to clap one's hands as a sign of approval

pa (nkan) **tì** *v.i.* to abandon; to neglect something

pátí *[ètìpásè]* *n.* Achilles tendon *(ìrìn ara: tendon)*

patiye *[pàşán]* *n.* whip

pàtó *adv.* definitely, surely; gist, main point, essence (of an issue)

patótó *v.i.* to chatter incessantly

pàwọ̀dà /pa àwọ̀ dà/ *v.i.* to change colors (like a chameleon)

pawọ́dà /pa ọwọ́ dà/ *v.i.* to engage in petty trading

pawọ́pẹ *[pa-npẹ]* *n.* handcuffs

pawọ́pọ̀ *v.* to unite in achieving an objective

pe (ọ̀rọ̀) *v.t.* to pronounce (a word) *(ìpè: pronunciation)*; to beckon, to call

pé *v.i.* to be complete, to be correct *(pípé: complete)*; *[wípé]*: to say

pèẹ́ṣẹ́ *v.i.* to gather gleanings *(èéṣẹ́: gleanings)*

pèètù *v.i.* to calm down, to make peace (between two parties)

pèjí *v.i.* to have a gap between the incisors

péjọ *[péjọpọ̀]* *v.i.* to assemble *(àpéjọ: assembly, meeting)*

pe (àwọn ènìyàn) **jọ** *v.t.* to call (people) to an assembly

péjú *v.i.* to be exact; to conform with an expected amount

pele (si) *v.i.* to increase

pélé *n.* type of ilà *(tribal marks made on the face)*

pèlé *v.i.* to increase *(èlé, ìpèlé: increase, increment)*

pe (ènìyàn) **léjọ́** *v.t.* to bring a lawsuit against someone *(apeniléjó: plaintiff)*

pé-npé *[kúkúrú]* *adj.* small, short

pé-npéjú *(ìpénpéjú, bèbè ojú)* *n.* eyelid *(irun ~: eyelash, cilia)*; ~ **wíwú**: tarsitis, blepharitis

pe ọfọ̀ *[pe ògèdè]* *v.i.* to recite some incantations

pèpéle *[orúpọ̀]* *n.* mud platform used for sleeping

péré *adv.* only

perí (ènìyàn) *v.t.* to make reference to someone

pèrò *[gbèrò, pète]* *v.i.* to plan, to consider

pèròdà *v.i.* to change one's mind

pèsè *v.* to make provision for *(ìpèsè: act of providing)*

pésẹ̀ *v.i.* to assemble, to come together

pète *v.i.* to make plans, to scheme, to plot *(ìpète: plotting)*

péye *[péjú iye, péjú]* *v.i.* to be complete; to be accurate; to agree with expected value or amount *(pípéye adj. accurate)*

pẹ́ *v.i.* to be late, to take a long time

pẹ̀ gàn *[gan, ṣáátá]* *v.t.* to slander someone; to despise someone *(pẹ̀gàn-pẹ̀gàn: slanderer)*

pẹ̀ hìndà *v.i.* to turn back; to make a U-turn

pẹja *v.i.* to fish *(pẹja-pẹja = apẹja: fisherman)*

pẹ̀ ka *[yà, pínyà]* *v.i.* to branch, to sprout branches *(ìpẹ̀ka, ẹ̀ka, ẹtún: branch of a tree)*

pẹ̀ ka /pa ẹ̀ka/ *v.t.* to cut branches

pẹ̀ kan *[kan]* *(láti ~)* *v.i.* to be acidic, to be sour *(ìwọ̀n ìpẹ̀kan:*

acidity; see: ẹ̀kan*)*

pẹ̀ kun *v.i.* to come to an end

pẹ̀lẹ́ *adj.* gentle, mild *(ìwà pẹ̀lẹ̀: mild character);* [*pẹ̀lẹ́-pẹ̀lẹ́*] *adv.* gently, cautiously; *inter.* word used to express sympathy

pẹlẹbẹ *adj.* flat and thin

pẹlẹ-ngẹ *[tẹẹrẹ]* *adj.* slender

pẹ̀ lú *conj.* plus; together with, with *(àti: and)*

pẹ̀ lupẹ̀ lù *conj. [náà, síbẹ̀síbẹ̀]* also; moreover

pẹ -npẹ *adj.* smallish

pẹpẹ *n.* plane, flat surface; altar

pẹpẹ dídà *n.* inclined plane

pẹ̀ pẹ́-okun *n.* seashell

pẹ́pẹ́yẹ *n.* duck

pẹrẹsẹ *[títẹ́jú]* *adj.* flat *(ó rí ~: it is flat)*

pẹ̀ sẹ̀ *n.* convenient time

pẹ̀ sẹ̀-pẹ̀ sẹ̀ *adv.* conveniently, gently

pẹ̀ ta *[ta]* *v.i.* to sprout *(ìpẹ̀ta, ìpẹ̀ka: sprouting)*

pẹ̀ tẹ́lẹ̀ *n.* flat ground

pẹ́tẹ́lẹ́ *n.* bubo, swelling of the lymph nodes of the groin or armpit

pẹ̀ tẹ́ èsì *n.* tall building

pidán *v.* to practice sleight of hand, to conjure

pilẹ̀ *[pilẹ̀sẹ̀]* *v.t.* to begin; to originate, to initiate

pìmọ̀n *[pèròpọ̀]* *v.* to take counsel together

pin *v.i.* to end, to terminate

pin *v.* to divide, to share *(pínpín, ìpínsíwẹ́wẹ́: division)*

pín (nkan) **sí méjì** *v.t.* to bisect

pín *v.t.* to divide *(ìpín: dividend)*

pín (nkan) **kiri** *[pin nkan káàkiri]:* to distribute, to circulate

pínlẹ̀ *v.i.* to demarcate frontiers

pin-nu *v.i.* to decide, to determine *(ìpinnu: a decision)*

pínpín *[ìpínsíwẹ́wé]* *n.* division; cleavage; ~ **àgọ-pádi:** karyokinesis *(àgọ pádi: nucleus of a cell);* ~ **pádi:** cell division, cleavage

pínyà *[yapa]* *v.i.* to divide and separate

pípa *n.* killing; ~ **alámọ̀:** bacteriolysis *(alámọ̀: bacterium);* ~ **ẹ̀yà- wuuru:** sterilization *(ẹ̀yà- wuuru: microbe)*

pípapòdà *n.* changing of position; movement

pípé *adj.* complete, perfect, ideal; **àpòpọ̀** ~ *n.* perfect solution, ideal solution; **òyì** ~: perfect gas, ideal gas

pírámidì *n.* pyramid

pirọrọ *v.i.* to pretend, to feign

pìtàn /*pa ìtàn*/*v.i.* to tell stories

pitú *v.i.* to perform a feat

pìwàdà *[ronúpìwàdà] v.i.* to have a change of heart; to repent

piyé *v.* to plunder; to pillage *(ìpiyé: pillaging)*

po *v.t.* to mix (into a liquid)

pòfinmọ /*pa òfin mọ́*/ *v.i.* to obey the law

pófinrẹ́ /*pa òfin rẹ́*/ *v.i.* to rescind a law, to abrogate a law

pòfo *v.i.* to fail, to make a fruitless effort

pògèdè *v.i.* to recite incantations; to put a spell on

pohùnréré *v.t.* to lament; to sob

pojúdà/*pa ojú dà*/*[pẹ̀hìndà, porídà] v.i.* to turn back

pòkìkí *[kókìkí] v.t.* to spread news about (some-one) *(olókìkí: a famous person)*

póló-itan *n.* underpart of the thigh

polo-ngo *v.t.* to spread rumors about someone; to gossip about a person

polówó *[polówó gìà] v.* to advertise *(ìpolówó gìà: advertisement)*

pónpó *[kùmọ̀] n.* baton, cudgel

pòórá *[rá] v.i.* to disappear, to vanish

pópó *[òpópó] n.* wide street

pópó-apá *n.* *[ìṣan olórìméjì] n.* biceps

pópó-ẹsẹ̀ *[Pópósẹ̀] n.* calf (of leg), the calf muscle

pòpò-ndó *n.* lima bean

pòpórò *[Pòròpórò] n.* cornstalk

porogodo *[pátápátá] adv.* completely, entirely

pósí *n.* coffin *(àga ~: hearse)*

pòṣé *v.i.* to express disgust or unhappiness by making a hissing sound

poṣùjẹ *v.i.* to skip a month; to fail to menstruate within a month (because of pregnancy)

pòṣùṣù *v.i.* to form a cluster *[ìpòṣùṣù: clustering]*

pòtáṣì *[ìṣùu pòtáṣì; kán-ún] n.* potassium

Potogí *n., adj.* Portuguese

pòùngbẹ/*pa òùngbe*/ *v.i.* to quench one's thirst

pòwe /*pa òwe*/ *v.i.* to tell a proverb, to speak in parables

pòyì *v.i.* to spin on one's axis, to rotate, to gyrate *(ìpòyì: spin, gyration)*

pọ̀ *v.* to be plentiful, to be numerous *(púpọ̀: plenty]*; to be cheap *(ọ̀pọ̀: cheap material)*; ~ *[bì] v.i.* to regurgitate, to vomit *(èépọ̀, èébì: vomit)*; ~: to give birth (of dogs)

pọ (onjẹ) *v.t.* to regurgitate

pọfọ̀ *[pògèdè] v.i.* to perform incantations, to cast a spell

pọ̀fọ *[pọ̀họ, bọ̀họ] v.i.* to molt, to slough *(pípọ̀fọ, bíbọfọ: ecdysis; ọ̀fọ: molt)*

pọ̀gbún *v.* to become oval in shape

pọ̀jù *v.i.* to be excessive *(àpọ̀jù: excessiveness)*

pọ̀ju */pọ̀ju- pref: hyper-/:* more than, greater than; A pọ̀ ju B: A is greater than B

pọ́n *v.t.* to encapsulate, to enclose *(àpọ́n: bachelor, not exposed to life; pípọ́n: encapsulation);* *[pupa] v.i.* to glow red; to be ripe; *[gun] v.t.* to climb (a tree); to sharpen; to flatter a person; to qualify *(àpọ́nlé: praise; ẹ̀ka-ọ̀rọ̀ ẹ̀pọ́n: adjective)*

pọ́njú *see* pọ́nlójú

pọ́nlójú *[pọ́njú] v.i.* to be miserable *(ìpọ́njú: affliction)*

pọnmi */pọn omi/ v.t.* to draw water from a well

pọnmọ */pọn ọmọ/ v.i.* to carry a child on one's back

pọ̀nmọ́ *n.* cooked cowhide

pọntí */pọn ọtí/ v.i.* to brew liquor

pọ̀tọ̀-pótọ̀ *[ẹ̀rẹ̀] n.* mud

pupa *adj.* red; *v.i.* to be red

pupa-ẹyin *n.* (egg) yolk

púpọ̀ */púpọ̀- prefix: poly-/ adj.* many

púpọ̀-púpọ̀ *adv.* much, abundantly

purọ́ */pa irọ́/ v.i.* to tell a lie

R

ra *[fi ọwọ́ ra nkan]* v. to massage, to rub; *[fi iná tàbí ìtànná ra nkan]*: to irradiate with heat or light; ~ (nkan): to buy, to acquire, to purchase

rà *[jẹrà]* v.i. to rot *(rànù, ràdànù: to rot away)*

rá *[pòórá]* v.i. to disappear, to vanish; ~ *[fà]*: to crawl, to creep *(ìrà, ìrákòrò: crawling)*

rábàbà v.i. to hover

rábàbà v.i. to grovel in supplication

rabata adj. enormous, huge

ràdànù *[rànù, jẹrà, rà]* v. to rot

ràdọ̀ bo (ọmọ àdìẹ) *[dáàbò bo]* v. to protect, to shelter

ráhùn v. to complain incessantly, to grumble

rajà /ra gjà/ v.i. to purchase merchandise for resale

ràjò /re àjò/ v.i. to travel, to go on a journey

rákò *[rákòrò]* v.i. to crawl (like a baby); to creep *(ìrákòrò: crawling)*

ràkúnmí *[ìbaka, ìbakasíẹ]* n. camel

rán v.t. to send on a mission

ràn *[tàn]* v.i. to shine (the sun or the moon); to spread (as in a fire); to be malignant, to be metastatic

ran v.i. to be fibrous; ~ (òwú) v.t. to spin yarn *(ọ̀ran: fiber; arànwú: spinner)*

ráníyè v.i. to be forgetful, to be besotted (as with alcohol); to be infatuated (with a person)

ranjú /ran ojú/ v.i. to open the eyes wide *(~ mọ́ nkan: to stare at something)*

rán (ènìyàn) **létí** v. to remind someone of

ran (ènìyàn) **lọ́wọ́** v. to render help to someone *(ìrànlọ́wọ́: help)*

ránṣẹ́ v.i. to send a message *(ìránṣẹ́: message; messenger)*

ránṣọ /rán aṣọ/ v.i. to sew *(aránṣọ: a tailor)*

ránti v. to remember something; to recollect *(ìrántí: recollection)*

rárá adv. no, not at all; the event did not happen *(this is often confused with bẹ̀ẹ̀kọ which means that it did not happen as was stated)*

ràrá *[ìràrá]* n. nanus, dwarf, homunculus

rárà n. eulogy *(asunrárà: panegyrist; see ìwì)*

ráre/rí àre/ to be miserable (due to poverty or illness) *(àre: misery)*

ráúráú *[pátápátá]* adv. completely, entirely

rawǫ́ *[fǫwǫ́rawǫ́] v.* to rub hands together

re *v.i.* to fall off (as in hair); *v.t.* to go somewhere, ó ~ àjò: he went on a journey

ré *[ge] v.t.* to trim, ó nré èékáan rè̩: he is trimming his fingernails

rébǫ́ *[jábǫ́] v.i.* to fall to the ground

réde-rède *n.* aimlessness

rédíò *[è̩rǫ asǫ̀rǫ̀mágbèsì]* /atàn- *pref:* radio-/ *n.* radio

ré (nkan) **kǫjá** *[dá nkan kǫjá] v.* to traverse, to intersect, to cut across, to cross

ré (nkan) **lórí** *v.t.* to skim, to take off the top (as in milk)

réra *v.i.* to be finicky; to be meticulous, to be picky

rere *[daradara] adj.* good *(ènìyàn ~: good person)*

retí *v.t.* to expect; to hope for something to happen *(ìretí: hope)*

rewájú *[lǫsíwájú] v.i.* to progress; to go forward *(ìrewájú: progress)*

rèyé̩ *v.i.* to molt, to shed feathers

rẹ (ènìyàn) *v.t.* to be tired *(àárẹ̀, rírè̩ n. tiredness, fatigue, debility, exhaustion)*; ~ *[ẹ] 2nd. pers. poss. pr.* your *(orû rẹ̩: your head)*; ~: to soak; Bǫ́lá rẹ aṣọ: Bola soaked some clothes in water; ~ *v.i.* to be wet

rè̩ *[è̩] 3rd pers. poss. pr.* his, her, its *(ojúu rè̩: his eyes)*; ~ *[pǫ̀] v.i.* to increase

rẹ́ *[bá ènìyàn rẹ́; rẹ́pǫ̀] v.i.* to be friends with *(ǫ̀rẹ́: a friend)*; ~ (nkan) *[gé] v.t.* to cut

rè̩hìn (láti ~) *[padàsé̩hìn] v.i.* to deteriorate, to degenerate

rẹjú *v.i.* to take a nap

rẹkẹ *v.* to wait in expectation of another's mistake

rẹ (aṣọ) **láró** *[pa aṣọ láró] v.* to dye a cloth

répò *[ré] v.i.* to be friends with *(ìrépò̩: friendliness)*

rẹ (ènìyàn) **sílè̩** *v.t.* to degrade, to humiliate *(ìrè̩sílè̩: humiliation)*

rè̩wè̩sì *v.i.* to be disheartened; to be dejected *(ìrè̩wè̩sì: discouragement)*

rì *v.i.* to sink, to drown; ~ *[tẹ (nkan) rì] v.t.* to sink something

rí *[ríran] v.* to see; ~ *v.i.* to have the shape of; to look like; ó rí bíi màlúù: it looks like a cow

ribá *[owó è̩hìn] n.* bribe, bribery; ó gba ~: he accepted a bribe

ribiribi *adj.* important

ribiti *adj.* spherical, round

rídĭ /rí ìdí/ *v.* to discover the reason for

rí (àgbà) **fín** *v.* to disrespect or show contempt for an older person *(àrífín: contempt)*

rí (nkan) **he** *v.* to find and keep valuable material

rìkíṣí *n.* intrigue, conspiracy

rìn *v.i.* to walk *(ìrìn: walking)*

rin *(ègé) v.* to grate something (as cassava) *(láti fararin: to have a bruise)*; ~ *v.i.* to be moist, to be wet *(rìrin: moist)*; ~ *(enìyàn) v.t.* to tickle someone

rín *[rérí n] v.i.* to laugh *(èrín: laughter)*; ~ : to laugh at (someone)

rínilára *v.i.* to be aversive to something

rìn kiri *(láti leè ~) v.i.* to be ambulatory, not confined to bed, to wander about *(alárìnkiri: wanderer)*

rin *(enìyàn)* **mólè** *v.t.* to press a person down

rìnpò *v.i.* to walk together; to associate with as friends

ríran *v.i.* to see; to be clairvoyant *(ìran: clairvoyance)*

rírè *adj.* wet; aṣọ ~: wet cloth

rírí *v.i.* to be dirty *(èérí: dirt)*

rírì *n.* importance, value

rírọ́ omi *n.* hardness of water *(omi rírọ́: hard water, omi àmun: soft water)*

rọ́ *[dúró] v.i.* to stand *(ìró: erectness; òòró: perpendicularity)*; ~ *[dún]* to utter a sound *(ìró: sound)*; ~ *(aṣọ) v.t.* to wrap (a cloth) around *(ìró-aṣọ: a woman's wrapper)*

ro *(enìyàn) v.* to ache, to suffer a pain *(ìrora: pain, suffering)*; ~ *v.i.* to trickle; ~ *(ọbè) v.t.* to stir (as stew)

rò *v.i.* to relate (a story) *(ìròhìn: the news)*

rogún *(omi) v.i.* to drain and form a puddle

ròhìn *v.i.* to spread the news *(ìròhìn [làbárì, làbárè]: news)*

rojọ *v.i.* to go around complaining; to state the case as it happened

rojú *[fajúro] v.* to frown; ~ *v.i.* to be sluggish; to be apathetic

rójú *v.* to be chanced (to do something)

roko *[rolè] v.i.* to prepare the ground for farming, to till the ground *(ìroko: farming)*

ronú *[rorí] v.* to think about something *(ìronú: a thought)*

ronúpìwàdà *v.i.* to repent *(ìronúpìwàdà: repentance)*

ro *(eeka)* **pò** *v.t.* to add numbers *(see ètò àwọn èèkà) (ìròpọ̀: addition; àròpọ̀: the result of adding)*

ro *(nkan)* **pò** *v.t.* to mix together

rọ *(omi) v.t.* to pour into a vessel; to mold, to forge something *(èrọ: something forged, machine)*; ~ /-rírọ suffix: -plegia/ *v.i.* to dry up; to shrivel, to atrophy *(rírọ: withered, shriveled)*; ~*[yarọ] v.i.* to be crippled

rò *[dè] v.i.* to be flaccid, to be soft; to come down; to fall (rain); to be simple

rọ́ (fi ara ~) *v.i.* to dislocate (body part); to be elastic *(àwọn arọ́:*

elastic things; *rírǫ́ ep. elastic*; *ìrǫ́, rírǫ́: elasticity)*
rǫ́bà *n.* rubber
rǫbí /rǫ obí/ *v.* to be in labor (giving birth)
rǫ̀gbà yí (ibi kan) **ká** *v.t.* to surround (a place)
rǫ̀gbǫ̀kú *v.i.* to lounge about, to loll
rójú *v.i.* to condone, to endure, to suffer without complaining
rǫlè̩ *v.i.* to subside, to decrease in intensity, to abate
rǫ̀ (ènìyàn) **lóye̩** *v.t.* to dismiss from office; to vote out of office
rǫ̀mǫ́ (nkan) *[sǫmǫ́]* *v.t.* to cling to something
rópò *v.* to displace, to succeed someone
rǫra *adv.* gently, carefully; ~ *v.i.* to be careful
rǫrùn *v.i.* to be convenient; to be comfortable
rǫyin *[rǫ e̩yin]* *v.* to be fertile, to ovulate *(ìrǫyin: fertility; ìgbà ìrǫyin: ovulation period)*
rǫ (nkan) **yó** *v.* to fill up with liquid
rù *v.i.* to lose weight, to become emaciated (due to disease or hunger) *(rírù: process of losing weight)*
ru *v.i.* to foam, to froth *(è̩è̩ru: frothing)*; ~ *v.t.* to carry (a load; e̩rù: load)
rú *v.* to stir up; to agitate; to sprout; to blossom
rúbǫ *v.* to make a sacrifice *(ìrúbǫ: sacrifice)*
rúfin *v.i.* to break the law *(arúfin: lawbreaker, criminal)*
rúlù *v.i.* to revolt *(arúlù : revolutionary)*
rúgúdù *n.* confusion *(dá ~ sílè̩: to cause confusion)*
rú (ènìyàn) **lójú** *[s̩e (ènìyàn) ní kàyéfì]* *v.i.* to be confused
rún *v.t.* to masticate, to chew *(rírún: mastication)*; to crush, to pulverize
run *v.i.* to perish, to be completely destroyed
rùn *v.i.* to stink, to smell, to emit an odor *(gbóòrun: to be able to smell)*
rúwé *v.i.* to sprout leaves *(ìruwe: sprouting of leaves).*

S

sá *[sáré]* v. to run (a race); ~ *[sálọ]* v.i. to run away; to flee, to escape; ~ *[aṣọ]* v.t. to air dry

sa v.t. to hail someone; to applaud, to cheer; ~ (agbára): to apply (one's energy)

sáà *[ìgbà]* n. period, season

saàgùn */sa oògùn/* v.i. to use magic charms to achieve an objective

sààrì n. predawn meal eaten by Muslims prior to fasting during Ramadan

sàba *[pàba]* v.i. to brood (hens), to sit on eggs in order to hatch them *(ìsàba: brooding)*; to incubate *(ẹ̀rọ ìsàba: incubator)*

sábà *[nígbàgbogbo]* adv. habitually, usually

sábá *[sálu, sádi]* (Ọlọ́run) v. to take refuge with (God)

sábẹ́ prep. under

sádi *[sálu]* v.t. to take refuge with *(ibi ìsádi: place of refuge)*

sáfún n. to run away from; to escape someone's wrath; to stay away from someone's bad influence

sagbára */sapá]* v.i. to make an effort

sàkání *[àgbèègbè]* n. environment, neighborhood

sàmì *[sàpẹ]* v.i. to label *(ìsàmì: process of labeling something; àmì:sign)*; ~ v.t. to baptize *(ìsàmì: baptism)*

sálúbàtà *[bàtà]* n. sandals

sán v.i. to move fleetingly *(ìsán- àrá: electric current; àrá: electricity)*; *[ta]* to become cracked; ~:to tie around, to gird

sàn *[dára]* v.i. to be well, to be healthy *(àìsàn: illness)*

san v.t. to pay; ~ **gbèsè** v. to pay a debt

sánmà *[ojúu ~, àwọ̀ọ ~]* n. sky

sanra v.i. to become corpulent, to be obese *(ìsanra: fatness; ìsanrajù: obesity)*

sányán n. silk; *(aṣọ ~: cloth made from silk yarn)*

sapá */sa ipá/* v. to put an effort into something *(ipá: effort, force)*

sàpẹ */sa àpẹ/***sí nkan** *[sàmìn]* v.i. to label *(àpẹ, àmìn: label)*

sàráà *[ìtọrẹ àánú]* n. alms, charity

sáré */sá eré/* v.i. to run

sarè n. open square in the center of a rectangular building

sàréè *[bojì, ibojì]* n. grave

sáré-ìje v.i. to run a race *(eré-ìje: race)*

sá (nkan) **sóòrùn** v.t. to spread in the sun

sàsọdùn /sọ àsọdùn/ v.i. to exaggerate (àsọdùn n. exaggeration)

sàsọyé /sọ àsọyé/ v.i. to clarify, to explain fully (àsọyé: explanation)

Sátidé [ọjọ́kéje ọ̀sẹ̀] n. Saturday

se v.t. to cook (àsè: act of cooking); v.i. to react; (~ A pẹlu B: react A with B; àsè: chemical reaction; àsè ìsètán: incomplete reaction); ~ **àsèparí**: to react completely

sé v.t. to seal, to block up; ~ [tàsé, séra]: to be unaligned; to miss a mark

se (nkan) **dá** v.t. to synthesize something (sè + dá: create through process of reaction)

sédò v.i. to dam a river (isédò: dam)

ségesège adv. zigzag, awkwardly

sé ìmi v.i. to withhold breathing (ìmi sísé: apnea)

se (nkan) **lé** v. to cook for an extra period (epo ìsèlé: palm oil refined by extra boiling)

sèsé n. yam bean

sèso /so èso/ [so] v. to bear fruit

sẹ́ v.t. to strain; to filter (asẹ́: filter; ẹ̀sẹ́: filtrate); v.i. to deny, to negate, to contradict

sẹ̀ [sẹmi] v.i. to condense, to become liquid; to gush out, to flow out

sẹ̀gi [ilẹ̀kẹ̀] n. bead

Sẹ́lsíọ̀sì (idíwọ̀n igbónáa ti ~) n. degree Celsius

sẹmi v.i. to be deliquescent, to melt (sisẹmi: process of becoming liquid)

sẹ́ntigèdì (idiwọ̀n igbónáa ~) [sẹ́lsíọ̀sì] n. degree centigrade

sèrì v.i. to condense as dew

sí [wà] v.i. to be extant (kò sí: does not exist); prep. to, about, at, into etc.; ~ [jìn-nà] v.i. to be far, to be distant

síbẹ̀ [síbẹ̀síbẹ̀] adv. still

sigá n. cigarette

sigbọnlẹ̀ v.i. to be tall and huge

sílẹ̀ adv. to the ground, on the ground; in preparation for

sílẹ̀ [tòrò] v.i. to precipitate, to sediment (isílẹ̀: precipitate)

sílíkà (ìsùu sílíkà) n. silicon

sìmẹ́ntì n. cement

simi [sinmi] v.i. to rest (isimi: a rest; ọjọ́ ìsimi: Sunday)

sin (Ọlọ́run) v.t. to serve (God); to worship; to do the wishes of (God) (ẹ̀sìn, ìsìn: religion); to keep domestic animals (ohun ọ̀sìn: domestic animals); to work as a pawn for someone

sin v.t. to thread, to string (beads); to sneeze; ~ [sín gbẹ́rẹ́]: to lance; to crack

sin *v.t.* to bury (~ *òkú: to bury a corpse; ìsìnkú: burial ceremony)*

sin (ènìyàn) **lówó** *v.t.* to demand payment for a debt

sin (ènìyàn) **lọ** *v.t.* to accompany someone to a place

sínwín *[ya wèrè; ṣiwèrè] v.* to be insane *(asínwín = aṣiwèrè: insane person)*

sísọ di aṣàn *n.* the process of liquefaction

síso di òòfà *n.* the process of turning a metal into a magnet

sísọdose *n.* saponification *(ọṣẹ: soap)*

sísọ òyì di aṣàn *n.* liquefaction of gases

so *v.t.* to tie (something); ~ *v.* to hang, to hang something; ~ *[so èso] v.i.* to bear fruits *(èso: fruits)*

só *v.i.* to break wind

sòbìyà *n.* guinea worm

sódà *(iṣùu ~) n.* sodium

somọ́ (nkan) *v.t.* to cling, to adhere to

somọ́ra *v.i.* to cohere *(isomọ́ra: cohesion)*

sòpá *v.i.* to have a hydrocele *(ipá: hydrocele, collection of water in the scrotum)*

soríkodò *v.i.* to be inverted *(isoríkodò: inversion)*

so (nkan) **rọ̀** *[fi nkan kọ́] v.t.* to hang something *(àsorọ̀, àsokọ́: pendulum)*

sowọ́pọ̀ *[parapọ̀] v.i.* to join hands together; to unite *(ẹgbẹ́ alásowọ́pọ̀: a cooperative)*

sọ́ *v.t.* to push forward, to propel; to pierce

sọ *v.t.* to throw, to emit; *v.i.* to say *(sọpé, wípé: to say that; sọ̀rọ̀: to speak);* ~ *v.i.* to sprout; to throb *(sísọ: throbbing)*

sọ̀ *[sọ̀kalẹ̀, rọ̀] v.i.* to descend

sọdá *v.t.* to cross over *(àsọdá: chord of a circle)*

sọ (nkan) **di** (òmíràn) *v.t.* to convert, to transform, to commute

sọ (nkan) **di púpọ̀** *v.t.* to multiply something *(isọdipúpọ̀: multiplication)*

sọ ìtànká *v.i.* emit radiation

sọjí *v.i.* to rouse to action

sọjọ̀ *[sọlọ́jọ̀] v.* to be restricted to; to form a habitat for *(ọjọ̀: habitat, ecosystem; ẹ̀kọ́-ọjọ̀: ecology)*

sọ̀kalẹ̀ *[sọ̀, rọ̀] v.i.* to come down *(isọ̀kalẹ̀: act of coming down; process of giving birth, parturition)*

sọ́kì *v.i.* to shrink, to contract *(isọ́kì: contraction)*

sọkún *v.* to weep, to lament *(sísọkún: lamentation; ẹkún: tears)*

sọ (ènìyàn) **lóògùn** *v.t.* to poison someone

sọ (ọmọ) **lórúkọ** *v.t.* to name, to christen

sọ (nkan) **nù** *v.t.* to lose something

sọ -nù *v.i.* to be lost

sọ òkò *[sọ̀kò]* *v.i.* to throw a missile *(òkò: missile, projectile)*

sọ̀rọ̀ *v.i.* to speak *(~ odi: to blaspheme)*

sọtẹ́lẹ̀ *[sọ àsọtélè]* *v.i.* to prophesy; to forecast

sú *v.i.* to break out in large numbers (like pimples); ~: to sprout abundantly; ~ *v.t.* to spread out(seeds)

sun *v.* to secrete *(sísun: secretion)*, to flow out *(orísun, ojúsun omi: spring of water, orifice)*; ~ (nkan) *[dáná-sun]* to set fire to

sùn *v.i.* to sleep; to coagulate, to congeal, epo yí ~: this oil has congealed

sún *v.* to move slightly

sún (ọjọ́) **síwájú** *v.t.* to postpone

súnmọ́ *v.t.* to move close to

sunwọ̀n *[dára]* *v.i.* to be good

súre *v.i.* to bless; ~ fún ènìyàn: to bless somebody

sùúrù *n.* patience; **láti ní ~**: to be patient

Ṣ

ṣá *v.i.* to be faded *(aṣálẹ̀: sterile or barren land)*; ~ *v.t.* to strike with a cutlass or an axe; to lacerate

ṣa *v.t.* to pick loose materials one by one

ṣáájú *[síwájú] v.* to precede, to go ahead of; to lead *(aṣáájú, asíwájú: leader)*

ṣàánú */ṣe àánu/ v.i.* to feel regret (for someone) *(alá 'a nún: a merciful person)*

ṣàárẹ̀ *[ṣàmọ́di] v.i.* to be ill; to be tired

ṣáátá *[ṣá-ntá] v.t.* to disparage, to belittle *(iṣàátá: disparagement)*

ṣadéhùn *[ṣèlérí, dá májẹ̀mú] v.* to make a promise, to make a vow

ṣàfarawé *v.* to imitate *(àfarawé: imitation)*

ṣàbẹ *n.* Yoruba subtribe

ṣáfẹ̀ *v.i.* to be dehydrated

ṣafẹ́ *[gbáfẹ́, ṣe fàájì] v.i.* to be attentive to dress; to enjoy the good life

ṣàfojúdi *v.i.* to be disrespectful to (an older person); to be insolent, to be impertinent

ṣàfọwọ́fà *v.i.* to be the architect of one's misfortune; to bring trouble onto oneself

ṣàfọwọ́rá *[féwọ́] v.i.* to pilfer, to steal, to engage in petty larceny *(àfọwọ́rá: pilfering)*

ṣagídí *v.i.* to be obstinate, to be stubborn

ṣágo *[idẹ̀] n.* demijohn

ṣàgunlá *v.i.* to lose interest in someone; to be indifferent to someone's plight

ṣàgbáko *[kàgbákò] v.* to be coincident with misfortune

ṣàgbàṣe *[ṣe alágbàṣe] n.* to work as a laborer

ṣàgbàta *v.i.* to retail goods *(alágbàtà: retailer)*

ṣàgbàtọ́ *v.* to be a guardian for (a child)

ṣàgbàwí *[ṣàgbàsọ] v.* to act as a lawyer for someone; to intercede on one's behalf *(alágbàwí: intercessor, Jesus Christ)*

ṣagbe *[tọrọ báárà] v.i.* to beg for money and food *(alágbe = oníbáárà: beggar)*

ṣàgbèrè *[ṣe àgbèrè, ṣe pa-nṣágà] v.i.* to prostitute oneself, to become involved in prostitution

ṣàìsàn *[ṣe àìsàn, ṣe àmọ́di] v.i.* to be ill, to be sick *(àìsàn: sickness)*

ṣàkàwé *v.i.* to make a comparison, to compare

şàkì *n.* tripe

şàkì-ìfun *n.* ileum; ~ **wíwú**: ileitis

şakiti *[gẹ̀dẹ̀gẹ́dẹ̀, ìsilẹ̀] n.* sediment of a liquid

şakíyèsí *v.i.* to be observant

şakọşabo *[onírinméjì] adj.* bisexual; *n.* bisexual animal, hermaphrodite, intersex, transsexual, transgendered person

şálángá *n.* latrine

şan (aşọ) *v.t.* to rinse, to elute *(sísàn, işàn: elution)*

şàn *v.i.* to flow around, to circulate, to course *(işàn: a vessel)*

şáná *[şá iná] sí nkan v.* to ignite, to kindle, to set fire to something *(işáná: matchstick)*

Şàngó *n.* Yoruba god of thunder and lightning

şànyí (nkan) **ká** *v.* to circulate, to flow around *(işànyíká ẹ̀jẹ̀: blood circulation)*

şànpọ̀nná *[şàşà, òde] n.* smallpox, variola

şàpèjúwe *[şe àpèjúwe, şe ìjúwe, júwe] v.t.* to describe, delineate, narrate

şápẹ́ *v.i.* to applaud by clapping hands; wọ́n ~ fun mi: they applauded me

şàròsọ *[şe àròsọ] v.i.* to hypothesize, to formulate hypothesis

şàròyé *[şe àròyé] v.i.* to complain incessantly *(aláròyé: grumbler)*

şàşà *[şòpọ̀ná, òde] n.* smallpox; ~ şá bàbáa rẹ̀ l'ójú: his father is pitted with smallpox

şàwàdà */ şe àwàdà/ v.i.* to make jokes *(aláwàdà: joker)*

şàwáwí *[şe àwáwí] v.i.* to make excuses

şe *v.t.* to do, to make

şé: interrogative article *(see Yoruba grammar section)*

şe àníyàn *[şàníyàn] v.i.* to be anxious

şeéşe *v.i.* to be possible, to be probable

şe fáàrí *v.i.* to show off, to swagger

şegede *[dùrọ, ẹşẹ́-ìtọ́ ẹ̀bátí wíwú] n.* mumps, parotitis *(ẹşẹ́ ìtọ́: salivary gland)*

şegbéraga *[şe ìgbéraga] v.i.* to be arrogant, to be haughty

şe ìtẹ́ *[tẹ́] v.i.* to make a table of data, to tabulate

şejú sí (obìnrin) *v.t.* to ogle (a woman), to make eyes at (someone)

şeké *v.t.* to be untruthful, to tell a lie *(èké: a lie)*

şekẹ́ *v.t.* to pet *(ìkẹ́: petting)*

şelara *[şe ìlara] v.i.* to be jealous of *(ìlara: jealousy)*

şèlérí *[pinnu, jẹ́jẹ̀] v.i.* to promise *(ẹ̀jẹ́, ìlérí: promise)*

şe (ènìyàn) **lẹ́şe** *v.* to injure someone, to harm, to hurt *(lati şèşe: to get injured; èşe = ọgbẹ́: injury, contusion, wound)*

şe (nkan) **lẹ́wà** *[şe nkan lọ́şọ̀] v.* to decorate, to beautify *(lati lẹ́wà: *to be beautiful)*

şe (nkan) **lópọ̀** *v.t.* to manufacture *(işelópọ̀: manufacturing)*

şe (ènìyàn) **ní kàyéfì** *[lati rú ènìyàn lójú] v.* to be confused, to be confounded *(kàyéfì = ìrújú: confusion)*

şe nkan-oşù *[şe àşẹ́] v.i.* to menstruate *(nkan- oşù, àşẹ́: menstruation)*

şe pàtàkì *[jẹ́ pàtàkì] v.i.* to be critical, to be important *(pàtàkì: important)*

şèşe /şe èşe/ *v.i.* to be injured, to be wounded *(èşe: injury, wound, contusion)*

şeşẹ́ *[şe işẹ́, şişẹ́] v.* to work *(işẹ́: work)*

şètọ́jú (pẹ̀lú onjẹ) *[şe ìtọ́jú, tọ́jú] v.* to care for, to nourish, to nurture *(ìtọ́jú: nourishment, care)*

şe wàhálà *[şe işẹ́ àşekárá] v.* to labor

şèwád ì /şe ìwád ì /*v.t.* to investigate, to question *(ìwád ì : investigation)*

şèwé *v.i.* to enter into a written agreement

şewèrè *[yawèrè] n.* to be insane *(wèrè: lunatic, deranged person)*

şẹ́(nkan) *v.t.* to refract, to bend out of shape; ìtànná náà ~: the light is refracted *(şíşẹ́ ìtànná: refraction of light)*; to snap; *v.i* to well out; omi ~ lati inú ilẹ̀: water welled out of the ground *(àşẹ́: menstruation; ẹşẹ́: gland)*

şẹ *v.i* to come to pass, to be fulfilled

şẹ̀ /şẹ èşẹ̀ / *v.* to commit an offense, to sin; ~ *[pilẹ̀] v.i.* to originate in

şẹ́dà *n.* silk thread *(aşọ ~ [sányán]: cloth made of silk)*

şẹ́gun *v.* to be victorious *(işẹ́gun: victory)*

şẹ̀jẹ̀ /şe ẹ̀jẹ̀/ *v.i.* to bleed

şẹ́jú /şẹ́ ojú/ *v.i.* to wink, to blink *(şíşẹ́jú: winking; ìşẹ́jú: minute)*

şẹ̀kẹ̀rẹ̀ *n.* musical instrument made from a gourd and a string of cowries

şẹ̀kẹ̀tẹ́ *[ọti àgbàdo] n.* liquor made from maize

şẹ́kù *[şíkù] v.* to remain; to be left over *(ó ~ méjì: two are left over)*

şẹlẹ̀ *v.i.* to occur, to happen

şẹ̀şẹ̀ *adv.* recently, just; Títí ~ dé ni: Titi has just arrived; ~ /şẹ èşẹ̀/ *v.i* to sin; to break the law

şẹ́yún /şẹ́ oyún/ *v.i.* to abort a pregnancy *(oyún şíşẹ́: abortion; termination of pregnancy)*

şí *v.i.* to leach *(şíşí: leaching)*; ~ *(ilẹ̀kùn) v.t.* to open (a door)

şì *v.* to make a mistake; ó ~ işirò náà: he got the mathematical problem wrong

ṣì *v.i.* to become dull in appearance; to become jaded

ṣígun *v.i.* to wage war

ṣìkà */ṣe ìkà/ v.i.* to be wicked, to be mean *(òṣìkà = ṣìkàṣìkà: a wicked person)*

ṣílọ *v.i.* to migrate *(ṣíṣílọ: migration)*

ṣírò *v.t.* to calculate *(ìṣírò: mathematics)*

ṣírò-ọrọ̀ *(ṣíro owó) v.i* to do accounting

ṣípayá *v.i.* to reveal (the truth about something)

ṣís è *v.i.* to depart, to move on

ṣíṣáfè̩ *n.* dehydration, polydipsia *(lati ṣáfè̩: to be dehydrated)*

ṣì (nkan) **ṣe** *v.t.* to do something incorrectly or improperly, to make a mistake *(àṣìṣe: mistake)*

ṣíṣe-è̩din *n.* myiasis

ṣiwájú *[sáájú] v.* to precede, to go ahead of; to lead *(aṣáájú, asíwájú n. leader)*

ṣiwèrè *see* ṣewèrè

ṣiyè-méjì *v.i.* to vacillate, to be in doubt, to be undecided

ṣò *v.i.* to be dilated, to expand *(ṣíṣò: dilation, dilated)*

ṣòdodo *[ṣòtítọ́] v.i.* to be truthful *(olódodo: trustworthy person)*

ṣòfófó *v.i.* to snitch, to be an informer

ṣòkòtò *n.* men's trousers

ṣó-nṣó *adj.* pointed

ṣoro *v.i.* to be difficult; iṣírò naa ~: the mathematics problem is difficult

ṣọ́ *v.t.* to watch, to guard

ṣọ́ọ̀ṣì *[ilé Ọlọ́run] n.* church

ṣòrà *v.i* to be careful, to be on one's guard

ṣú *[ṣókùkù] v.i.* to be dark

ṣubú *v.i.* to fall; to collapse

ṣù *v.i.* to be spherical *(òṣùṣù: sphere)*

ṣùgbọ́n *conj.* but, however

ṣújọ *v.i.* to come together

ṣùkù *n.* cork

ṣùkù-ehín *n.* pulp (of the tooth)

T

ta *v.t.* to sell ~ (èniyàn); ~ *v.t.* to sting (as an ant); ~ to shoot *(~ ọfà: to shoot an arrow*; ~ *ìbọn: to shoot a gun)*; ~ *v.i* to scatter *(títà: scattering)*; ~ *[pẹ̀ta]* to sprout; ~ *pr.* who?; ~ ni yẹn? who is that?

tà *v.i.* to make a sale *(rírà òun títà: buying and selling)*

táábà *v.i.* to clean up before a prayer (Muslims)

tààrà *adv.* directly; ó lọ ~ sí ilé: he went home directly; *adj.* direct; ọ̀nà ~: straight road

tààrá *n.* gravel

taari *v.t.* to push away

tába *n.* tobacco (sìgá: cigarette)

tàbí *[àbí] conj.* or

tábìlì *n.* table

tadí *v.t.* to disagree with, to refuse

tafà */ta ọfà/ v.i.* to shoot an arrow ; **tafà-tafà** *n.* an archer

tagìrì *v.i.* to be aroused *(ìtagìrì: arousal)*

tàgbà-tewe *pr.* young and old, everyone

tàgbòkun *v.i.* to make sail; to set sail

ta gbongbo *v.i.* to take root (as in plants)

tajà *v.i.* to sell goods (in the market) *(atajà: trader)*

tajá-tẹrọn *pr.* everyone

tají *v.i.* to awaken from sleep *(ìtají: awakening)*

tákàdá n. paper

tako (èniyàn) *v.t.* to resist, to contradict

takú *v.i.* to refuse completely, to decline to do something

takété *v.i.* to stand aloof, to stand apart

tàkúté *n.* metal trap for catching rodents

tálákà *n.* poor person; common man

tàn[1] *v.i.* to shine; to be alight

tàn[2] *v.i.* to become propagated, òkìkíi rẹ̀ ~: rumors about him have spread

tán *[parí] v.i.* to be finished, to come to an end

tan *v.i* to be related *(ìbátan: relation, relative*; ìtan: relationship)*; ~ *v.t.* to deceive *(atan-ni : a deceiver)*

tan iná *[tan-ná] v.* to put on the light

tan ìtànká *v.* to emit radiation *(atàn: radiator)*

tànká *v.* to radiate *(see* itànká*)*

ta-npé̩pé̩ *[tanipé̩pé̩]* *n.* type of ant

Tápà *n.* a Nupe person

tàsé *v.* to miss (one's aim)

ta té̩té̩ *v.i.* to gamble *(atatè̩té̩: gambler)*

ta-unwíjí *[lé̩gbé̩-lé̩gbé̩]* *n.* tadpole; mosquito larva

Táyé̩ (Táíwò, Táí) *n.* the first of a pair of twins (Ké̩hindé: the second of a pair of twins)

tayo̩ *v.i.* to become prominent; to stand out, to stick out

temi */ti è̩mi/* *pr.* mine

tètè *adv.* on time; in a timely manner *(atètèjí: early riser)*

tè̩ *v.i.* to be bent slightly, not straight

tè̩ (nkan) *v.t.* to bend (something) slightly; to step on something

té̩ *v.t.* to spread on the floor; to tabulate *(s̩e ìté̩: make a table)*; ~ *v.* to humiliate, to be disgraced

tè̩ba *v.i.* to bow

té̩é̩ré̩ *adj.* slim, slender and tall; è̩nìyàn ~: a slender person

te̩júmó̩ (è̩nìyàn) *v.t.* to stare at (someone)

tè̩lé *v.t.* to follow (someone), ó ntè̩lé mi kiri: he is following me around

té̩lè̩ *[té̩lè̩-té̩lè̩]* *adv.* previously, before

té̩ (è̩nìyàn) **ló̩rùn** *v.i.* to be satisfied, ó té̩ mi ló̩rùn: I am satisfied *(ìté̩ló̩rùn: satisfaction)*

tè̩pá *v.i.* to walk with a walking stick

te̩ríba *v.i.* to be respectful *(ìte̩ríba: respectfulness)*

té̩té̩ *n.* lottery, sweepstakes *[láti ta ~: to gamble]*

tè̩tè̩ *n.* spinach

tè̩wé */te̩ ìwé/* *v.i.* to print (a book) *(atè̩wé: a book printer)*

ti *v.t.* to push; mo ti lè̩kùn): I closed the door

ti (ìkan) **bo̩** (inún ìkéjì) *v.* to insert (one thing into another)

tíì *n.* tea; ó nmu ~: he is drinking tea

tìiri *v.i.* to be circumspect; to be on one's guard

tìjú *v.i.* to blush; to be bashful

tímó̩n-tímó̩n *adv.* intimately, very well

tíotìo *n.* brown singing shrike (bird)

tíotó *n.* gray hornbill (bird)

tìraka *v.i.* to strive, to make an effort

tírẹ */ti ìrẹ/* *[tìwọ]* 2nd. pers. poss. pr. sing. yours

tírè̩ *[tòun]* 3rd. pers. poss. pr. sing. his, hers

tiro *v.i.* to walk on tiptoe *(atiro: person with a deformity that makes him walk on tiptoe)*

tìróò *n.* galena (lead ore)

tíṣà *[olùkọ́]* *n.* teacher

titorí *[ìtorí, torí] conj.* because of; Mo lọ titoríì re: I went because of you

títòrò *[sísilẹ̀]* *n.* sedimentation

títọ̀ *n.* urination, micturition; **ẹ̀yàa ~ ara**: urinary tract; **ìkárùn ẹ̀yàa ~ ara**: urinary tract infection; **ẹ̀kọ́ nípa ẹ̀yàa ~ ara**: urology; **ẹ̀yàa ~ àt'ìnrin** *adj.* urinogenital

títọ̀sílé *n.* bedwetting, enuresis

títọ́wò *n.* tasting, gustation, degustation

titun *[tuntun] adj.* new, fresh

tiwa */ti àwa/ 1st. pers. poss. pr. pl.* ours

tiwọn */ti àwọn/ 3rd. pers. poss. pr. pl.* theirs

tiyín */ti ẹ̀yin/ 2nd. pers. poss. pr. pl.* yours

tó *v.i.* to be enough, to be sufficient, ó tó: it is enough

to (nkan) *v.t.* to arrange, ó tò wọ́n: he arranged them *(ètò: arrangement)*

tóbi *v.i.* to be big, to be expansive *(títóbi: big, expansive; ìtóbi: bigness)*

tòbí *n.* woman's drawers

tòògbe *v.i.* to doze off

tóóró *adj.* narrow, restricted, ọ̀nà ~: a narrow road

torí *[ìtorí, tìtorí] conj.* because of

tòrò *[sílẹ̀]* *v.* to precipitate, to sediment *(to òrò = tò sí òrò: settle at the base)*

tòṣì *v.i.* to become destitute *(òṣì: poverty)*

tọ̀ *v.i.* to urinate, to micturate *(ìtọ̀: urine; ẹ̀là amúnitọ̀: uragogue, diuretic)*

tọ́ *v.i.* to last a long time; ~ (ènìyàn) *[fọwọ́tọ́] v.t.* to touch someone; ~ (ènìyàn): to educate, to train; ~ *v.* to be straight *(títọ́: straight; ìlà títọ́: straight line; ìtọ́: straightness)*

tọ *v.i.* to jump; ~ (ènìyàn) *v.t.* to follow (someone)

tọ́jú *[ṣe ìtọ́jú] v.* to nourish, to care for

tọ́jú (aláìsàn) *v.* to nurse (a sick person)

tọ́ka sí (nkan) *v.t.* to point (something) out

tọ́ọ̀nù *n.* ton

tọ́po si (nkan) *v.t.* to lubricate (something) with oil

tọrẹ *[ṣètọrẹ] v.i.* to give a present; ~ **àánún**: to give alms

tọrọ (nkan) *v.t.* to beg for (something) *(atọrọje: beggar, one who asks for alms)*

tọ̀túntòsì *[lọ́túnlósì] adj.* bilateral; *adv.* bilaterally *(gígún ~: bilaterally symmetrical)*

tọ́ (nkan) **wò** *v.t.* to taste something

tu *v.i.* to become dislodged

tú (nkan) *v.* to unscrew, to expose

túbú *[èwọ̀n] n.* prison

tú (nkan) **ká** *v.* to disrupt, to disorganize

túká *v.i.* to scatter, to become dispersed, to become disorganized

túmọ̀ *[túmọ̀n] v.* to translate *(ìtúmọ̀: translation)*

tún /tún-: re-/ *adv.* again

tún (nkan) **ṣe** *v.* to correct; to repeat (an action) *(àtúnṣe: correction)*

tuntun /tuntun- *suffix:* neo-, nascent / *[titun] adj.* new, nascent; ~ *[lati ~]:* to be new *(àtun: new thing)*

tú (nkan) **sílẹ̀** *v.t.* to release

tú (nkan) **ṣe** *v.t.* to overhaul *(àtúṣe: overhaul[ing])*

tú (nkan) **tò** *v.t.* to reorganize, to rearrange

túràrí *n.* incense

túrùkú *[túùkú, ẹlẹ́dẹ̀-odò] n.* river hog

tutọ́ *v.i.* to spit *(itọ́: saliva)*

tútù *adj.* cold; omi ~: cold water

tutù *v.i.* to be cold; ó ~: it is cold

túúbá *[túmbá] v.i.* to bow humbly

túùkú *see* túrùkú

túúlu *n.* migraine headache

W

wá *v.t.* to look for, to search; ~ (onjẹ) to prepare food; *[bọ̀] v.i.* to come

wa (ọkọ̀) *v.t.* to steer (a vehicle); ~ (ilẹ̀) to dig up (soil)

wà *v.i.* to exist; Ọlọ́run ~: God exists

wàhálà *[iyọnu] n.* trouble *(oníwàhálà: troublesome person)*

wá ìdí àìsàn *v.i.* to diagnose an illness *(ìdí àìsàn: diagnosis)*

wàjà *v.i.* to die *(wọ àjà: to enter into the ceiling; used as a euphemism for the death of a king or a chief since it is taboo to say a king has died)*

wákàtí *n.* hour *(ìṣẹ́jú: minute; ìṣìṣẹ̀: second)*

wakọ̀ /wa ọkọ̀/ *v.i.* to drive a vehicle; **wakọ̀-wakọ̀** *[awakọ̀] n.* a driver

wàrà *n.* milk, breast milk; **lati fún** ~: to milk (a cow); **ádùun-~:** milk sugar, lactose; **òpóo** ~: milk ducts

wàrà-kàṣì *n.* cheese

wárápá *n.* epilepsy, grand mal; **ẹ̀kọ́ nípa** ~: epileptology; **oníwá-rápá:** epileptic; **oògùun** ~: anti-epileptic, anticonvulsant

wàrà-wéré *adj.* emergency; **ìṣẹ̀gùun** ~ *n.* first aid

wáyà *n.* wire *(ìbòo ~: insulation for wire);* ~ **kọ́pà:** copper wire

wéré *[wéré-wéré] adv.* quickly, rapidly

wèrè *n.* insane person

wèrèpè *[yèrèpè] n.* cowitch, cowage

wẹ̀ *v.i.* to take a bath *(ìwẹ̀ n: bath)*

wẹ *[~ fun (èniyàn), ~ (èniyàn)] v.t.* to bathe someone

wẹ́ *v.i.* to be smallish; obìnrin yǐ ~: this woman is on the small side; ~ (ilá) *v.t.* to cut (okra) to small sizes

wẹẹrẹ *[wẹ́wẹ́] adj.* little and many; àwọn ọmọ ~: little children

wẹ̀hìn /wo ẹ̀hìn/ *v.i.* to look back; to reflect

wẹ́rẹ́ *adv.* rapidly and without incident, instantly

wẹ́wẹ́ *[wẹẹrẹ] adj.* little; àwọn ọmọ ~: little children

wi *[sọ, sọwípé] v.* to say

wi (èniyàn) *v.t.* to throb

wíwọ̀n /-wíwòn suffix: -metry/ or. measurement; **iye-àrá** ~: coulometry *(iye àrá: quantity of electricity);* **èsè** ~:stoichiometry, measurement of the number of moles of a reactant taking part in a reaction *(èsè: reactants);* **ìgbóná** ~: thermometry, temperature measurement *(ìgbóná: hotness);* **iki** ~ : viscosimetry (viscometry) *(ìki: viscosity);* **ìpẹ̀ kan** ~: acidimetry;

ìtì ~: manometry, measurement of pressure; **ìsán-àrá** ~: amperometry *(ìsán àrá: current)*;**ìṣù-ìná** ~: calorimetry *(ìṣù-ìná: heat)*;**ọ̀rìn** ~: densitometry *(density: òrìn)*;**ìwúwo** ~: gravimetry

wo *v.t.* to look at (something)

wó *v.t.* to break to pieces (as in glass); to collapse

wólẹ̀ *v.i.* to fall to the ground in supplication

wolẹ̀ *v.i.* to be careful

wòlíì *n.* Christian messenger of God; Muslim saint

wólulẹ̀ *v.i.* to collapse to the ground

wó (nkan) **palẹ̀** *v.t.* to destroy completely

wóró *n.* single one; ~ ọmọ kan: a single child

wórópọ̀n *[kórópọ̀n]* *n.* testicle

wo (ènìyàn) **sàn** *v.t.* to cure, to heal, to remedy *(ìwòsàn: cure)*

wòye *v.i.* to ponder,to contemplate

wọ́ *v.i.* to be bent *(ìlà wíwọ́: bent line)*; *v.t.* to drag (on the ground)

wọ (aṣọ) *v.i.* to put on (one's clothes)

wọ̀ *v.i.* to fall to the ground (as fruit from a tree); to retire (as a bird to its nest)

wọ̀bìà *[olójúkòkòrò]* *n.* greedy person, glutton; ~ *adj.* greediness

wọlé *v.i.* to enter a house

wọ́jọ *v.i.* to gather together, to assemble

wọn *v.t.* to measure, to gauge *(ìdíwọ̀n: measuring gauge, ìwọ̀n: measurement)*; ~ *3rd. pers. pl. pr. obj.* them

wọ́n *v.i.* to be expensive; to be scarce or unavailable; ~ *3rd. pers. pl. pr. sub.* they

wọ̀nyẹn *pr.* those; àwọn ~: those ones *(ìwọ̀nyẹn: those ones)*

wọ̀nyĭ *pr.* these; awọn ~: these ones *(ìwọ̀nyĭ: these ones)*

wọ́wé *v.i.* to shed leaves *(ìgbà ìwọ́wé: fall season, autumn)*

wú *v.i.* to be intumescent, to be inflamed *(wíwú : inflamed, intumescent)*;to dig up

wu (ènìyàn) *v.t.* to appeal to (someone); to be pleased with

wúkọ́ *v.i.* to cough, to expectorate *(ikọ́ a cough)*

wúlò *v.i.* to be useful

wúndíá *n.* virgin

wúrà *[ìṣùu wúrà, ìṣùu góòlù]* *n.* gold

wúre *[súre]* *v.i.* to bless (someone); to wish someone well *(awúre: good luck soap)*

wuuru /-wuuru suffix: micro-/ *adj.* small and numerous; *(ẹ̀yà~: micro-organisms, e.g. bacteria, virus)*

wúwo *v.i.* to be heavy

wuyì *adj.* to be appealing

Y

ya *v.t.* to tear apart, to lacerate *(yíya: rupture)*; ~ (ẹran) to geld, to castrate (an animal) *(ọ̀ya: castrated animal)*; ~ (àwòran) to draw (a picture)

yà *v.* to branch, to deviate

yá *v.i.* to be fast, to take little time, to occur more frequently *(see* ìyásí*)*; ~ *(inán, ìtànná tàbi oòrùn)* to be exposed (to heat, light or sunlight)

yadi *v.i.* to be deaf *(ìyadi: deafness; odi: deaf person)*

yádï *v.i.* to be oversexed

yàgàn *v.i.* to be barren, to be sterile *(àgàn: barren woman)*

Yàgbà *n.* Yoruba subtribe

yàgbẹ́ *v.i.* to defecate, to empty the bowels

yán *v.* to yawn *(ìyán: yawn)*

yanjú *v.* to analyze, to resolve *(see* ìyanjú*)*

yára *v.* to move quickly, to be fast; *adv.* quickly

yàrá *n.* room, chamber, cavity

yarọ *v.i.* to be lame, to be paralyzed, to be deformed *(arọ: deformed person)*

ya (nkan) **sọ́tọ̀** *v.t.* to separate from others *(ìyàsọ́tọ̀: the act of separating)*

yàtọ̀ *v.i.* to be different *(ìyàtọ̀: difference)*

yé *v.t.* to have an understanding of; ìṣíro náà yé mi: I understand this mathematical problem; to lay (eggs)

yè *v.i.* to survive, to be alive *(ìyè: survival, aliveness)*

yẹ̀ *v.i..* to be dislocated *(yíyẹ̀: dislocation)*

yẹ *[tọ́]* *v.t.* to be befitting, to befit

yi *v.i.* to be tough *(ẹran yíyi: tough piece of meat)*

yí *v.t.* to topple; ~ *v.i.* to be toppled; to rotate *[yíyí: rotation, spinning]*

yí (nkan) **ká** *[yí nkan po]* *v.t.* to revolve around something; to circulate; to go around *(ìyíka: revolution)*; to encircle, to surround *(àyíká: surrounding)*

yìnrìn (lati ~) *v.* to become eroded; ilẹ̀ yí ~: this land is eroded; ìyìnrìn: erosion

yíyọ́ *n.* solvation

yíyọ́sómi *n.* hydration

yọ *v.i.* to appear; *v.t.* to remove, to eject

yọ́ *v.t.* to decant *(yíyọ́: decantation)*; ~ *v.i.* to decelerate, to slow down; ~ *v.t.* to dissolve; *(yíyọ́: solvation; ayọ́: solute)*

yòdẹ̀ *v.i.* to be dumb *(òdẹ̀: dumb; òdẹ̀ ènìyàn: dumb person)*

yòlẹ *v.i.* to be indolent, to be lazy *(òlẹ: lazy; òlẹ ọmọ: a lazy boy)*

yòrò-ẹnun *n.* tartar (teeth)

PART C

SCIENCE & MATHEMATICS

NUMBER SYSTEM
ÈTÒ ÀWỌN ÈÈKÀ

NUMBER (ÈÈKÀ)	TRADITIONAL (ÌBÍLẸ̀)	SCIENTIFIC (ÌMỌ̀N-JÌNLẸ̀)
0	Òdo	Òdo
1	Èní	Ení
2	Èjì	Èjì
3	Ẹta	Ẹta
4	Ẹrin	Ẹrin
5........	Àrún..........	Àrún
6	Ẹfà	Ẹfà
7	Èje	Èje
8	Ẹjọ	Ẹjọ
9	Ẹsán	Ẹsán
10......	Ẹwá.....	Ìdì kan
11	Ọ̀kànlá	Ìdì kan lé kan (ìdì kan lé ẹyọ kan)
12	Èjìlá	Ìdì kan l'éjì (ìdì kan lé ẹyọ méjì)
15	Àrúndínlógún	Ìdì kan l'árŭ n
18	Èjìdínlógún	Ìdì kan l'éjọ
20........	Ogún......	Ìdì méjì
30	Ọgbọ̀n	Ìdì mẹ́ta
40	Ogójì	Ìdì mẹ́rin
50	Àádọ́ta	Ìdì márŭ n
60	Ọgọ́ta	Ìdì mẹ́fà
70...........	Àádọ́rin.....	Ìdì méje
80	Ọgọ́rin	Ìdì méjọ
90.........	Àádọ́rŭ n..	Ìdì mẹ́să n
100(10exp2)	Ọgọ́rŭ n	Àpò kan
1,000(10exp3)	Ẹgbẹ̀rún	Ọ̀kẹ́ kan*
(10exp6)	Ẹgbẹgbẹ̀rún	Òdù kan
(10exp9)		Èèrú kan
(10exp12)		Ọ̀kẹ́-èèrú kan
(10exp13)		Ìdì ọ̀kẹ́-èèrú kan

665

COUNTING
ÈÈKÀ KÍKÀ

ỌKẸ́-ÈÈRÚ   ÈÈRÚ   ÒDÙ   ỌKẸ́

For example:

64	Ìdì mẹ́fà l'ẹ́rin (ìdì mẹ́fà lé ẹyọ mẹ́rin)
708	Àpò méje àt'ẹyọ méjọ
764	Àpò méje àt'ìdì mẹ́fà l'ẹ́rin
8,764	Ọkẹ́ méjọ,àpò méje àt'ìdì mẹ́fà l'ẹ́rin
97,764	ìdì mesan le eje oke, apo meje at'ìdì mefa l'erin
297,765	Àpo méjì àt' ìdì mesan le eje oke, apo meje at'ìdì mefa l'árun
3,297,765	Òdù mẹ́ta, àpò méjì àt' ìdì mesan le eje oke, apo meje at'ìdì mefa l'árun
43,297,767	Ìdì mẹ́rin lé ẹ̀ta òdù, àpò méjì àt'ìdì mẹ́sǎ n lé èjeòkẹ́,àpò méje àt'ìdì mẹ́fà l'éje
44,206,309	Ìdì mẹ́rin lé ẹ̀rin òdù, àpò méjì àt'ẹyọ mẹ́fà ọkẹ́, àpò mẹta àt'ẹyọ mẹ́sǎ n
543,297,765	Àpò marun àt'ìdì merin é eta òdù, àpò méjì àt' ìdì mesan le eje oke, apo meje at'ìdì mefa l'árun
1,543,297,764	Àpò marun àt'ìdì merin é eta òdù, àpò méjì àt' ìdì mesan le eje oke, apo meje at'ìdì mefa l'erin

SYSTEM OF DIVISION
ÈTÒ ÀW ỌN ÌPÍNSÍWẸ̀WẸ̀

1	Ẹyọ kan
1/2	Ìdáji (ìdá sí méjì) kan
1/3	Ìdámẹ́ta kan
3/4	Ìdámẹ́rin mẹ́ta
1/10	Ìdámẹ́wǎ kan, Ìdádì kan (ìdá ìdì kan)
4/10	Ìdámẹ́wǎ merin, Ìdádì merin
2/20	Ìdá ìdìméjì ỌNÀ méjì
7/34	Ìdá ìdìmẹ́ta l'ẹ́rin LỌNÀ méje
27/100	Ìdì méjì lé eje LÓRÍ àpò kan tàbí Ìdá-àpò ìdì méjì l'éje

666

DECIMAL SYSTEM
ÈTÒ ÀW ỌN Ẹ SẸ

1	ẹyọ kan *tàbí* ení
0.1	Òdo, ẹsẹ ení
0.01	Òdo, ẹsẹ òdo àt' ení
0.001	Òdo, ẹsẹ òdo, òdo àt' ení
0.94608	Òdo, ẹsẹ esan, erin, efa, òdo àt' ení

Fun apere:
227.0722 àpò méjì, àt'ìdì méjì lé èje, ẹsẹ òdo, èje,èjì àt'èji
1767.0774 ọ̀kẹ́ kan, àpò méje àt'ìdì méje, ẹsẹ òdo, èje, èje,
        àt'ẹ̀rin

EXPONENTS
ÈTÒ ÀWỌN EDI-ÈÈKÀ

1^1	Ení ELÉDI kan
1^2	Èní ELÉDI méjì
2^3	Èji ELÉDI mẹ́ta
4^5..........	ẹ̀rin ELÉDI márŭ n
5^6	Arun ELÉDI mẹ́fà
10^1	Ìdì ELÉDI kan
10^9........	Ìdì ELÉDI mẹ́să n
10^{20}	Ìdì ELÉDI ìdìméjì
10^{23}	Ìdì ELÉDI ìdì méjì l'ẹ́ta
20^{10}......	Ìdìméjì ELÉDI mẹ́wă tàbí ìdì elédi ìdì kan
100^{10}	Àpò ELÉDI ìdì kan tàbí àpò ELÉDI mẹ́wă
1000^{10}	Ọ̀kẹ́ ELÉDI ìdì kan tàbí ọ̀kẹ́ ELÉDI mẹ́wă

For example:
  6.02×10^{23} = ẹ̀fà, ẹsẹ òdo àt'èjì Lọ́nà ìdì elédi ìdì méjì l'ẹ́ta
  106.236×20^{23} = Àpò kan àt'ẹyọ mẹ́fà, ẹsẹ èjì, ẹ̀ta àt'ẹ̀fà
               Lọ́nàìdì méjì elédi ìdì méjì l'ẹ́ta

MENSURATION
ÈTÒ ÀWỌN ÌDÍWỌN

TIME MEASUREMENT
ÈTÒ ÀKÓKÒ WÍWỌN

60 seconds	60 ìṣísẹ̀(ìdì mẹ́fà ìṣísẹ̀)	= 1 ìṣẹ́jú (ìṣẹ́jú kan)
60 minutes	60 ìṣẹ́jú(ìdì mẹ́fà ìṣẹ́jú)	= 1 wákàtí
24 hours	24 wakati (ìdì méjì l'ẹ́rin wákàtí)	= 1 ọjọ́
30 days	30 ọjọ́ (ìdì mẹ́ta ọjọ́)	= 1 oṣù
12 months	12 oṣù (ìdì kan l'éjì oṣù)	= 1 ọdún
365 days	365 ọjọ́ (àpò mẹ́ta àt'ìdì mẹ́fà l'árún ọjọ́)	= 1 ọdún
366 days	366 ọjọ́ (àpò mẹ́ta àt'ìdì mẹ́fà l'ẹ́fa ọjọ́)	= 1 ọdún-lé
100 years	100 ọdun (àpò kan ọdún)	= 1 ọ̀rún-ọdún

TRADITIONAL
ÈTÒ ÀKÓKÒ NÍNÚN ỌJỌ́ (ìbílẹ̀)

ógọ́njọ̀ òru	period from around 11 p.m. to around 3 a.m.
Àkùkọ àkọ́kọ́	period between 3 a.m. and 4 a.m.
Àfẹ̀mọ́njú	dawn: period between 4 a.m. and 6 a.m.;
Ìdájí	early morning, period between 5 a.m. and 7 a.m.
Àárọ̀ (òwúrọ̀)	period between 7 a.m and 10 a.m.
Ìyálẹ̀ta	period from 10 a.m. till noon
Ọ̀sán	period between noon to 4 p.m.
Ìrọ̀lẹ́	dusk: period between 4 p.m and 7 p.m.
Àṣálẹ́	period between 7 p.m and 11 p.m.

LENGTH MEASUREMENT
ÈTÒ ÌGÙN WÍWÒN

12 inches	12 ìka(ìdì kan l'éjì ìka)	= 1 ẹsẹ̀
3 feet	3 ẹsẹ̀ (ẹsẹ̀ mẹ́ta)	= 1 ọ̀pá
220 yards	220 ọ̀pá (àpò méjì àt'ìdì méjì ọ̀pá)	=1 òréré(*furlong*)
1760 yards	1760 ọ̀pá (ọ̀kẹ́ kan,àpò méje àt'ìdì mẹ́fà ọ̀pá)	=1 máìlì
5280 feet	5280 ẹsẹ̀(ọ̀kẹ́ márún, àpò méjì àt'ìdì mẹ́jọ ẹsẹ̀)	=1 máìlì
6 furlongs	6 òréré (òréré mẹ́fà)	= 1 máìlì

SCIENTIFIC
Ìmọ̀n-jinlẹ̀

1 kilometer	1 ọ̀kẹ̀mítà (ọ̀kẹ́mítà kan)	= 1000 mítà
1 hectometer	1 àpòmita (àpòmítà kan)	= 100 mítà
1 dekameter	1 ìdìmita (ìdìmítà kan)	= 10 mítà
1 meter	1 mítà (mítà kan)	=1 mítà
1 decimeter	0.1 mítà (ìdá-ìdì mítà kan)	=1/10 mítà
1 centimeter	0.01 mítà (ìdá-àpò mítà kan)	=1/100 mítà
1 millimeter	0.001 mítà (ìdá-ọ̀kẹ̀ mítà kan)	= 1/1000 mítà

AREA MEASUREMENT
ÈTÒ ÒRÒ WÍWÒN

144 sq. inches	144 ojú ìka (àpò kan, ìdì mẹ́rin lé ẹ̀rin ojú ìka)	=1 ojú ẹsẹ̀
9 sq. feet	9 ojú ẹsẹ̀ (ojú ẹsẹ̀ mẹ́sán)	=1 ojú ọ̀pá
4840 sq. yards	4840 ojú ọ̀pá(ọ̀kẹ́ mẹ́rin,àpò mẹ́jọ àt'ìdì mẹ́jọ ojúọ̀pá)	=1 ékà
640 acres	640 ékà (àpò mẹ́fà àt'ìdì mẹ́rin ékà)	=1 ojú máìlì kan

e.g.: 1ẹsẹ̀ x1ẹsẹ̀ =1 ojú ẹsẹ̀ (ẹsẹ̀ kan lónà ẹsẹ̀ kan Jẹ́ ojú ẹsẹ̀ kan)
2 ẹsẹ̀ x 2 ẹsẹ̀ = 4 ojú ẹsẹ̀ (ẹsẹ̀ méjì lónà ẹsẹ̀ méjì Jẹ́ ojú ẹsẹ̀ mẹ́rin)

VOLUME MEASUREMENT
ÈTÒ ÀYÈ WÍWÒN

1728 cu. inches	1728 àyè ìka	=1 àyè ẹsẹ̀ kan (1 cubic foot)
27 cu. feet	27 àyè ẹsẹ̀	=1 àyè ọ̀pá kan (1 cubic yard)

FLUID MEASUREMENT
ÈTÒ ÀYÈ AṢÀN WÍWÒN

1 liter	1 lítà (lítà kan)	=1000 ida-ọ̀kẹ́ lítà
1 milliliter	1 ìdá ọ̀kẹ́lítà (ìdá-ọ̀kẹ́ lítà kan)	= 0.001 lítà
1 centiliter	1 ìdá àpòlita (ìdá-àpò lítà kan)	= 0.01 lítà
1 dekaliter	1 ìdìlita (ìdìlítà kan)	=10 lítà
1 hetoliter	1 àpòlita (àpòlítà kan)	=100 lítà
1 kiloliter	1 ọ̀kẹ́lita (ọ̀kẹ́lítà kan)	=1000 lítà

MASS MEASUREMENT
ÈTÒ OKUN WÍWÒN

1 kilogram	1 ọ̀kẹ́grámù (ọ̀kégrámù kan)	=1000 grámù
1 hectogram	1 àpògramu (àpògrámù kan)	=100 grámù
1 dekagram	1 ìdìgrámù (ìdìgrámù kan)	=10 grámù
1 decigram	0.1 grámù (ìdá ìdìgrámù kan)	=1/10 grámù
1 centigram	0.01 grámù (ìdá àpògrámù)	=1/100 grámù
1 miligram	0.001 grámù (ìdá ọ̀kẹ́grámù)	=1/1000 grámù

BASE "SI" UNITS
ÀWỌN ÌPILẸ̀ ÌDÍWÒN "SI"

	ÌWÒN	ORÚKỌ - ÌDÍWÒN	ÀMÌN-ÌDÍWÒN
Time	Àkókò	Ìṣíṣẹ̀ (Second)	S
Distance	Ìjìnnà	Mítà (Meter)	M
Mass	Okun	Ọ̀kẹgrámù (Kilogram)	Kg
Hotness	Ìgbóná	Kẹ́lfinì (Kelvin)	K
Brightness	Ìmólẹ̀	àbẹ́là (Candle)	CdA
Current	Ìsán-àrá	Ámpù (Amp)	A
Amount of substance	Ọ̀pọ̀	Móòlù (Mole)	mol

SIGNS FOR MATHEMATICAL OPERATIONS
ÀLÀYÉ ÀWỌN ÀMÌ-ỌṢẸ̀ ÌṢÍRÒ

SIGN ÀMÌ	NAME OF SIGN ORÚKỌ ÀMÌ	EXAMPLE ÀPẸRẸ	EXPLANATION ÀLÀYÉ
=	Equality: **Ìjẹ́yekan**	A = B	A is equal to B: **A jẹ́ iyekan pẹ̀lu B OR A jẹ́ B**
~	Similarity: **Ìbárajọ**	A ~ B	A is similar to B: **A bá B jọ OR A àti B bárajọ**
≠	Inequality: **Àìjẹ́yekan**	A ≠ B	A is not equal to B: **A kò jẹ́ iyekan pẹ̀lu B OR A kò jẹ́ B**
+.	Addition: **Ìròpọ̀**	A + B	Add A to B: **Ro A àti B pọ̀ or ro B ati A pọ.**
-	Subtraction: **Ìyọkúrò**	A - B = D	Subtract B from A: **Yọ B kúrò ní A.**
x	Multiplication: **Ìsọdipúpọ̀**	A x B	Multiply A with B: **Sọ A di púpọ̀ pẹ̀lu B.** *(multiplication is commutative)*
÷	Division: **Ìpínsíwẹ́wẹ́**	A ÷ B	Divide A with B: **Pín A sí wẹ́wẹ́ pẹ̀lu B or Pín A pẹ̀lu B.** A is the dividend: **A ni à npè ní Èpín** B is the divisor: **B ni à npè ní Ìfipín** D is the quotient: **D ni à npè ní Ìpín**
√	Roots: **Irìn**	A = √B A xA = B	A is the square root of B: **A jẹ́ irìn B kéjì.** If we multiply A with A, we will get B: **Bí a bá fi A sọ A di púpọ̀, a óò ní B:**
		A = 3√B	A is the cube root of B: **A jẹ́ irìn B keta.**
		A = n√B	A is the nth root of : **A jẹ́ irìn B kón**

671

SIGN ÀMÌ	NAME OF SIGN ORÚKỌ ÀMÌ	EXAMPLE ÀPẸRẸ	EXPLANATION ÀLÀYÉ
>	Ìtóbijù	A > B	A is bigger than B. No matter how small A may be, it is bigger than B: **A tóbi ju B. Bótiwù kí A kéré tó, o tóbi ju B lọ.**
<	Ìkéréjù	A < B	A is smaller than B. No matter how big A may be, it is smaller than B: **A tóbi ju B. Bótiwù kí A tóbi tó, o kéré ju B lọ.**
≥	Ìkérédé	A ≥ B	A is bigger than or equal to B. No matter how small A may be, it is not smaller than B **A kéré dé B. Bótiwù kí A kéré tó, kò kéré ju B lọ**
≤.	Ìtóbidé	A ≤ B	A is smaller than or equal to B. No matter how big A may be, it is not bigger than B: **A tóbi dé B. Bótiwù kí A tóbi tó, kò tóbi ju B lọ**
œ	Propor- tionality: **Iyesíye**	A œ B A = kB	A is proportional to B: **Iye A dọwọ́ iye B** k is the constant of proportionality in this equation: **k ni èèkà àì-yẹ̀ iyesíye omi yi**
f	function: **Ìfà**	A = f(B)	A is a function of B: **A jẹ́ ìfàa B** *(iye B ló fa iye A)* Let A = f(B) = 2B2 +3B - 4 ; If B = 3, then A= ....: **Jẹ́kí A = f(B) = 2B^2 +3B - 4; Bí B = 3 , A á jẹ́ ...**
Σ	summation: **Ìkópọ̀**	a=10 Σ a (a = èèkà-odidi) a=1	Find the summation of a from a=1 to a=10: **Wa akopo a lati a=1 titide a=10**

672

PERCENTAGES
ÀWÒN ÌDÁ-ÀPÒ

10%   Ìdá-àpò mẹ́wǎ OR Ìdá-àpò ìdì kan
25%   Ìdá-àpò ìdì meji l'arun
84%   Ìdá-àpò ìdì mejo l'erin

Example: Question: Express 0.25 as a percentage; Answer:
        0.25 is equal to 25%
Fún àpẹrẹ: Ìbéèrè:Dá 0.25 ni ìdá-àpò; Ìdáhùn: 0.25 jẹ́ ìdá
    -àpò ìdìméjì l'ár ǔ n

RATIOS
ÌBÙPÍN

To divide D in a ratio of A to B, find the sum of the ratios: A + B

Divide D with the sum above D/A+B

D/A + B is the UNIT RATIO
Each number is then used to multiply D

Tí a bá fẹ́ pín nkan (D) ní ìbùu A sí B

A óò ro àwọn ìbù méjì yí pọ̀ A+ B

A óò sì fi àròpọ̀ yí pín D   D/ A + B

D/A + B ni **ÌDÍWÒN ÌBÙPÍN**
A óò sì fi iye ìbù kọ̀ọ̀kan sọ ìdíwọ̀n yì di púpọ̀

For example:
Question: Divide 18 in a ratio of 4 to 3 to 2
Answer: (1) Add the ratios 4 + 3 + 2 = 9
        (2) Divide 18 with the sum: 18/9=2
        (3) Multiply each number with 2: 4x2=8; 3x2=6; 2x2=4
Fún àpẹrẹ:
Ìbéèrè: Pín 18 ní ìbùu 4 sí 3 sí 2
Ìdáhùn:(1) Ro àwọn ìbù yí pọ̀: 4 + 3 + 2 = 9
        (2) Fi àròpọ̀ ìbù yí pín 18: 18/9 = 2 {2 ni ìdíwọ̀n ìbùpín yì (unit ratio)}
        (3) Sọ 2 di púpọ̀ pẹ̀lú 4 *àti bẹ́ẹ̀bẹ́ẹ̀ lọ:* 4x2=8; 3x2=6; 2x2=4

AVERAGES
ÌROPÍN

To find the average of a,b,and c
add a +b + c
use the total of the number to
divide the sum

Tí a bá fẹ́ wá àròpín àwọn
èèkà a,b,àti c
A níláti ro a + b + c
A óò sì fi iye àwọn èèkà yí pín
àròpọ̀o wọn

For example:

Question:Find the average of 10,11,12,13,14

Answer(1)Add all the numbers together; 10+11+12+13+14 = 60
      (2) divide this sum by the number of the sums: 60/5 = 12

Fún àpẹrẹ: Ìbéèrè: Ro àwọn èèkà yí pín: 10,11,12,13,14

Ìdáhùn: (1) Ro àwọn èèkà náà pọ̀: 10 +11 + 12 + 13 + 14= 60
      (2) Fi iye àwọn èèkà yí pín 60: 60/5 = 12 {12 ni àròpín
      àwọn èèkà náà}

FACTORIALS
ÌFÈSÚNLÒPO

To find the value of n!
We use the integer n to
multiply the integer that is less
than n(n-1)
We then use the product (n)(n-
1) to multiply the value that is i
less thn (n-2) to get (n)(n-1)(n-2)
This is continued till we get to 1

Tí a bá fẹ́ wá ifẹ̀súnlòpo èèkàa n
= n!
A óò fi èèkà yí lòpo èèkà tó kéré
ju èèkà n lọ l'ẹ́yọ kan (n-1)
A óò sì fi ẹ̀sún tí a ní (n)(n-1)
lòpo èèkà tó kéré ju (n-1) lọ l'ẹ́yọ
kan (n-2)
A óò sì fi ẹ̀sún tí a ní (n)(n-1)(n-2)
lòpo èèkà tó tún kéré ju (n-2)
l'ẹ́yọ kan....títí dé 1

For example:

Question: Find the value of 4!

Answer; The value of 4! is 4 x 3 x2 x1 = 24

Fún àpẹrẹ:

Ìbéèrè: Wá ẹ̀sún ifẹ̀súnlòpo 4

Ìdáhùn: ẹ̀sún ifẹ̀súnlòpo 4 jẹ́ 4 x 3 x2 x1 = 24

African Language Titles from Hippocrene ...

Afrikaans-English/English-Afrikaans Practical Dictionary, Revised
25,000 entries • 430 pages • 5 x 7 • ISBN 0-7818-0846-4 •
$17.95pb • (243)

Bemba-English/English-Bemba Concise Dictionary
10,000 entries • 233 pages • 4 x 6 • ISBN 0-7818-0630-5 •
$13.95pb • (709)

Hausa-English/English-Hausa Practical Dictionary
18,000 entries • 431 pages • 5 x 7 • ISBN 0-7818-0426-4 •
$16.95pb • (499)

Igbo-English/English-Igbo Dictionary & Phrasebook
1,400 entries • 186 pages • 3 ¾ x 7 ½ • ISBN 0-7818-0661-5 •
$11.95pb • (750)

Malagasy-English/English-Malagasy Dictionary & Phrasebook
2,500 entries • 170 pages • 3 ¾ x 7 ½ • ISBN 0-7818-0843-X •
$11.95pb • (256)

Pulaar-English/English-Pulaar Standard Dictionary
30,000 entries • 276 pages • 5 ½ x 8 ½ • ISBN 0-7818-0479-5 •
$19.95pb • (600)

Beginner's Shona (ChiShona)
240 pages • 5 ½ x 8 ½ • ISBN 0-7818-0864-2 • $14.95pb • (271)

Shona-English/English-Shona
Dictionary & Phrasebook
1,500 entries • 174 pages • 3 ¾ x 7 ½ • ISBN 0-7818-0813-8 •
$11.95pb • (167)

Somali-English/English-Somali
Dictionary & Phrasebook
3,500 entries • 176 pages • 3 ¾ x 7 ½ • ISBN 0-7818-0621-6 •
$13.95pb • (755)

Swahili-English/English-Swahili
Dictionary & Phrasebook
5,000 entries • 200 pages • 3 ¾ x 7 ½ • ISBN 0-7818-0905-3 •
$11.95pb • (231)

Swahili-English/English-Swahili Practical Dictionary
35,000 entries • 600 pages • 4 ½ x 7 • ISBN 0-7818-0480-9 •
$19.95pb • (606)

Twi-English/English-Twi Concise Dictionary
8,000 entries • 332 pages • 4 x 6 • ISBN 0-7818-0264-4 •
$12.95pb • (290)

More African Interest Titles ...

Treasury of African Love Poems and Proverbs

A selection of songs and sayings from numerous African languages—including Swahili, Yoruba, Berber, Zulu and Amharic.

128 pages • 5 x 7 • ISBN 0-7818-0483-3 • $11.95hc • (611)

African Proverbs

This collection of 1,755 proverbs spans all regions of the African continent. They are arranged alphabetically by key words. Charmingly illustrated throughout.

135 pages • 6 x 9 • 20 illustrations • ISBN 0-7818-0691-7 • $17.50hc • (778)

African Cookbooks ...

Best of Regional African Cooking

274 pages • 5 ½ x 8 ½ • ISBN 0-7818-0598-8 • $11.95pb • (684)

Traditional South African Cookery

178 pages • 5 x 8 ½ • ISBN 0-7818-0490-6 • $10.95pb • (423)

Prices subject to change without prior notice. **To purchase Hippocrene Books** contact your local bookstore, call (718) 454-2366, or write to: HIPPOCRENE BOOKS, 171 Madison Avenue, New York, NY 10016. Please enclose check or money order, adding $5.00 shipping (UPS) for the first book, and $.50 for each additional book.